ದೇವರಾಜ ಅರಸು
ಮತ್ತು
ಕರ್ನಾಟಕದ ರಾಜಕಾರಣ

ಡಾ. ಹಣಮಂತ್ರಾಯ ದೊಡ್ಡಮನಿ

ಗೀತಾಂಜಲಿ ಪುಸ್ತಕ ಪ್ರಕಾಶನ
ಕಂದಾಯ ಭವನ, ನೂರಡಿ ರಸ್ತೆ, ರಾಜೇಂದ್ರ ನಗರ
ಶಿವಮೊಗ್ಗ–577 201

DEVARAJA ARASU MATTU KARNATAKADA RAAJAKAARANA

by **Dr. Hanamantraya Doddamani**

Published by

GEETHANJALI PUSTHAKA PRAKASHANA

Revenue Building, 100ft Road, Rajendra Nagar,
Shivamogga - 577201, Karnataka
Mobile : 94498 86390, 99161 97291
E-mail : gbtmohan@gmail.com

ISBN : 978-93-81876-18-3

First Impression : 2011

Page : 12+212+8

Price : Rs. 200/-

Paper used : 70 Gsm Maplitho Size: Demy 1/8

ಮೊದಲನೇ ಮುದ್ರಣ : ೨೦೧೧

ಪುಟಗಳು : 12+212+8 (ಚಿತ್ರ ಸಂಪುಟ)
ಬೆಲೆ : ರೂ. ೨೦೦/-
ಅಕ್ಷರ ಜೋಡಣೆ : ಶ್ರೀಗುರು ಮೌನೇಶ್ವರ ಗ್ರಾಫಿಕ್ಸ್

ದೇವರಾಜ ಅರಸು ಮತ್ತು ಕರ್ನಾಟಕದ ರಾಜಕಾರಣ

ಡಾ. ಹಣಮಂತ್ರಾಯ ದೊಡ್ಡಮನಿ

ಪುಸ್ತಕ ದೊರೆಯುವ ಸ್ಥಳ :
ಜಿ.ಬಿ.ಟಿ. ಪಬ್ಲಿಕೇಷನ್ಸ್
ದೊಣೇಹಳ್ಳಿ ಅಂಚೆ
ಜಗಳೂರು(ತಾ) ೫೭೭೨೦೧
ದಾವಣಗೆರೆ(ಜಿ) ಮೊ : ೯೯೧೬೧೯೭೨೯೧

ಪ್ರಕಾಶಕರು
ಗೀತಾಂಜಲಿ ಪುಸ್ತಕ ಪ್ರಕಾಶನ
ಕಂದಾಯ ಭವನ, ನೂರಡಿ ರಸ್ತೆ, ರಾಜೇಂದ್ರ ನಗರ
ಶಿವಮೊಗ್ಗ-೫೭೭೨೦೧
ಮೊ : ೯೪೪೯೮೮೬೩೯೦

ಮುದ್ರಣ: ಲಕ್ಷ್ಮೀ ಮುದ್ರಣಾಲಯ, ಬೆಂಗಳೂರು

ಅರ್ಪಣೆ

ನನ್ನ ಏಳ್ಗೆಯನ್ನೇ ಸದಾ ಬಯಸುವ
ಪೂಜ್ಯ ದೊಡ್ಡಪ್ಪ ದಿ. ಭೀಮರಾಯ
ದೊಡ್ಡಮ್ಮ ದಿ. ಭೀಮಾಬಾಯಿ
ತಂದೆ ಚಂದಪ್ಪ ದೊಡ್ಡಮನಿ
ತಾಯಿ ದೇವಕ್ಕಿ ದೊಡ್ಡಮನಿ
ಚಿಕ್ಕಪ್ಪ ದೇವಿಂದ್ರಪ್ಪ ದೊಡ್ಡಮನಿ
ಚಿಕ್ಕಮ್ಮ ಯಂಕಮ್ಮ ದೊಡ್ಡಮನಿ
ಹಾಗೂ ನನ್ನ ಸಹೋದರ ಸಹೋದರಿಯರಿಗೆ

ಮುನ್ನುಡಿ

'ಸುವರ್ಣ ಕರ್ನಾಟಕ'ದ ಆಚರಣೆಯ ಈ ಹೊತ್ತಿನಲ್ಲಿ ಅನೇಕ ಸಾಮಾಜಿಕ ಅನಿಷ್ಟಗಳನ್ನು ಹೇಳಹೆಸರಿಲ್ಲದಂತೆ ಮಾಡಿದ ಯಶಸ್ಸು ಅರಸು ಅವರ ಕಾರ್ಯವೈಖರಿಗೆ ಸಲ್ಲುವಂಥದ್ದು. ಸಮಾಜವನ್ನು ಕುರಿತ ಅವರ ಒಳಗಿನ ಕಣ್ಣು ಮುಂದಾಲೋಚನೆಯ ನೆಲೆಗಳಲ್ಲಿ ಹೇಗೆ ಸಕ್ರಿಯರನ್ನಾಗಿಸಿತು ಎಂಬ ಮಹತ್ವದ ಸಂಗತಿಗಳು ರೂಪುತಳೆದಿವೆ. ಜೀತಪದ್ಧತಿ, ಮಲಹೊರುವ ಹೀನ ಕೃತ್ಯಗಳನ್ನು ತೊಡೆದುಹಾಕುವಲ್ಲಿ ಅರಸು ಅವರಿಗಿದ್ದ ಕಾಳಜಿ ಎಂಥದ್ದು ಎಂಬುದು ಸಾಬೀತಾಗಿದೆ. ಜಾತೀಯತೆ, ಅಸ್ಪೃಶ್ಯತೆಯ ನಿರ್ಬಂಧಗಳನ್ನಷ್ಟೇ ಅಲ್ಲದೆ ಸಮಾಜದ ಕಟ್ಟಕಡೆಯವನಿಗೂ ಭೂಮಿ, ಮೀಸಲಾತಿ ಸೌಕರ್ಯಗಳನ್ನು ಕಲ್ಪಿಸಿಕೊಡುವಲ್ಲಿ ಅರಸು ಅವರಿಗಿದ್ದ ದೂರದೃಷ್ಟಿಯ ಬಗೆಗೆ ಅಧ್ಯಯನಕಾರರು ವಿಶ್ಲೇಷಿಸಿದ್ದಾರೆ. ಈ ಹೊತ್ತಿಗೂ ಹಿಂದುಳಿದ ವರ್ಗಗಳು ಮೀಸಲಾತಿ ಸೌಲಭ್ಯಗಳನ್ನು ಹೊಂದುತ್ತಿರುವಂತೆ ಮಾಡಿದ ಅಂದಿನ ಹಾವನೂರ ಆಯೋಗದ ಶಿಫಾರಸ್ಸುಗಳನ್ನು ಬಹುಶಃ ಅರಸು ಅವರು ಮನಸ್ಸು ಮಾಡದಿದ್ದಲ್ಲಿ ಸಾಧ್ಯವೇ ಆಗುತ್ತಿರಲಿಲ್ಲ. ಭಾರತದ ಯಾವುದೇ ರಾಜ್ಯವೂ 'ಗರೀಬಿ ಹಟಾವೋ' ಅಥವಾ ೨೦ ಅಂಶಗಳ ಕಾರ್ಯಕ್ರಮಗಳನ್ನು ಅನುಷ್ಠಾನಗೊಳಿಸಿ ಯಶಸ್ವಿಯಾಗದಿದ್ದ ಸನ್ನಿವೇಶದಲ್ಲಿ ಸಂಪೂರ್ಣವಾಗಿ ಕ್ರಿಯಾಶೀಲಗೊಳಿಸಿದ ಕೀರ್ತಿ ನಾಡಿಗೆ ಅದರಲ್ಲೂ ಅರಸು ಅವರಿಗೆ ಸಲ್ಲುತ್ತದೆ. ಅವರ ಅವಧಿಯ ಅನೇಕ ಸಾಮಾಜಿಕ ಸುಧಾರಣೆಗಳಿಗೆ ಹಾಗೂ ಕಾಯ್ದೆಗಳ ಅನುಷ್ಠಾನಕ್ಕೆ ಅರಸು ಅವರಿಗೆ ಬೆನ್ನೆಲುಬಾಗಿ ನಿಂತವರು ಅಂದಿನ ಕಂದಾಯ ಇಲಾಖೆಯ ಮಂತ್ರಿಗಳೂ, ಚಿಂತಕರೂ ಆಗಿದ್ದ ಬಿ. ಬಸವಲಿಂಗಪ್ಪನವರು. ಇವರನ್ನು ಕುರಿತಂತೆ ಅಂದಿನ ರಾಜಕಾರಣದ ಸ್ಥಿತ್ಯಂತರಗಳಲ್ಲಿ ಅರಸು ಅವರಿಗೆ ಸರಿಸಮನಾಗಿ ನೋಡುವಲ್ಲಿ ಅಧ್ಯಯನಕಾರರು ಗಂಭೀರವಾದ ಒಳನೋಟಗಳನ್ನು ನೀಡಿದ್ದಾರೆ. ಭೂ ಸುಧಾರಣಾ ಕಾಯ್ದೆಗಳಂಥವು ಅನೇಕ ಮಿತಿಗಳ ನಡುವೆಯೂ ದೊಡ್ಡ ಸಾಧನೆಯಾಗಿ ಅನಾವರಣವಾಗಿದ್ದು ಗಮನಾರ್ಹ. ಇಂಥ ಪ್ರಯೋಗಶೀಲತೆಗಳಿಗೆ ಅರಸು ಹೇಗೆ ಸಾಕ್ಷಿಯಾಗಿದ್ದಾರೆ ಎಂಬುದನ್ನು ಪ್ರಸ್ತುತ ಅಧ್ಯಯನ ಕೃತಿ ರುಜುವಾತುಪಡಿಸಿದೆ.

ನಾಡು, ನುಡಿ, ಸಾಹಿತ್ಯ, ಸಂಸ್ಕೃತಿಯ ವಿಚಾರಗಳಲ್ಲಿ ಭಿನ್ನ ಬಗೆಯ ಆಸಕ್ತಿ-ಒಲವುಗಳನ್ನು ಹೊಂದಿದ್ದ ಅರಸು ಅವರು ಸಾಹಿತ್ಯ ಹಾಗೂ ಸಾಹಿತಿಗಳ ಒಡನಾಡಿಯಾಗಿದ್ದವರು. ನಾಡಿನ ಆಡಳಿತ ಭಾಷೆ ಕನ್ನಡವೇ ಆಗಬೇಕು. ಎಲ್ಲ ನೆಲೆಗಳಿಂದಲೂ ನಮ್ಮ ಭಾಷೆಗೆ ಮಾನ್ಯತೆ

ದೊರೆಯಬೇಕು ಎಂಬ ದಿಸೆಯಲ್ಲಿ ಅರಸು ಅವರ ಭಾಷಾ ಚಿಂತನೆಯ ಆಲೋಚನೆ, ಭಾಷಾ ಆಯೋಗಗಳ ಕಾರ್ಯಕ್ರಮಗಳು ಅವರನ್ನು ಶಾಶ್ವತವಾಗಿ ಕನ್ನಡಿಗರು ನೆನಪು ಮಾಡಿಕೊಳ್ಳುವಂತೆ ಮಾಡಿವೆ. ಅದರಲ್ಲೂ ತುಂಡಾದ ಕನ್ನಡ ಪ್ರದೇಶಗಳು ಒಂದುಗೂಡಿದ ಮೇಲೆ ತಪ್ಪಾಗಿ ಹೆಸರಿಸಲಾದ ಈ ನಾಡಿಗೆ ಮತ್ತೆ 'ಕರ್ನಾಟಕ'ವೆಂತಲೇ ನಾಮಕರಣ ಮಾಡಿದ್ದು ಅವರ ಸಾಂಸ್ಕೃತಿಕ ಬದ್ಧತೆಗೆ ಸಾಕ್ಷಿಯಾಗಿದೆ. ಇಂಥ ಅನೇಕ ಸಂಗತಿಗಳನ್ನು ಅಧ್ಯಯನಕಾರರು ಒಳನೋಟಗಳೊಂದಿಗೆ ವಿಶ್ಲೇಷಣೆ ಮಾಡಿರುವುದು ಗಮನಾರ್ಹವಾದುದು.

ಅಧ್ಯಯನಕಾರರು ಅರಸು ಅವರ ಬಗೆಗೆ ಇದ್ದಂಥ ಅನೇಕ ಅನುಮಾನ, ಪೂರ್ವಗ್ರಹಗಳಿಗೆ ಉತ್ತರವನ್ನು ನೀಡುವ ಪ್ರಯತ್ನ ಮಾಡಿರುವುದು ಗಮನಿಸಬೇಕಾದ ಸಂಗತಿ. ತಮ್ಮದೇ ಆದ ಮಾದರಿಯೊಂದನ್ನು ನೀಡಿದ ಅರಸು ಅವರು ಈ ಹೊತ್ತಿನ ರಾಜಕಾರಣ ಹಾಗೂ ರಾಜಕಾರಣಿಗಳಿಗೆ ಮಾದರಿಯಾಗಿದ್ದಾರೆ. ಅಲ್ಲದೆ 'ಅಹಿಂದ' ಚಿಂತನೆ, ಪರ್ಯಾಯ ರಾಜಕಾರಣ, ಜಾತಿ ನಿರಪೇಕ್ಷತೆ, ಸಮಾಜದ ಕಟ್ಟಕಡೆಯವನ ಬಗೆಗೆ ಇರಬೇಕಾದ ಕಾಳಜಿಗಳ ಮುಖೇನ ಗಮನ ಸೆಳೆದಿರುವುದರ ಬಗೆಗೆ ಪ್ರಸ್ತುತ ಅಧ್ಯಯನ ಹೊಸ ಆಲೋಚನೆಗಳಿಗೆ ಎಡೆಮಾಡಿಕೊಟ್ಟಿದೆ. ಈ ಅಧ್ಯಯನದಲ್ಲಿ ಅರಸು ಅವರ ಆಲೋಚನೆಗಳು ನಾಡಿನ ರಾಜಕಾರಣ ಹಾಗೂ ಅಭಿವೃದ್ಧಿಯ ನೆಲೆಗಳಲ್ಲಿ ಹೇಗೆ ಹಾಸುಹೊಕ್ಕಾಗಿವೆ ಎಂಬುದನ್ನು ಗಂಭೀರವಾಗಿ ವಿಶ್ಲೇಷಣೆಗೆ ಒಳಗುಮಾಡಲಾಗಿದೆ. ಅಲ್ಲದೆ ಅವರ ಚಿಂತನೆಗಳು ಕಾರ್ಯಕ್ರಮಗಳ ಅನುಷ್ಠಾನದಲ್ಲಿ ಹೇಗೆ ಸಾಕಾರಗೊಂಡವು ಅಥವಾ ಸಾಕಾರಗೊಂಡಿಲ್ಲ ಎಂಬ ನೆಲೆಗಳನ್ನು ಅಧ್ಯಯನಕಾರರು ಸಾಧ್ಯವಾದಷ್ಟು ವಸ್ತುನಿಷ್ಠವಾಗಿ ಮಂಡಿಸಿದ್ದಾರೆ. ಎಲ್ಲಿಯೂ ಭಾವುಕತನ ಅಥವಾ ಹೊಗಳಿಕೆಯ ವಿಶ್ಲೇಷಣೆಗಳಲ್ಲಿ ಅರಸು ಅವರ ಚಿಂತನೆ, ಚಟುವಟಿಕೆಗಳನ್ನು ಪರಿಶೀಲಿಸಿಲ್ಲ. ಬದಲಾಗಿ ವಾಸ್ತವ ನೆಲೆಗಳಲ್ಲಿ ಹಾಗೂ ಸಮಕಾಲೀನತೆಯೊಂದಿಗೆ ಮೇಳೈಸಿಕೊಂಡು ನಿರೂಪಿಸಲಾಗಿದೆ.

ಚರಿತ್ರೆಯ ವಿದ್ಯಾರ್ಥಿಗೆ ಇರಬೇಕಾದ ಅಧ್ಯಯನದ ವಿಧಿ-ವಿಧಾನಗಳ ಎಚ್ಚರಿಕೆ, ಆಕರಗಳ ಸಂಗ್ರಹ, ನಿರೂಪಣೆ, ವಿಶ್ಲೇಷಣೆಗಳು, ಪ್ರಾಥಮಿಕ ಹಾಗೂ ಇತರೆ ಆಧಾರಗಳ ಸಮರ್ಪಕ ಬಳಕೆ ಇತ್ಯಾದಿಗಳು ಈ ಅಧ್ಯಯನದಲ್ಲಿ ಒಪ್ಪವಾಗಿ ಅನಾವರಣಗೊಂಡಿವೆ. ಈ ದಿಸೆಯಲ್ಲಿ ಅಧ್ಯಯನಕಾರರ ಶ್ರಮವನ್ನು ಅಭಿನಂದಿಸುತ್ತಾ ಮುಂದಿನ ಅಕಡೆಮಿಕ್ ಸಾಧನೆಗಳು ಯಶಸ್ವಿ ಆಗಲೆಂದು ಹಾರೈಸುತ್ತೇನೆ.

ಕನ್ನಡ ವಿಶ್ವವಿದ್ಯಾಲಯ, ಹಂಪಿ
ವಿದ್ಯಾರಣ್ಯ ೫೮೩ ೨೭೬

ಡಾ. ಸಿ.ಆರ್. ಗೋವಿಂದರಾಜು
ಪ್ರಾಧ್ಯಾಪಕರು, ಚರಿತ್ರೆ ವಿಭಾಗ

ಲೇಖಕರ ಮಾತು

ಸುವರ್ಣಕರ್ನಾಟಕದ ಇಂದಿನ ಸಂದರ್ಭದಲ್ಲಿ ''ಡಿ. ದೇವರಾಜ ಅರಸು ಹಾಗೂ ಕರ್ನಾಟಕದ ರಾಜಕಾರಣ: ಚಿಂತನೆಗಳ ಚಾರಿತ್ರಿಕ ವಿಶ್ಲೇಷಣೆ'' ಎಂಬ ನನ್ನ ಪಿಎಚ್.ಡಿ ಮಹಾಪ್ರಬಂಧ ಪ್ರಕಟವಾಗುತ್ತಿರುವುದು ಸಂತೋಷದಾಯಕ ವಿಷಯ. ಸ್ವಾತಂತ್ರ್ಯೋತ್ತರ ಕರ್ನಾಟಕದ ರಾಜಕಾರಣದಲ್ಲಿ ದೇವರಾಜ ಅರಸು ಅವರು ತಮ್ಮದೆಯಾದ ವಿಶಿಷ್ಟ ಛಾಪನ್ನು ಮೂಡಿಸಿದ ಅಪರೂಪದ ರಾಜಕಾರಣಿ. ಅವರ ಕಾರ್ಯಶೀಲತೆ, ಸೃಜನಶೀಲತೆ, ಚಿಂತನಾಶೀಲತೆ ಹಾಗೂ ಸಂಘಟನಾ ಚಾತುರ್ಯದಿಂದ ಮೇಲೇರಿ ಬಂದವರು. ದುರ್ಬಲ ಹಾಗೂ ಹಿಂದುಳಿದ ವರ್ಗದವರ ಮತ್ತು ಬಡಗೇಣಿ ರೈತರ ಏಳಿಗೆಗಾಗಿ ದುಡಿದ ನಾಡು ಕಂಡ ಧೀಮಂತ ಮುಖ್ಯಮಂತ್ರಿ ಅವರು. ಅರಸು ಅವರು ತಮ್ಮ ಆಡಳಿತ ಅವಧಿಯಲ್ಲಿ ದೀನ-ದಲಿತ, ದುರ್ಬಲ ವರ್ಗಗಳಿಗಾಗಿ ಅವಿಶ್ರಾಂತವಾಗಿ ಶ್ರಮಿಸಿ ಅವರ ಅಭಿವೃದ್ಧಿಗಾಗಿ ಹಾವನೂರು ಆಯೋಗ ಹಾಗೂ ಭೂ ಸುಧಾರಣೆಗಳಂತ ಅನೇಕ ಗುಣಾತ್ಮಕವಾದ ಸುಧಾರಣೆಗಳನ್ನು ತಂದವರು. ಆದ್ದರಿಂದ ಕರ್ನಾಟಕದ ಜನತೆ ಅವರನ್ನು ಇಂದಿಗೂ ಸ್ಮರಿಸಿಕೊಳ್ಳುತ್ತಾರೆ. ಅರಸು ಅವರು ಇನ್ನೂ ಕೆಲದಿನಗಳ ಕಾಲ ಬದುಕಿದ್ದರೆ ರಾಷ್ಟ್ರಮಟ್ಟದಲ್ಲಿ ಒಬ್ಬ ಪ್ರಬಲ ರಾಜಕಾರಣಿಯಾಗಿ, ರಾಷ್ಟ್ರದ ಚುಕ್ಕಾಣಿಯನ್ನು ಹಿಡಿದು ದೇಶವನ್ನು ಅಭಿವೃದ್ಧಿಯತ್ತ ಕೊಂಡೊಯ್ಯುತ್ತಿದ್ದರು ಎಂಬುದರಲ್ಲಿ ಎರಡು ಮಾತಿಲ್ಲ.

ಅರಸು ಅವರು ಕರ್ನಾಟಕ ರಾಜ್ಯದ ಇತಿಹಾಸದಲ್ಲಿ ಮೊದಲ ಬಾರಿಗೆ ಜಾತಿಮೂಲದ ರಾಜಕೀಯ ಪ್ರಭುತ್ವಕ್ಕೆ ಧಕ್ಕೆ ತರುವಲ್ಲಿ ಯಶಸ್ವಿಯಾಗಿದ್ದರು. ಹಿಂದುಳಿದವರು, ಅಲ್ಪಸಂಖ್ಯಾತರು ಮತ್ತು ದಲಿತರಿಗೆ ಅಧಿಕಾರದ ಹಿತಾನುಭವ ನೀಡಿ, ಪರ್ಯಾಯ ರಾಜಕೀಯ ಶಕ್ತಿಯಾಗಿ ರೂಪಿಸಿದರೆ ಪ್ರತಿಷ್ಠಿತ ವರ್ಗಕ್ಕೆ ಪ್ರಳಯಾನುಭವ ಉಂಟುಮಾಡಿದ್ದರು. ಇದೇ ಅರಸು ರಾಜಕಾರಣದ ಶೈಲಿಯ ವೈಶಿಷ್ಟ್ಯ. ಅಲ್ಲದೆ ನಾಡನ್ನು ಆರ್ಥಿಕವಾಗಿ ಬಲಪಡಿಸಿದ ಅವರು ಕನ್ನಡ ನಾಡು ನುಡಿ, ಸಾಹಿತ್ಯ ಹಾಗೂ ಸಂಸ್ಕೃತಿಗೆ ಸಂಬಂಧಿಸಿದ ಅವರ ವಿಚಾರಗಳು ಇಲ್ಲಿ ಗಮನಾರ್ಹವಾದವು. ಅರಸು ಅವರ ಕುರಿತು ಇದುವರೆಗೂ ಅನೇಕ ಕೃತಿಗಳು, ಲೇಖನಗಳು ಬಂದಿವೆಯಾದರು ಅವುಕೂಡ ಕಡಿಮೆಯೇ. ಹಿಂದೆ ಅರಸು ಅವರನ್ನು ಕೇವಲ ಒಬ್ಬ ರಾಜಕೀಯ ವ್ಯಕ್ತಿಯನ್ನಾಗಿ ನೋಡಲಾಗಿತ್ತು. ಆದರೆ ಈ ಕೃತಿಯು ಅವರ ವಿಭಿನ್ನ ನೆಲೆಗಳಲ್ಲಿನ ಸೈದ್ಧಾಂತಿಕ ವಿಚಾರಗಳನ್ನು ಕುರಿತು ವಿಶ್ಲೇಷಿಸುತ್ತದೆ.

ನನ್ನ ಪಿಎಚ್.ಡಿ ಪ್ರಬಂಧವನ್ನು ಪ್ರಕಟಿಸಲು ಅವಕಾಶ ಮಾಡಿಕೊಟ್ಟ ಕನ್ನಡ ವಿಶ್ವವಿದ್ಯಾಲಯದ ಕುಲಪತಿಗಳಾದ ಡಾ.ಎ. ಮುರಿಗೆಪ್ಪ ಅವರಿಗೆ ನನ್ನ ಕೃತಜ್ಞತೆಗಳು. ಕುಲಸಚಿವರಾದ ಡಾ. ಮಂಜುನಾಥ ಬೇವಿನಕಟ್ಟಿ ಹಾಗೂ ಅಧ್ಯಯನಾಂಗ ನಿರ್ದೇಶಕರಾದ ಡಾ.ವೀರೇಶ ಬಡಿಗೇರ ಅವರನ್ನು ಈ ಸಂದರ್ಭದಲ್ಲಿ ಗೌರವಪೂರ್ವಕವಾಗಿ ನೆನೆಯುತ್ತೇನೆ.

ಈ ಪ್ರಬಂಧದ ಮಾರ್ಗದರ್ಶಕರು ಹಾಗೂ ಗುರುಗಳಾದ ಡಾ. ಸಿ.ಆರ್. ಗೋವಿಂದರಾಜು ಅವರು ನನ್ನ ಸಂಶೋಧನೆಯ ಪ್ರಾರಂಭದಿಂದ ಪ್ರಬಂಧ ಪ್ರಕಟಣೆ ಆಗುವವರೆಗೂ ಸೂಕ್ತ ಸಲಹೆ ಸೂಚನೆ ನೀಡಿ ಈ ಕೃತಿಗೆ ಮುನ್ನುಡಿ ಬರೆದು ಉಪಕರಿಸಿದ್ದಾರೆ. ಅವರಿಗೆ ನನ್ನ ಗೌರವಪೂರ್ವಕ ವಂದನೆಗಳನ್ನು ಸಲ್ಲಿಸುತ್ತೇನೆ. ಅಲ್ಲದೆ ಈ ಕೃತಿಗೆ ಬೆನ್ನುಡಿ ಬರೆದುಕೊಟ್ಟು ಸಹಕರಿಸಿದ ಗುರುಗಳಾದ ಡಾ. ಎಸ್. ಷಡಕ್ಷರಯ್ಯ ಮತ್ತು ಸೆಬಾಸ್ಟಿನ್ ಜೋಸೆಫ್ ಅವರಿಗೆ ನನ್ನ ನಮನಗಳನ್ನು ಸಲ್ಲಿಸುತ್ತೇನೆ. ಅಧ್ಯಯನದ ಅವಧಿಯಲ್ಲಿ ಸಲಹೆ ಸೂಚನೆ ನೀಡಿ ಸಹಕರಿಸಿದ ಚರಿತ್ರೆ ವಿಭಾಗದ ಪ್ರಾಧ್ಯಾಪಕರಾದ ಡಾ. ತಂಬಂಡ ವಿಜಯ್ ಪೂಣಚ್ಚ, ಡಾ. ಕೆ. ಮೋಹನ್‌ಕೃಷ್ಣ ರೈ, ಡಾ. ವಿರೂಪಾಕ್ಷಿ ಪೂಜಾರಹಳ್ಳಿ, ಡಾ. ಎನ್.ಚಿನ್ನಸ್ವಾಮಿ ಸೋಸಲೆ ಹಾಗೂ ನಿವೃತ್ತ ಪ್ರಾಧ್ಯಾಪಕರಾದ ಪ್ರೊ. ಲಕ್ಷ್ಮಣ್ ತೆಲಗಾವಿ ಇವರನ್ನು ಈ ಸಂದರ್ಭದಲ್ಲಿ ನೆನೆಯುತ್ತೇನೆ.

ಮಕ್ಕಳ ವಿದ್ಯಾಭಿವೃದ್ಧಿಯಲ್ಲಿಯೇ ತಮ್ಮ ಶ್ರೇಯೋಭಿವೃದ್ಧಿಯನ್ನು ಕಂಡ ಪೂಜ್ಯ ತಂದೆ ಚಂದಪ್ಪ ದೊಡ್ಡಮನಿ, ತಾಯಿ ದೇವಕ್ಕಿ ದೊಡ್ಡಮನಿ ಹಾಗೂ ಚಿಕ್ಕಪ್ಪ ದೇವಿಂದ್ರಪ್ಪ ದೊಡ್ಡಮನಿ, ಚಿಕ್ಕಮ್ಮ ಯಂಕಮ್ಮ ದೊಡ್ಡಮನಿ ಇವರಿಗೆ ಕೃತಜ್ಞಪೂರ್ವಕವಾಗಿ ಈ ಕೃತಿಯನ್ನು ಸಮರ್ಪಿಸುತ್ತಿದ್ದೇನೆ.

ಸದಾಕಾಲ ನನ್ನ ಅಧ್ಯಯನಕ್ಕೆ ಶ್ರಮಿಸಿದ ಅಣ್ಣಂದಿರಾದ ಗೋಪಣ್ಣ, ಗುರಣ್ಣ, ಸಣ್ಣಗೋಪಣ್ಣ, ಬಸವರಾಜ ದೊಡ್ಡಮನಿ ತಮ್ಮಂದಿರಾದ ಆಂಜನೇಯ, ವೆಂಕಟೇಶ, ಸಂತೋಷ ದೊಡ್ಡಮನಿ, ಭೀಮಾಶಂಕರ, ರಾಜಣ್ಣ ಹಾಗೂ ಅಣ್ಣ ಬಸ್ಸಣ್ಣ ನೀರಡಿಗಿ, ವೆಂಕಟೇಶ ಅಳಿಮನಿ, ತಿರುಪತಿ, ವೆಂಕಟೇಶ, ಈಶ್ವರ ಅಣ್ಣ ಇವರನ್ನು ನೆನೆಯುತ್ತೇನೆ. ಹಾಗೂ ಅಕ್ಕ ದ್ಯಾಮವ್ವ, ಯಂಕಮ್ಮ, ಲಕ್ಷ್ಮಿ, ತಂಗಿಯಾದ ಹನುಮಾಕ್ಷಿ ಹಾಗೂ ಮಾವಂದಿರಾದ ಹಣುಮಂತ ಅಸ್ಕಿ, ಗುರಣ್ಣ, ಮಲ್ಲಪ್ಪ ಶಾರದಳ್ಳಿ, ಅಂಬ್ಲಪ್ಪ ಶಾರದಳ್ಳಿ, ನನ್ನ ಅಳಿಯಂದಿರಾದ ಗೋಪಾಲ, ವೆಂಕಟೇಶ, ಮಾನಪ್ಪ, ರಾಜಶೇಖರ, ಪರಶುರಾಮ, ರಾಘುವೇಂದ್ರ ಅವರನ್ನು ಈ ಸಂದರ್ಭದಲ್ಲಿ ಸ್ಮರಿಸಿಕೊಳ್ಳುತ್ತೇನೆ.

ಈ ಅಧ್ಯಯನಕ್ಕೆ ಹಾಗೂ ಈ ಕೃತಿ ಪ್ರಕಟಿಸಲು ಪ್ರೋತ್ಸಾಹ ನೀಡಿದ ನನ್ನ ಬಾಲ್ಯದ ಗೆಳೆಯನಾದ ಕನಕಪ್ಪ ಅವರಿಗೆ ವಿಶೇಷವಾಗಿ ಉಪಕೃತನಾಗಿರುವೆ. ನನ್ನ ಸ್ನೇಹಿತರಾದ ಆಕಾಶ, ವೆಂಕಟೇಶ ಬಪ್ಪರಗಿ ಮತ್ತು ವಕೀಲಪ್ಪಗೌಡ, ನಾನಾಗೌಡ, ನಿಂಗಪ್ಪ ಕುಳಿಗೇರಿ, ಮಾಳಪ್ಪ ವಂಟೂರು, ದೇಸಾಯಿಗೌಡ, ಪ್ರಭುಪಾಟೀಲ ಇವರನ್ನು ಸ್ಮರಿಸುತ್ತೇನೆ.

ಈ ಅಧ್ಯಯನಕ್ಕೆ ಪ್ರೋತ್ಸಾಹ ನೀಡಿದ ಕನ್ನಡ ವಿಶ್ವವಿದ್ಯಾಲಯದ ಸ್ನೇಹಿತ ಬಳಗದವರಾದ, ಡಾ.ಓ.ದೇವರಾಜ, ಡಾ.ಲೋಕರಾಜ, ಡಾ.ಅರುಣ, ಡಾ.ತುಕಾರಾಮ, ಡಾ.ಚಂದ್ರಪ್ಪ, ಡಾ.ಡಿ.ಓಬಯ್ಯ, ಡಾ.ಜಗದೀಶ ಕುಮಾರ ಸಿ.ಎನ್, ಡಾ.ರಾಮು ಕಲಾಲ್, ಡಾ.ಶೇಖರಾಚಾರಿ, ಡಾ. ಗವಿಸಿದ್ಧಪ್ಪ, ಡಾ.ಮಲ್ಲಿಕಾರ್ಜುನ ಮಾನ್ಪಡೆ, ಡಾ.ಜಗದೀಶ ಕೆರೆನಳ್ಳಿ, ಬಿ. ಸವಿತಾ, ಸುಮನ, ಅಯ್ಯಾಳಿ, ಅಮರೇಶ ಆಲ್ಕೋಡ, ದಿವಂಗತ ವೆಂಕಟೇಶ ಪಾಟೀಲ, ಶಶಿಕಾಂತ ಬಿಲ್ಲವ, ರವಿ ನಾಯಕ, ಮುನಿರಾಜು, ಕೆ. ರಮೇಶ್, ವೀರೇಶ, ಭೀಮೇಶ್, ಪಂಪಾಪತಿ, ಅಮರೇಶ, ಶಿವಾನಂದ ಕೆಂಪಳ್ಳೇರ, ಧರ್ಮವೀರ ಕೆ., ಹೊಳಿಬಸಪ್ಪ ಹಾಗೂ ಈ ಕರಡು ಪ್ರತಿಯನ್ನು ತಿದ್ದುವಲ್ಲಿ ಸಹಕರಿಸಿದ ಡಾ. ಕೆ. ವೆಂಕಟೇಶ್, ಡಾ.ಕುಮಾರ ಜೆ, ಶ್ರೀನಿವಾಸರಾಜು ಹಾಗೂ ಪ್ರಸ್ತಕವನ್ನು ಪ್ರಕಟಿಸಲು ನೆರವು ನೀಡಿದ ಹಾಗೂ ಪುಟವಿನ್ಯಾಸ ಮಾಡಿದ ಸುಜ್ಞಾನಮೂರ್ತಿ, ಮುಖಪುಟವನ್ನು ರೂಪಿಸಿದ ಕೆ.ಕೆ. ಮಕಾಳಿ, ಈ ಪುಸ್ತಕವನ್ನು ಅಚ್ಚುಕಟ್ಟಾಗಿ ಪ್ರಕಟಿಸಿದ ಗೀತಾಂಜಲಿ ಪುಸ್ತಕ ಪ್ರಕಾಶನದ ಸಂಸ್ಥಾಪಕ ವ್ಯವಸ್ಥಾಪಕರಾದ ಶ್ರೀ ಮೋಹನ್‌ಕುಮಾರ್ ಅವರಿಗೆ ತುಂಬುಹೃದಯದ ಕೃತಜ್ಞತೆಗಳನ್ನು ಸಲ್ಲಿಸುತ್ತೇನೆ. ಅಕ್ಷರ ಸಂಯೋಜಿಸಿದ ಶ್ರೀಗುರುಮೌನೇಶ್ವರ ಗ್ರಾಫಿಕ್ಸ್‌ನ ನಾಗರಾಜ ಬಡಿಗೇರ ಅವರನ್ನೂ ಈ ಸಂದರ್ಭದಲ್ಲಿ ಸ್ಮರಿಸುತ್ತೇನೆ.

ಡಾ. ಹಣಮಂತ್ರಾಯ ದೊಡ್ಡಮನಿ

ಪ್ರಕಾಶಕರ ಮಾತು

ಕನ್ನಡ ನಾಡಿನ ಶ್ರೀಮಂತ ಸಾಹಿತ್ಯವನ್ನು ಜನಸಾಮಾನ್ಯರಿಗೆ ತಲುಪಿಸುವ ಸದುದ್ದೇಶದಿಂದ ಬಯಲುಸೀಮೆ ಕೃಷಿ ಕುಟುಂಬದವರಾದ ನಾವು ೧೯೯೮ರಲ್ಲಿ ಗೀತಾಂಜಲಿ ಪುಸ್ತಕಾಲಯವನ್ನು ಮಲೆನಾಡಿನ ಶಿವಮೊಗ್ಗದಲ್ಲಿ ಆರಂಭಿಸಿದೆವು. ಈ ಮೂಲಕ ಪುಸ್ತಕ ಮಾರಾಟದ ಕಾಯಕವನ್ನು ತುಂಬುಹೃದಯದಿಂದ ಸ್ವೀಕರಿಸಿ ಓದುವ ಸಂಸ್ಕೃತಿ ನಶಿಸುತ್ತಿರುವ ಇಂದಿನ ಸ್ಪರ್ಧಾತ್ಮಕ ದಿನಗಳಲ್ಲಿ ಪುಸ್ತಕ ಮಾರಾಟವನ್ನೇ ನಮ್ಮ ಕಾಯಕವನ್ನಾಗಿ ಮಾಡಿಕೊಂಡು ಸಹ್ಯಾದ್ರಿ ಸಾಹಿತ್ಯ ಸಂಚಾರಿ ವಾಹನದ ಮೂಲಕ ಕರ್ನಾಟಕದ ಎಲ್ಲ ಜಿಲ್ಲೆಯ ಮನೆ ಮನೆಗಳಿಗೆ ಪುಸ್ತಕಗಳನ್ನು ತಲುಪಿಸುತ್ತಿರುವ ಕೆಲಸ ನಮಗೆ ಸಂತೋಷ ತಂದಿದೆ.

ಆ ನಂತರದ ದಿನಗಳಲ್ಲಿ ಈ ಬಳಗವು ತನ್ನ ಕ್ರಿಯಾಶೀಲತೆಯನ್ನು ವಿಸ್ತರಿಸಿಕೊಳ್ಳುವ ಸಲುವಾಗಿ ಪುಸ್ತಕಗಳ ಪ್ರಕಾಶನವನ್ನು ಕೈಗೊಂಡಿದೆ. ಪ್ರಕಾಶನವು ಮೌಲ್ಯಯುತವಾದ ಹೊಸ ವಿಚಾರಧಾರೆಯುಳ್ಳ ಸಾಹಿತ್ಯವನ್ನು ಓದುಗರ ಲೋಕಕ್ಕೆ ಅರ್ಪಿಸಲು ಬಯಸುತ್ತದೆ. ಈ ಮೂಲಕ ನಾಡಿನ ಜನರಲ್ಲಿ ಸಂಚಲನ, ಬದಲಾವಣೆ ತರುವುದು ಗೀತಾಂಜಲಿ ಪುಸ್ತಕ ಪ್ರಕಾಶನದ ಸಂಕಲ್ಪ.

ನಾಡಿನ ಸಾಹಿತಿಗಳು, ಚಿಂತಕರು ಗೀತಾಂಜಲಿ ಪ್ರಕಾಶನಕ್ಕಾಗಿ ಪುಸ್ತಕಗಳನ್ನು ಪ್ರಕಟಿಸಲು ಒಪ್ಪಿದ್ದಾರೆ. ಹಾಗೆಯೇ ಓದುಗರಾದ ನೀವೂ ಕೂಡ ನಮ್ಮ ಸಂಸ್ಥೆಯ ಪ್ರಕಟಣೆಗಳಿಗೆ ಸ್ಪಂದಿಸಿ, ಸಹಕರಿಸಿ ಹಾರೈಸುತ್ತಿರುವುದಕ್ಕೆ ನಮ್ಮ ನಮನಗಳು.

ಸಂಸ್ಥಾಪಕ ವ್ಯವಸ್ಥಾಪಕರು
ಶಿವಮೊಗ್ಗ

ಪರಿವಿಡಿ

ಅಧ್ಯಾಯ ಒಂದು

ಅಧ್ಯಯನ ಉದ್ದೇಶ, ಸ್ವರೂಪ, ವ್ಯಾಪ್ತಿ ಮತ್ತು ವಿಧಾನ

ಪ್ರಸ್ತುತ ಅಧ್ಯಯನವು ನಾಡಿನ ಹಾಗೂ ರಾಷ್ಟ್ರದ ಕೆಲವೇ ಪ್ರತಿಭಾನ್ವಿತ ರಾಜಕಾರಣಿಗಳಲ್ಲಿ ಒಬ್ಬರಾದ ಡಿ.ದೇವರಾಜ ಅರಸು ಅವರ ಕಾರ್ಯ-ಚಟುವಟಿಕೆಗಳು ಹಾಗೂ ಚಿಂತನೆಗಳಿಗೆ ಸಂಬಂಧಪಟ್ಟದ್ದು. ದೇವರಾಜ ಅರಸು ೧೯೭೨ರಲ್ಲಿ ಕರ್ನಾಟಕದ ಎಂಟನೆಯ ಮುಖ್ಯಮಂತ್ರಿಯಾಗಿ ಅಧಿಕಾರ ವಹಿಸಿಕೊಂಡು ನಾಡಿನ ರಾಜಕಾರಣದಲ್ಲಿ ಅನೇಕ ಬದಲಾವಣೆಗಳನ್ನು ತಂದವರು. ದಮನಿತರ ದನಿಯಾಗಿ, ಹಿಂದುಳಿದವರ ಏಳಿಗೆಗಾಗಿ ಶ್ರಮಿಸಿದರಲ್ಲದೆ ಕರ್ನಾಟಕದ ರಾಜಕಾರಣದ ದಿಕ್ಕನ್ನೇ ಬದಲಾಯಿಸಿದ ಪ್ರಭಾವಿ ರಾಜಕಾರಣಿ. ಎಪ್ಪತ್ತರ ದಶಕದ ಕರ್ನಾಟಕ ತನ್ನ ದಿಕ್ಕು-ದಿಸೆಗಳನ್ನು ಕಂಡುಕೊಂಡಿದ್ದು ಇವರ ಆಡಳಿತದ ಮೂಲಕವೆ. ನಾಡಿನ ನಾಮಕರಣ, ವಿಕೇಂದ್ರೀಕರಣದ ತತ್ವಗಳು, ಪರ್ಯಾಯ ರಾಜಕಾರಣ, 'ಉಳುವವನಿಗೆ ನೆಲದ ಹಕ್ಕು', ಸಮಾಜದ ಮುಖ್ಯವಾಹಿನಿಗೆ ಸೇರದ ಹಿಂದುಳಿದ ವರ್ಗಗಳನ್ನು ಅಭಿವೃದ್ಧಿಯ ಹೊಸ ಹಾದಿಗೆ ಜೋಡಿಸಿದ್ದು ಅರಸು ಅವರ ದೊಡ್ಡ ಸಾಧನೆಗಳು. ಹಾವನೂರ ವರದಿ ಜಾರಿ ಈ ನಿಟ್ಟಿನಲ್ಲಿ ಅವರು ಸಾಧಿಸಿದ ಗೆಲುವೇ ಸರಿ. ಶಕ್ತಿ ರಾಜಕಾರಣ ಮತ್ತು ಅಭಿವೃದ್ಧಿ ರಾಜಕಾರಣಗಳೆರಡನ್ನೂ ಕರ್ನಾಟಕವು ಅರಸು ಅವರಿಂದ ಬಳುವಳಿಯಾಗಿ ಪಡೆಯಿತು. ಅಲ್ಲದೆ ಜಡವಾಗಿದ್ದ ಸಮಾಜ ವ್ಯವಸ್ಥೆಯಲ್ಲಿ ಗಮನಿಸತಕ್ಕ ಬದಲಾವಣೆಗಳನ್ನು ಜಾರಿಗೆ ತಂದ ಹೆಗ್ಗಳಿಕೆ ಅವರದು. ಕೇವಲ ಅನುಕಂಪದ ಮಾತುಗಳನ್ನಾಡದೆ ದೀನ-ದಲಿತರ ಸ್ಥಿತಿ-ಗತಿಗಳನ್ನು ಕೂಲಂಕಷವಾಗಿ ಪರಿಶೀಲಿಸಿ ಅವರ ನೋವು-ನಲಿವುಗಳಿಗೆ ಸ್ಪಂದಿಸಿದವರು ಅರಸು.

ದೇವರಾಜ ಅರಸು ಸ್ವತಃ ಹಿಂದುಳಿದ ವರ್ಗದಿಂದ ಬಂದವರಾದ್ದರಿಂದ ಆ ವರ್ಗದ ಜನರಿಗೆ ರಾಜಕೀಯ ಪ್ರಜ್ಞೆ ಮೂಡಿಸಿದ್ದು ಮಹತ್ವದ ವಿದ್ಯಮಾನ. ಈ ಹೊತ್ತಿನ 'ಅಹಿಂದ' ಸಂಘಟನೆಗಳ ಚಿಂತನೆ, ಚಟುವಟಿಕೆಗಳಿಗೆ ಮೂಲ ಪ್ರೇರಣೆ ದೊರೆತದ್ದು ಅರಸು ಅವರ ತಾತ್ವಿಕ ಚಿಂತನೆಗಳಿಂದಲೇ ಎಂದರೆ ತಪ್ಪಾಗಲಾರದು. ಅರಸು ತಮ್ಮ ಪ್ರಗತಿಪರ ಚಿಂತನೆ,

ಚಟುವಟಿಕೆಗಳ ಮೂಲಕ ನಾಡಿನ ಸಮಾಜ, ರಾಜಕಾರಣ ಹಾಗೂ ಸಾಂಸ್ಕೃತಿಕ ನೆಲೆಗಳಲ್ಲಿ ಹೊಸ ನಿಲುವುಗಳನ್ನು ಅಭಿವ್ಯಕ್ತಿಸಿದವರು. ಇದುವರೆಗೂ ಈ ನಾಡನ್ನು ಆಳಿದ ಮುಖ್ಯಮಂತ್ರಿಗಳಲ್ಲಿ ಬಹುಪಾಲು ಮೇಲ್ವರ್ಗದ ಜಾತಿ, ಸಮುದಾಯಗಳಿಂದ ಬಂದವರೇ ಹೆಚ್ಚು. ತಳಸಮುದಾಯದ ಅಥವಾ ಸಣ್ಣ ಪುಟ್ಟ ಶೋಷಿತ ಜಾತಿಗಳಿಂದ ಬಂದವರು ಕೇವಲ ಬೆರಳೆಣಿಕೆಯಷ್ಟು ಜನ ಮಾತ್ರ. ಅಂದು ಬಲಿಷ್ಠ ಜಾತಿ ಸಮುದಾಯದವರ ನಡುವೆ ರಾಜಕಾರಣ ಮಾಡುವುದು ಅಷ್ಟು ಸುಲಭವಾಗಿರಲಿಲ್ಲ. ಅಂಥ ಸಂದರ್ಭದಲ್ಲಿ ಅದನ್ನು ಸೂಕ್ತವಾಗಿ ನಿಭಾಯಿಸಿದವರಲ್ಲಿ ದೇವರಾಜ ಅರಸು ಪ್ರಮುಖರು. ಅದರ ಹಿಂದೆ ಅವರ ಶ್ರಮ ಮತ್ತು ಚಾಕಚಕ್ಯತೆಗಳು ಅಡಗಿವೆ ಎಂಬುದು ಸ್ಪಷ್ಟ. ಈ ಬಗೆಯ ಸಾಧನೆಗಳಿಗೆ ಅವರು ಕೇವಲ ಒಬ್ಬ ರಾಜಕಾರಣಿಯಾಗಿರದೆ, ಸಾಮಾಜಿಕ, ಆರ್ಥಿಕ ಹಾಗೂ ಸಾಂಸ್ಕೃತಿಕ ನೆಲೆಗಳ ಚಿಂತಕರಾಗಿದ್ದುದು ಸಹ ಕಾರಣವಾಗಿದೆ.

ಈ ದಿಸೆಯಲ್ಲಿ ಅವರು ಅನುಷ್ಠಾನಕ್ಕೆ ತಂದ ಬಡವರಿಗೆ ತಲೆಯ ಮೇಲೊಂದು ಸೂರು, ಉಡಲು ಬಟ್ಟೆ, ಎರಡು ಹೊತ್ತು ಊಟ, ಶಿಕ್ಷಣ, ಮಹಿಳಾ ಪ್ರಗತಿಯಂಥ ಅಭಿವೃದ್ಧಿ ಕೆಲಸಗಳು ಪ್ರಮುಖವಾದವು. 'ಬಡವರ ಭಾಗ್ಯವಿಧಾತ'ರೆಂದೇ ಖ್ಯಾತಿ ಪಡೆದಿದ್ದ ಅವರು 'ಗರೀಬಿ ಹಠಾವೋ' ಕಾರ್ಯಕ್ರಮದ ಹರಿಕಾರರೂ ಹೌದು. ಈ ದಿಸೆಯಲ್ಲಿ ಇಂದಿರಾ ಗಾಂಧಿಯವರು ಘೋಷಿಸಿದ 'ಇಪ್ಪತ್ತು ಅಂಶಗಳ' ರಾಷ್ಟ್ರೀಯ ಕಾರ್ಯಕ್ರಮದ ಪ್ರಣಾಳಿಕೆಯನ್ನು ಅರಸು ಅವರು ರಾಜ್ಯದಲ್ಲಿ ಕಟ್ಟುನಿಟ್ಟಾಗಿ ಪ್ರಾಮಾಣಿಕವಾಗಿ ಅನುಷ್ಠಾನಕ್ಕೆ ತಂದದ್ದು ಅವರ ವೃತ್ತಿ ಬದುಕಿನ ಮಹತ್ವದ ಮೈಲುಗಲ್ಲು. ಅಲ್ಲದೆ ನಾಡು-ನುಡಿಯ ಬಗೆಗೆ ಅವರು ಅಪಾರ ಕಾಳಜಿ ಹೊಂದಿದ್ದರು. ಈ ಹಿನ್ನೆಲೆಯಲ್ಲಿ ಅಂದಿನ ಮೈಸೂರು ರಾಜ್ಯವನ್ನು ೧೯೭೩ ರಲ್ಲಿ 'ಕರ್ನಾಟಕ' ಎಂದು ನಾಮಕರಣ ಮಾಡಿದ್ದಲ್ಲದೆ ಕನ್ನಡ ಭಾಷೆಯನ್ನು ಆಡಳಿತ ಭಾಷೆಯನ್ನಾಗಿ ಘೋಷಿಸಿದ್ದುದು ಅವರಲ್ಲಿದ್ದ ನಾಡು-ನುಡಿ ಬಗೆಗಿನ ಕಳಕಳಿಯನ್ನು ಎತ್ತಿ ತೋರಿಸುತ್ತದೆ.

ಈ ದೇಶದಲ್ಲಿ ಅನೇಕ ಜಾತಿಗಳಿವೆ, ವರ್ಗಗಳಿವೆ ಮತ್ತು ಅಸ್ಪೃಶ್ಯತೆ ಇದೆ. ಜಾತಿ ಹಾಗೂ ವರ್ಗದ ಕಾರಣಕ್ಕೆ ಅನೇಕರು ತುಳಿತಕ್ಕೊಳಗಾಗಿದ್ದಾರೆ. ಅರಸು ಅವರು, ಈ ಸತ್ಯದ ಆಧಾರದ ಮೇಲೆ ಕೆಳಜಾತಿ ಮತ್ತು ವರ್ಗಗಳ ಬಗ್ಗೆ ವಿಶೇಷ ಕಾಳಜಿ ವಹಿಸದಿದ್ದರೆ ಅದು ಮಾನವೀಯ ಸಮಾಜವೇ ಅಲ್ಲ ಎನ್ನುವ ನಿಲುವು ಅವರದು. ವಿಶೇಷ ಕಾಳಜಿ ಮತ್ತು ಕಾರ್ಯಕ್ರಮಗಳ ಮೂಲಕ ಜಾತ್ಯತೀತ, ವರ್ಗಾತೀತ ಸಮಾಜವನ್ನು ಕಟ್ಟಬೇಕೆನ್ನುವ ಚಿಂತನೆ ಅರಸು ಅವರದು. ಈ ಬಗ್ಗೆ ಜಾತಿ ವರ್ಗದವರೂ ಕ್ರಿಯಾಶೀಲರಾಗಬೇಕೆಂದು ಹೇಳಿದರು. ಅಲ್ಲದೆ ಜಾತಿ, ಜೀತಪದ್ಧತಿ ಮತ್ತು ಅಸ್ಪೃಶ್ಯತೆಯ ನಿವಾರಣೆಗೆ ರಾಜ್ಯದಲ್ಲಿ ಕಟ್ಟುನಿಟ್ಟಾದ ಕ್ರಮಗಳನ್ನು ಕೈಗೊಂಡವರು. ಜಾತಿ ನಿರಪೇಕ್ಷವಾದ ಸಮಾಜ ನಿರ್ಮಾಣವೇ ಅವರ ಪ್ರಮುಖ ಚಿಂತನೆಯಾಗಿತ್ತು. ದೇವರಾಜ ಅರಸು ಅವರ ಆಡಳಿತ ಅವಧಿಯಲ್ಲಿ ಕೆಲವು ಸಮಾಜಘಾತುಕ ಶಕ್ತಿಗಳು ಮುಂಚೂಣಿಗೆ ಬಂದದ್ದು ಮತ್ತು ರಾಜ್ಯದಲ್ಲಿ ಮೊದಲೇ ಬೇರೂರಿದ್ದ ಭ್ರಷ್ಟಾಚಾರ

ಮತ್ತಷ್ಟು ವಿಸ್ತಾರಗೊಂಡಿದ್ದನ್ನು ಎಲ್ಲರೂ ಒಪ್ಪುವಂಥದ್ದು. ರಾಜಕೀಯ ಸ್ಥಿತ್ಯಂತರಕ್ಕೆ ಕಾರಣರಾದ ದೇವರಾಜ ಅರಸು ಅವರ ಕ್ರಿಯೆಯಲ್ಲಿ ಅಡಕವಾಗಿದ್ದ ಕೆಲವು ಅನಾರೋಗ್ಯಕರ ಅಂಶಗಳು ಆರೋಗ್ಯಕರವಾದ ನಿಲುವುಗಳನ್ನು ನಿರ್ಲಕ್ಷ್ಯ ಮಾಡುವಷ್ಟು ಪ್ರಚಾರಗೊಂಡವು. ರಾಜ್ಯದ ಯಾವೊಬ್ಬ ನಿಷ್ಠಾವಂತ ರಾಜಕಾರಣಿಯೂ ಇದರಿಂದ ಹೊರತಾಗಿಲ್ಲ ಎಂದು ಅನಿಸುತ್ತದೆ. ಆದರೆ ಅರಸು, ಅಸಾಮಾನ್ಯರಾದದ್ದು ಸಾಮಾನ್ಯರ ಬಗೆಗಿನ ಪ್ರಾಮಾಣಿಕ ಕಾಳಜಿಯಿಂದ ಎಂಬದುನ್ನು ಮರೆಯುವಂತಿಲ್ಲ. ವಾಸ್ತವವಾಗಿ ಅರಸು ಅವರ ಆಡಳಿತದ ಅವಧಿಯಲ್ಲಿಯೇ ಭ್ರಷ್ಟತೆಯ ನಡುವೆಯೂ ಕರ್ನಾಟಕ ಒಂದು ಹೊಸ ರಾಜಕೀಯ ಪರಿಭಾಷೆಯನ್ನು ಕಂಡುಕೊಳ್ಳುವಲ್ಲಿ ಯಶಸ್ವಿಯಾಯಿತು. ಅಂದರೆ ಭೂಸುಧಾರಣೆ, ತುಳಿತಕ್ಕೊಳಗಾದ ಜಾತಿ-ಜನಾಂಗಗಳಿಗೆ ಸೂಕ್ತ ಸ್ಥಾನ-ಮಾನ, ಬಡವರ ಬದುಕಿಗೆ ಭದ್ರತೆ ಮತ್ತು ಸಾಮಾಜಿಕ ನ್ಯಾಯದ ಆದ್ಯತೆ. ಇವುಗಳು ಅರಸರ ಆಡಳಿತದ ಹೊಸ ಪರಿಭಾಷೆಯಲ್ಲಿ ಮುಖ್ಯವಾದವು ಮತ್ತು ಸಮಾಜದಲ್ಲಿ ತುಳಿತಕ್ಕೊಳಗಾದ ಅಸ್ಪೃಶ್ಯರು ಹಿಂದಿನಿಂದಲೂ ಮಲ ಹೊರುವ ಅವಮಾನಕರ ಹೀನಾಯ ಪದ್ಧತಿಯೊಂದು ರೂಢಿಯಲ್ಲಿತ್ತು. ಅದನ್ನು ರದ್ದುಪಡಿಸಿದ ಕೀರ್ತಿ ಅರಸು ಅವರದು. ಇದಕ್ಕೆ ಸಂಪೂರ್ಣ ಬೆಂಬಲ ನೀಡಿದವರು ಅವರ ಸಚಿವ ಸಂಪುಟದವರೇ ಆದ ಬಿ.ಬಸವಲಿಂಗಪ್ಪನವರು. ಅವರು ಅರಸು ಅವರೊಂದಿಗೆ ಸೇರಿಕೊಂಡು ರಾಜ್ಯಾದ್ಯಂತ ನಿರ್ಗತಿಕರಿಗೆ ಧ್ವನಿಯಾಗಿ ಕೆಲಸ ಮಾಡಿದರು.

ದೇವರಾಜ ಅರಸು ಮಹಾತ್ಮಗಾಂಧಿಯವರ ಕಾಲದ ಆದರ್ಶವಾದಿಯಾಗಿರಲಿಲ್ಲ. ಅವರು ಇಂದಿರಾಗಾಂಧಿ ಪರ್ವದ ಪಕ್ಕಾ ನುರಿತ ರಾಜಕಾರಣಿ ಆಗಿದ್ದರು. ಹೀಗಾಗಿ ೧೯೬೯ರಲ್ಲಿ ನಡೆದ ಶಕ್ತಿ ರಾಜಕಾರಣದಿಂದ ರಾಷ್ಟ್ರೀಯ ಕಾಂಗ್ರೆಸ್ ಇಬ್ಭಾಗವಾದಾಗ ಅರಸು ಅವರು ಸ್ಥಾಪಿತ ನಾಯಕತ್ವದ ವಿರುದ್ಧ ರಾಜ್ಯದಲ್ಲಿ ನಿಲ್ಲಬೇಕಾಗಿತ್ತು. ಆದ್ದರಿಂದ ಆ ವಿಶ್ವಾಸ ವರ್ತುಲಕ್ಕೆ ಹೋಗಿ ಸೇರಲು ಅವರ ಅಭಿಮಾನ ಅಡ್ಡ ಬಂದಿತು. ಹೀಗಾಗಿ 'ಅನಿವಾರ್ಯಕ್ಕೆ ಅಸ್ತು' ಎಂದು ಇಂದಿರಾಗಾಂಧಿಯವರ ಪಾಳೆಯವನ್ನು ಸೇರಿದರು.

'ದೇಶದ ಎಲ್ಲಾ ನಾಯಕರೂ ಒಂದು ತೂಕವಾದರೆ, ನಮ್ಮ ನಾಯಕಿ ಇಂದಿರಾಗಾಂಧಿಯವರದೇ ಒಂದು ತೂಕ' ಎಂದು ಇಂದಿರಾಗಾಂಧಿಯವರ ರಕ್ಷಣೆಯಲ್ಲಿ ನಿಂತವರು ಅರಸು. ತುರ್ತು ಪರಿಸ್ಥಿತಿಯ ಸಂದರ್ಭದಲ್ಲಂತೂ ಎಚ್ಚರಿಕೆಯಿಂದ ಅತಿರೇಕಗಳು ಸಂಭವಿಸದಂತೆ ನೋಡಿಕೊಂಡರು. ಸಂಜಯಗಾಂಧಿಯವರ ಒತ್ತಡಗಳನ್ನು ಮೀರಿ ಕಾರ್ಯ ನಿರ್ವಹಿಸತೊಡಗಿದರು. ಹಾಗೆ ನೋಡಿದರೆ ಈ ರೀತಿಯ ಗಟ್ಟಿತನ ತೋರಿಸಿದವರಲ್ಲಿ ಕಾಂಗ್ರೆಸ್ ಆಡಳಿತದ ರಾಜ್ಯಗಳ ಮುಖ್ಯಮಂತ್ರಿಗಳಲ್ಲಿ ದೇವರಾಜ ಅರಸು ಅವರೊಬ್ಬರೇ. ೧೯೭೨ ರಲ್ಲಿ ಅವರು ಮುಖ್ಯಮಂತ್ರಿಯಾಗಿ ಅಧಿಕಾರ ವಹಿಸಿಕೊಂಡಾಗ ಅಂದು ಈ ಅಲ್ಪಸಂಖ್ಯಾತ ಮುಖ್ಯಮಂತ್ರಿಗಳು ಬಹುಕಾಲ ತಮ್ಮ ಪದವಿಯನ್ನು ಉಳಿಸಿಕೊಳ್ಳಲಾರರು ಎನ್ನುವ ಭಾವನೆ ಅನೇಕ ಹಳೆಯ ರಾಜಕಾರಣಿಗಳಲ್ಲಿ ಮನೆಮಾಡಿತ್ತು. ಆದರೆ ಈ ಭಾವನೆ ಬಹುಕಾಲ ಉಳಿಯಲಿಲ್ಲ. ಏಕೆಂದರೆ, ದೇವರಾಜ ಅರಸು ಅವರ ಆಡಳಿತಕ್ರಮ ರಾಜ್ಯದಲ್ಲಿ ಹೊಸದೊಂದು ದಾರಿಯನ್ನೇ ಹುಟ್ಟುಹಾಕಿತು.

ಪ್ರಜಾಪ್ರಭುತ್ವ ವ್ಯವಸ್ಥೆಯಲ್ಲಿ ಹೊಣೆಗಾರಿಕೆ ಎನ್ನುವುದು ಗೌಣವಾಗುತ್ತದೆ. ಅದು ನೀಡುವ ಅಧಿಕಾರಾಸಕ್ತಿ ರಾಜಕಾರಣಿಗಳಲ್ಲಿ ಉನ್ಮತ್ತತೆಗೆ ಕಾರಣವಾಗುತ್ತದೆ. ಇದನ್ನು ತಪ್ಪಿಸಲು ಜನತೆಗೆ ರಾಜಕೀಯ ನಾಯಕರನ್ನು ನಿಯಂತ್ರಿಸುವ ಅನಿವಾರ್ಯತೆ ಎದುರಾಗುತ್ತದೆ. ಇದನ್ನು ಎಲ್ಲಾ ರಾಜಕಾರಣಿಗಳು ಅರಿತಿದ್ದರು. ಆದರೆ ಅದು ಶಾಸನಬದ್ಧವಾಗಿ ಕಾರ್ಯರೂಪಕ್ಕೆ ಬಂದಿರಲಿಲ್ಲ. ಈ ನಿಟ್ಟಿನಲ್ಲಿ ಚಿಂತಿಸಿದ ಅರಸು ಶಾಸನಸಭೆಯ ಕಲಾಪದ ಗೌರವವನ್ನು ಉಳಿಸಲು ಮಸೂದೆಯೊಂದನ್ನೇ ಜಾರಿಗೆ ತಂದರು. ಅದರಿಂದಾಗಿ ಶಾಸಕರು ವಿಧಾನಸಭೆಯ ಕಲಾಪದಲ್ಲಿ ಈ ನಿಯಮಕ್ಕೆ ವಿಧೇಯರಾಗಿ ನಡೆಯುವ ಸಂಪ್ರದಾಯ ಇಂದಿಗೂ ಜಾರಿಯಲ್ಲಿದೆ. ಇದು ಅರಸು ಅವರ ರಾಜಕಾರಣದ ದೂರದೃಷ್ಟಿಯ ಚಿಂತನೆಯ ಪರಿಣಾಮ ಎಂದರೆ ತಪ್ಪಾಗಲಾರದು. ಸಹಕಾರಿ ಸಂಸ್ಥೆಗಳ ತಿದ್ದುಪಡಿ ಸಮೂದೆಯನ್ನು ಜಾರಿಗೊಳಿಸಿ ಆ ಮೂಲಕ ಕೃಷಿ ಚಟುವಟಿಕೆಗಳು ತೀವ್ರಗತಿಯಲ್ಲಿ ಸಾಗಬೇಕೆಂಬ ದೃಷ್ಟಿ ಹೊಂದಿದ್ದರು ಹಾಗೂ ಗ್ರಾಮೀಣ ಜನರಿಗೆ ಉದ್ಯೋಗವನ್ನು ಒದಗಿಸಿ ನಿರುದ್ಯೋಗ ಸಮಸ್ಯೆಯನ್ನು ಹೋಗಲಾಡಿಸಬೇಕೆಂಬ ಆಶಯ ಅವರದು. ಅವರ ಈ ಪ್ರಯತ್ನಗಳಿಂದಾಗಿ ಗ್ರಾಮೀಣ ಕಸುಬುಗಳಿಗೆ ಹೆಚ್ಚಿನ ಮಹತ್ವ ಒದಗಿ ಬಂದಿತು. ಅಲ್ಲದೆ ನಾಡು-ನುಡಿ, ಸಾಹಿತ್ಯ ಮೊದಲಾದ ಕ್ಷೇತ್ರಗಳ ಬಗೆಗೆ ಇವರವು ಪ್ರಗತಿಪರ ವಿಚಾರಗಳಾಗಿವೆ. ಅವರ ಇಂತಹ ಹಲವು ಬಗೆಯ ಚಿಂತನಾ ನೆಲೆಗಳನ್ನು ಕುರಿತು ಪ್ರಸ್ತುತ ಅಧ್ಯಯನದಲ್ಲಿ ಚರ್ಚಿಸಿ ವಿಶ್ಲೇಷಿಸುವ ಪ್ರಯತ್ನವನ್ನು ಮಾಡಲಾಗಿದೆ.

ಅಧ್ಯಯನದ ಉದ್ದೇಶಗಳು ಹಾಗೂ ಜರೂರು

ದೇವರಾಜ ಅರಸು ಕರ್ನಾಟಕದ ರಾಜಕಾರಣದಲ್ಲಿ ತಮ್ಮದೇ ಆದ ವಿಶಿಷ್ಟ ವ್ಯಕ್ತಿತ್ವವನ್ನು ಹೊಂದಿದ್ದಾರೆ. ಜಡವಾಗಿದ್ದ ಸಾಮಾಜಿಕ ವ್ಯವಸ್ಥೆಗೆ ಕ್ರಾಂತಿಕಾರಕ ಚಾಲನೆ ನೀಡಿದ ಅವರನ್ನು 'ಸಾಮಾಜಿಕ ನ್ಯಾಯದ ಹರಿಕಾರ'ರೆಂದೇ ಕರೆಯಲಾಗಿದೆ. ಅವರ ಜೀವನ ಮತ್ತು ರಾಜಕಾರಣವನ್ನು ಕುರಿತು ಕೆಲವು ಕೃತಿಗಳು, ಲೇಖನಗಳು, ಬಿಡಿಬಿಡಿಯಾಗಿ ಬಂದಿವೆ. ಆದರೂ ಅವುಗಳ ಪ್ರಮಾಣ ಬಹಳಷ್ಟು ಕಡಿಮೆಯೇ. ಈ ಹಿನ್ನೆಲೆಯಲ್ಲಿ ಅವರ ಚಿಂತನೆಗಳು ಹಾಗೂ ಚಟುವಟಿಕೆಗಳಿಗೆ ಸಂಬಂಧಿಸಿದಂತೆ ಚರ್ಚಿಸಲು ಈ ಅಧ್ಯಯನವು ತನ್ನದೇ ಆದ ಆಶಯಗಳನ್ನು ಹೊಂದಿದೆ.

೧. ದೇವರಾಜ ಅರಸು ಕರ್ನಾಟಕ ರಾಜ್ಯದ ಇತರ ಮುಖ್ಯಮಂತ್ರಿಗಿಂತ ಹೇಗೆ ಭಿನ್ನವಾಗಿ ಗುರುತಿಸಿಕೊಳ್ಳುತ್ತಾರೆ?

೨. ರಾಜ್ಯದ ಆರ್ಥಿಕ ಅಭಿವೃದ್ಧಿಯಲ್ಲಿ ಅವರ ಮಹತ್ವದ ಪಾತ್ರವೇನು?

೩. ಭೂಸುಧಾರಣೆಯ ಕಾಯಿದೆಯನ್ನು ಅರಸು ಜಾರಿಗೆ ತಂದುದರ ಹಿಂದೆ ಇದ್ದಂಥ ರಾಜಕೀಯ ಉದ್ದೇಶಗಳೇನು?

೪. ಅರಸು ಚಿಂತನೆಗಳನ್ನು ಪ್ರಬಲ ವರ್ಗಗಳು ಮತ್ತು ಮಾಧ್ಯಮಗಳು ಗೌಣವಾಗಿ ಕಂಡಿದ್ದೇಕೆ?

೫. ಅರಸು ಭ್ರಷ್ಟಾಚಾರವನ್ನು ಪ್ರೋತ್ಸಾಹಿಸಿದ್ದೇಕೆ? ಅದು ಅವರೇ ಹುಟ್ಟುಹಾಕಿದ್ದೇ? ಅದು ಅವರ ಕಾಲದಲ್ಲೇ ಏಕೆ ಹೆಚ್ಚು ಪ್ರಚಾರ ಪಡೆಯಿತು? ಇದರಿಂದ ಸಮಾಜದ ಮೇಲಾದ ಪರಿಣಾಮಗಳೇನು?

೬. ಒಬ್ಬ ಸಾಂಸ್ಕೃತಿಕ ನಾಯಕರಾಗಿದ್ದ ಅರಸು ರಾಜ್ಯದಲ್ಲಿ 'ಗೂಂಡಾ ಸಂಸ್ಕೃತಿ' ಮೇಳೈಸಲು ಕಾರಣರಾದುದ್ದು ಹೇಗೆ? ಅರಸು ಹಾಗೂ ಭೂಗತ ಜಗತ್ತಿನ ನಂಟು ಯಾವ ಬಗೆಯದು.

೭. ಅರಸು ಅವಧಿಯಲ್ಲಾದ ರಾಜ್ಯದ ರಾಜಕಾರಣದಲ್ಲಿನ ಸ್ಥಿತ್ಯಂತರಗಳೇನು?

೮. 'ಇಂದಿರಾ ಕಾಂಗ್ರೆಸ್'ನಿಂದ ಉಚ್ಚಾಟಿತರಾದ ಅರಸು 'ಕ್ರಾಂತಿರಂಗ ಪಕ್ಷ'ವನ್ನು ಕಟ್ಟುವಾಗ ಅವರ ಸೈದ್ಧಾಂತಿಕ ನಿಲುವುಗಳೇನಿದ್ದವು? ಆ ಪಕ್ಷ ರಾಜ್ಯದಲ್ಲಿ ಏಕೆ ವಿಫಲವಾಯಿತು?

೯. ತುರ್ತು ಪರಿಸ್ಥಿತಿಯಂಥ ಸಂದರ್ಭದಲ್ಲಿ ಅರಸು ತೆಗೆದುಕೊಂಡ ನಿಲುವುಗಳೇನು?

೧೦. ಪ್ರಸ್ತುತ ಸಂದರ್ಭದಲ್ಲಿ ಅರಸು ಚಿಂತನೆಗಳ ಮಹತ್ವ ಯಾವ ಬಗೆಯದು?

೧೧. ಅರಸು ಕೇವಲ ಅಧಿಕಾರಕ್ಕಾಗಿ ಹಂಬಲಿಸುತ್ತಿದ್ದ ರಾಜಕಾರಣಿಯೇ ಅಥವಾ ಸಮಯಸಾಧಕ ರಾಜಕಾರಣಿ ಆಗಿದ್ದರೆ? ಅಥವಾ ನಿಜಕ್ಕೂ ಜನಪರ ಕಾಳಜಿಗಳನ್ನು ಹೊಂದಿದ್ದರೆ?

೧೨. ಹಿಂದುಳಿದ ವರ್ಗಗಳು ಮತ್ತು ದಲಿತರು ರಾಜ್ಯದಲ್ಲಿ ಇಂದು ರಾಜಕೀಯ ಸ್ವಾಮ್ಯ ಸ್ಥಾಪಿಸಲು ಸಾಧ್ಯವಾಗಿದೆಯೇ?

೧೩. ರಾಜ್ಯದಲ್ಲಿ ಅವರು ಹುಟ್ಟುಹಾಕಿದ ಪರ್ಯಾಯ ರಾಜಕಾರಣದ ಸಾಧ್ಯತೆ ಮತ್ತು ಅದರ ಫಲ. ಅರಸು ಅನಂತರ ರಾಜ್ಯದಲ್ಲಿ ಕಾಂಗ್ರೆಸ್ ಪಕ್ಷದ ಅಸ್ತಿತ್ವ ಎಂಥದ್ದು.

೧೪. ರಾಜ್ಯದಲ್ಲಿ 'ಸಂಸ್ಥಾ ಕಾಂಗ್ರೆಸ್' ಪಕ್ಷಕ್ಕೆ (ನಿಜಲಿಂಗಪ್ಪ ಕಾಂಗ್ರೆಸ್) ಅರಸು ಪರ್ಯಾಯ ಸವಾಲಾಗಿ ಇಂದಿರಾ ಕಾಂಗ್ರೆಸ್‌ನ್ನು ರಾಷ್ಟ್ರಮಟ್ಟದಲ್ಲಿ ಕಟ್ಟಿ ಬೆಳೆಸುವಲ್ಲಿ ಹೇಗೆ ಯಶಸ್ವಿಯಾದರು.

ಕರ್ನಾಟಕದ ಚರಿತ್ರೆಯನ್ನು ಕಟ್ಟುವಲ್ಲಿ ಅನೇಕ ಚರಿತ್ರೆಕಾರರ ಕಾಣಿಕೆ ಮಹತ್ವದ್ದಾಗಿದರೂ ಅದು ಅನೇಕ ಮಿತಿಗಳನ್ನು ಮೀರಲು ಸಾಧ್ಯವಾಗಿಲ್ಲ. ಅದರಲ್ಲೂ ವ್ಯಕ್ತಿಚರಿತ್ರೆಯನ್ನು ಕುರಿತು ಅಭ್ಯಸಿಸುವ ಸಂದರ್ಭದಲ್ಲಿ ವಸ್ತುನಿಷ್ಠ ಮಾದರಿಗಿಂತಲೂ ವ್ಯಕ್ತಿನಿಷ್ಠತೆಗೆ ಹೆಚ್ಚು ಮಹತ್ವ ನೀಡಲಾಗಿದೆ. ಚರಿತ್ರೆಯ ಬರವಣಿಗೆಗಳನ್ನು ಗಮನಿಸಿದಾಗ ಈ ಅಂಶಗಳು ವ್ಯಕ್ತವಾಗಿರುವುದು ಕಂಡುಬರುತ್ತದೆ. ಅದರಲ್ಲೂ ಕರ್ನಾಟಕದ ರಾಜಕಾರಣಿಗಳನ್ನು ಕುರಿತು ಚಿಂತಿಸುವಾಗ ಹೆಚ್ಚೇನೂ ಭಿನ್ನವೆನಿಸುವುದಿಲ್ಲ. ಹೀಗಾಗಿ ದೇವರಾಜ ಅರಸು ಜೀವನ ಪರಿಚಯ ಕರ್ನಾಟಕದ ರಾಜಕಾರಣದ ಜೊತೆಗೆ ಈ ಅಧ್ಯಯನವು ಪ್ರಮುಖವಾಗಿ ಅವರ ಚಿಂತನೆಗಳಿಗೆ ಹೆಚ್ಚು ಒತ್ತುಕೊಟ್ಟು ಚರ್ಚಿಸಲಾಗಿದೆ.

'ನೀನೂ ಬದುಕು ನಮ್ಮನ್ನೂ ಬದುಕಲು ಬಿಡು' ಎಂಬ ಸಿದ್ಧಾಂತವು ಪ್ರಗತಿಶೀಲ ಆಂದೋಲನಗಳ ಮೂಲಕ ಪ್ರಚಲಿತಗೊಂಡು ಜಗತ್ತಿನ ಬಡರಾಷ್ಟ್ರಗಳಲ್ಲಿ ದೊಡ್ಡ

ಕ್ರಾಂತಿಯನ್ನೇ ಎಬ್ಬಿಸಿತು. ಇದರ ಜಾಡಿನಲ್ಲೇ ಎಂಟು ವರುಷಗಳ ಕಾಲ ಆಡಳಿತ ನಡೆಸಿದ ದೇವರಾಜ ಅರಸು ಅನೇಕ ಸುಧಾರಣೆಗಳನ್ನು ಜಾರಿಗೆ ತಂದವರು. ವಿಧಾನಸೌಧದಲ್ಲೇ ಹೆಪ್ಪುಗಟ್ಟಿಹೋಗಿದ್ದ ಅಧಿಕಾರವನ್ನು 'ಸಮಾಜದ ಕಟ್ಟಕಡೆಯ ಮನುಷ್ಯನಿಗೂ ಎಟುಕುವಂತೆ' ಮಾಡಿದ್ದು ಸಣ್ಣ ಸಾಧನೆಯೇನಲ್ಲ. 'ಉಳುವವನೇ ಹೊಲದೊಡೆಯ' ಮತ್ತು 'ಹಾವನೂರ ಆಯೋಗ ನೇಮಕಾತಿ' ಮತ್ತು ನಾಡಿಗೆ 'ಕರ್ನಾಟಕ' ಎಂದು ನಾಮಕರಣ ಮಾಡಿದ್ದು ಅರಸು ಅವರ ರಾಜಕಾರಣದ ವೃತ್ತಿ ಬದುಕಿನಲ್ಲಿ ಅತ್ಯಂತ ಪ್ರಾಮುಖ್ಯತೆಯನ್ನು ಪಡೆದಂಥವು. ಜಯಪ್ರಕಾಶ್ ನಾರಾಯಣ್ ಹಾಗೂ ರಾಮಮನೋಹರ ಲೋಹಿಯಾ ಅವರ 'ಸಮಾಜವಾದ', ಮಹಾತ್ಮ ಗಾಂಧೀಜಿ ಅವರ 'ಸರ್ವೋದಯ ದೃಷ್ಟಿ', ಅಂಬೇಡ್ಕರ್ ಅವರ 'ದಲಿತ ಸಿದ್ಧಾಂತಗಳು' ಇಂಥ ವೈಚಾರಿಕ ಚಿಂತಕರ ಚಿಂತನೆಗಳನ್ನು ಆದರ್ಶವಾಗಿಟ್ಟುಕೊಂಡು ಬೆಳೆದು ಬಂದವರು ದೇವರಾಜ ಅರಸು. ಈ ಹಿನ್ನೆಲೆಯಲ್ಲಿ ಜಡವಾಗಿದ್ದ ಸಾಮಾಜಿಕ ವ್ಯವಸ್ಥೆಗೆ ಚಾಲನೆ ನೀಡುವುದರ ನಿಟ್ಟಿನಲ್ಲಿ ಜಾರಿಗೆ ತಂದ ಜೀತ ನಿವಾರಣೆ, ಅಸ್ಪೃಶ್ಯತೆಯ ನಿವಾರಣೆಯಂಥ ಚಿಂತನಾಕ್ರಮಗಳನ್ನು ಚರ್ಚೆಗೆ ಒಳಪಡಿಸಲಾಗಿದೆ.

ಅಧ್ಯಯನದ ವ್ಯಾಪ್ತಿ ಹಾಗೂ ಮಿತಿಗಳು

'ದೇವರಾಜ ಅರಸು ಹಾಗೂ ಕರ್ನಾಟಕದ ರಾಜಕಾರಣ: ಚಿಂತನೆಗಳ ಚಾರಿತ್ರಿಕ ವಿಶ್ಲೇಷಣೆ'ಯನ್ನು ಕೇಂದ್ರಬಿಂದುವನ್ನಾಗಿ ಇರಿಸಿಕೊಂಡಿರುವ ಪ್ರಸ್ತುತ ಅಧ್ಯಯನವು ತನ್ನದೇ ಆದ ವ್ಯಾಪ್ತಿಯನ್ನು ಹೊಂದಿದೆ. ಸ್ವಾತಂತ್ರ್ಯೋತ್ತರ ಹಾಗೂ ಏಕೀಕರಣದ ನಂತರ ನಾಡು ಹಲವು ಬಗೆಯ ಅವಸ್ಥಾಂತರಗಳಿಗೆ ಗುರಿಯಾಗಿದೆ. ಈ ಅವಸ್ಥಾಂತರಗಳಿಗೆ ವಸಾಹತುಶಾಹಿ ಪ್ರಭುತ್ವದ ಪ್ರಭಾವ, ಆಧುನಿಕ ಶಿಕ್ಷಣ, ವಿಜ್ಞಾನ-ತಂತ್ರಜ್ಞಾನಗಳ ಬೆಳವಣಿಗೆ ಹಾಗೂ ಜಾಗತೀಕರಣದಂಥ ಪ್ರಕ್ರಿಯೆಗಳು ಕಾರಣವಾಗಿವೆ. ಈ ಹಿನ್ನೆಲೆಯಲ್ಲಿ ಅರಸು ಅವರ ಜೀವನ ಪರಿಚಯ, ಶಿಕ್ಷಣ, ಅವರ ಮೇಲಾದ ಪ್ರಭಾವ ಇವುಗಳನ್ನು ಸ್ಥೂಲವಾಗಿ ವಿಶ್ಲೇಷಿಸುತ್ತ ಅವರ ರಾಜಕಾರಣ ಜೀವನವನ್ನು ವಿಸ್ತಾರವಾಗಿ ಚರ್ಚಿಸಲಾಗಿದೆ. ಮುಖ್ಯವಾಗಿ ಅರಸು ಚಿಂತನೆಗಳನ್ನು ಹಾಗೂ ಅವುಗಳನ್ನು ಅವರು ಕಾರ್ಯಗತಗೊಳಿಸಿದ ವಿಧಾನಗಳನ್ನೂ ಪರಿಶೀಲಿಸಲಾಗಿದೆ. ಅಲ್ಲದೆ ಕರ್ನಾಟಕ ರಾಜ್ಯವನ್ನು 'ಮಾದರಿ ರಾಜ್ಯ'ವನ್ನಾಗಿಸುವುದರ ಬಗೆಗೆ ಅವರ ಪ್ರಯತ್ನ ಹಾಗೂ ಒಳನೋಟಗಳನ್ನು ಈ ಅಧ್ಯಯನದ ವ್ಯಾಪ್ತಿಯಲ್ಲಿ ಗುರುತಿಸಿಕೊಳ್ಳಲಾಗಿದೆ. ಅರಸು ಕುರಿತು ಬಂದಿರುವ ಕೃತಿಗಳು, ಅರಸು ಮಾಡಿದ ಭಾಷಣಗಳು, ಅವರ ಆಡಳಿತ ಅವಧಿಯಲ್ಲಿ ಜಾರಿಗೊಳಿಸಿದ ಯೋಜನೆಗಳು ಹಾಗೂ ಅವರ ಕಾರ್ಯಚಟುವಟಿಕೆಗಳ ಹಿನ್ನೆಲೆಯಲ್ಲಿ ಮೂಡಿ ಬಂದಿರುವ ಚಿಂತನೆಗಳನ್ನು ವಿಶ್ಲೇಷಿಸುವ ಮಿತಿಗಳಿಗೆ ಈ ಅಧ್ಯಯನವು ಒಳಪಟ್ಟಿದೆ.

ಅಧ್ಯಯನದ ವಿಧಿ-ವಿಧಾನಗಳು

ಈ ಅಧ್ಯಯನವು ಅರಸು ಚಿಂತನೆಗಳನ್ನು ಚಾರಿತ್ರಿಕವಾಗಿ ದಾಖಲಿಸಿ ವಿಮರ್ಶಾತ್ಮಕವಾಗಿ ವಿಶ್ಲೇಷಣೆಗೆ ಒಳಪಡಿಸಿರುವಂಥದ್ದು. ಅಲ್ಲದೆ ಸಮಕಾಲಿನ ಸಂದರ್ಭದಲ್ಲಿ ಎಲ್ಲಾ ಬಗೆಯ

ಆಗುಹೋಗುಗಳನ್ನು ಗಮನದಲ್ಲಿರಿಸಿಕೊಂಡು ವಿಶ್ಲೇಷಣೆ ಮಾಡಲು ಪ್ರಯತ್ನಿಸಲಾಗಿದೆ. ಹೀಗಾಗಿ ಎಲ್ಲಾ ರೀತಿಯ ಪ್ರಾಥಮಿಕ ಹಾಗೂ ಪೂರಕ ಆಕರ ಸಾಮಗ್ರಿಗಳು ಇಲ್ಲಿ ಬಳಕೆಯಾಗಿವೆ. ಅರಸು ಚಿಂತನೆಗಳನ್ನು ಬರಹ, ಭಾಷಣಗಳ ಮುದ್ರಿತ ಸಂಪುಟಗಳು, ಕೃತಿಗಳು, ಕಾಗದಪತ್ರಗಳು, ದಾಖಲೆಗಳು ಮೊದಲಾದವು ಇಲ್ಲಿ ಬಳಕೆಯಾಗಿವೆ. ಅರಸು ಹುಟ್ಟೂರಾದ ಕಲ್ಲಹಳ್ಳಿಯಲ್ಲಿ ಕ್ಷೇತ್ರಕಾರ್ಯ ಕೈಗೊಂಡು ಅವರ ಸಮಕಾಲೀನ ವ್ಯಕ್ತಿಗಳನ್ನು ಸಂದರ್ಶಿಸಿ, ಅವರಿಂದ ಪಡೆದುಕೊಂಡ ಮಾಹಿತಿಗಳನ್ನು ಸಹ ಬಳಸಿಕೊಳ್ಳಲಾಗಿದೆ. ಈ ಹಿನ್ನೆಲೆಯಲ್ಲಿ ರಾಜ್ಯದ ಪತ್ರಾಗಾರಗಳು, ಸರಕಾರಿ ಹಾಗೂ ಖಾಸಗಿ ಗ್ರಂಥಾಲಯಗಳಲ್ಲಿ ಸಂಗ್ರಹಿಸಿಕೊಂಡ ಮಾಹಿತಿಯನ್ನೂ ಬಳಸಿಕೊಳ್ಳಲಾಗಿದೆ. ಹೀಗೆ ಸಂಗ್ರಹಿಸಿದ ಮಾಹಿತಿಯನ್ನು ವೈಜ್ಞಾನಿಕವಾಗಿ ವರ್ಗೀಕರಿಸಿಕೊಂಡು ಚರಿತ್ರೆಯ ವಿಧಿ-ವಿಧಾನದ ಮೂಲಕ ಪರೀಕ್ಷಿಸಿ ವಿಶ್ಲೇಷಿಸುವ ಪ್ರಯತ್ನವನ್ನು ಮಾಡಲಾಗಿದೆ.

ಅಧ್ಯಯನದ ಸ್ವರೂಪ

ಈ ಅಧ್ಯಯನವು ದೇವರಾಜ ಅರಸು ಹಾಗೂ ಕರ್ನಾಟಕದ ರಾಜಕಾರಣ ಚಿಂತನೆ ಮತ್ತು ಚಟುವಟಿಕೆಗಳನ್ನು ಚಾರಿತ್ರಿಕವಾಗಿ ವಿಶ್ಲೇಷಿಸುವ ಸ್ವರೂಪವನ್ನು ಹೊಂದಿರುವಂಥದ್ದು. ಅಧ್ಯಯನದ ಅನುಕೂಲಕ್ಕಾಗಿ ಒಟ್ಟು ಏಳು ಅಧ್ಯಾಯಗಳನ್ನಾಗಿ ಮಾಡಿಕೊಳ್ಳಲಾಗಿದ್ದು ಅವುಗಳ ಸಂಕ್ಷಿಪ್ತ ವಿವರಗಳನ್ನು ಈ ಕೆಳಗೆ ನೀಡಲಾಗಿದೆ.

ಮೊದಲನೆಯ ಅಧ್ಯಾಯವು, ಅಧ್ಯಯನದ ಉದ್ದೇಶ ಹಾಗೂ ಜರೂರು, ವ್ಯಾಪ್ತಿ-ಮಿತಿಗಳು, ಸ್ವರೂಪ ಹಾಗೂ ವಿಧಿ-ವಿಧಾನಗಳನ್ನು ಒಳಗೊಂಡಿದೆ.

ಎರಡನೆಯ ಅಧ್ಯಾಯವು, ಅರಸು ಅವರ ಜೀವನ ಪರಿಚಯ, ಕೌಟುಂಬಿಕ ಬದುಕು, ಶಿಕ್ಷಣ ಪರಿಸರ ಹಾಗೂ ಅರಸು ಅವರು ಸೈದ್ಧಾಂತಿಕವಾಗಿ ರೂಪುಗೊಳ್ಳಲು ಅವರ ಮೇಲಾದ ಪ್ರಭಾವ ಮತ್ತು ಅವರ ಕೊನೆಯ ದಿನಗಳನ್ನು ಕುರಿತು ಹೇಳಲಾಗಿದೆ.

ಮೂರನೆಯ ಅಧ್ಯಾಯವು ಅರಸು ಕರ್ನಾಟಕ ರಾಜಕಾರಣವನ್ನು ಕುರಿತ ಚಿಂತನೆಗೆ ಸಂಬಂಧಪಟ್ಟದ್ದು. ಈ ಅಧ್ಯಾಯದಲ್ಲಿ ಅರಸು ಅವರ ರಾಜಕಾರಣದ ಪ್ರವೇಶ ಮತ್ತು ಹಿನ್ನೆಲೆಯನ್ನು ಕುರಿತು ಚರ್ಚಿಸಲಾಗಿದೆ. ಕೇವಲ ಲಿಂಗಾಯತ, ಬ್ರಾಹ್ಮಣ ಮತ್ತು ಒಕ್ಕಲಿಗರಿಗೆ ಮೀಸಲಿದ್ದ ರಾಜಕೀಯ ಅಧಿಕಾರವನ್ನು ಸಮಾಜದ ಕಟ್ಟಕಡೆಯವನಿಗೆ ದೊರಕಿಸಿಕೊಡುವಲ್ಲಿ ಅವರ ಪ್ರಯತ್ನ ಯಾವ ಬಗೆಯದು. ಪರ್ಯಾಯ ರಾಜಕಾರಣದ ಸಾಧ್ಯತೆ ಮತ್ತು ದಲಿತ, ಹಿಂದುಳಿದ ವರ್ಗಗಳಿಗೆ ಚುನಾವಣೆಗಳಲ್ಲಿ ಹೆಚ್ಚು ಮೀಸಲು ಸ್ಥಾನವನ್ನು ನೀಡಿರುವುದರ ಅವರ ಚಿಂತನೆಯ ಒಳನೋಟವೇನು. 'ಸಂಸ್ಥಾ ಕಾಂಗ್ರೆಸ್'ಗೆ ಪ್ರತಿಯಾಗಿ 'ಇಂದಿರಾ ಕಾಂಗ್ರೆಸ್ ಪಕ್ಷ'ವನ್ನು ಕಟ್ಟಿಬೆಳೆಸುವಲ್ಲಿ ಅವರ ಶ್ರಮ. ಅನಂತರ ಇಂದಿರಾ ಕಾಂಗ್ರೆಸ್‌ನಿಂದ ಉಚ್ಚಾಟಿತಗೊಂಡು 'ಕ್ರಾಂತಿರಂಗ ಪಕ್ಷ'ವನ್ನು ಕಟ್ಟುವಲ್ಲಿ ಅವರ ಸೈದ್ಧಾಂತಿಕ ನಿಲುವುಗಳೇನಿದ್ದವು ಎನ್ನುವುದನ್ನು ಈ ಅಧ್ಯಾಯದಲ್ಲಿ ವ್ಯಾಪಕವಾಗಿ ಚರ್ಚೆ ಮಾಡಲಾಗಿದೆ. ಹಿಂದುಳಿದ ವರ್ಗದವರನ್ನು, ಸಮಾಜವಾದಿ ಪಕ್ಷದ ನಾಯಕರನ್ನು ಸಂಘಟಿಸುವುದರ ಹಿಂದೆ

ಇದ್ದ ಅರಸು ತಾತ್ವಿಕ ಚಿಂತನೆ ಏನು? ತಮ್ಮ ಅಧಿಕಾರದ ಅವಧಿಯಲ್ಲಿ ರಾಜ್ಯ ರಾಜಕಾರಣದಲ್ಲಿ ಹೊಸತನದ ಅಲೆಯನ್ನೆಬ್ಬಿಸಿದ ಅವರು ವಿರೋಧ ಪಕ್ಷದ ನಾಯಕರಾಗಿ ಮಾಡಬೇಕಾದ ಮಹಾತ್ಕಾರ್ಯಗಳೇನಿದ್ದವು ಎನ್ನುವುದನ್ನು ಇಲ್ಲಿ ಪರಿಶೀಲಿಸಲಾಗಿದೆ. ರಾಜ್ಯದಲ್ಲಿ ವ್ಯಾಪಕ ಚರ್ಚೆಗೆ ಒಳಗಾದ ಭ್ರಷ್ಟಾಚಾರ ಮತ್ತು 'ಗೂಂಡಾ ಸಂಸ್ಕೃತಿ' ಅರಸು ಅವರಿಂದ ಒಡಮೂಡಿಬಂದವೆ? ಅಥವಾ ಅರಸು ಅವರು ರಾಜಕೀಯ ವಿರೋಧಿಗಳು ಅವರ ಮೇಲೆ ಭ್ರಷ್ಟಾಚಾರದ ಆರೋಪವನ್ನು ಹೊರಿಸಿದರೆ? ಸ್ವತಃ ಅರಸು ಅವರೇ ಇವುಗಳ ಬಗೆಗೆ ಕೊಡುತ್ತಿದ್ದ ಸಮರ್ಥನೆ ಏನು? ಹೀಗೆ ಅರಸು ರಾಜಕಾರಣದ ಚಿಂತನೆ ಮತ್ತು ವಿಭಿನ್ನ ನೆಲೆಗಳನ್ನು ಕುರಿತು ಚರ್ಚೆಗೆ ಒಳಪಡಿಸಲಾಗಿದೆ.

ನಾಲ್ಕನೆಯ ಅಧ್ಯಾಯವು ಅರಸು ರಾಜಕಾರಣದ ಸಮಾಜಮುಖಿ ಚಿಂತನೆಗಳಿಗೆ ಸಂಬಂಧಪಟ್ಟದ್ದು. ಈ ಅಧ್ಯಾಯದಲ್ಲಿ ಅರಸು ತಮ್ಮ ಅಧಿಕಾರದ ಅವಧಿಯಲ್ಲಿ ಅನುಷ್ಠಾನಕ್ಕೆ ತಂದ ಪ್ರಗತಿಪರ ಕಾರ್ಯಗಳನ್ನು ಮತ್ತು ಅವುಗಳ ಸಾಮಾಜಿಕ, ಸಾಂಸ್ಕೃತಿಕ ಆಯಾಮಗಳನ್ನು ಕುರಿತು ಚರ್ಚಿಸಲಾಗಿದೆ. ಹಾವನೂರು ಆಯೋಗದ ನೇಮಕಾತಿ ಮತ್ತು ಭೂ ಸುಧಾರಣಾ ಕಾಯಿದೆಯನ್ನು ಜಾರಿಗೆ ತರುವಲ್ಲಿ ಅವರ ತಾತ್ವಿಕ ನಿಲುವುಗಳೇನು ಮತ್ತು ಇವುಗಳಿಂದ ಪ್ರಬಲ ವರ್ಗಗಳ ಮೇಲಾದ ಪರಿಣಾಮ ಎಂಥದ್ದು ಎನ್ನುವುದನ್ನು ಕುರಿತು ಚರ್ಚಿಸಲಾಗಿದೆ. ಇಂಥ ಪ್ರಗತಿಪರ ನಿಲುವುಗಳನ್ನು ತಳೆಯಲು ಅರಸು ಅವರಿಗಿದ್ದ ಪ್ರೇರಣೆಗಳೇನು ಎಂಬುದು ಪರಿಶೀಲನೆಗೆ ಅರ್ಹವಾಗಿದೆ. ಜಾತಿ, ಜೀತ ಪದ್ಧತಿ, ಅಸ್ಪೃಶ್ಯತೆ ನಿವಾರಣೆ ಇಂದು ಸಮಾಜದಲ್ಲಿ ಎಷ್ಟರಮಟ್ಟಿಗೆ ನಿವಾರಣೆಯಾಗಿವೆ ಎನ್ನುವುದನ್ನು ಈ ಅಧ್ಯಾಯದಲ್ಲಿ ಪರಿಶೀಲಿಸಲಾಗಿದೆ. ಮಲ ಹೊರುವಂಥ ಸಾಮಾಜಿಕ ಅನಿಷ್ಟ ಪದ್ಧತಿಯನ್ನು ತೊಡೆದುಹಾಕಲು ಬಸವಲಿಂಗಪ್ಪನವರ ಪ್ರೇರಣೆ ಏನು? ರಾಜ್ಯದಲ್ಲಿ ೧೯೭೩ರಲ್ಲಿ ನಡೆದ ಆಹಾರ ದಂಗೆ ಯಾವ ರೀತಿ ಪರಿಣಾಮ ಬೀರಿತು ಈ ಸಂದರ್ಭದಲ್ಲಿ ಅರಸು ತೆಗೆದುಕೊಂಡ ನಿಲುವುಗಳೇನು 'ಗರೀಬಿ ಹಟಾವೋ' ಶೈಕ್ಷಣಿಕ ಮೀಸಲಾತಿಯನ್ನು ಕಲ್ಪಿಸಿದ ದುರ್ಬಲ ವರ್ಗಗಳ ವಿದ್ಯಾರ್ಥಿಗಳ ಪ್ರಗತಿಗೆ ಹೇಗೆ ಸಹಾಯಕವಾದವು ಎನ್ನುವುದನ್ನು ವಿಶ್ಲೇಷಿಸಲಾಗಿದೆ. ಈ ದೃಷ್ಟಿಯಿಂದ ಅರಸು ಜಾರಿಗೆ ತಂದ ಕಾರ್ಯಕ್ರಮಗಳು ಜಾತಿ ಮತ್ತು ಆರ್ಥಿಕ ನೆಲೆಗಳ ಸಮಸ್ಯೆಗಳನ್ನು ಪರಿಶೀಲಿಸಿ ಉತ್ತರ ಕಂಡುಕೊಳ್ಳುವ ಪ್ರಯತ್ನ ಮಾಡಲಾಗಿದೆ.

ಐದನೆಯ ಅಧ್ಯಾಯವು ಅರಸು ಆಡಳಿತದಲ್ಲಿ ಆರ್ಥಿಕ ನೆಲೆಗಳ ಅಭಿವೃದ್ಧಿ ಚಿಂತನೆಗಳಿಗೆ ಸಂಬಂಧಪಟ್ಟದ್ದು. ಈ ಅಧ್ಯಾಯದಲ್ಲಿ ಅರಸು ನಾಡನ್ನು ಆರ್ಥಿಕವಾಗಿ ಅಭಿವೃದ್ಧಿ ಪಡಿಸಿದ ಬಗೆ ಹೇಗೆ, ಈ ಚಿಂತನೆಗಳು ಎಷ್ಟರಮಟ್ಟಿಗೆ ನಾಡಿನ ಅಭಿವೃದ್ಧಿಯಲ್ಲಿ ಸಹಾಯಕವಾದವು ಎಂಬುದನ್ನು ಗಮನಿಸಲಾಗಿದೆ. ನೀರಾವರಿ, ಕೃಷಿ, ಕೈಗಾರಿಕೆಗಳ ಸ್ಥಾಪನೆಯ ಹಿಂದಿರುವ ಅವರ ಉದ್ದೇಶ ಹಾಗೂ ಬಡವರಿಗಾಗಿ 'ಭಾಗ್ಯಜ್ಯೋತಿ' ಯೋಜನೆ ಅನುಷ್ಠಾನ ಮತ್ತು ಈ ನೆಲೆಯಲ್ಲಿ ಅರಸು ಮೇಲೆ ಪ್ರಭಾವ ಬೀರಿದ ವ್ಯಕ್ತಿಗಳು ಹಾಗೂ ವಿಶೇಷವಾಗಿ ಹಿಂದುಳಿದ ಪ್ರದೇಶಗಳ ಅಭಿವೃದ್ಧಿಗಾಗಿ ಹಾಕಿಕೊಂಡ ಯೋಜನೆಗಳೇನು ಎನ್ನುವುದನ್ನು

ಪರಿಶೀಲಿಸಲಾಗಿದೆ. ಜೊತೆಗೆ ಇಪ್ಪತ್ತು ಅಂಶಗಳ ರಾಷ್ಟ್ರೀಯ ಕಾರ್ಯಕ್ರಮದಲ್ಲಿ ಅರಸು ಪ್ರಭಾವವನ್ನು ಇಲ್ಲಿ ಗಮನಿಸಬಹುದು. ಒಟ್ಟಿನಲ್ಲಿ ಅರಸು ನಾಡಿನ ಅಭಿವೃದ್ಧಿಗಾಗಿ ಚಿಂತಿಸಿ ಜಾರಿಗೆ ತಂದ ಚಿಂತನೆಗಳು ದಲಿತರು, ಹಿಂದುಳಿದವರನ್ನು ಪ್ರಗತಿಯತ್ತ ಕೊಂಡೊಯ್ಯುವಲ್ಲಿ ಎಷ್ಟರಮಟ್ಟಿಗೆ ಯಶಸ್ವಿಯಾದವು ಎನ್ನುವುದನ್ನು ಈ ಅಧ್ಯಾಯದಲ್ಲಿ ವಿಶ್ಲೇಷಿಸಲಾಗಿದೆ.

ಆರನೆಯ ಅಧ್ಯಾಯವು ಅರಸು ನಾಡುನುಡಿಗಳ ಪರವಾದ ಚಿಂತನೆಗಳಿಗೆ ಸಂಬಂಧಿಸಿದ್ದಾಗಿದೆ. ಅರಸು ಚಿಂತಿಸಿದ ಸಾಂಸ್ಕೃತಿಕ ಪರಿಧಿಗಳನ್ನೊಳಗೊಂಡ ನಾಡು-ನುಡಿ ಮತ್ತು ಸಾಹಿತ್ಯದ ವಿಚಾರಗಳನ್ನು ಕುರಿತು ವಿಶ್ಲೇಷಣೆ ಮಾಡಲಾಗಿದೆ. ಅಲ್ಲದೆ ಕನ್ನಡವನ್ನು ಆಡಳಿತ ಭಾಷೆಯನ್ನಾಗಿ ಘೋಷಿಸಿದ್ದು ಅವರ ಚಿಂತನೆಯ ಫಲವೇ ಆಗಿದೆ ಎನ್ನುವುದನ್ನೂ ಸಹ ಗಮನಿಸಲಾಗಿದೆ. ಕನ್ನಡ ಭಾಷೆಯ ಅಭಿವೃದ್ಧಿಯಲ್ಲಿ ಅವರ ಚಿಂತನೆಯ ಕ್ರಮಗಳೇನು? ಹಾಗೂ ನಾಡಿನ ನಾಮಕರಣದ ಬಗೆಗೆ ಅವರ ದೋರಣೆಗಳೇನು ಎಂಬುದನ್ನು ಇಲ್ಲಿ ಚರ್ಚೆ ಮಾಡಲಾಗಿದೆ. ರಾಜ್ಯದಲ್ಲಿನ ಹೊರನಾಡು ಭಾಷಿಕರ ಮತ್ತು ಸಂಸ್ಕೃತ ಭಾಷೆಯ ಬಗೆಗೆ ಅವರ ಚಿಂತನೆ ಎಂಥದ್ದು ಹಾಗೂ ನಾಡಿನ ಸಾಹಿತ್ಯ ಮತ್ತು ಸಾಹಿತಿಗಳ ಬಗೆಗೆ ಅರಸು ನಿಲುವುಗಳೇನು ಎಂಬುದನ್ನು ಈ ಅಧ್ಯಾಯದಲ್ಲಿ ಚರ್ಚಿಸಲಾಗಿದೆ.

ಏಳನೆಯ ಅಧ್ಯಾಯವಾದ ತಳೆದ ನಿಲುವುಗಳಲ್ಲಿ ಅಧ್ಯಯನದ ಫಲಿತಗಳನ್ನು ಕುರಿತು ಚರ್ಚಿಸಲಾಗಿದೆ.

ಅಧ್ಯಾಯ ಎರಡು

ಅರಸು: ಜೀವನ ಪರಿಚಯ-ಪರಿಸರ-ಪ್ರಭಾವ

ಕರ್ನಾಟಕ ಹಾಗೂ ಭಾರತದ ರಾಜಕಾರಣದ ಚರಿತ್ರೆಯಲ್ಲಿ ದೇವರಾಜ ಅರಸು ಅವರಿಗೆ ವಿಶಿಷ್ಟ ಸ್ಥಾನವಿದೆ. ರಾಮಮನೋಹರ ಲೋಹಿಯಾ, ಮಹಾತ್ಮಗಾಂಧೀಜಿ, ಅಂಬೇಡ್ಕರ್ ಹಾಗೂ ಜಯಪ್ರಕಾಶ್ ನಾರಾಯಣ ಮೊದಲಾದವರು ಕಂಡಿದ್ದ ಕನಸನ್ನು ನನಸು ಮಾಡಿದ ಕೀರ್ತಿ ದೇವರಾಜ ಅರಸು ಅವರಿಗೆ ಸಲ್ಲುತ್ತದೆ. ದಲಿತ, ಹಿಂದುಳಿದ ಹಾಗೂ ಬಡವರ ಪರವಾದ ಚಿಂತನೆಯುಳ್ಳ ವ್ಯಕ್ತಿ ದೇವರಾಜ ಅರಸು. ಈ ವರ್ಗಗಳನ್ನು ರಾಜಕೀಯ ವಲಯದಲ್ಲಿ ಶಕ್ತಿವಲಯವನ್ನಾಗಿ ಸಂಘಟಿಸಿದ್ದು ಸಣ್ಣ ಸಾಧನೆಯೇನಲ್ಲ. ೧೯೫೨ ರಿಂದಲೂ ಕರ್ನಾಟಕದ ರಾಜಕಾರಣದಲ್ಲಿದ್ದ ಅರಸು, ಮುಖ್ಯಮಂತ್ರಿಯಾದ ನಂತರ ತಮ್ಮ ಅನುಭವವನ್ನು ದಲಿತ ಹಾಗೂ ಬಡವರ ಪರವಾದ ಯೋಜನೆಗಳ ಅನುಷ್ಠಾನಕ್ಕೆ ತರುವುದಕ್ಕಾಗಿ ಬಳಸಿಕೊಂಡರು. ಏಕೀಕರಣದ ನಂತರ ಕರ್ನಾಟಕ ರಾಜಕಾರಣದಲ್ಲಿ ಏಕಸ್ವಾಮ್ಯತೆಯನ್ನು ಸ್ಥಾಪಿಸಿಕೊಂಡಿದ್ದ ಬ್ರಾಹ್ಮಣ, ಲಿಂಗಾಯತ ಹಾಗೂ ಒಕ್ಕಲಿಗ ಇತ್ಯಾದಿ ಬಲಿಷ್ಠ ಸಮುದಾಯಗಳನ್ನು ದೂರವಿಟ್ಟು, ರಾಜಕಾರಣ ಮಾಡಿದ ಹೆಗ್ಗಳಿಕೆ ಅರಸು ಅವರದು. ದಲಿತ, ಹಿಂದುಳಿದ ವರ್ಗ ಹಾಗೂ ಪರಿಶಿಷ್ಟ ಜಾತಿ-ವರ್ಗಗಳ ಜೊತೆಗೆ ಅಲ್ಪಸಂಖ್ಯಾತ ಹಾಗೂ ಇನ್ನಿತರೆ ಜನಾಂಗಗಳ ಬಡವರನ್ನು ಒಂದುಗೂಡಿಸಿ ಕರ್ನಾಟಕ ರಾಜಕಾರಣ ಮತ್ತು ಸಮಾಜದಲ್ಲಿ ಅವರಿಗೆ ಸೂಕ್ತ ಸ್ಥಾನ ಕೊಡಿಸಿದ ಹೆಗ್ಗಳಿಕೆ ಅರಸು ಅವರಿಗೆ ಸಲ್ಲುತ್ತದೆ.

ಮೈಸೂರಿನ ಮೂರನೆಯ ಮಂಗರಸರ ಮೂಲ ವಂಶದ ಮನೆತನಕ್ಕೆ ಸೇರಿದ (ಜೈನ ಕ್ಷತ್ರಿಯ ಕುಟುಂಬ) ದೇವರಾಜ ಅರಸು, ಮೈಸೂರು ಜಿಲ್ಲೆಯ, ಹುಣಸೂರು ತಾಲ್ಲೂಕಿನ ಕಲ್ಲಹಳ್ಳಿ ಎಂಬ ಗ್ರಾಮದಲ್ಲಿ ೧೯೧೫ ಆಗಸ್ಟ್ ೨೦ರಂದು, ದೇವರಾಜ ಮತ್ತು ದೇವೀರಮ್ಮಣ್ಣಿ ದಂಪತಿಗಳ ಮೊದಲ ಮಗನಾಗಿ ಜನಿಸಿದರು. ಕಲ್ಲಹಳ್ಳಿ ಎಂಬುದು ಇತಿಹಾಸ ಪ್ರಸಿದ್ಧ ಮೂರನೆಯ ಮಂಗರಸರ ರಾಜಧಾನಿಯಾಗಿತ್ತು, ಕಲ್ಲಹಳ್ಳಿಯ ಮೂಲ ಹೆಸರು 'ದಾತುಪುರ' ಎಂದು. ಇದು ಚಿಲಕುಂದಿ ಹೋಬಳಿಗೆ ಸೇರಿದ ಗ್ರಾಮವಾಗಿತ್ತು. ದೇವೀರಮ್ಮಣ್ಣಿಯವರ ತಾಯಿಗೆ ಗಂಡುಮಕ್ಕಳಾಗದಿದ್ದ ಕಾರಣ ಬೆಟ್ಟದಪುರದ ದೇವರಾಜ ಅರಸು ಅವರನ್ನು ಅರಮನೆಯ

ಅಳಿಯನಾಗಿ ಕಲ್ಲಹಳ್ಳಿಯಲ್ಲಿ ಬಂದು ನೆಲಸುವಂತೆ ಮಾಡಿದರು. ಇವರು ಕ್ಷತ್ರಿಯ ಕುಟುಂಬದವರಾದರೂ ವ್ಯವಸಾಯ ಇವರ ಕುಟುಂಬದ ಮೂಲವೃತ್ತಿಯಾಗಿತ್ತು. ಬಾಲ್ಯದಲ್ಲೇ ತಂದೆಯನ್ನು ಕಳೆದುಕೊಂಡ ಇವರು ತಾಯಿಯ ಅಕ್ಕರೆಯಲ್ಲಿ ಬೆಳೆದರು. ಚಿಕ್ಕಂದಿನಲ್ಲೆ ಗರಡಿ ಮನೆಗೆ ಹೋಗಿ ಕುಸ್ತಿ ಕಲಿತು ಪೈಲ್ವಾನ್ ಎನಿಸಿಕೊಳ್ಳುವಷ್ಟು ದೇಹದಾರ್ಢ್ಯವನ್ನು ಪಡೆದರು.

೨.೧. ಪ್ರಾಥಮಿಕ ಶಿಕ್ಷಣ

ಅರಸು ಪ್ರಾಥಮಿಕ ಶಿಕ್ಷಣವನ್ನು ಕಲ್ಲಹಳ್ಳಿಯಲ್ಲೇ ಮಾಡಿದರು ಮತ್ತು ಅಪ್ಪಾಜೈ ಎಂಬುವರು ಅರಸು ಅವರಿಗೆ ಮನೆಯ 'ಜಗಲಿ'ಯಲ್ಲಿ ಪಾಠವನ್ನು ಬೋಧನೆ ಮಾಡುತ್ತಿದ್ದರು. ಆದರೆ ದೇವೀರಮ್ಮಣ್ಣಿಯವರಿಗೆ ತನ್ನ ಮಗ ಚೆನ್ನಾಗಿ ಓದಿ ದೊಡ್ಡ ಕೆಲಸ ಸಂಪಾದಿಸಬೇಕೆಂಬ ಆಸೆ. ಹೀಗಾಗಿ ಮೈಸೂರಿನ ಮಹಾರಾಜ ಚಾಮರಾಜ ಒಡೆಯರು ಸ್ಥಾಪಿಸಿದ್ದ ಅರಸು ಬೋರ್ಡಿಂಗ್ ಶಾಲೆಗೆ ಸೇರಿದರು. ಆದರೆ ಅಲ್ಲಿನ ರೀತಿನೀತಿಗಳು ಸ್ವತಂತ್ರ ಪ್ರವೃತ್ತಿಯ ಅರಸು ಅವರಿಗೆ ಸರಿ ಕಾಣಲಿಲ್ಲ. ಅಲ್ಲಿ ಕೇವಲ ಆರನೆಯ ತರಗತಿಯವರೆಗೆ ಓದಿ ಹೊರಬಂದರು. ಮುಂದೆ ಹೈಸ್ಕೂಲ್ ಶಿಕ್ಷಣಕ್ಕೆ ಮೈಸೂರಿಗೆ ಬಂದು ಅಲ್ಲಿಯೇ ಇಂಟರ್ ಮೀಡಿಯೆಟ್ ಮುಗಿಸಿದ ನಂತರ ಬೆಂಗಳೂರಿಗೆ ಬಂದು ಸೆಂಟ್ರಲ್ ಕಾಲೇಜ್ ಸೇರಿದರು. ಆಗ ಅದೊಂದು ಹೆಸರಾಂತ ವಿದ್ಯಾಸಂಸ್ಥೆಯಾಗಿತ್ತು. ಅಲ್ಲಿ ಓದಿ ವಿಜ್ಞಾನದಲ್ಲಿ ಪದವಿಯನ್ನು ಪಡೆದರು. ನಂತರ ಕಲ್ಲಹಳ್ಳಿಗೆ ಬರಲು ತೀರ್ಮಾನಿಸಿದರು. ಆಗ ಎರಡನೆಯ ಮಹಾಯುದ್ಧ ನಡೆಯುತ್ತಿದ್ದ ಕಾಲ. ಸಾಕಷ್ಟು ಯುವಕರನ್ನು ಸೈನ್ಯಕ್ಕೆ ಸೇರಿಸಿಕೊಳ್ಳಲು ಸರ್ಕಾರದಿಂದ ಪ್ರಯತ್ನ ನಡೆದಿತ್ತು. ಅರಸು ಅವರು ಸೈನ್ಯದಲ್ಲಿ ಲೆಫ್ಟಿನೆಂಟ್ ಆಗಿ ಕೆಲಸ ಮಾಡಲು ಆಯ್ಕೆಗೊಂಡಿದ್ದರು. ಅರಸು ಕೆಲಸಕ್ಕೆ ಸೇರಲು ತುಂಬಾ ಉತ್ಸುಕರಾಗಿದ್ದರು. ಆದರೆ ಅವರ ತಾಯಿ ಒಪ್ಪಿಗೆ ನೀಡದೆ ಇದ್ದುದರಿಂದ ಆ ನಿರ್ಧಾರವನ್ನು ಕೈಬಿಡಬೇಕಾಯಿತು. ಅಂದು ಅರಸು ಸೈನ್ಯಕ್ಕೆ ಸೇರಲು ಮನಸ್ಸು ಮಾಡಿದ್ದರೆ ಬಹುಶಃ ಅವರ ಜೀವನ ಮತ್ತೊಂದು ತಿರುವು ಪಡೆಯುತ್ತಿತ್ತು ಎಂಬುವುದರಲ್ಲಿ ಸಂಶಯವಿಲ್ಲ ಮತ್ತು ಕರ್ನಾಟಕ ರಾಜಕಾರಣದಲ್ಲಿ ಇವತ್ತಿನ ಹೊಸಬಗೆಯ ಬದಲಾವಣೆಗಳನ್ನು ಕಾಣಲು ಸಾಧ್ಯವಾಗುತ್ತಿರಲಿಲ್ಲ. ಮುಂದೆ ಓದುವುದನ್ನೇ ಗೀಳಾಗಿಸಿಕೊಂಡ ಅವರು ತತ್ವಶಾಸ್ತ್ರದಲ್ಲಿ ಅಭಿರುಚಿ ಬೆಳೆಸಿಕೊಳ್ಳಲು ಸಾಧ್ಯವಾಯಿತು. ಅಲ್ಲದೆ ಕುವೆಂಪು, ಬೇಂದ್ರೆ, ಕಾರಂತರ ಸಾಹಿತ್ಯವನ್ನು ಓದಿ ಕನ್ನಡ ನಾಡುನುಡಿಯ ಬಗೆಗೆ ಒಲವು ಬೆಳೆಸಿಕೊಂಡರು.

ಬೆಂಗಳೂರಿನಲ್ಲಿ ವಿದ್ಯಾಭ್ಯಾಸ ಮುಗಿಸಿಕೊಂಡು ಮಣ್ಣಿನ ಮಗನಾಗಲು ಮತ್ತೆ ಕಲ್ಲಹಳ್ಳಿಗೆ ಹಿಂತಿರುಗಿ ಬಂದ ಅರಸು ವ್ಯವಸಾಯದಲ್ಲಿ ತೊಡಗಿದರು. ಕಲ್ಲಹಳ್ಳಿಯ ಪರಿಸರವನ್ನು ಬಹು ಆತ್ಮೀಯವಾಗಿ ಕಂಡಿದ್ದ ಅವರು, ಅಲ್ಲಿನ ಅಭಿವೃದ್ಧಿಗಾಗಿ ಕೆಲಸ ಮಾಡಿದರು. ಹಳ್ಳಿಗರ ಮೂಲಬದುಕನ್ನು ರೂಪಿಸುವ ಕೃಷಿಯ ಬದುಕನ್ನು ಅವರು ಗಾಢವಾಗಿ ಪ್ರೀತಿಸಿದರು. ಸ್ವತಃ ಕೃಷಿಕರಾಗಿ, ಕಟ್ಟಿಗೆ ವ್ಯಾಪಾರಿಯಾಗಿ, ಹೋರಿ ಎತ್ತುಗಳನ್ನು ಮೇಯಿಸುವ ದನಗಾಹಿಯಾಗಿ ಹಾಗೂ ಹಾಲು ಮಾರುವವರಾಗಿ ತಮ್ಮ ಬದುಕನ್ನು ನಡೆಸಿದರು. ಇದು ಸುಲಭವಾಗಿ ಕಂಡರೂ ಅದರಲ್ಲಿನ ಕಾಯಕ ಮೌಲ್ಯ ಅನನ್ಯವಾದದ್ದು.

ನಟನೆಯಲ್ಲಿಯೂ ಅಭಿರುಚಿ ಹೊಂದಿದ್ದ ಅರಸು ಅವರಿಗೆ ಸಹಜವಾಗಿಯೇ ಬೆಂಗಳೂರಿನಲ್ಲಿ ಚಲನಚಿತ್ರ ಗೆಳೆಯರ ಸಹವಾಸ ಲಭಿಸಿತ್ತು. ಆಗ ನಿರ್ಮಾಣದ ಹಂತದಲ್ಲಿದ್ದ 'ಭಕ್ತ ರಾಮದಾಸ' ಚಲನಚಿತ್ರದಲ್ಲಿನ ಪಾತ್ರವೊಂದನ್ನು ಅಭಿನಯಿಸಲು ಒಪ್ಪಿದ್ದ ಅರಸು, ಅದೇಕೋ ಈ ಸಿನಿಮಾ ಮಂದಿಯ ಸಹವಾಸ ಬೇಡ ಎಂದು ಚಲನಚಿತ್ರರಂಗದಿಂದ ಹೊರಬಂದರು. ಆದರೆ ರಾಜಕೀಯರಂಗ ಅವರನ್ನು ಕರ್ನಾಟಕದ ರಾಜಕಾರಣಕ್ಕೆ ಧುಮುಕುವಂತೆ ಪ್ರೇರೇಪಿಸಿತು.

೨.೨. ಕೌಟುಂಬಿಕ ಪರಿಸರ

ಅರಸು ಅವರ ಹುಟ್ಟೂರಾದ ಕಲ್ಲಹಳ್ಳಿಯು ಅರೆ ಮಲೆನಾಡು ಮತ್ತು ಅರೆ ಬಯಲುಸೀಮೆಯ ಪ್ರದೇಶ. ಇಲ್ಲಿ ಮಳೆ ಬಂದರೆ ಬೆಳೆ, ಇಲ್ಲವಾದರೆ ಇಲ್ಲ ಎನ್ನುವುದು ಈ ಹಳ್ಳಿಯ ಈಗಿನ ಹವಾಗುಣವಾಗಿದೆ. ಅಲ್ಲಿ ಹೇಳಿಕೊಳ್ಳುವಂಥ ವನಸಿರಿಯೇನೂ ಈಗ ಉಳಿದಿಲ್ಲ.

ಚದುರಂಗರು ಹೇಳುವಂತೆ ೧೯೩೦-೪೦ರ ದಶಕಗಳಲ್ಲಿ ಮಲೆನಾಡಿನ ಪ್ರದೇಶದ ಈ ಕಲ್ಲಹಳ್ಳಿಯಲ್ಲಿ ನಿಸರ್ಗ ಸಂಪತ್ತು ಇತ್ತು. ದಟ್ಟವಾದ ಕಾಡಲ್ಲವಾದರೂ ವನಸಿರಿಗೇನೂ ಕೊರತೆ ಇರಲಿಲ್ಲ. ಈ ಊರಿನ ಸುತ್ತ ಮುತ್ತಲೂ ಇರುವ ಬೆಟ್ಟಗುಡ್ಡಗಳಲ್ಲಿ ಹುಲಿ ಚಿರತೆಗಳ ಓಡಾಟವಿತ್ತು. ಆ ದಿನಗಳ ಕಲ್ಲಹಳ್ಳಿಯ ನಿಸರ್ಗ ಚೆಲುವು ದೇವರಾಜ ಅರಸು ಮೇಲೆ ಪ್ರಭಾವ ಬೀರಿರಬಹುದೆಂಬುದು ಚದುರಂಗರ ಅಭಿಪ್ರಾಯವಾಗಿದೆ.

೧೯೪೧ರಲ್ಲಿ ರಾಜಕಾರಣದ ನಂಟು ಬೆಳಸಿಕೊಂಡ ದೇವರಾಜ ಅರಸು, ೧೯೪೩ರಲ್ಲಿ ವೈವಾಹಿಕ ಬದುಕಿಗೆ ಕಾಲಿರಿಸಿದರು. ಚದುರಂಗರ ಅಣ್ಣ ಮುದ್ದುರಾಜೇ ಅರಸು ಅವರು ಪಾಳೆಯಗಾರ ವಂಶಕ್ಕೆ ಸೇರಿದ ಚಿಕ್ಕಮ್ಮಣ್ಣಿಯವರೊಂದಿಗೆ ದೇವರಾಜ ಅರಸರ ವಿವಾಹ ನೆರವೇರಿಸಿದರು. ಸ್ವಭಾವತಃ ರಸಿಕರೂ ಆಗಿದ್ದ ಅರಸು ಅವರಿಗೆ, ಮುದ್ದುರಾಜೇ ಅರಸರು ಚಿಕ್ಕಮಣ್ಣಿಯವರನ್ನು ಆಯ್ಕೆ ಮಾಡಿದ್ದಾಗ ಅದು ದೇವರಾಜ ಅರಸು ಅವರಿಗೆ ಪೂರ್ಣ ಸಮ್ಮತಿಯಾಗಿತ್ತೆಂದು ಹೇಳಲಾಗದು. ಅಂದು ಅವರು, ಹಿರಿಯರು ಮಾಡಿದ್ದ ಆಯ್ಕೆಯನ್ನು ಮುಕ್ತ ಮನಸ್ಸಿನಿಂದ ಅಂಗೀಕರಿಸುವ ಸಂಪ್ರದಾಯಕ್ಕೆ ಅರಸು ಬದ್ಧರಾಗಿರುವಂತೆ ವರ್ತಿಸಿರುವುದು ಕಂಡುಬರುತ್ತದೆ.

ಚಿಕ್ಕಮ್ಮಣ್ಣಿಯ ಪೂರ್ವಿಕರು ಹನಸೋಗೆ ಹತ್ತಿರದ ಕಿತ್ತೂರಿನಲ್ಲಿ ಕೋಟೆ ಕಟ್ಟಿ ಆಳುತ್ತಿದ್ದರು. ಚಿಕ್ಕಮ್ಮಣ್ಣಿಯವರ ತಂದೆ ಚಿಕ್ಕಣ್ಣ ಅರಸು. ಚಿಕ್ಕಮ್ಮಣ್ಣಿಯವರು ಹತ್ತನೇ ತರಗತಿಯವರೆಗೆ ಓದಿದ್ದರು. ಒಂದು ಸಾಮಾನ್ಯ ಅರಸು ಕನ್ಯೆಯಾದ ಚಿಕ್ಕಮ್ಮಣ್ಣಿಯವರಿಗೆ ದೊಡ್ಡ ದೌಲತ್ತಿನ ಹಿನ್ನೆಲೆಯಿರುವ ಕಲ್ಲಹಳ್ಳಿಯ ಈ ವಂಶಕ್ಕೆ ಪೂರ್ಣ ಹೊಂದಿಕೊಳ್ಳಲಾಗದೇ ಚಡಪಡಿಸುತ್ತಿದ್ದರೆಂದು ಕೆಲವರು ಹೇಳುತ್ತಾರೆ. ''ಅವರ ದಾಂಪತ್ಯ ಹಾಗೇನೂ ಇರಲಿಲ್ಲ. ಅರಸು ಮತ್ತು ಚಿಕ್ಕಮ್ಮಣ್ಣಿಯವರು ಸಾಮರಸ್ಯದಿಂದಲೇ ಇದ್ದರು''[೨] ಎಂದು ಕುಳ್ಳಯ್ಯ ಹೇಳುತ್ತಾರೆ. ಮಾನಸಿಕ ಅಂತರಗಳು ಇದ್ದಿರಬಹುದಾದರೂ ಹೊಂದಾಣಿಕೆಯಿಂದ ಈ

ದಂಪತಿಗಳು ಸಂಸಾರ ನೊಗವನ್ನು ಹೊತ್ತು ಸಾಗುತ್ತಿದ್ದವರು. ದಾಂಪತ್ಯದ ಹೊಸ ಜೀವನ ಅರಸು ಅವರಿಗೆ ಹೊಸ ಚೈತನ್ಯವನ್ನೇನೂ ನೀಡಲಿಲ್ಲ. ಹಾಗೆಂದು ಅದು ಗುಣವಿಶೇಷಗಳನ್ನು ಕೆಡಿಸುವ ಮಟ್ಟಕ್ಕೂ ಹೋಗಿರಲಿಲ್ಲ. ಬದಲಾಗಿ ಮಾನವನ ಬದುಕಿನಲ್ಲಿ ನುಂಗಿಕೊಳ್ಳಬೇಕಾದ ನೋವುಗಳು ಅನೇಕ ಇರುತ್ತವೆ ಎನ್ನುವ ವಾಸ್ತವ ಅಂಶವನ್ನು ಅರಸು ಅರಿತುಕೊಂಡಿದ್ದರು. ಈ ದಂಪತಿಗಳಿಗೆ ಗಂಡು ಸಂತಾನವಿರಲಿಲ್ಲ. ಅವರಿಗೆ ಚಂದ್ರಪ್ರಭಾ, ನಾಗರತ್ನ ಮತ್ತು ಭಾರತಿ ಎಂಬ ಹೆಣ್ಣು ಮಕ್ಕಳು ಜನಿಸಿದರು. ನಾಗರತ್ನ ಎನ್ನುವ ಎರಡನೆಯ ಮಗಳು ತಂದೆಯವರಿಗೆ ರಾಜಕೀಯ ಗುರುವಿನಂತಿದ್ದವಳು. ಈಕೆಯೊಂದಿಗೆ ಅರಸು, ಕರ್ನಾಟಕ ರಾಜಕಾರಣ ಕುರಿತಂತೆ ಮತ್ತು ಕನ್ನಡ ಸಾಹಿತ್ಯದ ಕುರಿತಂತೆ ಗಹನ ವಿಚಾರಗಳನ್ನು ಚರ್ಚಿಸುತ್ತಿದ್ದರು. ಅರಸರ ಸಹೋದರ ಕೆಂಪರಾಜ ಅರಸರೂ ಸಹ ಅಣ್ಣನ ಏಳಿಗೆಯಲ್ಲಿ ಸಾಕಷ್ಟು ಶ್ರಮ ವಹಿಸಿದ್ದರು. ಸರಕಾರದ ಹೊಸ ಹೊಸ ಯೋಜನೆಗಳನ್ನು ಜಾರಿಗೆ ತಂದು ಅವುಗಳನ್ನು ಅನುಷ್ಠಾನಗೊಳಿಸುವಲ್ಲಿ ಅರಸು ಅವರ ಆಪ್ತವರ್ಗದ ಪಾತ್ರ ಅತ್ಯಂತ ಪ್ರಮುಖವಾದದ್ದು ಎಂಬುವುದನ್ನು ಮರೆಯುವಂತಿಲ್ಲ. ಕೆಂಪರಾಜ ಅರಸು ರಾಜಕೀಯ ಸಂಘಟನೆಯಲ್ಲಿ ದೇವರಾಜ ಅರಸು ಅವರಿಗೆ ಸಾಕಷ್ಟು ಪ್ರೇರಣೆ ನೀಡಿದರು. ಸ್ವತಃ ಅವರು ಸಾಹಿತ್ಯಕ್ಷೇತ್ರಕ್ಕೆ ಒತ್ತು ನೀಡಿದ್ದರೂ, ಅಣ್ಣನಿಗೆ ರಾಜಕಾರಣಕ್ಕೆ ಸಂಬಂಧಿಸಿದಂತೆ ಸೂಕ್ತ ಸಲಹೆಗಳನ್ನು ಕೊಡುತ್ತಿದ್ದರು. ದೇವರಾಜ ಅರಸು ಅವರಿಗೆ ಕಲ್ಲಹಳ್ಳಿಯ ಪರಿಸರ ಆತ್ಮೀಯವಾಗಿ ಹಿಡಿಸಿತ್ತು. ಹಳ್ಳಿಗರ ಮೂಲಬದುಕನ್ನು ರೂಪಿಸುವ ಕೃಷಿಯ ಬದುಕನ್ನು ಗಾಢವಾಗಿ ಪ್ರೀತಿಸುತ್ತಿದ್ದರು. ಹೊಲಗದ್ದೆಗಳಲ್ಲಿ ಮೈಮುರಿದು ದುಡಿಯುವ ಕೃಷಿಕನಾಗಿ, ಹೋರಿ ಎತ್ತುಗಳನ್ನು ಮೇಯಿಸುವ ಪಾಲನೆಯ ಕಾಯಕದಲ್ಲಿ ತಮ್ಮನ್ನು ತೊಡಗಿಸಿಕೊಳ್ಳುವುದು ಅರಸು ಅವರ ಹಂಬಲವಾಗಿತ್ತು.

೨.೩. ರಾಜಕಾರಣದ ಪ್ರವೇಶ

ದೇವರಾಜ ಅರಸರಿಗೆ ರಾಜಕೀಯ ನಂಟು ಬೆಳೆದದ್ದು ೧೯೪೧ರಿಂದ. ಆಗ ದೇಶದಲ್ಲಿ ಸ್ವಾತಂತ್ರ್ಯ ಸಂಗ್ರಾಮದ ಕಾವು ತೀವ್ರವಾಗಿತ್ತು. ಮಹಾತ್ಮ ಗಾಂಧೀಜೀಯವರು 'ಮಾಡು ಇಲ್ಲವೆ ಮಡಿ' ಎಂದು ಕರೆಕೊಟ್ಟಿದ್ದರು. ಹುಣಸೂರಿನ ಖ್ಯಾತ ವಕೀಲ ಕೃಷ್ಣಮೂರ್ತಿಯವರ ಸಂಪರ್ಕವನ್ನು ಬೆಳಸಿದ ದೇವರಾಜ ಅರಸು ರಾಜಕಾರಣದಲ್ಲಿ ಪ್ರಥಮ ಪಾಠಗಳನ್ನು ಅವರ ಮಾರ್ಗದರ್ಶನದಲ್ಲಿ ಕಲಿತರು. ಇವರ ಜೊತೆಗೆ ಸಾಹುಕಾರ ಚೆನ್ನಯ್ಯನವರ ಪ್ರೋತ್ಸಾಹದಿಂದ ೧೯೪೧ರಲ್ಲಿ ಮೈಸೂರು ಪ್ರಜಾಪ್ರತಿನಿಧಿ ಸಭೆಗೆ ನಡೆದ ಚುನಾವಣೆಯಲ್ಲಿ ಕಾಂಗ್ರೆಸ್ ಅಭ್ಯರ್ಥಿಯಾಗಿ ಸ್ಪರ್ಧಿಸಿ ಆಯ್ಕೆಯಾದರು. ೧೯೪೨ರಲ್ಲಿ ನಡೆದ ಕ್ವಿಟ್ ಇಂಡಿಯಾ ಚಳವಳಿಯಲ್ಲಿ ಭಾಗವಹಿಸಿ ಸೆರೆಮನೆವಾಸವನ್ನೂ ಅನುಭವಿಸಿದರು. ೧೯೪೫ರಲ್ಲಿ ಮತ್ತೆ ಮೈಸೂರು ಪ್ರಜಾಪ್ರತಿನಿಧಿ ಸಭೆಗೆ ಆಯ್ಕೆಯಾದರು. ಆಗ ಅರಸರಿಗೆ ಕೇವಲ ೨೬ ವರ್ಷ ವಯಸ್ಸು. ಪ್ರಜಾಪ್ರತಿನಿಧಿ ಸಭೆಯ ಅತ್ಯಂತ ಕಿರಿಯ ಸದಸ್ಯರೆಂಬ ಹೆಗ್ಗಳಿಕೆಯಿಂದ ವಿಧ್ಯುಕ್ತವಾಗಿ ಅರಸು ಕರ್ನಾಟಕ ರಾಜಕಾರಣಕ್ಕೆ ಪ್ರವೇಶ ಮಾಡಿದರು.

ಪ್ರಜಾಪ್ರತಿನಿಧಿ ಸಭೆಯಲ್ಲೂ ಆಗ ರಾಜಕೀಯ ಗುಂಪುಗಾರಿಕೆ ಇತ್ತು. ಕಾಂಗ್ರೆಸ್ ಪಕ್ಷವೂ ಇದಕ್ಕೆ ಹೊರತಾಗಿರಲಿಲ್ಲ. ಅರಸು ಅವರು ಆಗ ಕಾಂಗ್ರೆಸ್‌ನೊಳಗೆ ಒಂದು ಗುಂಪಿನ ನಾಯಕರಾಗಿದ್ದ ಹಿರಳ್ಳಿ ದಾಸಪ್ಪನವರ ಕಟ್ಟಾ ಬೆಂಬಲಿಗರಾಗಿದ್ದರು.

೧೯೪೫ರಲ್ಲಿ ಪುನಃ ಪ್ರಜಾಪ್ರತಿನಿಧಿ ಸಭೆಗೆ ಚುನಾವಣೆ ನಡೆಯಿತು. ಆಗ ಅರಸು ಅವರ ಮನೆಯ ಆರ್ಥಿಕ ಪರಿಸ್ಥಿತಿ ಅಷ್ಟು ಚೆನ್ನಾಗಿರಲಿಲ್ಲ. ೧೫೦ ರೂಪಾಯಿ ಮೊತ್ತದ ಠೇವಣಿ ಹಣ ಕಟ್ಟುವುದೂ ಸಹ ಅರಸು ಅವರಿಗೆ ಸಾಧ್ಯವಿರಲಿಲ್ಲ. ಈ ಜಂಜಾಟಗಳನ್ನು ಬಿಟ್ಟು ಊರಿನಲ್ಲಿ ಬೇಸಾಯ ಮಾಡಬೇಕೆಂದು ನಿರ್ಧರಿಸಿ ಅವರು ತಮ್ಮ ಊರಿಗೆ ಮರಳಿದರು. ತಮ್ಮ ಈ ನಿರ್ಧಾರವನ್ನು ಸಾಹುಕಾರ ಚೆನ್ನಯ್ಯನವರಿಗೂ ತಿಳಿಸಿದ್ದರು. ವಿಧಿಯಿಲ್ಲದೆ ಚೆನ್ನಯ್ಯನವರು ಹುಣಸೂರು ಕ್ಷೇತ್ರದಿಂದ ಬೇರೊಬ್ಬ ಅಭ್ಯರ್ಥಿಯನ್ನು ಸ್ಪರ್ಧಾಳುವಾಗಿ ಆಯ್ಕೆ ಮಾಡಿದ್ದರು. ಅರಸು ರಾಜಕೀಯದಿಂದ ದೂರವಿರಲು ತೀರ್ಮಾನಿಸಿದರೂ ರಾಜಕಾರಣ ಅವರನ್ನು ಮತ್ತೆ ಸೆಳೆದುಕೊಂಡಿತು. ಸ್ಪರ್ಧಿಸಬೇಕಿದ್ದ ಹುರಿಯಾಳು ನಾಮಪತ್ರ ಸಲ್ಲಿಸುವ ಎರಡು ದಿನದ ಮೊದಲೇ ನಾಪತ್ತೆಯಾಗಿದ್ದರು. ಆಗ ಕಾಂಗ್ರೆಸ್ ಪಕ್ಷದ ಪರವಾಗಿ ಸ್ಪರ್ಧಿಸುವುದೆಂದರೆ ಮಹಾರಾಜರ ಸರಕಾರವನ್ನು ವಿರೋಧಿಸಿದಂತೆಯೇ ಆಗಿತ್ತು. ಸರಕಾರದ ವಿರೋಧವನ್ನು ಕಟ್ಟಿಕೊಳ್ಳಲಾಗದ ದಿಗಿಲಿನಿಂದ ಆ ಹುರಿಯಾಳು ಕೊನೆಗಳಿಗೆಯಲ್ಲಿ ಕೈಕೊಟ್ಟಿದ್ದರು. ಇದರಿಂದ ವಿಚಲಿತರಾದ ಚೆನ್ನಯ್ಯನವರು ಬೇರೆ ದಾರಿ ಕಾಣದೆ ನೇರವಾಗಿ ಹುಣಸೂರಿಗೆ ಹೋಗಿ ಅರಸು ಅವರನ್ನು ಕರೆಯಿಸಿ ಪರಿಸ್ಥಿತಿಯನ್ನು ವಿವರಿಸಿ ಚುನಾವಣೆಗೆ ಸ್ಪರ್ಧಿಸುವಂತೆ ಒತ್ತಾಯಿಸಿದರು. ಅವರ ಒತ್ತಾಯಕ್ಕೆ ಮಣಿದು, ಚುನಾವಣೆಯಲ್ಲಿ ಸ್ಪರ್ಧಿಸುವುದು ಅರಸು ಅವರಿಗೆ ಅನಿವಾರ್ಯವಾಯಿತು. ಪ್ರಜಾಪ್ರತಿನಿಧಿ ಸಭೆಗೆ ಅವರು ಸ್ಪರ್ಧಿಸಿ ಗೆದ್ದದ್ದು ಹೀಗೆ.

ಪ್ರಜಾಪ್ರತಿನಿಧಿ ಸಭೆಯ ಸದಸ್ಯರಾಗಿ ಅರಸು ಅವರು ಅಷ್ಟೇನು ಪ್ರಖ್ಯಾತಿಯನ್ನು ಪಡೆಯಲಿಲ್ಲ. ಅವರ ಮಾತಿನಲ್ಲೇ ಹೇಳುವುದಾದರೆ-

> "ಆಗ ಸಭೆಯಲ್ಲಿ ಮಾತನಾಡಲು ಸಾಕಷ್ಟು ಕಟ್ಟುನಿಟ್ಟುಗಳಿರುತ್ತಿದ್ದವು. ನಾನು ಎಲ್ಲವನ್ನು ದೂರದಿಂದಲೇ ಗಮನಿಸುತ್ತಿದ್ದೆ. ಪಕ್ಷದ ನಾಯಕರೆಂದರೆ ದೂರದಿಂದಲೇ ಗೌರವಿಸುತ್ತಿದ್ದ ಕಾಲವದು. ಸಭೆಯಲ್ಲಿ ಅವಕಾಶ ಕೊಟ್ಟಾಗ ಮಾತನಾಡಬೇಕು. ಅವಕಾಶ ಸಿಗುತ್ತಿದ್ದುದೆ ಕಷ್ಟವಾಗಿದ್ದ ಕಾಲ ಅದು."[೨]

ಎಂದು ಅವರು ಅಭಿಪ್ರಾಯಪಟ್ಟಿದ್ದಾರೆ. ಹೀಗೆ ಕೇವಲ ಸಭೆಯ ನಡವಳಿಕೆಗಳನ್ನು ಗಮನಿಸುವುದೇ ಅರಸು ಅವರಿಗೆ ಒಂದು ಹೊಸ ಅನುಭವವಾಗಿತ್ತು. ಈ ಅನುಭವ ಮುಂದೆ ರಾಜಕಾರಣದಲ್ಲಿ ಸಾಕಷ್ಟು ಸಹಾಯಕ್ಕೆ ಬಂದಿತು.

ಭಾರತದಲ್ಲಿ ೧೯೪೨ರಿಂದ ೧೯೪೭ರವರೆಗೆ ಜರುಗಿದ ತೀವ್ರಗತಿಯ ಸ್ವಾತಂತ್ರ್ಯ ಹೋರಾಟದ ಫಲವಾಗಿ ದೇಶ ಸ್ವತಂತ್ರವಾಯಿತು. ಅಖಿಲ ಭಾರತ ರಾಷ್ಟ್ರೀಯ ಸ್ವಾತಂತ್ರ್ಯ

ಚಳವಳಿಯಲ್ಲಿ ಭಾರತದಲ್ಲಿನ ಸುಮಾರು ೬೦೦ ಸಂಸ್ಥಾನಗಳು ತಮ್ಮದೇ ಆದ ರೀತಿಯಲ್ಲಿ ಭಾಗವಹಿಸಿದ್ದನ್ನು ಕಾಣಬಹುದು. ಈ ಹಿನ್ನೆಲೆಯಲ್ಲಿ ಮೈಸೂರು ಸಂಸ್ಥಾನವು ಸ್ವತಂತ್ರ್ಯ ಚಳವಳಿಯಲ್ಲಿ ಪ್ರಮುಖ ಪಾತ್ರವಹಿಸಿ ಇತರೆ ಸಂಸ್ಥಾನಗಳಿಗೆ ಮಾದರಿಯಾಗಿರುವುದು ಸತ್ಯದ ಸಂಗತಿ. ಅಕ್ಟೋಬರ್ ೨೪, ೧೯೪೭ರ ದಿನ ಭಾರತದ ಇತಿಹಾಸದಲ್ಲಿಯೇ ಸ್ಮರಣಾರ್ಹವಾದದ್ದು. ಅಂದು ಮೈಸೂರು ಸಂಸ್ಥಾನದಲ್ಲಿ ಪ್ರಜಾನಾಯಕರಿಂದ ಕೂಡಿದ ಹೊಸ ಮಂತ್ರಿಮಂಡಲವು ಕೆ.ಚೆಂಗಲರಾಯರೆಡ್ಡಿ ಅವರ ನೇತೃತ್ವದಲ್ಲಿ ಜವಾಬ್ದಾರಿ ಸರಕಾರವಾಗಿ ರಚನೆಯಾಯಿತು. ಕೆ.ಸಿ.ರೆಡ್ಡಿ ಅವರು ರಾಜ್ಯದ ಪ್ರಥಮ ಮುಖ್ಯಮಂತ್ರಿಯಾಗಿ ಅಧಿಕಾರ ವಹಿಸಿಕೊಂಡರು. ಅನಂತರ ಹದಿಮೂರು ಜನ ಅನುಕ್ರಮವಾಗಿ ಕರ್ನಾಟಕವನ್ನು ಆಳಿದ್ದಾರೆ. ಅಂತಹ ಪ್ರಮುಖರಲ್ಲಿ ದೇವರಾಜ ಅರಸು ಒಬ್ಬರು.

ಸ್ವತಂತ್ರ ಭಾರತದ ೧೯೫೨ರಲ್ಲಿ ನಡೆದ ಚುನಾವಣೆ ಪ್ರಥಮ ಮಹಾಚುನಾವಣೆಯಾಗಿದ್ದು, ಆ ಸಂದರ್ಭದಲ್ಲಿ ರಾಜ್ಯದಲ್ಲಿ ಕೆಂಗಲ್ ಹನುಮಂತಯ್ಯನವರು ಕಾಂಗ್ರೆಸ್ ಪಕ್ಷದ ಅಧ್ಯಕ್ಷರಾಗಿದ್ದರು. ಆಗ ದೇವರಾಜ ಅರಸು ಹನುಮಂತಯ್ಯನವರ ಅತ್ಯಂತ ನಿಕಟವರ್ತಿಗಳಾಗಿದ್ದರು. ಅರಸು ಈ ಚುನಾವಣೆಯಲ್ಲಿ ಹುಣಸೂರು ಕ್ಷೇತ್ರದಿಂದ ಕಾಂಗ್ರೆಸ್ ಅಭ್ಯರ್ಥಿಯಾಗಿ ಸ್ಪರ್ಧಿಸಿ ಮೈಸೂರು ರಾಜ್ಯದ ವಿಧಾನಸಭೆಗೆ ಶಾಸಕರಾಗಿ ಆಯ್ಕೆಯಾದರು. ಆಗ ಅರಸು ಅವರಿಗೆ ಅಭಿನಂದನೆಗಳ ಮಹಾಪೂರವೆ ಹರಿದುಬಂದಿತು. ಅದೇ ರೀತಿ ೧೯೫೭ರ ದ್ವಿತೀಯ ಚುನಾವಣೆಯ ಸಂದರ್ಭದಲ್ಲಿಯೂ ಹುಣಸೂರಿನ ಜನ ಅರಸು ಅವರನ್ನು ನಿರಾಯಾಸವಾಗಿ ಆರಿಸಿ ತಂದು ಅರಸು ಅವರ ಮೇಲಿದ್ದ ತಮ್ಮ ಪ್ರೀತಿಯನ್ನು ವ್ಯಕ್ತಪಡಿಸಿದರು. ಅಲ್ಲಿಂದಾಚೆಗೆ ಅವರು ಹಿಂತಿರುಗಿ ನೋಡಿದ್ದೇ ಇಲ್ಲ. ಸತತವಾಗಿ ಆರು ಬಾರಿ ಅದೇ ಕ್ಷೇತ್ರವನ್ನು ಪ್ರತಿನಿಧಿಸಿ ಆಯ್ಕೆಯಾಗುತ್ತಾ ಬಂದರು. ೧೯೮೨ರವರೆಗೆ ಮೂರು ದಶಕಗಳ ಕಾಲ ಅವರ ರಾಜಕೀಯಕ್ಷೇತ್ರ ವಿಸ್ತರಿಸಿಕೊಳ್ಳುತ್ತಾ ತಮ್ಮ ವ್ಯಕ್ತಿತ್ವವನ್ನು ರೂಪಿಸಿಕೊಂಡರು. ಅವರು ನಡೆದ ಈ ಹಾದಿಯಲ್ಲಿ ಅದೆಷ್ಟೋ ಮಿತ್ರರು ಶತೃಗಳಾದರು, ಶತೃಗಳು ಮಿತ್ರರಾದರು. ಹೀಗೆ ತಮ್ಮ ರಾಜಕೀಯ ಜೀವನದಲ್ಲಿ ಹಿರಿಯರ ಆಶೀರ್ವಾದದಿಂದ ಹಾಗೂ ಮಿತ್ರರ ಸಹಾಯದಿಂದ ಅವರು ರಾಜಕೀಯ ಉತ್ತುಂಗಕ್ಕೇರಿದ್ದನ್ನು ತಮ್ಮ ಕೊನೆಯ ಜೀವಿತದವರೆಗೂ ಮರೆತಿರಲಿಲ್ಲ. ರಾಜಕಾರಣದಲ್ಲಿ ತಮಗೆ ಅಡ್ಡಗಾಲು ಹಾಕಿದವರನ್ನು ಹಾಗೂ ಹಿಂದಕ್ಕೆಳೆದವರನ್ನೂ ಕೂಡ ಅರಸು ತಮ್ಮ ಸ್ನೇಹಿತರೆಂದೇ ಭಾವಿಸಿಕೊಳ್ಳುತ್ತಿದ್ದರು. ಏಕೆಂದರೆ "ವಿರೋಧ ಇಲ್ಲದೆ ಹೋದರೆ, ಪೌರುಷತನ ಕಳೆಗುಂದುತ್ತಾ ಹೋಗುವುದೆಂಬ ವಾದ ಅರಸು ಅವರದಾಗಿತ್ತು."[೬]

೧೯೫೨ರಿಂದ ೧೯೬೨ರ ಮಧ್ಯಭಾಗದಲ್ಲಿ ಬಹುಶಃ ಅರಸರ ಜೀವನದಲ್ಲಿ ಸಂದಿಗ್ಧ ಸಮಯ ತಲೆದೋರಿತ್ತು ಎಂದು ಹೇಳಬಹುದು. ೧೯೫೭ರಲ್ಲಿ ಬಿ.ಡಿ.ಜತ್ತಿಯವರ ಅಧ್ಯಕ್ಷತೆಯಲ್ಲಿ ನೇಮಿಸಲ್ಪಟ್ಟ ಭೂ ಸುಧಾರಣಾ ಸಮಿತಿಯ ಸದಸ್ಯರಾಗಿ ಭೂರಹಿತ ರೈತರ ಹಿತ ಸಾಧಿಸಬೇಕೆಂಬ ಅಪೇಕ್ಷೆ ಅರಸು ಅವರಿಗೆ ಪ್ರಬಲವಾಗಿತ್ತಾದರೂ ಪಟ್ಟಭದ್ರ ಹಿತಾಸಕ್ತಿಗಳು

ಈ ಸೆಲೆಕ್ಟ್ ಕಮಿಟಿಗೆ ಆಯ್ಕೆಗೊಳ್ಳಲು ಅವಕಾಶ ಕೊಡಲಿಲ್ಲ. ಅದರಿಂದಾಗಿ ಅವರಿಗೆ ನಿರಾಶೆಯೇನು ಆಗಲಿಲ್ಲ. ಮುಂದೆ ೧೯೬೨ರಲ್ಲೂ ಹುಣಸೂರಿನಿಂದ ಕಾಂಗ್ರೆಸ್ ಅಭ್ಯರ್ಥಿಯಾಗಿ ಅವಿರೋಧವಾಗಿ ಗೆದ್ದುಬಂದರು. ಅದೇ ಚುನಾವಣೆಯಲ್ಲಿ ಮುಖ್ಯಮಂತ್ರಿ ನಿಜಲಿಂಗಪ್ಪನವರು ಹೊಸದುರ್ಗ ಕ್ಷೇತ್ರದಿಂದ ಸ್ಪರ್ಧಿಸಿ ಅನಿರೀಕ್ಷಿತ ಪರಾಭವ ಅನುಭವಿಸಿದರು. ಕಾರಣ ಬಿ.ಡಿ.ಜತ್ತಿ ಮತ್ತು ನಿಜಲಿಂಗಪ್ಪ ಗುಂಪುಗಳ ಮಧ್ಯ ಇರುವ ಅಂತಃಕಲಹ. ಕುತೂಹಲವೆಂದರೆ ನಿಜಲಿಂಗಪ್ಪ ಅವರ ಅನುಯಾಯಿಗಳೆಲ್ಲ ಗೆದ್ದು ಬಂದಿದ್ದರು ಎಂಬುವುದು ಈ ಚುನಾವಣೆಯ ಇನ್ನೊಂದು ವಿಶೇಷ. ನಿಜಲಿಂಗಪ್ಪನವರೇ ಶಾಸಕಾಂಗ ಪಕ್ಷದ ನಾಯಕರಾಗಬೇಕು ಹಾಗೂ ಅವರೇ ಮುಖ್ಯಮಂತ್ರಿಯಾಗಬೇಕೆಂದು ಬಹುಮತವು ವ್ಯಕ್ತವಾಯಿತು. ಈ ಚುನಾವಣೆಯಲ್ಲಿ ಸೋತಿದ್ದರೂ ಗೆದ್ದಂತೆಯೇ ಎಂಬ ಅಭಿಪ್ರಾಯ ಕಾಂಗ್ರೆಸ್‌ನ ಹಲವರಲ್ಲಿ ಮೂಡಿದ್ದರಿಂದ ಬಹುಮತ ಅಭಿಪ್ರಾಯದ ಮೇಲೆ ಅವರು ಮುಖ್ಯಮಂತ್ರಿಯಾಗಲು ಸಿದ್ಧರಾದದ್ದು ರಾಜಕಾರಣದಲ್ಲಿ ಸಂದಿಗ್ಧ ಸ್ಥಿತಿಯುಂಟಾಗಲು ಕಾರಣವಾಯಿತು. ಆದರೆ ''ಜನತಂತ್ರ ರಾಜ್ಯವ್ಯವಸ್ಥೆಯ ಚುನಾವಣೆಯಲ್ಲಿ ಸೋತವರನ್ನು ಮುಖ್ಯಮಂತ್ರಿಯನ್ನಾಗಿ ಆಯ್ಕೆ ಮಾಡುವುದೆಂದರೆ ಏನರ್ಥ? ಜನ ಮೆಚ್ಚದೆ ಹೋದವರನ್ನು ಮುಖ್ಯಮಂತ್ರಿಯನ್ನಾಗಿ ಮಾಡುವುದು ಸಲ್ಲದು. ಇಂತಹ ವರ್ತನೆಯಿಂದ ಮುಖ್ಯಮಂತ್ರಿ ಪದವಿಗೆ ಅಗತ್ಯವಾದ ನೈತಿಕ ಶಕ್ತಿ ಇರುವುದಿಲ್ಲ'' ಎಂಬುದು ಅರಸರ ಖಚಿತ ನಿಲುವು ಆಗಿತ್ತು. ಇದೇ ಕಾರಣಕ್ಕೆ ಅರಸು ನಿಜಲಿಂಗಪ್ಪನವರ ನಿವಾಸಕ್ಕೆ ತೆರಳಿ ಅವರನ್ನು ಭೇಟಿಯಾಗಿ ಅವರೊಂದಿಗೆ ಮಾತನಾಡಿ, ಮುಖ್ಯಮಂತ್ರಿ ಅಭ್ಯರ್ಥಿ ಕುರಿತಂತೆ ತಮ್ಮ ಖಚಿತ ಅಭಿಪ್ರಾಯವನ್ನು ಈ ರೀತಿ ಹೇಳಿದರು-

> "ನೀವು ಕಾಂಗ್ರೆಸ್ ಶಾಸಕದಳದ ನಾಯಕರಾಗಿ ಆಯ್ಕೆ ಹೊಂದುವುದು, ಅನಂತರ ಮುಖ್ಯಮಂತ್ರಿಯಾಗಿ ಸರಕಾರ ರಚಿಸುವುದು ಸರಿಯಾದುದಲ್ಲ. ಇದರಿಂದ ನಿಮ್ಮ ಪದವಿಗೆ ಶಕ್ತಿ ಬರುವುದಿಲ್ಲ. ಅಧಿಕಾರದಲ್ಲಿ ಕೂತ ನಿಮಗೂ ಆತ್ಮಬಲ ಇರುವುದಿಲ್ಲ. ಆದ್ದರಿಂದ ನೀವು ನಾಯಕನಾಗಬಾರದು"[೪]

ದಿಟ್ಟತನದಿಂದ ನೇರವಾಗಿ ನಿಜಲಿಂಗಪ್ಪ ಅವರಂತಹ ಹಿರಿಯ ನಾಯಕರನ್ನು ತರಾಟೆಗೆ ತೆಗೆದುಕೊಂಡಿದ್ದನ್ನು ಗಮನಿಸಿದರೆ ಅರಸು ಅವರ ರಾಜಕೀಯ ದಿಟ್ಟತನಕ್ಕೆ ಒಂದು ನಿದರ್ಶನ ಸಿಗುವುದು. ಇದರಿಂದ ಅರಸು ಅಂದಿನ ಕರ್ನಾಟಕ ರಾಜಕಾರಣದ ವ್ಯವಸ್ಥೆಯಲ್ಲಾಗುವ ಅನೀತಿಯುತ ಪಲ್ಲಟಗಳನ್ನು ಖಂಡಿಸುವ ಸ್ಥೈರ್ಯವನ್ನು ಹೊಂದಿದ್ದರು ಎಂಬುದು ಸ್ಪಷ್ಟವಾಗುತ್ತದೆ.

ಅರಸು ಅವರ ಈ ಮಾತಿಗೆ ಬೆಲೆಕೊಟ್ಟಂತೆ ಕಂಡುಬಂದ ನಿಜಲಿಂಗಪ್ಪನವರು ಅಧಿಕಾರವನ್ನು ವಹಿಸಿಕೊಳ್ಳಲು ನಿರಾಕರಿಸಿದರು. ಆಗ ರಾಜ್ಯದ ಮುಖ್ಯಮಂತ್ರಿಯಾಗಿ ಎಸ್.ಆರ್.ಕಂಠಿಯವರು ತಾತ್ಕಾಲಿಕವಾಗಿ ಅಧಿಕಾರವನ್ನು ವಹಿಸಿಕೊಂಡರು. ಅಲ್ಲಿಯತನಕ ಅರಸು ಅವರನ್ನು ಕಾಂಗ್ರೆಸ್ ಗೌಣವಾಗಿಯೇ ಕಂಡಿತೇ ಹೊರತು, ಅವರು ಒಬ್ಬ ಚಿಂತನಾಶೀಲ ರಾಜಕಾರಣಿ ಎನ್ನುವುದನ್ನು

ಯಾರೂ ಗ್ರಹಿಸಿಕೊಂಡಿರಲಿಲ್ಲ ಎಂಬುದು ಕಟು ವಾಸ್ತವದ ಸಂಗತಿ. ಮುಂದೆ ೧೯೬೨ ಜೂನ್ ತಿಂಗಳಲ್ಲಿ ನಡೆದ ವಿಧಾನಸಭಾ ಉಪಚುನಾವಣೆಯಲ್ಲಿ ಎಸ್ಸೆನ್ ಅವರು ಗೆದ್ದುಬಂದು ಮುಖ್ಯಮಂತ್ರಿಯಾಗಿ ಅಧಿಕಾರ ವಹಿಸಿಕೊಂಡರು. ಆಗ ನಿಜಲಿಂಗಪ್ಪನವರು ಅರಸು ಅವರಿಗೆ ತಮ್ಮ ಮಂತ್ರಿಮಂಡಲದಲ್ಲಿ ಸಚಿವ ಸ್ಥಾನವನ್ನು ನೀಡಿದರು. ಅರಸು ಅವರು ಸಾರಿಗೆ, ಪಶುಸಂಗೋಪನೆ, ವಾರ್ತಾ ಇಲಾಖೆ, ರೇಷ್ಮೆ ಖಾತೆಗಳ ಸಚಿವರಾಗಿ ದಕ್ಷತೆಯಿಂದ ಕಾರ್ಯ ನಿರ್ವಹಿಸಿದರು. ೧೯೬೭ರಲ್ಲಿ ನಡೆದ ವಿಧಾನಸಭಾ ಚುನಾವಣೆಯಲ್ಲಿ ಅರಸು ಅವರಿಗೆ ಪಕ್ಷದ ಟಿಕೆಟ್ ಸಿಗುವುದರ ಬಗೆಗೆ ಗುಮಾನಿ ಶುರುವಾಯಿತು ಮತ್ತು ಟಿಕೇಟ್ ತಪ್ಪಿಸುವ ಎಲ್ಲಾ ಸಂಚುಗಳನ್ನು ಮಾಡಲಾಯಿತು. ಆದರೆ ದೇವರಾಜ ಅರಸು ಕಾಮರಾಜ್ ಅವರಿಂದಲೇ ಪಕ್ಷದ ಟಿಕೆಟ್ ಪಡೆದು ಮತ್ತೆ ಹುಣಸೂರು ಕ್ಷೇತ್ರದಿಂದ ಶಾಸಕರಾಗಿ ಆಯ್ಕೆಯಾಗುವುದರೊಂದಿಗೆ ಚರಿತ್ರೆಯನ್ನೇ ನಿರ್ಮಿಸಿದರು. ಇದೇ ಸಂದರ್ಭದಲ್ಲಿ ನಿಜಲಿಂಗಪ್ಪ ಅವರು ಅಖಿಲ ಭಾರತ ಕಾಂಗ್ರೆಸ್ ಅಧ್ಯಕ್ಷರಾಗಿ ಆಯ್ಕೆಯಾದರು. ಅನಂತರ ವೀರೇಂದ್ರ ಪಾಟೀಲ್ ಕರ್ನಾಟಕ ರಾಜ್ಯದ ಮುಖ್ಯಮಂತ್ರಿಯಾಗಿ ಆಯ್ಕೆ ಆದರು. ಆಗ ದೇವರಾಜ ಅರಸರನ್ನು ಬೇಕೆಂದೇ ಮೂಲೆಗುಂಪು ಮಾಡಲಾಯಿತು. ಬಹುಶಃ ಅರಸು ಅವರ ರಾಜಕೀಯ ಜೀವನ ಇನ್ನು ಮುಂದೆ ಮುಗಿದ ಅಧ್ಯಾಯ ಎಂದು ಪತ್ರಿಕೆಗಳು ಸುದ್ದಿ ಮಾಧ್ಯಮದಲ್ಲಿ ಪ್ರಕಟಿಸತೊಡಗಿದವು. ಆದರೆ ಈ ಬಾರಿಯೂ ಹೊಸ ಸಚಿವ ಸಂಪುಟದಲ್ಲಿ ಅರಸು ಅವರಿಗೆ ಅಧಿಕಾರ ದೊರೆಯಿತಾದರೂ, ಅಷ್ಟೊಂದು ಮಹತ್ವವಲ್ಲದ ಕಾರ್ಮಿಕ ಖಾತೆಯನ್ನು ಅವರಿಗೆ ನೀಡಲಾಗಿತ್ತು. ಮೊದಲಿನಿಂದಲೂ ರಾಜಕೀಯ ಕ್ಷೇತ್ರದಲ್ಲಿ ಅನರ್ಹರನ್ನು ಅರ್ಹರನ್ನಾಗಿ, ಅರ್ಹರನ್ನು ಅನರ್ಹರನ್ನಾಗಿ ಮಾಡುವಂತಹ ಶೋಚನೀಯವಾದ ರಾಜಕೀಯ ವ್ಯವಸ್ಥೆಯು ಬೆಳೆದುಕೊಂಡು ಬಂದಿರುವುದಕ್ಕೆ ಕರ್ನಾಟಕ ರಾಜಕಾರಣವೂ ಒಂದು ನಿದರ್ಶನವಾಗಿದೆ.

೧೯೬೯ರ ಪ್ರಾರಂಭದಲ್ಲಿ ರಾಷ್ಟ್ರಮಟ್ಟದಲ್ಲಿ ಕಾಂಗ್ರೆಸ್ ಪಕ್ಷದಲ್ಲಿ ಭಿನ್ನಾಭಿಪ್ರಾಯಗಳು ಕಾಣಿಸಿಕೊಂಡು ಕಾಂಗ್ರೆಸ್ ಅಧ್ಯಕ್ಷ ನಿಜಲಿಂಗಪ್ಪ ಹಾಗೂ ಪ್ರಧಾನಿ ಇಂದಿರಾಗಾಂಧಿಯವರ ಮಧ್ಯೆ ಸಂಬಂಧ ಹಳಸಿತು. ಹೀಗೆ ಆಳುವ ಕಾಂಗ್ರೆಸ್ ಪಕ್ಷದಲ್ಲಿ ಇಂದಿರಾಗಾಂಧಿಯವರ ನಾಯಕತ್ವದಲ್ಲಿ ಪುರೋಗಾಮಿ (ಯಂಗ್ ಟರ್ಕ್) ಬಣ ಹಾಗೆಯೇ ಎಸ್.ನಿಜಲಿಂಗಪ್ಪನವರ ನಾಯಕತ್ವದಲ್ಲಿ ಪ್ರತಿಗಾಮಿ ಸಿಂಡಿಕೇಟ್ ಗುಂಪು ಹುಟ್ಟಿಕೊಂಡವು. ಇದರಿಂದ ಪಕ್ಷದಲ್ಲಿ ಗುಂಪುಗಾರಿಕೆ ತಲೆದೋರಿ ಅರಸು ಅವರು ಇಂದಿರಾ ಕಾಂಗ್ರೆಸ್‌ನ್ನು ಸೇರಿಕೊಂಡದ್ದು ರಾಜಕೀಯ ವಲಯದಲ್ಲಿ ಅವರು ಮೇಲೇರಲು ಭದ್ರಬುನಾದಿ ಒದಗಿಸಿ ಕೊಟ್ಟಿತೆಂದು ನಿಸ್ಸಂಶಯವಾಗಿ ಹೇಳಬಹುದು.

೧೯೬೯ರಲ್ಲಿ ಕಾಂಗ್ರೆಸ್ ಇಬ್ಭಾಗವಾದ ನಂತರ ಇಂದಿರಾ ಕಾಂಗ್ರೆಸ್ ಸೇರಿದ ಅರಸು, ಕರ್ನಾಟಕದಲ್ಲಿ ಆಡಳಿತ ಕಾಂಗ್ರೆಸ್ ಪಕ್ಷಕಟ್ಟಿ ಬೆಳಸಿದ ಹೆಗ್ಗಳಿಕೆಗೆ ಭಾಜನರಾದರು. ೧೯೭೧ರಲ್ಲಿ ಲೋಕಸಭೆಗೆ ನಡೆದ ಮಧ್ಯಂತರ ಚುನಾವಣೆಯಲ್ಲಿ ರಾಜ್ಯದ ೨೭ ಸ್ಥಾನಗಳು ಆಡಳಿತ ಕಾಂಗ್ರೆಸ್ ಪಕ್ಷಕ್ಕೆ ದೊರಕಲು ದೇವರಾಜ ಅರಸು ರೂಪಿಸಿದ ರಾಜಕೀಯ ತಂತ್ರಗಳೇ

ಕಾರಣ ಎಂದರೆ ತಪ್ಪಾಗಲಾರದು. ಬ್ರಾಹ್ಮಣ, ಲಿಂಗಾಯಿತ, ಒಕ್ಕಲಿಗ ಜನಾಂಗದವರಲ್ಲದೆ ಹಿಂದುಳಿದ ಹಾಗೂ ಅಲ್ಪಸಂಖ್ಯಾತರನ್ನು ರಾಜಕೀಯವಾಗಿ ಸಂಘಟನೆ ಮಾಡಿ ಆ ಸಮುದಾಯದಲ್ಲಿದ್ದ ಅರ್ಹ ತರುಣರನ್ನು ಹುಡುಕಿ ರಾಜಕೀಯಕ್ಕೆ ತಂದ ಕೀರ್ತಿ ಅರಸು ಅವರದು. ಕರ್ನಾಟಕದ ಇಂದಿನ ರಾಜಕಾರಣದಲ್ಲಿ ಹೊಸ ನಾಯಕತ್ವ ಎಲ್ಲಾ ಸಮುದಾಯಗಳಲ್ಲಿ ಮೂಡಿ ಬರುತ್ತಿದೆ ಎಂದರೆ ದೇವರಾಜ ಅರಸು ಅವರ ದೂರದೃಷ್ಟಿ ರಾಜಕಾರಣದ ಫಲ ಎಂದು ಹೇಳಿದರೆ ತಪ್ಪಾಗಲಾರದು.

ಎಚ್.ಸಿದ್ಧವೀರಪ್ಪ, ಕೊಲ್ಲೂರು ಮಲ್ಲಪ್ಪ, ಸಾಹುಕಾರ ಚೆನ್ನಯ್ಯ, ಎಚ್.ಎಂ.ಚನ್ನಬಸಪ್ಪ, ಕೆಂಗಲ್ ಹನುಮಂತಯ್ಯ, ಎಚ್.ಕೆ.ವೀರಣ್ಣಗೌಡ ಮೊದಲಾದ ಕಾಂಗ್ರೆಸ್‌ನ ಹಿರಿಯ ನಾಯಕರು ನಿಜಲಿಂಗಪ್ಪ ಅವರ ಬಗೆಗೆ ಬೆಳಸಿಕೊಂಡಿದ್ದ ಅಸಮಾಧಾನವನ್ನು ಸರಿಯಾಗಿ ಬಳಸಿಕೊಂಡು ಆಡಳಿತ ಕಾಂಗ್ರೆಸ್ ಪಕ್ಷವನ್ನು ಕಟ್ಟಿದ ಶ್ರೇಯಸ್ಸು ಅರಸು ಅವರಿಗೆ ಸಲ್ಲುತ್ತದೆ.

೧೯೭೨ರ ವಿಧಾನಸಭೆಗೆ ನಡೆದ ಚುನಾವಣೆಯಲ್ಲಿ ಆಡಳಿತ ಪಕ್ಷವಾದ ಕಾಂಗ್ರೆಸ್‌ಗೆ ಹೆಚ್ಚಿನ ಬಹುಮತ ದೊರೆಯಿತು. ಅರಸು ಅವರ ರಾಜಕೀಯ ನಿಪುಣತೆ, ದೂರದೃಷ್ಟಿ, ಸಂಘಟನಾಶಕ್ತಿಗೆ ಮತ್ತೆ ಯಶಸ್ಸು ದೊರೆಯಿತು. ಅರಸು ಕಾಂಗ್ರೆಸ್ ಪಕ್ಷದ ವಿಜಯದ ರೂವಾರಿಯಾಗಿ ವಿಧಾನಸಭೆಯನ್ನು ಪ್ರವೇಶಿಸಿದರು. ಆ ವರ್ಷದ ಮಾರ್ಚ್ ೨೦, ೧೯೭೨ ರಂದು ರಾಜ್ಯದ ಎಂಟನೆಯ ಮುಖ್ಯಮಂತ್ರಿಯಾಗಿ ಅಧಿಕಾರ ವಹಿಸಿಕೊಂಡರು. ಅದುವರೆಗೂ ಕರ್ನಾಟಕದಲ್ಲಿ ಒಕ್ಕಲಿಗ, ಲಿಂಗಾಯತ, ಬ್ರಾಹ್ಮಣ ಸಮುದಾಯಗಳ ಮೇಲ್ಜಾತಿಯ ನಾಯಕರನ್ನು ಹೊರತುಪಡಿಸಿ ಹಿಂದುಳಿದ ವರ್ಗದ ಅರಸು ಮುಖ್ಯಮಂತ್ರಿ ಆಗಿ ಅಧಿಕಾರ ವಹಿಸಿಕೊಂಡಿದ್ದು ಐತಿಹಾಸಿಕ ಮಹತ್ವದ ಘಟನೆಯೆಂದು 'ಟೈಮ್ಸ್ ಆಫ್ ಇಂಡಿಯಾ' ಪತ್ರಿಕೆ ತನ್ನ ಸಂಪಾದಕೀಯದಲ್ಲಿ ಪ್ರಕಟಿಸಿದ್ದನ್ನು ಇಲ್ಲಿ ಸ್ಮರಿಸಬಹುದು. ಇಲ್ಲಿಂದಲೇ ಕರ್ನಾಟಕ ರಾಜಕಾರಣದಲ್ಲಿ ಒಂದು ಹೊಸ ಅಧ್ಯಾಯ ಆರಂಭವಾಯಿತು ಎಂದು ಹೇಳಿದರೆ ತಪ್ಪಾಗಲಾರದು.

ಅರಸು ಅವರು ರಾಜ್ಯದ ಮುಖ್ಯಮಂತ್ರಿಯಾಗಿ ಅಧಿಕಾರ ವಹಿಸಿಕೊಂಡ ನಂತರ ಪ್ರತ್ಯಕ್ಷವಾಗಿಯೂ, ಪರೋಕ್ಷವಾಗಿಯೂ ರಾಜ್ಯದ ಎಲ್ಲಾ ಅಭಿವೃದ್ಧಿ ಕಾರ್ಯಗಳಿಗೆ ಪ್ರಗತಿಪರ ತಿರುವು ದೊರೆಯಿತು. ಅಲ್ಲದೆ ಅವುಗಳಿಗೆ ಹೊಸ ಚೈತನ್ಯವನ್ನು ಅರಸು ತುಂಬಿದರು ಮತ್ತು ರಾಜ್ಯದ ಸಮಗ್ರ ಅಭಿವೃದ್ಧಿಯ ವ್ಯವಸ್ಥೆಯಲ್ಲಿ ಹೊಂದಿಕೊಳ್ಳುವಂತೆ ಆಡಳಿತವನ್ನು ರೂಪಿಸಿದರು. ಜೊತೆಗೆ ರಾಜ್ಯಕ್ಕೆ ಸ್ಥಿರ ರಾಜಕೀಯ ನಾಯಕತ್ವ ನೀಡಿ, ಭದ್ರ ಆರ್ಥಿಕ ತಳಹದಿ ಹಾಕಿ, ಸುರಕ್ಷಿತ ಸಾಮಾಜಿಕ ಚೌಕಟ್ಟು ನಿರ್ಮಿಸುವ ಕಾಯಕದಲ್ಲಿ ನಿರತರಾದರು.

ಕರ್ನಾಟಕ ರಾಜಕಾರಣದಲ್ಲಿ ಪಟ್ಟಭದ್ರ ಹಿತಾಸಕ್ತಿಯನ್ನು ಸಡಿಲಿಸಿ ರಾಜ್ಯ ರಾಜಕೀಯಕ್ಕೆ ಹೊಸ ಪರಿಭಾಷೆ ಬರೆಯಲು ಆರಂಭಿಸಿದರು

"ಬಡವರಿಗಾಗಿ ನಾವು ಏನೂ ಮಾಡದೆ ಹೋದರೆ ಅವರ ಬಿಸಿಯುಸಿರಿನಲ್ಲಿ ಸುಟ್ಟು ಹೋಗುತ್ತೇವೆ"[೫]

ಅರಸು ಅವರ ಈ ಮಾತುಗಳು ಅವರಿಗಿರುವ ದೀನದಲಿತರ ಮತ್ತು ಬಡವರ ಕಾಳಜಿ ತೋರಿಸುತ್ತದೆ. ಅದಕ್ಕಾಗಿಯೇ ಅವರು ದೀನ ದಲಿತರು ಅನುಭವಿಸುತ್ತಿದ್ದ ಯಾತನೆ, ಜಾತಿ ಆಧಾರಿತ ಅಸಮಾನತೆಯನ್ನು ತೊಡೆದು ಹಾಕುವ ನಿಟ್ಟಿನಲ್ಲಿ ಯೋಜನೆಗಳನ್ನು ರೂಪಿಸಿದರು. ಇದರಲ್ಲಿ ಪ್ರಮುಖವಾದದ್ದು ಭೂ ಸುಧಾರಣಾ ಕಾಯಿದೆ.

ದೇವರಾಜ ಅರಸು 'ಉಳುವವನೆ ಹೊಲದೊಡೆಯ' ಎಂಬ ಗಾಂಧೀಜಿಯವರ ಮಾತನ್ನು ನನಸಾಗಿಸಲು ೧೯೭೪ರಲ್ಲಿ ಭೂ ಸುಧಾರಣಾ ಕಾಯಿದೆಯನ್ನು ಜಾರಿಗೆ ತಂದರು. ಈ ಕಾನೂನಿನಿಂದಾಗಿ ಭೂಮಿಯೇ ಇಲ್ಲದ ಬಡ ರೈತರಿಗೆ ನವಚೈತನ್ಯ ಮೂಡಿತು. ಅಲ್ಲದೆ ಗೇಣಿದಾರರಿಗೆ ರಕ್ಷಣೆ ಕೊಡುವ ಕಾನೂನನ್ನು ಅರಸು ಅಳವಡಿಸಿದರು. ಅದಕ್ಕಾಗಿ ಭೂ ನ್ಯಾಯಮಂಡಳಿಯನ್ನು ರಚಿಸಿದರು. ಜೊತೆಗೆ ಈ ನ್ಯಾಯ ಮಂಡಳಿಯ ತೀರ್ಪನ್ನು ಪ್ರಶ್ನಿಸದಿರುವ ಹಾಗೆ ಕಾನೂನನ್ನು ರೂಪಿಸಿದರು. ಇಂಥ ಪ್ರಗತಿಶೀಲವಾದ ಭೂ ಶಾಸನ ರೂಪಿಸಿದ್ದು ಅರಸು ಸರಕಾರದ ದೊಡ್ಡ ಸಾಧನೆಯೇ ಸರಿ. ಶತಮಾನದಿಂದ ಬೆಳಕಿಗಾಗಿ ಹಂಬಲಿಸುತ್ತಿದ್ದ ಹಿಂದುಳಿದವರ ಸಾಮಾಜಿಕ, ಆರ್ಥಿಕ, ಸುಧಾರಣೆಗಾಗಿ ಹಲವು ಕಾರ್ಯಕ್ರಮಗಳನ್ನು ಅರಸು ರೂಪಿಸಿದರು. ಅವುಗಳಲ್ಲಿ ಪ್ರಮುಖವಾದದ್ದು ಹಾವನೂರು ಆಯೋಗದ ನೇಮಕ. ಇದನ್ನು ೧೯೭೨ ಆಗಸ್ಟ್ ೮ರಂದು ಎಲ್.ಜಿ.ಹಾವನೂರು ಅವರ ನೇತೃತ್ವದಲ್ಲಿ ನೇಮಿಸಲಾಯಿತು. ಈ ಆಯೋಗದ ಉದ್ದೇಶ ಹಿಂದುಳಿದ ವರ್ಗದವರಿಗೆ ಶಿಕ್ಷಣ ಹಾಗೂ ನೌಕರಿಯಲ್ಲಿ ಹೆಚ್ಚಿನ ಮೀಸಲಾತಿ ಲಭಿಸಬೇಕೆಂಬುದು, ಈ ಆಯೋಗವು ತನ್ನ ವರದಿಯನ್ನು ೧೯೭೫ರಲ್ಲಿ ಸರ್ಕಾರಕ್ಕೆ ನೀಡಿತು.

೧೯೭೫ರಲ್ಲಿ ಪ್ರಧಾನಿ ಇಂದಿರಾಗಾಂಧಿಯವರು ದೇಶದಲ್ಲಿ ತುರ್ತುಪರಿಸ್ಥಿತಿಯನ್ನು ಹೇರಿದ್ದರು. ಇದೇ ಸಂದರ್ಭದಲ್ಲಿ ಇಪ್ಪತ್ತು ಅಂಶಗಳ ಕಾರ್ಯಕ್ರಮಗಳ ಯೋಜನೆಗಳನ್ನು ಅರಸು ಘೋಷಣೆ ಮಾಡಿದರು. ಅದರಲ್ಲಿ 'ಗರೀಬಿ ಹಟಾವೋ ಮತ್ತು ಜೈಕಿಸಾನ್, ಜೈ ಗರೀಬ್' ಪ್ರಮುಖವಾದವು. ಇಂದಿರಾಗಾಂಧಿಯವರು ಘೋಷಿಸಿದ ಈ ಕಾರ್ಯಕ್ರಮಗಳನ್ನು ರಾಜ್ಯದಲ್ಲಿ ಯಶಸ್ವಿಯಾಗಿ ಅನುಷ್ಠಾನಕ್ಕೆ ತಂದ ಕೀರ್ತಿ ಅರಸು ಅವರದು. ಇವು ರಾಜ್ಯದ ಬಹಳಷ್ಟು ಜನತೆಗೆ ಪರಿಣಾಮಕಾರಿಯಾಗಿ ಉಪಯೋಗವಾದವು. ಅಷ್ಟೇ ಅಲ್ಲದೆ ಇಪ್ಪತ್ತು ಅಂಶಗಳ ಕಾರ್ಯಕ್ರಮಗಳ ಯೋಜನೆಯ ಅಡಿಯಲ್ಲಿ ರಾಜ್ಯದಲ್ಲಿ ಭೂ ಹಂಚಿಕೆ, ಗ್ರಾಮಾಂತರ ಬಡವರಿಗಾಗಿ ಉಚಿತ ನಿವೇಶನ ಹಂಚಿಕೆ, ಜನತಾ ಮನೆ ಯೋಜನೆ, ಸಣ್ಣ ರೈತರ ಅಭಿವೃದ್ಧಿ, ಕಾರ್ಮಿಕರ ಹಿತರಕ್ಷಣೆಯಂಥ ಸಾಮಾಜಿಕ ಯೋಜನೆಗಳು ಜಾರಿಯಾದವು. ಜೀತ ಪದ್ಧತಿ ತೊಲಗಬೇಕೆಂದು ಜೀತ ನಿರ್ಮೂಲನಾ ಕಾಯಿದೆಯನ್ನು ಜಾರಿಗೆ ತಂದು, ಈ ಅಮಾನುಷ ಪದ್ಧತಿಯನ್ನು ಅಳಿಸಿ ಹಾಕಿದ್ದಲ್ಲದೆ, ಜೀತದಾರರಿಗೆ ಪುನರ್ ವಸತಿಯನ್ನು ಕಲ್ಪಿಸಿಕೊಟ್ಟು, ದೊಡ್ಡ ಕ್ರಾಂತಿಯನ್ನೇ ಮಾಡಿದರು. ಅದೇ ರೀತಿ ಮತ್ತೊಂದು ಸಾಮಾಜಿಕ

ಅನಿಷ್ಟ ಪದ್ಧತಿಯಾದ ಹರಿಜನರು ಮಲ ಹೊರುವ ಅಮಾನುಷ ಪದ್ಧತಿಯನ್ನು ೧೯೭೩ ಆಗಸ್ಟ್ ೧೫ ರಂದು ನಿಷೇಧಿಸಿ ಅವರನ್ನು ಪೌರ ಕಾರ್ಮಿಕರನ್ನಾಗಿ ನೇಮಿಸಿಕೊಂಡಿದ್ದು ಅರಸು ಸರ್ಕಾರದ ಒಂದು ಕ್ರಾಂತಿಕಾರಕ ಬದಲಾವಣೆಯೆನ್ನಬಹುದು. ಉಚಿತ ನಿವೇಶನಗಳಿಗೆ ಸಂಬಂಧಿಸಿದಂತೆ ವಿಧಾನಸಭೆಯಲ್ಲಿ ಚರ್ಚೆಗೆ ಬಂದಾಗ ಅರಸು-

> ''ಬಡವರ ಬದುಕಿಗೆ ಒಂದು ನೆಲೆ ಬೇಕಲ್ಲ ಅದನ್ನೊದಗಿಸುವುದೇ ಈ ಯೋಜನೆಯ ಗುರಿ. ಅದನ್ನು ನಾವು ಮಾಡುತ್ತೇವೆ''[6]

ಎಂದು ಇದನ್ನು ತೀರ ಸರಳವಾದ ರೀತಿಯಲ್ಲಿ ವಿವರಿಸಿದರು. ಹೀಗೆ ೧೯೭೦ರ ದಶಕದಲ್ಲಿ ಅವರು ಕೈಗೊಂಡ ಅಭಿವೃದ್ಧಿ ಯೋಜನೆಗಳು ನ್ಯಾಯಪ್ರೇರಿತವಾದವು ಎನ್ನಬಹುದು. ಈ ಅರ್ಥದಲ್ಲಿ ಅರಸು ಅವರನ್ನು ''ಸಾಮಾಜಿಕ ನ್ಯಾಯದ ಹರಿಕಾರ''ರು ಎಂದು ಕರೆಯಲಾಗುತ್ತಿದೆ. ಅರಸು ಬಡವರಿಗಾಗಿ ಅಂತಃಕರಣ ಮಿಡಿದ ಹೃದಯವಂತಿಕೆಯುಳ್ಳ ಅಪರೂಪದ ರಾಜಕೀಯ ನೇತಾರರು ಹೌದು. ಒಂದು ಸಂದರ್ಭದಲ್ಲಿ ಅರಸು-

> ''ನಾನು ಬದುಕಿರುವವರೆಗೂ ಬಡವರಿಗಾಗಿ, ಅಲ್ಪಸಂಖ್ಯಾತರಿಗಾಗಿ, ದಲಿತರಿಗಾಗಿ ನನ್ನ ಸೇವೆ ಮೀಸಲು. ಮಂತ್ರಿಯಾಗಿ ನಾನು ಯಾವ ಕೆಲಸ ಮಾಡಿದ್ದೇನೆ ಎಂಬುದು ನನಗೆ ಚೆನ್ನಾಗಿ ಗೊತ್ತು. ಜನ ಬೆಂಬಲ ಇರುವವರೆಗೂ ನಾನು ಯಾರಿಗೂ ಹೆದರಬೇಕಾಗಿಲ್ಲ''[7]

ಎಂದು ಹೇಳಿದರು. ಅಂದು ಅರಸು ಅವರನ್ನು ಮಾಧ್ಯಮಗಳು ಮತ್ತು ಅವರ ರಾಜಕೀಯ ವಿರೋಧಿಗಳು ಅವರೊಬ್ಬ ಅಗ್ಗದ ಪ್ರಚಾರಕ್ಕೆ ಹಂಬಲಿಸುವ ಓಟು ಬ್ಯಾಂಕಿನ ರಾಜಕಾರಣಿಯೆಂದು ಹಂಗಿಸಿದ್ದುಂಟು. ಬಡವರಿಗಾಗಿ ನೀಡಲಾಗುವ ಸರಕಾರಿ ನೆರವುಗಳು ಈ ದೇಶದಲ್ಲಿ ಕೆಲವರಿಗೆ ಅಗ್ಗದ ಜನಪ್ರಿಯತೆಯನ್ನು ಹಾಗೂ ಸರಕಾರಕ್ಕೆ ಹೊರೆಯಾದ ಕಾರ್ಯಕ್ರಮಗಳಾಗಿ ತೋರಿದವು ಎಂದರೆ ಅವರ ಅಜ್ಞಾನವನ್ನು ಮತ್ತು ಹೃದಯ ಹೀನತೆಯನ್ನು ಎತ್ತಿ ತೋರಿಸುತ್ತದೆ. ಈ ಕುರಿತು ಪತ್ರಕರ್ತರಾದ ವಡ್ಡರ್ಸೆ ರಘುರಾಮಶೆಟ್ಟಿಯವರು-

> ''ಒಬ್ಬ ನಾಟಕೀಯ ವ್ಯಕ್ತಿಯಾದ ಜವಾಹರ್‌ಲಾಲ್ ನೆಹರು ಅವರನ್ನು ಮಹಾದಾರ್ಶನಿಕನೆಂದು ಚಿತ್ರಿಸಿ, ಈ ಜಗತ್ತಿನಲ್ಲಿ ಇಪ್ಪತ್ತನೇ ಶತಮಾನದಲ್ಲಿ ಹುಟ್ಟಿದ ಮಹಾ ಮೇಧಾವಿಗಳಲ್ಲೊಬ್ಬರಾದ ಡಾ.ರಾಮಮನೋಹರ ಲೋಹಿಯ ಅವರನ್ನು ಅರೆ ಹುಚ್ಚನೆಂದು ಬಣ್ಣಿಸಿದ ಭಾರತೀಯ ಪತ್ರಕರ್ತರ ಜಾತೀಯತೆಯ ಮೂಲವನ್ನು ಕೆದಕಿ ತೋರಿಸುತ್ತದೆ ಮತ್ತು ಅರಸು ಅವರ ವಿಷಯದಲ್ಲೂ ಈ ಪತ್ರಕರ್ತರು ಮೆಚ್ಚುಗೆಯನ್ನು ತೋರಲಿಲ್ಲ ಅಂದ ಮೇಲೆ ರಾಜಕೀಯ ಉದ್ದೇಶಕ್ಕಾಗಿ ಉಳ್ಳವರಿಂದ ಹಣ ಸಂಗ್ರಹಿಸಿದ ದೇವರಾಜ ಅರಸು ಅವರಿಗೆ 'ಭ್ರಷ್ಟಾಚಾರಿ' ಎಂದು ಹಣೆಪಟ್ಟಿ ಹಚ್ಚಿರುವುದರಲ್ಲಿ ಅಚ್ಚರಿ ಏನೂ ಇಲ್ಲ. ಹಳೆಯದನ್ನೇ ಮುಂದುವರಿಸಿದರು.''[8]

ಎಂದು ತಮ್ಮ ಕೃತಿಯಲ್ಲಿ ಅಭಿಪ್ರಾಯವನ್ನು ವ್ಯಕ್ತಪಡಿಸುತ್ತಾರೆ. ಇಂತಹ ಸಂದರ್ಭದಲ್ಲಿಯೂ ಅರಸು ಅವರು ಆತ್ಮಸ್ಥೈರ್ಯವನ್ನು ಕಳೆದುಕೊಳ್ಳದೆ ಸಾಮಾಜಿಕ ಚಿಂತನೆಗಳನ್ನು ಅನುಷ್ಠಾನಕ್ಕೆ ತರುವಲ್ಲಿ ಮತ್ತಷ್ಟು ಜಾಗೃತರಾದರು. ಅರಸು ಹಳೆಯದಕ್ಕೆ ಜೋತು ಬೀಳದೆ ಹೊಸತನ್ನು ಪ್ರಯೋಗಿಸಿ ನೋಡುವ ಪ್ರಯೋಗಶೀಲತೆ, ವೈಜ್ಞಾನಿಕತೆ, ವಿಚಾರವಂತಿಕೆಯೊಡನೆಯೇ ಬದುಕಿನ ದಾರಿಯನ್ನು ಸವೆಸಿದವರು. ಹೀಗಾಗಿ ಯೋಜನೆ ಮತ್ತು ಪರಿವರ್ತನೆಯ ಬಗೆಗೆ ಅವರ ದೃಷ್ಟಿ ಭಿನ್ನವಾಗಿಯೇ ಇದ್ದಿತು ಎಂದು ಹೇಳಬಹುದು. ನೂರು ಅಣೆಕಟ್ಟು ಕಟ್ಟುವುದು ಹತ್ತು ಕಾರ್ಖಾನೆ ಹಾಕುವುದು ಮಾತ್ರವೇ ಪರಿವರ್ತನೆಯಲ್ಲ, ಕೈಗೊಂಡಿರುವ ಆರ್ಥಿಕ, ಸಾಮಾಜಿಕ ಕ್ರಮಗಳಿಂದ ಮೂಲ ಮೌಲ್ಯಗಳು ಬದಲಾವಣೆ ಆಗುವುದೇ ನಿಜವಾದ ಪರಿವರ್ತನೆ ಎಂದು ಅವರು ಭಾವಿಸಿದ್ದರು. ಹೀಗಾಗಿಯೇ ಅವರು ತಮ್ಮ ಅಧಿಕಾರದ ಅವಧಿಯಲ್ಲಿ ರಾಜ್ಯವನ್ನು ಆರ್ಥಿಕವಾಗಿ ಅಭಿವೃದ್ಧಿಪಡಿಸಲು ಹೆಚ್ಚು ಬಂಜರು ಭೂಮಿಯನ್ನು ಕೃಷಿಗೆ ಅಳವಡಿಸಲು ಹಲವಾರು ನೀರಾವರಿ ಯೋಜನೆಗಳನ್ನು ಕೈಗೊಂಡರು. ಅದರಲ್ಲಿ ಕಿರು ಮತ್ತು ಮಧ್ಯಮಗಾತ್ರದ ನೀರಾವರಿ ಯೋಜನೆ, ಘಟಪ್ರಭಾ, ಮಲಪ್ರಭಾ, ಕಪಿಲಾ, ಹೇಮಾವತಿಗಳಂಥ ನೀರಾವರಿ ಯೋಜನೆಗಳ ಜೊತೆಗೆ, ಕುದುರೆಮುಖ ಅದಿರು ಯೋಜನೆಯೂ ಒಂದಾಗಿತ್ತು.

೧೯೫೬ರಲ್ಲಿ ಭೌಗೋಳಿಕವಾಗಿ ನಾಡು ಏಕೀಕರಣವಾಯಿತಾದರೂ ಅದು ಮಾನಸಿಕವಾಗಿ ಪರಿಪೂರ್ಣವಾಗಿರಲಿಲ್ಲ. ಆದರೆ ಅರಸು ತಮ್ಮ ಹೆಸರು ನಾಡಿನ ಇತಿಹಾಸದಲ್ಲಿ ಶಾಶ್ವತವಾಗಿ ಉಳಿಯವಂತಹ ಮತ್ತೊಂದು ಮಹತ್ಕಾರ್ಯವನ್ನು ನೆರವೇರಿಸಿದರು. ೧ ನವೆಂಬರ್ ೧೯೭೩ರಂದು ನಾಡಿಗೆ 'ಕರ್ನಾಟಕ' ಎಂದು ನಾಮಕರಣ ಮಾಡುವುದರೊದಿಗೆ, ಒಂದು ಪ್ರಾಯೋಗಿಕ ಸಮಸ್ಯೆಯನ್ನು ಬಗೆಹರಿಸಿದರು. ಇಂಥ ಸೂಚನೆಯನ್ನು ಹಿಂದೆ ಇವರೇ ವಿರೋಧಿಸಿದ್ದರಾದರೂ ಬದಲಾದ ಪರಿಸ್ಥಿತಿಯಲ್ಲಿ ಇದರ ಪ್ರಾಮುಖ್ಯತೆಯನ್ನು ಅರಿತುಕೊಂಡು, ಜನತೆಯ ಮನೋಗತವನ್ನು ಅರ್ಥ ಮಾಡಿಕೊಂಡು, ಅದರಂತೆ ನಡೆದುಕೊಂಡಿದ್ದು ಇವರ ರಾಜಕಾರಣದ ವಿವೇಕಕ್ಕೆ ಸಾಕ್ಷಿಯಾಗಿದೆ. ನಾಡಿನ ಎಲ್ಲಾ ಮಟ್ಟಗಳಲ್ಲಿಯೂ ೧೯೭೪ರ ನವೆಂಬರ್ ೧ ರಿಂದ ಕನ್ನಡವನ್ನೇ ಆಡಳಿತ ಭಾಷೆಯನ್ನಾಗಿ ಬಳಸಬೇಕೆಂದು ಇದೇ ಸಂದರ್ಭದಲ್ಲಿ ಅರಸು ಘೋಷಣೆ ಮಾಡಿದರು. ಅದೂ ಅಲ್ಲದೆ ರಾಜ್ಯದ ಹದಿನೇಳು ಸಾವಿರ ಹಳ್ಳಿಗಳಿಗೆ ಬಡವರಿಗಾಗಿ ಭಾಗ್ಯಜ್ಯೋತಿ ಯೋಜನೆಯ ಅಡಿಯಲ್ಲಿ ಉಚಿತ ವಿದ್ಯುತ್ತನ್ನು ಒದಗಿಸಲಾಯಿತು. ವಾರ್ಷಿಕ ವರಮಾನ ೪೮೦೦ ರೂಪಾಯಿಗಳವರೆಗೆ ಇರುವ ಕುಟುಂಬದ ಮಕ್ಕಳಿಗೆ ಹೈಸ್ಕೂಲ್ ಶಿಕ್ಷಣ ಶುಲ್ಕವನ್ನು ರದ್ದು ಮಾಡಿದರು. ವಿಶ್ವವಿದ್ಯಾಲಯಗಳಿಗೆ ಏಕರೂಪದ ಕಾನೂನು ರೂಪಿಸಿ, ಸರಕಾರಿ ನೌಕರರ ವೇತನದ ಪುನರ್‌ವಿಮರ್ಶೆಗೆ ಜಿ.ನಾರಾಯಣ ಪೈ ಆಯೋಗವನ್ನು ನೇಮಿಸಿದರಲ್ಲದೆ, ಸಮಿತಿಯ ನಿರ್ಣಯವನ್ನು ಕಾರ್ಯಾಚರಣೆಗೆ ತರಲಾಯಿತು. ರಾಜ್ಯ ಪೊಲೀಸರಿಗೆ ಉತ್ತಮ ಸಮವಸ್ತ್ರ ನೀಡುವಿಕೆ, ವಿವಿಧ ಭತ್ಯೆಗಳ ಮಂಜೂರಾತಿ ಮತ್ತು ಪೊಲೀಸರಿಗೆ ವಸತಿಗಳನ್ನು ಒದಗಿಸಿಕೊಟ್ಟದ್ದು ಅರಸು ಸಾಧನೆಯ ಇನ್ನೊಂದು ವಿಶೇಷ.

ಮನುಷ್ಯನ ಬದುಕಿನ ಅತಿ ಅಗತ್ಯಗಳಲ್ಲೊಂದಾದ ವಸತಿಯ ಬಗ್ಗೆಯೂ ತೀರಾ ಕಳಕಳಿಯನ್ನು ಹೊಂದಿದ್ದ ಅರಸು ಗೃಹ ನಿರ್ಮಾಣ ಸಂಸ್ಥೆಗಳ ಮೂಲಕ ಮನೆಗಳನ್ನು ನಿರ್ಮಿಸಿ ಬಡವರಿಗೆ ಹಂಚುವ ಯೋಜನೆಯನ್ನು ಜಾರಿಗೆ ತಂದರು. ಇಲ್ಲೂ ಕೂಡ ಶೇ ೫೫ ರಷ್ಟು ಮನೆಗಳನ್ನು ಆರ್ಥಿಕವಾಗಿ ಹಿಂದುಳಿದ ಬಡ ಕುಟುಂಬಗಳಿಗೆ ಹಂಚಿ ಸಾಮಾಜಿಕ ಸಮಾನತೆಯನ್ನು ಮೆರೆದರು. ಅಲ್ಲದೆ ಶಿಕ್ಷಣ ಸಂಸ್ಥೆಗಳಲ್ಲಿ ದುಡಿಯುತ್ತಿದ್ದ ಶಿಕ್ಷಕವರ್ಗದ ಸ್ಥಿತಿ ಜೀತದಾಳುಗಳಿಗಿಂತ ಭಿನ್ನವಾಗಿಯೇನು ಇರಲಿಲ್ಲ. ಜಾತಿಗೊಂದು ಶಿಕ್ಷಣ ಸಂಸ್ಥೆ, ರಾಜಕಾರಣಿಗೊಂದು ಶಿಕ್ಷಣ ಸಂಸ್ಥೆ ಇದ್ದಂಥ ಆ ದಿನಗಳಲ್ಲಿ ಅಲ್ಲಿನ ಶಿಕ್ಷಕರ ಪಾಡು ಕನಿಷ್ಠಮಟ್ಟದ್ದಾಗಿತ್ತು. ಈ ಸಂದರ್ಭದಲ್ಲಿ ಅರಸು ತಂದ ಚೆಕ್ ವ್ಯವಸ್ಥೆ ಇಡೀ ಶಿಕ್ಷಕ ಸಮುದಾಯವನ್ನು ಭದ್ರಗೊಳಿಸಿತು ಮತ್ತು ಅವರಿಗೆ ಪ್ರತಿ ತಿಂಗಳ ವೇತನ ಅವರ ಮನೆ ಬಾಗಿಲಿಗೆ ಬಂದು ತಲುಪುವಂಥ ವ್ಯವಸ್ಥೆ ಮಾಡಿದರು. ಅಲ್ಲದೆ ನೌಕರಶಾಹಿವರ್ಗದ ನಿವೃತ್ತಿಯ ವಯಸ್ಸನ್ನು ೫೮ರಿಂದ ೫೫ಕ್ಕೆ ಇಳಿಸಿದರು. ಅರಸು ಕಾಲದಲ್ಲಿಯೇ ಜಾರಿಗೆ ಬಂದು ಅವರ ಕಾಲಾವಧಿಯಲ್ಲಿಯೇ ನಿಂತುಹೋದ ಮತ್ತೊಂದು ಯೋಜನೆ "ಸ್ಟೈಪೆಂಡರಿ ಯೋಜನೆ". ಇದು ಕೇವಲ ಒಂದು ವರುಷದಲ್ಲಿ ನಿಂತು ಹೋಯಿತು. ಆದರೆ ಈ ಯೋಜನೆಯಿಂದಲೂ ಕೂಡ ರಾಜ್ಯಾದ್ಯಂತ ಸಾವಿರಾರು ಜನ ನಿರುದ್ಯೋಗಿಗಳು (ವಿದ್ಯಾರ್ಥಿಗಳು) ತಮ್ಮ ಜೀವನ ಕಂಡುಕೊಂಡರು ಮತ್ತು ಅನಾಥರು, ವಿಧವೆಯರು, ಅಂಗವಿಕಲರು ಹಾಗೂ ವೃದ್ಧರ ಬಗ್ಗೆಯೂ ಯೋಚಿಸಿ ಅವರ ಬವಣೆಯ ಬಗ್ಗೆ ಚಿಂತಿಸಿ, ವೃದ್ಧಾಪ್ಯ ವೇತನ, ಅಂಗವಿಕಲರ, ಅನಾಥರ ಹಾಗೂ ವಿಧವಾ ವೇತನ ಯೋಜನೆ ಜಾರಿಗೊಳಿಸಿದ್ದು ಅರಸು ಅವರ ಮಾನವೀಯಗುಣಕ್ಕೆ ಸಾಕ್ಷಿಯಾಗಿದೆ. ಹೀಗಾಗಿ ದುಡಿಯುವ ಶ್ರಮಿಕ ವರ್ಗದ ಬಗ್ಗೆ ಅವರಿಗೆ ಅಪಾರ ಕಾಳಜಿ ಇತ್ತು.

> "ಈ ದುಡಿಮೆಗಾರರೆಲ್ಲ ಒಂದು ವರ್ಷ ಕೈ ಕಟ್ಟಿಕುಳಿತರೆ ಇಡಿ ಸಮಾಜ ಸತ್ತು ಹೋಗುತ್ತದೆ, ಆದರೆ ಶೇಕಡಾ ೧೦ರಷ್ಟು ಇರುವ ಮೇಲ್ವರ್ಗದ ಜನ ಕೈಕಟ್ಟಿಕುಳಿತರೆ ಯಾವ ಅನಾಹುತವೂ ಆಗುವುದಿಲ್ಲ, ಆದುದ್ದರಿಂದ ದುಡಿಮೆಗಾರ ವರ್ಗಕ್ಕೆ ಸಲ್ಲಬೇಕಾದ ಗೌರವ ಪ್ರತಿಫಲ ನೆಮ್ಮದಿಯನ್ನು ಒದಗಿಸಿಕೊಡದಿದ್ದರೆ ಸರಕಾರಗಳು ಯಾತಕ್ಕಾದರೂ ಇರಬೇಕು"[೯]

ಎಂದು ಅರಸು ತಮ್ಮ ಅಭಿಪ್ರಾಯವನ್ನು ವ್ಯಕ್ತಪಡಿಸುತ್ತಾರೆ. ೧೯೭೭ರಲ್ಲಿ ಇಂದಿರಾಗಾಂಧಿಯವರ ಸರ್ವಾಧಿಕಾರಿ ಧೋರಣೆಯಿಂದ ಉತ್ತರ ಭಾರತದಲ್ಲಿ ಆಡಳಿತರೂಢ ಇಂದಿರಾ ಕಾಂಗ್ರೆಸ್ ಧೂಳೀಪಟವಾಗಿತ್ತು. ಸ್ವತಃ ಇಂದಿರಾಗಾಂಧಿಯವರು ರಾಯಬರೇಲಿ ಲೋಕಸಭಾ ಚುನಾವಣೆಯಲ್ಲಿ ಸೋಲನುಭವಿಸಿ ೨೨ ಮಾರ್ಚ್, ೧೯೭೭ರಂದು ಪ್ರಧಾನಿ ಹುದ್ದೆಗೆ ರಾಜೀನಾಮೆ ನೀಡಿದ್ದರು. ಆಗ ಅರಸು ೧೯೭೮ರಲ್ಲಿ ನಡೆದ ಕರ್ನಾಟಕದ ಚಿಕ್ಕಮಗಳೂರು ಲೋಕಸಭಾ ಉಪಚುನಾವಣೆಗೆ ಇಂದಿರಾಗಾಂಧಿಯವರನ್ನು ಕರೆತಂದು ನಿಲ್ಲಿಸಿ, ಅವರನ್ನು ಗೆಲ್ಲಿಸಿದರು. ಈ ಸಂದರ್ಭದಲ್ಲಿ ಡಿ.ಬಿ.ಚಂದ್ರೇಗೌಡ ಅವರು ತಮ್ಮ ಲೋಕಸಭಾ

ಸದಸ್ಯತ್ವಕ್ಕೆ ರಾಜೀನಾಮೆ ನೀಡಿ ಇಂದಿರಾಗಾಂಧಿಯವರು ಸ್ಪರ್ಧಿಸಲು ಅವಕಾಶ ಮಾಡಿಕೊಟ್ಟಿದ್ದನ್ನು ಇಲ್ಲಿ ಸ್ಮರಿಸಬಹುದು. ಇದು ಅರಸರಿಗೆ ರಾಷ್ಟ್ರೀಯ ಖ್ಯಾತಿ ತಂದುಕೊಟ್ಟಿತು. ೧೯೭೦ರಲ್ಲಿ ಆಡಳಿತ ಕಾಂಗ್ರೆಸ್ ವಿಭಜನೆಯಾಗಿ ಬ್ರಹ್ಮಾನಂದರೆಡ್ಡಿ ಕಾಂಗ್ರೆಸ್ ಹಾಗೂ ಇಂದಿರಾ ಕಾಂಗ್ರೆಸ್ ಎಂಬ ಎರಡು ಪ್ರಭೇದಗಳಾದವು. ಆಗ ಅರಸು ಇಂದಿರಾಗಾಂಧಿಯವರ ಜೊತೆ ಗುರುತಿಸಿಕೊಂಡು, ೧೯೭೦ರ ವಿಧಾನಸಭಾ ಚುನಾವಣೆಯಲ್ಲಿ ಇಂದಿರಾ ಕಾಂಗ್ರೆಸ್ ಪಕ್ಷಕ್ಕೆ ಸುಲಭ ಗೆಲುವು ತಂದು ಕೊಟ್ಟರು. ಅನಂತರ ಅರಸು ರಾಜಕಾರಣದಲ್ಲಿ ಒಂದೊಂದಾಗಿ ಸಣ್ಣಪುಟ್ಟ ತಪ್ಪುಗಳನ್ನು ಮಾಡತೊಡಗಿದರು. ಇದಕ್ಕೆ ಕಾರಣ ಅವರಲ್ಲಿದ್ದ ಅತಿಯಾದ ಆತ್ಮವಿಶ್ವಾಸ. ಜನತಾ ಪಕ್ಷದ ನಾಯಕರ ಹೊಗಳಿಕೆಯನ್ನು ಇವರು ಯಥಾವತ್ತಾಗಿ ಸ್ವೀಕರಿಸಿದರು. ತಮ್ಮ ಸಾಮಾಜಿಕ ಸುಧಾರಣೆಗಳಿಗೆ ಇಂದಿರಾಗಾಂಧಿಯವರ ಬೆಂಬಲವಿದ್ದದನ್ನು ಮರೆತು, ರಾಜ್ಯದಲ್ಲಿ ತಮ್ಮದೇ ಪ್ರತ್ಯೇಕ ಪ್ರಭಾವ ವಲಯವಿದೆ ಎಂದು ಭ್ರಮಿಸಿದರು. ಹಿಂದುಳಿದ ವರ್ಗ ಎಂಬುದು ಅನೇಕ ಜಾತಿಗಳ ಮಿಶ್ರಣವಾಗಿತ್ತು. ಅವುಗಳನ್ನು ಸಂಘಟನೆ ಮಾಡುವುದು ಅಂದಿನ ಅಗತ್ಯವಾದ ಕೆಲಸವಾಗಿತ್ತು. ರಾಜಕಾರಣದಲ್ಲಿ ಒಂದೆರಡು ಹಿಂದುಳಿದ ಜಾತಿಗಳಿಗೆ ಪ್ರಾತಿನಿಧ್ಯವೇನೋ ದೊರಕಿತು. ಆದರೆ ಹತ್ತಾರು ಹಿಂದುಳಿದ ಜಾತಿಗಳು ನೇಪಥ್ಯಕ್ಕೆ ಸರಿದಿದ್ದವು. ಅವರಿಗೆ ರಾಜಕೀಯದ ಅರಿವೇ ಇರಲಿಲ್ಲ. ಅಂತಹವರನ್ನು ಕಟ್ಟಿಕೊಂಡು ಇಂದಿರಾಗಾಂಧಿ ವಿರುದ್ಧ ರಾಜಕೀಯ ಸಮರ ಹೂಡುವುದು ಎಷ್ಟೊಂದು ಸೂಕ್ತವಾದುದ್ದು, ಮುಂದೆ ಅರಸು ಕರ್ನಾಟಕ ರಾಜ್ಯದಲ್ಲಿ ಅತ್ಯಂತ ಜನಪ್ರಿಯರಾಗುತ್ತಿದ್ದುದನ್ನು ಸಹಿಸಿಕೊಳ್ಳದ ಇಂದಿರಾಗಾಂಧಿಯವರು ೧೯೭೯ರಲ್ಲಿ ಅರಸು ಅವರನ್ನು ಕಾಂಗ್ರೆಸ್ 'ಐ' ಪಕ್ಷದಿಂದ ಉಚ್ಚಾಟಿಸಿದರು. ಆದರೂ ಅರಸು ಅವರಿಗೆ ಶಾಸಕರ ಬೆಂಬಲವಿದ್ದುದ್ದರಿಂದ "ಕರ್ನಾಟಕ ಕಾಂಗ್ರೆಸ್" ಎಂಬ ಪಕ್ಷದಿಂದ ಮುಖ್ಯಮಂತ್ರಿಯಾಗಿ ಅಧಿಕಾರದಲ್ಲಿ ಮುಂದುವರೆದರು. ೧೯೮೦ ಲೋಕಸಭಾ ಚುನಾವಣೆಯಲ್ಲಿ ಅರಸು ಕಾಂಗ್ರೆಸ್ ಹೀನಾಯ ಸೋಲನ್ನು ಅನುಭವಿಸಿತು. ಸ್ವತಃ ಅರಸು ಕೂಡ ಒಬ್ಬ ದಕ್ಷ ನಾಯಕನಾಗಿ, ಒಳ್ಳೆಯ ಸಂಘಟಕರಾಗಿ, ಇವೆಲ್ಲಕ್ಕಿಂತ ಮಿಗಿಲಾಗಿ ಅತ್ಯಂತ ಸಮರ್ಥ ಮುಖ್ಯಮಂತ್ರಿಯಾಗಿ ಅಧಿಕಾರ ನಡೆಸಿಯೂ ಅರಸು ಅವರ ಪಕ್ಷ ಇಂಥ ಅವಮಾನಕರ ಸೋಲನ್ನು ಅನುಭವಿಸಿದ್ದಾದರೂ ಏಕೆ? ಜನತೆ ಒಬ್ಬ ದಕ್ಷ ಆಡಳಿತಗಾರನನ್ನು ಮರೆತರೆ? ಅಥವಾ ಇಂದಿರಾಗಾಂಧಿಯವರ ಪ್ರಭಾವವೇ? ಎನ್ನುವ ಹಲವು ಪ್ರಶ್ನೆಗಳು ಸುಳಿಯುತ್ತವೆ. ಇವುಗಳಿಗೆ ಉತ್ತರ ಹುಡುಕುವುದು ಅಷ್ಟು ಸುಲಭವಲ್ಲ. ಆದರೆ, ಅರಸು ಅವರ ರಾಜಕೀಯ ಜೀವನದಲ್ಲಿ ನಡೆದ ಅತ್ಯಂತ ಆಘಾತಕಾರಿಯಾದ ಸಂದರ್ಭದಲ್ಲಿಯೂ ಅವರು ನಡೆದುಕೊಂಡ ರೀತಿ ಎಲ್ಲರ ಮನಸ್ಸಿನಲ್ಲಿ ಬಹುಕಾಲ ಉಳಿಯುವಂತಹದ್ದು. ಫಲಿತಾಂಶ ಪ್ರಕಟಗೊಂಡ ಕೆಲವೇ ಗಂಟೆಗಳಲ್ಲಿ ತಮ್ಮ ಮುಖ್ಯಮಂತ್ರಿ ಸ್ಥಾನಕ್ಕೆ ರಾಜೀನಾಮೆ ನೀಡಿ ಪ್ರಜಾಪ್ರಭುತ್ವದಲ್ಲಿ ಅವರಿಗಿದ್ದ ನಂಬಿಕೆಯನ್ನು ಸಾಬೀತು ಪಡಿಸಿದರು. ರಾಜಕಾರಣದಲ್ಲಿ ಎಂತಹ ವೈಚಾರಿಕ ಲೆಕ್ಕಾಚಾರಗಳೆಲ್ಲವೂ ತಲೆಕೆಳಗಾಗುತ್ತವೆ ಎನ್ನುವುದಕ್ಕೆ ಇದೊಂದು ಉದಾಹರಣೆ.

ಅರಸು ಅವರಿಗೆ ಮುಂದಿನ ದಿನಗಳಲ್ಲಿ ಕರ್ನಾಟಕ ರಾಜಕಾರಣದಲ್ಲಿ ತಮ್ಮ ಪ್ರಭಾವವನ್ನು ಹೆಚ್ಚಾಗಿ ಬೀರಲು ಸಾಧ್ಯವಾಗಲಿಲ್ಲ. ಕಾರಣ ಅವರು ನಂಬಿಕೊಂಡಿದ್ದ ಹಿಂದುಳಿದ ವರ್ಗಗಳ ನಾಯಕರು ಅರಸು ಪಕ್ಷವನ್ನು ತೊರೆದು ಇಂದಿರಾಗಾಂಧಿ ಅವರಲ್ಲಿ ರಾಜಕೀಯ ಆಶ್ರಯ ಪಡೆದಕೊಂಡದ್ದು. ಮುಂದಿನ ದಿನಗಳಲ್ಲಿ ಅರಸು ರೈತರ ಪರವಾಗಿ ಪಾದಯಾತ್ರೆ ನಡೆಸಿ, ಹಲವಾರು ಹೋರಾಟಗಳನ್ನು ಹಮ್ಮಿಕೊಂಡು, "ಕ್ರಾಂತಿರಂಗ ಪಕ್ಷ"ವನ್ನು ಹುಟ್ಟುಹಾಕಿ ತಮ್ಮ ರಾಜಕೀಯ ವರ್ಚಸ್ಸನ್ನು ಮತ್ತೆ ಗಳಿಸಲು ಪ್ರಯತ್ನಿಸಿದರಾದರೂ ಅದು ಯಶಸ್ವಿಯಾಗಲಿಲ್ಲ. ಹೀಗಾಗಿ ಅರಸು ಕರ್ನಾಟಕ ರಾಜಕಾರಣದಲ್ಲಿ ಮತ್ತೆ ಅಧಿಕಾರ ಪಡೆಯಲು ನಡೆಸಿದ ಪ್ರಯತ್ನ ವಿಫಲವಾಯಿತು.

೨.೪. ದೇವರಾಜ ಅರಸು ಅವರ ಮೇಲಾದ ಸೈದ್ಧಾಂತಿಕ ಪ್ರೇರಣೆಗಳು

ದೇವರಾಜ ಅರಸು ಸೈದ್ಧಾಂತಿಕವಾಗಿ ರೂಪಗೊಳ್ಳಲು ಪ್ರೇರಣೆ ನೀಡಿದ್ದು ಸಾಹಿತ್ಯ ಕ್ಷೇತ್ರ ಹಾಗೂ ಸಮಾಜವಾದಿ ನಾಯಕರ ಆದರ್ಶ ತತ್ವಗಳು. ಈ ಸಮಾಜವಾದಿ ಸೈದ್ಧಾಂತಿಕ ತತ್ವಗಳ ಮೇಲೆ ಹೆಚ್ಚು ನಂಬಿಕೆಯಿಟ್ಟಿದ್ದ ಅರಸು, ರಾಜ್ಯದ ರಾಜಕಾರಣದಲ್ಲಿ ಬದಲಾವಣೆ ತರಲು ಮತ್ತು ಸಮಾಜದಲ್ಲಿ ತುಳಿತಕ್ಕೊಳಗಾದ ತಳಸಮುದಾಯಗಳನ್ನು ಮೇಲೆತ್ತಲು ಈ ಸಮಾಜವಾದಿ ಆದರ್ಶಗಳನ್ನು ಅನುಷ್ಠಾನಕ್ಕೆ ತರುವುದೊಂದಿಗೆ ಸಾಮಾಜಿಕ ಕ್ರಾಂತಿಗೆ ನಾಂದಿ ಹಾಡಿದರು.

ಒಬ್ಬ ವ್ಯಕ್ತಿಯನ್ನು ಇನ್ನೊಬ್ಬ ವ್ಯಕ್ತಿ ಶೋಷಣೆ ಮಾಡುವುದನ್ನು ಕೊನೆಗಾಣಿಸುವುದಕ್ಕೆ ಸಮನಾಗಿ, ಒಂದು ರಾಷ್ಟ್ರವನ್ನು ಮತ್ತೊಂದು ರಾಷ್ಟ್ರವು ಶೋಷಣೆ ಮಾಡುವುದನ್ನು ಕೊನೆಗಾಣಿಸುತ್ತದೆ. ಒಂದು ರಾಷ್ಟ್ರದೊಳಗೆ ಅಥವಾ ಒಂದು ಸಮಾಜದಲ್ಲಿ ಸಂಘರ್ಷವು ಮರೆಯಾಗುವುದಕ್ಕೆ ಅನುಗುಣವಾಗಿ ಒಂದು ರಾಷ್ಟ್ರವಾಗಿ ಮತ್ತೊಂದು ರಾಷ್ಟ್ರದ ವಿರೋಧವಾಗಿ ವರ್ತಿಸುವುದು ಕೊನೆಗಾಣುತ್ತದೆ ಎಂಬ ಸಿದ್ಧಾಂತದಲ್ಲಿ ನಂಬಿಕೆಯಿಟ್ಟಿದ್ದ ಅರಸು, ಸಾಮಾಜಿಕ ಅಸಮತೋಲನವನ್ನು ತೊಡೆದು ಹಾಕುವಲ್ಲಿ ಈ ಮೇಲಿನ ಸಿದ್ಧಾಂತದಿಂದ ಪ್ರಭಾವಿತರಾದವರು. ಈ ಮಾನವತಾವಾದದ ಹಿನ್ನೆಲೆಯಲ್ಲಿ ಕರ್ನಾಟಕದ ರೈತ, ಕೂಲಿಕಾರರ, ಹಿಂದುಳಿದವರ ಮತ್ತು ದಲಿತರ ಏಳಿಗೆಗೆ ಹಲವಾರು ಯೋಜನೆಗಳನ್ನು ರೂಪಿಸಿ ಸಮಗ್ರ ಕರ್ನಾಟಕದ ಪ್ರಗತಿಗೆ ಶ್ರಮಿಸಿದ ಧೀಮಂತ ನಾಯಕ ನವಸಮಾಜದ ಹರಿಕಾರ ದೇವರಾಜ ಅರಸು. ಜೊತೆಗೆ ತಮ್ಮ ಉನ್ನತ ವ್ಯಾಸಂಗದಲ್ಲಿನ ಸಮಯದಲ್ಲಿ ಸುಭಾಷ್ಚಂದ್ರಬೋಸರನ್ನು ತಮ್ಮ ಆರಾಧ್ಯದೈವವನ್ನಾಗಿ ಸ್ವೀಕರಿಸಿದ್ದರು. ವೈಚಾರಿಕವಾಗಿ ಮಹಾತ್ಮಗಾಂಧಿ, ಅಂಬೇಡ್ಕರ್, ಆಚಾರ್ಯ ವಿನೋಬಾ ಭಾವೆ ಅವರ ಚಿಂತನೆಗಳನ್ನು ಇಷ್ಟ ಪಡುತ್ತಿದ್ದರು. ಹಾಗೆಯೇ ಕಾರ್ಲ್‌ಮಾರ್ಕ್ಸ್, ಲೆನಿನ್, ಎಂ.ಎನ್.ರಾಯ್, ಲೋಹಿಯಾ ಮತ್ತು ಜಯಪ್ರಕಾಶ ನಾರಾಯಣರಂಥ ಸಮಾಜವಾದಿ ನಾಯಕರ ವಿಚಾರ ಮತ್ತು ಆದರ್ಶಗಳು ಅರಸು ಮೇಲೆ ಗಾಢವಾದ ಪ್ರಭಾವ ಬೀರಿದ್ದವು.

ಅಂಬೇಡ್ಕರ್ ಹೇಳಿದಂತೆ, ''ರಾಜಕೀಯ ಸ್ವಾತಂತ್ರ್ಯವು ಆರ್ಥಿಕ, ಸಾಮಾಜಿಕ ಸಮಾನತೆಯನ್ನು ತರಲು ವಿಫಲವಾದರೆ, ಅನ್ಯಾಯಕ್ಕೆ ಒಳಗಾದ ಜನರು ಪ್ರಜಾಪ್ರಭುತ್ವವನ್ನೇ ಬುಡಮೇಲು ಮಾಡಬಹುದು'' ಎನ್ನುವ ಮಾತು ದೇವರಾಜ ಅರಸು ಅವರ ಮನ ಕಲಕಿರಬೇಕು. ಅಂತೆಯೇ ಬಡವರ, ದೀನದಲಿತರ, ಹಿಂದುಳಿದವರ ಪರವಾಗಿ ಸದಾ ಎಚ್ಚರದಿಂದ ಚಿಂತಿಸುವಂತೆ ಮಾಡಿರಬೇಕು. ಈ ಹಿನ್ನೆಲೆಯಲ್ಲಿ ಕಾಳಜಿ ಎಂದರೆ ಸಮಗ್ರ ಸಾಮಾಜಿಕ ಬದಲಾವಣೆ ಎಂಬರ್ಥದಲ್ಲಿ ಅವರು ಈ ಬಡವರ್ಗಗಳ ಪರವಾದ ಯೋಜನೆಗಳನ್ನು ಅನುಷ್ಠಾನಕ್ಕೆ ತರಲು ಸಾಧ್ಯವಾಯಿತು.

ರಾಜಕೀಯ ಬದುಕಿನಲ್ಲಿ ಅಸಾಧಾರಣ ಏರಿಳಿತಗಳನ್ನು ಕಂಡ ಅರಸು ಸೋಲುವಾಗಲೂ ಗೆಲ್ಲುವ ಗಟ್ಟಿತನ ತೋರುತ್ತಿದ್ದ ಅಪರೂಪದ ರಾಜಕಾರಣಿ. ಅಧಿಕಾರದ ದೃಷ್ಟಿಯಿಂದ ದೇವರಾಜ ಅರಸರ ಮೇಲೆ ಪ್ರಭಾವ ಬೀರಿದ್ದು ಕೌಟಿಲ್ಯನ 'ಅರ್ಥಶಾಸ್ತ್ರ' ಈ ಕುರಿತಂತೆ -

> ''ಅಧಿಕಾರವನ್ನು ಚಲಾಯಿಸಲು, ಅದನ್ನು ಉಳಿಸಿಕೊಳ್ಳಲು ಏನು ಹುಟ್ಟು ಹಾಕಬೇಕು ಎಂಬುದನ್ನು ಅದರಿಂದ ಕಲಿತುಕೊಂಡೆ''[೧೦]

ಎಂದು ಒಡನಾಡಿ ಹಾಗೂ ಖ್ಯಾತ ಲೇಖಕ ಚದುರಂಗರ ಮುಂದೆ ಸ್ವತಃ ಅರಸು ಅವರೇ ಹೇಳಿಕೊಂಡಿದ್ದರು. ಸ್ವತಃ ಚಿಂತನಾಶೀಲರಾಗಿದ್ದ ಅರಸು ಪ್ರಸ್ತುತ ಸಂದರ್ಭದಲ್ಲಿ 'ವರ್ಗಕ್ಕಿಂತ ಜಾತಿ ಮುಖ್ಯ' ಎಂಬ ತೀರ್ಮಾನಕ್ಕೆ ಆಗಲೇ ಬಂದಿದ್ದರು ಎಂದು ಕಂಡುಬರುತ್ತದೆ. ಆದ್ದರಿಂದಲೇ ಅಧಿಕಾರದ ಅಖಾಡದಲ್ಲಿ ಉಳಿದುಕೊಳ್ಳಲು ವಿವಿಧ ತಂತ್ರಗಳನ್ನು ಬಳಸಿ, ರಾಜಕಾರಣದಲ್ಲಿ ಅಪೂರ್ವ ಮುತ್ಸದ್ದಿತನದ ಧೀಮಂತಿಕೆ ತೋರಿದವರು ಅರಸು. ಅವರೇ ಹೇಳುವಂತೆ-

> ''ಜನಪರ ಕಾರ್ಯಗಳಿಗಾಗಿ ರಾಜಕಾರಣದಲ್ಲಿ ರಾಜಿ ಮಾಡಿಕೊಂಡರೂ ಸಾಮಾಜಿಕ ಚಿಂತನೆ ಮತ್ತು ಅದನ್ನು ಕಾರ್ಯಗತಗೊಳಿಸುವಲ್ಲಿ ರಾಜಿ ಮಾಡಿಕೊಳ್ಳುವುದಿಲ್ಲ''[೧೧]

ಈ ಮಾತುಗಳು ಅವರ ಬದ್ಧತೆಯನ್ನು ತೋರುತ್ತವೆ. ಹೀಗಾಗಿ ರಾಷ್ಟ್ರದ, ರಾಜ್ಯದ ಶೇ. ೪೦ರಷ್ಟು ಬಡತನದ ರೇಖೆಗಿಂತ ಕಡಿಮೆ ಇದ್ದವರನ್ನು ಮೇಲೆತ್ತಲು ಅಪಾರವಾಗಿ ಶ್ರಮಿಸಿದ ಕೀರ್ತಿ ಅವರದು. ನಮ್ಮ ದೇಶದ ಸಂದರ್ಭದಲ್ಲಿ ಹೇಳುವುದಾದರೆ, ಶೋಷಿತ, ದುರ್ಬಲವರ್ಗದ ಸಂರಕ್ಷಣೆಗಾಗಿ ಪ್ರಾಮಾಣಿಕವಾಗಿ ದುಡಿದ ಅರಸು, ಅದಕ್ಕೆ ಅನುಕೂಲಕರವಾದ ಸಾಮಾಜಿಕ, ರಾಜಕೀಯ ಬದಲಾವಣೆಗೆ ಮುಂದಾದದ್ದೂ ಅರಸು ಅವರ ಇನ್ನೊಂದು ವಿಶೇಷ.

೨.೫. ದೇವರಾಜ ಅರಸು ಅವರ ಕೊನೆಯ ದಿನಗಳು

ಜೂನ್ ೬, ೧೯೮೨ರ ದಿನ ಕರ್ನಾಟಕದ ಜನತೆಗೆ ಸಹಿಸಲಾರದ ದುಃಖದ ದಿನ. ಅಂದು ಅರಸು ವಿರೋಧ ಪಕ್ಷಗಳ ಏಕತೆಯನ್ನು ಕುರಿತು ರಾಷ್ಟ್ರನಾಯಕರೊಂದಿಗೆ ಸಾಕಷ್ಟು ಚರ್ಚೆ ನಡೆಸಿದ್ದರು. ಮಧ್ಯಾಹ್ನದ ಸುಖ ಭೋಜನ ಮಾಡಿ ತುಸು ಹೊತ್ತು ವಿರಮಿಸಿದ್ದರು. ಸಂಜೆ

ನಾಲ್ಕುಗಂಟೆಯ ಹೊತ್ತಿಗೆ ಅವರ ಆತ್ಮೀಯ ಸ್ನೇಹಿತ ದ್ವಾರಕನಾಥರು ಬಂದು ಅರಸು ಅವರನ್ನು ತಮ್ಮ ನಿವಾಸಕ್ಕೆ ಕರೆದುಕೊಂಡು ಹೋದರು. ಅಲ್ಲಿಯೇ ಮಲಗಿದ್ದಂತೆಯೇ ಮರಣ ಹೊಂದಿದ್ದರು. ವಿರೋಧ ಪಕ್ಷಗಳನ್ನು ಒಂದುಗೂಡಿಸುವ ಬಗೆಗೆ ಚರ್ಚೆ ನಡೆಸಿದ್ದ ನಾಯಕ ಒಂದುಗೂಡಿಸದೆ ಕಾಲನ ಕರೆಗೆ ಓಗೊಟ್ಟು, ಒಂಟಿಯಾಗಿ ಸಾವಿನತ್ತ ನಡೆದದ್ದು ಒಂದು ವಿಪರ್ಯಾಸವೇ ಸರಿ.

ಕರ್ನಾಟಕದ ರಾಜಕಾರಣದ ಅಖಾಡದಲ್ಲಿ ಅಪೂರ್ವ ಧೀಮಂತಿಕೆಯನ್ನು ತೋರಿದ್ದ ಅರಸು ಸತ್ತಾಗ ಅವರ ವಿರೋಧಿಗಳೂ ತಮಗರಿವಿಲ್ಲದಂತೆ ಕಣ್ಣೀರು ಸುರಿಸಿದರು. ಕರ್ನಾಟಕದ ಬಹುಪಾಲು ಜನಸಾಮಾನ್ಯರು ಅರಸು ಅವರ ದುರಂತ ಸಾವಿನ ಸುದ್ದಿಕೇಳಿ ಸಹಜವಾಗಿ ಕಂಬನಿ ಮಿಡಿದರು. ನಾಡಿನ ಇತಿಹಾಸದಲ್ಲಿ ಒಂದು ಚೇತೋಹಾರಿ ಅಧ್ಯಾಯವನ್ನಾರಂಭಿಸಿ ಜನಶಕ್ತಿಯನ್ನು ಮೆರೆದಾಡಿಸಿದ ನಾಯಕನ ಅಗಲಿಕೆ ಸಮಸ್ತ ಜನಕೋಟಿಯನ್ನು ದುಃಖದ ಕಡಲಲ್ಲಿ ಮುಳುಗಿಸಿದ್ದಂತೂ ಸತ್ಯ. ಆದರೆ ರಾಜಕೀಯ ನಾಯಕರ 'ಕಣ್ಣೀರಿ'ಗಿಂತ ಜನಸಾಮಾನ್ಯರು ಸುರಿಸಿದ 'ಕಂಬನಿ'ಯಲ್ಲಿ ಅರಸು ಇನ್ನೂ ಬದುಕಿದ್ದರು. ಹಾ. ಮಾ. ನಾಯಕ ಅವರು, 'ಅರಸು' ಸಾವಿನ ಬಗೆಗೆ ಈ ರೀತಿ ಹೇಳುತ್ತಾರೆ. ಅರಸು ಸಾಯುವವರೂ ಅಲ್ಲ, ಸಾಯುವಂಥಾದ್ದೂ ಅಲ್ಲ. ನಾಮಪದ 'ಅರಸು' ಸಾಯುವಂತವರಲ್ಲ ಎಂಬುದನ್ನು ಅವರು ಬಣ್ಣಿಸುವುದು ಹೀಗೆ-

> "ಅಧಿಕಾರದ ಸಿಂಹಾಸನಗಳು ಶಾಶ್ವತವಲ್ಲ. ಲೋಕದಲ್ಲಿ ಚರಿತ್ರೆಯಲ್ಲಿ ಎಷ್ಟೋ ಸಿಂಹಾಸನಗಳು ಉರುಳಿ ಹೋಗಿವೆ. ಆದರೆ ಜನರ ಹೃದಯ ಸಿಂಹಾಸನ ಶಾಶ್ವತವಾದದ್ದು. ಅಂಥ ಶಾಶ್ವತ ಸಿಂಹಾಸನಕ್ಕೆ ದೇವರಾಜ ಅರಸರು ಹಕ್ಕುದಾರರಾಗಿದ್ದಾರೆ, ಅದು ನಾಡಿನ ಪುಣ್ಯ. ಇನ್ನೂ ಕ್ರಿಯಾಪದದ ಅರಸು ಎಂಟು ವರ್ಷ ಮುಖ್ಯಮಂತ್ರಿ ಆಗಿದ್ದಾಗ ಅರಸರಾಗಿ, ಅರಸಿ ತಂದವರನ್ನು ಇಂದು ಅಧಿಕಾರದಲ್ಲಿ ಬಿಟ್ಟು ಹೋಗಿದ್ದಾರೆ. ಆ ಮೇಲಿನ ವರ್ಷಗಳಲ್ಲಿ ದೇಶ, ತತ್ವನಿಷ್ಠೆಗಾಗಿ ಅನುದಿನವೂ ಅನುಕ್ಷಣವೂ ಅರಸಿ, ಅರಸುತ್ತಾ, ದಿಢೀರನೆ ಹೋಗಿದ್ದಾರೆ."[೧೨]

ಜೂನ್ ೬, ಭಾನುವಾರದಂದು ಅರಸು ಎಂದಿಗಿಂತಲೂ ಹೆಚ್ಚು ಚಟುವಟಿಕೆಯಿಂದ ಇದ್ದರು. ಬೆಳಗಿನಿಂದಲೇ ಲೋಕದಳದ ನಾಯಕ ಜಾರ್ಜ್ ಫರ್ನಾಂಡೀಸ್, ಜೆ.ಎಚ್.ಪಟೇಲ್‌ರೊಂದಿಗೆ ಮಧ್ಯಾಹ್ನದವರೆಗೂ ಮಾತುಕತೆಯಲ್ಲಿ ತೊಡಗಿದ್ದರು. ಅಂದೇ ಅವರು ಕಾಲನ ಕರೆಗೂ ಓಗೊಡಬೇಕಾಯಿತು. ಎಂಟು ವರುಷಗಳ ಕಾಲ ನಾಡಿನ ಚುಕ್ಕಾಣಿ ಹಿಡಿದು, ಸಾಮಾಜಿಕ, ಆರ್ಥಿಕ, ರಾಜಕೀಯ, ಶೈಕ್ಷಣಿಕ ಹಾಗೂ ಸಾಂಸ್ಕೃತಿಕ ರಂಗದಲ್ಲಿ ಕ್ರಾಂತಿಕಾರಕ ಬದಲಾವಣೆಗಳನ್ನು ತರುವುದರೊಂದಿಗೆ, ದಲಿತರ, ಅಲ್ಪಸಂಖ್ಯಾತ, ಮತ್ತು ಹಿಂದುಳಿದ ವರ್ಗಗಳನ್ನು ಸಂಘಟಿಸಿ ಅವರಿಗೆ ಒಂದು ವ್ಯವಸ್ಥಿತ ಭದ್ರನೆಲೆಯನ್ನು

ಒದಗಿಸಿಕೊಟ್ಟವರು. ಇದರಿಂದ ರಾಜ್ಯದ ರಾಜಕಾರಣದಲ್ಲಿಯೇ ಒಂದು ಹೊಸ ತಿರುವನ್ನು ಉಂಟು ಮಾಡಿದವರು. ಆದರೆ ಈ ಶಕ್ತಿಯನ್ನು ಸೂಕ್ಷ್ಮವಾಗಿ ಬಳಸಿಕೊಳ್ಳುವ ಸಮರ್ಥ ನಾಯಕನಾಗಿ ಅಥವಾ ತಾನೇ ಹಿಂದುಳಿದ ವರ್ಗಗಳ ಸಂಘಟನೆಯ ಚಾಲಕ ಶಕ್ತಿಯಾಗಿ ಉಳಿಯಲಿಲ್ಲ ಎಂಬುದು ವಿಷಾದನೀಯ ಸಂಗತಿ. ಅಂದು ಅವರು ಹಿಂದುಳಿದ ವರ್ಗಗಳನ್ನು ವಿಚಾರಜಾಗ್ರತೆಗೆ, ಪರಿವರ್ತನೆಗೆ ಒಳಮಾಡಲಿಲ್ಲ, ಒಂದು ವ್ಯವಸ್ಥಿತ ಸಂಘಟನೆಯಾಗಿ ರೂಪುಗೊಳಿಸಲಿಲ್ಲ ಎಂಬುದು ಅಷ್ಟೇ ಸತ್ಯ. ಏಕೆಂದರೆ ಅರಸು ವಿಚಾರವಂತರು, ಬುದ್ಧಿವಂತವರ್ಗದ ಜನರೊಂದಿಗೆ ಸ್ಪಂದಿಸಲೇ ಇಲ್ಲ. ಅಂದು ಆಡಳಿತದ ಮೊಗಸಾಲೆಯಲ್ಲಿ ಹಿಂದುಳಿದವರ ಹೆಸರಿನಲ್ಲಿ ಜನರ ವಿಶ್ವಾಸಕ್ಕೆ ಹೊರತಾದ ತಳಮಟ್ಟದ ತುಂಡು ರಾಜಕೀಯ ಪುಢಾರಿಗಳು ಅರಸು ಜೊತೆಯಲ್ಲಿ ಕಾಣಿಸಿಕೊಂಡರೆ ಹೊರತು, ವಿಚಾರವಂತರ ರಾಜಕೀಯಯಾತ್ರೆಯ ಪರಿವರ್ತನೆಯನ್ನು ಕಾಣಲಿಲ್ಲ. ಅರಸು ಅವರು ಆಗ ಸ್ವಲ್ಪ ಎಚ್ಚರವಹಿಸಿ ಉತ್ತಮ ನೇತೃತ್ವ ನೀಡಿದ್ದರೆ ದಕ್ಷಿಣ ಭಾರತದಲ್ಲಿಯೇ ಅಲ್ಲದೆ ಇಡೀ ಭಾರತದಲ್ಲಿಯೇ ಒಂದು ಪ್ರಚಂಡಶಕ್ತಿಯಾಗಿ ಪರಿವರ್ತನೆಗೆ ಚಾಲನೆ ಕೊಡುವ ಆಂದೋಲನದ ಹರಿಕಾರರಾಗಬಹುದಾಗಿತ್ತು. ಅಂಥ ಒಂದು ಸುವರ್ಣ ಅವಕಾಶವನ್ನು ಅರಸು ಕಳೆದುಕೊಂಡದ್ದು ದುರಂತವೇ ಸರಿ. ಆದರೂ ಅರಸು ಅವರು ಈ ಕುರಿತಂತೆ ತಮ್ಮ ಜೀವನದ ಕೊನೆಯ ದಿನಗಳಲ್ಲಿ ನಾನು ಎಲ್ಲಿ ತಪ್ಪು ಮಾಡಿದೆ ಎಂದು ಆತ್ಮಪರಿಶೋಧನೆ ಮಾಡಿಕೊಂಡಾಗ ಸತ್ಯದ ಬೆಳಕಿನಲ್ಲೇ ಪ್ರಪಾತಕ್ಕೆ ಬಿದ್ದಿರುವುದು ಗೊತ್ತಾಯಿತು. ಅಲ್ಲದೆ ತಮ್ಮ ಸುತ್ತ ಏನೆಲ್ಲಾ ನಡೆಯುತ್ತಿದೆ ಎಂಬ ಅರಿವು ಇದ್ದಾಗಲೂ ಅದನ್ನು ಪ್ರತಿಭಟಿಸಲಾಗದಷ್ಟು ಅಸಹಾಯಕ ಸ್ಥಿತಿಯನ್ನು ತಲುಪಿದ್ದರು. ತಮ್ಮ ಜೀವಂತ ಬದುಕಿನ ಎದುರಿನಲ್ಲಿಯೇ ತನಗೆ ತನ್ನವರಿಂದ ಆತ್ಮಶಕ್ತಿಯನ್ನು ನಿರೀಕ್ಷಿಸುವ ಸಂದರ್ಭದಲ್ಲಿಯೇ ವಿಶ್ವಾಸದ್ರೋಹಕ್ಕೆ ಬಲಿಯಾಗಿ ನಿಸ್ಸಹಾಯಕ ಸ್ಥಿತಿಗೆ ಸಿಕ್ಕಿ ದುರಂತಕ್ಕೆ ತಲುಪಬೇಕಾಯಿತು. ಅಧಿಕಾರದ ಉತ್ಕರ್ಷದಲ್ಲಿನ ಗೆಳೆಯರೆಲ್ಲ ಅಜ್ಞಾತವಾಸದಲ್ಲಿದ್ದಾಗ ತಾವೂ ಅಜ್ಞಾತರಾದದ್ದು ಇನ್ನೊಂದು ದೊಡ್ಡ ದುರಂತವೆಂದೇ ಹೇಳಬೇಕು. ಏಕೆಂದರೆ ರಾಜಕಾರಣದಲ್ಲಿ ಸೋಲಿನಷ್ಟು ಕೆಟ್ಟದ್ದು ಬೇರೆ ಯಾವುದು ಇಲ್ಲ ಆದರೂ ಅವರು ಧೃತಿಗೆಡಲಿಲ್ಲ. ಅವರ ರಾಜಕೀಯ ಜೀವನದ ಅವಸಾನ ಆರಂಭವಾದ ಮೇಲೆ ಕೊನೆಯ ದಿನದವರೆಗೂ ಅರಸು ಜೊತೆಯಲ್ಲಿದ್ದವರೆದಂರೆ, ಸಮಾಜವಾದಿ ನಾಯಕ ಜೆ.ಎಚ್.ಪಟೇಲ್. ಯಾರೂ ಕೈಬಿಟ್ಟರೂ ಪಟೇಲರು ನನ್ನನ್ನು ಕೈಬಿಡುವುದಿಲ್ಲ ಎಂಬ ದೃಢವಾದ ನಂಬಿಕೆ, ವಿಶ್ವಾಸ ಅರಸು ಅವರಲ್ಲಿತ್ತು.

ಅರಸು ಅವರ ಶವಸಂಸ್ಕಾರಕ್ಕೆ ಅವರ ಅಭಿಮಾನಿಗಳಾದಿಯಾಗಿ ರಾಷ್ಟ್ರಮಟ್ಟದ ರಾಜಕಾರಣಿಗಳೆಲ್ಲಾ ತಮ್ಮ ನೆಚ್ಚಿನ ನಾಯಕನ ಅಂತಿಮ ದರ್ಶನಕ್ಕಾಗಿ ಬೆಂಗಳೂರಿಗೆ ದೌಡಾಯಿಸಿ ಬಂದರು. 'ಶರಣರ ಸಾವನ್ನು ಮರಣದಲ್ಲಿ ನೋಡು' ಎನ್ನುವಂತೆ ಜನಸಾಗರ ಅಗಲಿದ ನಾಯಕನಿಗೆ ಶ್ರದ್ಧಾಂಜಲಿ ಸಲ್ಲಿಸಿತು. ನಂತರ ಸಕಲ ಸರಕಾರಿ ಗೌರವಗಳಿಂದ ಬೆಂಗಳೂರಿನಿಂದ ಹೊರಟ ಶವಯಾತ್ರೆ ಕಲ್ಲಹಳ್ಳಿಯನ್ನು ತಲುಪುವವರೆಗೂ ದಾರಿಯುದ್ದಕ್ಕೂ

ಲಕ್ಷಾಂತರ ಜನಸ್ತೋಮ ಈ ಧೀಮಂತ ನಾಯಕನಿಗೆ ಕಂಬನಿ ಮಿಡಿದು ಅಂತಿಮ ನಮನ ಸಲ್ಲಿಸಿತು. ಕರ್ನಾಟಕ ರಾಜ್ಯದ ಅಂದಿನ ಮುಖ್ಯಮಂತ್ರಿಯಾದ ಆರ್.ಗುಂಡೂರಾವ್, ಚರಣ್‌ಸಿಂಗ್‌ರಂಥ ರಾಷ್ಟ್ರದ ಹಿರಿಯ ನಾಯಕರು ಶವಸಂಸ್ಕಾರಕ್ಕೆ ಆಗಮಿಸಿ ಗೌರವ ಸಲ್ಲಿಸಿದರು. ಆದರೆ ಕೇವಲ ಮೂರು ವರುಷಗಳ ಹಿಂದೆ ಚಿಕ್ಕ ಮಗಳೂರಿನ ಉಪಚುನಾವಣೆಯಲ್ಲಿ ಸ್ಪರ್ಧಿಸಿ ಆರಿಸಿ ಬಂದು ಅರಸು ಅವರಿಂದ ಮತ್ತೇ ರಾಜಕೀಯ ಪುನರ್‌ಜನ್ಮ ಪಡೆದಿದ್ದ ರಾಷ್ಟ್ರೀಯ ನಾಯಕಿ ಇಂದಿರಾಗಾಂಧಿಯವರು ಮಾತ್ರ ಸೌಜನ್ಯದ ನಡವಳಿಕೆಯನ್ನು ತೋರದೆ ಅರಸರ ಅಂತಿಮ ಶವಸಂಸ್ಕಾರಕ್ಕೆ ಬಾರದೆ ಇದ್ದದ್ದು ಆಶ್ಚರ್ಯದ ಸಂಗತಿಯೇ ಸರಿ. ಒಟ್ಟಿನಲ್ಲಿ ದೇವರಾಜ ಅರಸು ಅವರ ವ್ಯಕ್ತಿತ್ವ ಈಗಿರುವ ರಾಜಕಾರಣಿಗಳ ವ್ಯಕ್ತಿತ್ವದಂತದ್ದಲ್ಲ. ನಾಡಿನ ಇತಿಹಾಸದಲ್ಲಿ ಅವರು ತೆರೆದಿದ್ದ ಚೇತೋಹಾರಿ ಅಧ್ಯಾಯ ಅವರಿಗರಿವಿಲ್ಲದಂತೆ ನಿಗೂಢವಾಗಿ ಮಡಚಿಕೊಂಡಿತು.

ಟಿಪ್ಪಣಿಗಳು

೧. ಕ್ಷೇತ್ರಕಾರ್ಯ ಮಾಹಿತಿ, ಕುಳ್ಳಯ್ಯ, ದಿ.೨೨.೦೪.೨೦೦೯
೨. ಸದಾನಂದ.ಜಿ.ಎಸ್., ಪ್ರತಿಭಾವಂತ ಸಂಸದೀಯ ಪಟುಗಳು, ಬದುಕು ಬರಹ ಮಾಲಿಕೆ, (೨೦೦೦), ಪು.ಸಂ.೯
೩. ಗುರುಲಿಂಗಯ್ಯ.ಎಂ.ಕೆ., ದುರ್ಬಲರ ಆಶಾಕಿರಣ ದೇವರಾಜ ಅರಸು, (೨೦೦೪), ಪು.ಸಂ.೧೦
೪. ಅದೇ., ಪು.ಸಂ.೧೨
೫. ಅದೇ., ಪು.ಸಂ.೧೯
೬. ವಡ್ಡರ್ಸೆ ರಘುರಾಮಶೆಟ್ಟಿ., ಬಹುರೂಪಿ ಅರಸು, (೨೦೦೦), ಪು.ಸಂ.೧೦೩
೭. ಜಾಗೀರ್‌ದಾರ್. ಐ.ಕೆ., ಅರಸು ಆಡಳಿತ ರಂಗ, (೧೯೭೯), ಪು.ಸಂ.೩೪
೮. ವಡ್ಡರ್ಸೆ ರಘುರಾಮಶೆಟ್ಟಿ., ಬಹುರೂಪಿ ಅರಸು, (೨೦೦೦), ಪು.ಸಂ.೨
೯. ಮಧುಕೇಶ, ಭೂ ಸುಧಾರಣೆಯ ಪಿತಾಮಹ: ಅರಸು, (೨೦೦೨), ಪು.ಸಂ.೮೪
೧೦. ವೆಂಕಟೇಶ್.ಎಚ್., ಕರ್ನಾಟಕ ಅರಸು, (೨೦೦೦), ಪು.ಸಂ.೫೮
೧೧. ಅದೇ., ಪು.ಸಂ.೫೯
೧೨. ಹರಿಹರಪ್ರಿಯ., ಸಮಗ್ರ ವ್ಯಕ್ತಿ ಚಿತ್ರಗಳು, ಸಂಪುಟ.೧, (೧೯೯೮), ಪು.ಸಂ.೨೪೯

ಅಧ್ಯಾಯ ಮೂರು

ಅರಸು: ಕರ್ನಾಟಕ ರಾಜಕಾರಣದ ಚಿಂತನೆ

ಕರ್ನಾಟಕದ ರಾಜಕಾರಣದಲ್ಲಿ ನಾಲ್ಕು ದಶಕಗಳ ಕಾಲ ತಮ್ಮದೇ ಆದ ಛಾಪನ್ನು ಮೂಡಿಸಿದ ವ್ಯಕ್ತಿ ದೇವರಾಜ ಅರಸು. ಸ್ವಾತಂತ್ರ್ಯ ನಂತರದಲ್ಲಿ ಎರಡೂವರೆ ದಶಕಗಳ ಕಾಲ ಅಧಿಕಾರದ ಪ್ರಾಬಲ್ಯದಲ್ಲಿ ಮೆರೆದಿದ್ದ ಮೇಲ್ವರ್ಗದ ಶಕ್ತಿಯನ್ನು ಗಣನೀಯವಾಗಿ ನಿಷ್ಕ್ರಿಯಗೊಳಿಸಿದವರು ಇವರು. ಅಲ್ಲದೆ ಸಮಾಜದ ಹಿಂದುಳಿದವರಲ್ಲಿ ಜಾಗೃತಿ ಮೂಡಿಸಲು ಹಾಗೂ ಪರ್ಯಾಯ ನಾಯಕತ್ವ ಬೆಳೆಸಲು ಅವಿರತವಾಗಿ ಶ್ರಮಿಸಿದ ಶ್ರೇಯಸ್ಸು ಇವರಿಗೆ ಸಲ್ಲುತ್ತದೆ.

ರಾಜಕೀಯ ಪ್ರವೇಶದ ಹಿನ್ನೆಲೆ

೧೯೪೦ರಲ್ಲಿ ಅಂದಿನ ಮೈಸೂರು ರಾಜ್ಯದ ಪ್ರಜಾಪ್ರತಿನಿಧಿ ಸಭೆಗೆ ಚುನಾವಣೆಗಳು ನಡೆದವು. ದೇಶದ ಸ್ವಾತಂತ್ರ್ಯ ಚಳವಳಿಯ ಮುಂಚೂಣಿಯಲ್ಲಿದ್ದ ಕಾಂಗ್ರೆಸ್ ಪಕ್ಷವು ರಾಜ್ಯದ ಎಲ್ಲಾ ಮತಕ್ಷೇತ್ರಗಳಲ್ಲೂ ಸ್ಪರ್ಧೆಗೆ ಇಳಿಯುವ ಸ್ಥಿತಿಯಲ್ಲಿ ಸಿದ್ಧತೆ ನಡೆಸಿತು. ಹುಣಸೂರು ಮತಕ್ಷೇತ್ರದಿಂದ ಕಾಂಗ್ರೆಸ್ ಸ್ಪರ್ಧಿಯ ಪ್ರಶ್ನೆ ಬಂದಾಗ ದೇವರಾಜ ಅರಸು ಹೆಸರು ಕೇಳಿ ಬಂದಿತು. ಆಗ ಅರಸು ಅವರನ್ನು ರಾಜಕಾರಣಕ್ಕೆ ಸೆಳೆದುಕೊಳ್ಳಲು ಹುಣಸೂರಿನ ವಕೀಲ ಶ್ರೀನಿವಾಸ್ ಐಯ್ಯಂಗಾರ್ ಚುನಾವಣಾ ಅಭ್ಯರ್ಥಿಯಾಗಬೇಕೆಂಬ ಸವಾಲನ್ನು ಅರಸು ಅವರ ಮುಂದಿಟ್ಟರು. ಆದರೆ ಮಾಮೂಲಿ ಖರ್ಚುವೆಚ್ಚಗಳಿಗೆ ಪರದಾಡುತ್ತಿದ್ದ ದೇವರಾಜ ಅರಸು ಅದನ್ನು ನಿರಾಕರಿಸಿದರು -

> "ಚುನಾವಣೆಯಲ್ಲಿ ಸ್ಪರ್ಧೆಗೆ ಇಳಿಯಲು ಠೇವಣಿ ಕಟ್ಟಲಾಗದ ಮನುಷ್ಯ
> ನಾನು. ಬೇರೆ ಯಾರಾದರೂ ಹಣವಂತರನ್ನು ಆಯ್ಕೆ ಮಾಡಿ ನಿಲ್ಲಿಸಿ"[೧]

ಎಂದು ಅರಸು ನಿಷ್ಠುರವಾಗಿ ನುಡಿದದ್ದು ಉಂಟು. ಚುನಾವಣೆಗೆ ಸ್ಪರ್ಧಿಸಲು ಅರಸು ನಿರಾಕರಿಸಿದ ಸುದ್ದಿ ತಿಳಿಯುತ್ತಲೇ ಕಾಂಗ್ರೆಸ್ ಪಕ್ಷದ ಯಜಮಾನನಂತಿದ್ದ ಸಾಹುಕಾರ ಚೆನ್ನಯ್ಯನವರು ಹುಣಸೂರಿಗೆ ಓಡಿ ಬಂದು. ಅರಸು ಅವರನ್ನು ಕರೆಯಿಸಿಕೊಂಡು, "ನೀನು ಚುನಾವಣೆಗೆ ನಿಲ್ಲಲೇಬೇಕು, ಈ ಸಂಬಂಧವಾದ ಖರ್ಚನ್ನೆಲ್ಲಾ ನಾನು ನೋಡಿಕೊಳ್ಳುತ್ತೇನೆ"

ಎಂದರು. ಆಗ ದೇವರಾಜ ಅರಸು ವಿಧಿಯಿಲ್ಲದೆ ಸಾಹುಕಾರ ಚೆನ್ನಯ್ಯನವರ ಒತ್ತಾಯಕ್ಕೆ ಮಣಿದು ರಾಜಕಾರಣಕ್ಕೆ ಪ್ರವೇಶ ಪಡೆದರು.

ಅಂದಿನ ಸಂದರ್ಭದಲ್ಲಿ ಮೈಸೂರು ಮಹಾರಾಜರ ಬೆಂಬಲಿಗರ ಪಕ್ಷದ ವಿರುದ್ಧ ಕಾಂಗ್ರೆಸ್ಸಿನಿಂದ ಪ್ರಜಾಪ್ರತಿನಿಧಿ ಸಭೆಗೆ ನಡೆದ ಚುನಾವಣೆಯಲ್ಲಿ ಅರಸು ಹುಣಸೂರು ಕ್ಷೇತ್ರದಿಂದ ಸ್ಪರ್ಧಿಸಿ ಗೆಲುವು ಸಾಧಿಸಿದರು. ಅರಸು ಗೆಲುವಿಗೆ ಕಾರಣರಾಗಿದ್ದ ಸಾಹುಕಾರ ಚೆನ್ನಯ್ಯನವರು 'ಕಿಂಗ್ ಮೇಕರ್' ಎಂದು ಪ್ರಸಿದ್ಧಿ ಪಡೆದರು. ಅಂದಿನ ಮೈಸೂರು ಪ್ರಜಾಪ್ರತಿನಿಧಿ ಸಭೆಯಲ್ಲೇ ೨೬ರ ಹರೆಯದ ಯುವಕ ಅರಸು ಅವರೇ ಅತಿ ಚಿಕ್ಕವರಾಗಿದ್ದರು. ೧೯೪೨ರಲ್ಲಿ ನಡೆದ 'ಚಲೇಜಾವ್ ಚಳವಳಿ'ಯಲ್ಲಿ ಭಾಗವಹಿಸಿದ ಅರಸು ಮುಂದೆ ೧೯೪೭ರಲ್ಲಿ ಮೈಸೂರು ಸಂಸ್ಥಾನದಲ್ಲಿ ನಡೆದ 'ಜವಾಬ್ದಾರಿ ಸರಕಾರ'ಕ್ಕಾಗಿ ನಡೆದ ಹೋರಾಟದಲ್ಲಿಯೂ ಭಾಗವಹಿಸಿದ್ದರು.

ಮುಂದೆ ಪ್ರಜಾತಂತ್ರ ವ್ಯವಸ್ಥೆಯಿಂದ ೧೯೫೨ರಲ್ಲಿ ನಡೆದ ಮೊದಲ ವಿಧಾನಸಭಾ ಚುನಾವಣೆಯಲ್ಲಿ ಕಾಂಗ್ರೆಸ್ ಪಕ್ಷ ದೇವರಾಜ ಅರಸು ಅವರನ್ನು ಹುಣಸೂರು ವಿಧಾನಸಭಾ ಕ್ಷೇತ್ರದಿಂದ ತನ್ನ ಅಭ್ಯರ್ಥಿಯನ್ನಾಗಿ ನಿಲ್ಲಿಸಿತು. ಅದಾಗಲೇ ಸಾಕಷ್ಟು ಜನಪ್ರಿಯತೆ ಗಳಿಸಿದ್ದ ದೇವರಾಜ ಅರಸು ಸುಲಭವಾಗಿಯೇ ಚುನಾವಣೆಯಲ್ಲಿ ಗೆದ್ದು ಬಂದರು. ಆದರೂ ೧೯೫೨ ರ ಚುನಾವಣೆಯಲ್ಲಿ ಇವರನ್ನು ಗುಂಪುಗಾರಿಕೆ ರಾಜಕೀಯದಲ್ಲಿ ಗುರುತಿಸುವ ಒಂದು ಪ್ರಯತ್ನ ಈ ಹಿಂದೆ ನಡೆದಿತ್ತು ಎನ್ನುವುದನ್ನು ಮರೆಯುವಂತಿಲ್ಲ. ಇದಕ್ಕೆ ಕಾರಣ ಆಗ ಮೈಸೂರು ಪ್ರದೇಶ ಕಾಂಗ್ರೆಸ್ಸಿನ ಅಧ್ಯಕ್ಷರಾಗಿದ್ದ ಕೆಂಗಲ್ ಹನುಮಂತಯ್ಯನವರು ಹುಣಸೂರು ಕ್ಷೇತ್ರದಿಂದ ಕಾಂಗ್ರೆಸ್ ಉಮೇದುವಾರರಾಗಿ ಸ್ಪರ್ಧಿಸಲು ದೇವರಾಜ ಅರಸು ಅವರ ಹೆಸರು ಸೂಚಿಸಿದರು. ಆಗ ಕೆಂಗಲ್ಲರ ರಾಜಕೀಯ ಪ್ರಭಾವವನ್ನು ಮುರಿಯಲು ಅಣಿಯಾಗಿದ್ದ ಆಗಿನ ಮುಖ್ಯಮಂತ್ರಿ ಕೆ.ಸಿ.ರೆಡ್ಡಿ, ಸಾಹುಕಾರ ಚೆನ್ನಯ್ಯ ಮೊದಲಾದವರು ಕೆಂಗಲ್ ಹನುಮಂತಯ್ಯ ಅವರು ಸೂಚಿಸಿದ್ದ ಎಲ್ಲಾ ಹೆಸರುಗಳನ್ನು ವಿರೋಧಿಸಿದ್ದರು. ಕೆಂಗಲ್ಲರ ಮೂಲಕ ಚುನಾವಣಾ ಕಣಕ್ಕಿಳಿದ ಎಲ್ಲಾ ಕಾಂಗ್ರೆಸ್ ಅಭ್ಯರ್ಥಿಗಳನ್ನು ಸೋಲಿಸುವ ತಂತ್ರವೊಂದು ಆಗ ಸಿದ್ಧವಾಗಿತ್ತು. ಈ ತಂತ್ರದಿಂದಾಗಿ ಆ ವರ್ಷ ಮೈಸೂರು ಜಿಲ್ಲೆಯಿಂದ ವಿಧಾನಸಭೆಗೆ ಸ್ಪರ್ಧಿಸಿದ್ದ ೧೨ ಮಂದಿ ಕಾಂಗ್ರೆಸ್ ಅಭ್ಯರ್ಥಿಗಳ ಪೈಕಿ ಮೂವರು ಮಾತ್ರ ಗೆದ್ದಿದ್ದರು. ಅವರಲ್ಲಿ ದೇವರಾಜ ಅರಸು ಒಬ್ಬರಾಗಿದ್ದರು. ಹುಣಸೂರಿನ ಜನಪ್ರಿಯ ಶಾಸಕರಾಗಿ ಬೆಳೆಯುತ್ತಿದ್ದ ಅರಸು ೧೯೫೭ ರಲ್ಲಿ ಬಿ. ಡಿ. ಜತ್ತಿಯವರ ಅಧ್ಯಕ್ಷತೆಯಲ್ಲಿ ನೇಮಿಸಲ್ಪಟ್ಟ ಭೂಸುಧಾರಣಾ ಸಮಿತಿಯ ಸದಸ್ಯರಾಗಿ ಆಯ್ಕೆಯಾದರು. ಇದು ಮುಂದೆ ಭೂಸುಧಾರಣಾ ಶಾಸನ ಜಾರಿಗೆ ತರಲು ಸ್ವಲ್ಪಮಟ್ಟಿಗೆ ಅರಸು ಅವರಿಗೆ ಸಹಾಯಕವಾಯಿತು.

೩.೧. ಮೈಸೂರು ಸಂಸ್ಥಾನದಲ್ಲಿ 'ಕಾಂಗ್ರೆಸ್ ಪಕ್ಷ'

ಕರ್ನಾಟಕದಲ್ಲಿ ಕಾಂಗ್ರೆಸ್ ಪಕ್ಷದ ಬೆಳವಣಿಗೆಯ ದೃಷ್ಟಿಯಿಂದ ೧೯೨೪ ರಲ್ಲಿ ಗಾಂಧೀಜಿ ಅವರ ಅಧ್ಯಕ್ಷತೆಯಲ್ಲಿ ಬೆಳಗಾವಿಯಲ್ಲಿ ಜರುಗಿದ ಕಾಂಗ್ರೆಸ್ ಮಹಾ ಅಧಿವೇಶನ ಅತ್ಯಂತ

ಪ್ರಮುಖವಾದ ಘಟನೆಯಾಗಿದೆ. ಈ ಅಧಿವೇಶನದಿಂದಾಗಿ ಪರಸ್ಪರ ಒಡೆದು ಹೋಗಿದ್ದ ಮನಸ್ಸುಗಳು ಬೆಸೆದುಕೊಂಡವು.

ಪ್ರಜಾಮಿತ್ರ ಮಂಡಳಿ ಹಾಗೂ ಪ್ರಜಾಪಕ್ಷ ಸೇರಿ ಸಂಯುಕ್ತ ಪ್ರಜಾಪಕ್ಷ ಸ್ಥಾಪನೆಯಾಯಿತು. ೧೯೩೭ರಲ್ಲಿ ಸಂಯುಕ್ತ ಪ್ರಜಾಪಕ್ಷವು ಕಾಂಗ್ರೆಸ್‌ನಲ್ಲಿ ವಿಲೀನಗೊಳ್ಳಲು ನಿರ್ಧರಿಸಿತು. ಈ ಪಕ್ಷದ ಅಧ್ಯಕ್ಷತೆಯನ್ನು ಆಗ ವಿ. ವೆಂಕಟಪ್ಪನವರು ವಹಿಸಿದ್ದರು. ಮೈಸೂರು ಕಾಂಗ್ರೆಸ್‌ನ ಪ್ರಥಮ ಅಧಿವೇಶನ ೧೯೩೮ ರಲ್ಲಿ ಟಿ. ಸಿದ್ಧಲಿಂಗಯ್ಯನವರ ಅಧ್ಯಕ್ಷತೆಯಲ್ಲಿ ಶಿವಪುರದಲ್ಲಿ ಜರುಗಿತು. ಇದು ಧ್ವಜ ಸತ್ಯಾಗ್ರಹ ಎಂದೇ ಪ್ರಸಿದ್ಧಿಯಾಗಿದೆ. ಕರ್ನಾಟಕ ಪ್ರದೇಶ ಕಾಂಗ್ರೆಸ್ ಸಂಸ್ಥೆಯ ಸದಸ್ಯತ್ವಕ್ಕೆ ನಾಲ್ಕಾಣೆ ಸಂಗ್ರಹಿಸಿದರೆ, ಅದರ ಭಾಗವಾಗಿದ್ದ ಮೈಸೂರು ಕಾಂಗ್ರೆಸ್‌ನ ಸದಸ್ಯತ್ವಕ್ಕೂ ನಾಲ್ಕಾಣೆ ಸಂಗ್ರಹಿಸಲಾಗಿತ್ತು. ಸ್ವಾತಂತ್ರ್ಯ ಬರುವ ಹೊತ್ತಿಗೆ ಇವೆರಡು ಒಂದೇ ಎಂಬಂತಾದವು.

ಕಾಂಗ್ರೆಸ್ ಪಕ್ಷ ಸ್ವಾತಂತ್ರ್ಯ ಹೋರಾಟಕ್ಕಾಗಿ ಅನೇಕ ಚಳವಳಿಗಳನ್ನು ರಾಷ್ಟ್ರನಾಯಕರ ಆದೇಶದಂತೆ ಹಮ್ಮಿಕೊಂಡಿತ್ತು. ಇದರಿಂದಾಗಿ ಕಾಂಗ್ರೆಸ್ ಪಕ್ಷಕ್ಕೂ ಹಾಗೂ ಅದರ ನಾಯಕರಿಗೂ ಅಪಾರ ಜನಪ್ರಿಯತೆ ದೊರಕಿತು. ಅದು ಹಮ್ಮಿಕೊಂಡ ಪ್ರಮುಖ ಚಳವಳಿ ಎಂದರೆ ೧೯೩೦ ರಲ್ಲಿ ಕಾನೂನು ಭಂಗ ಚಳವಳಿಯ ಅಂಗವಾಗಿ ಅಂಕೋಲಾದಲ್ಲಿ ಜರುಗಿದ ಉಪ್ಪಿನ ಸತ್ಯಾಗ್ರಹ. ೧೯೩೮ ರಲ್ಲಿ ಶಿವಪುರ ಧ್ವಜ ಸತ್ಯಾಗ್ರಹ. ಅದೇ ವರುಷ ವಿದುರಾಶ್ವತ್ಥದಲ್ಲಿ ಜರುಗಿದ ಚಳವಳಿ, ೧೯೪೨ ರಲ್ಲಿ ಕ್ವಿಟ್‌ಇಂಡಿಯಾ ಚಳವಳಿ ಹಾಗೂ ೧೯೪೭ ರಲ್ಲಿ ನಡೆದ ಮೈಸೂರು ಚಲೋ ಚಳವಳಿ ಇವುಗಳ ಮೂಲಕ ರಾಜ್ಯದಲ್ಲಿ ಅನೇಕ ನಾಯಕರನ್ನು ರೂಪಿಸಿದ ಕೀರ್ತಿ ಕಾಂಗ್ರೆಸ್ ಪಕ್ಷಕ್ಕೆ ಸಲ್ಲುತ್ತದೆ.

೧೯೪೭ ಆಗಸ್ಟ್ ೧೫ ರಂದು ಭಾರತಕ್ಕೆ ಸ್ವಾತಂತ್ರ್ಯ ಬಂದ ಮೇಲೆ ಸೆಪ್ಟೆಂಬರ್ ೪ ರಂದು ಮೈಸೂರು ಸಂಸ್ಥಾನದಲ್ಲಿ ಪ್ರಜಾಸರಕಾರ ಸ್ಥಾಪಿಸಲು ಕೆ. ಸಿ. ರೆಡ್ಡಿ ಅವರ ನೇತೃತ್ವದಲ್ಲಿ ಹೋರಾಟ ಪ್ರಾರಂಭವಾಯಿತು. ಸೆಪ್ಟೆಂಬರ್ ೨೪ ರಂದು ಮೈಸೂರು ಸಂಸ್ಥಾನ ಭಾರತದ ಒಕ್ಕೂಟ ವ್ಯವಸ್ಥೆಗೆ ವಿಲೀನವಾಗಲು ಮೈಸೂರು ಮಹಾರಾಜರು ಒಪ್ಪಿಕೊಂಡರು. ಅಂತಿಮವಾಗಿ ಅಕ್ಟೋಬರ್ ೨೭ ರಂದು ಕೆ. ಸಿ. ರೆಡ್ಡಿಯವರು ಮೈಸೂರು ಸಂಸ್ಥಾನದ ಮೊದಲ ಮುಖ್ಯಮಂತ್ರಿಯಾದರು. ಅವರ ಸಚಿವ ಸಂಪುಟದ ಇತರ ಸದಸ್ಯರೆಂದರೆ ಹಣಕಾಸು ಹಾಗೂ ಕೈಗಾರಿಕಾ ಸಚಿವರಾದ ಎಚ್. ಸಿದ್ಧಯ್ಯ, ಗೃಹ ಸಚಿವರಾದ ಟಿ. ಮರಿಯಪ್ಪ ಹಾಗೂ ಸ್ಥಳೀಯ ಸಂಸ್ಥೆಗಳ ಸಚಿವರಾದ ಇವರು ಎಚ್. ಚೆನ್ನಿಗರಾಮಯ್ಯ ೧೯೫೧ ರಲ್ಲಿ ಟಿ. ಸಿದ್ಧಲಿಂಗಯ್ಯ ಅವರು ಶಿಕ್ಷಣ ಹಾಗೂ ಆರೋಗ್ಯ ಖಾತೆ ಸಚಿವರಾಗಿ ಸಂಪುಟಕ್ಕೆ ಸೇರ್ಪಡೆಯಾದರು. ೧೯೫೨ರ ಸಾರ್ವತ್ರಿಕ ಚುನಾವಣೆಯ ತನಕ ಕೆ.ಸಿ.ರೆಡ್ಡಿ ಅವರ ಸಚಿವ ಸಂಪುಟವೇ ಮುಂದುವರೆಯಿತು.

೩.೨. ಮೈಸೂರು ರಾಜ್ಯ ವಿಧಾನಸಭಾ ಚುನಾವಣೆಗಳು

೧೯೫೨ನೇ ಇಸವಿ ಜನವರಿ ತಿಂಗಳಲ್ಲಿ ರಾಜ್ಯ ವಿಧಾನಸಭೆಗೆ ಚುನಾವಣೆಗಳು ನಡೆದವು. ಈ ಚುನಾವಣೆಯಲ್ಲಿ ಕಾಂಗ್ರೆಸ್ ಪಕ್ಷವು ೮೦ ಸಾಮಾನ್ಯ ಸ್ಥಾನಗಳಿಗೂ ೧೯ ಮೀಸಲು

ಸ್ಥಾನಗಳಿಗೂ ಅಭ್ಯರ್ಥಿಗಳನ್ನು ನಿಲ್ಲಿಸಿತು. ಆ ಪೈಕಿ ೬೦ ಸಾಮಾನ್ಯ ಸ್ಥಾನಗಳಲ್ಲಿಯೂ ೧೪ ಮೀಸಲು ಸ್ಥಾನಗಳಲ್ಲಿಯೂ ಜಯಗಳಿಸಿತು. ೬೧ ಏಕ ಸದಸ್ಯ ಕ್ಷೇತ್ರಗಳಲ್ಲಿ ಶೇ.೪೭.೯ ಪ್ರಮಾಣದ ಮತಗಳನ್ನು ೧೯ ದ್ವಿಸದಸ್ಯ ಕ್ಷೇತ್ರಗಳಲ್ಲಿ ಶೇ.೪೪.೭ ಮತಗಳನ್ನೂ ಪಡೆಯಿತು.

ಫಲಿತಾಂಶ ಹಾಗೂ ಪಕ್ಷಗಳ ಬಲಾಬಲ

ಪಕ್ಷಗಳು	ಸ್ಪರ್ಧಿಸಿದ ಸ್ಥಾನ		ಗೆದ್ದ ಸ್ಥಾನ		ಸೋತ ಸ್ಥಾನ	
	ಸಾಮಾನ್ಯ	ಮೀಸಲು	ಸಾಮಾನ್ಯ	ಮೀಸಲು	ಸಾಮಾನ್ಯ	ಮೀಸಲು
ಕಾಂಗ್ರೆಸ್	೮೦	೧೯	೬೦	೧೪	೨೦	೬
ಕೆ.ಎಂ.ಪಿ.ಪಿ	೪೯	೧೦	೦೭	೦೧	೪೨	೦೯
ಸೋಷಲಿಸ್ಟ್	೪೦	೦೭	೦೩	೦೦	೩೭	೦೭
ಜನಸಂಘ	೨೧	೦೨	-	-	೨೦	೦೨
ಕಮ್ಯುನಿಸ್ಟ್	೦೪	೦೧	೧	-	೦೩	೦೧
ಎಸ್.ಸಿ.ಎಫ್	೦೭	೦೫	-	೨	೦೭	೦೩
ಪಕ್ಷೇತರರು	೧೩೦	೧೯	೯	೨	೧೨೧	೦೭

೧೯೫೦ ರಿಂದ ೧೯೫೨ ರ ವರೆಗೆ ಅಂದಿನ ಮೈಸೂರು ರಾಜ್ಯದಲ್ಲಿ ಕಾಂಗ್ರೆಸ್ ಮಂತ್ರಿಮಂಡಲ ಅಧಿಕಾರದಲ್ಲಿತ್ತು. ಕ್ಯಾಸಂಬಳ್ಳಿ ಚೆಂಗಲ್‌ರಾಯ ರೆಡ್ಡಿಯವರು ರಾಜ್ಯದ ಮೊದಲ ಕಾಂಗ್ರೆಸ್ ಮುಖ್ಯಮಂತ್ರಿಯಾದರು. ಸಾಹುಕಾರ ಚೆನ್ನಯ್ಯನವರು ಕೆ.ಸಿ.ರೆಡ್ಡಿಯವರನ್ನು ಪದಚ್ಯುತಗೊಳಿಸಿದರು. ೧೯೫೨ರಲ್ಲಿ ಕೆಂಗಲ್ ಹನುಮಂತಯ್ಯನವರು ಮೈಸೂರು ಪ್ರದೇಶ ಕಾಂಗ್ರೆಸ್ ಸಮಿತಿ ಅಧ್ಯಕ್ಷರಾದರು. ಇವರು ಈ ಚುನಾವಣೆಯಲ್ಲಿ ತಮ್ಮ ಪಕ್ಷಕ್ಕೆ ಬೆಂಬಲಿಸಿದವರಿಗೆ ಪಕ್ಷದ ಟಿಕೆಟ್ ನೀಡಿದ್ದರು. ಈ ಸಂದರ್ಭದಲ್ಲಿ ಹನುಮಂತಯ್ಯನವರು ಮತ್ತು ಟಿ.ಸಿದ್ಧಲಿಂಗಯ್ಯ ಭಿನ್ನಮತೀಯರೆನ್ನಿಸಿಕೊಂಡಿದ್ದರು. ಆ ಸಮಯದಲ್ಲಿ ಕಿಂಗ್‌ಮೇಕರ್ ಎನಿಸಿಕೊಂಡಿದ್ದ ಸಾಹುಕಾರ ಚೆನ್ನಯ್ಯನವರು ೩೦.೦೩.೧೯೫೨ರಂದು ಕೆಂಗಲ್ ಹನುಮಂತಯ್ಯನವರನ್ನು ಮುಖ್ಯಮಂತ್ರಿಯನ್ನಾಗಿ ಮಾಡಿದರು. ಆದರೆ ಕೆಲವೇ ದಿನಗಳ ಆಡಳಿತದ ನಂತರ ಕೆಂಗಲ್ ಮತ್ತು ಚೆನ್ನಯ್ಯನವರ ಮಧ್ಯೆ ರಾಜಕೀಯ ಭಿನ್ನಾಭಿಪ್ರಾಯಗಳು ತಲೆದೂರಿದವು. ಈ ಸಮಯದಲ್ಲಿ ಚೆನ್ನಯ್ಯನವರ ಗರಡಿಯಲ್ಲಿ ಪಳಗಿದ ಅರಸು ಚೆನ್ನಯ್ಯನವರನ್ನು ತೊರೆದು ಕೆಂಗಲ್ ಹನುಮಂತಯ್ಯನವರ ಒಡನಾಡಿಯಾದರು. ಬಹುಶಃ ಕೆಂಗಲ್ ಹಾಗೂ ಚೆನ್ನಯ್ಯನವರ ಮಧ್ಯೆ ಇರುವ ಭಿನ್ನಾಭಿಪ್ರಾಯಗಳೇ ಅರಸು ಅವರ ಈ ನಿಲುವಿಗೆ ಕಾರಣವಾಗಿರಬಹುದು. ಅರಸು ಈ ಚುನಾವಣೆಯಲ್ಲಿ ಹುಣಸೂರು ಕ್ಷೇತ್ರದಿಂದ ಕಾಂಗ್ರೆಸ್ ಅಭ್ಯರ್ಥಿಯಾಗಿ ಸ್ಪರ್ಧಿಸಿ, ಗೆಲುವು ಪಡೆದರು. ರಾಜ್ಯ ವಿಧಾನಸಭೆಗೆ ಆಯ್ಕೆಯಾಗಿ ಶಾಸನಸಭೆಯ ಸದಸ್ಯರಾದರು. ಅಲ್ಲಿಂದಲೇ ಅರಸು ಅವರು ನಿಧಾನವಾಗಿ ರಾಜಕಾರಣದಲ್ಲಿ ಮುಂಚೂಣಿಗೆ ಬರಲು ಆರಂಭಿಸಿದರು. ಇದಕ್ಕೆ ಸ್ಥಳೀಯರಾದ ಸುಬ್ಬರಾಯರು, ಹುಣಸೂರಿನ ಇಬ್ರಾಹಿಂಖಾನ್ ಸಾಹೇಬ್, ನರಸಿಂಹೇಗೌಡ, ಸಿದ್ದೇಗೌಡ ಮುಂತಾದವರ ಬೆಂಬಲವೂ

ದೊರಕಿತು. ೧೯೫೨ ರಿಂದ ತಮ್ಮ ಕೊನೆಯುಸಿರಿರುವವರೆಗೂ ಇದೇ ಕ್ಷೇತ್ರವನ್ನು ಪ್ರತಿನಿಧಿಸಿದ್ದು ಇನ್ನೊಂದು ವಿಶೇಷ.

೧೯೫೭ರ ವಿಧಾನಸಭಾ ಚುನಾವಣೆ

೧೯೫೭ರ ಮಹಾಚುನಾವಣೆಗಾಗಿ ದಿನಾಂಕ ೩೧.೧೨.೧೯೫೭ರಂದು ಕಾಂಗ್ರೆಸ್ ಪಕ್ಷ ತನ್ನ ಚುನಾವಣಾ ಪ್ರಣಾಳಿಕೆಯನ್ನು ಬಿಡುಗಡೆ ಮಾಡಿತು. ಜನವರಿ ೫.೬.೧೯೫೭ರಂದು ಇಂದೋರ್‌ನಲ್ಲಿ ನಡೆದ ಎ ಐ ಸಿ ಸಿ ಅಧಿವೇಶನದಲ್ಲಿ ಇದನ್ನು ಅಂಗೀಕರಿಸಲಾಯಿತು. 'ಸಮಾಜವಾದದ ರಚನೆಯೇ ಕಾಂಗ್ರೆಸ್‌ನ ಗುರಿ. ಜೀವನಪದ್ಧತಿಯೇ ಹಾಗೆ ಮಾರ್ಪಡಲಿ' ಎಂಬುದು ಆ ಚುನಾವಣಾ ಘೋಷಣೆಯ ಮುಖ್ಯ ಕರೆಯಾಗಿತ್ತು. ಜನತೆಯ ಪ್ರಗತಿ ಮತ್ತು ವಿಶ್ವಶಾಂತಿಗಾಗಿ ಹೋರಾಡುವುದೇ ಕಾಂಗ್ರೆಸ್‌ನ ಪ್ರಮುಖ ಗುರಿಯಾಗಿದೆ ಎಂದು ಈ ಘೋಷಣಾಪತ್ರದಲ್ಲಿ ಹೇಳಲಾಗಿತ್ತು.

೧೯೫೭ರಲ್ಲಿ ವಿಧಾನಸಭಾ ಮಹಾಚುನಾವಣೆಯಲ್ಲಿ ಅರಸು ಯಾವ ಆತಂಕವಿಲ್ಲದೆ ಹುಣಸೂರು ಕ್ಷೇತ್ರದಿಂದ ನಿರಾಯಾಸವಾಗಿ ಗೆದ್ದು ಬಂದರು. ಆಗ ವಿಧಾನಸಭಾ ಸ್ಥಾನಗಳು ೨೦೮. ಕಾಂಗ್ರೆಸ್ ೧೪೮ ಸ್ಥಾನಗಳಲ್ಲಿ ಸ್ಪರ್ಧಿಸಿತ್ತು. ಈ ಸಂದರ್ಭದಲ್ಲಿ ರಾಜ್ಯದಲ್ಲಿ ಕಾಂಗ್ರೆಸ್ ಪಕ್ಷವನ್ನು ಕಟ್ಟಿಬೆಳೆಸುವಲ್ಲಿ ಅವರು ಬಳಸಿದ ಚಾಕಚಕ್ಯತೆ ಮೆಚ್ಚುವಂಥದ್ದು. ಪಕ್ಷದ ಮುಖಂಡರ ಆಂತರಿಕ ಭಿನ್ನಮತಗಳ ನಡುವೆಯೂ ಕಾಂಗ್ರೆಸ್ ಪಕ್ಷಕ್ಕೆ ರಾಜ್ಯದಲ್ಲಿ ಒಂದು ಅಸ್ತಿತ್ವವನ್ನು ದೊರಕಿಸಿಕೊಡುವಲ್ಲಿ ಯಶಸ್ವಿಯಾದರು. ಈ ಚುನಾವಣೆಯಲ್ಲಿ ೨೦೮ ಸ್ಥಾನಗಳಲ್ಲಿ ಕಾಂಗ್ರೆಸ್ ೧೪೮ ಸ್ಥಾನಗಳಲ್ಲಿ ಗೆಲುವು ಸಾಧಿಸಿದ್ದನ್ನು ನೋಡಿದರೆ ಅರಸು ಅವರ ಸಂಘಟನಾ ಸಾಮರ್ಥ್ಯ ಎಂಥದ್ದು ಎಂಬುದು ಕಂಡುಬರುತ್ತದೆ.

ಫಲಿತಾಂಶ ಹಾಗೂ ಪಕ್ಷಗಳ ಸ್ಥಾನ

ಕ್ರ.ಸಂ	ಪಕ್ಷಗಳು	ಸ್ಥಾನ
೧	ಕಾಂಗ್ರೆಸ್	೧೪೮
೨	ಪಿ.ಎಸ್.ಪಿ	೧೮
೩	ಕಮ್ಯುನಿಸ್ಟ್	೦೨
೪	ಎಸ್.ಸಿ.ಎಫ್.	೦೨
೫	ಪಿ. ಡಬ್ಲ್ಯೂ.ಪಿ.	೦೧
೬	ಪಕ್ಷೇತರರು	೩೮
	ಒಟ್ಟು ಸ್ಥಾನಗಳು	೨೦೮

೧೯೬೦ರವರೆಗೆ ನಡೆದ ಹತ್ತು ಉಪಚುನಾವಣೆಗಳಲ್ಲಿ ಕಾಂಗ್ರೆಸ್ ಪಕ್ಷ ಏಳು ಸ್ಥಾನಗಳಲ್ಲಿ ಜಯಗಳಿಸಿತು. ಎರಡರಲ್ಲಿ ಪಿ.ಎಸ್.ಪಿ., ಒಂದರಲ್ಲಿ ಪಕ್ಷೇತರ ಅಭ್ಯರ್ಥಿ ಜಯಗಳಿಸಿದರು. ಎ.ಜಿ.ರಾಮಚಂದ್ರರಾವ್, ಲಿಂಗೇಗೌಡ, ಕೆ. ಜಿ. ತಿಮ್ಮೇಗೌಡ, ಜಿ. ಬಸವಲಿಂಗಪ್ಪ ಈ ಚುನಾವಣೆಯಲ್ಲಿ ಸೋಲನುಭವಿಸಿದ್ದರು.

೧೯೫೮ ರಿಂದ ೧೯೬೨ರ ಮಧ್ಯಭಾಗದಲ್ಲಿ ಅರಸು ಜೀವನದಲ್ಲಿ ಸಂದಿಗ್ಧ ಸಮಯ ತಲೆದೋರಿತು. ಆ ಅವಧಿಯವರೆಗೆ ಶಾಸನಸಭಾ ಸದಸ್ಯರಾಗಿದ್ದರೂ, ಅವರಿಗೆ ಶಾಸನಸಭೆಯ ಸಮಿತಿಗಳ ಪೈಕಿ ಒಂದರಲ್ಲೂ ಸದಸ್ಯರಾಗಲು ಅವಕಾಶ ದೊರಕಲಿಲ್ಲ. ಇದಕ್ಕಾಗಿ ಅವರೇನೂ ಚಿಂತಿಸಲಿಲ್ಲ. ನಿಜಲಿಂಗಪ್ಪನವರ (೧೯೫೭) ಸರಕಾರ ಭೂ ಸುಧಾರಣೆಯನ್ನು ಜಾರಿಗೆ ತರುವ ಉದ್ದೇಶದಿಂದ ಸಮಸ್ಯೆಯನ್ನು ಸವಿವರವಾಗಿ ವಿಧಾನಮಂಡಲದ ಉಭಯ ಸದನಗಳಿಂದ ಕೂಡಿದ ಸೆಲೆಕ್ಟ್ ಜಂಟಿ ಸಮಿತಿ ರಚಿಸಿತು. ಅದರ ಸದಸ್ಯರಾಗಲು ಅರಸು ಕಾತರದಿಂದಿದ್ದರೂ ಅವರ ಬಯಕೆ ಈಡೇರದಂತೆ ಪಟ್ಟಭದ್ರ ಹಿತಾಸಕ್ತಿಗಳು ಅದನ್ನು ತಡೆದವು. ಅಲ್ಲದೆ ೧೯೫೮ ರಿಂದ ೬೨ ರವರೆಗೆ ಯಾವುದೇ ಸಮಿತಿಯ ಸದಸ್ಯರಾಗಲು ಸಾಧ್ಯವಾಗಲಿಲ್ಲ. ಇದು ಅರಸು ಅವರ ಚಿಂತನೆಗಳಿಗೆ ಆಗ ಕಾಲ ಇನ್ನೂ ಪಕ್ವವಾಗಿರಲಿಲ್ಲ ಎನ್ನುವುದನ್ನು ಸೂಚಿಸುತ್ತದೆ. ಹಾಗೆಯೇ ನಿಜಲಿಂಗಪ್ಪನವರು ರಾಜ್ಯದ ಮುಖ್ಯಮಂತ್ರಿಯಾಗಿದ್ದ ಸಂದರ್ಭದಲ್ಲಿ ಅರಸು ಅವರು ಯಾವುದೇ ಸಂಬಳ, ಸಾರಿಗೆ ಇಲ್ಲದೇ ಇರುವ ಹುದ್ದೆಯಾದ ಪಕ್ಷದ ಪ್ರಧಾನ ಕಾರ್ಯದರ್ಶಿ ಹುದ್ದೆಯನ್ನು ಇಷ್ಟಪಟ್ಟಿದ್ದರು. ಆದರೆ ಆ ಸಂದರ್ಭದಲ್ಲಿಯೂ ಅವರಿಗೆ ದೊಡ್ಡ ತಡೆಯನ್ನು ಒಡ್ಡಿ ನಿರಾಕರಿಸಲಾಯಿತು. ಅವರು ಇಷ್ಟಪಟ್ಟಿದ್ದ ಈ ಎರಡು ಹುದ್ದೆಗಳು ಪಟ್ಟಭದ್ರರ ಕೈವಾಡದಿಂದ ಕೈಗೂಡದೇ ಹೋದದ್ದು ಅವರ ಮನಸ್ಸಿಗೆ ಬೇಸರವನ್ನುಂಟುಮಾಡಿತು. ಈ ಸಂದರ್ಭದಲ್ಲಿ -

> "ತಮಗೇನಾದರೂ ಅವಕಾಶ ಸಿಕ್ಕಿದ್ದರೆ ತಾನು ಮಾಡಬೇಕೆಂದಿರುವ ಮೊದಲ ಕೆಲಸ 'ಉಳುವವನೇ ಹೊಲದೊಡೆಯ'ನನ್ನಾಗಿಸ ಬೇಕೆಂಬುದಾಗಿದೆ"[೨]

ಎನ್ನುವ ಅವರ ಮಾತುಗಳನ್ನು ತಮ್ಮ ಅಧಿಕಾರದ ಅವಧಿಯಲ್ಲಿ ನಿಜವಾಗಿಸಿದರು. ಮುಂದೆ ೧೯ ಏಪ್ರಿಲ್ ೧೯೫೭ರಂದು ಅಸ್ತಿತ್ವಕ್ಕೆ ಬಂದ ನಿಜಲಿಂಗಪ್ಪನವರ ಸರಕಾರ, ಮಂತ್ರಿಮಂಡಲ ರಚಿಸಿತು. ನಿಜಲಿಂಗಪ್ಪ ಅಧಿಕಾರ ವಹಿಸಿಕೊಂಡಿದ್ದು ೬.೪.೧೯೫೭ ರಲ್ಲಿ. ಮುಂದೆ ಭಿನ್ನಮತ ಬೆಳೆದು ನಿಜಲಿಂಗಪ್ಪನವರಿಗೆ ಬಹುಮತ ನಷ್ಟವಾಗಿ ದಿನಾಂಕ ೧೬ ಮೇ ೧೯೫೮ ರಂದು ಬಿ. ಡಿ. ಜತ್ತಿಯವರ ಮಂತ್ರಿಮಂಡಲ ಅಸ್ತಿತ್ವಕ್ಕೆ ಬಂದಿತು.

೧೯೬೨ರ ವಿಧಾನಸಭಾ ಚುನಾವಣೆ

೧೫.೧.೧೯೬೨ರಂದು ಕರ್ನಾಟಕ ವಿಧಾನಸಭಾ ಚುನಾವಣೆಗೆ ಅಧಿಕೃತ ಪ್ರಕಟಣೆ ಹೊರಬಿದ್ದಿತು. ರಾಜ್ಯದಲ್ಲಿ ಫೆಬ್ರವರಿ ೧೯, ೨೨ ಮತ್ತು ೨೪ರಂದು ಚುನಾವಣೆ ನಿಗದಿಯಾಯಿತು. ವಿಧಾನಸಭೆಯ ಒಟ್ಟು ೨೦೮ ಕಾಂಗ್ರೆಸ್ ಅಭ್ಯರ್ಥಿಗಳ ಪೈಕಿ ಲಿಂಗಾಯತರಿಗೆ ೯೧, ಒಕ್ಕಲಿಗರಿಗೆ ೪೫, ಪರಿಶಿಷ್ಟ ಜಾತಿ ಮೀಸಲು ಸ್ಥಾನ ಇಷ್ಟುಬಿಟ್ಟರೆ ಉಳಿದ ೫೪ ಸ್ಥಾನಗಳನ್ನು ಮಾತ್ರ ಎಲ್ಲಾ ಹಿಂದುಳಿದ ವರ್ಗ ಹಾಗೂ ಅಲ್ಪಸಂಖ್ಯಾತರ ಅಭ್ಯರ್ಥಿಗಳಿಗೆ ಹಂಚಿಕೆ ಮಾಡಲಾಗಿತ್ತು.

ಈ ಚುನಾವಣೆಯಲ್ಲಿ ಹುಣಸೂರು ಕ್ಷೇತ್ರದಲ್ಲಿ ಕಾಂಗ್ರೆಸ್ಸಿಗೆ ಎದುರಾಳಿಯೇ ಇಲ್ಲವೆಂಬಂತಾಗಿತ್ತು. ದೇವರಾಜ ಅರಸು ಅವರಿಗೆ ಅವಿರೋಧ ಆಯ್ಕೆಯ ಗೌರವ ಲಭಿಸಿತು.

ಇದು ದೇವರಾಜ ಅರಸು ಅವರ ಬಗೆಗಿನ ಜನರಿಗಿದ್ದ ಪ್ರೀತಿ ವಿಶ್ವಾಸವನ್ನು ತೋರಿಸಿಕೊಡುತ್ತದೆ. ಆದರೆ ಕೆಂಗಲ್ ಹನುಮಂತಯ್ಯನವರಿಗೆ ಲೋಕಸಭೆಗೆ ಟಿಕೆಟ್ ಕೊಟ್ಟು ಅವರನ್ನು ರಾಜ್ಯ ರಾಜಕಾರಣದಿಂದ ದೂರ ಸರಿಯುವಂತೆ ಮಾಡಿದರು. ಆದರೆ ಅದೇ ಚುನಾವಣೆಯಲ್ಲಿ ನಿಜಲಿಂಗಪ್ಪನವರು ಹೊಸದುರ್ಗ ಕ್ಷೇತ್ರದಿಂದ ಸ್ಪರ್ಧಿಸಿ ಅನಿರೀಕ್ಷಿತ ಪರಾಭವ ಅನುಭವಿಸಿದರು. ಕಾರಣ ಅಂತಃಕಲಹ. ಪಕ್ಷದಲ್ಲಿ ನಿಜಲಿಂಗಪ್ಪ ಗುಂಪು ಮತ್ತು ಬಿ. ಡಿ. ಜತ್ತಿ ಗುಂಪುಗಳ ಮಧ್ಯೆ ತೀವ್ರರೀತಿಯ ಹಣಾಹಣಿ, ಸೆಣಸಾಟ ಪ್ರಾರಂಭವಾಯಿತು. ಕುತೂಹಲವೆಂದರೆ ನಿಜಲಿಂಗಪ್ಪನವರ ಬೆಂಬಲಿಗರೆಲ್ಲ ವಿಧಾನಸಭೆಗೆ ಆಯ್ಕೆಯಾಗಿ ಬಂದಿದ್ದರು. ಆದರೆ ನಿಜಲಿಂಗಪ್ಪನವರೇ ಶಾಸಕಾಂಗ ಪಕ್ಷದ ನಾಯಕರಾಗಬೇಕೆಂದು, ಅವರೇ ಸರಕಾರ ರಚಿಸಬೇಕೆಂಬುದು ಉಳಿದ ಶಾಸಕರ ಅಭಿಪ್ರಾಯವಾಗಿತ್ತು. ಆದರೆ ಜನತಂತ್ರ ವ್ಯವಸ್ಥೆಯ ಚುನಾವಣೆಯಲ್ಲಿ ಸೋತವರನ್ನು ಮುಖ್ಯಮಂತ್ರಿಯನ್ನಾಗಿ ಆಯ್ಕೆ ಮಾಡುವುದೆಂದರೆ ಏನರ್ಥ? ಜನ ಮೆಚ್ಚದೆ ಹೋದವರು ಮುಖ್ಯಮಂತ್ರಿ ಪದವಿಗೆ ಅಗತ್ಯವಾದ ನೈತಿಕ ಶಕ್ತಿ ಇರುವುದಿಲ್ಲ ಎಂಬುದು ಅರಸು ಅವರ ಖಚಿತ ಅಭಿಪ್ರಾಯವಾಗಿತ್ತು. ಅರಸು ಅವರು ನಿಜಲಿಂಗಪ್ಪನವರನ್ನು ಕಂಡು ತಮ್ಮ ಖಚಿತವಾದ ಅಭಿಪ್ರಾಯವನ್ನು ಹೇಳಿದ್ದು ಹೀಗೆ. -

> "ನೀವು ಕಾಂಗ್ರೆಸ್ ಶಾಸಕದಳದ ನಾಯಕನಾಗಿ ಆಯ್ಕೆ ಹೊಂದುವುದು, ಅನಂತರ ಮುಖ್ಯಮಂತ್ರಿಯಾಗಿ ಸರಕಾರ ರಚಿಸುವುದು ಸರಿಯಲ್ಲ. ಇದರಿಂದ ನಿಮ್ಮ ಸ್ಥಾನಕ್ಕೆ ಶಕ್ತಿ ಬರುವುದಿಲ್ಲ. ಅಧಿಕಾರದಲ್ಲಿ ಕೂತ ನಿಮಗೂ ಆತ್ಮ ಬಲ ಇರೋದಿಲ್ಲ. ಆದ್ದರಿಂದ ನೀವು ನಾಯಕರಾಗಬಾರದು"[೩]

ಈ ರೀತಿ ನಿಜಲಿಂಗಪ್ಪನವರೊಂದಿಗೆ ನಿಷ್ಠುರವಾಗಿ ನಡೆದುಕೊಂಡ ಅರಸು ಅಂದಿನ ರಾಜಕೀಯ ವ್ಯವಸ್ಥೆಯಲ್ಲಾಗುವ ಅನೀತಿಯುತ ಪಲ್ಲಟಗಳನ್ನು ಖಂಡಿಸುವ ಮನೋಸ್ಥೈರ್ಯವನ್ನು ಹೊಂದಿದ್ದರು ಎಂಬುದು ಸ್ಪಷ್ಟವಾಗುತ್ತದೆ.

೧೯೭೨ರ ವಿಧಾನಸಭಾ ಚುನಾವಣೆಯ ಫಲಿತಾಂಶ

೧.೩.೧೯೭೨ ರಂದು ಹೊತ್ತಿಗೆ ಚುನಾವಣಾ ಫಲಿತಾಂಶಗಳು ಪ್ರಕಟವಾದವು. ಕಾಂಗ್ರೆಸ್ ಪಕ್ಷ ತಾನು ಸ್ಪರ್ಧಿಸಿದ್ದ ೨೦೮ ಸ್ಥಾನಗಳ ಪೈಕಿ ೧೩೮ ಸ್ಥಾನಗಳನ್ನು ಗೆದ್ದು ಅಧಿಕಾರಕ್ಕೆ ಬಂತು.

ಕ್ರ.ಸಂ.	ಪಕ್ಷಗಳು	ಗೆಲುವು
೧	ಕಾಂಗ್ರೆಸ್	೧೩೮
೨	ಪ್ರಜಾ ಸಮಾಜವಾದಿ	೨೦
೩	ಸ್ವತಂತ್ರ ಪಕ್ಷ	೦೯
೪	ಕಮ್ಯುನಿಸ್ಟ್	೦೩
೫	ಸಮಾಜವಾದಿ	೦೧
೬	ಪಕ್ಷೇತರರು	೩೭
	ಒಟ್ಟು ಸ್ಥಾನಗಳು	೨೦೮

ಮುಂದೆ ಬಾಗಲಕೋಟೆಯ ಕ್ಷೇತ್ರದ ಉಪಚುನಾವಣೆಯಲ್ಲಿ ಎಸ್. ನಿಜಲಿಂಗಪ್ಪನವರು ಗೆಲ್ಲುವುದರ ಮೂಲಕ ಪುನಃ ಮುಖ್ಯಮಂತ್ರಿಯಾಗಿ ಅಧಿಕಾರ ವಹಿಸಿಕೊಂಡರು. ಈ ಬಾರಿ ನಿಜಲಿಂಗಪ್ಪನವರು ಅರಸು ಅವರಿಗೆ ತಮ್ಮ ಮಂತ್ರಿಮಂಡಲದಲ್ಲಿ ಸಾರಿಗೆ, ವಸತಿ, ಪಶುಸಂಗೋಪನೆ, ವಾರ್ತಾ, ಮೀನುಗಾರಿಕೆ, ರೇಷ್ಮೆ ಖಾತೆಗಳನ್ನು ವಹಿಸಿದ್ದರು. ಇದರಿಂದ ೧೯೬೯ ರಲ್ಲಿ ಕೇಂದ್ರದ ಸಿಲ್ಕ್‌ಬೋರ್ಡಿನ ಅಧ್ಯಕ್ಷರಾಗಿ ಆಯ್ಕೆಯಾದರು. ನಿಜಲಿಂಗಪ್ಪ ಅವರು ತಮ್ಮ ಸಚಿವ ಸಂಪುಟದಲ್ಲಿ ಅರಸು ಅವರಿಗೆ ಸ್ಥಾನವನ್ನು ನೀಡಿ ವಿವಿಧ ಖಾತೆಗಳನ್ನು ಕೊಟ್ಟಿದ್ದನ್ನು ನೋಡಿದರೆ ಅರಸು ಅವರಲ್ಲಿದ್ದ ನೇರ ನಡೆ ನುಡಿ ಮತ್ತು ಕಾರ್ಯದಕ್ಷತೆ ಕಂಡುಬರುತ್ತದೆ. ೧೯೫೭ರ ಚುನಾವಣೆಯ ಫಲಿತಾಂಶಕ್ಕಿಂತ ಹತ್ತು ಸ್ಥಾನಗಳನ್ನು ಕಳೆದುಕೊಂಡರೂ ಅರಸು ಅವರ ಪಕ್ಷ ಸಂಘಟನಾ ಸಾಮರ್ಥ್ಯವೇನು ಕುಗ್ಗಲಿಲ್ಲ. ಪ್ರತಿಯಾಗಿ ಅವರು ಹೊಸಬಗೆಯ ಆಲೋಚನಾಕ್ರಮಗಳನ್ನು ಕಂಡುಕೊಳ್ಳಲು ಸಾಧ್ಯವಾಯಿತು ಎಂದು ಹೇಳಬಹುದು.

೧೯೬೭ರ ವಿಧಾನಸಭಾ ಚುನಾವಣೆ

೧೯೬೭ ರಲ್ಲಿ ನಾಲ್ಕನೆ ವಿಧಾನಸಭೆಯ ಚುನಾವಣೆ ನಡೆಯಿತು. ಈ ಚುನಾವಣೆಯಲ್ಲಿ ಒಟ್ಟು ೨೧೬ ವಿಧಾನಸಭಾ ಸ್ಥಾನಗಳಿಗೆ ಚುನಾವಣೆ ನಡೆಯಿತು. ಅಂದಿನ ಚುನಾವಣಾ ಕಣದಲ್ಲಿ ಜನಸಂಘ ಮತ್ತು ಪಕ್ಷೇತರರು ಸ್ಪರ್ಧಿಸಿದ್ದರು. ಅವುಗಳಲ್ಲಿ ಕಾಂಗ್ರೆಸ್ ಪಕ್ಷವು ೧೨೬ ಸ್ಥಾನಗಳನ್ನು ಗಳಿಸಿ ಅಧಿಕಾರಕ್ಕೆ ಬಂದಿತು. ಆದರೆ ಗಮನಿಸಬೇಕಾದ ಅಂಶವೆಂದರೆ ಕಾಂಗ್ರೆಸ್ ಈ ಹಿಂದಿನ ಚುನಾವಣೆಗಳಿಗಿಂತ ಕಡಿಮೆ ಸ್ಥಾನಗಳನ್ನು ಗಳಿಸಿತ್ತು. ಕಾರಣ ಕಾಂಗ್ರೆಸಿಗರ ಒಳಜಗಳಗಳು ಈ ಸಂದರ್ಭದಲ್ಲಿ ಹೆಚ್ಚಾಗಿದ್ದವು. ಇದು ಬೇರೆ ಪಕ್ಷಗಳಿಗೆ ಒಂದು ಉತ್ತಮ ಅವಕಾಶವನ್ನು ಒದಗಿಸಿತು. ಹಾಗೆ ಉಳಿದಂತೆ ಎಲ್ಲಾ ಪಕ್ಷಗಳು ತಮ್ಮ ಪ್ರಾಬಲ್ಯವನ್ನು ಹೆಚ್ಚಿಸಿಕೊಂಡಿದ್ದವು.

ಕ್ರ.ಸಂ.	ಪಕ್ಷಗಳು	ಪಡೆದ ಸ್ಥಾನ
೧	ಕಾಂಗ್ರೆಸ್	೧೨೬
೨	ಪಿ. ಎಸ್. ಪಿ.	೧೯
೩	ಸ್ವತಂತ್ರ ಪಕ್ಷ	೧೬
೪	ಎಸ್. ಎಸ್. ಡಿ.	೦೬
೫	ಜನಸಂಘ	೦೪
೬	ಕಮ್ಯುನಿಸ್ಟ್ ಪಕ್ಷ	೦೨
೭	ಇತರೆ ಪಕ್ಷಗಳು	೦೯
೮	ಪಕ್ಷೇತರರು	೩೪
	ಒಟ್ಟು ಸ್ಥಾನ	೨೧೬

೧೯೭೨ರ ಕಾಲ ದೇವರಾಜ ಅರಸು ಅವರ ರಾಜಕೀಯ ಜೀವನದ ಸಂದಿಗ್ಧ ಕಾಲ ಆಗಿನ ಕಾಂಗ್ರೆಸ್ ಪಕ್ಷದಲ್ಲಿ ಇವರು ಯಾರಿಗೂ ಹತ್ತಿರದ ಬಂಧುವಾಗಿರಲಿಲ್ಲ. ಅದರಲ್ಲೂ ಇವರನ್ನು ಬೆಂಬಲಿಸುವ ಗುಂಪೊಂದೂ ಇರಲೇ ಇಲ್ಲ ಮತ್ತು ಆಳುವ ಕಾಂಗ್ರೆಸ್ ಪಕ್ಷದ ಪರೋಕ್ಷ ಪ್ರಭುಗಳಾದ ಲಿಂಗಾಯಿತರು ಹಾಗೂ ಒಕ್ಕಲಿಗ ಜನಾಂಗಕ್ಕೆ ಬೇಡವಾದ ವ್ಯಕ್ತಿಯಾಗಿದ್ದರು. ಈ ಚುನಾವಣೆಯಲ್ಲಿ ಅರಸು ಅವರಿಗೆ ಕಾಂಗ್ರೆಸ್ ಟಿಕೆಟ್ ಸಿಗುವ ಬಗ್ಗೆಯೇ ಅನುಮಾನವಿತ್ತು. ಪ್ರದೇಶ ಚುನಾವಣೆ ಸಮಿತಿಯ ಸದಸ್ಯತ್ವಕ್ಕೆ ನಿಜಲಿಂಗಪ್ಪನವರ ಅಭೀಷ್ಟೆಗೆ ವಿರುದ್ಧವಾಗಿ ಸ್ಪರ್ಧಿಸಿದ್ದ ಕಾರಣದಿಂದ ಅವರಿಗೆ ಚುನಾವಣೆಯಲ್ಲಿ ಸ್ಪರ್ಧಿಸಲು ಹುಣಸೂರು ಕ್ಷೇತ್ರದಿಂದ ಅವಕಾಶ ಸಿಗಲಾರದೆಂಬ ಅನುಮಾನವೂ ಇತ್ತು. ರಾಜ್ಯದ ಒಕ್ಕಲಿಗರು ಕಾಂಗ್ರೆಸ್‌ನಿಂದ ದೂರ ಸರಿಯುವ ಸಾಧ್ಯತೆ ಕಾಂಗ್ರೆಸ್ ಪ್ರಭುಗಳಾಗಿದ್ದ ಲಿಂಗಾಯತರಲ್ಲಿ ಭಯ ಹುಟ್ಟಿಸಿತ್ತು. ಸಾಹುಕಾರ ಚೆನ್ನಯ್ಯನವರ ಸನಿಹ ಬಿಟ್ಟು ಕಾಂಗ್ರೆಸ್ಸಿನ ಕಡೆ ವಾಲುವ ಎಲ್ಲಾ ಒಕ್ಕಲಿಗರನ್ನೂ ಆಲಂಗಿಸುವ ಸ್ಥಿತಿಯಲ್ಲಿ ಆಗಿನ ಕರ್ನಾಟಕ ಪ್ರದೇಶ ಕಾಂಗ್ರೆಸ್ ಇತ್ತು.

ಮೈಸೂರು ಜಿಲ್ಲೆಯು ಮೊದಲಿನಿಂದಲೂ ಒಕ್ಕಲಿಗರ ಮತ್ತು ಲಿಂಗಾಯಿತರ ಸೆಣಸಾಟದ ಕಣವಾಗಿತ್ತು. ಸಾಹುಕಾರ ಚೆನ್ನಯ್ಯನವರು ಕಾಂಗ್ರೆಸ್‌ನಿಂದ ಸಿಡಿದು ಬಂದು ಜನತಾ ಪಕ್ಷವನ್ನು ಸ್ಥಾಪಿಸಿದರು. ಕಾಂಗ್ರೆಸ್ಸಿನ ಲಿಂಗಾಯಿತ ಯಜಮಾನರಿಗೆ ಒಕ್ಕಲಿಗ ಪ್ರಮುಖರ ಒಲವು ಬೇಕಾಗಿತ್ತು. ಹೀಗಾಗಿ ಜಾತಿಯ ಬಲವಿಲ್ಲದ ಅರಸು ಅವರ ಬದಲು ಒಕ್ಕಲಿಗರ ಅಭಿಮಾನಕ್ಕೆ ಪಾತ್ರರಾದ ಡಾ. ತಿಮ್ಮೇಗೌಡರನ್ನು ಹುಣಸೂರು ಕ್ಷೇತ್ರದಿಂದ ಕಾಂಗ್ರೆಸ್ ಅಭ್ಯರ್ಥಿಯಾಗಿ ನಿಲ್ಲಿಸುವ ಹುನ್ನಾರ ನಡೆಯಿತು. ೧೯೭೨ರ ಮಾರ್ಚ್ ಮೊದಲವಾರ ನಡೆಯಬೇಕಾಗಿದ್ದ ಸಾರ್ವತ್ರಿಕ ಚುನಾವಣೆಗೆ ಕಾಂಗ್ರೆಸ್ ಅಭ್ಯರ್ಥಿಗಳ ಪಟ್ಟಿ ಜನವರಿ ತಿಂಗಳ ಕೊನೆಯಲ್ಲಿ ಪ್ರಕಟವಾದಾಗ ಸಾರಿಗೆ ಸಚಿವರಾಗಿದ್ದ ದೇವರಾಜ ಅರಸು ಅವರ ಹೆಸರು ಕಾಂಗ್ರೆಸ್ ಅಭ್ಯರ್ಥಿಗಳ ಪಟ್ಟಿಯಲ್ಲಿ ಇರಲಿಲ್ಲ. ಈ ಸಂದರ್ಭದಲ್ಲಿ ದಿಢೀರನೆ ದೇವರಾಜ ಅರಸು ಪತ್ರಿಕೆಗಳಿಗೆ ಬಿಸಿ ಸುದ್ದಿಯ ವಸ್ತುವಾದರು. ರಾಜಕೀಯ ಲಾಬಿಯಲ್ಲಿ ವಿಮರ್ಶಾವ್ಯಕ್ತಿಯಾದರು. ರಾಜಕಾರಣದಲ್ಲಿ ತಮ್ಮದೆನ್ನುವ ಲಾಬಿಯಾಗಲಿ, ಸ್ವಜಾತಿ ಬಾಂಧವರ ಬೆಂಬಲವಾಗಲೀ ಇಲ್ಲದ ಅರಸು ಅವರ ಕಥೆ ಇಲ್ಲಿಗೆ ಮುಗಿಯಿತೆಂಬ ತೀರ್ಮಾನಕ್ಕೆ ಎಲ್ಲರೂ ಬಂದಿದ್ದರು. ಆದರೆ ಕೊನೆ ಗಳಿಗೆಯಲ್ಲಿ ಟಿಕೆಟನ್ನು ಪಡೆದ ಅರಸು ಮತ್ತೊಮ್ಮೆ ಅನಾಯಾಸವಾಗಿ ಜಯಗಳಿಸಿದರು. ನಿಜಲಿಂಗಪ್ಪನವರು ಮತ್ತೆ ಮುಖ್ಯಮಂತ್ರಿಯಾದರೂ ಬಹಳ ಕಾಲ ಆ ಹುದ್ದೆಯಲ್ಲಿ ಮುಂದುವರಿಯಲಾಗದಂಥ ರಾಜಕೀಯ ಪರಿಸ್ಥಿತಿಯಲ್ಲಿ ಬದಲಾವಣೆಯುಂಟಾಯಿತು. ಅವರು ರಾಷ್ಟ್ರೀಯ ಕಾಂಗ್ರೆಸ್ಸಿನ ಅಧ್ಯಕ್ಷರಾದರು. ಅರಸು ಅವರು ಸಚಿವ ಸಹೋದ್ಯೋಗಿಗಳಲ್ಲಿ ಹಿರಿಯರಾಗಿದ್ದರೂ ಸಹ ತಮ್ಮ ಸ್ಥಾನಕ್ಕೆ ವೀರೇಂದ್ರಪಾಟೀಲ್‌ರನ್ನು ತಂದ ನಿಜಲಿಂಗಪ್ಪನವರ ನಿರ್ಧಾರ ಅರಸು ಅವರಲ್ಲಿ ತೀವ್ರ ಅಸಮಾಧಾನ ಹುಟ್ಟುಹಾಕಿತು. ಹೊಸ ಸಚಿವಸಂಪುಟದಲ್ಲಿ ಅರಸು ಅವರಿಗೆ ಅಷ್ಟೊಂದು ಮಹತ್ವವಲ್ಲದ ಕಾರ್ಮಿಕ ಖಾತೆಯನ್ನು ನೀಡಿದ್ದುದು ಅವರ ಮೇಲಿದ್ದ ಹಳೆಯ ದ್ವೇಷ ಕಾರಣವಿದ್ದಿರಬೇಕು. ಮೊದಲಿನಿಂದಲೂ

ರಾಜಕೀಯ ಕ್ಷೇತ್ರದಲ್ಲಿ ಅನರ್ಹರನ್ನು ಅರ್ಹರನ್ನಾಗಿ, ಅರ್ಹರನ್ನು ಅನರ್ಹರನ್ನಾಗಿ ಮಾಡುವಂತಹ ಶೋಚನೀಯವಾದ ರಾಜಕೀಯ ವ್ಯವಸ್ಥೆ ಬೆಳೆದುಕೊಂಡು ಬಂದಿರುವುದಕ್ಕೆ ಇದೊಂದು ಉತ್ತಮ ನಿದರ್ಶನ.

ಅರಸು ಅವರು ಕಾರ್ಮಿಕ ಖಾತೆ ವಹಿಸಿಕೊಂಡ ಸಂದರ್ಭದಲ್ಲಿ ಬೆಂಗಳೂರಿನ ಮಿನರ್ವ ಮಿಲ್ಲಿನ ಕಾರ್ಮಿಕರು ಕೆಲವು ಬೇಡಿಕೆಗಳ ಈಡೇರಿಕೆಗೆ ಮುಷ್ಕರ ನಡೆಸಿ ಸಮಸ್ಯೆಯನ್ನು ಮತ್ತಷ್ಟು ಉಲ್ಬಣಗೊಳಿಸಿದರು. ಜೊತೆಗೆ ತುಂಬಾ ಅಪಾಯಕಾರಿ ಸ್ಥಿತಿಗೆ ಕೊಂಡೊಯ್ದಿದ್ದರು. ಆ ಸನ್ನಿವೇಶದಲ್ಲಿ ಅರಸು ಆ ಸಮಸ್ಯೆಯನ್ನು ಸರಾಗವಾಗಿ ಬಗೆಹರಿಸಿದ್ದುದು ಇವರ ರಾಜಕೀಯ ಜಾಣತನಕ್ಕೆ ಸಾಕ್ಷಿಯಾಗಿದೆ. ಒಟ್ಟಿನಲ್ಲಿ ೨೩.೨.೧೯೭೭ರಂದು ಪೂರ್ಣ ಫಲಿತಾಂಶ ಹೊರಬಿದ್ದಿತು. ಕಾಂಗ್ರೆಸ್ ೧೨೬ ಸ್ಥಾನಗಳನ್ನು ಗಳಿಸಿ ಬಹುಮತ ಪಡೆದಿತ್ತು. ಹಳೆಯ ಮೈಸೂರಿನಲ್ಲಿ ಸ್ಥಾನ ಭದ್ರವಾಗಿತ್ತು. ಹೀಗಾಗಿ ಹಳೆಯ ಮೈಸೂರಿನ ೧೦ ಜಿಲ್ಲೆಗಳಲ್ಲಿರುವ ೧೨೯ ಸ್ಥಾನಗಳಲ್ಲಿ ಕಾಂಗ್ರೆಸ್ ೭೨ ಸ್ಥಾನಗಳಲ್ಲಿ ಜಯಗಳಿಸಿತ್ತು.

೧೯೭೨ರ ವಿಧಾನಸಭಾ ಚುನಾವಣೆ

೧೯೭೧ರ ಲೋಕಸಭೆಗೆ ಮಧ್ಯಂತರ ಚುನಾವಣೆ ನಡೆದ ಸಂದರ್ಭದಲ್ಲಿ ಕಾಂಗ್ರೆಸ್ ಇಪ್ಪತ್ತೇಳು ಲೋಕಸಭಾ ಸ್ಥಾನಗಳನ್ನು ಇಂದಿರಾ ಕಾಂಗ್ರೆಸ್ ಗೆದ್ದುಕೊಂಡಿತ್ತು. ಈ ಚುನಾವಣಾ ಫಲಿತಾಂಶ ಅಂದು ಎಲ್ಲರ ನಿರೀಕ್ಷೆಯನ್ನು ತಲೆಕೆಳಗಾಗಿಸಿತ್ತು. ಆ ಅವಧಿಯಲ್ಲಿ ರಾಜ್ಯದೊಳಗೆ ರಾಷ್ಟ್ರಪತಿ ಆಳ್ವಿಕೆ ಜಾರಿಯಾಯಿತು. ರಾಜ್ಯಪಾಲರಾದ ಧರ್ಮವೀರರು ರಾಜ್ಯ ಆಡಳಿತದ ಸೂತ್ರವನ್ನು ವಹಿಸಿಕೊಂಡರು. ಆದರೆ ಹತ್ತು ತಿಂಗಳ ನಂತರ ಕೇಂದ್ರ ಸರಕಾರ ವಿಧಾನಸಭೆಗೆ ಮಧ್ಯಂತರ ಚುನಾವಣೆ ನಡೆಸಲು ತೀರ್ಮಾನಿಸಿದಾಗ ರಾಜ್ಯ ರಾಜಕಾರಣದ ವಲಯದಲ್ಲಿ ಹೊಸ ವಾತಾವರಣದ ಕಾವೇರಿತು.

ಹೀಗಾಗಿ ೧೯೭೨ರ ವಿಧಾನಸಭಾ ಚುನಾವಣೆಯು ದೇಶದ ರಾಜಕೀಯ ವಲಯದಲ್ಲೇ ಅತ್ಯಂತ ಕುತೂಹಲಕಾರಿ ಸಂಗತಿಯಾಗಿ ಎಲ್ಲರ ಕಣ್ಣು ಮೈಸೂರು ರಾಜಕಾರಣದ ಮೇಲೆ ಕೇಂದ್ರಿತವಾಯಿತು. ಏಕೆಂದರೆ ಈ ಚುನಾವಣೆ ಮೈಸೂರಿನಲ್ಲಿ ರಾಜಕಾರಣದ ಸಂದಿಗ್ಧ ಪರಿಸ್ಥಿತಿಯಲ್ಲಿ ನಡೆದ ಮೊದಲ ಘಟನೆ ಎಂದು ಹೇಳಬಹುದು. ರಾಜಕೀಯ ವ್ಯವಸ್ಥೆಯು ವಿಘಟಿತವಾಗಿ ಮೊದಲ ಬಾರಿಗೆ ತಡೆ ಉಂಟಾಗಿತ್ತು. ಪ್ರಬಲ ರಾಷ್ಟ್ರೀಯ ಪಕ್ಷದ ಒಡಕಿನಿಂದ ದೊಡ್ಡ ವಿರೋಧಪಕ್ಷವು ಸಹ ವಿಸರ್ಜನೆಯಾಗಿತ್ತು. ಹೀಗಾಗಿ ರಾಜ್ಯ ರಾಜಕಾರಣದ ಚರಿತ್ರೆಯಲ್ಲಿ ಇದೊಂದು ನಿರ್ದಿಷ್ಟವಾದ ತಿರುವಿನ ಅಂಶ. ಮತ್ತೊಂದು ಗಮನಿಸಬೇಕಾದ ಅಂಶವೆಂದರೆ ಈ ಚುನಾವಣೆಯಲ್ಲಿ ಸಂಸ್ಥಾಕಾಂಗ್ರೆಸ್ ಬಣದ ನಾಯಕರಾದ ವೀರೇಂದ್ರಪಾಟೀಲ್ ಸ್ವಯಂ ರಾಜಕೀಯ ನಿವೃತ್ತಿ ಘೋಷಿಸಿಕೊಂಡರೆ, ರಾಮಕೃಷ್ಣ ಹೆಗಡೆಯವರು ಹಳಿಯಾಳ್ ಕ್ಷೇತ್ರದಲ್ಲಿ ಸಲ್ಲಿಸಿದ ತಮ್ಮ ನಾಮಪತ್ರವನ್ನು ವಾಪಾಸ್ ಪಡೆದುಕೊಂಡು ಅಂದಿನ ರಾಜಕಾರಣದಿಂದ ದೂರ ಸರಿದದ್ದು ಕುತೂಹಲಕಾರಿ ವಿಚಾರವಾಗಿದೆ. ಈ ಮಧ್ಯೆ ಅಸೆಂಬ್ಲಿ ಚುನಾವಣೆಗೆ ಸಿದ್ಧತೆಗಳು ನಡೆಯತೊಡಗಿದವು. ಪಕ್ಷದ ಅಭ್ಯರ್ಥಿಗಳ

ಆಯ್ಕೆಯ ಪ್ರಕ್ರಿಯೆಗೆ ಸಂಬಂಧಿಸಿದಂತೆ ಬಹಳಷ್ಟು ಕಸರತ್ತುಗಳು ನಡೆದವು. ಸಾಮಾನ್ಯವಾಗಿ ಪಕ್ಷದ ಅಭ್ಯರ್ಥಿ ಆಯ್ಕೆಯಲ್ಲಿ ಪ್ರಭಾವ ಬೀರುವ ಮೂರು ಮಹತ್ವದ ಅಂಶಗಳನ್ನು ಗಮನಿಸಬಹುದು.

೧. ಮತದಾರ ಕ್ಷೇತ್ರದ ಜಾತಿ ರಚನೆ. ಹೀಗಾಗಿ ಪಕ್ಷವು ಒಂದು ಪ್ರಬಲ ಜಾತಿ ಅಭ್ಯರ್ಥಿಗೆ ನೀಡುತ್ತಿತ್ತು.

೨. ಈ ಅಭ್ಯರ್ಥಿಯ ಆರ್ಥಿಕ ಪರಿಸ್ಥಿತಿ. ಈ ಮೂಲಕ ಅಭ್ಯರ್ಥಿಯು ಚುನಾವಣಾ ವೆಚ್ಚಗಳಿಗೆ ಹಣಕಾಸನ್ನು ಸರಿದೂಗಿಸಬಲ್ಲವನಾಗಿದ್ದಾನೆಯೇ ಎಂಬ ಪರಿಶೀಲನೆ ನಡೆಯುತ್ತಿತ್ತು.

೩. ಈ ಮೇಲಿನ ಎರಡು ಅಂಶಗಳ ಹಿನ್ನೆಲೆಯಲ್ಲಿ ಮತವನ್ನು ಗಳಿಸಬಲ್ಲನೆಂಬ ಸಾಮರ್ಥ್ಯ. ಇದು ನೇರವಾಗಿ ಸ್ಥಳೀಯ ಅಧಿಕಾರ ರಚನೆಯಲ್ಲಿ ಅಭ್ಯರ್ಥಿಯ ಸ್ಥಾನಮಾನವನ್ನು ಅವಲಂಬಿಸಿರುತ್ತದೆ.

ಈ ಮೂರು ಅಂಶಗಳನ್ನು ಯಾವುದೇ ಪಕ್ಷ ಪರಿಗಣಿಸದಿರಲು ಸಾಧ್ಯವಿಲ್ಲದಂತಹ ಪರಿಸ್ಥಿತಿ ನಿರ್ಮಾಣವಾಗಿತ್ತು. ಆದರೆ ಈ ೧೯೭೨ರ ಚುನಾವಣೆಯಲ್ಲಿ ಅಖಿಲ ಭಾರತ ಕಾಂಗ್ರೆಸ್ ನಾಯಕತ್ವವು ಈ ನಿಟ್ಟಿನಲ್ಲಿ ಹೊಸ ಲೆಕ್ಕಾಚಾರಗಳನ್ನು ಹಾಕುತ್ತಾ ಹಿಂದಿನ ಮಾದರಿಗಿಂತ ತುಸು ಭಿನ್ನವಾದ ವಿಧಾನವನ್ನು ಅನುಸರಿಸುವ ಅಪಾಯದ ಹೆಜ್ಜೆಯನ್ನು ಇಟ್ಟಿತು. ಅಂದರೆ ದಲಿತರು, ಹಿಂದುಳಿದ ವರ್ಗದವರು, ಮತೀಯ ಅಲ್ಪಸಂಖ್ಯಾತರು, ಆರ್ಥಿಕವಾಗಿ ಹಿಂದುಳಿದವರು, ಮಹಿಳೆಯರು ಹಾಗೂ ಯುವಕರಿಗೆ ಪಕ್ಷದ ಟಿಕೆಟ್ ನೀಡುವ ಮೂಲಕ ರಾಜ್ಯದ ಅಧಿಕಾರ ರಚನೆಯಲ್ಲಿ ಪರಿವರ್ತನೆ ತರುವಂತೆ ನೋಡಿಕೊಳ್ಳಲಾಯಿತು.

ಈ ಸಂದರ್ಭದಲ್ಲಿ ಇಂದಿರಾ ಕಾಂಗ್ರೆಸ್‌ನ ನಾಯಕರಾದ ಅರಸು (೧೯೭೨) ತಮ್ಮ ರಾಜಕೀಯ ಹಕ್ಕಿನ ನೆಲೆ ನಿರ್ಮಿಸಲು ಆರಂಭಿಸಿದರು. ಅಂದರೆ ಈ ಚುನಾವಣೆಯಲ್ಲಿ ಅಖಿಲ ಭಾರತ ಕಾಂಗ್ರೆಸ್ ನಾಯಕತ್ವವು ಈ ನಿಟ್ಟಿನಲ್ಲಿ ಲೆಕ್ಕಾಚಾರ ಹಾಕುತ್ತಾ ಹಿಂದಿನ ಮಾದರಿಗಿಂತ ತುಸು ಭಿನ್ನವಾದ ವಿಧಾನವನ್ನೇ ಅನುಸರಿಸುವ ಅಪಾಯದ ಜವಬ್ದಾರಿಯನ್ನು ಪಾಲಿಸಿತು. ಅರಸು ಅವರ ಮುಖ್ಯಉದ್ದೇಶ ರಾಜ್ಯದ ಅಧಿಕಾರ ರಚನೆಯಲ್ಲಿ ಪರಿವರ್ತನೆ ತರುವುದೇ ಆಗಿತ್ತು. ಹೀಗಾಗಿ ಆ ವರುಷದ ಚುನಾವಣೆಯಲ್ಲಿ ಇಂದಿರಾ ಕಾಂಗ್ರೆಸ್ ಅಭ್ಯರ್ಥಿಗಳ ಪಟ್ಟಿಯಲ್ಲಿ ೧೩೩ ಮಂದಿ ಪರಿಶಿಷ್ಟರು, ಸಾಮಾಜಿಕ ದುರ್ಬಲರು ಹಾಗೂ ಮತೀಯ ಅಲ್ಪಸಂಖ್ಯಾತರನ್ನು ಸೇರಿಸಲಾಯಿತು. ಉಳಿದ ೮೦ ಸ್ಥಾನಗಳನ್ನು ಶೂದ್ರವರ್ಗದ ಮೇಲ್ಜಾತಿಗಳಿಗೆ ಹಾಗೂ ಬ್ರಾಹ್ಮಣರಿಗೆ ಹಂಚಿದರು. ಅದುವರೆಗೂ ಕಾಂಗ್ರೆಸ್ ರಾಜಕೀಯದಲ್ಲಿ ೨೨೩ ಸದಸ್ಯರ ವಿಧಾನಸಭೆ ಚುನಾವಣೆಗೆ ನಿಲ್ಲಿಸುವ ಅಭ್ಯರ್ಥಿಗಳ ಪಟ್ಟಿಯಲ್ಲಿ ಸುಮಾರು ೧೫೦ ಮಂದಿ ಮೇಲ್ವರ್ಗಕ್ಕೆ ಸೇರಿದವರಾಗಿರುತ್ತಿದ್ದರು. ಉಳಿದ ೭೩ ಸ್ಥಾನಗಳನ್ನು ದುರ್ಬಲ ಹಾಗೂ ಅಲ್ಪಸಂಖ್ಯಾತರಿಗೆ ನೀಡುವ ಪ್ರವೃತ್ತಿ ಬೆಳೆದುಕೊಂಡು ಬಂದಿತ್ತು. ಆ ಸಂಪ್ರದಾಯವನ್ನು ಸಂಪೂರ್ಣವಾಗಿ ಬದಲಾವಣೆ ಮಾಡಿದ ಅರಸು ಹೆಚ್ಚು ಸ್ಥಾನಗಳನ್ನು ಆ ವರ್ಗದವರಿಗೆ ಹಂಚಿದ್ದು ಈ ಚುನಾವಣೆಯ ವಿಶೇಷ. ಒಟ್ಟು ೨೧೬ ಸ್ಥಾನಗಳಿಗೆ ನಡೆದ ಈ

ಚುನಾವಣೆಯಲ್ಲಿ ಕಾಂಗ್ರೆಸ್ (ಆರ್), ಕಾಂಗ್ರೆಸ್ (ಓ) ಪ್ರತ್ಯೇಕವಾಗಿ ಸ್ಪರ್ಧಿಸಿದ್ದು ಇನ್ನೊಂದು ವಿಶೇಷ. ಆ ಚುನಾವಣೆಯಲ್ಲಿ ಇಂದಿರಾ ಕಾಂಗ್ರೆಸ್ ಒಟ್ಟು ೧೬೫ ಸ್ಥಾನಗಳನ್ನು ಗೆದ್ದುಕೊಂಡಿತಲ್ಲದೆ, ಅದರಲ್ಲಿ ೯೨ ಮಂದಿ ದುರ್ಬಲರು ಮತ್ತು ಮತೀಯ ಅಲ್ಪಸಂಖ್ಯಾತರು ಹೆಚ್ಚು ಆರಿಸಿ ಬಂದಿದ್ದರು. ಇಂದಿರಾ ಕಾಂಗ್ರೆಸ್‌ನಿಂದ ಸ್ಪರ್ಧಿಸಿದ್ದ ೧೭ ಮಹಿಳೆಯರಲ್ಲಿ ೧೧ ಮಂದಿ ಮಹಿಳೆಯರು ಆಯ್ಕೆಯಾದದ್ದು ಈ ಚುನಾವಣೆಯ ಇನ್ನೊಂದು ವಿಶೇಷವೆಂದು ಹೇಳಬಹುದು.

೧೯೭೨ರ ಚುನಾವಣೆಯ ಪಕ್ಷಗಳ ಬಲಾಬಲ

ಕ್ರ.ಸಂ.	ಪಕ್ಷಗಳು	ಪಡೆದ ಸ್ಥಾನ
೧	ಕಾಂಗ್ರೆಸ್(ಆರ್)	೧೬೫
೨	ಕಾಂಗ್ರೆಸ್ (ಓ)	೨೪
೩	ಕಮ್ಯುನಿಸ್ಟ್ ಪಕ್ಷ	೦೩
೪	ಸಮಾಜವಾದಿ ಪಕ್ಷ	೦೩
೫	ಇತರೆ ಪಕ್ಷಗಳು	೦೬
೬	ಪಕ್ಷೇತರರು	೧೫
	ಒಟ್ಟು	೨೧೬

ಅಂದಿನವರೆಗೆ ರಾಜ್ಯ ರಾಜಕೀಯದ ಯಜಮಾನಿಕೆ ಹೊಂದಿದ್ದ ಪ್ರತಿಷ್ಠಿತ ಜನವರ್ಗದ ಪ್ರಭುತ್ವಕ್ಕೆ ಅಪ್ರತಿಷ್ಠಿತ ಹಾಗೂ ಅಲ್ಪಸಂಖ್ಯಾತ ಜನವರ್ಗ ಎಸೆದ ಮೊದಲ ರಾಜಕೀಯ ಸವಾಲು ಆದಾಗಿತ್ತು. "ಕರ್ನಾಟಕ ರಾಜ್ಯ ಲಿಂಗಾಯತರ ಜಹಗೀರು"[೪] ಎನ್ನುವ ಮಟ್ಟಕ್ಕೆ ರಾಜ್ಯದಲ್ಲಿ ಆರ್ಥಿಕ ಸಾಮಾಜಿಕ ಹಾಗೂ ರಾಜಕೀಯ ಸ್ವಾಮ್ಯವನ್ನು ಸ್ಥಾಪಿಸಿದ್ದ ಪ್ರಬಲ ಜಾತಿಯನ್ನು ಮಣಿಸಿದ ಮಹತ್ವದ ಚುನಾವಣೆ ಇದಾಗಿತ್ತು.

ಈ ಚುನಾವಣಾ ಫಲಿತಾಂಶ ನೀಡಿದ ರಾಜಕೀಯ ಹೊಸತನವನ್ನು ಎಲ್ಲರೂ ಕಂಡಿದ್ದರು. ದೇವರಾಜ ಅರಸು ಬಗ್ಗೆ ಮೊದಲಿನಿಂದಲೂ ತಮಗಿದ್ದ ಅಸಡ್ಡೆಯನ್ನು ಬಿಡಲೊಲ್ಲದ ಕೆಲವು ಪತ್ರಕರ್ತರು ಕೂಡಾ ಈ ಸಲ ಅರಸು ಒಳ್ಳೆಯ ತಂತ್ರ ಮಾಡಿದ್ದಾರೆ, ರಾಜಕೀಯವಾಗಿ ಲಿಂಗಾಯತರ ಬೆನ್ನುಮೂಳೆ ಮುರಿದಿದ್ದಾರೆ ಎನ್ನುವ ಮಾತುಗಳನ್ನಾಡಿದ್ದರು.

ಒಟ್ಟಾರೆಯಾಗಿ ಈ ಚುನಾವಣೆಯ ಫಲಿತಾಂಶ ಪ್ರಕಟವಾಗಿ ಇಂದಿರಾ ಕಾಂಗ್ರೆಸ್ ೧೬೫ ಸ್ಥಾನಗಳನ್ನು ಗಳಿಸಿ ವಿಧಾನಸಭೆಯಲ್ಲಿ ಸರಳ ಬಹುಮತವನ್ನು ಪಡೆಯುವುದರೊಂದಿಗೆ ಅತ್ಯಂತ ಪ್ರಭಾವಶಾಲಿ ಪಕ್ಷವೆಂದು ದೃಢವಾಯಿತು. ಈ ಮೂಲಕ ಅದು ಒಟ್ಟು ಶೇಕಡಾ ೫೪ ರಷ್ಟು ಮತಗಳನ್ನು ಪಡೆಯಿತು. ನಿಜಲಿಂಗಪ್ಪ ಕಾಂಗ್ರೆಸ್ ೨೩ ಸ್ಥಾನಗಳನ್ನು ಗಳಿಸುವುದರೊಂದಿಗೆ ಶೇಕಡಾ ೨೬ರಷ್ಟು ಮತಗಳನ್ನು ಪಡೆಯಿತು. ಪಕ್ಷೇತರರು ೩೦ ಸ್ಥಾನಗಳನ್ನು, ಸಿ.ಪಿ.ಐ. ಮತ್ತು ಸೋಷಲಿಸ್ಟ್ ಪಕ್ಷಗಳು ತಲಾ ೩ ಸ್ಥಾನಗಳನ್ನು ಮತ್ತು ಜನತಾ ಪಕ್ಷವು ೧ ಸ್ಥಾನವನ್ನು ಪಡೆಯಿತು. ಒಟ್ಟಾರೆಯಾಗಿ ಕಾಂಗ್ರೆಸ್ ಪಕ್ಷ ೧೬೫ ಸ್ಥಾನಗಳನ್ನು ಗೆದ್ದುದನ್ನು ಗಮನಿಸಿದರೆ

ಅರಸು ಅವರ ಸಂಘಟನಾ ಸಾಮರ್ಥ್ಯ ಮತ್ತು ಹಿಂದುಳಿದ ವರ್ಗಗಗಳು ರಾಜಕೀಯ ಅಧಿಕಾರವನ್ನು ಪಡೆದುಕೊಂಡದ್ದು ಈ ಚುನಾವಣಾ ಫಲಿತಾಂಶದಿಂದ ಕಂಡುಬರುತ್ತದೆ. ಅಂದಿನವರೆಗೆ ರಾಜ್ಯ ವಿಧಾನಸಭೆಯಲ್ಲಿ ಕೇವಲ ಬೆರಕೆಯ ವಸ್ತುಗಳಾಗಿದ್ದ ಹಿಂದುಳಿದ ವರ್ಗಗಳ ನಾಯಕರು ಎದ್ದು ಕಂಡುಬರುವಂತೆ ಮಾಡಿದ್ದು ದೇವರಾಜ ಅರಸು ಅವರ ರಾಜಕೀಯ ದೂರದೃಷ್ಟಿಯ ಆಲೋಚನೆಯ ಪ್ರತಿಫಲ ಎಂದರೆ ತಪ್ಪಾಗಲಾರದು.

ಈ ಫಲಿತಾಂಶ ಕರ್ನಾಟಕ ರಾಜಕಾರಣದ ವಲಯದಲ್ಲಿ ಹೊಸತನದ ಅಲೆಯನ್ನು ಮೂಡಿಸಿತು. ಅದುವರೆಗೂ ಇದ್ದ ರಾಜಕೀಯದ ಗುತ್ತಿಗೆಯನ್ನು ಕಿತ್ತೊಗೆದು ಅರಸು ೨೦ ಮಾರ್ಚ್ ೧೯೭೨ರಲ್ಲಿ ನಾಡಿನ ಮುಖ್ಯಮಂತ್ರಿಯಾಗಿ ಅಧಿಕಾರ ವಹಿಸಿಕೊಂಡರು. ಬಹುಸಂಖ್ಯಾತ ಕೋಮಿನವರಿಗೆ ಮೀಸಲಿದ್ದ ರಾಜಕೀಯ ಪ್ರಾಬಲ್ಯವನ್ನು ಮುರಿದು ಮತೀಯ ಅಲ್ಪಸಂಖ್ಯಾತರೂ ಕರ್ನಾಟಕದಲ್ಲಿ ಅಧಿಕಾರದ ಚುಕ್ಕಾಣಿ ಹಿಡಿಯಬಲ್ಲರು ಎಂಬುದನ್ನು ಅರಸು ಈ ಚುನಾವಣೆಯಲ್ಲಿ ಬಹುಮತ ಪಡೆಯುವುದರೊಂದಿಗೆ ಸಾಬೀತು ಪಡಿಸಿದರು.

೩.೩. ಕಾಂಗ್ರೆಸ್ ಪಕ್ಷದ ವಿಭಜನೆ ೧೯೬೯

ಸ್ವಾತಂತ್ರ್ಯ ಭಾರತದ ಇತಿಹಾಸದಲ್ಲಿ ಎಪ್ಪತ್ತರ ದಶಕ ರಾಷ್ಟ್ರ ಮತ್ತು ರಾಜ್ಯ ರಾಜಕಾರಣದಲ್ಲಿ ನಡೆದ ತೀವ್ರ ರಾಜಕೀಯ ತಿರುವುಗಳ ಸಂಘರ್ಷದ ದೃಷ್ಟಿಯಿಂದ ಮುಖ್ಯವಾಗಿದೆ. ಏಕೆಂದರೆ ೧೯೭೭ರ ವಿಧಾನಸಭಾ ಚುನಾವಣೆಯಲ್ಲಿ ಅರಸು ಅವರಿಗೆ ಕಾಂಗ್ರೆಸ್ ಪಕ್ಷದ ಟಿಕೆಟ್ ಸಿಗುವ ಬಗ್ಗೆಯೇ ಅನುಮಾನವಿತ್ತು. ಆದರೆ ರಾಜಕಾರಣ ನಡೆಗಳನ್ನು ಊಹಿಸುವುದು ಕಷ್ಟ. ನಿಜಲಿಂಗಪ್ಪ ಸಚಿವ ಸಂಪುಟದಲ್ಲಿದ್ದ ೨೫ ಜನ ಮಂತ್ರಿಗಳ ಪೈಕಿ ಅರಸು ಅವರನ್ನು ಬಿಟ್ಟು ಉಳಿದ ೨೪ ಜನ ಮಂತ್ರಿಗಳಿಗೆ ಈ ಚುನಾವಣೆಯಲ್ಲಿ ಸ್ಪರ್ಧಿಸಲು ಕಾಂಗ್ರೆಸ್ ಪಕ್ಷದಿಂದ ಟಿಕೆಟ್ ಹಂಚಲಾಗಿತ್ತು. ಬಹುಶಃ ಪ್ರಬಲ ವರ್ಗಗಳ ನಾಯಕರು ಅರಸು ಅವರಿಗೆ ಪಕ್ಷದ ಟಿಕೆಟ್ ಸಿಗದ ಹಾಗೇ ನೋಡಿಕೊಳ್ಳುವಲ್ಲಿ ಯಶಸ್ವಿಯಾಗಿದ್ದರು. ಇಂಥ ಸಂದರ್ಭದಲ್ಲಿ ಪತ್ರಿಕಾ ಮಾಧ್ಯಮಗಳಿಗೆ ಅರಸು ಬಿಸಿ ಸುದ್ದಿಯಾದರು. ಅರಸು ಅವರ ರಾಜಕೀಯ ಜೀವನ ಮುಗಿದ ಅಧ್ಯಾಯ ಎಂದು ಪತ್ರಿಕೆಗಳು ಸುದ್ದಿಯನ್ನು ತಮ್ಮ ಮುಖಪುಟದಲ್ಲಿ ಪ್ರಕಟಿಸಲಾರಂಭಿಸಿದವು. ಆದರೆ ಅರಸು ಅವರು ಆಶ್ಚರ್ಯವೆಂಬಂತೆ ಕೊನೆಗಳಿಗೆಯಲ್ಲಿ ಪಕ್ಷದ ಟಿಕೆಟನ್ನು ಪಡೆದು ಮತ್ತೊಮ್ಮೆ ಅನಾಯಾಸವಾಗಿ ಗೆದ್ದುಬಂದರು. ಮುಖ್ಯಮಂತ್ರಿಗಳಾದ ನಿಜಲಿಂಗಪ್ಪ ಅವರು ರಾಷ್ಟ್ರಮಟ್ಟದ ಕಾಂಗ್ರೆಸ್ ಪಕ್ಷಕ್ಕೆ ಅಧ್ಯಕ್ಷರಾದರು. ಅನಂತರ ರಾಜ್ಯದ ರಾಜಕಾರಣದಲ್ಲಿ ಸ್ಥಿತ್ಯಂತರಗಳಾಗುವ ಲಕ್ಷಣಗಳು ಗೋಚರಿಸತೊಡಗಿದವು. ವೀರೇಂದ್ರ ಪಾಟೀಲ್ ರಾಜ್ಯದ ಮುಖ್ಯಮಂತ್ರಿಗಳಾದರು. ಈ ವಿಚಾರದಲ್ಲಿಯೂ ಅರಸು ಅವರನ್ನು ಒಳಗೊಂಡಂತೆ ಹಲವಾರು ಕಾಂಗ್ರೆಸ್ ನಾಯಕರಿಗೆ ಅತೃಪ್ತಿ ಇತ್ತು ಎನ್ನುವುದು ಮನದಟ್ಟಾಗುತ್ತದೆ. ಕಾರಣ ವೀರೇಂದ್ರ ಪಾಟೀಲ್ ಅವರಿಗಿಂತಲೂ ಇನ್ನೂ ಹಿರಿಯ ವ್ಯಕ್ತಿಗಳು ಕಾಂಗ್ರೆಸ್‌ನಲ್ಲಿದ್ದು ಅವರಿಗೆ ಮುಖ್ಯಮಂತ್ರಿ ಸ್ಥಾನ ದೊರೆಯಬೇಕೆಂಬುದು ಅವರ ಅಪೇಕ್ಷೆಯಾಗಿತ್ತು. ಈ ಅಸಮಾಧಾನದ ಹೊಗೆಯಿಂದಲೆ ಅರಸು ಅವರು ವೀರೇಂದ್ರ ಪಾಟೀಲ್

ಸಚಿವ ಸಂಪುಟದಿಂದ ಹೊರಗುಳಿದರು. ಅಲ್ಲದೆ ತಾತ್ಕಾಲಿಕವಾಗಿ ರಾಜ್ಯ ರಾಜಕಾರಣದಿಂದಲೂ ದೂರ ಸರಿದರು. ಆಗ ಕಾಂಗ್ರೆಸ್ಸಿನ ಅಧ್ಯಕ್ಷರಾಗಿದ್ದ ಎಸ್. ನಿಜಲಿಂಗಪ್ಪನವರು ದೇಶದ ಎಲ್ಲಾ ವ್ಯವಹಾರಗಳನ್ನು ಸಮಾಜವಾದದಿಂದ ಬಂಡವಾಳಶಾಹಿ ವರ್ಗಕ್ಕೆ ತಿರುಗಿಸುತ್ತಿರುವರೆಂಬ ಆಂತರಿಕ ಪಿಸುಮಾತು ಪಕ್ಷದ ಲಾಭಿಯಲ್ಲಿ ಆರಂಭವಾದವು. ಆಗ ಪ್ರಧಾನಿಯಾಗಿದ್ದ ಇಂದಿರಾಗಾಂಧಿಯವರಿಗೂ ನಿಜಲಿಂಗಪ್ಪನವರಿಗೂ ಭಿನ್ನಾಭಿಪ್ರಾಯಗಳಿವೆ ಎಂಬ ಸುದ್ದಿಗೆ ಪ್ರಚಾರ ಸಿಗಲಾರಂಭಿಸಿತು.

ಹೀಗೆ ಚಾಲನೆ ಪಡೆದ ಪತ್ರಿಕಾ ಪ್ರಚಾರವು ತಿಂಗಳುಗಳು ಉರುಳಿದಂತೆ ಬಿರುಗಾಳಿಯನ್ನೇ ಎಬ್ಬಿಸಿತು. ಆಗಿನ ಆಳುವ ಕಾಂಗ್ರೆಸ್ ಪಕ್ಷದಲ್ಲಿ ಇಂದಿರಾಗಾಂಧಿ ನಾಯಕತ್ವದ 'ಪುರೋಗಾಮಿಗಳ ಗುಂಪು' ಮತ್ತು ಪ್ರತಿಗಾಮಿಗಳೆನಿಸಿಕೊಂಡ 'ನಿಜಲಿಂಗಪ್ಪನವರ ಗುಂಪು' ಎನ್ನುವ ಎರಡು ಗುಂಪುಗಳು ಹುಟ್ಟಿಕೊಂಡವು. ಆಳುವ ಪಕ್ಷದೊಳಗಿನ ಈ ಗುಂಪು ಘರ್ಷಣೆ ಮತ್ತು ವೀರೇಂದ್ರ ಪಾಟೀಲ್‌ರನ್ನು ಮುಖ್ಯಮಂತ್ರಿಯನ್ನಾಗಿ ಮಾಡಿದ್ದ ನಿಜಲಿಂಗಪ್ಪನವರ ನಿರ್ಧಾರ ದೇವರಾಜ ಅರಸು ಅವರನ್ನು ಅಸಮಾಧಾನಗೊಳ್ಳುವಂತೆ ಮಾಡಿತ್ತು. ಹೀಗಾಗಿ ೧೯೬೯ರ ಪ್ರಾರಂಭದಲ್ಲೇ ರಾಷ್ಟ್ರಮಟ್ಟದ ಕಾಂಗ್ರೆಸ್ ಪಕ್ಷದಲ್ಲಿ ಭಿನ್ನಾಭಿಪ್ರಾಯಗಳು ಕಾಣಿಸಿಕೊಂಡವು. ಇದರಿಂದಾಗಿ ಆಡಳಿತರೂಢ ಕಾಂಗ್ರೆಸ್ ಪಕ್ಷದಲ್ಲಿ ಇಂದಿರಾಗಾಂಧಿಯವರ ನಾಯಕತ್ವದಲ್ಲಿ ಪುರೋಗಾಮಿ (ಯಂಗ್‌ಟರ್ಕ್) ಬಣ, ಹಾಗೆಯೇ ಎಸ್. ನಿಜಲಿಂಗಪ್ಪನವರ ನಾಯಕತ್ವದಲ್ಲಿ ಪ್ರತಿಗಾಮಿ (ಸಿಂಡಿಕೇಟ್) ಗುಂಪು ಹುಟ್ಟಿಕೊಂಡಿತು. ಅಖಿಲ ಭಾರತ ಮಟ್ಟದ ನಾಯಕರಾಗಿ ವಿಜೃಂಭಿಸಿದ್ದ ನಿಜಲಿಂಗಪ್ಪ ಅವರಿಗೆ ಮೊದಲಿನಿಂದಲೂ ನೆಹರು ಕುಟುಂಬಕ್ಕೂ ಅಷ್ಟಕ್ಕಷ್ಟೆ ನಂಟು ಮತ್ತು ಮೇಲಾಗಿ ಒಳಒಳಗೆ ಆಂತರಿಕ ಒಳ ಜಗಳಗಳಿದ್ದವು. ಈ ವಿರಸಗಳು ಇಂದಿರಾ ಕಾಲದಲ್ಲೂ ಮುಂದುವರಿಯಿತು. ಇದರಿಂದ ಪಕ್ಷದಲ್ಲಿ ಗುಂಪುಗಾರಿಕೆ ತಲೆದೋರಿತು. ಕೊನೆಗೆ ೧೯೬೯ರಲ್ಲಿ ಬೆಂಗಳೂರಿನ ಗಾಜಿನಮನೆಯಲ್ಲಿ ನಡೆದ ಅಖಿಲ ಭಾರತ ಕಾಂಗ್ರೆಸ್ ಅಧಿವೇಶನದಲ್ಲಿ ಈ ಭಿನ್ನಾಭಿಪ್ರಾಯಗಳು ತಾರಕಕ್ಕೇರಿ ಕಾಂಗ್ರೆಸ್ ಇಬ್ಭಾಗವಾಯಿತು. ಈ ರಾಷ್ಟ್ರೀಯ ಕಾಂಗ್ರೆಸ್ಸಿನ ವಿಭಜನೆಯ ಪರಿಣಾಮ ಕರ್ನಾಟಕದ ಮೇಲೂ ದಟ್ಟವಾದ ಪ್ರಭಾವ ಬೀರಿತು. ಸಹಜವಾಗಿ ರಾಜ್ಯದಲ್ಲಿಯೂ ಕಾಂಗ್ರೆಸ್ ಎರಡು ಭಾಗವಾಯಿತು. ಆ ಸಂದರ್ಭದಲ್ಲಿ ಬಹಳಷ್ಟು ಜನ ನಿಜಲಿಂಗಪ್ಪನವರ ನೆರಳಾಗಿ ಹಿಂಬಾಲಿಸಿದರು. ಅದರಲ್ಲಿ ದೇವೇಗೌಡರು, ವೀರೇಂದ್ರ ಪಾಟೀಲ್, ರಾಮಕೃಷ್ಣ ಹೆಗಡೆಯವರೂ ಸಹ ಇದ್ದರು. ಆಗ ದೇವರಾಜ ಅರಸು ಇಂದಿರಾ ಕಾಂಗ್ರೆಸ್ಸನ್ನು ಸೇರಿಕೊಂಡರು. ಇದು ಅರಸು ಅವರನ್ನು ರಾಜ್ಯ ರಾಜಕಾರಣದಲ್ಲಿ ಮೇಲೆ ಬರಲು ಭದ್ರಬುನಾದಿ ಹಾಕಿಕೊಟ್ಟಿತು. ಕಾಂಗ್ರೆಸ್ ಇಬ್ಭಾಗವಾದಾಗಲೂ ವೀರೇಂದ್ರ ಪಾಟೀಲ್ ತಟಸ್ಥರಾಗಿ ಉಳಿದು ಅಭಿವೃದ್ಧಿ ಕಡೆಗೆ ಹೆಚ್ಚಿನ ಗಮನ ಹರಿಸಿದರಲ್ಲದೆ ೧೯೭೧ರವರೆಗೂ ಮುಖ್ಯಮಂತ್ರಿ ಸ್ಥಾನದಲ್ಲಿ ಮುಂದುವರಿದರು.

ಕಾಂಗ್ರೆಸ್ ವಿಭಜನೆ ಮೈಸೂರು ರಾಜಕೀಯ ಪರಿಸ್ಥಿತಿಗೆ ತಡೆಯುಂಟು ಮಾಡಲಿಲ್ಲವಾದರೂ ರಾಜ್ಯದ ರಾಜಕಾರಣದಲ್ಲಂತೂ ತೀವ್ರವಾದಿ ತಿರುವನ್ನುಂಟು ಮಾಡಿತು. ದೇವರಾಜ ಅರಸು

ರಾಜ್ಯ ರಾಜಕಾರಣದಲ್ಲಿ ಮುಂಚೂಣಿಗೆ ಬರಲು ಸಾಧ್ಯವಾಯಿತು. ಬಹುಶಃ ಅವರು ಇಲ್ಲಿಂದಲೇ ಹೊಸ ರಾಜಕಾರಣದ ಶಕ್ತಿಯ ಬೆಳವಣಿಗೆಯನ್ನು ಕಾಣಲಾರಂಭಿಸಿದರು. ಈ ಶಕ್ತಿಯ ಬೆಳವಣಿಗೆಗಾಗಿ ಅವರು ಕ್ರಮ ಕೈಗೊಂಡಿದ್ದು ಅಧಿಕಾರದ ಗದ್ದುಗೆಗೆ ಏರಿದ ನಂತರವೆ. 'ಸಂಸ್ಥಾ ಕಾಂಗ್ರೆಸ್'ನ ಪ್ರಮುಖರಾದ ನಿಜಲಿಂಗಪ್ಪ, ವೀರೇಂದ್ರ ಪಾಟೀಲರಂಥ ಸಮರ್ಥ ನಾಯಕರ ಮಧ್ಯೆ ಇಂದಿರಾ ಕಾಂಗ್ರೆಸ್‌ನ್ನು ಕಟ್ಟುವುದು ಸುಲಭವಲ್ಲದಂಥ ಸಂದರ್ಭದಲ್ಲಿ ಅರಸು ಇದನ್ನು ಸಾಧ್ಯವಾಗಿಸಿದರು. ರಾಜ್ಯದಲ್ಲಿ ಕಾಂಗ್ರೆಸ್ ಸಂಘಟನೆಯ ವಿಚಾರಧಾರೆ ಮತ್ತು ಕಾರ್ಯಕ್ಷಮತೆಯ ಬದಲಿಗೆ ವೈಯಕ್ತಿಕ ಅನುಸರಣೆ ನೆಲೆಯಲ್ಲಿ ಕಾಂಗ್ರೆಸ್ ಒಳಗೆ ಬೆಂಬಲ ಸೂಚಿಸಿತು. ಈ ಕಾಂಗ್ರೆಸ್ ವಿಭಜನೆ ಬಹುಸಂಖ್ಯಾತ ದಲಿತ, ಹಿಂದುಳಿದ ವರ್ಗಗಳ ಜಾತಿಗಳು ಒಂದು ರೀತಿಯಲ್ಲಿ ರಾಜಕೀಯವಾಗಿ ಧೃವೀಕರಣಗೊಳ್ಳಲು ಸಹಾಯಕವಾಯಿತು. ಬಹುತೇಕ ಹಿಂದುಳಿದ ಕೋಮಿಗೆ ಸೇರಿದವರು ಇಂದಿರಾ ಕಾಂಗ್ರೆಸ್ ಪಕ್ಷಕ್ಕೆ ಸೇರಿದವರು.

೩.೪. 'ಸಂಸ್ಥಾ ಕಾಂಗ್ರೆಸ್'

೧೯೬೯ನೇ ಇಸವಿಯಿಂದ ಕಾಂಗ್ರೆಸ್ ಪಕ್ಷದಲ್ಲಿ ಹಳಬರು, ಹಿರಿಯರಿಂದ ಕೂಡಿದ್ದ ನಿಜಲಿಂಗಪ್ಪನವರ ಗುಂಪಿಗೂ, ಹೊಸಬರು ಪ್ರಮುಖ ಉತ್ಸಾಹಿ ನಾಯಕರಿಂದ ಕೂಡಿದ್ದ ಪ್ರಧಾನಿ ಇಂದಿರಾಗಾಂಧಿಯವರ ಗುಂಪಿಗೂ ತಾತ್ವಿಕ ಹಾಗೂ ಸೈದ್ಧಾಂತಿಕ ಭಿನ್ನಾಭಿಪ್ರಾಯಗಳು ಮೂಡಿಬರತೊಡಗಿದವು. ಜುಲೈ ೧೦.೧೯೬೯ರಂದು ಬೆಂಗಳೂರಿನಲ್ಲಿ ನಡೆದ ಕಾಂಗ್ರೆಸ್ ಅಧಿವೇಶನದಲ್ಲಿ ಈ ಭಿನ್ನಾಭಿಪ್ರಾಯಗಳು ಪೂರ್ಣಪ್ರಮಾಣದಲ್ಲಿ ಗೋಚರಿಸತೊಡಗಿದವು. ಇದಕ್ಕೂ ಮುಂಚೆ ಕರ್ನಾಟಕಕ್ಕೂ ರಾಷ್ಟ್ರೀಯ ಕಾಂಗ್ರೆಸ್ಸಿಗೂ ಹಳೆ ನಂಟಾಗಿ ವರ್ತಿಸಿದ್ದ ಎಸ್. ನಿಜಲಿಂಗಪ್ಪ ಅವರು, ಒಂದು ಕಾಲದಲ್ಲಿ ಎಐಸಿಸಿ ಮಟ್ಟದ ನಾಯಕರಾಗಿ ವಿಜೃಂಭಿಸಿದ್ದವರು. ಆದಾಗ್ಯೂ ಈ ಸಂದರ್ಭದಲ್ಲಿ ನೆಹರು ಕುಟುಂಬಕ್ಕೂ ಅವರಿಗೂ ಅಷ್ಟಕಷ್ಟೇ. ಈ ಆಂತರಿಕ ಒಳಜಗಳಗಳು ಇಂದಿರಾ ಕಾಲದಲ್ಲಿಯೂ ಮುಂದುವರಿದವು. ಇಂಥ ಹಲವು ಭಿನ್ನಾಭಿಪ್ರಾಯಗಳೇ ರಾಷ್ಟ್ರೀಯ ಕಾಂಗ್ರೆಸ್‌ನ ವಿಭಜನೆಯನ್ನು ಮತ್ತಷ್ಟು ತೀವ್ರಗೊಳಿಸಿದವು. ಹೀಗಾಗಿ ಬೆಂಗಳೂರಿನ ಲಾಲ್‌ಬಾಗ್‌ನಲ್ಲಿ ಕಾಂಗ್ರೆಸ್ ಪಕ್ಷ ಒಡೆದು ಹೋಳಾಯಿತು. ೨೨.೧೧.೧೯೬೯ರಂದು ದೆಹಲಿಯಲ್ಲಿ ಸೇರಿದ್ದ ವಿಶೇಷ ಕಾಂಗ್ರೆಸ್ ಅಧಿವೇಶನದಲ್ಲಿ ಇಂದಿರಾ ಗಾಂಧಿಯವರು ಎಸ್.ನಿಜಲಿಂಗಪ್ಪ ಅವರನ್ನು ರಾಷ್ಟ್ರೀಯ ಕಾಂಗ್ರೆಸ್ ಪಕ್ಷದಿಂದ ಉಚ್ಚಾಟಿಸಿದರು. ಪ್ರತಿಯಾಗಿ ನಿಜಲಿಂಗಪ್ಪ ಅವರು ೨೦.೧೨.೧೯೬೯ರಂದು ಅಹಮದಾಬಾದ್‌ನಲ್ಲಿ ತಮ್ಮ ಬೆಂಬಲಿಗರನ್ನು ಸೇರಿಸಿ ಕಾಂಗ್ರೆಸ್ ಅಧಿವೇಶನ ನಡೆಸಿದರು. ಇದೇ ಮುಂದೆ "ಸಂಸ್ಥಾ ಕಾಂಗ್ರೆಸ್" ಎಂದು ಹೆಸರಾಯಿತು. ಈ ಸಭೆಯಲ್ಲಿ ಪಕ್ಷವನ್ನು ಉಳಿಸಿ ಬೆಳೆಸಲು ನಿರ್ಧರಿಸಲಾಯಿತು. ಮತ್ತೆ ನಿಜಲಿಂಗಪ್ಪನವರೇ ಪಕ್ಷದ ಅಧ್ಯಕ್ಷರಾಗಿ ಆಯ್ಕೆಯಾದರು. ಚುನಾವಣಾ ಆಯೋಗ ಈ ಪಕ್ಷವನ್ನು ಐ.ಎನ್.ಸಿ (ಒ) ಎಂದು ಗುರುತಿಸಿತು. (ಒ ಎಂದರೆ ಆರ್ಗನೈಸೇಷನ್ ಅಥವಾ ಸಂಸ್ಥೆ) ಹೀಗೆ ನಿಜಲಿಂಗಪ್ಪನವರ ಅಧ್ಯಕ್ಷತೆಯಲ್ಲಿ ಹುಟ್ಟಿಕೊಂಡ ಈ ಪಕ್ಷಕ್ಕೆ "ಸಂಸ್ಥಾ ಕಾಂಗ್ರೆಸ್" ಎಂಬ ಹೆಸರು ರೂಢಿಗೆ ಬಂದಿತು.

ಬಹುಶಃ ಈ ಒಂದು ಒಡಕು, ಯಾವ ತತ್ವಕ್ಕಾಗಿ ಅಲ್ಲ, ಮೌಲ್ಯಕ್ಕಾಗಿಯೂ ಅಲ್ಲ, ಕೇವಲ ಅಧಿಕಾರಕ್ಕಾಗಿ ಸ್ವಪ್ರತಿಷ್ಠೆಗಾಗಿ, ಇಲ್ಲಿಂದ ಮುಂದೆ ಕಾಂಗ್ರೆಸ್ ಹಾಗೂ ದೇಶದ ರಾಜಕಾರಣದ ಹಾದಿಯ ದಿಕ್ಕೇ ಬದಲಾಯಿತು. ಮೌಲ್ಯಗಳಿಗೆ ಬೆಲೆಯೇ ಇಲ್ಲದಂತಾಯಿತು. ಅಧಿಕಾರಸ್ಥರ ಸುತ್ತ ಕೇವಲ ಸ್ವಾರ್ಥ ರಾಜಕಾರಣಿಗಳ ಕೂಟವೇ ಬೆಳೆಯಿತು. ಇವರು, ಸಾಮಾನ್ಯಜನರ ಸಮಸ್ಯೆಗಳಿಗೆ ಕುರುಡಾಗಿ ಕೇವಲ ಓಟು ಬ್ಯಾಂಕಿನ ರಾಜಕಾರಣವನ್ನು ಆರಂಭಿಸಿದರು.

ರಾಷ್ಟ್ರೀಯ ಕಾಂಗ್ರೆಸ್ ಒಡೆದು ಇಬ್ಭಾಗವಾದ ನಂತರ ದೇವರಾಜ ಅರಸು ಮತ್ತು ಅವರ ಬೆಂಬಲಿಗರು ಇಂದಿರಾ ಗಾಂಧಿಯವರನ್ನು ಬೆಂಬಲಿಸಿದರು. ಈ ವಿಭಜನೆ ದೇವರಾಜ ಅರಸು ಅವರಿಗೆ ಕರ್ನಾಟಕ ರಾಜಕಾರಣದಲ್ಲಿ ಮುಂಚೂಣಿಗೆ ಬರಲು ಒಂದು ಅವಕಾಶವನ್ನು ಒದಗಿಸಿಕೊಟ್ಟಿತು. ಅದುವರೆಗೂ 'ಎಲೆ ಮರೆಕಾಯಿ' ಯಂತಿದ್ದ ಅರಸು ಕರ್ನಾಟಕದ ಅತಿರಥ ಮಹಾರಥರನ್ನು ಹಿಂದೆ ಸರಿಸಿ ಬೆಳಕಿಗೆ ಬಂದರು. ಈ ದಿಕ್ಕಿನಲ್ಲಿ ಅರಸು ಅವರಿಗೆ ಸಹಕಾರ ನೀಡಿದವರು ಎಂ.ವಿ. ಕೃಷ್ಣಪ್ಪ, ಕೆಂಗಲ್ ಹನುಮಂತಯ್ಯ, ಕೊಲ್ಲೂರು ಮಲ್ಲಪ್ಪ, ಕೆ.ಎಚ್. ಪಾಟೀಲ್, ಸಿದ್ದವೀರಪ್ಪನವರಂಥ ಹಿರಿಯ ನಾಯಕರು, ಮುಖ್ಯವಾಗಿ ಅರಸು ಅವರಿಗೆ ರಾಜಕೀಯ ಗುರುವಿನಂತಿದ್ದ ಚೆನ್ನಯ್ಯನವರೂ ಕೂಡ ತಮ್ಮ ಪ್ರಜಾಪಕ್ಷವನ್ನೇ ತನ್ನ ಶಿಷ್ಯನ ಪಕ್ಷದಲ್ಲಿ ವಿಲೀನಗೊಳಿಸಿ ಅರಸು ಅವರ ನೈತಿಕ ಶಕ್ತಿಯನ್ನು ಹೆಚ್ಚಿಸಿದರು.

ಈ ಸಂದರ್ಭದಲ್ಲಿ ಅರಸು ಅವರು ಇಂದಿರಾ ಕಾಂಗ್ರೆಸ್ (ಆರ್ ಆಡಳಿತ ಕಾಂಗ್ರೆಸ್)ನ ಮುಂದಾಳು ಹಾಗೂ ಪಕ್ಷದ ವ್ಯವಸ್ಥಾಪಕರಾಗಿ ಹಗಲಿರುಳೆನ್ನದೆ ದುಡಿದು ಜನಶಕ್ತಿಯನ್ನು ಸಂಘಟಿಸಿದ್ದು ಸಾಮಾನ್ಯ ಸಂಗತಿಯೇನಲ್ಲ. ಆಗ ಅವರಿಗೆ ಎದುರಾದ ಅಡ್ಡಿ ಆತಂಕಗಳು ಹಾಗೂ ಸವಾಲುಗಳು ಹಲವಾರು. ಇವುಗಳನ್ನು ಅವರು ಸುಲಭವಾಗಿ ಹಾಗೂ ಶಾಂತ ಚಿತ್ತದಿಂದ ಬಗೆಹರಿಸಿದ್ದು ಅವರಲ್ಲಿದ್ದ ದೃಢತೆ ಮತ್ತು ಧಕ್ಷತೆಯನ್ನು ಸೂಚಿಸುತ್ತದೆ.

ರಾಜ್ಯದಲ್ಲಿ ಆರ್ ಕಾಂಗ್ರೆಸ್ ಅಧ್ಯಕ್ಷ ಸ್ಥಾನಕ್ಕೆ ಯಾರನ್ನು ನೇಮಕ ಮಾಡಬೇಕು ಎನ್ನುವ ಪ್ರಶ್ನೆಗಳು ಕಾಂಗ್ರೆಸ್ ಪಾಳೆಯದಲ್ಲಿ ಕೇಳಿಬಂದವು. ಕೆಂಗಲ್ ಹನುಮಂತಯ್ಯ, ಎಚ್. ಸಿದ್ಧವೀರಪ್ಪನವರಂಥ ನಾಯಕರು ಅಧ್ಯಕ್ಷ ಸ್ಥಾನಕ್ಕೆ ಮುಂಚೂಣಿಯಲ್ಲಿದ್ದರು. ಯಾವುದೇ ಪಕ್ಷದಲ್ಲಾಗಲಿ ಅಂದು ಒಕ್ಕಲಿಗ, ಲಿಂಗಾಯತರ ಪ್ರಾಬಲ್ಯವೇ ಹೆಚ್ಚು. ಇಂಥ ಸಂದರ್ಭದಲ್ಲಿ ಮೈನಾರಿಟಿ ಕೋಮಿನವರಾದ ಅರಸು ಆರ್. ಕಾಂಗ್ರೆಸ್ ಅಧ್ಯಕ್ಷರಾಗಿ ಆಯ್ಕೆ ಆದದ್ದು ಆಶ್ಚರ್ಯದ ಸಂಗತಿಯೇ ಸರಿ. ಅದುವರೆಗೂ ಎರಡೂ ಪ್ರಬಲ ಕೋಮುಗಳ ಅಚಲ ಬೆಂಬಲವನ್ನೇ ನಂಬಿ ಬದುಕಿದ್ದ ಕಾಂಗ್ರೆಸ್ ಪಕ್ಷಕ್ಕೆ ಹೊಸ ಚೇತನವೊಂದು ದೊರಕಿತು. ಇಲ್ಲಿಂದಲೇ ಅರಸು ನಾಯಕತ್ವದಲ್ಲಿ ಕರ್ನಾಟಕದ ರಾಜಕಾರಣಕ್ಕೆ ಒಂದು ಹೊಸ ತಿರುವು ದೊರಕಿತು.

ಮೈಸೂರಿನಲ್ಲಿ 'ಆರ್ ಕಾಂಗ್ರೆಸ್‌ನ' ವಿರೋಧಿ ಬಣವಾದ 'ಸಂಸ್ಥಾ ಕಾಂಗ್ರೆಸ್'ಗೆ ನಿಷ್ಠವಾದ ವೀರೇಂದ್ರ ಪಾಟೀಲ್ ಸರಕಾರ ಅಸ್ತಿತ್ವದಲ್ಲಿತ್ತು. ಸಂಸ್ಥಾ ಕಾಂಗ್ರೆಸ್ ಅಧ್ಯಕ್ಷರಾದ

ನಿಜಲಿಂಗಪ್ಪನವರು ೧೯೭೧ರ ಚುನಾವಣೆಯಲ್ಲಿ ಆಡಳಿತ ಕಾಂಗ್ರೆಸ್‌ನ್ನು ಎದುರಿಸಲು ವಿರೋಧಿ ಮೈತ್ರಿಕೂಟ ರಚನೆಗೆ ಪ್ರಾಧಾನ್ಯತೆಯನ್ನು ನೀಡಿದ್ದರು. ಆದರೆ, ಇದು ಯಾವುದೇ ಫಲ ನೀಡಲಿಲ್ಲ. ಮುಖ್ಯಮಂತ್ರಿ ವೀರೇಂದ್ರ ಪಾಟೀಲ, ರಾಮಕೃಷ್ಣ ಹೆಗಡೆ, ಕೆ.ವಿ. ಶಂಕರೆಗೌಡ, ಬಿ. ರಾಚಯ್ಯ, ಪ್ರದೇಶ ಕಾಂಗ್ರೆಸ್ ಸಮಿತಿ ಅಧ್ಯಕ್ಷ ಡಾ.ನಾಗಪ್ಪ ಅವರಂಥ ನಿಷ್ಠಾವಂತ ನಾಯಕರನ್ನೊಳಗೊಂಡಿದ್ದ ಸಂಸ್ಥಾ ಕಾಂಗ್ರೆಸ್ ೪.೭. ಮಾರ್ಚ್ ೧೯೭೧ರಂದು ನಡೆದ ಲೋಕಸಭಾ ಚುನಾವಣೆಯಲ್ಲಿ ಕೇವಲ ೧೬ ಸ್ಥಾನಗಳನ್ನು ಗೆದ್ದುಕೊಂಡಿತ್ತು. ಆದರೆ ಮೈಸೂರು ರಾಜ್ಯದಲ್ಲಿ ಯಾವುದೇ ಒಂದು ಸ್ಥಾನವನ್ನು ಪಡೆದುಕೊಳ್ಳುವಲ್ಲಿ ಸಫಲವಾಗಲಿಲ್ಲ. ಏಕೆಂದರೆ, ಅರಸು ಅವರ ಸಂಘಟನಾ ಸಾಮರ್ಥ್ಯ ಹಾಗೂ ಇಂದಿರಾ ಗಾಂಧಿಯವರ ಪ್ರಭಾವ ರಾಜ್ಯದಲ್ಲಿ ಹೆಚ್ಚಾಗಿ ಕೆಲಸ ಮಾಡಿತ್ತು. ಇಲ್ಲಿ ಮುಖ್ಯವಾಗಿ ಸಂಸ್ಥಾ ಕಾಂಗ್ರೆಸ್ ಹಾಗೂ ವಿರೋಧ ಪಕ್ಷಗಳ ಹೊಂದಾಣಿಕೆ ಜನರನ್ನು ಸೆಳೆಯುವಲ್ಲಿ ವಿಫಲವಾದದ್ದು ಹಿನ್ನೆಡೆಗೆ ಕಾರಣವಾಯಿತು.

೧೯೭೨ ಮಾರ್ಚ್ ತಿಂಗಳಲ್ಲಿ ರಾಜ್ಯ ವಿಧಾನಸಭೆಗೆ ಚುನಾವಣೆಗಳು ನಡೆದವು. ಆಗ ಕರ್ನಾಟಕದಲ್ಲಿ ವಿರೇಂದ್ರ ಪಾಟೀಲರ 'ಸಂಸ್ಥಾ ಕಾಂಗ್ರೆಸ್' ನೇತೃತ್ವದ ಸರಕಾರ ವಿಸರ್ಜನೆಯಾಗಿ ರಾಷ್ಟ್ರಪತಿ ಆಡಳಿತ ಜಾರಿಯಲ್ಲಿತ್ತು. ಆಗ ಸಂಸ್ಥಾ ಕಾಂಗ್ರೆಸ್ ಮುಖಂಡರಾದ ವೀರೇಂದ್ರಪಾಟೀಲ, ಡಾ. ನಾಗಪ್ಪ ಆಳ್ವ, ರಾಮಕೃಷ್ಣ ಹೆಗಡೆ ಮೊದಲಾದ ನಾಯಕರು ಭಾಗವಹಿಸಿದ್ದರು. ಈ ಸಭೆಯಲ್ಲಿ, ಮೈಸೂರು ರಾಜ್ಯದಲ್ಲಿ ಸಂಸ್ಥಾ ಕಾಂಗ್ರೆಸ್‌ನ್ನು ಮುಂದುವರಿಸಿಕೊಂಡು ಹೋಗಲು, ಪ್ರಬಲವಾದ ರೀತಿಯಲ್ಲಿ ಸಂಘಟನೆಗೊಂಡು ಚುನಾವಣೆಗಳನ್ನು ಎದುರಿಸಲು ಸನ್ನದ್ದರಾಗಲು ತೀರ್ಮಾನಿಸಲಾಯಿತು. ಈ ಚುನಾವಣೆಯಲ್ಲಿ ಇಂದಿರಾ ಕಾಂಗ್ರೆಸ್‌ನ್ನು ಸೋಲಿಸುವ ಇವರ ಯಾವುದೇ ಪ್ರಯತ್ನಗಳು ಫಲಿಸಲಿಲ್ಲ. ಏಕೆಂದರೆ, ಫಲಿತಾಂಶ ಪ್ರಕಟಗೊಂಡಾಗ ಸಂಸ್ಥಾ ಕಾಂಗ್ರೆಸ್ ಕೇವಲ ೨೪ ಸ್ಥಾನಗಳಲ್ಲಿ ಗೆಲುವು ಸಾಧಿಸಲು ಸಾಧ್ಯವಾದದ್ದು ಎಂಬುದನ್ನು ನೋಡಿದರೆ ಆರ್ ಕಾಂಗ್ರೆಸ್‌ನೊಂದಿಗಿನ ಸಂಸ್ಥಾಕಾಂಗ್ರೆಸ್‌ನ ಪೈಪೋಟಿ ಎಷ್ಟರಮಟ್ಟಿಗಿತ್ತು ಎಂಬುದು ಸ್ಪಷ್ಟವಾಗುತ್ತದೆ. ಆದರೂ ಕೂಡ ಶೇಕಡಾ ೨೬.೨೨ ರಷ್ಟು ಮತಗಳನ್ನು ಗಳಿಸಿದ್ದು ನಿಜಕ್ಕೂ ಒಂದು ಸಾಧನೆ. ಆದರೆ, ಇಂದಿರಾ ಕಾಂಗ್ರೆಸ್ (ಆರ್) ೧೬೫ ಸ್ಥಾನಗಳಲ್ಲಿ ಜಯಗಳಿಸಿತ್ತು. ಇದಕ್ಕೆ ಅರಸು ಅವರ ಸ್ಫೂರ್ತಿ ಹಾಗೂ ಸಂಘಟನಾ ಸಾಮರ್ಥ್ಯವೇ ಕಾರಣ. ಅವರು ಅಧ್ಯಕ್ಷರಾದ ಮೇಲಂತೂ ನಾಡಿನ ಉದ್ದಗಲಕ್ಕೂ ಸಂಚಾರ ಮಾಡಿ ಈ ಸಂಘಟನೆಗೆ ಮತ್ತಷ್ಟು ಬಲ ತುಂಬಿದ್ದರು. ಸಮಾಜದ ಮೇಲ್ವರ್ಗಗಳು ಅದುವರೆಗೂ ಕಡೆಗಣಿಸಿದ ಅಸಂಖ್ಯಾತ ಅಲ್ಪಸಂಖ್ಯಾತರು, ಹಿಂದುಳಿದ ಹಾಗೂ ದಲಿತ ವರ್ಗಗಳಲ್ಲಿ ಉತ್ಸಾಹವನ್ನು ತುಂಬಿದ್ದರು. ಇದರಿಂದಾಗಿ ಮೈತ್ರಿಕೂಟದ ವಿರೋಧ ಪಕ್ಷಗಳು ತತ್ತರಿಸಿ ಈ ಚುನಾವಣೆಯಲ್ಲಿ ಸಂಪೂರ್ಣ ಸೋಲನುಭವಿಸಿದವು. ಇದರೊಂದಿಗೆ ಆರ್ ಕಾಂಗ್ರೆಸ್‌ನ ಅಧ್ಯಕ್ಷರಾಗಿದ್ದ ಅರಸು ರಾಜ್ಯದ ಮುಖ್ಯಮಂತ್ರಿಯಾಗಿ ಅಧಿಕಾರ ವಹಿಸಿಕೊಂಡರು. ಅದುವರೆಗೆ ಆಡಳಿತದಲ್ಲಿ ಆರ್ಥಿಕ, ಸಾಮಾಜಿಕ, ಅಸಮಾನತೆ ಅಧಿಕವಾಗಿತ್ತು. ಆದರೆ, ಅರಸು ಈ ಅಸಮಾನತೆಯನ್ನು ತೊಡೆದು ಹಾಕುವ ಸಂಕಲ್ಪವನ್ನು ತೊಟ್ಟರು. ಇದರಿಂದ ಕಡುಬಡವರಲ್ಲಿ

ಕಮರಿಹೋಗಿದ್ದ ಕನಸುಗಳು ಮರು ಹುಟ್ಟು ಪಡೆದುಕೊಂಡವು. ಅವರ ಹಂಬಲ ಆಶೋತ್ತರ, ಕನಸುಗಳಿಗೆ ಹೊಸಹುಟ್ಟುಕೊಟ್ಟ ಅರಸು ''ಸಾಮಾಜಿಕ ಪರಿವರ್ತನೆಯ ಹರಿಕಾರ''ರಾದರು. ಅರಸು ಅಧಿಕಾರದಲ್ಲಿ ಇದ್ದಷ್ಟು ದಿನವೂ ನಾಡಿಗೆ, ಕನ್ನಡಕ್ಕೆ ಘನತೆ ತರುವ ಕೆಲಸಗಳನ್ನು ಮಾಡಿದರು. ಮೇಲ್ಜಾತಿಯವರನ್ನು ಓಲೈಸುತ್ತಲೇ ಹಿಂದುಳಿದವರನ್ನು ಉಸಿರಿಗಿಂತಲೂ ಹೆಚ್ಚಾಗಿ ಪ್ರೀತಿಸಿದರು. ಈ ವರ್ಗಗಳ ನಾಯಕರನ್ನು ಗುರುತಿಸಿ ಅವರಲ್ಲಿ ರಾಜಕೀಯಪ್ರಜ್ಞೆಯನ್ನು ಬಿತ್ತಿದರು. ಸದ್ದಿಲ್ಲದೆ ನಡೆದ ಈ ಕ್ರಾಂತಿಯಿಂದಾಗಿ ಕೆಳಸ್ತರದಿಂದ ಬಂದ ವ್ಯಕ್ತಿಗಳು ನಾಯಕನ ಸ್ಥಾನಕ್ಕೇರುವಂತಾಯಿತು. ಇದು ಬಹುಸಂಖ್ಯಾತರ ಪ್ರಶಂಸೆಗೆ ಪಾತ್ರವಾದಂತೆಯೇ ಮೇಲ್ಜಾತಿ ಜನರ ಕೆಂಗಣ್ಣಿಗೂ, ನಿಂದನೆಗೂ ಗುರಿಯಾಯಿತು.

ಕರ್ನಾಟಕದ ರಾಜಕಾರಣದ ಇತಿಹಾಸದುದ್ದಕ್ಕೂ ರಾಜ್ಯಾಧಿಕಾರ ಎನ್ನುವುದು ಬಲಾಢ್ಯರಾದ ಲಿಂಗಾಯತರು ಮತ್ತು ಒಕ್ಕಲಿಗರ ನಡುವೆಯೇ ಹಂಚಿಕೆಯಾಗಿದೆ. ಅದು ಬಿಟ್ಟರೆ ಬ್ರಾಹ್ಮಣರ ಪಾಲಾಗಿದೆ. ಇಂಥ ಸಂದರ್ಭದಲ್ಲಿ ಈ ಬಲಾಢ್ಯರ ನಡುವೆ ಹಿಂದುಳಿದವರು ನುಸುಳುವುದು ರಾಜಕಾರಣದಲ್ಲಿ ಪ್ರವರ್ಧಮಾನಕ್ಕೆ ಬರುವುದು, ಸ್ಥಾನಮಾನ ಗಿಟ್ಟಿಸುವುದು ಸುಲಭ ಸಾಧ್ಯವಾದ ಸಂಗತಿಯಲ್ಲ. ಅದನ್ನು ಮೊಟ್ಟಮೊದಲ ಬಾರಿಗೆ ಸಾಧಿಸಿ ತೋರಿಸಿದವರು ದೇವರಾಜ ಅರಸು. ಹೀಗೆ ಕಾಂಗ್ರೆಸ್ ವಿಭಜನೆ ದೇವರಾಜ ಅರಸು ಅವರಿಗೆ ರಾಜ್ಯದ ಅಧಿಕಾರದ ಚುಕ್ಕಾಣಿಯನ್ನು ಹಿಡಿಯುವ ಅವಕಾಶವನ್ನು ಒದಗಿಸಿಕೊಟ್ಟಿತು.

೩.೫. ರಾಜಕೀಯ ಪರಿವರ್ತನೆಗೆ ನಾಂದಿ ಹಾಡಿದ 'ಎಕ್ಸ್‌ಪೋ-೭೦ ಚಳವಳಿ'

ರಾಜ್ಯದಲ್ಲಿ ೧೯೭೦ರಲ್ಲಿ ನಡೆದ ಎಕ್ಸ್‌ಪೋ-೭೦ ಚಳವಳಿ ರಾಜ್ಯ ಸರಕಾರದ ವಿರುದ್ಧ ವಿದ್ಯಾರ್ಥಿಗಳು ಬಂಡೆದ್ದ ದೊಡ್ಡ ಘಟನೆ. ಜಪಾನ್ ದೇಶದಲ್ಲಿ ನಡೆದ ವಿಶ್ವವಿದ್ಯಾಲಯ ಮಟ್ಟದ ಈ ಸಮಾವೇಶಕ್ಕೆ ಆಗಿನ ಮೈಸೂರು ಸರಕಾರ ಆಯ್ಕೆ ಮಾಡಿದ ಪ್ರತಿನಿಧಿಗಳ ಪಟ್ಟಿ ಭಾರಿ ಕೋಲಾಹಲಕ್ಕೆ, ಹೋರಾಟಕ್ಕೆ ದಾರಿ ಮಾಡಿಕೊಟ್ಟಿತು. ಆ ಚಳವಳಿ ಅನೇಕ ವಿದ್ಯಾರ್ಥಿ ಧುರೀಣರನ್ನು ನೇರವಾಗಿ ರಾಜಕೀಯ ಅಖಾಡಕ್ಕೆ ತಂದು ನಿಲ್ಲಿಸಿದರೆ ರಾಜ್ಯದಲ್ಲಿ ರಾಜಕೀಯ ಧ್ರುವೀಕರಣಕ್ಕೆ ನಾಂದಿ ಹಾಡಿತು ಎಂಬುದು ವಿಶೇಷ. ಇದೊಂದು ಮಾಮೂಲಿ ಹಗರಣವಾದರೂ ಅಂದಿನ ದಿನಗಳಲ್ಲಿ ಇದಕ್ಕೆ ಬಂದಿರುವ ಮಹತ್ವ ಅಪಾರವಾದದ್ದು.

ಅಧಿಕಾರಸ್ಥ ಜನ ಸಾರ್ವಜನಿಕ ವೆಚ್ಚದಲ್ಲಿ ತಮ್ಮ ಬಂಧುಗಳ ಮತ್ತು ನೆಂಟರಿಷ್ಟರ ಸಾಲಿಗೆ ಸೇರಿದ ವಿದ್ಯಾರ್ಥಿಗಳು ಮತ್ತು ಯುವ ನಾಯಕರನ್ನು ಜಪಾನ್ ದೇಶದ ಪ್ರವಾಸಕ್ಕೆ ಕಳುಹಿಸಿದರೆಂಬುದು ಈ ಹಗರಣದ ಮೂಲ ವಸ್ತುವಾಗಿತ್ತು. ಆದರೆ ಇದರಲ್ಲಿ ವಿದ್ಯಾರ್ಥಿಗಳ ಕೆಂಗಣ್ಣಿಗೆ ಗುರಿಯಾದವರು ಆಗಿನ ಮುಖ್ಯಮಂತ್ರಿ ವೀರೇಂದ್ರಪಾಟೀಲ್ ಮತ್ತು ಹಣಕಾಸು ಮಂತ್ರಿ ರಾಮಕೃಷ್ಣ ಹೆಗಡೆ. ಎಕ್ಸ್‌ಪೋ-೭೦ ಎಂಬ ಹೆಸರಿನಡಿ ಜಪಾನ್‌ನಲ್ಲಿ ಅಂತರ್ ವಿಶ್ವವಿದ್ಯಾಲಯ ಸಮ್ಮೇಳನ ನಡೆಯಿತು. ಈ ಸಮ್ಮೇಳನಕ್ಕೆ ಬಹುಮುಖಿ ಸ್ವರೂಪವಿತ್ತು. ಬರೀ ವಿದ್ಯಾರ್ಥಿಗಳು ಮಾತ್ರವಲ್ಲದೆ, ಯುವಜನರು, ರೈತರು ಕೂಡ ಅದರಲ್ಲಿ ಭಾಗವಹಿಸಬಹುದಿತ್ತು. ಹೀಗಾಗಿ ಸರಕಾರದ ವತಿಯಿಂದ ನಿಯೋಗದ ಆಯ್ಕೆ ಮಾಡುವುದರಲ್ಲಿ

ಸರ್ಕಾರವು ನಿರ್ಲಜ್ಜವಾಗಿ ಸ್ವಜನಪಕ್ಷಪಾತ ಮಾಡಿದೆ ಎಂಬುದು ವಿದ್ಯಾರ್ಥಿಗಳ ಆರೋಪವಾಗಿತ್ತು. ಸರಕಾರ ಆಯ್ಕೆ ಮಾಡಿದ ಪಟ್ಟಿಯಲ್ಲಿ ವೈಜ್ಞಾನಿಕ ಮಾನದಂಡವಿರಲಿಲ್ಲ. ಹೀಗೆ ಬೇಕಾಬಿಟ್ಟಿ ಸಿದ್ಧವಾದ ಪಟ್ಟಿಯಲ್ಲಿ ಜೆ. ಎಸ್. ದೇಶಮುಖ್, ಡಿ. ಬಿ. ಇನಾಮ್‌ದಾರ್, ಡಾ. ಜೀವರಾಜ ಆಳ್ವ, ಕೈಲಾಸ್ ಪಾಟೀಲ್, ಆಗಿನ ಮುಖ್ಯಕಾರ್ಯದರ್ಶಿ ರೆಬೆಲ್ಲೋ ಅವರ ಮಗ ಇದ್ದರು. ಇದು ವಿದ್ಯಾರ್ಥಿಗಳನ್ನು ಕೆಣಕಿ ಚಳವಳಿಗೆ ಧುಮುಕುವಂತೆ ಮಾಡಿತು. ಈ ಹಗರಣವನ್ನು ತಮ್ಮದೇ ರಾಜಕೀಯ ಕಾರಣಗಳಿಗಾಗಿ ಬೆಂಬಲಿಸಿದ ಅಂದಿನ ಮೈಸೂರು ಪ್ರದೇಶ ಕಾಂಗ್ರೆಸ್‌ನ ಸಂಚಾಲಕ ದೇವರಾಜ ಅರಸು ಸಂಸ್ಥಾಕಾಂಗ್ರೆಸ್‌ನ ವಿರುದ್ಧ ಆಡಳಿತವಿರೋಧಿ ಅಲೆ ಸೃಷ್ಟಿಸುವಲ್ಲಿ ಯಶಸ್ವಿಯಾದರು. ಈ ಸಂದರ್ಭದಲ್ಲಿ ಅರಸು ಅವರಿಗೆ ಬೆಂಬಲಕ್ಕೆ ನಿಂತವರು ಕೆ. ಎಚ್. ಪಾಟೀಲ್, ಅಜೀಜ್ ಸೇಟ್, ಎಚ್. ಸಿದ್ಧವೀರಪ್ಪ ಮುಂತಾದವರು. ಪ್ರಗತಿಪರ ಚಿಂತಕರು ಹಾಗೂ ವಿದ್ಯಾರ್ಥಿಗಳು ಇಂಥ ಅವ್ಯವಸ್ಥೆಯ ವಿರುದ್ಧ ಪ್ರತಿಭಟಿಸಿ ಹೋರಾಟಕ್ಕಿಳಿದರು. ಅಲ್ಲದೆ ರಾಷ್ಟ್ರ ಮತ್ತು ರಾಜಕಾರಣದ ಬೆಳವಣಿಗೆಗಳು ಈ ಚಳವಳಿಗೆ ಮತ್ತಷ್ಟು ಬಲವನ್ನು ನೀಡಿದವು. ಜೊತೆಗೆ ಬೆಂಗಳೂರು ವಿಶ್ವವಿದ್ಯಾನಿಲಯದ ಕುಲಪತಿಗಳಾಗಿದ್ದ ವಿ.ಕೃ.ಗೋಕಾಕ್ ಬಗ್ಗೆ ಅಸಮಾಧಾನವಿದ್ದ ಒಂದು ವರ್ಗ ಕೂಡ ಈ ವಿಶ್ವವಿದ್ಯಾಲಯವನ್ನು ತಾವು ಮಾತ್ರ ಸರಿದಾರಿಯಲ್ಲಿ ನಡೆಸಲು ಸಾಧ್ಯ ಎಂಬುದನ್ನು ಋಜುವಾತು ಮಾಡಲು ಹೋರಾಟಕ್ಕೆ ಹವಣಿಸುತ್ತಿತ್ತು. ಅಂದರೆ, ಈ ಎಲ್ಲದರ ಒಟ್ಟು ಉದ್ದೇಶ ಸರಕಾರದ ವಿರುದ್ಧ ತಿರುಗಿ ಬೀಳುವುದಾಗಿತ್ತು. ಇದೇ ಕಾರಣಕ್ಕಾಗಿಯೇ ಎಕ್ಸ್‌ಪೋ-೭೦ ರ ಚಳವಳಿ ಬರೀ ವಿದ್ಯಾರ್ಥಿಗಳ ಚಳವಳಿ ಮಾತ್ರವಾಗಿರಲಿಲ್ಲ. ಅದಕ್ಕೆ ರಾಜಕಾರಣದ ಸೋಂಕು ಇತ್ತು. ಸಾರ್ವಜನಿಕರು ಕೂಡ ಈ ಹೋರಾಟಕ್ಕೆ ಹೆಚ್ಚಿನ ಬೆಂಬಲ ನೀಡಿದರು. ಇಂಥ ಹೋರಾಟ ನಡೆದಾಗಲೆಲ್ಲ ಪಿ.ರಾಮದೇವ, ಕೆ.ಎಂ.ನಾಗಣ್ಣ, ಕಡಿದಾಳ ಮಂಜಪ್ಪ ಸಂಧಾನಕಾರರಾಗಿ ಭಾಗವಹಿಸುತ್ತಿದ್ದರು. ಈ ಚಳವಳಿಯಲ್ಲೂ ಇವರ ಪಾತ್ರ ಮಹತ್ವದ್ದಾಗಿತ್ತು.

ಎಕ್ಸ್‌ಪೋ-೭೦ರ ಹಗರಣದಂಥ ವಿಷಯವನ್ನೆತ್ತಿಕೊಂಡು ಅಂದಿನ ರಾಜಕೀಯ ಪ್ರಬಲರ ವಿರುದ್ಧ ತಿಕ್ಕಾಟ ನಡೆಸಿದ್ದು ಅರಸು ಅವರ ಸಣ್ಣ ಸಾಧನೆ ಏನಲ್ಲ. ಆ ದಿನಗಳಲ್ಲಿ ದೇವರಾಜ ಅರಸು ಅವರ ರಾಜಕೀಯ ಚಟುವಟಿಕೆಗಳು ಜೋರಾಗಿಯೇ ಇದ್ದವು. ಈ ಮಧ್ಯೆ ಸರ್ಕಾರಿ ಕಲಾ ಮತ್ತು ವಿಜ್ಞಾನ ಕಾಲೇಜಿನ ಪಕ್ಕದಲ್ಲಿ ಇದ್ದ ವಿಶ್ವವಿದ್ಯಾಲಯದ ಹಾಸ್ಟೆಲ್‌ನಲ್ಲಿ ವಾಸವಾಗಿದ್ದ ವಿದ್ಯಾರ್ಥಿಗಳ ಮೇಲೆ ಪೊಲೀಸರು ನಡೆಸಿದ ಅಮಾನುಷ ಹಲ್ಲೆ, ಚಳವಳಿಗೆ ಒಮ್ಮೆಲೆ ಉಗ್ರಸ್ವರೂಪ ತಂದುಕೊಟ್ಟಿತು. ವಿದ್ಯಾರ್ಥಿಗಳು ಬಸ್ಸಿಗೆ ಕಲ್ಲು ತೂರಿದ್ದೇ ಕಾರಣವಾಗಿ ಪೊಲೀಸರು ಹಾಸ್ಟೆಲ್ಲಿಗೆ ನುಗ್ಗಿ ವಿದ್ಯಾರ್ಥಿಗಳನ್ನು ಮನಬಂದಂತೆ ಥಳಿಸಿದರು. ಇದನ್ನೆಲ್ಲ ಪ್ರತಿಭಟಿಸಿ ಹೂಡಿದ ಚಳವಳಿಯಲ್ಲಿ ಎಂ. ರಘುಪತಿ, ಎಚ್.ಡಿ.ಗಂಗರಾಜ, ಬಿ.ಎನ್.ನಾಣಯ್ಯ, ರೋಷನ್ ಬೇಗ್, ಎಂ.ಸೋಮಶೇಖರ್ ಹಲವಾರು ವಿದ್ಯಾರ್ಥಿ ನಾಯಕರು ಪ್ರಮುಖ ಪಾತ್ರ ವಹಿಸಿದ್ದರು. ಇಷ್ಟೆಲ್ಲ ಆದರೂ ಎಕ್ಸ್‌ಪೋ ನಿಯೋಗದಲ್ಲಿ ಇದ್ದವರು ಜಪಾನಿಗೆ ಹೋಗುವುದನ್ನು ತಡೆಯಲು ಚಳುವಳಿಗಾರರಿಗೆ ಆಗಲಿಲ್ಲ.

ಪ್ರದೇಶ ಕಾಂಗ್ರೆಸ್ ಸಂಚಾಲಕರಾಗಿದ್ದ ಅರಸು ಕಾಂಗ್ರೆಸ್ ಕಾರ್ಯಕರ್ತರ ಶಿಬಿರವೊಂದನ್ನು ರಾಜಾಜಿನಗರದ ಕಲಾ ಮಂದಿರವೊಂದರಲ್ಲಿ ಏರ್ಪಡಿಸಿದ ಸಭೆಯಲ್ಲಿ ಲಿಂಗಾಯತರ ರಾಜಕೀಯಸ್ವಾಮ್ಯವನ್ನು ಪ್ರಸ್ತಾಪಿಸಿ ಮಾತನಾಡಿದರು. ಬುದ್ಧ, ಬಸವ, ಅಂಬೇಡ್ಕರ್ ಅವರ ಕ್ರಾಂತಿಕಾರಕ ಸಂದೇಶಗಳನ್ನು ತುಚ್ಛ ವಸ್ತುಗಳನ್ನಾಗಿ ಮಾಡಿದ ಸಾಮಾಜಿಕ ವಿಕೃತಿಯ ವಿಶ್ಲೇಷಣೆಯನ್ನು ಮಾಡಿದರು. ಇದು ಅರಸು ಅವರ ರಾಜಕಾರಣದ ಮುತ್ಸದ್ದಿತನವನ್ನು ತೋರಿಸುತ್ತದೆ. ಅಲ್ಲದೆ ಅನಾಥರು, ಆರ್ಥಿಕವಾಗಿ ದೀನರು, ಸಾಮಾಜಿಕವಾಗಿ ದಲಿತರು ಆಗಿರುವ ಸಣ್ಣಪುಟ್ಟ ಕೋಮುಗಳ ರಾಜಕೀಯ ಐಕ್ಯವು ಪ್ರಭಾವಿ ಕೋಮುಗಳ ಸ್ವಾಮ್ಯ ಮುರಿಯಬಲ್ಲದು ಎಂಬ ಮಾತೊಂದನ್ನು ತೇಲಿಬಿಟ್ಟರು. ಇದರಿಂದ ಉತ್ತೇಜಿತರಾದ ಹಿಂದುಳಿದ, ದಲಿತ, ಅಲ್ಪಸಂಖ್ಯಾತ ವರ್ಗಗಳು ರಾಜಕೀಯವಾಗಿ ಸಂಘಟಿತರಾಗಲು ಮತ್ತಷ್ಟು ಪ್ರೇರಕವಾಯಿತು.

ಒಟ್ಟಿನಲ್ಲಿ ಈ ಎಕ್ಸ್‌ಪೋ-೭೦ ಚಳವಳಿ ರಾಜ್ಯದಲ್ಲಿ ಪರಿಣಾಮಕಾರಿಯಾದ ರೀತಿಯಲ್ಲಿ ವಿದ್ಯಾರ್ಥಿಗಳಲ್ಲಿ ರಾಜಕೀಯ ಎಚ್ಚರವನ್ನು ಉಂಟುಮಾಡಿತು ಹಾಗೂ ವಿದ್ಯಾರ್ಥಿಗಳು ಚಳವಳಿಗೆ ಮತ್ತಷ್ಟು ತೀವ್ರಸ್ವರೂಪವನ್ನು ನೀಡುವುದರೊಂದಿಗೆ ರಾಜ್ಯದಲ್ಲಿ ಇದೇ ಮುಂದೆ ವಿದ್ಯಾರ್ಥಿ ಚಳವಳಿಗಳನ್ನು ತಮಗೆ ಬೇಕಾದಂತೆ ಬಳಸಿಕೊಳ್ಳುವ ಕೆಟ್ಟ ರಾಜಕೀಯ ಪ್ರವೃತ್ತಿಗೂ ನಾಂದಿ ಹಾಡಿತೆನ್ನಬಹುದು. ಆಗಿನ ರಾಜಕೀಯ ಪ್ರಭುಗಳಾದ ಸಂಸ್ಥಾ ಕಾಂಗ್ರೆಸ್ಸಿಗರ ವಿರುದ್ಧ ಒಂದು ರಾಜಕೀಯ ದನಿಯನ್ನು ದಾಖಲಿಸುವ ಅರಸು ಅವರ ಪ್ರಯತ್ನಕ್ಕೆ ಈ ಚಳವಳಿ ಒಂದು ವೇದಿಕೆಯನ್ನು ಒದಗಿಸಿದಂತಾಯಿತು.

೩.೬. ಬೂಸಾ ಪ್ರಕರಣ ೧೯೭೩

೧೯೭೨ರಲ್ಲಿ ದೇವರಾಜ ಅರಸು ಅವರು ಮುಖ್ಯಮಂತ್ರಿಯಾಗುತ್ತಿದ್ದಂತೆ ಆರಂಭದಲ್ಲಿಯೇ ಕಠಿಣವಾದ ರಾಜಕಾರಣ ಸಮಸ್ಯೆಯನ್ನು ಎದುರಿಸಬೇಕಾಯಿತು. ಬಹುಶಃ ವಿರೋಧಿಗಳು ಮನಸ್ಸು ಮಾಡಿದರೆ ಎಂಥ ಸಣ್ಣ ವಿಷಯವನ್ನಾದರೂ ಅದನ್ನು ಭೂತಾಕಾರಕ್ಕೆ ಬೆಳೆಸಬಲ್ಲರು ಎಂಬುದಕ್ಕೆ ಬೂಸಾ ಪ್ರಕರಣವೇ ಒಂದು ಉತ್ತಮ ನಿದರ್ಶನವಾಗಿದೆ. ಇದು ದೇವರಾಜ ಅರಸು ಅವರಿಗೆ ಆಗ ದೊಡ್ಡ ರಾಜಕೀಯ ಸಮಸ್ಯೆಯನ್ನು ಒಡ್ಡಿದ ಪ್ರಕರಣವಾಗಿತ್ತು. ೧೯೭೩ ರಲ್ಲಿ ಅರಸು ಸಂಪುಟದಲ್ಲಿ ಕಂದಾಯ ಮಂತ್ರಿಯಾಗಿದ್ದ ಬಿ. ಬಸವಲಿಂಗಪ್ಪನವರು ಆಧುನಿಕ ಕನ್ನಡ ಸಾಹಿತ್ಯದ ಕುರಿತು ಬಹಿರಂಗವಾಗಿ ವ್ಯಕ್ತಪಡಿಸಿದ ವೈಯಕ್ತಿಕ ಅಭಿಪ್ರಾಯವು ಅರಸು ಅವರ ಮುಖ್ಯಮಂತ್ರಿ ಸ್ಥಾನಕ್ಕೆ ಸಂಚಕಾರವನ್ನು ತಂದೊಡ್ಡಿತು.

ಪ್ರಕರಣದ ಹಿನ್ನೆಲೆ

ಅರಸು ಆಡಳಿತ ಕಾಲದ ಕರ್ನಾಟಕದಲ್ಲಿ ಪ್ರಕಟವಾಗುತ್ತಿದ್ದ ಸಾಮಾಜಿಕ, ರಾಜಕೀಯ ಚಿಂತನೆಗಳಲ್ಲಿ ಬಿ. ಬಸವಲಿಂಗಪ್ಪನವರ ಪಾತ್ರ ಮುಖ್ಯವಾದದ್ದು. ಇವರು ಯಾವುದೇ ಮುಲಾಜಿಲ್ಲದೆ ದಲಿತರ ಸುತ್ತ ಹೆಣೆದಿರುವ ಸುಳ್ಳುಗಳನ್ನು ಬಯಲಿಗೆಳೆದು ಅವರಲ್ಲಿ ರಾಜಕೀಯ ಮತ್ತು ಸಾಮಾಜಿಕ ಪ್ರಜ್ಞೆಯನ್ನು ಮೂಡುವಂತೆ ಮಾಡಿದರು. ಅಷ್ಟೇ ಅಲ್ಲದೆ,

ಜಡ್ಡುಗಟ್ಟಿದ ಸಮಾಜದ ಬದಲಾವಣೆಯ ಕನಸುಗಾರರಾಗಿ ಬಸವಲಿಂಗಪ್ಪನವರು ಜಾರಿಗೆ ತಂದ ತಲೆಯ ಮೇಲೆ ಮಲ ಹೊರುವ ಪದ್ಧತಿಯ ರದ್ದತಿ, ನಿವೇಶನ ಹಂಚಿಕೆಯಲ್ಲಿ ಒಂದೇ ಕಡೆ ಒಂದೇ ಜಾತಿಯ ಜನರಿರಕೂಡದೆಂದು ತಂದ ಆಜ್ಞೆ ಮತ್ತು ನಿಗದಿತ ಅವಧಿಯಲ್ಲಿ ಬೆಂಗಳೂರು ಮಹಾನಗರಕ್ಕೆ ಕಾವೇರಿ ನೀರು ಪೂರೈಕೆ ಯೋಜನೆ ಆರಂಭ, ಇವು ಅವರ ಆಗಿನ ಸಾಧನೆಗಳಲ್ಲಿ ಪ್ರಮುಖವಾದಂಥವು. ಇಂಥ ಪ್ರಗತಿಪರ ವಿಚಾರಗಳಿದ್ದ ಮಂತ್ರಿ ಬಿ. ಬಸವಲಿಂಗಪ್ಪನವರನ್ನು 'ಅಂಬೇಡ್ಕರ್ ಸ್ಕೂಲ್ ಆಫ್ ಥಾಟ್' ಸಂಸ್ಥೆ 'ಹೊಸ ಅಲೆ' (ನ್ಯೂವೇವ್) ಎಂಬ ವಿಷಯದ ಕುರಿತು ಭಾಷಣ ಮಾಡಲು ಆಹ್ವಾನಿಸಿತ್ತು. ಈ ಸಭೆಯಲ್ಲಿ ದೊಡ್ಡ ಸಂಖ್ಯೆಯ ದಲಿತ ವಿದ್ಯಾರ್ಥಿಗಳು, ಪ್ರಗತಿಪರ ಚಿಂತನೆಗಳಲ್ಲಿ ನಂಬಿಕೆ ಇಟ್ಟವರು ಭಾಗವಹಿಸಿದ್ದರು. ಈ ಸಂದರ್ಭದಲ್ಲಿ ಸ್ವಾಗತ ಭಾಷಣ ಇಂಗ್ಲಿಷ್‌ನಲ್ಲಿ ಆರಂಭವಾದೊಡನೆ ಕೆಲವರು ವಿರೋಧಿಸಿದರು. ತಮ್ಮ ಮಾತಿನ ಸರದಿ ಬಂದಾಗ ಬಸವಲಿಂಗಪ್ಪನವರು ವಿದ್ಯಾರ್ಥಿಗಳನ್ನು ಉದ್ದೇಶಿಸಿ-

> ''ಈ ಸವರ್ಣೀಯರು ಬರೆದ ಕಳಪೆ ಕನ್ನಡ ಸಾಹಿತ್ಯವನ್ನೋದಿ ಕೆಟ್ಟು ಹೋಗಬೇಡಿ. ಇದೆಲ್ಲ ಸಾಹಿತ್ಯ ಅಲ್ಲ. ಬರೀ ಬೂಸಾ. ಅದನ್ನೆಲ್ಲಾ ಗಟಾರಕ್ಕೆ ಎಸೆಯಿರಿ. ಪುರೋಗಾಮಿ ವಿಚಾರಗಳನ್ನು ಸ್ಫುರಿಸಬಲ್ಲ ಇಂಗ್ಲಿಷ್ ಸಾಹಿತ್ಯವನ್ನೋದಿ''[೫]

ಎಂದು ಕರೆನೀಡಿದರು. ''ಕೇವಲ ಕನ್ನಡ ಪುಸ್ತಕವನ್ನೋದುವುದರಿಂದ ದೇಶಪ್ರೇಮ, ಸ್ವತಂತ್ರ ವಿಚಾರಶಕ್ತಿ, ಧೈರ್ಯ, ಸೇವಾ ಮನೋಭಾವನೆ ಬರುವುದಿಲ್ಲ. ಕನ್ನಡ ಅಭಿಮಾನ ಇರಬೇಕು, ಕನ್ನಡದಲ್ಲಿ ಮಾತನಾಡಬೇಕು, ಕನ್ನಡವನ್ನು ಬೆಳೆಸಬೇಕು. ಆದರೆ ಇಂಗ್ಲಿಷ್ ಓದುವುದರಿಂದ ವಿಚಾರ ಶಕ್ತಿ, ಸ್ವತಂತ್ರ ಮನೋಭಾವ, ದೇಶಪ್ರೇಮ ಎಲ್ಲಾ ಬರುತ್ತದೆ'' ಎಂದು ಕನ್ನಡ ಕನ್ನಡ ಎಂದು ಕೂಗಾಡುತ್ತಿದ್ದವರ ಮೇಲೆ ಬಸವಲಿಂಗಪ್ಪ ಹರಿಹಾಯ್ದರು. ನಂತರ ತಮ್ಮ ಮಾತುಗಳನ್ನು ಎಂದಿನಂತೆ ಹಿಂದೂ ಧರ್ಮದ ಕಂದಾಚಾರ, ಜಾತಿ ವ್ಯವಸ್ಥೆ ಮತ್ತು ಶೋಷಣೆ ವಿರುದ್ಧ ತಿರುಗಿಸಿದರು. ಬಸವಲಿಂಗಪ್ಪನವರ ವಿಚಾರಗಳನ್ನು ಮೆಚ್ಚಿದರೂ ಸಭೆಯಲ್ಲಿದ್ದ ಸಾಹಿತಿ ಶ್ರೀಕೃಷ್ಣ ಆಲನಹಳ್ಳಿ, ಬಸವಲಿಂಗಪ್ಪನವರು ಕನ್ನಡ ಸಾಹಿತ್ಯವನ್ನು ಬೂಸಾಕ್ಕೆ ಹೋಲಿಸಿದ್ದನ್ನು ಎದ್ದು ನಿಂತು ವಿರೋಧಿಸಿದರು. ಮರುದಿನ ಪತ್ರಿಕೆಗಳಲ್ಲಿ ಬಸವಲಿಂಗಪ್ಪನವರ ಹೇಳಿಕೆಗಳು ಮುಖಪುಟದಲ್ಲಿ ಪ್ರಕಟಗೊಂಡವು. ಅಂದಿನಿಂದ 'ಹೊಸ ಅಲೆ'ಯ ಭಾಷಣ, ಹೊಸದೊಂದು ದಿಕ್ಕು ಹಿಡಿಯಿತು.

ಪ್ರಕರಣದ ಬೆಳವಣಿಗೆ

ಇದರ ಮರುದಿನವೇ ಸಾಹಿತಿಗಳು ಮತ್ತು ಕನ್ನಡ ಸಂಘಸಂಸ್ಥೆಗಳಿಂದ ಬಸವಲಿಂಗಪ್ಪನವರ ಹೇಳಿಕೆಯ ಖಂಡನೆ, ಪ್ರತಿಕೃತಿ ದಹನ, ಪ್ರತಿಭಟನೆ ಮತ್ತು ಸಚಿವಸ್ಥಾನಕ್ಕೆ ರಾಜೀನಾಮೆ ನೀಡುವಂತೆ ಒತ್ತಡಗಳು ಬಂದವು. ಪ್ರತಿಯಾಗಿ ದಲಿತ ವಿದ್ಯಾರ್ಥಿಗಳು ಬಸವಲಿಂಗಪ್ಪ ಅವರ ಬೆಂಬಲಕ್ಕೆ ನಿಂತರು. ಸವರ್ಣೀಯ ವಿದ್ಯಾರ್ಥಿಗಳು ಮುಖ್ಯವಾಗಿ ಮೈಸೂರು ಮತ್ತು

ಬೆಂಗಳೂರಿನಲ್ಲಿ ಕಾಲೇಜು ಬಂದ್ ಮಾಡಿಸಿ ಬೀದಿಗಿಳಿದರು. ಬೀದಿ ಬೀದಿಗಳಲ್ಲಿ ಬಸವಲಿಂಗಪ್ಪನವರ ಪರ ಮತ್ತು ವಿರುದ್ಧ ಚಳವಳಿ ನಡೆದರೆ, ಕಾಲೇಜುಗಳಲ್ಲಿ ಹಾಗೂ ವಿದ್ಯಾರ್ಥಿನಿಲಯಗಳಲ್ಲಿ ದಲಿತ ವಿದ್ಯಾರ್ಥಿಗಳನ್ನು ಗುರುತಿಸಿ ಅಟ್ಟಾಡಿಸಿಕೊಂಡು ಹೊಡೆಯುವ ಘಟನೆಗಳು ದಿನನಿತ್ಯವು ನಿರಾತಂಕವಾಗಿ ನಡೆದವು. ಈ ಸಂದರ್ಭದಲ್ಲಿ ಯು.ಆರ್. ಅನಂತಮೂರ್ತಿ ಅವರು-

> ''ನಮ್ಮದು ಎರಡು ಬಗೆಯ ಮನೋಪ್ರವೃತ್ತಿ. ಅಮೂರ್ತ ತತ್ತ್ವವಾದ ಬಂಡಾಯವನ್ನು ನಾವು ಒಪ್ಪುತ್ತೇವೆ. ಆದರೆ ಒಬ್ಬ ಬಸವಲಿಂಗಪ್ಪನವರಂಥ ಪರಿಮಿತ ರಾಜಕಾರಣದ ಬಂಡಾಯಗಾರರನ್ನು ನಿಜಜೀವನದಲ್ಲಿ ಕಂಡಾಗ ಮಾತ್ರ ನಾವು ಸಹಿಸಲಾರೆವು. ಇದು ನಮ್ಮ ಅನೇಕ ತಾತ್ವಿಕ ಬಂಡಾಯಗಾರರ ದುರಂತವೆಂದೇ ಹೇಳಬೇಕು''[೬]

ಎಂದು ಅಭಿಪ್ರಾಯಪಟ್ಟರು. ಇಂಥ ಸಂದಿಗ್ಧ ಪರಿಸ್ಥಿತಿಯಲ್ಲಿ ಬಸವಲಿಂಗಪ್ಪ ಅವರಿಗೆ ನೈತಿಕವಾಗಿ ಬೆಂಬಲಕ್ಕೆ ನಿಂತವರಲ್ಲಿ ಕುವೆಂಪು ಮತ್ತು ಯು.ಆರ್.ಅನಂತಮೂರ್ತಿ ಅವರು ಪ್ರಮುಖರು. ಕುವೆಂಪು ಬಸವಲಿಂಗಪ್ಪನವರನ್ನು ಬೆಂಬಲಿಸಿ-

> "ಕನ್ನಡ ಸಾಹಿತ್ಯದಲ್ಲಿರುವ ಎಲ್ಲಾ ಸಾಹಿತ್ಯವೂ ಗಟ್ಟಿತನದಿಂದ ಕೂಡಿಲ್ಲ. ಇದರಿಂದ ಸಮಾಜದ ಒಳಿತಿಗೆ ಸಹಕಾರಿಯಾಗುವಂಥದ್ದು ಬಹಳಷ್ಟು ಕಡಿಮೆ ಇದೆ"[೭]

ಎಂದರು. ಯು.ಆರ್.ಅನಂತಮೂರ್ತಿ "ಕನ್ನಡ ಸಾಹಿತ್ಯದ ಬಗ್ಗೆ ಟೀಕಿಸಲು ಬಸವಲಿಂಗಪ್ಪ ಅವರಿಗೆ ಎಲ್ಲಾ ಹಕ್ಕುಗಳು ಇವೆ. ಅಲ್ಲದೆ ಕನ್ನಡ ಸಾಹಿತ್ಯದ ಬಗ್ಗೆ ಅವರು ಆಡಿರುವ ಮಾತು ವಾಸ್ತವವಾಗಿದೆ" ಎಂದು ಮಡಿಕೇರಿಯ ಒಂದು ಸಭೆಯಲ್ಲಿ ಹೇಳಿದರು. ಆದರೂ ಕನ್ನಡಪರ ಸಂಘಟನೆಗಳ, ವಿದ್ಯಾರ್ಥಿಗಳ ಪ್ರತಿಭಟನೆಗಳು ಮುಂದುವರೆದವು. ಶಿವಮೊಗ್ಗ, ಧಾರವಾಡ, ಗುಲ್ಬರ್ಗಾ, ಬೆಳಗಾವಿ, ಮಂಡ್ಯ ಮುಂತಾದ ಕಡೆಗಳಲ್ಲಿ ಈ ಹೋರಾಟ ಉಗ್ರರೂಪ ತಾಳಿತು. ರಾಜ್ಯದ ಎಲ್ಲಾ ಕಾಲೇಜುಗಳ ವಿದ್ಯಾರ್ಥಿಗಳ ತಾತ್ಕಾಲಿಕ ಹೋರಾಟ ಕ್ರಿಯಾ ಸಮಿತಿಯೊಂದು ಮೈಸೂರಿನ ಮಹಾರಾಜ ಕಾಲೇಜಿನ ಕೆ.ಸಿ.ಶಂಕರೇಗೌಡ ನೇತೃತ್ವದಲ್ಲಿ ಅಸ್ತಿತ್ವಕ್ಕೆ ಬಂದಿತು. ಈ ಚಳವಳಿಯ ಜೊತೆಗೆ ಕನ್ನಡ ಪರ ಹೋರಾಟಗಾರರಾದ ವಾಟಾಳ್ ನಾಗರಾಜ, ಜಿ.ನಾರಾಯಣಕುಮಾರ್, ನಾಡಿಗೇರ್ ಕೃಷ್ಣರಾಯರಂಥ ಅನೇಕ ಮುಖಂಡರು ಬಸವಲಿಂಗಪ್ಪ ಅವರನ್ನು ಸಚಿವ ಸಂಪುಟದಿಂದ ವಜಾ ಮಾಡುವವರೆಗೂ ಹೋರಾಟ ಮಾಡುವುದಾಗಿ ಘೋಷಿಸಿ ಬೀದಿಗಿಳಿದರು. ಹೋರಾಟದ ಕಾವು ಏರುತ್ತಿದ್ದಂತೆ ಬಸವಲಿಂಗಪ್ಪ ಹೇಳಿಕೆಯೊಂದನ್ನು ನೀಡಿ ಚಳವಳಿನಿರತ ವಿದ್ಯಾರ್ಥಿಗಳನ್ನು ಸಮಾಧಾನ ಪಡಿಸಲು ಪ್ರಯತ್ನಿಸಿದ್ದು ವಿಫಲವಾಯಿತು. ಈ ಸಂದರ್ಭದಲ್ಲಿ-

> "ಏಕೀಕರಣ ಸಮಿತಿಯ ಕಾರ್ಯದರ್ಶಿಯಾಗಿ ದುಡಿದಿರುವ ನಾನು ಕನ್ನಡ ವಿರೋಧಿಯಲ್ಲ. ಕನ್ನಡದ ವಿರುದ್ಧ ನಾನು ಎಂದೂ

ಮಾತನಾಡಿಲ್ಲ. ಆದರೆ ಕನ್ನಡದಲ್ಲಿ ಬರೆದ ಕೆಲವು ಪುಸ್ತಕಗಳ ಬಗ್ಗೆ ಮಾತ್ರ ನನ್ನ ಅಭಿಪ್ರಾಯ ವ್ಯಕ್ತಪಡಿಸಿರುವೆ''[೮]

ಎಂದು ಬಸವಲಿಂಗಪ್ಪ ಸ್ಪಷ್ಟಪಡಿಸಿದರು. ಆದರೂ ಚಳವಳಿ ಉಗ್ರಸ್ವರೂಪ ತಾಳಿದ್ದರಿಂದ ರಾಜ್ಯದಲ್ಲಿ ಎರಡುವಾರಗಳ ಕಾಲ ಶಾಲಾ ಕಾಲೇಜುಗಳನ್ನು ಮುಚ್ಚಲಾಯಿತು. ಅನೇಕ ಕಡೆ ಪ್ರತಿಬಂಧಕಾಜ್ಞೆಗಳು ಜಾರಿಗೆ ಬಂದವು. ಮುಖ್ಯಮಂತ್ರಿ ದೇವರಾಜ ಅರಸು ಎಷ್ಟೇ ಮನವಿ ಮಾಡಿದರೂ ವಿದ್ಯಾರ್ಥಿಗಳು ಚಳವಳಿ ನಿಲ್ಲಿಸಲಿಲ್ಲ. ರಾಜ್ಯದಲ್ಲಿ ಕಾನೂನು ವ್ಯವಸ್ಥೆ ಕುಸಿಯುತ್ತಿದ್ದುದನ್ನು ಕಂಡು ಅರಸು, ಮಾಜಿ ಮುಖ್ಯಮಂತ್ರಿ ಕಡಿದಾಳ್ ಮಂಜಪ್ಪ ನೇತೃತ್ವದಲ್ಲಿ ಶಾಂತಿ ಸಮಿತಿ ರಚಿಸಿದರು. ಬೆಂಗಳೂರು ವಿಶ್ವವಿದ್ಯಾಲಯದ ಕುಲಪತಿ ಎಚ್. ನರಸಿಂಹಯ್ಯ ಎಲ್ಲಾ ಕಾಲೇಜುಗಳ ಪ್ರಿನ್ಸಿಪಾಲರ ಸಭೆ ಕರೆದು ಶಾಂತಿ ಕಾಪಾಡಲು ಸಮಿತಿ ರಚಿಸಿದರು. ಆದರೂ ಪರಿಸ್ಥಿತಿ ಸುಧಾರಿಸಲಿಲ್ಲ. ಅರಸು ಸಂಪುಟದ ಇಬ್ಬರು ಸಚಿವರಾದ ಕೆ.ಎಚ್.ಪಾಟೀಲ್ ಮತ್ತು ಹುಚ್ಚುಮಾಸ್ತೀಗೌಡ ಅವರು ಬಸವಲಿಂಗಪ್ಪ ವಿರುದ್ಧ ವಿದ್ಯಾರ್ಥಿ ಚಳವಳಿಗೆ ಬೆಂಬಲ ನೀಡುತ್ತಿದ್ದುದು ಗುಟ್ಟಾಗಿ ಉಳಿದಿರಲಿಲ್ಲ. ಅನೇಕ ಕಡೆ ಬಂದ್, ಹಿಂಸಾಚಾರ, ಬಸ್ಸಿಗೆ ಬೆಂಕಿ, ಉದ್ರಿಕ್ತ ಗುಂಪಿನ ಮೇಲೆ ಲಾಠಿಪ್ರಹಾರ ನಿತ್ಯದ ಬೆಳವಣಿಗೆ ಆಯಿತು. ಮುಖ್ಯಮಂತ್ರಿ ಅರಸು ಬಸವಲಿಂಗಪ್ಪ ಅವರ ರಾಜೀನಾಮೆ ಪಡೆಯಲು ಮುಂದಾಗಲಿಲ್ಲ. ಅವರೂ ಕೂಡ ಸ್ವತಃ ರಾಜೀನಾಮೆ ನೀಡಲು ಮುಂದಾಗಲಿಲ್ಲ.

ಘಟನೆಯ ಅಂತ್ಯ

ಮುಖ್ಯಮಂತ್ರಿ ಅರಸು ಎಷ್ಟೇ ಮನವಿ ಮಾಡಿದರೂ ವಿದ್ಯಾರ್ಥಿಗಳು ಚಳವಳಿ ನಿಲ್ಲಿಸಲಿಲ್ಲ. 'ರಾಜ್ಯದಲ್ಲಿ ಕಾನೂನು ವ್ಯವಸ್ಥೆ ಕುಸಿಯುತ್ತಿದೆ. ಬಸವಲಿಂಗಪ್ಪ ಅವರನ್ನು ಸಂಪುಟದಿಂದ ಕೈಬಿಡದೆ ಬೇರೆ ದಾರಿ ಇಲ್ಲ' ಎಂದು ಅರಸು ಮೇಲೆ ಅವರ ಸಂಪುಟ ಸಹೋದ್ಯೋಗಿಗಳು ಒತ್ತಡ ತಂದರು. ಆಗಿನ ಸಮಾಜವಾದಿ ಅಧ್ಯಕ್ಷ ಜೆ.ಎಚ್.ಪಟೇಲ್, 'ಈ ಕ್ರಿಯೆ, ಪ್ರತಿಕ್ರಿಯೆ ನೋಡಿದರೆ ಇದು ಕೇವಲ ಕನ್ನಡಾಭಿಮಾನಿಗಳ ಪ್ರತಿಭಟನೆಯಾಗಿ ಕಾಣುವುದಿಲ್ಲ. ಇದರಲ್ಲಿ ಭಾಷೆಗೆ ಮೀರಿದ ಅಂಶಗಳೂ ಇದ್ದಂತಿವೆ. ಕೇವಲ ಒಬ್ಬ ಮಂತ್ರಿಯ ಪ್ರತಿಕೃತಿ ದಹನಕ್ಕೆ ಬದಲು ವಿದ್ಯಾರ್ಥಿಗಳು ಕನ್ನಡ ರಾಜ್ಯ ಭಾಷೆಯು ಶಿಕ್ಷಣ ಮಾಧ್ಯಮ ಮತ್ತು ನ್ಯಾಯಾಂಗ ಭಾಷೆಯಾಗಲು ಹೋರಾಟ ನಡೆಸುವುದು ಉಚಿತ' ಎಂದರು. ಕೊನೆಗೆ ಸೆಪ್ಟೆಂಬರ್ ೫ರಂದು ಬೆಂಗಳೂರಿನಲ್ಲಿದ್ದ ಎಂ.ಮಲ್ಲಿಕಾರ್ಜುನಸ್ವಾಮಿ, ಕೆ.ಎಚ್.ರಂಗನಾಥ ಸೇರಿದಂತೆ ಹತ್ತು ಮಂದಿ ಸಂಪುಟ ದರ್ಜೆಯ ಸಚಿವರು ಬಸವಲಿಂಗಪ್ಪನವರಿಗೆ ಬೆಂಬಲವಾಗಿ ಸಾಮೂಹಿಕ ರಾಜೀನಾಮೆ ನೀಡಿದರು. ಅಂತಿಮವಾಗಿ, ಬಸವಲಿಂಗಪ್ಪ ಕೂಡ ತಮ್ಮ ರಾಜೀನಾಮೆ ಸಲ್ಲಿಸಿದರು. ಈ ಎಲ್ಲಾ ರಾಜೀನಾಮೆ ಪತ್ರಗಳನ್ನು ತೆಗೆದುಕೊಂಡು ಅರಸು ಅವರು ಇಂದಿರಾಗಾಂಧಿಯವರ ಭೇಟಿಗೆ ದೆಹಲಿಗೆ ತೆರಳಿದರು. ಮುಂದೆ ಅರಸು ರಾಜ್ಯ ರಾಜಕಾರಣದ ಪರಿಸ್ಥಿತಿಯನ್ನು ಸೂಕ್ಷ್ಮವಾಗಿ ಕಾಂಗ್ರೆಸ್ ಅಧ್ಯಕ್ಷೆ ಇಂದಿರಾಗಾಂಧಿ ವಿವರಿಸಿದರು. ಅಲ್ಲಿ ಬಸವಲಿಂಗಪ್ಪನವರನ್ನು ಸಂಪುಟದಿಂದ ಬಿಡುವ ತೀರ್ಮಾನ ಕೈಗೊಂಡು ಹೊಸದಾಗಿ ಸಚಿವ

ಸಂಪುಟವನ್ನು ರಚಿಸಿದರು. ದಲಿತ ಹಾಗೂ ಹಿಂದುಳಿದ ವರ್ಗಗಳ ನಾಯಕರಾಗಿ ಹೆಸರು ಮಾಡಿದ್ದ ಅರಸು ಅವರು, ಒಬ್ಬ ಪ್ರಗತಿ ಪರ ಚಿಂತನಾಶೀಲ ರಾಜಕಾರಣಿಯಾದ ಬಸವಲಿಂಗಪ್ಪ ಅವರನ್ನು ಯಾಕೆ ಬೆಂಬಲಿಸಲಿಲ್ಲ? ಅರಸು ಅವರು ಕೇವಲ ತಮ್ಮ ಸ್ಥಾನ ಭದ್ರತೆಗಾಗಿ ಬಸವಲಿಂಗಪ್ಪನವರ ರಾಜೀನಾಮೆಯನ್ನು ಅಂಗೀಕರಿಸಿದರೆ? ಅಥವಾ ಕನ್ನಡ ಪರ ಸಂಘಟನೆಗಳು, ಕನ್ನಡ ಸಾಹಿತಿಗಳು ಹಾಗೂ ಪ್ರಬಲ ವರ್ಗಗಳ ನಾಯಕರು ಬಸವಲಿಂಗಪ್ಪನವರು ದಲಿತರು ಎನ್ನುವ ಕಾರಣಕ್ಕೆ ಅವರ ರಾಜೀನಾಮೆಗೆ ಒತ್ತಾಯಿಸಿದರೆ? ಎನ್ನುವ ಪ್ರಶ್ನೆಗಳು ಉದ್ಭವಿಸುತ್ತವೆ. ಮೂಲತಃ ಬಸವಲಿಂಗಪ್ಪ ರಾಜೀನಾಮೆ ಕೊಡುವುದು ಅರಸು ಅವರಿಗೆ ಇಷ್ಟವಾದುದೇನೂ ಆಗಿರಲಿಲ್ಲ. ಆದರೆ, ಕೆಲವು ಹಿತಾಸಕ್ತಿಗಳ ಒತ್ತಡಕ್ಕೆ ಮಣಿದು ರಾಜೀನಾಮೆಯನ್ನು ಪಡೆಯುವುದು ಅನಿವಾರ್ಯವಾಯಿತು. ಬಸವಲಿಂಗಪ್ಪ ರಾಜೀನಾಮೆ ಕೊಡದೇ ಹೋಗಿದ್ದರೆ, ಪರಿಸ್ಥಿತಿ ವಿಕೋಪಕ್ಕೆ ಹೋಗುವುದು ಸಾಧ್ಯವಿತ್ತು. ಪ್ರಬಲ ಜಾತಿ ಮತ್ತು ವರ್ಗಗಳನ್ನು ಸಂಪೂರ್ಣ ಎದುರು ಹಾಕಿಕೊಂಡು ಸರ್ಕಾರ ನಡೆಸುವುದು ಇಂಡಿಯಾದಲ್ಲಿ ಬಹುಶಃ ಯಾವ ರಾಜಕೀಯ ನಾಯಕನಿಗೂ ಕಷ್ಟದ ಸಂಗತಿಯೇ ಸರಿ. ಅರಸು ಅವರು ಕೂಡ ವಿಚಾರ, ತಾತ್ವಿಕತೆ, ಕಾಳಜಿ ಎಲ್ಲವನ್ನೂ ಬಲಿಕೊಟ್ಟು ತನ್ನ ಸರ್ಕಾರ ಮತ್ತು ಅಧಿಕಾರವನ್ನು ಉಳಿಸಿಕೊಳ್ಳಲು ಮನಸ್ಸುಮಾಡಿದ್ದು ಪ್ರಜಾಪ್ರಭುತ್ವದಲ್ಲಿ ಸರಕಾರಗಳು ನಡೆಯುವ ಮತ್ತು ಬಿಕ್ಕಟ್ಟನ್ನು ಎದುರಿಸುವ ಮಾದರಿಗೊಂದು ಉದಾಹರಣೆಯೇ ಹೊರತು, ಈ ಘಟನೆಯೊಂದರಿಂದಲೇ ನಾವು ಅರಸು ಅವರ ನೈತಿಕತೆಯನ್ನು ಅಳೆಯುವಂತಿಲ್ಲ. ಆದರೆ ಬಲಾಢ್ಯರೇ ಸರ್ಕಾರದ ರಚನೆಯನ್ನು ನಿರ್ಧರಿಸುವ ಭಾರತೀಯ ವ್ಯವಸ್ಥೆ ಅರಸು ಮನಸಿನಲ್ಲಿ ಆಳವಾಗಿ ಕಹಿಯನ್ನು ಮೂಡಿಸಿರಬಹುದು. ಇಂಥ ಕಹಿ ಅನುಭವಗಳೇ ಮುಂದೆ ಅರಸು ಅವರಿಗೆ ವಿರೋಧಿಗಳನ್ನು ಯಾವ ರೀತಿಯ ಓಲೈಕೆ ದಬ್ಬಾಳಿಕೆಗಳಿಂದಲಾದರೂ ಸರಿ ಮಟ್ಟಹಾಕುವ ಒರಟು ವಿಧಾನವೊಂದನ್ನು ಆರಿಸಿಕೊಳ್ಳಲು ಪ್ರೇರೇಪಿಸಿರಬಹುದು.

ನಂತರ ರಾಜ್ಯದಲ್ಲಿ ಬಸವಲಿಂಗಪ್ಪನವರ ವಿರುದ್ಧ ಚಳವಳಿ ನಿಂತಿತು. ಬಸವಲಿಂಗಪ್ಪನವರ ವಿರುದ್ಧ ಚಳವಳಿ ನಡೆಸಿದವರು ಸಹಜವಾಗಿಯೇ ವಿಜಯೋತ್ಸವ ಆಚರಿಸಿದರೆ, ದಲಿತರು ಇದರಿಂದ ದುಃಖಿತರಾದರು. ಬೂಸಾ ಪ್ರಕರಣದಿಂದಾದ ಬೆಳವಣಿಗೆ ಎಂದರೆ, ದಲಿತರಲ್ಲಿ ತಮ್ಮ ಹಕ್ಕು ಮತ್ತು ರಾಜಕೀಯ ಅಧಿಕಾರ ಉಳಿಸಿಕೊಳ್ಳಲು ಪಡಬೇಕಾದ ಕಷ್ಟಗಳ ಮನವರಿಕೆ. ತಮ್ಮಲ್ಲಿ ರಾಜಕೀಯ ಜಾಗೃತಿ ಉಂಟು ಮಾಡಿ ಸ್ವಾಭಿಮಾನದ ಕಿಚ್ಚು ಹೊತ್ತಿಸಿದ ಬಸವಲಿಂಗಪ್ಪ ಅಧಿಕಾರವನ್ನು ಕಳೆದುಕೊಂಡ ನಂತರ, ಕಾಂಗ್ರೆಸ್ ತೊರೆದು ಸಮುದಾಯದ ಸಂಘಟನೆಯ ನಾಯಕತ್ವ ವಹಿಸಬಹುದೆಂದು ದಲಿತರು ಕನಸನ್ನು ಕಂಡಿದ್ದರು. ಆದರೆ ಬಸವಲಿಂಗಪ್ಪ ಅಧಿಕಾರ ರಾಜಕಾರಣವನ್ನೇ ನಂಬಿ ಕಡೆಯವರೆಗೆ ರಾಜಕೀಯ ಮಾಡಿದರು. ಒಟ್ಟಾರೆ ಈ ಬೂಸಾ ಪ್ರಕರಣ ರಾಜ್ಯದಲ್ಲಿ ಮುಂದೆ ಸಾಮಾಜಿಕವಾಗಿ ಮತ್ತು ಸಾಂಸ್ಕೃತಿಕವಾಗಿ ದಲಿತ ಚಳವಳಿಗೆ ಒಂದು ಹೊಸ ಆಯಾಮವನ್ನೇ ನೀಡಿದ್ದು, ಕರ್ನಾಟಕ ರಾಜಕಾರಣದಲ್ಲೊಂದು ಹೊಸ ಅಧ್ಯಾಯವನ್ನೇ ಆರಂಭಿಸಿತು ಎಂದು ಹೇಳಬಹುದು.

೩.೭. ದೇವರಾಜ ಅರಸು ಹಾಗೂ ತುರ್ತು ಪರಿಸ್ಥಿತಿ

೧೯೭೫ರ ಜೂನ್ ೧೨ರಂದು ಭಾರತದ ಚರಿತ್ರೆಯಲ್ಲಿ ಒಂದು ಐತಿಹಾಸಿಕ ಘಟನೆ ನಡೆಯಿತು. ಅಂದು ಅಲಹಾಬಾದ್ ಹೈಕೋರ್ಟ್ ನೀಡಿದ ತೀರ್ಪು ಭಾರತದ ರಾಜಕಾರಣ ಇತಿಹಾಸದಲ್ಲಿ ಒಂದು ಹೊಸ ತಿರುವು. ಸಮಾಜವಾದಿ ಚಿಂತಕ ರಾಮಮನೋಹರ ಲೋಹಿಯಾ ಅವರ ಶಿಷ್ಯ ರಾಜನಾರಾಯಣ ಅವರು ಇಂದಿರಾಗಾಂಧಿಯವರ ಚುನಾವಣೆಯ ಆಯ್ಕೆಯ ಬಗ್ಗೆ ಅಲಹಾಬಾದ್ ಹೈಕೋರ್ಟ್‌ನಲ್ಲಿ ದಾವೆ ಹೂಡಿದ್ದರು. ಅಂದು ಹೊರ ಬಿದ್ದ ತೀರ್ಪಿನಲ್ಲಿ ಇಂದಿರಾಗಾಂಧಿಯವರು ಲೋಕಸಭೆಗೆ ಆಯ್ಕೆಯಾದದ್ದು ಕ್ರಮಬದ್ಧವಲ್ಲವೆಂದು ಕೋರ್ಟ್ ತೀರ್ಮಾನಿಸಿತು. ಈ ತೀರ್ಪು ದೇಶದ ರಾಜಕಾರಣದ ವಲಯದಲ್ಲಿ ತೀವ್ರ ಸಂಚಲನವನ್ನು ಉಂಟುಮಾಡಿತು. ಆಗ ಕರ್ನಾಟಕದ ಮುಖ್ಯಮಂತ್ರಿಯಾಗಿದ್ದ ದೇವರಾಜ ಅರಸು ತಾಳ್ಮೆಗೆಡದೆ ಇದೊಂದು ಸೂಕ್ಷ್ಮವಾದ ವಿಷಯವೆಂದು ಪರಿಗಣಿಸಿ ಪರಿಸ್ಥಿತಿಯನ್ನು ಕಾಂಗ್ರೆಸ್‌ನ ಹಿತಾಸಕ್ತಿಗೆ ತಕ್ಕಂತೆ ನಿಭಾಯಿಸಿದರು. ದೇಶದ ನಾಯಕರೆಲ್ಲರು ಇಂದಿರಾಗಾಧಿಯವರಿಗೆ ರಾಜೀನಾಮೆ ನೀಡಲು ಎಷ್ಟೇ ಬುದ್ಧಿವಾದ ಹೇಳಿದರೂ ಅದಕ್ಕೆ ಇಂದಿರಾಗಾಂಧಿಯವರು ಮನಗೊಡದೆ ಸರ್ವಾಧಿಕಾರಿಯಂತೆ ವರ್ತಿಸಿ ತುರ್ತುಪರಿಸ್ಥಿತಿಯನ್ನು ಘೋಷಿಸಿದರು.

ಹೀಗೆ ೧೯೭೫ರ ಜೂನ್ ೨೫ರಂದು ಜಾರಿಯಾದ 'ತುರ್ತು ಪರಿಸ್ಥಿತಿ' ಭಾರತದ ರಾಜಕೀಯ ಇತಿಹಾಸದ ಕ್ರೂರ ಬೆಳವಣಿಗೆಗಳಲ್ಲೊಂದು. ಅಂದು ಮಧ್ಯರಾತ್ರಿಯಿಂದ ಜಾರಿಯಾಗಿ ೧೯೭೭ ಮಾರ್ಚ್ ೨೧ರಂದು ಬೆಳಿಗ್ಗೆ ಮುಕ್ತಾಯಗೊಂಡಿತು. ಈ ಆಂತರಿಕ ತುರ್ತು ಪರಿಸ್ಥಿತಿಯನ್ನು ಜನತೆ ಮೌನವಾಗಿ ಸಹಿಸಿದ್ದಾದರೂ ಏಕೆ ಮತ್ತು ಅದು ಜಾರಿಗೆ ಬಂದದ್ದಾದರೂ ಏಕೆ ಎಂಬುದು ನಿಗೂಢ. ಈ ಅವಧಿಯಲ್ಲಿ ನಡೆದ ಹೋರಾಟ ಭಾರತೀಯರು ತಮ್ಮ ಆಂತರಿಕ ಸ್ವಾತಂತ್ರ್ಯಕ್ಕಾಗಿ ನಡೆಸಿದ ಎರಡನೆ ಸ್ವಾತಂತ್ರ್ಯ ಸಮರವಾಗಿತ್ತೆಂದು ಹೇಳಿದರೆ ತಪ್ಪಾಗಲಾರದು. ಇದು ದೇಶದಲ್ಲಿ ಒಂದು ಕರಾಳ ಅಧ್ಯಾಯವೊಂದನ್ನು ಆರಂಭಿಸಿದಂತಾಯಿತು. ಜನರ ಅಷ್ಟೊಂದು ಪ್ರೀತಿ ವಿಶ್ವಾಸವನ್ನು ಗಳಿಸಿದ್ದ ಇಂದಿರಾಗಾಂಧಿ, ಜನರ ಈ ಪ್ರೀತಿಗೆ ಕಿಂಚಿತ್ತಾದರೂ ಅರ್ಹವಾಗಲು ಪ್ರಯತ್ನಿಸದೆ ತಮ್ಮ ಅಧಿಕಾರವನ್ನು ಭದ್ರಪಡಿಸಿಕೊಳ್ಳಲು ಮತ್ತು ತಮ್ಮ ಮಗನನ್ನು ಅಧಿಕಾರಕ್ಕೆ ಅಣಿಗೊಳಿಸಲು ಮಾತ್ರ ಶ್ರಮಿಸಿದ್ದು ಆಶ್ಚರ್ಯವನ್ನುಂಟು ಮಾಡಿತು. ಇಂದಿರಾಗಾಂಧಿ ತುರ್ತು ಪರಿಸ್ಥಿತಿಯನ್ನು ಸಾಮಾಜಿಕ ನ್ಯಾಯ ತರಲು ಬಳಸಿದ್ದಲ್ಲಿ ಅವರು ಖಂಡಿತ ಚುನಾವಣೆಯಲ್ಲಿ ಸೋಲುತ್ತಿರಲಿಲ್ಲ. ಅಂಥ ಕ್ರಮಕ್ಕೆ ಸ್ವಾತಂತ್ರ್ಯ ಹತ್ತಿಕ್ಕುವ ಅಗತ್ಯವು ಇರುತ್ತಿರಲಿಲ್ಲ. ಈ ನಾಡಿನಲ್ಲಿ ಎಲ್ಲವೂ ಮಾಮೂಲಿಯಾಗಿದ್ದಾಗ ಇದ್ದಕ್ಕಿದ್ದಂತೆ ಸಿಡಿಲಿನಂತೆ ಬಂದೆರಗಿದ ಈ ತುರ್ತುಪರಿಸ್ಥಿತಿಯ ಪರಿಣಾಮದಿಂದ ದೇಶ ಹಾಗೂ ರಾಜ್ಯ ರಾಜಕಾರಣದಲ್ಲಿ ಬಿರುಗಾಳಿಯ ಅಲೆಗಳನ್ನು ಎಬ್ಬಿಸಿತು. ಪರಿಣಾಮವಾಗಿ ವೃತ್ತಪತ್ರಿಕೆಗಳ ಬಾಯಿಗೆ ಬೀಗ, ಬುದ್ಧಿಜೀವಿಗಳಿಗೆ, ನಾಡು-ನುಡಿಯ ಚಿಂತಕರಿಗೆ, ದೇಶಾಭಿಮಾನಿಗಳಿಗೆ, ಸ್ವಾತಂತ್ರ್ಯ ಸಂರಕ್ಷಣೆಯ ಕನಸುಗಾರರಿಗೆ ಬಯಸದೆ ಬಂದ ಸೆರೆವಾಸ. ನ್ಯಾಯದೇವತೆಗೆ ನೇಣುಗಂಬದ ಸಹವಾಸ. ದೇಶದ್ಯಾಂತ ಸ್ಮಶಾನಮೌನ.

ಹಿಟ್ಲರ್ ಅಧಿಕಾರಕ್ಕೆ ಬಂದ ಕಾಲದಲ್ಲಿ ತನ್ನ ದೇಶದ ಸಮಸ್ಯೆಗಳನ್ನು ಬಗೆಹರಿಸಿದಂತೆ ಕಂಡಹಾಗೆ ಇಂದಿರಾಗಾಂಧಿಯೂ ಬಡಜನರಲ್ಲಿ ಬಡತನ ನಿರ್ಮೂಲನಾ ಭ್ರಮೆಯನ್ನು ಉಂಟುಮಾಡಿದರು. ಅದು ಕೆಲವು ಕಾಲವಷ್ಟೆ ಮಾತ್ರ. ಈ ಸಮಯದಲ್ಲಿ ಎಲ್ಲರೂ ಅದನ್ನು ಮೌನವಾಗಿ ಸಹಿಸಿಕೊಂಡರೆಂಬುದೂ ನಿಜವಲ್ಲ. ಈ ಕುರಿತು ಅನಂತಮೂರ್ತಿ ಅವರು-

> ''ತಗ್ಗಿ ನಡೆಯಿರಿ ಎಂದರೆ ತೆವಳಲೂ ಸಿದ್ಧರಾದ ನಮ್ಮ ಪತ್ರಿಕೆಗಳು ಯಾವ ಸುದ್ದಿಯನ್ನೂ ನಮಗೆ ಕೊಡುತ್ತಿರಲಿಲ್ಲ. ತುರ್ತುಪರಿಸ್ಥಿತಿ ಘೋಷಣೆಯಾದಾಗ ಜನತೆಗೆ ಅನಿಸಿದ್ದು ಇದು ಇಂದಿರಾ ಸರ್ವಾಧಿಕಾರದ ಕಾಲ ಎಂದು. ಇನ್ನು ಮುಂದೆ ಗಾಂಧಿಯುಗ ಮುಗಿಯಿತು''[೯]

ಎಂಬುದಾಗಿ ಅಭಿಪ್ರಾಯ ಪಡುತ್ತಾರೆ. ೧೯೭೫ರಲ್ಲಿ ಪ್ರಧಾನಿ ಇಂದಿರಾಗಾಂಧಿಯವರು ರಾಷ್ಟ್ರೀಯ ತುರ್ತುಪರಿಸ್ಥಿತಿ ಹೇರಿದ್ದಾಗಲೇ 'ಇಪ್ಪತ್ತು ಅಂಶ'ಗಳ ಕಾರ್ಯಕ್ರಮವನ್ನು ಸಾರಿದರು. ಈ ಪರಿಸ್ಥಿತಿಯಿಂದ ಸಿಕ್ಕ ಅಧಿಕಾರವನ್ನು ಅನೇಕ ನಾಯಕರು, ಅಧಿಕಾರಿಗಳು ಅದನ್ನು ದುರುಪಯೋಗಪಡಿಸಿಕೊಂಡರು. ದೇಶದ ಇತರ ಕಡೆಗಳಲ್ಲಿ ೧೯೭೭ರ ಲೋಕಸಭಾ ಚುನಾವಣೆಯಲ್ಲಿ ಕಾಂಗ್ರೆಸ್ ಸೋಲುವಂಥ ವಾತಾವರಣ ನಿರ್ಮಾಣವಾದರೂ ಕರ್ನಾಟಕದಲ್ಲಿ ಅಂಥ ದಬ್ಬಾಳಿಕೆಗೆ ಅರಸು ಅವಕಾಶ ಮಾಡಿಕೊಡಲಿಲ್ಲ.

ತುರ್ತುಪರಿಸ್ಥಿತಿಯ ಘೋಷಣೆಯಿಂದ ಲಭ್ಯವಾದ ಪರಮಾಧಿಕಾರದಿಂದಾಗಿ ಮುಖ್ಯಮಂತ್ರಿ ಅರಸು ಅವರ ಮಾತು ಮತ್ತು ಕೃತಿಗಳಲ್ಲಿ ಅಧಿಕಾರದ ಗತ್ತು ಗೋಚರಿಸಲಾರಂಭಿಸಿತು. ಕೆ.ಕೆ.ಮೂರ್ತಿಯವರ ಸ್ಥಾನ ತೆರವು ಮಾಡಿ ತಮ್ಮ ಸಹೋದರರಾದ ಕೆಂಪರಾಜ ಅರಸರನ್ನು ಚಲನಚಿತ್ರ ನಿಗಮದ ಅಧ್ಯಕ್ಷರನ್ನಾಗಿ ನೇಮಕ ಮಾಡಿದ್ದು ಅವರ ಅಧಿಕಾರದ ಚಲಾವಣೆಯ ಗತ್ತು ಎದ್ದು ಕಾಣುವಂತೆ ಮಾಡಿತ್ತು. ೧೯೭೫ರ ತುರ್ತು ಪರಿಸ್ಥಿತಿಯಲ್ಲಿ ಅರಸು ಅವರು ತಮ್ಮ ಆತ್ಮೀಯ ಸ್ನೇಹಿತರಾಗಿದ್ದ ಕೆ.ಕೆ.ಮೂರ್ತಿಯವರನ್ನು ಜೈಲಿಗೆ ಹಾಕಿದ ಮೇಲಂತೂ ಮೂರ್ತಿಯವರು ಅರಸು ಅವರ ಪರಮಶತ್ರುವಾದರು. ಆ ದಿನಗಳಲ್ಲಿಯೂ ಅರಸು ವಿರುದ್ಧ ನಡೆದಿದ್ದ ಎಲ್ಲಾ ರಾಜಕೀಯ ಕಸರತ್ತುಗಳಲ್ಲಿ ಮೂರ್ತಿಯವರು ಪಾತ್ರಧಾರಿಯಾಗಿದ್ದದ್ದು ಇವರೀರ್ವರ ನಡುವಿನ ಸ್ನೇಹಸಂಬಂಧ ಮತ್ತಷ್ಟು ಜಟಿಲವಾಗಲು ಕಾರಣವಾಯಿತು. ಯಾಕೆ ಈ ರಾಜಕೀಯ ಧುರೀಣರ ಸ್ನೇಹ ಸಂಬಂಧ ಹಳಸಿತು ಎಂಬುದರ ಬಗ್ಗೆ ರಾಜಕೀಯ ವಲಯದಲ್ಲಿ ಅಂದು ಗುಸುಗುಸು ಮಾತುಗಳು ಶುರುವಾದವು. ಆಗ ಎಲ್ಲರಿಗೂ ಎದ್ದು ಕಂಡ ಸತ್ಯಸಂಗತಿಯೆಂದರೆ ಕೆ.ಕೆ.ಮೂರ್ತಿಯವರು ಅರಸು ಅಧಿಕಾರ ದೇಗುಲದಿಂದ ದೂರವುಳಿದದ್ದು. ಅಲ್ಲದೆ ಅರಸು ಸಂಪುಟದಲ್ಲಿ ರಾಜ್ಯಮಂತ್ರಿಯಾಗಿದ್ದ ಗುಂಡೂರಾವ್ ಮತ್ತವರ ಇತರ ರಾಜಕೀಯ ವಿರೋಧಿಗಳಿಗೆ ಬಹಳ ಹತ್ತಿರದವರಾದರು. ಈ ಘಟನೆ ಅರಸು ಅವರನ್ನು ಮತ್ತಷ್ಟು ಕೆರಳಿಸಿರಬೇಕು. ಪರಿಣಾಮವಾಗಿ ಇದು ಇಬ್ಬರ ನಡುವಿನ ಮನಸ್ತಾಪಕ್ಕೆ ಕಾರಣವಾಗಿರಬಹುದು. ಅರಸು ಅವರು ಅನ್ಯರು ಮಾಡಿದ ಉಪಕಾರವನ್ನು ಎಂದಿಗೂ

ಮರೆಯಲಾಗದ ವ್ಯಕ್ತಿ. ಅವರ ಅಭಿಮಾನಿಗಳೂ ಕೂಡ ಇಂದಿಗೂ ಅರಸು ಸಹಾಯ ಮಾಡುವ ಗುಣವನ್ನು ನೆನೆದುಕೊಳ್ಳುತ್ತಾರೆ. ಆದರೆ ಈ ಮೂರ್ತಿಯವರ ಜೈಲುವಾಸದ ಪ್ರಕರಣ ಅರಸರ ಖ್ಯಾತಿಗೆ ಕಪ್ಪುಚುಕ್ಕೆಯಾಗಿ ಉಳಿದಿದೆ. ರಾಜಕೀಯದಲ್ಲಿ ವ್ಯಕ್ತಿಗಳ ನಡುವಿನ ಸ್ನೇಹ, ಸಂಬಂಧ ಎಂದಿಗೂ ಶಾಶ್ವತವಲ್ಲವೆನ್ನುವ ಮಾತನ್ನು ಈ ಘಟನೆಯೇ ಸಾಕ್ಷೀಕರಿಸುತ್ತದೆ.

> ''ತುರ್ತುಪರಿಸ್ಥಿತಿ ದೇವರಾಜ ಅರಸರಿಗೂ ಸೊಕ್ಕಿನ ಕೊಂಬು ಕೊಟ್ಟಿತು. ತಮ್ಮ ರಾಜಕೀಯ ವಿರೋಧಿಗಳಾದವರನ್ನೆಲ್ಲಾ ಅರಸು ಜೈಲಿಗೆ ಹಾಕಿದರು. ತುರ್ತುಪರಿಸ್ಥಿತಿಯಲ್ಲಿ ವಿಧಾನಸಭೆಯ ಅಧಿವೇಶನ ನಡೆದಾಗ ಅರಸು ಮರ್ಜಿಯಲ್ಲಿ ವಿಶೇಷ ಬದಲಾವಣೆಯಾದುದನ್ನು ನಾನು ಗಮನಿಸಿದೆ. ಮನಸ್ಸಿಗೆ ಬೇಸರವಾಯಿತು. ವಿಧಾನಸಭೆಯಲ್ಲಿ ಅರಸು ಅವರನ್ನು ಹೆಜ್ಜೆಹೆಜ್ಜೆಗೆ ಹಿಡಿದು ನಿಲ್ಲಿಸುತ್ತಿದ್ದ ವಿರೋಧಪಕ್ಷದ ನಾಯಕ ಎಚ್.ಡಿ.ದೇವೇಗೌಡರನ್ನು ಜೈಲಿಗೆ ಹಾಕಿದರು. ದೇವೇಗೌಡರ ಸ್ಥಾನಕ್ಕೆ ಬಂದಿದ್ದ ನಾಗಮಂಗಲದ ಎಚ್.ಟಿ.ಕೃಷ್ಣಪ್ಪನವರಲ್ಲಿ ರಾಜಕೀಯವಾಗಿ ಅಷ್ಟೇನೂ ಕಸುವು ಇರಲಿಲ್ಲ. ಒಮ್ಮೆ ಕೃಷ್ಣಪ್ಪನವರು ತುರ್ತುಪರಿಸ್ಥಿತಿಯನ್ನು ಖಂಡಿಸುತ್ತಾ ಭಾವಾವೇಶದಲ್ಲಿ ''ಪ್ರಜಾಪ್ರಭುತ್ವದ ಮಾರಣಹೋಮ ಮಾಡುತ್ತಿದ್ದೀರಿ'' ಎಂದರು. ಈ ಮಾತಿಗೆ ಮುಖ್ಯಮಂತ್ರಿ ಅರಸು ಎದ್ದು, ''ಮಾರಣಹೋಮ ಅಲ್ಲ ಸ್ವಾಮೀ, ನೀವು ಇದುವರೆಗೆ ನಿಮ್ಮೂರಿನ ಮಾರನ ಹೋಮ ಮಾಡಿದ್ದೀರಲ್ಲ, ಅದನ್ನೀಗ ತಪ್ಪಿಸ್ತಾ ಇದ್ದೀವಿ ಅಷ್ಟೆ''[೧೦]

ಎನ್ನುವ ಉಡಾಫೆಯ ಮಾತನಾಡಿದರು. ಕೆಲವೊಂದು ಸಂಘಸಂಸ್ಥೆಗಳ ಮೇಲೆ ನಿರ್ಬಂಧ ಹೇರಲು ರಾಜ್ಯದ ಕೆಲವು ಶಕ್ತಿಗಳು ಇಂದಿರಾ ಮೇಲೆ ಒತ್ತಡ ಹೇರಿದಾಗ ಮಾತ್ರ ಅರಸು ತಡವಾಗಿ ಕ್ರಮ ಕೈಗೊಂಡರು. ಆದರೆ ಮಿತಿ ಮೀರಿದ ದಬ್ಬಾಳಿಕೆಗೆ ಮನಸ್ಸು ಕೊಡಲಿಲ್ಲ. ಬೀದರ್, ಮಂಡ್ಯ ಜಿಲ್ಲೆಗಳಲ್ಲಿ ಅಧಿಕಾರಿಗಳು ದಬ್ಬಾಳಿಕೆ ನಡೆಸಿದ್ದು ನಿಜ. ಆದರೆ ಇಪ್ಪತ್ತು ಅಂಶಗಳ ಕಾರ್ಯಕ್ರಮವನ್ನು ಶ್ರದ್ಧೆಯಿಂದ ಅರಸು ಜಾರಿಗೆ ತಂದರು. ಅಂತೆಯೇ ಬಡತನ ನಿರ್ಮೂಲನಾ ಯೋಜನೆಗಳನ್ನೂ ಕೂಡ.

ಅರಸು ತಮ್ಮ ಅಧಿಕಾರದ ಅವಧಿಯಲ್ಲಿ ಪತ್ರಕರ್ತರ ಕುರಿತಂತೆ ನಿರ್ಲಕ್ಷ್ಯ ಭಾವನೆ ಹೊಂದಿದ್ದರೆಂಬುದು ಕಂಡುಬರುತ್ತದೆ. ಅದರಲ್ಲೂ ಅವರು ಕೇಳುವ ಕೊಂಕು ಪ್ರಶ್ನೆಗಳಿಗೆ ಸಮಂಜಸ ಉತ್ತರ ಕೊಡದೆ ಆರ್ಭಟಿಸುತ್ತಿದ್ದರು. ಅಂಥದೊಂದು ಘಟನೆ ನಡೆದದ್ದು ೧೯೭೫ರ ಸಂದರ್ಭದಲ್ಲಿ.

ದೇವರಾಜ ಅರಸು ಅವರ ಅಳಿಯ ಎಂ. ಡಿ. ನಟರಾಜ ಅವರ 'ಇಂದಿರಾ ಬ್ರಿಗೇಡ್' ಸದಾಶಿವನಗರದ ಸ್ಯಾಂಕಿ ರಸ್ತೆಯಲ್ಲಿ ನಾಗರಿಕ ಸಮಾಜದ ನೆಮ್ಮದಿಯನ್ನು ಕೆಡಿಸುವ ಒಂದು ಕೃತ್ಯವನ್ನು ಎಸಗಿತ್ತು. ಈ ಹಿನ್ನೆಲೆಯಲ್ಲಿ ಅಂದು ನಡೆದ ಪತ್ರಿಕಾಗೋಷ್ಠಿಯಲ್ಲಿ ಪತ್ರಕರ್ತರ

ಪ್ರಶ್ನೆಗಳಿಗೆಲ್ಲಾ ಇಂದಿರಾ ಬ್ರಿಗೇಡ್‌ನ ಕೃತ್ಯ ಪ್ರಧಾನವಸ್ತುವಾಗಿತ್ತು. ಒಬ್ಬೊಬ್ಬ ಪತ್ರಕರ್ತರು ತಮ್ಮದೇ ಆದ ಧಾಟಿಯಲ್ಲಿ ಈ ವಿಷಯವನ್ನು ಮತ್ತೆಮತ್ತೆ ಕೆದಕಲಾರಂಭಿಸಿದರು. ಅನೇಕ ಮಂದಿ ಪತ್ರಕರ್ತರು ತಮ್ಮ ಮಾತುಗಳಿಗೆ ಉಪಚಾರದ ಕವಚವನ್ನು ತೊಡಿಸಿದರು. ಈ ಕೆಲಸ ಪತ್ರಕರ್ತರಾದ ಎಂ.ಸಿ.ವಿ. ಮೂರ್ತಿಯವರಿಂದಾಗಲಿಲ್ಲ. ಇವರು ಯಾವುದೇ ಅಧಿಕಾರಸ್ಥ ರಾಜಕಾರಣಿಗಳನ್ನು ಓಲೈಸಿ ಮಾತನಾಡಲಾರದ ವ್ಯಕ್ತಿಯಾಗಿದ್ದರು. ಪತ್ರಿಕಾ ಸ್ವಾತಂತ್ರ್ಯದ ಹರಣ ಮಾಡಿದ ತುರ್ತುಪರಿಸ್ಥಿತಿಯ ಬಗ್ಗೆ ಅತೀವ ಅಸಹನೆ ಉಳ್ಳವರಾಗಿದ್ದರು. ರಾಜಕೀಯ ಪ್ರಭುತ್ವವನ್ನು ದಮನಕಾರಿ ದೈತ್ಯಶಕ್ತಿಯನ್ನಾಗಿ ಮಾಡಿದ ಇಂದಿರಾಗಾಂಧಿ ಮತ್ತು ಅವರ ಬಳಗದ ಬಗೆಗೆ ಅವರಿಗೆ ಆಕ್ರೋಶವಿತ್ತು. ಹೀಗಾಗಿ ಅಂದು ಅವರು ಕೇಳಿದ ಪ್ರಶ್ನೆಗಳಲ್ಲಿ ಅವರ ಭಾವನೆಗಳ ತೀವ್ರತೆಯ ಮಿಂಚಿತ್ತು. ಮುಖ್ಯಮಂತ್ರಿ ಅರಸು ಅವರಿಗೆ ಎಂ.ಸಿ.ವಿ. ಮೂರ್ತಿಯವರ ಪ್ರಶ್ನೆಗಳನ್ನು ಸಹಿಸಲಾಗಲಿಲ್ಲ. ಅದಾಗಲೇ ಪ್ರತಿಕೂಲ ಪ್ರಶ್ನೆಗಳನ್ನು ಕೇಳುವುದೇ ಒಂದು ಅಪರಾಧ ಎನ್ನುವ ಧಾಟಿಯಲ್ಲಿ ಮಾತನಾಡಿದರು. ಪತ್ರಿಕಾಗೋಷ್ಠಿಯಲ್ಲಿ ಹಾಜರಿದ್ದ ತಮ್ಮ ಪತ್ರಿಕಾ ಕಾರ್ಯದರ್ಶಿಯನ್ನು ಕರೆದು ಅರಸು ಅವರು-

> "ಇನ್ನು ಮೇಲೆ ನನ್ನ ಪತ್ರಿಕಾಗೋಷ್ಠಿಗೆ ಸಲ್ಲದ ವ್ಯಕ್ತಿ ಇವರು. ಈ ವಿಷಯವನ್ನು ಅವರ ಸಂಪಾದಕರಿಗೆ ತಿಳಿಸಿಬಿಡಿ"[೧೧]

ಎಂದು ನೇರವಾಗಿ ಆಜ್ಞೆಮಾಡಿದರು. ರಾಜ್ಯದ ಇತಿಹಾಸದಲ್ಲಿ ಯಾವ ಮುಖ್ಯಮಂತ್ರಿಯೂ ಪತ್ರಕರ್ತರೊಬ್ಬರನ್ನು ಹೆಸರಿಸಿ ಅವರು ತನಗೆ ಸಲ್ಲದ ವ್ಯಕ್ತಿಯೆಂದು ಸಾರಿದ್ದಿಲ್ಲ. ಕೆಲವು ದಿನಗಳವರೆಗೆ ಪತ್ರಿಕಾ ವಲಯದಲ್ಲಿ ಇದೊಂದು ಚರ್ಚಾ ವಿಷಯವಾಗಿ ಉಳಿಯಿತು. ಆದರೆ ಎಂ.ಸಿ.ವಿ. ಮೂರ್ತಿಯವರು ಇದರಿಂದ ನೊಂದುಕೊಳ್ಳಲಿಲ್ಲ. ಬದಲಾಗಿ ಪತ್ರಿಕಾಗೋಷ್ಠಿಗೆ ಹಾಜರಾಗುವ ಸಂಕಟ ತಪ್ಪಿತೆಂದು ಉದ್ಗರಿಸಿದರು. ಈ ಒಂದು ಘಟನೆ ರಾಜಕೀಯ ವಲಯದಲ್ಲಿ ಅನೇಕ ಬದಲಾವಣೆಗೆ ಕಾರಣವಾಯಿತು. ಇಂತಹ ಹಲವಾರು ಘಟನೆಗಳು ಇವರ ರಾಜಕಾರಣದಲ್ಲಾದ ಅಧಿಕಾರದ ಪ್ರಭುತ್ವಕ್ಕೆ ನಿದರ್ಶನಗಳಾಗಿವೆ. ಹೀಗಿದ್ದರೂ ಅರಸು ಅವರ ರಾಜಕೀಯ ಸ್ಪರ್ಶಕ್ಕೆ ಒಂದು ಉತ್ತಮ ಉದಾಹರಣೆಯೆಂದರೆ, ಅದು ತುರ್ತುಪರಿಸ್ಥಿತಿಯ ಬಳಿಕ ರಾಜ್ಯದಲ್ಲಿ ಮತ್ತೆ ಇಂದಿರಾ ಕಾಂಗ್ರೆಸ್ ಅಧಿಕಾರಕ್ಕೆ ಬರುವಂತಾದದ್ದು.

೧೯೭೭ರ ಚುನಾವಣೆಯಲ್ಲಿ ಲೋಕಸಭೆಯಲ್ಲಿ ರಾಜ್ಯದ ೨೮ ಸ್ಥಾನಗಳಲ್ಲಿ ೨೬ ಇಂದಿರಾಗಾಂಧಿಯವರ ಪಕ್ಷದ ಪಾಲಾಯಿತು. ೧೯೭೭ ರ ಮಹಾಚುನಾವಣೆಯಲ್ಲಿ ಇಂದಿರಾ ಹಾಗೂ ಅವರ ಪುತ್ರ ಸಂಜಯಗಾಂಧಿ ಕೂಡ ಸೋಲನುಭವಿಸಿದ್ದರು. ಕೇಂದ್ರದಲ್ಲಿ ಜನತಾ ಸರಕಾರ ಅರಸು ಸರಕಾರವನ್ನು ಪದಚ್ಯುತಿಗೊಳಿಸಿ ರಾಷ್ಟ್ರಪತಿ ಆಡಳಿತವನ್ನು ಜಾರಿಗೊಳಿಸಿತು (೧.೧.೧೯೭೮). ಎರಡು ತಿಂಗಳ ನಂತರ ನಡೆದ ಚಿಕ್ಕಮಗಳೂರು ಕ್ಷೇತ್ರದ ಉಪಚುನಾವಣೆಯಲ್ಲಿ ಇಂದಿರಾಗಾಂಧಿ ಗೆದ್ದುಬಂದರು. ಫೆಬ್ರವರಿ ೨೦, ೧೯೭೮ ರಂದು ಅರಸು ಅಧಿಕಾರ ವಹಿಸಿಕೊಂಡರು. ಮುಂದೆ ರಾಜಕೀಯ ತಿರುವಿನಲ್ಲಿ ಅರಸು ಮತ್ತು ಇಂದಿರಾಗಾಂಧಿ ಮಧ್ಯೆ ವೈಯಕ್ತಿಕ ಸಂಘರ್ಷವುಂಟಾಗಿ ೧೯೭೯ರಲ್ಲಿ ಇಂದಿರಾಗಾಂಧಿ ದೇವರಾಜ ಅರಸು ಅವರನ್ನು ಪಕ್ಷದಿಂದ ಉಚ್ಚಾಟಿಸಿದರು.

ಸ್ವತಃ ಇಂದಿರಾಗಾಂಧಿಯವರೇ ೧೯೭೭ರ ಚುನಾವಣೆಯಲ್ಲಿ ಸೋತದ್ದು ಒಂದು ಐತಿಹಾಸಿಕ ಘಟನೆಯೇ ಆಗಿತ್ತು ಮತ್ತು ಕೇಂದ್ರದಲ್ಲಿ ಇಂದಿರಾಗಾಂಧಿ ಅಧಿಕಾರ ಕಳೆದುಕೊಂಡಾಗಲೂ ಕರ್ನಾಟಕದ ಜನತೆ ಆ ಪಕ್ಷಕ್ಕೆ ಯಾಕೆ ಮತನೀಡಿದರು? ತುರ್ತು ಪರಿಸ್ಥಿತಿಯಂಥ ಅಸಹ್ಯ ವೇದನೆಯ ನಡುವೆಯೂ ರಾಜ್ಯದ ಮತದಾರರು ಇಂದಿರಾ ಕಾಂಗ್ರೆಸ್ಸಿಗೆ ಬೆಂಬಲ ಸೂಚಿಸಿದ್ದಾದರು ಯಾಕೆ? ಇದಕ್ಕೆ ದೇವರಾಜ ಅರಸು ಅವರ ವ್ಯಕ್ತಿತ್ವದ ಪ್ರಭಾವವೇ ಕಾರಣ. ಏಕೆಂದರೆ, ಜನತೆ ಈ ಸಂದರ್ಭದಲ್ಲಿ ಪಕ್ಷಕ್ಕಿಂತಲೂ ವ್ಯಕ್ತಿಗೆ ಹೆಚ್ಚು ಮಹತ್ವ ಕೊಟ್ಟಂತೆ ಕಾಣುತ್ತದೆ. ಆದ್ದರಿಂದ ರಾಜ್ಯದಲ್ಲಿ ಇಂದಿರಾ ಕಾಂಗ್ರೆಸ್ ಹೆಚ್ಚು ಬಹುಮತ ಗಳಿಸಲು ಸಾಧ್ಯವಾಯಿತು.

ಅ. ಸೋಷಿಯಲಿಸ್ಟರು ಹಾಗೂ ತುರ್ತುಪರಿಸ್ಥಿತಿ

೧೯೭೫ರಲ್ಲಿ ಇಂದಿರಾಗಾಂಧಿಯವರು ಪ್ರಜಾಪ್ರಭುತ್ವವನ್ನು ರಕ್ಷಿಸುವ ಹೆಸರಿನಲ್ಲಿ ತುರ್ತುಪರಿಸ್ಥಿತಿಯನ್ನು ಘೋಷಿಸಿದರು. ಆದರೆ ಅಭಿವ್ಯಕ್ತಿ ಸ್ವಾತಂತ್ರ್ಯ, ಪತ್ರಿಕಾ ಸ್ವಾತಂತ್ರ್ಯ, ಅನ್ಯಾಯಗಳನ್ನು ಪ್ರತಿಭಟಿಸುವ ಅವಕಾಶ ಮೊದಲಾದ ಎಲ್ಲಾ ನಾಗರಿಕ ಹಕ್ಕುಗಳು ನಿಷೇಧಿಸಲ್ಪಟ್ಟವು. ಸೋಷಿಯಲಿಸ್ಟರಂತೂ ತುರ್ತುಪರಿಸ್ಥಿತಿಯನ್ನು ಕಿತ್ತೊಗೆಯುವುದಕ್ಕೆ ಏನು ಬೇಕಾದರೂ ಮಾಡಲು ಸಿದ್ಧರಾದರು. ಅಲ್ಲದೆ ತುರ್ತುಪರಿಸ್ಥಿತಿಯನ್ನು ವಿರೋಧಿಸುವ ಎಲ್ಲರೊಡನೆಯೂ ಸಹಕರಿಸಿದರು. ಸೋಷಿಯಲಿಸ್ಟ್ ಸಿದ್ಧಾಂತ ಮತ್ತು ಜನಸಂಘದ ಸಿದ್ಧಾಂತಗಳ ನಡುವೆ ಉತ್ತರ ಧ್ರುವ ದಕ್ಷಿಣ ಧ್ರುವಗಳಷ್ಟೇ ಅಂತರವಿದ್ದರೂ ಈ ಎರಡು ಪಕ್ಷಗಳಿಗೆ ಸೇರಿದ ಜನರು ಪರಸ್ಪರ ಸಹಕರಿಸಿದರು. ತಾವು ನಂಬಿಕೊಂಡಿರುವ ತತ್ವಗಳ ಪ್ರಚಾರಕ್ಕೆ ಅವಕಾಶ ಇಲ್ಲದಿರುವಾಗ ಪ್ರಜೆಗಳ ಮೂಲಭೂತ ಹಕ್ಕುಗಳನ್ನು ಸರಕಾರ ಅಪಹರಿಸಿದಾಗ ಎಲ್ಲರೂ ಒಟ್ಟುಗೂಡಿ ತುರ್ತುಪರಿಸ್ಥಿತಿಯನ್ನು ವಿರೋಧಿಸುವುದು ಅನಿವಾರ್ಯವಾಯಿತು. ಬ್ರಿಟಿಷರಿಂದ ಈ ದೇಶವನ್ನು ಬಿಡುಗಡೆ ಮಾಡಲು ವಿವಿಧ ಸಿದ್ಧಾಂತಗಳನ್ನು ನಂಬಿದ್ದ ಜನ ಒಟ್ಟುಗೂಡಬೇಕಾಯಿತು.

ಇಂದಿರಾಗಾಂಧಿಯವರು ೧೯೭೭ರಲ್ಲಿ ಲೋಕಸಭೆಗೆ ಚುನಾವಣೆಗಳನ್ನು ಘೋಷಿಸಿದಾಗ ವಿರೋಧ ಪಕ್ಷಗಳಿಗೆ ಒಂದು ಸುವರ್ಣ ಅವಕಾಶ ದೊರೆಯಿತು. ತುರ್ತುಪರಿಸ್ಥಿತಿಯ ಅತಿರೇಕಗಳು ದೇಶದೆಲ್ಲೆಡೆ ಜನರನ್ನು ಕೆರಳಿಸಿದ್ದರಿಂದ ಎಲ್ಲಾ ವಿರೋಧಪಕ್ಷಗಳು ಒಗ್ಗಟ್ಟಾದರೆ ಇಂದಿರಾಗಾಂಧಿಯವರ ಪಕ್ಷವನ್ನು ಮಣ್ಣುಮುಕ್ಕಿಸುವುದು ಬಹಳ ಸುಲಭ ಎನ್ನುವ ಆತ್ಮವಿಶ್ವಾಸ ಪ್ರತಿಪಕ್ಷಗಳ ನಾಯಕರಲ್ಲಿ ಮೂಡಿತು. ವಿರೋಧಪಕ್ಷಗಳು ಒಟ್ಟುಗೂಡದಿದ್ದಲ್ಲಿ ಮತಗಳು ಹಂಚಿ ಹೋಗುವ ಹಾಗೂ ಇಂದಿರಾಗಾಂಧಿ ಅವರ ಪಕ್ಷ ಗೆಲ್ಲುವ ಸಂಭವವಿತ್ತು. ಆದ್ದರಿಂದ ಸಂಸ್ಥಾಕಾಂಗ್ರೆಸ್, ಜನಸಂಘ, ಭಾರತೀಯ ಲೋಕದಳ, ಸೋಷಿಯಲಿಸ್ಟ್ ಮತ್ತಿತರ ಪಕ್ಷಗಳು ಒಟ್ಟುಗೂಡಿದವು. 'ಜನತಾಪಕ್ಷ' ರಚನೆಯಾಯಿತು. ನಿರೀಕ್ಷೆಯಂತೆಯೇ ಚುನಾವಣೆಗಳಲ್ಲಿ 'ಜನತಾಪಕ್ಷ' ಭಾರಿ ಬಹುಮತವನ್ನು ಗಳಿಸಿ ಮುರಾರ್ಜಿ ದೇಸಾಯಿಯವರು ಪ್ರಧಾನಮಂತ್ರಿಯಾದರು.

ತುರ್ತುಪರಿಸ್ಥಿತಿಯಲ್ಲಿ ಸಮಾಜವಾದಿಗಳ ಕ್ರಿಯೆಯು ಪರೋಕ್ಷವಾಗಿ ಗಾಂಧಿಸಿದ್ಧಾಂತ ಮತ್ತು ಮೌಲ್ಯಗಳಿಂದ ರೂಪಿತವಾದದ್ದನ್ನು ಕುರಿತು ಕುಲದೀಪನಯ್ಯರ್ ಅವರು-

> ''ಚುನಾವಣಾ ಫಲಿತಾಂಶ ಹೊರಬಂದಾಗ ಜಯಪ್ರಕಾಶ್ ನಾರಾಯಣರು ಮತ್ತೊಮ್ಮೆ ನಮಗೆ ಗಾಂಧಿಯುಗವನ್ನು ಮತ್ತು ಗಾಂಧಿಯನ್ನು ನಿಜ ಮಾಡಿತೋರಿಸಿದರು. ಭಾರತದ ನಿರಕ್ಷರ ದಟ್ಟದರಿದ್ರರ ಹೃದಯದಲ್ಲಿ ಮತ್ತೆ ಗಾಂಧೀಜಿಯ ಅವತಾರವಾಗುತ್ತ ದೆಂದು ಯಾರೂ ಊಹಿಸಿರಲಿಲ್ಲ''೨೨

ಎಂದು ಗುರುತಿಸುತ್ತಾರೆ. ಒಂದು ಕಾಲಕ್ಕೆ ಇಂಡಿಯಾದ ಕೇಂದ್ರ ಪ್ರತಿಮೆಯಾಗಿದ್ದ ಇಂದಿರಾಗಾಂಧಿ, ಕೆಲವರ ಕಣ್ಣಲ್ಲಿ ಮಿಂಚನ್ನು ತಂದರೆ ಅನೇಕರ ಬಾಯಿಗೆ ಬೀಗ ಹಾಕಿ ಸಾವಿನ ಬೆಳೆ ಬೆಳೆಸಿದಾಕೆ. ಚಂಪಾ ಅವರ 'ಗಾಂಧಿಸ್ಮರಣೆ' ಹಾಗೂ 'ಹೂ ಹಣ್ಣು ತಾರೆ' ಸಂಕಲನದ ಕೆಲವು ಕವಿತೆಗಳಲ್ಲಿ ಇಂದಿರಾಗಾಂಧಿಯವರನ್ನು ವಿಡಂಬಿಸಿರುವುದನ್ನು ಇಲ್ಲಿ ಸ್ಮರಿಸಬಹುದು -

''ಇಂಡಿಯಾ ಅಂದರೆ ಇಂದಿರಾ
ಇಂದಿರಾ ಅಂದರೆ ಇಂಡಿಯಾ''

ಹೀಗೆ ರಾಜಕೀಯ ನಾಯಕರು, ಸಾಹಿತಿಗಳು, ಜನತೆ ತುರ್ತುಪರಿಸ್ಥಿತಿಯನ್ನು ನೇರವಾಗಿ ಪ್ರತಿಭಟಿಸಿದರು. ಅದರಲ್ಲೂ ಸೋಷಿಯಲಿಸ್ಟರು ಮತ್ತು ಜನಸಂಘ ಪಕ್ಷಗಳು ತುರ್ತುಪರಿಸ್ಥಿತಿಯನ್ನು ಕಿತ್ತೊಗೆಯುವಲ್ಲಿ ಏನೂ ಬೇಕಾದರೂ ಮಾಡಲು ಸಿದ್ಧರಾದರು. ಅಲ್ಲದೆ ಈ ಸಂದರ್ಭದಲ್ಲಿ ವಿರೋಧಪಕ್ಷಗಳ ನಾಯಕರು ಪರಸ್ಪರ ಸಹಕರಿಸಿದ್ದನ್ನು ಇಲ್ಲಿ ಸ್ಮರಿಸಬಹುದು.

ಈ ಎಲ್ಲಾ ಮೇಲಿನ ಪ್ರಶ್ನೆಗಳಿಗೆ ಉತ್ತರವನ್ನು ದೇವರಾಜ ಅರಸು ಅವರ ವ್ಯಕ್ತಿತ್ವದಲ್ಲಿ ಹುಡುಕಬೇಕಿದೆ. ರಾಜ್ಯದ ಜನತೆ, ಹಿಂದುಳಿದವರು, ಅಲ್ಪಸಂಖ್ಯಾತರಲ್ಲದೆ, ದಲಿತರು ದೇವರಾಜ ಅರಸು ಅವರ ಜನಪರ ಕಾರ್ಯಯೋಜನೆಗಳಿಂದ ಲಾಭ ಪಡೆದದ್ದೆ ಈ ವಿಜಯಕ್ಕೆ ಮುಖ್ಯಕಾರಣ. ಭೂಸುಧಾರಣಾ ಕಾಯಿದೆಯನ್ನು ಕರ್ನಾಟಕದಂತೆ ಕಟ್ಟುನಿಟ್ಟಾಗಿ ಜಾರಿಗೊಳಿಸಿದ ಬೇರೊಂದು ರಾಜ್ಯ ಇಡೀ ಭಾರತದಲ್ಲೇ ಮತ್ತೊಂದಿಲ್ಲ. ದಣಿಗಳಿಂದ ಭೂಮಿ ಪಡೆದವರು, ಜೀತ ವಿಮುಕ್ತಿಯಾದವರೆಲ್ಲಾ ಮತ್ತು ಬಡಜನತೆ ಅರಸು ಅವರನ್ನು ಮರೆಯುವಂತೆಯೇ ಇರಲಿಲ್ಲ. ಹೀಗಾಗಿ ಆ ಚುನಾವಣೆಯಲ್ಲಿ ನಡೆದದ್ದು ಅರಸು ಪರ ಮತವೇ ಹೊರತು ಇಂದಿರಾ ಪರ ಮತವಾಗಿರಲಿಲ್ಲ. ಇದು ಅರಸು ಅವರು ಕರ್ನಾಟಕವನ್ನು ಹಾಗೂ ಜನತೆಯನ್ನು ನಡೆಸಿಕೊಂಡು ಬಂದ ರೀತಿ ಮತ್ತು ಈ ರೀತಿಯ ಸಾಧನೆಗೆ ಜನತೆ ಅವರಿಗೆ ತೋರಿಸಿದ ಅಭಿಮಾನ ಎಂದರೆ ತಪ್ಪಾಗಲಾರದು.

೩.೮. ವಿರೋಧ ಪಕ್ಷದ ನಾಯಕನಾಗಿ ಅರಸು

ಪ್ರಜಾಪ್ರಭುತ್ವದಲ್ಲಿ ಅಧಿಕಾರ ಜನತೆಯ ಆಯ್ಕೆಯ ಮೂಲಕ ಬರುತ್ತದೆ. ಪರವಿರೋಧದಲ್ಲಿ ಶಕ್ತಿ ಹರಿದು ಬರುತ್ತದೆ. ಆಳುವ ಪಕ್ಷವು ಚುನಾವಣೆಯಲ್ಲಿ ಹೆಚ್ಚು

ಸ್ಥಾನಗಳಲ್ಲಿ ಗೆದ್ದು ಅಧಿಕಾರಕ್ಕೆ ಬಂದರೆ, ಪ್ರತಿ ಪಕ್ಷವು ಬಹುಮತಕ್ಕಿಂತ ಕಡಿಮೆ ಸ್ಥಾನದಲ್ಲಿ ಜಯಗಳಿಸುತ್ತದೆ. ಇಲ್ಲಿ ಆಳುವ ಪಕ್ಷದವರು ದೊಡ್ಡವರು, ವಿರೋಧ ಪಕ್ಷದವರು ಸಣ್ಣವರು ಎಂದಲ್ಲ. ಎಲ್ಲರೂ ಜನತೆಯಿಂದ ಆರಿಸಿ ಬಂದವರು. ಎಲ್ಲರೂ ಜನರ ಹಣವನ್ನು ಪಡೆದು ಅವರ ಸೇವೆ ಮಾಡಲು ಬಂದ ಜನಸೇವಕರೇ ಆಗಿದ್ದಾರೆ.

'ವಿರೋಧಪಕ್ಷವು ಪ್ರಜಾಪ್ರಭುತ್ವದ ಕಾವಲು ನಾಯಿ' ಎಂಬಂತೆ ಪ್ರತಿಪಕ್ಷವು ಆಳುವ ಪಕ್ಷದಷ್ಟೇ ಪ್ರಾಮುಖ್ಯತೆಯನ್ನು ಪಡೆದಿರುತ್ತದೆ. ವ್ಯವಸ್ಥಿತವಾದ ಪ್ರಜಾಪ್ರಭುತ್ವಕ್ಕೆ ಯೋಗ್ಯ, ಬಲಯುತವಾದ ವಿರೋಧ ಪಕ್ಷ ಇರಲೇಬೇಕು. ಒಂದು ವೇಳೆ ಈ ವಿರೋಧ ಪಕ್ಷ ಇರದೇ ಹೋದರೆ, ಅಥವಾ ಪ್ರತಿಪಕ್ಷ ದುರ್ಬಲವಾಗಿದ್ದರೆ, ಅಲ್ಲಿ ಆಳುವ ಪಕ್ಷ ಏಕಪಕ್ಷೀಯವಾಗಿಯೇ ಅಧಿಕಾರ ನಡೆಸುತ್ತದೆ. ತಾನು ಮಾಡಿದ್ದು ಸರಿ, ಅದನ್ನು ಜನ ಒಪ್ಪುತ್ತಾರೆ ಎಂಬ ಭಾವನೆ ಆಳುವ ಪಕ್ಷದ್ದಾಗಿರುತ್ತದೆ. ಆದುದರಿಂದ ಸುಭದ್ರ ಸರಕಾರವನ್ನು ಪ್ರಶ್ನೆ ಮಾಡುವ ಪ್ರತಿಪಕ್ಷ ಶಕ್ತಿಯುತವಾಗಿದ್ದರೆ ಮಾತ್ರ ಪ್ರಜಾಪ್ರಭುತ್ವಕ್ಕೆ ಮಾನ್ಯತೆ. ಆಳುವ ಪಕ್ಷ ನ್ಯಾಯಪಾಲನೆಯಿಂದ ದೂರ ಸರಿದು ಜಾರದಂತೆ, ಅನ್ಯಾಯ, ಹಿಂಸೆಯ ದಾರಿ ತುಳಿಯದಂತೆ ಅದಕ್ಕೆ ಪ್ರತಿಪಕ್ಷದ ಅಂಕುಶ ಇರಬೇಕು. ವಿರೋಧ ಪಕ್ಷ ಕಹಿಸತ್ಯಗಳನ್ನು ಹೇಳಿದರೂ ಪ್ರಜಾಕೋಟಿಯ ಹಿತಚಿಂತನೆಯಿಂದ ಆಳುವ ಪಕ್ಷ ಅವುಗಳನ್ನು ಒಪ್ಪಿ ತಿದ್ದಿಕೊಂಡು ನಡೆಯಬೇಕು. ಇಲ್ಲವಾದರೆ ಪ್ರಜಾಪ್ರಭುತ್ವವನ್ನು ಅಪಮೌಲ್ಯಗೊಳಿಸಿದ ನಿಂದನೆಗೆ ಗುರಿಯಾಗಬೇಕಾಗುತ್ತದೆ. ಇಂಥ ಪ್ರತಿಪಕ್ಷದ ಸ್ಥಾನದಲ್ಲಿ ಕೂತು, ಆಳುವ ಪಕ್ಷದ ಸ್ವಾರ್ಥ, ಪಕ್ಷಪಾತ, ಅಧಿಕಾರ ದುರುಪಯೋಗ, ಅನ್ಯಾಯ, ಹಿಂಸೆಯ ವಿರುದ್ಧ ಗಟ್ಟಿಯಾಗಿ ನಿಂತು ಹೋರಾಡಿದವರು ದೇವರಾಜ ಅರಸು ಅವರು ಅಧಿಕಾರದ ಆಮಿಷಕ್ಕೆ ಶರಣಾದವರಲ್ಲ ಮತ್ತು ಆಳುವ ಪಕ್ಷದ ಯಾವುದೇ ಕಾಯಿದೆಗಳು ಹಿಂದುಳಿದ ವರ್ಗಗಳ, ದಲಿತರ ಹಕ್ಕು ಬಾಧ್ಯತೆಗೆ ಚ್ಯುತಿತರುವುದಾದರೆ ಅಂಥ ಸರಕಾರದೊಂದಿಗೆ ಯಾವುದೇ ಮೈತ್ರಿಗೆ ಮುಂದಾಗುತ್ತಿರಲಿಲ್ಲ. ಸ್ವಾರ್ಥ ಸಾಧನೆಯನ್ನು ನಿರಾಕರಿಸುತ್ತಲೇ ಪ್ರತಿಭಟಿಸುವ ಹಕ್ಕನ್ನು ಕಂಡುಕೊಂಡವರು. ಇಂಥ ಒಬ್ಬ ಜನನಾಯಕ ದೇವರಾಜ ಅರಸು ೧೯೮೦ರಲ್ಲಿ ಅಧಿಕಾರ ಕಳೆದುಕೊಂಡರು. ಆಗ ಗುಂಡೂರಾವ್ ಇಂದಿರಾ ನಾಮಬಲದಿಂದ ರಾಜ್ಯದ ಮುಖ್ಯಮಂತ್ರಿಯಾಗಿ ಅಧಿಕಾರ ವಹಿಸಿಕೊಂಡರು. ಬಹುಮತ ಕಳೆದುಕೊಂಡ ಅರಸು ತಮ್ಮ ೪೦ (ನಲವತ್ತು) ಶಾಸಕರ ಬೆಂಬಲದಿಂದ ವಿರೋಧ ಪಕ್ಷದ ನಾಯಕರಾಗಿ ಸರ್ವಾನುಮತದಿಂದ ಆಯ್ಕೆಯಾದರು.

ಗುಂಡೂರಾಯರಂಥ ಅನನುಭವಿ ರಾಜಕಾರಣಿ ಮುಖ್ಯಮಂತ್ರಿಯಾಗಿದ್ದ ಒಂದು ರಾಜ್ಯದಲ್ಲಿ ದೇವರಾಜ ಅರಸು ಅವರಂಥ ಒಬ್ಬ ಪ್ರಬುದ್ಧ ಹಾಗೂ ಪ್ರತಿಷ್ಠಿತ ರಾಜಕಾರಣಿ ವಿರೋಧ ಪಕ್ಷದ ನಾಯಕನಾಗಿ ಕೂರುವುದು ವಿಪರ್ಯಾಸವೇ ಸರಿ. ಇದು ಅರಸು ರಾಜಕಾರಣದ ಬದುಕಿನ ಒಂದು ದೊಡ್ಡದುರಂತವೇ ಆಗಿದೆ. ಮುಖ್ಯಮಂತ್ರಿಯಾಗಿ ರಾಜ್ಯದಲ್ಲಿ ಹೊಸ ಅಲೆಯನ್ನು ಎಬ್ಬಿಸಿದ್ದ ಅರಸು ಅವರಿಗೆ, ವಿರೋಧ ಪಕ್ಷದ ನಾಯಕನಾಗಿ ಮಾಡಬೇಕಾದ ದೊಡ್ಡ ಕೆಲಸಗಳೇನಿದ್ದವು ಎಂಬುದು ಅವರ ಸಹವರ್ತಿಗಳನ್ನು ಕಾಡುತ್ತಿದ್ದ ಪ್ರಶ್ನೆ. ಅರಸು

ಯಾಕಾದರೂ ಈ ಕೆಲಸಕ್ಕೆ ಕೈ ಹಾಕಿದರು ಎಂದು ಅಂದು ಅವರ ಸ್ನೇಹಿತರಿಗೆ ಅನ್ನಿಸಿರಬಹುದು. ಅಂದು ಅವರು ಪ್ರತಿ ಪಕ್ಷದ ನಾಯಕನಾಗಿ ಮಾಡಬಹುದಾದ ಕೆಲಸಗಳಿಗೆ ಮಿತಿ ಇತ್ತು. ಹೆಚ್ಚೆಂದರೆ ಆಳುವ ಪಕ್ಷದ ಅಕೃತ್ಯಗಳನ್ನು ಬಯಲಿಗೆಳೆಯುವ ಕೆಲಸ ಮಾಡಬಹುದಿತ್ತು. ಆದರೆ ಮಾನಸಿಕವಾಗಿ ಅರಸು ಈ ಕೆಲಸಕ್ಕೆ ಹೇಳಿಮಾಡಿಸಿದಂತವರಾಗಿರಲಿಲ್ಲ. ಏಕೆಂದರೆ, ತನ್ನ ರಾಜಕೀಯ ವಿರೋಧಿಗಳ ಮೇಲೆ ಸಿಡಿ ಮಾತುಗಳ ಕಿಡಿಕಾರುವಂಥ ವ್ಯಕ್ತಿತ್ವ ಅವರದಾಗಿರಲಿಲ್ಲ. ಹೀಗಾಗಿ ವಿರೋಧ ಪಕ್ಷದ ನಾಯಕನ ಸ್ಥಾನದಲ್ಲಿ ಅರಸು ಸಕ್ರಿಯರಾಗಿರಲಿಲ್ಲ. ವಿಧಾನ ಸಭೆಯ ಕಲಾಪದಲ್ಲಿ ಚರ್ಚೆಗೆ ಬರುವ ವಿಷಯಗಳ ಮೇಲೆಲ್ಲಾ ಮಾತನಾಡಲು ಅವರು ಹೋಗುತ್ತಿರಲಿಲ್ಲ. ಮಾಡಲಿಕ್ಕೆ ಕೆಲಸವಿಲ್ಲ, ಮಾತಾಡಲಿಕ್ಕೆ ಬೇರೆ ವಿಷಯವಿಲ್ಲ ಎಂಬ ಸ್ಥಿತಿಯಲ್ಲಿ ಅರಸು ವಿಧಾನಸಭೆಯ ಕಲಾಪಗಳಲ್ಲಿ ಭಾಗವಹಿಸುತ್ತಿದ್ದರಷ್ಟೇ. ಗುಂಡೂರಾಯರ ಅಬ್ಬರದ ಆಡಳಿತವನ್ನು ತರಾಟೆಗೆ ತೆಗೆದುಕೊಳ್ಳುವ ಕೆಲಸವನ್ನು ಅರಸು ತಮ್ಮ ಸ್ನೇಹಿತ ಜೆ.ಎಚ್.ಪಟೇಲರಿಗೆ ವಹಿಸಿದ್ದರು. ಆದರೂ ಅವರಿಗೆ ಅಲ್ಲಿಯೂ ಕಿರಿಕಿರಿ ತಪ್ಪಿರಲಿಲ್ಲ. ವಿರೋಧಿ ಸಾಲಿನಲ್ಲಿದ್ದ ದೇವೇಗೌಡರು ಕೂಡ ಅರಸರನ್ನು ಚುಚ್ಚು ಮಾತಿನಿಂದ ಚುಚ್ಚಿಚುಚ್ಚಿ ಮಾತನಾಡುತ್ತಿದ್ದರು. ಅರಸರಿಗೆ ದೇವೇಗೌಡರ ಮಾತನ್ನು ಕೇಳುವುದು ಕಷ್ಟವೆನಿಸಿದಾಗ ಸಭೆಯ ಲಾಬಿಯಲ್ಲಿ ಬಂದು ಕೂರುತ್ತಿದ್ದರೇ ಹೊರತು ಅವರೊಂದಿಗೆ ವಾದಕ್ಕಿಳಿಯುತ್ತಿರಲಿಲ್ಲ. ಇದು ಅರಸು ಅವರಲ್ಲಿದ್ದ ಸಹನಾ ಗುಣವನ್ನು ಎತ್ತಿತೋರಿಸುತ್ತದೆ. ಈ ಸಹನಾ ಗುಣವೇ ಅವರ ದುರಂತಕ್ಕೆ ಇನ್ನೊಂದು ಕಾರಣವಾಯಿತು. ಮಾನವನ ಜೀವನದಲ್ಲಿ ಕೃತಜ್ಞತೆ ಮತ್ತು ಸಹನೆ ಅಮೂಲ್ಯ ಗುಣಗಳು. ಆದರೆ ಸಂಚು, ವಂಚನೆ, ದ್ರೋಹದ ಆಗರವಾದ ರಾಜಕಾರಣದ ಕ್ಷೇತ್ರಕ್ಕೆ ಅದು ಹೊರತಾದದ್ದು. ಅರಸು ಒಂದು ರೀತಿಯಲ್ಲಿ ನತದೃಷ್ಟ ಜೀವಿ. ಈ ನಾಡಿನಲ್ಲಿ ನಂಬಿಕೆದ್ರೋಹಕ್ಕೆ ಒಳಗಾದ ಒಬ್ಬ ದುರಂತ ವ್ಯಕ್ತಿಯೊಬ್ಬ ಯಾರಾದರೂ ಇದ್ದರೆ ಅದು ಅರಸು ಎಂದು ಯಾರಾದರೂ ಹೇಳಬಹುದು.

೩.೯. ಕಾಂಗ್ರೆಸ್ ಪಕ್ಷದಿಂದ ಅರಸು ಅವರ ಉಚ್ಚಾಟನೆ

೧೯೭೭ರಲ್ಲಿ ನಡೆದ ಲೋಕಸಭಾ ಚುನಾವಣೆಯಲ್ಲಿ ರಾಷ್ಟ್ರೀಯ ಕಾಂಗ್ರೆಸ್ ಉತ್ತರ ಭಾರತದಲ್ಲಿ ಸಂಪೂರ್ಣ ನೆಲಕಚ್ಚಿತ್ತು. ಸ್ವತಃ ಇಂದಿರಾಗಾಂಧಿಯವರು ರಾಯ್‌ಬರೇಲಿ ಲೋಕಸಭಾ ಚುನಾವಣೆಗೆ ಸ್ಪರ್ಧಿಸಿ ಸೋಲು ಅನುಭವಿಸಿದ್ದರು. ವಿರೋಧಿಪಕ್ಷಗಳಾದ ಜನತಾ ಪರಿವಾರದಲ್ಲಿ ಆಗಲೇ ಗುಸುಗುಸು ಮಾತು ಶುರುವಾಗಿತ್ತು. ಇಲ್ಲಿಗೆ ಇಂದಿರಾಗಾಂಧಿಯವರ ರಾಜಕೀಯ ಜೀವನ ಮುಗಿದೇ ಹೋಯಿತು ಎಂದು ಅವರ ವಿರೋಧಿಗಳು ಆಡಿಕೊಳ್ಳುವಷ್ಟರಲ್ಲೇ ದೇವರಾಜ ಅರಸು ಇಂದಿರಾ ಅವರನ್ನು ಕರ್ನಾಟಕಕ್ಕೆ ಕರೆತಂದು ೧೯೭೮ರ ಚಿಕ್ಕಮಗಳೂರು ಉಪಚುನಾವಣೆಯಲ್ಲಿ ಇಂದಿರಾಗಾಂಧಿ ಜಯಗಳಿಸುವಲ್ಲಿ ಮಹತ್ವದ ಪಾತ್ರ ವಹಿಸಿದ್ದರು. ಇದು ರಾಷ್ಟ್ರಮಟ್ಟದಲ್ಲಿ ಅರಸು ಅವರಿಗೆ ದೊಡ್ಡ ಹೆಸರನ್ನೇ ತಂದುಕೊಟ್ಟಿತು. ಅರಸು ಅವರ ಏಳಿಗೆಯನ್ನು ಇಂದಿರಾಗಾಂಧಿಯವರು ಸಹಿಸಿಕೊಳ್ಳಲಿಲ್ಲ. ಮುಂದೆ ಒಂದೆರಡು

ತಿಂಗಳಲ್ಲಿಯೇ ಕರ್ನಾಟಕದಲ್ಲಿ ರಾಜಕೀಯ ಬದಲಾವಣೆಯ ಮಾತುಗಳು ಕಾಂಗ್ರೆಸ್ ಪಾಳೆಯದಲ್ಲಿ ಕೇಳಿಬಂದವು. ಈ ಚುನಾವಣೆಯ ಕಾವು ಏರಿದ್ದ ಸನ್ನಿವೇಶದಲ್ಲಿ ರಾಜ್ಯದ ಭೇಟಿಗೆ ಬಂದಿದ್ದ ಸಂಜಯಗಾಂಧಿಗೆ ಅರಸು ಬೆಲೆ ಕೊಡಲಿಲ್ಲವೆನ್ನುವ ದೂರನ್ನು ಅರಸು ಸಂಪುಟದ ಸಚಿವರಾಗಿದ್ದ ಗುಂಡೂರಾವ್ ತಮ್ಮ ಆಪ್ತ ಪತ್ರಕರ್ತರಲ್ಲಿ ಹೇಳಿದ್ದರು. ಈ ಮಾತು ಗುಟ್ಟಾಗಿಯೂ ಉಳಿಯಲಿಲ್ಲ. ಹಾಗೆ ಅರಸು ಅವರು ಈ ವಿಷಯವನ್ನು ಯಾವತ್ತೂ ಅಪಾಯದ ಮುನ್ಸೂಚನೆ ಎಂದು ತಿಳಿಯಲಿಲ್ಲ. ಕರ್ನಾಟಕದಲ್ಲಿ ತಮ್ಮನ್ನು ಅಲುಗಿಸುವವರು ಯಾರೂ ಇಲ್ಲ ಎನ್ನುವ ಗ್ರಹಿಕೆಯಲ್ಲಿಯೇ ಇದ್ದುಬಿಟ್ಟಿದ್ದರು. ''ರಾಜಕಾರಣದಲ್ಲಿ ಯಾರು ಶಾಶ್ವತವಾಗಿ ಮಿತ್ರರಲ್ಲ ಹಾಗೆ ಶತೃವೂ ಅಲ್ಲ. ಸಂಚು ವಂಚನೆಗಳ ಸುಳಿಯೇ ರಾಜಕಾರಣ. ಅಧಿಕಾರಕ್ಕಾಗಿ ಯಾರು ಯಾರನ್ನೂ ಬಲಿತೆಗೆದುಕೊಳ್ಳುವ ಅಖಾಡವೇ ರಾಜಕೀಯ'' ಎಂದೆಲ್ಲ ರಾಜಕೀಯದ ಬಗ್ಗೆ ವ್ಯಾಖ್ಯಾನ ನೀಡುತ್ತಿದ್ದ ಅರಸು ಅವರೇ ಅಂಥ ರಾಜಕಾರಣದಲ್ಲಿ ಬಲಿಪಶುವಾಗಬೇಕಾಗಿ ಬಂದದ್ದು ಇತಿಹಾಸದ ಒಂದು ವ್ಯಂಗ್ಯವೆಂದೇ ಹೇಳಬೇಕು. ಇಂದಿರಾಗಾಂಧಿಯವರನ್ನು ಅತ್ಯಂತ ಹತ್ತಿರದಿಂದ ಬಲ್ಲವರಾಗಿದ್ದರೂ ಅರಸು ಇಂದಿರಾಗಾಂಧಿಯವರ ವ್ಯಕ್ತಿತ್ವವನ್ನು ಅರ್ಥಮಾಡಿಕೊಳ್ಳುವಲ್ಲಿ ವಿಫಲರಾದದ್ದು ಒಂದು ಸೋಜಿಗದ ಸಂಗತಿಯೇ ಸರಿ. ಯಾವತ್ತೂ ಇಂದಿರಾಗಾಂಧಿಯವರ ಯಶಸ್ಸು ಹಾಗೂ ಪಕ್ಷವನ್ನು ಬಲಿಷ್ಠಗೊಳಿಸಬೇಕು ಎಂಬ ನಿಲುವಿಗೆ ಬದ್ಧರಾಗಿದ್ದ ಅರಸು ಅವರ ಬಗೆಗೆ ಇಂದಿರಾಗಾಂಧಿಯವರು ತಳೆದ ನಿಲುವಾದರೂ ಏನು? ಕಾಂಗ್ರೆಸ್ ಪಕ್ಷವು ಸದಾ ತನ್ನ ಕಪಿಮುಷ್ಠಿಯಲ್ಲೇ ಇರಬೇಕು ಎಂಬ ನೀತಿಯೇ? ಈ ಕಾರಣದಿಂದಲೇ ಪಕ್ಷದೊಳಗೆ ಯಾರು ಪ್ರಬಲವಾಗಿ ಬೆಳೆಯದಂತೆ ನೋಡಿಕೊಳ್ಳುವಲ್ಲಿ ಇಂದಿರಾಗಾಂಧಿ ಎಚ್ಚರ ವಹಿಸಿದ್ದರು ಎಂದು ಹೇಳಿದರೆ ತಪ್ಪಾಗಲಾರದು.

ಅದುವರೆವಿಗೂ ಇಂದಿರಾ ಅವರ ಇಚ್ಛೆಯಂತೆ ನಡೆದುಕೊಂಡಿದ್ದ ಅರಸು ಚಿಕ್ಕಮಗಳೂರು ಉಪಚುನಾವಣೆಯ ನಂತರ ಅವರ ಕಪಿಮುಷ್ಠಿಯಿಂದ ಹೊರಗೆ ಬರಲು ಮಾಡಿದ ಪ್ರಯತ್ನ ಒಂದು ವಿಶ್ವಾಸದ್ರೋಹದಂತೆ ಇಂದಿರಾಗಾಂಧಿಯವರಿಗೆ ಕಂಡಿತು. ಅಲ್ಲದೆ, ಅರಸು ಅವರ ಮೂಲಕವೇ ತಾವು ರಾಜಕೀಯ ಪುನರ್ಜನ್ಮ ಪಡೆದಿರುವುದು ಮತ್ತು ಅರಸು ಹೊರತಾಗಿ ತಮ್ಮ ರಾಜಕಾರಣಕ್ಕೆ ಬಲವಿಲ್ಲ ಎಂಬ ಅಭಿಪ್ರಾಯ ಕಾಂಗ್ರೆಸ್ ವಲಯದಲ್ಲಿ ಕೇಳಿಬರತೊಡಗಿತು. ಇದು ಇಂದಿರಾ ಅವರ ಅಹಂಗೆ ದೊಡ್ಡ ಪೆಟ್ಟಾಯಿತು. ಇರಿಸುಮುರಿಸನ್ನೂ ತಂದಿತು. ಹಿಂದುಳಿದ ವರ್ಗಗಳು ಹಾಗೂ ವಿವಿಧ ಬಣಗಳನ್ನು ಕಾಂಗ್ರೆಸ್ಸಿನ ಅಡಿಯಲ್ಲಿ ಒಗ್ಗೂಡಿಸುವುದರ ಮೂಲಕ ಅರಸು ರಾಜ್ಯದಲ್ಲಿ ತನ್ನ ಪಕ್ಷದ ಮೇಲೆ ಅಧಿಕ ಹಿಡಿತ ಸಾಧಿಸಬಹುದೆಂದು ಇಂದಿರಾಗಾಂಧಿಯವರು ಅನುಮಾನಿಸಿದ್ದು ಅರಸು ಅವರ ಉಚ್ಚಾಟನೆಗೆ ಮತ್ತಷ್ಟು ಪ್ರಚೋದನೆ ನೀಡಿತು.

ಇಂದಿರಾಗಾಂಧಿಯವರ ಪ್ರಭಾವದಿಂದ ಹೊರಬಂದು ರಾಷ್ಟ್ರೀಯ ನಾಯಕರಾಗುವ ಸನ್ನಾಹದಲ್ಲಿದ್ದ ಅರಸು ಅವರಿಗೆ, ತಮ್ಮ ತಾಯಿಯ ಪ್ರಭಾವ ಬಳಸಿಕೊಂಡು ಕಾಂಗ್ರೆಸ್

ಮುಖ್ಯಮಂತ್ರಿಗಳನ್ನು ತನ್ನ ಇಚ್ಛೆಯಂತೆ ನಡೆಸಿಕೊಳ್ಳತೊಡಗಿದ್ದ ಇಂದಿರಾ ಪುತ್ರ ಸಂಜಯಗಾಂಧಿಯವರನ್ನು ವಿರೋಧಿಸುವುದು ಅನಿವಾರ್ಯವಾಯಿತು. ಕಾಂಗ್ರೆಸ್ ಪಕ್ಷದ ಎಲ್ಲಾ ವ್ಯವಹಾರಗಳಲ್ಲೂ ಕೈಯಾಡಿಸತೊಡಗಿದ್ದ ಸಂಜಯಗಾಂಧಿಯವರಿಂದ ಹಿರಿಯ ಕಾಂಗ್ರೆಸ್ ನಾಯಕರಿಗೆಲ್ಲ ಇರಿಸುಮುರಿಸಾಗತೊಡಗಿತು. ತಾವು ಎಲ್ಲಿ ಇಂದಿರಾಗಾಂಧಿಯವರ ಅವಕೃಪೆಗೆ ಗುರಿಯಾಗುತ್ತೇವೆಂಬ ಹೆದರಿಕೆಯಿಂದ ಯಾರೂ ಇಂದಿರಾ ಅವರನ್ನು ಎದುರು ಹಾಕಿಕೊಂಡಿರಲಿಲ್ಲ. ಆದರೆ ೧೯೭೮ರ ಜನವರಿಯಲ್ಲಿ ದೆಹಲಿಯಲ್ಲಿ ನಡೆದ ಅಖಿಲ ಭಾರತ ಇಂದಿರಾ ಕಾಂಗ್ರೆಸ್‌ನ ಅಧಿವೇಶನದಲ್ಲಿ ಅರಸು ಅವರು ಮಾತನಾಡಿ-

> ''ತಮ್ಮ ಪಕ್ಷ ವಂಶಾಡಳಿತಕ್ಕೆ ಜೋತುಬಿದ್ದ ಜೀತದಾಳುಗಳ ಕೂಟವೆಂಬ ಅಪಖ್ಯಾತಿಯನ್ನು ನಿವಾರಿಸಿಕೊಳ್ಳಬೇಕಿದೆ''[೧೩]

ಎಂದು ಹೇಳಿದರು. ಅಂದು ಇಂದಿರಾ ಕಾಂಗ್ರೆಸ್ಸಿನಲ್ಲಿ ಸಂಜಯಗಾಂಧಿ ನಡೆಸಿಕೊಂಡು ಬರುತ್ತಿದ್ದ ದಬ್ಬಾಳಿಕೆಯ ರಾಜಕಾರಣವನ್ನು ಹಾಗೂ ಹಿರಿಯ ಕಾಂಗ್ರೆಸ್ ನಾಯಕರಿಗೆ ಆಗುತ್ತಿರುವ ಅವಮಾನವನ್ನು ಬಹಿರಂಗವಾಗಿ ಅರಸು ಪ್ರತಿಭಟಿಸಿದರು. ಅಂದಿನಿಂದ ಸಹಜವಾಗಿಯೇ ಇಂದಿರಾಗಾಂಧಿ ಅರಸು ಅವರ ಮೇಲೆ ಸಿಡಿಮಿಡಿಗೊಂಡರು.

> ''ಸಂಜಯಗಾಂಧಿಯವರಂತೂ ಅರಸು ಅವರನ್ನು ಮುಗಿಸಿಯೇ ಬಿಡುವೆನೆಂದು ಬಹಿರಂಗವಾಗಿಯೇ ಹೇಳುತ್ತಿದ್ದರು''[೧೪]

ಅಲ್ಲಿಂದಲೇ ಇಂದಿರಾ ಹಾಗೂ ಅರಸು ನಡುವಿನ ಸಂಬಂಧದಲ್ಲಿ ಬಿರುಕು ಕಾಣಲಾರಂಭಿಸಿತು. ಅಲ್ಲಿಯವರೆಗೂ ಇಂದಿರಾಗಾಂಧಿಯ ನಿಷ್ಠೆಯ ಅನುಯಾಯಿಯೆಂದು ಕರೆಯಿಸಿಕೊಂಡಿದ್ದ ಅರಸು ವ್ಯಕ್ತಿಪೂಜೆಯನ್ನು, ವಂಶಪಾರಂಪರ್ಯ ರಾಜಕಾರಣವನ್ನು ಧಿಕ್ಕರಿಸಿ ಇಂದಿರಾಗಾಂಧಿ ಅವರ ವಿರುದ್ಧ ಹೋರಾಡಲು ಪಣತೊಟ್ಟರು.

ಆದರೆ ಅವರ ಜೊತೆಗೂಡಿ ಹೋರಾಡಬೇಕಿದ್ದ, ರಾಜಕೀಯವಾಗಿ ಅವರೆ ಬೆಳೆಸಿದಂತಹ ರಾಜ್ಯಮಟ್ಟದ ನಾಯಕ ಎಸ್.ಬಂಗಾರಪ್ಪ, ಆರ್.ಗುಂಡೂರಾವ್, ಎಂ.ವೀರಪ್ಪ ಮೊಯಿಲಿ, ಎಫ್.ಎಂ.ಖಾನ್, ಶ್ರೀಕಂಠಯ್ಯ, ಹಾರ್ನಳ್ಳಿ ರಾಮಸ್ವಾಮಿ, ಕೆ.ಎಚ್.ಶ್ರೀನಿವಾಸ್ ಅವರು, ಅರಸು ಅವರನ್ನು ಬೆಂಬಲಿಸದೆ ಹೋದದ್ದು ಅರಸು ರಾಜಕೀಯ ಜೀವನದ ಒಂದು ದೊಡ್ಡ ದುರಂತವೇ ಸರಿ. ಅರಸು ಅವರಿಗೆ ಋಣಿಯಾಗಬೇಕಿದ್ದ ಈ ನಾಯಕರು ತಮ್ಮ ನಿಷ್ಠೆಯನ್ನು ಬದಲಿಸಿ 'ಸಂಜಯ್‌ಗಾಂಧಿ ಬ್ರಿಗೇಡ್'ನ್ನು ಸೇರಿಕೊಂಡು ತಮ್ಮ ರಾಜಕೀಯ ಗುರುವಿನ ವಿರುದ್ಧವೇ ಮಸಲತ್ತು ಮಾಡತೊಡಗಿದರು. ಅರಸು ಅವರು ಅತಿಯಾಗಿ ನಂಬಿಕೊಂಡಿದ್ದ ನಾಯಕರೇ ಹೀಗೆ ನಡೆದುಕೊಂಡದ್ದು ಅವರ ಮನಸ್ಸಿಗೆ ಆಘಾತವನ್ನುಂಟು ಮಾಡಿತು. ಇಷ್ಟಾದರೂ ತಾಯಿ ಮತ್ತು ಮಗ ಸೇರಿಕೊಂಡು ತನಗೆ ಒಡ್ಡುವ ರಾಜಕೀಯ ಸವಾಲುಗಳನ್ನೆಲ್ಲ ಸಮರ್ಥವಾಗಿ ಎದುರಿಸಬಲ್ಲೆನೆಂಬ ಆತ್ಮವಿಶ್ವಾಸ ಅರಸು ಅವರಿಗಿತ್ತು. ಹೀಗೆ ಸಾಗಿದ ರಾಜಕೀಯ ಸಮರ ೧೯೭೮ ಜೂನ್ ತಿಂಗಳ ಹೊತ್ತಿಗೆ ಸ್ಫೋಟಕ ಸ್ಥಿತಿ ತಲುಪಿತು. ಇದೆ ಸಂದರ್ಭದಲ್ಲಿ ಅರಸು ಅವರು ಅನಾರೋಗ್ಯಕ್ಕೆ ತುತ್ತಾದರು. ಸರ್ಪಸುತ್ತುರೋಗ ಅವರನ್ನು

ಹಣ್ಣಾಗಿಸಿತು. ನಿತ್ರಾಣರಾಗಿದ್ದ ಅರಸು ಅವರ ಮೇಲೆ ಇಂದಿರಾಗಾಂಧಿಯವರು ಪಕ್ಷದ ಶಿಸ್ತಿನ ಉಲ್ಲಂಘನೆಯ ಆರೋಪ ಹೊರಿಸಿ ನೋಟೀಸು ನೀಡಿದರು. ಅದಕ್ಕೆ ಅರಸು ಅವರು ಕೊಟ್ಟ ಉತ್ತರ ಅವರ ಆತ್ಮಗೌರವದ ಪ್ರತೀಕದಂತಿತ್ತು-

> "ಶಿಸ್ತು ಉಲ್ಲಂಘಿಸಿ ಅಪರಾಧಿ ಸ್ಥಾನದಲ್ಲಿ ನಿಂತಿರುವವರು ಸರ್ವಾಧಿಕಾರಣಿಯಾದ ತಾವೇ ಹೊರತು ನಾನಲ್ಲ. ತಾವು ತಮ್ಮ ಧೋರಣೆಯಿಂದ ಈ ವಿಶಾಲವಾದ ದೇಶವನ್ನು ಒಟ್ಟಾಗಿ ಹಿಡಿದಿಡಲು ಸಾಧ್ಯವಿಲ್ಲ. ಒಳ್ಳೆಯವರು, ದಕ್ಷರು, ಸಮರ್ಥರಾದ ವ್ಯಕ್ತಿಗಳನ್ನು ನೀವು ಬೆದರಿಸಿ ಓಡಿಸುತ್ತೀರಿ. ನಿಮ್ಮ ಮಗ, ಅಸಮರ್ಥರು ಹಾಗೂ ಹೊಗಳುಭಟ್ಟರನ್ನು ಸೇರಿಸಿಕೊಂಡು ಈ ದೇಶವನ್ನು ಆಳುವುದು ಸಾಧ್ಯವಿಲ್ಲ. ಶಿಸ್ತನ್ನು ಮುರಿದವರು ಯಾರು? ಕರ್ನಾಟಕದಲ್ಲಿರುವ ನಾನೇ ಅಥವಾ ಕಾರ್ಯಕಾರಿಣಿ ಸಮಿತಿಯಲ್ಲಿರುವ ನೀವೇ? ಶಿಸ್ತು ಶಿಸ್ತನ್ನು ಹುಟ್ಟುಹಾಕುತ್ತದೆ ಎಂಬುದನ್ನು ಮರೆಯಬಾರದು. ಶಿಸ್ತು ಎರಡು ಅಲುಗಿನ ಕತ್ತಿಯಿದ್ದಂತೆ. ಎರಡೂ ಕಡೆಯಿಂದಲೂ ಕತ್ತರಿಸುತ್ತದೆ"[೧೫]

ಎಂದು ಕಡ್ಡಿ ಮುರಿದಂತೆ ಹೇಳಿದ್ದರು. ಇದು ಅರಸು ಅವರ ದಿಟ್ಟ ಹಾಗೂ ನೇರ ಪ್ರವೃತಿಯನ್ನು ಎತ್ತಿ ತೋರಿಸುತ್ತದೆ. ಇದನ್ನು ಅವರು ತಮ್ಮ ಜೀವಿತದ ಬದುಕಿನುದ್ದಕ್ಕೂ ಉಳಿಸಿಕೊಂಡು ಬಂದಿದ್ದರು. ಬಹುಶಃ ದೇಶ ಹಾಗೂ ರಾಜ್ಯದ ರಾಜಕಾರಣದಲ್ಲಿ ನಿಷ್ಠೆ, ಪ್ರಾಮಾಣಿಕವಾಗಿ ದುಡಿದು ಪಕ್ಷ ಸಂಘಟನೆ ಮತ್ತು ಜನಸೇವೆ ಮಾಡಿದವರಿಗೆ ನಾವು ಕೊಡುವ ಶಿಕ್ಷೆ ಪಕ್ಷದಿಂದ ಉಚ್ಛಾಟನೆ ಮತ್ತು ಅಧಿಕಾರದಿಂದ ತೆಗೆದುಹಾಕುವುದು. ಕಾಂಗ್ರೆಸ್ ನಾಯಕಿ ಇಂದಿರಾ ಗಾಂಧಿ ಅರಸು ಅವರನ್ನು ಈ ರೀತಿ ನಡೆಸಿಕೊಂಡಿರುವುದು ವಿಷಾಧನೀಯ ಸಂಗತಿ. ಅರಸು ಅವರ ಉತ್ತರದಿಂದ ಕನಲಿದ ಇಂದಿರಾಗಾಂಧಿ ಅರಸು ಅವರಿಗೆ ಪಾಠ ಕಲಿಸುವ ಅಂಗವಾಗಿ ಜೂನ್ ೨೪, ೧೯೭೯ರಂದು ದೇವರಾಜ ಅರಸು ಅವರನ್ನು ಕಾಂಗ್ರೆಸ್(ಐ) ಪಕ್ಷದಿಂದ ಉಚ್ಛಾಟಿಸಿದರು.

ಇಲ್ಲಿ ಅರಸು ಅವರ ಕಷ್ಟಸಹಿಷ್ಣು ಗುಣವನ್ನು ನೆನಸಬಹುದು. ಸಾಹಿತಿ ಚದುರಂಗರು ಈ ಕುರಿತು-

> "ಅರಸು ಅವರ ಕಷ್ಟಸಹಿಷ್ಣುತೆ ಅವರ ತಾಯಿಯಿಂದ ಬಂದದ್ದು. ಸಮಚಿತ್ತಲೆ, ಜೈನ ಧರ್ಮದಿಂದಲೊ, ಅನುವಂಶಿಕ ಮೂಲ ದಿಂದಲೋ ಬಂದಂಥದ್ದು".[೧೬]

ಎಂದು ಹೇಳುತ್ತಾರೆ. ಅರಸು ಅವರಲ್ಲಿ ಈ ಕಷ್ಟಸಹಿಷ್ಣುತೆ ಮತ್ತು ಸಮಚಿತ್ತ ಗುಣಗಳ ಜೊತೆಗೇ ಸಿಡಿಯುವ, ಸ್ಫೋಟಿಸುವ ಗುಣವಿತ್ತು. ಈ ಗುಣ ಅನ್ಯಾಯವನ್ನು ಕಂಡಾಗ ಬುಗಿಲೇಳುತ್ತಿತ್ತು. ಅಂತೆಯೇ ತಮ್ಮ ಸ್ವಾಭಿಮಾನಕ್ಕೆ ಪೆಟ್ಟು ಬಿದ್ದಾಗಲೂ, ಅರಸು ಇಂದಿರಾ ಕಾಂಗ್ರೆಸ್‌ನ ಜೊತೆ ನಡೆದುಕೊಂಡದ್ದು ತಮ್ಮ ಸ್ವಾಭಿಮಾನಿ ಗುಣವನ್ನು ಪ್ರಕಟಪಡಿಸುವ ಸಲುವಾಗಿಯೇ. ಅವರಿಗೆ ತಮ್ಮಿಂದ ನೆರವು ಪಡೆದ ಇಂದಿರಾಗಾಂಧಿಯವರ ಕೃತಘ್ನ ವರ್ತನೆ

ಅಸಹನೀಯವಾಗಿ ಕಾಣತೊಡಗಿತು. ಅವರ ಸರ್ವಾಧಿಕಾರಿ ಧೋರಣೆ ಪ್ರಜಾಪ್ರಭುತ್ವಕ್ಕೆ ಕಂಟಕವಾಗುವ ವಿಪರ್ಯಾಸವೂ ಗೋಚರಿಸಿತು. ಎಲ್ಲಕ್ಕಿಂತ ಮಿಗಿಲಾಗಿ ವಂಶಪಾರಂಪರ್ಯ ರಾಜಕಾರಣ ಈ ದೇಶದಲ್ಲಿ ಅವಾಂತರಗಳನ್ನು ಸೃಷ್ಟಿಸಬಲ್ಲುದು ಎಂಬ ತಿಳುವಳಿಕೆ ಅವರದಾಗಿತ್ತು.

ಈ ಹಿನ್ನೆಲೆಯಲ್ಲಿ ಅರಸು ಇಂದಿರಾ ಕಾಂಗ್ರೆಸ್ ವಿರುದ್ಧ ಸಡ್ಡು ಹೊಡೆದದ್ದು ಸಹಜವೇ ಆಗಿತ್ತು ಆದರೆ ಜನತೆ, ಇಂದಿರಾಗಾಂಧಿಯವರಲ್ಲಿ ಅರಸು ಇಟ್ಟಿದ್ದ ನಿಷ್ಠೆ ಮತ್ತು ಅವರ ಇಂದಿರಾ ವಿರೋಧಿ ಚಟುವಟಿಕೆಗಳನ್ನು ಶಂಕೆಯಿಂದ ನೋಡಿತು. ಇವೆರಡರಲ್ಲಿಯೂ ಅರಸು ಅವರ ಅಧಿಕಾರ ಹಿತವನ್ನೇ ಜನತೆ ಗುರುತಿಸಿತು. ಒಂದು ರೀತಿಯಲ್ಲಿ ಅರಸು ತಮ್ಮ ತೀವ್ರಗತಿಯ ಹಾಗೂ ಏರಿಳಿತಗಳ ರಾಜಕಾರಣಗಳ ಮೂಲಕ ಜನರಲ್ಲಿ ತಮ್ಮ ಬಗ್ಗೆ ಪೂರ್ಣ ವಿಶ್ವಾಸವನ್ನು ಮೂಡಿಸಲು ಸೋತರು ಎಂದೇ ಹೇಳಬೇಕಾಗುತ್ತದೆ. ಏಕೆಂದರೆ, ೧೯೮೦ರ ಲೋಕಸಭಾ ಚುನಾವಣೆಗಳಲ್ಲಿ ಅರಸು ಸ್ಥಾಪಿಸಿದ್ದ 'ಕ್ರಾಂತಿರಂಗ' ಪಕ್ಷಕ್ಕೆ ಒಂದು ಸ್ಥಾನವನ್ನೂ ಗೆಲ್ಲಲಾಗಲಿಲ್ಲ.

ಒಂದು ಬಗೆಯಲ್ಲಿ, ಅಪ್ರತಿಮ ರಾಜಕಾರಣಿ ಅರಸು, ತಮ್ಮ ಭ್ರಮೆಗಳಲ್ಲಿ ಮುಳುಗಿ ಹೋಗಿ ವಾಸ್ತವವನ್ನು ಮನಗಾಣುವಲ್ಲಿ ವಿಫಲರಾದರು. ಇನ್ನೊಂದು ರೀತಿಯಲ್ಲಿ ಅರಸು ಚುನಾವಣೆಗಳನ್ನು ಗೆಲ್ಲುವ ಸಾಮರ್ಥ್ಯವನ್ನು ನಿಧಾನಕ್ಕೆ ಕಳೆದುಕೊಳ್ಳುತ್ತಾ ಹೋದರು. ತಮ್ಮ ಜನಪ್ರಿಯತೆ ಕರಗಿದ್ದು ಅವರ ಗಮನಕ್ಕೆ ಬಂದಂತೆ ಕಾಣಲಿಲ್ಲ. ಈ ದೃಷ್ಟಿಯಲ್ಲಿ ಅರಸು ಅವರ ಕಡೆಗಾಲದ ಒಡನಾಡಿ ಜೆ.ಎಚ್.ಪಟೇಲರು ಅರಸರ ಬಗ್ಗೆ ಹೇಳುವ ಅಭಿಪ್ರಾಯ ಮಾರ್ಮಿಕವಾಗಿದೆ: ''ಸೈದ್ಧಾಂತಿಕವಾಗಿ ಅರಸರ ತಿಳುವಳಿಕೆಯ ಆಳ ಅಷ್ಟೇನೂ ಹೆಚ್ಚಾಗಿರಲಿಲ್ಲ''.[೯] ಸೈದ್ಧಾಂತಿಕ ತಿಳುವಳಿಕೆಯ ಆಳವಿಲ್ಲದೆ, ಕೇವಲ ಬದಲಾವಣೆಗಳ ಮೂಲಕ ಚುನಾವಣೆಯಲ್ಲಿ ಉಳಿಯುವ ಅಧಿಕಾರಕೇಂದ್ರಿತ ರಾಜಕಾರಣವನ್ನಷ್ಟೇ ಅರಸು ನೆಚ್ಚಿಕೊಂಡಿದ್ದರಿಂದಲೆ ಕಾಂಗ್ರೆಸ್ ಪಕ್ಷದಿಂದ ಅರಸು ಉಚ್ಚಾಟಿತರಾದದ್ದು ಮತ್ತು ಪರ್ಯಾಯ ಕಾಂಗ್ರೆಸ್ಸನ್ನು ಕಟ್ಟಲುಯತ್ನಿಸಿದ್ದು ಇಂಡಿಯಾದ ರಾಜಕಾರಣವು ಎಷ್ಟೊಂದು ಹಠಾತ್ ಬದಲಾವಣೆಗೆ ಒಳಗಾಗುತ್ತದೆ ಎಂಬುದನ್ನು ಸೂಚಿಸುವಂತಿದೆ. ಆ ಮೂಲಕ ರಾಜಕಾರಣಿಗಳ ನೈತಿಕತೆ ಮತ್ತು ಬದ್ಧತೆಗಳ ಪ್ರಶ್ನೆಯನ್ನೂ ಎತ್ತುತ್ತದೆ.

೩.೧೦. 'ಕರ್ನಾಟಕ ಕಾಂಗ್ರೆಸ್' ಪಕ್ಷ

ಜೂನ್ ೨೪, ೧೯೭೯ರಂದು ಇಂದಿರಾಗಾಂಧಿ ಕಾರ್ಯಕಾರಿ ಸಮಿತಿಯು ದೇವರಾಜ ಅರಸು ಅವರನ್ನು ಪಕ್ಷದಿಂದ ಆರು ವರುಷಗಳ ಕಾಲ ಉಚ್ಚಾಟಿಸಿತು. ಅದೇ ದಿನ ಪ್ರದೇಶ ಕಾಂಗ್ರೆಸ್ ಸಮಿತಿಯ ಸಾಮಾನ್ಯ ಸಭೆ ನಡೆಯಿತು. ೨೫ರಂದು ಇಂದಿರಾ ನಿಷ್ಠರು ಹಾಗೂ ಅರಸು ಬೆಂಬಲಿಗರ ನಡುವೆ ಬಲಾಬಲದ ಪರೀಕ್ಷೆ ನಡೆಯಿತು. ಅಂದು ನಡೆದ ಬಲಪ್ರದರ್ಶನದಲ್ಲಿ ಅರಸು ಸಂಘಟನಾ ಶಕ್ತಿ ಪ್ರದರ್ಶಿತವಾಯಿತು. ಅಂದು ೨೪೦ ಪಿ.ಸಿ.ಸಿ.ಐ. ಸದಸ್ಯರ ಪೈಕಿ ೨೦೮ ಜನ ಸದಸ್ಯರು ಹಾಜರಿದ್ದರು. ೧೫೪ ವಿಧಾನಸಭಾ ಸದಸ್ಯರ ಪೈಕಿ ೧೩೧

ಜನ ಶಾಸಕರು, ೮ ಜನ ಸದಸ್ಯರು ತಂತಿಯ ಮೂಲಕ ಬೆಂಬಲ ಸೂಚಿಸಿದರು. ೧೮ ಜನ ಲೋಕಸಭಾ ಸದಸ್ಯರು ಹಾಗೂ ೨೪ ಜನ ವಿಧಾನ ಪರಿಷತ್ ಸದಸ್ಯರು ಅರಸು ಅವರಿಗೆ ಬೆಂಬಲ ವ್ಯಕ್ತಪಡಿಸಲು ಹಾಜರಿದ್ದರು. ಆಗ ಅರಸು ತಮ್ಮದು 'ಕರ್ನಾಟಕ ಕಾಂಗ್ರೆಸ್ ಪಕ್ಷ' ಎಂದು ಘೋಷಣೆ ಮಾಡಿದರು. ಈ ರೀತಿಯಾಗಿ ಕರ್ನಾಟಕ ಕಾಂಗ್ರೆಸ್‌ಪಕ್ಷ ರಾಜ್ಯದಲ್ಲಿ ಇಂದಿರಾಗಾಂಧಿಯವರ ವಿರುದ್ಧ ಪರ್ಯಾಯ ಪಕ್ಷವಾಗಿ ಉದಯಿಸಿತು. ಬಹುಶಃ ಇಲ್ಲಿಂದಲೇ ರಾಜ್ಯರಾಜಕಾರಣದಲ್ಲಿ ರಾಜಕೀಯ ಧ್ರುವೀಕರಣ ಆರಂಭವಾಯಿತು. ಎಲ್ಲಾ ಪಕ್ಷದಲ್ಲಿರುವ ಪ್ರಗತಿಪರರು, ಬಡವರ ಪಕ್ಷಪಾತಿಗಳು, ಅನ್ಯಾಯವನ್ನು ಪ್ರತಿಭಟಿಸುವವರು ಒಂದುಗೂಡುವ ಕಾಲ ಬಂದಿದೆ ಎಂದು ಅರಸು ಪತ್ರಿಕಾಗೋಷ್ಠಿಯಲ್ಲಿ ತಿಳಿಸಿದರು. ಜುಲೈ ೪, ೧೯೭೯ರಂದು ಬೆಂಗಳೂರಿನಲ್ಲಿ ಕಾಂಗ್ರೆಸ್ಸಿಗರ ಸಮ್ಮೇಳನ ಸಂಘಟಿತವಾಯಿತು. ಕಾಂಗ್ರೆಸ್ (ಎಸ್)ಗೆ ಸೇರಿದ ಎಸ್.ಆರ್.ಬೊಮ್ಮಾಯಿ, ರಾಮಕೃಷ್ಣ ಹೆಗಡೆ ಬಹುಸಂಖ್ಯೆಯ ಪ್ರತಿನಿಧಿಗಳು ಹಾಜರಿದ್ದರು. ಮಹಾರಾಷ್ಟ್ರ, ಆಂಧ್ರ, ಬಿಹಾರ, ಕಾಶ್ಮೀರ, ಉತ್ತರಪ್ರದೇಶ, ಪಶ್ಚಿಮ ಬಂಗಾಳ, ಪಂಜಾಬ್ ಮತ್ತು ದೆಹಲಿಯ ಕಾಂಗ್ರೆಸ್(ಐ)ನ ಭಿನ್ನಮತೀಯರೂ ಈ ಸಮ್ಮೇಳನದಲ್ಲಿ ಹಾಜರಿದ್ದರು ಎಂಬುದು ಈ ಸಮ್ಮೇಳನದ ಇನ್ನೊಂದು ವಿಶೇಷ.

ದೇವರಾಜ ಅರಸು ಜನತಾಪಕ್ಷಕ್ಕೆ ಪರ್ಯಾಯವಾಗಿ ೧೯೬೯ರ ವಿಭಜನಾ ಪೂರ್ವ ಕಾಂಗ್ರೆಸ್ ಪಕ್ಷವನ್ನು ಸಂಘಟಿಸಲು ಉದ್ದೇಶಿಸಿದ್ದರು. ಆದರೆ ಅದು ಪ್ರಯೋಜನವಾಗಲಿಲ್ಲವೆಂದು ೧೯೭೮ರ ವಿಭಜನಾ ಪೂರ್ವ ಕಾಂಗ್ರೆಸ್ ಸಮ್ಮೇಳನ ನಡೆಸುವಷ್ಟಕ್ಕೆ ಸೀಮಿತವಾದರೂ ಇದು ಕೇವಲ ರಾಷ್ಟ್ರೀಯ ನಾಯಕಿ ಇಂದಿರಾಗಾಂಧಿಯವರ ವಿರೋಧಿಗಳು ಸೇರಿ ಸಮ್ಮೇಳನ ನಡೆಸಿದ್ದಾರೆ. ಇವರಿಗೆ ಯಾವುದೇ ತತ್ತ್ವ ಸಿದ್ಧಾಂತಗಳು ಇಲ್ಲವೆಂದು ಕಾಂಗ್ರೆಸ್(ಐ)ನ ಅಡ್‌ಹಾಕ್ ಸಮಿತಿಯ ಅಧ್ಯಕ್ಷ ಬಂಗಾರಪ್ಪ ಟೀಕಿಸಿದ್ದರು.

ಅ. ರಾಷ್ಟ್ರೀಯ ಕಾಂಗ್ರೆಸ್ ಅಧ್ಯಕ್ಷರಾಗಿ ಅರಸು: ಅಖಿಲ ಭಾರತ ಕಾಂಗ್ರೆಸ್ (ಯು)

೧೯೭೯ ಸೆಪ್ಟೆಂಬರ್ ೧೨, ೧೩ರಂದು ಬೆಂಗಳೂರಿನ ಲಾಲ್‌ಬಾಗ್ ಗಾಜಿನ ಮನೆಯಲ್ಲಿ ವಿಭಜಿತ ರಾಷ್ಟ್ರೀಯ (ಎಸ್) ಕಾಂಗ್ರೆಸ್‌ನ ಅಧಿವೇಶನ ನಡೆಯಿತು. ಅಂದು ಮಾಜಿ ಕೇಂದ್ರ ಸಚಿವ ಸರ್ದಾರ್ ಸ್ವರ್ಣಸಿಂಗ್ ಅವರು ತಮ್ಮ ಅಧ್ಯಕ್ಷ ಸ್ಥಾನವನ್ನು ದೇವರಾಜ ಅರಸು ಅವರಿಗೆ ವಹಿಸಿಕೊಟ್ಟಿದ್ದರು. ಅಂದು ಅಖಿಲ ಭಾರತ ಕಾಂಗ್ರೆಸ್ ಅಧ್ಯಕ್ಷರಾಗಿ ಅಧಿಕಾರವನ್ನು ವಹಿಸಿಕೊಂಡ ನಂತರ ಅದು 'ಅರಸು ಕಾಂಗ್ರೆಸ್' ಎಂದು ಕರೆಯಿಸಿಕೊಂಡಿತು. ಅಂದು ಕರ್ನಾಟಕ ಕಾಂಗ್ರೆಸ್ ಅಧ್ಯಕ್ಷರಾಗಿ ಗುಲ್ಬರ್ಗಾ ಲೋಕಸಭಾ ಸದಸ್ಯ ಸಿದ್ದರಾಮರೆಡ್ಡಿಯವರನ್ನು ಆಯ್ಕೆಮಾಡಲಾಯಿತು. ಮುಂದೆ ಅರಸು ಅವರು ರಾಷ್ಟ್ರೀಯ ಕಾಂಗ್ರೆಸ್ಸನ್ನು ಚೌಧರಿ, ಚರಣ್‌ಸಿಂಗರ ಲೋಕದಳ ಪಕ್ಷದೊಂದಿಗೆ ಮೈತ್ರಿ ಏರ್ಪಡಿಸಿಕೊಂಡು ಲೋಕಸಭಾ ಚುನಾವಣೆಗಳನ್ನು ಎದುರಿಸಬೇಕೆಂದು ಈ ಸಮ್ಮೇಳನದಲ್ಲಿ ತೀರ್ಮಾನಿಸಲಾಯಿತು. ಅರಸು ಈ ಸಂದರ್ಭದಲ್ಲಿ ಮಾತನಾಡುತ್ತಾ-

''ಕಾಂಗ್ರೆಸ್ ಪಕ್ಷ ಶ್ರೀಮಂತರು ಹಾಗೂ ಬಡವರನ್ನು ಸಮಾನವಾಗಿ ಓಲೈಸುವ ಸಿದ್ಧಾಂತವನ್ನು ಟೀಕಿಸುತ್ತಾ ಇದು 'ಕುರಿ ಮತ್ತು ತೋಳ' ಎರಡರ ಮೇಲೆಯೂ ಸಮಾನವಾಗಿ ಕೈಯಿಡುವ ಆಟ ಎಂದು ವಿವರಿಸಿದರು. ತಮ್ಮ ಪಕ್ಷ ಬಡಜನರು ಹಾಗೂ ದಲಿತರ ಪರವಾಗಿ ನಿಲ್ಲಬೇಕಾದ ಅಗತ್ಯವನ್ನು ಒತ್ತಿ ಹೇಳಿದರು. ಜಾತಿ-ಮತಗಳನ್ನು ಮೀರಿ ವರ್ಗ ಸಮರವನ್ನು ಸಾರುವ ಮೂಲಕ ಒಂದು ರಾಷ್ಟ್ರೀಯ ಪರ್ಯಾಯ ಪಕ್ಷಕಟ್ಟುವ ನಿಟ್ಟಿನಲ್ಲಿ ಕಾರ್ಯೋನ್ಮುಖರಾಗುವ ಅಭಿಲಾಷೆಯನ್ನು ವ್ಯಕ್ತಪಡಿಸಿದರು''[೧೮]

ಅಂದು ಅವರು ಮಾಡಿದ ಭಾಷಣ ಅವರ ಚಿಂತನಾಕ್ರಮವನ್ನು ಪ್ರತಿಬಿಂಬಿಸುವಂತಿತ್ತು. ಇಂಥ ಒಂದು ಕ್ರಾಂತಿಕಾರಕ ರಾಜಕೀಯ ಸಿದ್ಧಾಂತವನ್ನು ಆಚರಣೆಗೆ ತರಲು ಬೇಕಾದ ಸಮಯವಾಗಲಿ, ಅದೃಷ್ಟವಾಗಲಿ ಅವರಿಗಿರಲಿಲ್ಲ.

ಅಕ್ಟೋಬರ್ ೧೯೭೯ರಲ್ಲಿ ರಾಜ್ಯಶಾಸನಸಭೆಯ ಅಧಿವೇಶನದಲ್ಲಿ ಇತ್ತೀಚಿನವರೆಗೂ ತಮ್ಮ ನಿಷ್ಠಾವಂತ ಬೆಂಬಲಿಗರಾಗಿದ್ದವರಿಂದಲೆ ಅರಸು ಸರಕಾರದ ವಿರುದ್ಧ ಅವಿಶ್ವಾಸ ನಿರ್ಣಯ ಮಂಡನೆಯಾಯಿತು. ಆ ಸಮಯದಲ್ಲಿ ಅರಸು ನಂಬಿಕೊಂಡಿದ್ದ ಶಾಸಕರಾದ ಬಂಗಾರಪ್ಪ, ಗುಂಡೂರಾವ್, ಕೆ.ಎಚ್.ಪಾಟೀಲ್ ಇಂದಿರಾ ಪಕ್ಷ (ಬಣ) ಸೇರಿಕೊಂಡರು. ತಮ್ಮ ಭದ್ರತೆಗಾಗಿ ಅರಸು ಜನತಾ ಪಕ್ಷದಿಂದ ಕೆಲವರನ್ನು ಸೆಳೆದರು. ಪಕ್ಷಾಂತರ, ಭ್ರಷ್ಟಾಚಾರ, ನಂಬಿಕೆದ್ರೋಹ ಮುಂತಾದ ಕೆಟ್ಟರಾಜಕೀಯ ಪ್ರಕ್ರಿಯೆಗಳೆಲ್ಲ ಅನಾವರಣಗೊಳ್ಳತೊಡಗಿದವು. ಕೇವಲ ಕ್ರಾಂತಿಕಾರಕ ವಿಚಾರಗಳ ಕುರಿತು ಮಾತನಾಡುತ್ತಿದ್ದ ಅರಸು ಅವರು ಈಗ ತಾವಾಗಿಯೇ ಸಿಕ್ಕಿಬಿದ್ದರು ಎಂಬುದು ಒಂದು ಸೋಜಿಗದ ಸಂಗತಿ.

೩.೧೧. 'ಕ್ರಾಂತಿರಂಗ ಪಕ್ಷ' ಸ್ಥಾಪನೆ

೧೯೭೯ರಲ್ಲಿ ಕೇಂದ್ರದಲ್ಲಿದ್ದ ಜನತಾ ಸರಕಾರದ ಪತನದಿಂದಾಗಿ, ೧೯೮೦ರ ಜನವರಿ ತಿಂಗಳಲ್ಲಿ ಲೋಕಸಭೆಗೆ ಚುನಾವಣೆಗಳು ನಡೆದವು. ಆಗ ದೇವರಾಜ ಅರಸು 'ಕಾಂಗ್ರೆಸ್' (ಯು) ಇಂದಿರಾ ಕಾಂಗ್ರೆಸ್‌ಗೆ ಪ್ರತಿಸ್ಪರ್ಧಿಯಾಗಿತ್ತು. ಜನರ ಒಲವೂ ಕೂಡ ಇಂದಿರಾ ಕಾಂಗ್ರೆಸ್ ಕಡೆಗೆ ಬಲವಾಗಿತ್ತು. ಈ ಸಂದರ್ಭದಲ್ಲಿ ಅರಸು ಚುನಾವಣಾ ಪ್ರಚಾರ ಕಾರ್ಯ ಆರಂಭಿಸಿದ್ದರು. ಅದರಂತೆ ೩.೧೨.೧೯೭೯ರಂದು ಸಂಡೂರಿನಲ್ಲಿ ಏರ್ಪಡಿಸಿದ್ದ ಚುನಾವಣಾ ರ‍್ಯಾಲಿಯಲ್ಲಿ ಅರಸು-

"ಇಂದಿರಾಗಾಂಧಿ ನನ್ನನ್ನು ದೂರ ಮಾಡಲು ಅನೇಕ ಕಾರಣಗಳಿವೆ. ದಕ್ಷಿಣ ಭಾರತದಲ್ಲಿನ ನಾಯಕನೊಬ್ಬ ರಾಷ್ಟ್ರಮಟ್ಟದ ನಾಯಕನಾಗಬಾರದೆಂಬ ಕುತಂತ್ರ, ಸಂಜಯ್‌ಗಾಂಧಿಯ ಮರ್ಜಿಯನ್ನು ನಾನು ಹಿಡಿಯದೆ ಇದ್ದದ್ದು ಇತ್ಯಾದಿ ಎಂದು ಅರಸು ವಿವರಿಸಿದರು. ಫೋಟೋ ನೋಡಿ ವೋಟು ಹಾಕುವುದರಿಂದ ಬಡತನ ನೀಗುವುದಿಲ್ಲ. ನಮ್ಮ ಸಾಧನೆ ನೋಡಿ ವೋಟು ಹಾಕಿರಿ"[೧೯]

ಎಂದು ಅರಸು ಅಂದು ಹೇಳಿದ್ದರು. ಅಂದಿನ ದಿನವೇ ಕೊಪ್ಪಳದಲ್ಲಿ ನಡೆದ ಚುನಾವಣಾ ರ್‍ಯಾಲಿಯಲ್ಲಿ ಮಾತನಾಡುತ್ತಾ "ರಾಜ್ಯದಲ್ಲಿ ಇಂದಿರಾಕಾಂಗ್ರೆಸ್‌ನ್ನು ಸೋಲಿಸಿದರೆ ದೆಹಲಿಯಲ್ಲಿ ಕರ್ನಾಟಕದ ಬಾವುಟ ಹಾರಿಸುತ್ತೇನೆ" ಎಂದು ಮಾರ್ಮಿಕವಾಗಿ ಮಾತನಾಡಿದ್ದುದು ಅರಸು ಅವರ ಧೀಮಂತಿಕೆಯನ್ನು ತೋರಿಸುತ್ತದೆ. ದಿ.೧೪.೧೨.೧೯೭೯ರಂದು ಬೆಂಗಳೂರಿನಲ್ಲಿ ಅವರು-

> "ಗೆದ್ದರೆ ಅಧಿಕಾರ ಸೋತರೆ ಕಲ್ಲಹಳ್ಳಿ" ಎಂದು ಪತ್ರಿಕಾಗೋಷ್ಠಿ ಯನ್ನುದ್ದೇಶಿಸಿ ಮಾತನಾಡಿದ್ದೂ ಉಂಟು[೨೦]

ಹೀಗೆ ಭರದಿಂದ ಸಾಗಿದ್ದ ಅರಸು ಅವರು ಚುನಾವಣಾ ಪ್ರಚಾರದಲ್ಲಿ ಜನತೆಯನ್ನು ತಮ್ಮತ್ತ ಸೆಳೆದುಕೊಳ್ಳುವಲ್ಲಿ ಬಹುತೇಕ ಸಫಲವಾಗಿದ್ದರೂ ಜನತೆ ಇಂದಿರಾಗಾಂಧಿಯ ಪ್ರಭಾವಕ್ಕೆ ಸಿಕ್ಕಿ ಇಂದಿರಾ ಕಾಂಗ್ರೆಸ್‌ಗೆ ಮತ ನೀಡಿ ಅತಿ ಹೆಚ್ಚು ಬಹುಮತದಿಂದ ಆರಿಸಿ ತಂದಿದ್ದರು. ಅರಸು ಕಾಂಗ್ರೆಸ್ ಈ ಚುನಾವಣೆಯಲ್ಲಿ ಸಂಪೂರ್ಣ ಸೋಲನ್ನು ಅನುಭವಿಸಿತ್ತು. ಅರಸು ಪಕ್ಷದಿಂದ ಸ್ಪರ್ಧಿಸಿದ್ದ ಎಂ. ವಿ. ಕೃಷ್ಣಪ್ಪ, ಬಿ.ಎ.ಪೈ, ಮತ್ತು ಬಿ.ರಾಚಯ್ಯನವರಂಥ ನಾಯಕರು ತಮ್ಮ ಠೇವಣಿಯನ್ನು ಕಳೆದುಕೊಂಡಿದ್ದರು. ಈ ಚುನಾವಣೆಯಲ್ಲಿ ಇಂದಿರಾ ಕಾಂಗ್ರೆಸ್ ಒಟ್ಟು ೨೮ ಲೋಕಸಭಾ ಸ್ಥಾನಗಳ ಪೈಕಿ ೨೭ ಸ್ಥಾನಗಳಲ್ಲಿ ಜಯಗಳಿಸಿತ್ತು. ಜನತಾ ಪಕ್ಷ ಒಂದು ಸ್ಥಾನ ಮಾತ್ರ ಗೆದ್ದುಕೊಂಡಿತ್ತು. ಆದರೆ ಅರಸು ಪಕ್ಷ ಒಂದೂ ಸ್ಥಾನವನ್ನು ಗೆಲ್ಲಲಿಲ್ಲ.

ದೇವರಾಜ ಅರಸು ಅವರು ಒಬ್ಬ ದಕ್ಷನಾಯಕನಾಗಿ, ಒಳ್ಳೆಯ ಸಂಘಟಕರಾಗಿ ಎಲ್ಲಕ್ಕಿಂತ ಹೆಚ್ಚಾಗಿ ಅತ್ಯಂತ ಸಮರ್ಥ ಮುಖ್ಯಮಂತ್ರಿಯಾಗಿ ಕಾರ್ಯನಿರ್ವಹಿಸಿದ್ದರೂ ಕೂಡಾ ಅಂಥ ಅವಮಾನಕರ ಸೋಲನುಭವಿಸಿದ್ದಾದರೂ ಏಕೆ ಎಂಬ ಪ್ರಶ್ನೆ ರಾಜಕೀಯ ವಲಯದಲ್ಲಿ ಕೋಲಾಹಲವನ್ನುಂಟು ಮಾಡಿತು. ಜನಸಾಮಾನ್ಯರು, ಹಿಂದುಳಿದವರು ಅವರ ಸಾಧನೆಗಳನ್ನೆಲ್ಲ ಇಷ್ಟು ಬೇಗ ಮರೆತರೆ? ಇಲ್ಲವೇ, ಅರಸು ಅವರ ಸಾಧನೆ ಸಾಧ್ಯವಾದದ್ದು ಕೇವಲ ಇಂದಿರಾ ಕೃಪಾಕಟಾಕ್ಷದಿಂದಲೇ ಎಂಬ ನಂಬಿಕೆ ಜನಸಾಮಾನ್ಯರಲ್ಲಿ ಮೂಡಿತೆ? ಬಹುಶಃ ಇದಕ್ಕೆ ಉತ್ತರ ಕಷ್ಟಸಾಧ್ಯವಾದ ಮಾತೇ ಸರಿ. ಆದರೆ ಒಂದಂತೂ ನಿಜ. ರಾಜಕಾರಣದಲ್ಲಿ ಎಂಥ ವೈಚಾರಿಕ ಲೆಕ್ಕಾಚಾರಗಳಾದರೂ ತಲೆಕೆಳಗಾಗುತ್ತವೆ ಎನ್ನುವುದಕ್ಕೆ ಇದೊಂದು ಉದಾಹರಣೆ ಮಾತ್ರ. ಅರಸು ಅವರ ರಾಜಕೀಯ ಬದುಕಿನಲ್ಲಿ ನಡೆದ ಅತ್ಯಂತ ಆಘಾತಕಾರಿಯಾದ ಈ ಸಂದರ್ಭದಲ್ಲಿಯೂ ಅವರು ನಡೆದುಕೊಂಡ ರೀತಿ ಮಾತ್ರ ಎಲ್ಲರ ಮನಸ್ಸಿನಲ್ಲಿಯೂ ಬಹುಕಾಲ ಉಳಿಯುವಂಥದ್ದು. ಚುನಾವಣಾ ಫಲಿತಾಂಶ ಪ್ರಕಟವಾದ ಕೆಲವೇ ಗಂಟೆಗಳಲ್ಲಿ ತಮ್ಮ ಮುಖ್ಯಮಂತ್ರಿ ಸ್ಥಾನಕ್ಕೆ ಜನವರಿ ೬, ೧೯೮೦ರಂದು ರಾಜೀನಾಮೆ ನೀಡಿ ಪ್ರಜಾಪ್ರಭುತ್ವದಲ್ಲಿದ್ದ ತಮ್ಮ ನಂಬಿಕೆಯನ್ನು ಸಾಬೀತು ಪಡಿಸಿದರು. ಆ ಘಳಿಗೆಯವರೆಗೆ ಅರಸು ಜೊತೆಗಿದ್ದ ಶಾಸಕರೆಲ್ಲರೂ ಕಂಗಾಲಾಗಿ ಇಂದಿರಾ ನಾಮಬಲಕ್ಕೆ ಜೋತು ಬೀಳಲು ಮುಂದಾದರು. ಈ ಹಿಂದೆ ರಾಜ್ಯದಲ್ಲಿ ಎಂದೂ ನಡೆಯದಂಥ ರಾಜಕೀಯ ವಲಸೆಯಂಥ ಕಾರ್ಯ ೧೯೮೦ರ

ಸಂದರ್ಭದಲ್ಲಿ ಅಸಹ್ಯವನ್ನು ತರಿಸುವಷ್ಟರ ಮಟ್ಟಿಗೆ ನಡೆಯಿತು. ಇಂಥ ದಯನೀಯ ಪರಿಸ್ಥಿತಿಯಲ್ಲಿಯೂ ಧೃತಿಗೆಡದ ಅರಸು ಕರ್ನಾಟಕದಲ್ಲಿ ಇಂದಿರಾ ಕಾಂಗ್ರೆಸ್ ವಿರುದ್ಧ ಒಂದು ಪರ್ಯಾಯ ಪಕ್ಷವನ್ನು ಹುಟ್ಟುಹಾಕಬೇಕೆಂಬ ಯೋಚನೆಯಲ್ಲಿ ತೊಡಗಿದರು. ಅಂತೆಯೇ ವಿರೋಧ ಪಕ್ಷಗಳು ಛಿದ್ರಛಿದ್ರವಾಗಿರುವುದನ್ನು ಗಮನಿಸಿ ವಿರೋಧ ಪಕ್ಷಗಳ ನಾಯಕರಾದ, ಚರಣ್‌ಸಿಂಗ್, ಚಂದ್ರಶೇಖರ್, ಸಮಾಜವಾದಿನಾಯಕ ಜಾರ್ಜ್‌ಫರ್ನಾಂಡೀಸ್, ರಾಮಕೃಷ್ಣಹೆಗಡೆ, ಎಸ್. ಆರ್. ಬೊಮ್ಮಾಯಿ ಅವರಂಥ ರಾಜಕೀಯ ಮುಖಂಡರನ್ನು ಒಂದುಗೂಡಿಸುವ ಪ್ರಯತ್ನದಲ್ಲಿ ತೊಡಗಿದರು. ಅರಸು ಅವರೇ ಹೇಳುವಂತೆ-

> "ನನಗೆ ಚರಣ್‌ಸಿಂಗ್ ಹತ್ತಿರವಾದಂತೆ ಇಂದಿರಾಗಾಂಧಿ ಆಗುವುದಿಲ್ಲ;
> ಹಾಗೆ ಅಧಿಕಾರದೊಂದಿಗೆ ಹೊಂದಿಕೆಯೇ ನನ್ನ ಗುರಿಯಾಗಿದ್ದರೆ
> ಇಂದಿರಾಗಾಂಧಿಯವರೊಡನೆಯೇ ಇರುತ್ತಿದ್ದೆ"[೫೫]

ಎಂದು. ಇದು ಅರಸು ಚರಣ್‌ಸಿಂಗ್ ಅವರ ಮೇಲೆ ಇಟ್ಟಿರುವ ವಿಶ್ವಾಸವನ್ನು ಎತ್ತಿ ತೋರಿಸುತ್ತದೆ. ರಾಷ್ಟ್ರಮಟ್ಟದಲ್ಲಿ ವಿರೋಧ ಪಕ್ಷಗಳನ್ನು ಒಂದುಗೂಡಿಸುವ ಪ್ರಯತ್ನ ವಿಫಲವಾಗುತ್ತಿದ್ದಂತೆ, ಅರಸು ಅವರು ತಾವು ರಾಷ್ಟ್ರೀಯ ನಾಯಕರಾಗುವ ಭ್ರಮೆಯನ್ನು ಕಳೆದುಕೊಳ್ಳತೊಡಗಿದರು. ಕರ್ನಾಟಕ ಮಟ್ಟದಲ್ಲಿ ಒಂದು ಪ್ರಾದೇಶಿಕ ಪಕ್ಷ ಕಟ್ಟುವ ಹಂಬಲಕ್ಕೆ ಮತ್ತಷ್ಟು ಚಾಲನೆ ನೀಡತೊಡಗಿದರು. ಇದರ ಪರಿಣಾಮವೇ 'ಕ್ರಾಂತಿರಂಗ ಪಕ್ಷ' ಸ್ಥಾಪನೆ ಮಾಡಿದರು. ರಾಜ್ಯದಲ್ಲಿ ತಮಗಿದ್ದ ಜನಬೆಂಬಲದಿಂದ ಕ್ರಾಂತಿರಂಗ ಪಕ್ಷವನ್ನು ಇಂದಿರಾಗಾಂಧಿ ಪಕ್ಷಕ್ಕೆ ಪರ್ಯಾಯ ಪಕ್ಷವಾಗಿ ಕಟ್ಟುವ ಭರವಸೆಯನ್ನು ಹೊಂದಿದ್ದರು. ಸದ್ಯಕ್ಕೆ ಪ್ರಾದೇಶಿಕ ಪಕ್ಷವಾದರೂ ಮುಂದೆ ಇದನ್ನು ಚರಣ್‌ಸಿಂಗ್ ಪಕ್ಷವಾದ ಲೋಕದಳದಲ್ಲಿ ವಿಲೀನಗೊಳಿಸುವ ಮೂಲಕ ರಾಷ್ಟ್ರಮಟ್ಟದಲ್ಲೂ ಒಂದು ಪರ್ಯಾಯ ಶಕ್ತಿಯನ್ನು ಹುಟ್ಟುಹಾಕುವ ಉದ್ದೇಶ ಅರಸು ಅವರದಾಗಿತ್ತು. ಆದರೆ ಈ ನಡುವೆ ಅರಸು ಅವರ ಆರೋಗ್ಯ ಕೆಟ್ಟಿತ್ತು. ಮುಖ್ಯಮಂತ್ರಿಯಾಗಿದ್ದಾಗಲೇ ಸರ್ಪಸುತ್ತು ಆಗಿ ತೀವ್ರ ಬಳಲಿದರು. ೧೯೮೦ರ ಚುನಾವಣೆಯಲ್ಲಿ ಆದ ತೀವ್ರ ಸೋಲಿನಿಂದ ಅವರಿಗೆ ಭಾರೀ ಮಾನಸಿಕ ಆಘಾತವಾಯಿತು. ಇದೇ ಸಂದರ್ಭದಲ್ಲಿ ಅರಸರ ಮಗಳು ನಾಗರತ್ನ ತೀರಿಕೊಂಡಳು. ಆ ಕಾರಣಕ್ಕಾಗಿಯೇ ಅರಸು ಅವರ ಉದ್ದೇಶ ಸಫಲವಾಗದೆ ಹೋಯಿತು.

ಯಾವೊಬ್ಬ ನಾಯಕನು ತನಗೆ ಎಷ್ಟೇ ಜನಪ್ರಿಯತೆಯಿದ್ದರೂ ಒಂದು ರಾಜಕೀಯ ಪಕ್ಷವನ್ನು ಕಟ್ಟಲು ಅದಕ್ಕೆ ಒಂದು ಸುಭದ್ರವಾದ ತಾತ್ವಿಕ ತಳಹದಿ ಇರಬೇಕಾಗುತ್ತದೆ. ಅಷ್ಟೊಂದು ಸುದೀರ್ಘವಾದ ರಾಜಕೀಯ ಅನುಭವವಿದ್ದರೂ, ಒಳ್ಳೆಯ ಸಂಘಟಕರು ಎಂದು ಹೆಸರು ಮಾಡಿದ್ದರೂ ಅರಸು ಅವರಿಗೆ ಒಂದು ಹೊಸ ಪಕ್ಷವನ್ನು ಕಟ್ಟಲು ಬೇಕಾದ ಸೈದ್ಧಾಂತಿಕ ಸಿದ್ಧತೆಗಳಿದ್ದವೆ? ಬಹುಶಃ ಕ್ರಾಂತಿರಂಗ ಪಕ್ಷದ ತಾತ್ವಿಕ ತಳಹದಿಯನ್ನು ನೋಡಿದರೆ ಈ ಪ್ರಶ್ನೆಗೆ ಉತ್ತರ ನಕಾರಾತ್ಮಕವಾಗಿಯೇ ಇತ್ತು ಎನ್ನುವುದು ತಿಳಿದು ಬರುತ್ತದೆ. ಈ ಅವಧಿಯಲ್ಲಿ ಅರಸು ಅವರು ತತ್ವಕ್ಕಿಂತ ಅಧಿಕಾರಕ್ಕೆ ಬರುವುದಕ್ಕೆ ಹೆಚ್ಚು ಮಹತ್ವಕೊಟ್ಟಂತೆ ಕಾಣುತ್ತದೆ. ಈ ಸಂದರ್ಭದಲ್ಲಿ ಎ.ಕೆ.ಸುಬ್ಬಯ್ಯನವರು ಆಡಿದ ಮಾತು ಹೆಚ್ಚು ಪ್ರಸ್ತುತವೆನಿಸುತ್ತದೆ-

> "ಅರಸು ಅವರಿಗೆ ರಾಷ್ಟ್ರಮಟ್ಟದಲ್ಲಿ ಅಟಲ್‌ಬಿಹಾರಿ ವಾಜಪೇಯಿ ಬೇಕು. ಆದರೆ ರಾಜ್ಯಮಟ್ಟದಲ್ಲಿ ಜನಸಂಘದ ಸಹವಾಸ ಬೇಡ"[೨೨]

ಎಂದು. ಇದು ಅರಸು ಅವರಲ್ಲಿನ ತಾತ್ವಿಕ ಇಬ್ಬಂದಿತನವನ್ನು ತೋರಿಸುತ್ತದೆ. ಅಲ್ಲದೆ ಅವರ ಬಗ್ಗೆ ಇದ್ದ ಮತ್ತೊಂದು ಟೀಕೆ ಎಂದರೆ ಚುನಾವಣೆಯಲ್ಲಿ ಸೋತ ನಂತರ ಪ್ರಜಾಪ್ರಭುತ್ವದ ಮೌಲ್ಯದ ರಕ್ಷಣೆಗಾಗಿ ವಿರೋಧಿಗಳ ಐಕ್ಯತೆ ಅಗತ್ಯ ಎಂದು ಹೇಳುವ, ವಂಶಪಾರಂಪರ್ಯ ಅಧಿಕಾರದ ವಿರುದ್ಧ ಹೋರಾಡಬೇಕು ಎನ್ನುವ ಅರಸು ಅಧಿಕಾರದಲ್ಲಿದ್ದಾಗ ಇಂಥ ಕಳಕಳಿಯೆಲ್ಲ ಎಲ್ಲಿಗೆ ಹೋಗಿದ್ದವು ಎನ್ನುವುದು. ಅವರ ಅಧಿಕಾರವಧಿಯಲ್ಲಿ ಪಕ್ಷದ ಆಂತರಿಕ ಪ್ರಜಾಪ್ರಭುತ್ವಕ್ಕೆ ಮಾನ್ಯತೆ ಇರಲಿಲ್ಲ ಎಂಬ ಮಾತು ಅರಸು ಅವರ ಅಧಿಕಾರಯುತ ದರ್ಪವನ್ನು ತೋರಿಸುತ್ತದೆ ಮತ್ತು ತುರ್ತುಪರಿಸ್ಥಿತಿ ಹೇರಿಕೆ ಸಮಯದಲ್ಲಿ ಅವರು ಪ್ರತಿಭಟಿಸದಿರುವುದು ಅರಸು ಅವರ ನಿಲುವುಗಳ ಬಗ್ಗೆ ಗುಮಾನಿಯನ್ನು ಉಳಿಸುತ್ತದೆ. ಹೀಗಾಗಿ ಅರಸರ ನಿಲುವು ನಂಬಿಕೆಗೆ ಅರ್ಹವೆಂಬುದಲ್ಲ, ಅದೊಂದು ಅಧಿಕಾರಕ್ಕಾಗಿ ಹೂಡಿದ ಆಟ ಎಂಬ ಭಾವನೆ ಜನರಲ್ಲಿ ಬಲಿಯಿತು.

ಈ ಸಂದರ್ಭದಲ್ಲಿ ಅರಸು ಅವರ ಬಗೆಗಿನ ಕೋಣಂದೂರು ವೆಂಕಪ್ಪಗೌಡರ ಅಭಿಪ್ರಾಯ ಇಲ್ಲಿ ಉಲ್ಲೇಖಾರ್ಹವಾದದ್ದು. ದೇವರಾಜ ಅರಸರ ಸತ್ಯಸಾಧನೆಯ ಬಗ್ಗೆ ಬರೆಯುತ್ತಾ ಅವರ ಕ್ರಾಂತಿರಂಗದ ಸ್ಥಾಪನೆ ಬಗ್ಗೆ ವೆಂಕಪ್ಪಗೌಡರು -

> "ಅರಸರ ರಾಜಕಾರಣ ಚಿಂತನೆಯ ಒಂದು ತಾತ್ವಿಕ ನೆಲೆಗಟ್ಟಿನ ಮೇಲೆ ನಿಂತ ಗಟ್ಟಿಯಾದ ಸೌಧವಲ್ಲ. ಅವರೊಬ್ಬ ಪರಂಪರೆಯ ನಿರ್ಮಾಪಕರಲ್ಲ. ಅವರಿಗೆ ಒಂದು ಪರಂಪರೆ ಇಲ್ಲದ್ದರಿಂದಲೆ ಸಮರ್ಥ ಅನುಯಾಯಿಗಳಿರಲಿಲ್ಲ"[೨೩]

ಎಂದು ಅಭಿಪ್ರಾಯ ಪಟ್ಟಿದ್ದಾರೆ. ತಾತ್ವಿಕ ಮಾರ್ಗದಲ್ಲಿ ಆ ಆದರ್ಶವನ್ನು ಸ್ಥಾಪಿಸಿ ತೋರಿಸಿಕೊಡುವ ಹೊಸ ಹೊಸ ಸಾಧ್ಯತೆಗಳನ್ನು ವಾಸ್ತವವಾಗಿ ಮಾರ್ಪಡಿಸಬಲ್ಲ ಸಮರ್ಥ ಅನುಯಾಯಿಗಳ ತಂಡವಿಲ್ಲದ್ದರಿಂದಲೆ ಪರಂಪರೆ ನಿರ್ಮಾಣವಾಗುವುದಿಲ್ಲ. ಹೀಗಾಗಿ ಅರಸರ ಜೀವನದ ಒಳಪೊಟರೆಯಲ್ಲಿ ಬಾಳಿ ಬೆಳೆದ ಅರಸರ ಬೆನ್ನ ಹಿಂದೆ ಮುಂದೆ ಸಮಯ ಸಾಧಕರಾಗಿ ಅವರ ಅಧಿಕಾರದ ಬೆಳಕಿನಲ್ಲಿ ಬದುಕಿದರು. ಈ ಕ್ರಾಂತಿರಂಗ ಪಕ್ಷ ಯಶಸ್ವಿಯಾಗಲಾರದೆಂದು ಅರಸರಿಗೂ ಗೊತ್ತಿದ್ದಿತು. ತಮ್ಮ ಸುತ್ತ ಇರುವವರೆಲ್ಲರೂ ಅಪ್ರಮಾಣಿಕರು, ಸ್ವಾರ್ಥಿಗಳು, ಭ್ರಷ್ಟರು, ಚಾರಿತ್ರ್ಯಹೀನರು ಎಂಬುದೂ ಗೊತ್ತಿದ್ದಿತು. ಹಣವೊಂದನ್ನು ಬಿಟ್ಟರೆ ಇನ್ಯಾವ ಉದ್ದೇಶವು ಅವರಿಗಿರಲಿಲ್ಲ. ಆದರೂ ರಾಜಕಾರಣದಲ್ಲಿ ಇವೆಲ್ಲವೂ ಮಾಮೂಲಿ ಎಂಬುದು ಕೂಡ ಅಭಿಪ್ರಾಯವಾಗಿತ್ತು. ಅರಸರ ಈ ಔದಾರ್ಯದ ಗುಣ ಅಂತಹ ಜೀವಿಗಳಿಗೆ ಅದೃಷ್ಟದ ಬಾಗಿಲು ತೆರೆಸಿದರೂ ಅರಸರ ದೃಷ್ಟಿಯಿಂದ ದುರಂತವೆ ಸರಿ. ಏಕೆಂದರೆ ಅರಸು ತಮ್ಮ ಜೀವಂತ ಬದುಕಿನ ಎದುರಿನಲ್ಲಿಯೆ ತನಗೆ ತನ್ನವರಿಂದ ಆತ್ಮಶಕ್ತಿಯನ್ನು ನಿರೀಕ್ಷಿಸುವ ಸಂದರ್ಭದಲ್ಲಿಯೆ ವಿಶ್ವಾಸದ್ರೋಹಕ್ಕೆ ಬಲಿಯಾಗಿ ನಿಸ್ಸಾಯಹಕ ಸ್ಥಿತಿಗೆ ತಲುಪಿ ದುರಂತ ಅಪ್ಪಬೇಕಾಯಿತು.

ಅಲ್ಲದೆ ಅರಸು ಕಟ್ಟಿ ಬೆಳೆಸಿದ ಸಂಬಂಧಗಳು ಮುಕ್ತವಾದವುಗಳಲ್ಲ. ಅವು ರಾಜಕೀಯಕ್ಕಿಂತ ಮಿಗಿಲಾದವುಗಳು. ಆದ್ದರಿಂದಲೇ ಅರಸು ಅಂತಹವನ್ನು ಸಾರ್ವಜನಿಕವಾಗಿ ಪ್ರತಿಭಟಿಸುವ ನೈತಿಕ ಶಕ್ತಿಯನ್ನು ಹೊಂದಿರಲಿಲ್ಲ. ಹೀಗಾಗಿ ಅರಸು ಅವರ ರಾಜಕಾರಣ ತಾತ್ವಿಕತೆಯಿಲ್ಲದೆ ಸೊರಗಿ ಕುಸಿದು ಬಿದ್ದಿತು. ಇದಕ್ಕೆ ಕಾರಣ ಅರಸರ ರಾಜಕಾರಣ.

ಹೀಗೆ ದೇವರಾಜ ಅರಸು ತಮ್ಮ ರಾಜಕೀಯ ಜೀವನದಲ್ಲಿ ಹಲವಾರು ಏರಿಳಿತಗಳನ್ನು ಕಂಡು ೧೯೮೨ ಜೂನ್ ೬ರಂದು ನಿಧನ ಹೊಂದಿದರು. ಪರಿಣಾಮವಾಗಿ ಕ್ರಾಂತಿರಂಗ ಪಕ್ಷವು ರಾಜ್ಯದಲ್ಲಿ ತನ್ನ ಅಸ್ತಿತ್ವವನ್ನು ಕಳೆದುಕೊಂಡಿತು. ಹೀಗಿದ್ದಾಗಲೂ ರಾಜ್ಯದಲ್ಲಿ ಪ್ರಾದೇಶಿಕ ಪಕ್ಷಗಳನ್ನು ಹುಟ್ಟುಹಾಕುವಲ್ಲಿ ನಮ್ಮ ನಾಯಕರು ಹಿಂದೆ ಬೀಳಲಿಲ್ಲ. ರಾಷ್ಟ್ರೀಯ ಕಾಂಗ್ರೆಸ್ ವಿಭಜನೆ ಆದ ನಂತರ ಎಸ್.ನಿಜಲಿಂಗಪ್ಪ ಅವರು ಹುಟ್ಟುಹಾಕಿದ ಪ್ರಾದೇಶಿಕ ಪಕ್ಷವಾದ 'ಸಂಸ್ಥಾ ಕಾಂಗ್ರೆಸ್' ರಾಜ್ಯದಲ್ಲಿ ತನ್ನ ಅಸ್ತಿತ್ವವನ್ನು ಉಳಿಸಿಕೊಳ್ಳಲು ವಿಫಲವಾಯಿತು. ೧೯೯೬ರಲ್ಲಿ ರಾಮಕೃಷ್ಣ ಹೆಗಡೆಯವರು ದೇವೇಗೌಡರ ಪಕ್ಷವಾದ 'ಜನತಾದಳ ಪಕ್ಷ'ದಿಂದ ಉಚ್ಛಾಟನೆಗೊಂಡು ೧೯೯೭ರಲ್ಲಿ 'ನವನಿರ್ಮಾಣ ವೇದಿಕೆ' ಎಂಬ ರಾಜಕೀಯೇತರ ಸಂಘಟನೆಯನ್ನು ಸ್ಥಾಪಿಸಿದರಲ್ಲದೆ ಜನರನ್ನು ತಮ್ಮತ್ತ ಸೆಳೆಯುವಲ್ಲಿಯೂ ಯಶಸ್ವಿಯಾದರು ಮತ್ತು ೧೬.೨.೧೯೯೭ರಂದು ರಾಜ್ಯದಲ್ಲಿ ಲೋಕಶಕ್ತಿ ಎಂಬ ಪ್ರಾದೇಶಿಕ ಪಕ್ಷವನ್ನು ಹುಟ್ಟುಹಾಕಿದರು. ಆದರೆ ಈ ಪಕ್ಷವೂ ಕೂಡ ಕರ್ನಾಟಕದ ರಾಜಕಾರಣದಲ್ಲಿ ತನ್ನ ಸ್ಥಾನಮಾನ ಉಳಿಸಿಕೊಳ್ಳುವಲ್ಲಿ ವಿಫಲವಾಯಿತು. ಕಾರಣ ಹೆಗಡೆಯವರ ತಾತ್ವಿಕ ಚಿಂತನೆಯ ನಿಲುವುಗಳು ಅಥವಾ ತತ್ವಗಳು ಜನರನ್ನು ಬೇಗ ತಮ್ಮತ್ತ ಒಲಿಸಿಕೊಳ್ಳುವಲ್ಲಿ ಬಹುತೇಕ ವಿಫಲವಾದವು. ಇದಕ್ಕೆ ನಿದರ್ಶನವಾಗಿ ಅನೇಕರ ಪ್ರಾದೇಶಿಕ ಪಕ್ಷಗಳನ್ನು ಉಲ್ಲೇಖಿಸಬಹುದು.

೩.೧೨. ಭ್ರಷ್ಟಾಚಾರದ ಸುಳಿಯಲ್ಲಿ ಅರಸು

ದೇವರಾಜ ಅರಸು ಅವರು ಕರ್ನಾಟಕದ ಮುಖ್ಯಮಂತ್ರಿಗಳಲ್ಲಿ ಸ್ಮರಣೀಯ ಸ್ಥಾನವನ್ನು ಪಡೆದಿದ್ದಾರೆ. ಅವರು ದೀನ ದಲಿತರಿಗಾಗಿ, ಹಿಂದುಳಿದ ವರ್ಗಗಳಿಗಾಗಿ ಮತ್ತು ಬಡತನದ ನಿರ್ಮೂಲನೆಗಾಗಿ ಅನೇಕ ಯೋಜನೆಗಳನ್ನು ಅನುಷ್ಠಾನಗೊಳಿಸಿದವರು ಹಾಗೂ ಅವುಗಳ ಸಾಕಾರತೆಗಾಗಿ ಶ್ರಮಿಸಿದವರು. ಜೀವನದಲ್ಲಿ ಸಂಕಷ್ಟಕ್ಕೆ ಸಿಲುಕಿದ ಈ ವರ್ಗಗಳಿಗೆ ಹೊಸ ಬದುಕಿನ ಕಡೆಗೆ ನಡೆಯುವಂತೆ ಮಾಡಿದರಲ್ಲದೆ ರಾಜ್ಯದಲ್ಲಿ ಅವರಿಗೆ ಸ್ಥಾನಮಾನಗಳನ್ನು ಕಲ್ಪಿಸಿಕೊಟ್ಟವರು ದೇವರಾಜ ಅರಸು. ಅರಸು ಅವರ ಈ ಆದರ್ಶ ಮತ್ತು ಮಾನವಿಯತೆಯನ್ನು ಅವರ ರಾಜಕೀಯ ಕಡುವಿರೋಧಿಯೂ ತಿರಸ್ಕರಿಸಲಾರ.

ರಾಜಕಾರಣಿಗಳು ಯಾರೇ ಆಗಿರಲಿ, ರಾಜಕಾರಣದಲ್ಲಿ ಆದರ್ಶವನ್ನು ಕಾಪಾಡಿಕೊಳ್ಳದಿದ್ದರೆ ತಾವೇ ಸೃಷ್ಟಿಸಿಕೊಂಡ ಕತ್ತಲಲ್ಲಿ ತಾವೇ ದಾರಿ ತಪ್ಪುವ ಕಾಲ ಬಹಳ ದೂರ ಇರಲಾರದು ಎಂಬ ಮಾತು ಅಕ್ಷರಶಃ ಸತ್ಯ. ಒಂದು ರಾಜ್ಯದ ಅಧಿಕಾರವನ್ನು ಪಡೆದು ಜನತೆಯ ಸರ್ವತೋಮುಖ ಪ್ರಗತಿಗೆ ಪ್ರಾಮಾಣಿಕವಾಗಿ ಪ್ರಯತ್ನಿಸಿ, ರಾಷ್ಟ್ರದ ಸಮಗ್ರತೆಯನ್ನು ಮತ್ತು ಐಕ್ಯತೆಯನ್ನು ಬಲಪಡಿಸಿ ಪ್ರಜಾಪ್ರಭುತ್ವವನ್ನು ಮತ್ತಷ್ಟು ಭದ್ರವಾಗಿ ನೆಲೆಗೊಳಿಸಿದ ನಿಷ್ಠಾವಂತ

ವ್ಯಕ್ತಿಗೆ ನಾವು ಕೊಡುವ ಬಿರುದು ಸಾಮಾಜಿಕ ಕಳಂಕದಂಥ ಭ್ರಷ್ಟಾಚಾರ ಆರೋಪದ ಗೌರವ. ಸ್ವಂತ ಜಾತಿಯ ರಾಜಕೀಯ ಸಂಖ್ಯಾಬೆಂಬಲವಿಲ್ಲದೆ ದಮನಗೊಂಡಿದ್ದ ದನಿಗಳಿಗೆ ಮರು ಮಾತು ಕೊಡುವ ಕ್ರಿಯೆಗೆ ಬದ್ಧನಾದ ಮುಖ್ಯಮಂತ್ರಿಯೊಬ್ಬ ಶಕ್ತಿರಾಜಕೀಯಕ್ಕೆ ತೊಡಗಿದಾಗ ಉಂಟಾಗುವ ವೈಚಿತ್ರಗಳಲ್ಲಿ ಭ್ರಷ್ಟತೆ ಮತ್ತು ಅನಪೇಕ್ಷಿತ ಶಕ್ತಿಗಳ ಸಾಮಿಪ್ಯಗಳು ಸಹಜವಾಗಿಯೇ ಬಂದು ಸೇರುತ್ತವೆ. ಇಂಥ ಸಂದರ್ಭದಲ್ಲಿ ಭ್ರಷ್ಟಾಚಾರದ ಕಳಂಕ ಯಾವೊಬ್ಬ ವ್ಯಕ್ತಿಯನ್ನು ತಟ್ಟದೆ ಬಿಡುವುದಿಲ್ಲ. ದೇವರಾಜ ಅರಸು ಜೀವನದಲ್ಲೂ ಆದದ್ದು ಇದೇ. ಕರ್ನಾಟಕ ರಾಜಕೀಯ ಸ್ಥಿತ್ಯಂತರಕ್ಕೆ ಕಾರಣರಾದ ದೇವರಾಜ ಅರಸರ ಕ್ರಿಯೆಯಲ್ಲಿ ಅಡಕವಾಗಿದ್ದ ಕೆಲವು ನಕಾರಾತ್ಮಕ ಅಂಶಗಳು ಆರೋಗ್ಯಕರ ನಿಲುವನ್ನು ನಿರ್ಲಕ್ಷ್ಯ ಮಾಡುವಷ್ಟು ಅಪಪ್ರಚಾರ ಪಡೆದವು. ಈ ಆರೋಪವೇ ಅವರನ್ನು ಭ್ರಷ್ಟಾಚಾರದ ಕಳಂಕಕ್ಕೆ ದೂಡಿದ್ದು. ಈ ಸಂದರ್ಭದಲ್ಲಿ ಅವರ ಅನೇಕ ವಿರೋಧಿಗಳು ಅವರನ್ನು ಟೀಕಿಸಿದ್ದೂ ಉಂಟು. ಆದರೆ ಅವರು ಈ ಯಾವುದನ್ನೂ ಮನಸ್ಸಿಗೆ ಹಚ್ಚಿಕೊಳ್ಳದೆ, ತಾವು ಮಾಡುವ ಒಂದು ಕೆಟ್ಟಕಾರ್ಯದಿಂದ ಬಡಜನತೆಗೆ ಒಳ್ಳೆಯದಾಗುವುದಾದರೆ ತಾವು ಅದಕ್ಕೆ ಸಿದ್ಧ ಎಂದು ಹೇಳುತ್ತಿದ್ದುದ್ದೂ ಉಂಟು. ಅದೇನೇ ಇರಲಿ, ಪ್ರಜಾರಕ್ಷಕರಾಗಬೇಕಾಗಿದ್ದ ಅರಸು ಅವರು ಭ್ರಷ್ಟಾಚಾರಕ್ಕೆ ಅರಸರಾಗಬೇಕಾಗಿ ಬಂದದ್ದು ದುರಂತವೆಂದು ಹೇಳಬಹುದು. ಹೌದು, ಭ್ರಷ್ಟಾಚಾರವನ್ನು ಅಂಗೀಕರಿಸುವ ಒತ್ತಡವಾದರೂ ಏನಿತ್ತು. ಅರಸು ಅವರಿಗೆ ಅದು ಅನಿವಾರ್ಯವಾಗಿತ್ತೇ? ಈ ಎರಡು ಪ್ರಶ್ನೆಗಳಿಗೆ ಉತ್ತರ ಅವರ ಮಾತಿನಲ್ಲೇ ಹುಡುಕಬಹುದು. ಅರಸು ಅವರೇ ಹೇಳುವಂತೆ -

> "ಜನರ ಸೇವೆಗಾಗಿ ಅಧಿಕಾರ, ಅಧಿಕಾರಕ್ಕಾಗಿ, ಹಣ ಹಣದಿಂದ ಶಾಸಕ,
> ಶಾಸಕರಿಂದಾಗಿ ಭ್ರಷ್ಟರಿಂದ ಹಣವಸೂಲಿ"[೨೫]

ಎಂದು ಭ್ರಷ್ಟಾಚಾರಕ್ಕೆ ಸಮರ್ಥನೆಯನ್ನು ಕೊಡುತ್ತಿದ್ದರು. ಈ ಒಂದು ಅನಿವಾರ್ಯತೆ ಅರಸು ಅವರನ್ನು ಬಂಧಿಸಿತ್ತು ಎಂದು ಹೇಳಬಹುದು. ತಾವು ಮಾಡುತ್ತಿರುವುದು ಅನ್ಯಾಯ ಎಂದು ಅನ್ನಿಸಿ ಒಮ್ಮೊಮ್ಮೆ ಮರುಗುತ್ತಿದ್ದರು. ಆದರೆ ಉಪಾಯವಿರಲಿಲ್ಲ. ಅರಸು ಮುಖ್ಯಮಂತ್ರಿಯಾಗುವವರೆಗೂ ನಿಷ್ಕಳಂಕ ಜೀವಿಯಾಗಿದ್ದರೆಂಬುದರಲ್ಲಿ ಸಂಶಯವಿಲ್ಲ. ಅಲ್ಲದೆ ಪ್ರತಿಯೊಂದು ಚುನಾವಣೆಗೂ ಹೊಲ-ಗದ್ದೆಗಳನ್ನು ಮಾರಿದವರು ಎಂದು ಬೇರೆಯೇನೂ ಹೇಳಬೇಕಾಗಿಲ್ಲ. ಹೀಗಿದ್ದರೂ ಅರಸು ಅವರ ಮೇಲೆ ಭ್ರಷ್ಟಾಚಾರದ ಹೊರೆಯನ್ನು ಹೊರಿಸಿದರು. ಒಂದು ರಾಷ್ಟ್ರದ ಪ್ರಧಾನಿಯಾಗಿದ್ದ ಇಂದಿರಾಗಾಂಧಿಯವರೇ ಬಹಿರಂಗವಾಗಿ ಭ್ರಷ್ಟಾಚಾರ ಒಂದು ಜಾಗತಿಕ ಸಮಸ್ಯೆ ಎಂದು ಧ್ವನಿಪೂರ್ಣವಾಗಿ ಘೋಷಣೆ ಮಾಡಿ "ಈ ಬಡರಾಷ್ಟ್ರದಲ್ಲೂ ಭ್ರಷ್ಟಾಚಾರ ಸರಾಗವಾಗಿ ನಡೆಯಲಿ ಎಂದು ಅನುಮತಿ ನೀಡಿದ್ದರು". ಇದು ಪರೋಕ್ಷವಾಗಿ ಭ್ರಷ್ಟಾಚಾರದ ಪೋಷಣೆಯನ್ನೇ ಬಿಂಬಿಸುತ್ತದೆಯಾದರೂ ಇಂತಹ ಹೇಳಿಕೆಗಳನ್ನು ಪ್ರಶ್ನಿಸುವವರೇ ಇರಲಿಲ್ಲ. ವಿಪರ್ಯಾಸವೆಂದರೆ ಇಂದಿರಾಗಾಂಧಿಯವರ ಈ ಹೇಳಿಕೆ ಯಾವ ಮಹತ್ವವನ್ನೂ ಪಡೆಯಲಿಲ್ಲ. ಆದರೆ, ಅರಸು ಮಾಡಿದ ಈ ಒಂದು

ತಪ್ಪಿನಿಂದ ಅವರು ಚೇತರಿಸಿಕೊಳ್ಳಲಾಗಲಿಲ್ಲ. ಅದಕ್ಕೆ ಅವರ ರಾಜಕೀಯ ವಿರೋಧಿಗಳು ಅವಕಾಶ ನೀಡಲಿಲ್ಲ ಕೂಡ. ಈ ವಿತಂಡವಾದಿಗಳು ಈ ಒಂದಂಶವನ್ನೇ ರಾಜಕೀಯ ದಾಳವನ್ನಾಗಿಸಿಕೊಂಡು ಅವರ ವಿರುದ್ಧ ಅಗ್ಗದ ಆರೋಪ ಹೊರಿಸಿ ಭ್ರಷ್ಟಾಚಾರದ ಸುಳಿಯಲ್ಲಿ ಸಿಕ್ಕಿಸಿ ಅವರನ್ನು ಬಲಿಪಶುವನ್ನಾಗಿ ಮಾಡಿದರು. ಅರಸರ ಭ್ರಷ್ಟಾಚಾರದ ಬಗೆಗೆ ಕೋಣಂದೂರು ವೆಂಕಪ್ಪಗೌಡರು-

> "ಕರ್ನಾಟಕದಲ್ಲಿ ಲಫಂಗರಿಗೂ ರಾಜಕಾರಣದಲ್ಲಿ ಭವಿಷ್ಯವಿದೆ ಯೆಂದು ಭವಿಷ್ಯದ ದಾರಿ ತೋರಿಸಿಕೊಟ್ಟವರು ಅರಸರೇ. ಅವರ ಆಡಳಿತದ ಅವಧಿಯಲ್ಲಿ ಭ್ರಷ್ಟಾಚಾರ ಹೊಸ ರೂಪ-ಹೊಸ ಮೆರಗು ಪಡೆಯಿತು. ಅವರ ಅಧಿಕಾರದ ಅಂಗಳಕ್ಕೆ ಸೇರಿದವರೂ ಭ್ರಷ್ಟಾಚಾರಿಗಳು, ಪುಂಡರು, ಪೋಕರಿಗಳಿಗೆ ಎಣೆಯಿಲ್ಲ, ಅಷ್ಟೇ ಅಲ್ಲ, ಅವರನ್ನು ಧಿಕ್ಕರಿಸಿ ನಿಂತ ಧೀರರು ಮಣ್ಣುಪಾಲಾದರು. ವಿವೇಕಿಗಳು, ಯೋಗ್ಯರು, ಮುತ್ಸದ್ದಿಗಳು ಮರೆಗೆ ಸರಿದರು. ಹೀಗಾಗಿ ಅರಸು ರಾಜಶಕ್ತಿಯನ್ನು ಧೂರ್ತರಿಗೆ ಒಪ್ಪಿಸಿ ರಾಜಕಾರಣವನ್ನು ಸತ್ವ ಹೀನರ, ಸ್ವಾರ್ಥಸಾಧಕರ ರಂಗಭೂಮಿಯನ್ನಾಗಿ ಪರಿವರ್ತಿಸಿದರು."[೨೫]

ಎಂದು ಅಭಿಪ್ರಾಯಪಟ್ಟಿದ್ದಾರೆ. ಲಂಚ-ಭ್ರಷ್ಟತೆ ಅರಸರ ಕಾಲದಲ್ಲಿ ಮಾತ್ರ ಕಾಣಿಸಿಕೊಂಡ ಪೆಡಂಭೂತವಲ್ಲ. ಹಿಂದೆಯೂ ಇತ್ತು. ಆದರೆ ಅರಸು ಅವರ ಕಾಲದಲ್ಲಿ ಇದರ ಹಾವಳಿ ಸ್ವಲ್ಪಮಟ್ಟಿಗೆ ಹೆಚ್ಚಾಗಿತ್ತು. ಜನತೆಯ ಕ್ಷೇಮ ಪಾಲನೆ ಮಾಡಬೇಕಾದ ರಕ್ಷಣಾ ಇಲಾಖೆಯಂತೂ ಭ್ರಷ್ಟಾಚಾರದಲ್ಲಿ ಮುಳುಗೆದ್ದಿತು. ಹೀಗಾಗಿ ರಕ್ಷಿಸಬೇಕಾದವರು ಭಕ್ಷಕರಾದರು. ಇವರಿಗೆ ಕೆಲವರನ್ನು ಸುಲಿಗೆ ಮಾಡಿ ಸಂಪಾದನೆ ಮಾಡುವುದೇ ಪರಮಗುರಿಯಾಯಿತು. ಹೀಗಾಗಿ ನಿರಪರಾಧಿ ಮತ್ತು ಅಪರಾಧಿಗಳಿಂದಲೂ ಹಣ ಕೀಳಲಾರಂಭಿಸಿದರು. ಇದರಿಂದಾಗಿ ಸಾಮಾನ್ಯ ಜನರಲ್ಲಿ ಸರಕಾರದ ಆಡಳಿತ ವ್ಯವಸ್ಥೆಯ ಬಗೆಗೆ ನಂಬಿಕೆಯೇ ಕುಸಿಯಿತು. ಭ್ರಷ್ಟಾಚಾರ ಮತ್ತು ಅಪರಾಧಗಳ ನಡುವೆ ಇರುವ ಕೊಂಡಿ, ಇದೀಗ ರಾಜಕೀಯ ಹಿಂಸಾಚಾರದ ರೂಪದಲ್ಲಿ ತಲೆ ಎತ್ತಿತು. ಮಾನವೀಯತೆಗೆ ಕಳಸವಾಗಿ ಇರಬೇಕಾದ ಅಧಿಕಾರಿಗಳೂ ಕೂಡ ಸುಲಿಗೆಗೆ ಕೈಹಾಕಿದರು. ಸರಕಾರದ ಹಲವು ಇಲಾಖೆಗಳು, ಅದರಲ್ಲೂ ಲೋಕೋಪಯೋಗಿ ಇಲಾಖೆಯಂತೂ, ಲಂಚಕೋರರ ಕಾಳಸಂತೆಯೇ ಆಗಿತ್ತು. ಹೀಗೆ ಅರಸರ ಕಾಲ ಭ್ರಷ್ಟತೆಯ ಪರ್ವಕಾಲವಾಯಿತು. ಇದು ಅರಸು ಅವರ ಅಧಿಕಾರ ಹಿಡಿಯುವ ಅಪಾಯಕಾರಿ ಮಹತ್ವಾಕಾಂಕ್ಷೆಯನ್ನು ಪ್ರತಿಬಿಂಬಿಸುತ್ತದೆ.

ಒಟ್ಟಿನಲ್ಲಿ ಅರಸು ಅವರು ಭ್ರಷ್ಟಾಚಾರವನ್ನು ಸಂಘಟಿಸಿದವರು ಮತ್ತು ಪೋಷಿಸಿ ಬೆಳೆಸಿದವರು ಎಂಬ ಮಾತನ್ನು ಅಲ್ಲಗಳೆಯುವಂತಿಲ್ಲ. ಜೊತೆಗೆ ಅದಕ್ಕೊಂದು ನಿರ್ದಿಷ್ಟ ರೂಪವನ್ನು ಕೊಟ್ಟವರು ಎಂಬುದು ಕೂಡ ಅಷ್ಟೇ ಸತ್ಯವಾದದ್ದು. ಪರಿಣಾಮವಾಗಿ ಜನತೆಯ ದೃಷ್ಟಿಯಲ್ಲಿ ಅರಸು ಅವರ ಆಡಳಿತ ಅಪ್ರಿಯವಾಗತೊಡಗಿತು. ಒಮ್ಮೆ ಅರಸು ಅವರು

ತಮ್ಮ ಒಡನಾಡಿ ಖ್ಯಾತ ಕಾದಂಬರಿಕಾರ ಚದುರಂಗರ ಜೊತೆಗೆ ಭ್ರಷ್ಟಾಚಾರ ಕುರಿತು ಮಾತನಾಡುತ್ತಿರುವಾಗ ಚದುರಂಗರು ಅರಸರನ್ನು ಕುರಿತು-

> "ಅಯ್ಯಾ, ನೀನು ಮುಖ್ಯಮಂತ್ರಿಯಾಗಿದ್ದಾಗ ಒಳ್ಳೆಯ ಕೆಲಸ ಮಾಡಿದೆ ನಿಜ. ಆದರೆ ಭ್ರಷ್ಟಾಚಾರದ ಆರೋಪವನ್ನೂ ಹೊತ್ತೆಯಲ್ಲಪ್ಪ? ಎಂದು ಕೇಳಿದಾಗ, ಅರಸು ಅವರು, ಮಾತು ಬಾರದ ಜನರಿಗೆ ಮಾತುಕೊಡಬೇಕಾಗಿತ್ತು. ಅದಕ್ಕಾಗಿ ಅಧಿಕಾರ ಬೇಕಿತ್ತು. ಬಂದ ಅಧಿಕಾರವನ್ನು ಉಳಿಸಿಕೊಳ್ಳಲು ಹಣಬೇಕಾಗಿತ್ತು. ಬಹುಶಃ ನನ್ನನ್ನು ಬೆಂಬಲಿಸಿದ ಶಾಸಕರುಗಳಲ್ಲಿ ಹಲವರು ಯಾವ ಸೈದ್ಧಾಂತಿಕ ನೆಲೆಗಟ್ಟನ್ನು ಹೊಂದಿದ್ದವರಲ್ಲ. ಅವರು ನನ್ನನ್ನು ಬೆಂಬಲಿಸುವುದಕ್ಕೆ ಕಾರಣ ನಾನು ಅವರಿಗೆ ಕೊಡುತ್ತಿದ್ದ ಹಣ. ಮಧ್ಯ ಮಾರಾಟದ ಗುತ್ತಿಗೆದಾರರಿಂದ ಹಣ ಸಂಗ್ರಹಿಸಿ ಅವರಿಗೆ ಕೊಡುತ್ತಿದ್ದೆ. ಇದು ಸಹಜವಾಗಿ ಭ್ರಷ್ಟಾಚಾರವನ್ನು ಹುಟ್ಟುಹಾಕಿತು"[೨]

ಎಂದು ಹೇಳಿದ್ದರಂತೆ. ''ಅಧಿಕಾರವಿದ್ದರೆ ತಾನೇ? ನಾಡಿಗೆ ಏನಾದರೂ ಒಳ್ಳೆಯ ಕೆಲಸ ಮಾಡಲು ಅನುಕೂಲವಾಗುವುದು ಎಂದು ಅರಸು ಚದುರಂಗರನ್ನು ಪ್ರಶ್ನಿಸಿದಾಗ, ಚದುರಂಗರು ಅದಕ್ಕೆ ಇಷ್ಟೊಂದು ಭ್ರಷ್ಟಾಚಾರದ ಅಗತ್ಯವಿತ್ತೇ? ಎಂದು ಕೇಳುತ್ತಾರೆ. ನಾನೇನು ಮಾಡಲಿ ನಿನಗೆ ಗೊತ್ತಿರುವ ಹಾಗೆ ನನಗೆ ಸಂಖ್ಯಾಬಲವಿಲ್ಲ. ಆದ್ದರಿಂದ ಜನರನ್ನು ಕೈಯಲ್ಲಿಟ್ಟುಕೊಳ್ಳಲು ಹಣ ಬೇಕಾಯಿತು. ಆಗ ನನ್ನ ಹತ್ತಿರ ಹಣವಿರಲಿಲ್ಲ, ಹೀಗಾಗಿ ಅದನ್ನು ಉಳ್ಳವರಿಂದ ಪಡೆಯಬೇಕಾಯಿತು. ಪ್ರತಿಯಾಗಿ ನಾನು ಅವರಿಗೆ ತೆತ್ತಬೆಲೆ Pound of Flesh ಎಂದು ಅರಸು ಸಮಜಾಯಿಸಿ ನೀಡುತ್ತಾರೆ. ಈ ಸಮಾಜದ ರಚನೆಯೇ ಹಾಗಿದೆ. ನಿಮಗೆ ಗೊತ್ತಿರುವ ಹಾಗೆ ಇದು ಬೂರ್ಜ್ವಾ ಸಮಾಜ. ಇಲ್ಲಿ ಅಧಿಕಾರದಲ್ಲಿ ಉಳಿದು ಜನರ ಸೇವೆ ಮಾಡಬೇಕಾದರೆ ಎಲ್ಲಾ ಸಾಧನಗಳನ್ನು ಬಳಸಿಕೊಳ್ಳಬೇಕು'' ಎಂದು ಪಾಂಡವರನ್ನುಳಿಸಲು ಶ್ರೀಕೃಷ್ಣ ಉಪಯೋಗಿಸಿದ ತಂತ್ರಗಳನ್ನು ನೆನಪು ಮಾಡಿಕೊಟ್ಟರು. ಮತ್ತೊಂದು ಸಂದರ್ಭದಲ್ಲಿ ಅರಸು-

> "ನನಗೆ ಪರಂಪರೆಯ ಬಲವೂ ಇಲ್ಲ. ಜಾತಿಯ ಬೆಂಬಲವೂ ಇಲ್ಲ. ಲೋಹಿಯಾರ ಹಾಗೆ ನಾನು ತತ್ವಬೋಧನೆ ಮಾಡುತ್ತಾ ಕೂತರೆ ಈ ಎಂ.ಎಲ್.ಎಗಳು ನನ್ನನ್ನ ಅಧಿಕಾರದಲ್ಲಿ ಬಿಡ್ತಾಇದ್ದರು ಅಂತ ತಿಳ್ಕೊಂಡಿದ್ದಿರಾ? ಅವರು ನನ್ನನ್ನ ಯಾವಾಗಲೋ ಓಡಿಸುತ್ತಿದ್ದರು. ಹಿಂದುಳಿದ ವರ್ಗಗಳ ಎಂ.ಎಲ್.ಎಗಳೆಲ್ಲರೂ ಈ ಹಿಂದುಳಿದ ವರ್ಗಗಳ ಜನರ ಏಳಿಗೆಯಾಗಲಿ ಅಂತ ನನ್ನ ಹಿಂದೆ ಇಲ್ಲ. ತಮಗೆ ವೈಯಕ್ತಿಕವಾಗಿ ಏನಾದರೂ ಲಾಭವಾದೀತು ಅಂತ ಬರ್ತಾರೆ. ಇವರೆಲ್ಲ ಬಹಳ ಹಸಿದ ಜನ. ಬಂದಾಗಲೆಲ್ಲಾ ಏನಾದರೂ ಆಗಬೇಕು ಇವರಿಗೆ. ಇದಕ್ಕೆಲ್ಲಾ ನನ್ನ ಅಪ್ಪನ ಆಸ್ತಿ ಇಲ್ಲ ಸ್ವಾಮಿ, ಯಾರಿಂದಲೋ ಕಿತ್ತು ತಂದು ಇವರನ್ನ ನೋಡಿಕೊಳ್ಳಬೇಕು. ನನ್ನ ಹೊಟ್ಟೆ

ತುಂಬಿಸಿಕೊಳ್ಳಲಿಕ್ಕೆ ನಾನಿದನ್ನೆಲ್ಲಾ ಮಾಡ್ಬೇಕಾಗಿಲ್ಲ. ಗೊತ್ತಾಯಿತೇ ಸ್ವಾಮಿ"[೨೨]

ಎಂದು ಅರಸು ವಿಷಾದದಿಂದ ಹೇಳುತ್ತಾರೆ. ಹೀಗೆ ಅರಸು ತೆತ್ತ ಬೆಲೆ, ಅನುಭವಿಸಿದ ಯಾತನೆ ಕಡಿಮೆಯಾದುದ್ದೇನಲ್ಲ. ಅವರ ಸಾಧನೆಯ ಕೀರ್ತಿಗೆ ಭ್ರಷ್ಟತೆಯ ಕಳಂಕವೂ ಜೊತೆಗೂಡಿತು. ಈ ಮೂಲಕ ಸಂಗ್ರಹಿಸಿದ ಹಣವೆಲ್ಲ ಅನೇಕರ ಪಾಲಾಯಿತು. ಅವರಿಗೆ ಒದಗಿದ ವಿಪತ್ತುಗಳಿಗೆ ರಾಜಕಾರಣ ಕಾರಣವಾದಂತೆ ಈ ಕಪ್ಪು ಹಣವೂ ಕಾರಣವಾಯಿತು. ಕೇಂದ್ರದ ಜನತಾ ಸರಕಾರ, ಅರಸು ಅವರ ಮನೆಯ ಮೇಲೆ ದಾಳಿ ಮಾಡಿ ದಾಖಲೆ ಪತ್ರಗಳನ್ನು ವಶಪಡಿಸಿಕೊಂಡಿತು. ಆದರೆ ಆಸ್ತಿಪಾಸ್ತಿಗೆ ಸಂಬಂಧಪಟ್ಟಂತೆ ಯಾವ ಮಾಹಿತಿಯೂ ದೊರೆಯಲಿಲ್ಲ. ಅವರು ಹಾಗೇನಾದರೂ ಹಣವನ್ನೂ ಕೂಡಿಟ್ಟಿದ್ದರೆ ಪ್ರತಿಯೊಂದು ಚುನಾವಣೆಗೆ ಹೊಲಗದ್ದೆ ಮಾರುವ ಪರಿಸ್ಥಿತಿಯೇ ಬರುತ್ತಿರಲಿಲ್ಲ ಮತ್ತು ಅವರು ತಮ್ಮ ಕೊನೆ ಗಳಿಗೆಯಲ್ಲಿ ಐದಾರು ಸಾವಿರ ರೂಪಾಯಿಗಳಿಗೂ ಪರದಾಡಬೇಕಾಗುತ್ತಿರಲಿಲ್ಲ. ಭೂ ಸುಧಾರಣೆಯ ದೊಡ್ಡ ಪ್ರವಾದಿ ಎಂಬ ಹೆಗ್ಗಳಿಕೆಯ ದೊಡ್ಡ ಕಿರೀಟ ಧರಿಸಿದ್ದ ಅರಸು ವೈಭವದ ಜೀವನದಿಂದ ಪತನದತ್ತ ಜಾರಿದ್ದು ದೊಡ್ಡ ದುರಂತವೆಂದು ಹೇಳಿದರೆ ತಪ್ಪಾಗಲಾರದೇನೋ. ಒಟ್ಟಿನಲ್ಲಿ ಜನಪರವಾದ ಕಾಯಿದೆಗಳು, ಜನಹಿತವಾದ ಕಾಳಜಿಗಳು ನೈತಿಕ ತಳಹದಿಯನ್ನು ಹೊಂದಿರದಿದ್ದಾಗ ಒಬ್ಬ ನಾಯಕ ಜನಬೆಂಬಲದಿಂದ ದೂರವಾಗಿ ಯಾವ ರೀತಿ ತನ್ನ ಅಸ್ತಿತ್ವ ಕಳೆದುಕೊಳ್ಳುತ್ತಾನೆ ಎನ್ನುವುದಕ್ಕೆ ಅರಸು ಅವರೇ ಸಾಕ್ಷಿಯಾಗಿ ನಿಲ್ಲಬಲ್ಲರು.

೩.೧೩. ಅರಸು ಹಾಗೂ 'ಗೂಂಡಾಸಂಸ್ಕೃತಿ'ಯ ಪೋಷಣೆ

ಬಹುಶಃ ಅಧಿಕಾರ ಯಾರನ್ನೂ ನೆಮ್ಮದಿಯಿಂದ ಇರಲು ಬಿಡುವುದಿಲ್ಲ. ಅದರಲ್ಲೂ ಕೈ ತುಂಬಾ ಹಣ ಸೇರಿದರಂತೂ ಮನುಷ್ಯ ಮೊದಲಿನಂತೆ ಇರಲು ಸಾಧ್ಯವಿಲ್ಲ ಎಂಬಂತೆ ಬದುಕಲು ಆರಂಭಿಸುತ್ತಾನೆ. ಈ ಹಿಂದೆ ಆಗಿ ಹೋದ ರಾಜಕಾರಣಿಗಳ ಬದುಕಿನ ಚಿತ್ರಣವನ್ನು ಅವಲೋಕಿಸಿದಾಗ ಇದು ನಮಗೆ ತಿಳಿದುಬರುತ್ತದೆ. ಇದಕ್ಕೆ ದೇವರಾಜ ಅರಸು ಅವರೂ ಹೊರತಾಗಿಲ್ಲ. ಅಧಿಕಾರ ಮತ್ತು ಹಣ ಎಂಥ ವ್ಯಕ್ತಿಯನ್ನಾದರೂ ಬದಲಾಯಿಸುತ್ತವೆ ಎಂಬುದಕ್ಕೆ ಇವರೇ ಸಾಕ್ಷಿಯಾಗಿ ನಿಲ್ಲಬಲ್ಲರು.

ಜಾತಿ ಹಾಗೂ ಜನ ಬೆಂಬಲವಿಲ್ಲದ ಅರಸು, ಸಮಾಜದಲ್ಲಿ ಪ್ರಗತಿಪರವಾದ ಬದಲಾವಣೆಗಳನ್ನು ತರುವುದರೊಂದಿಗೆ ಎಲ್ಲಾ ಜನವರ್ಗಗಳನ್ನು ತಮ್ಮತ್ತ ಸೆಳೆದುಕೊಂಡವರು. ಈ ವಿಚಾರದಲ್ಲಿ ಅರಸು ಕರ್ನಾಟಕದ ರಾಜಕಾರಣಿಗಳಲ್ಲೇ ಭಿನ್ನವಾಗಿ ಕಂಡುಬರುತ್ತಾರೆ. ಏಕೆಂದರೆ ಅಂದು ಅವರು ಜಾರಿಗೊಳಿಸಿ ಅನುಷ್ಠಾನಕ್ಕೆ ತಂದ ಅವರ ಯೋಜನೆಗಳನ್ನು ಕರ್ನಾಟಕದ ಇಂದಿನ ಯಾವೊಬ್ಬ ಮುಖ್ಯಮಂತ್ರಿಯೂ ಜಾರಿಗೊಳಿಸಲು ಸಾಧ್ಯವಿಲ್ಲವೇನೊ? ಎಂದೆನಿಸುತ್ತದೆ. ಅಂಥ ಸಾಮಾಜಿಕ ಕಳಕಳಿಯನ್ನುಳ್ಳ ಧೀಮಂತ ವ್ಯಕ್ತಿ ಅರಸು, ಭೂಗತ ಜಗತ್ತಿನೊಂದಿಗೆ ಸಂಬಂಧ ಹೊಂದಿದ್ದರು ಎಂದರೆ ಯಾರೂ ನಂಬಲಾರರೇನೋ. ಆದರೆ

ಅರಸು ಅಂಥ ಒಡನಾಟಕ್ಕೆ ಕೈಹಾಕಿದ್ದಂತೂ ನಿಜ. ಇದಕ್ಕೆ ಸಂಪೂರ್ಣ ಬೆಂಗಾವಲಾಗಿ ನಿಂತವರು ಅಳಿಯ ಎಂ.ಡಿ.ನಟರಾಜ್. ದೇವರಾಜ ಅರಸು ರಾಜ್ಯದ ಮುಖ್ಯಮಂತ್ರಿಯಾದ ನಂತರ, ೧೯೭೪ರಲ್ಲಿ ಈ ವ್ಯಕ್ತಿ ಮಾವನ ರಾಜಕಾರಣದ ವಾರಸುದಾರನ ಗತ್ತನ್ನು ತೋರಿಸಲಾರಂಭಿಸಿದರು. ಅದಾಗಲೇ 'ಇಂದಿರಾ ಬ್ರಿಗೇಡ್' ಎನ್ನುವ ಸೇನೆಯನ್ನು ಕಟ್ಟಿದರು. ಅರಸು ಬೆಂಬಲ ಹೊಂದಿದ್ದ ಈ ಸೇನೆ ದೈಹಿಕ ಕಸುವಿನ ಪ್ರದರ್ಶನದಲ್ಲಿ ಸಭ್ಯನಾಗರಿಕರ ಎದೆ ನಡುಗಿಸುವ ದುಸ್ಸಾಹಸಕ್ಕಿಳಿಯಿತು. ಈ ಗುಂಪು ಆರಂಭದಲ್ಲಿ ಸಾಮಾಜಿಕ ನ್ಯಾಯದ ಪರವಾಗಿ ಕೆಲಸ ಮಾಡಿದಂತೆ ಕಂಡರೂ, ಆಂತರಿಕವಾಗಿ ದೌರ್ಜನ್ಯದ ಮೂಲಕ ತನ್ನ ಕೆಲಸ ಕಾರ್ಯವನ್ನು ಸಾಧಿಸಿಕೊಳ್ಳುತ್ತಿತ್ತು. ಇದೇ ಗುಂಪೇ ಮುಂದೆ ಬೆಂಗಳೂರಿನಲ್ಲಿ ಗೂಂಡಾಗಳ ಸಾಮ್ರಾಜ್ಯವಾಗಿ ಪರಿವರ್ತನೆ ಆಯಿತು. ಅರಸು ಈ ಗುಂಪನ್ನು ಆರಂಭದಲ್ಲೇ ನಿಯಂತ್ರಿಸಿದ್ದರೆ ರಾಜ್ಯದಲ್ಲಿ ಈ ಭೂಗತ ಜಗತ್ತು ಇಷ್ಟೊಂದು ದೊಡ್ಡದಾಗಿ ಬೆಳೆಯುತ್ತಿರಲಿಲ್ಲವೇನೋ? ಅಂದ ಮಾತ್ರಕ್ಕೆ ಈ ಮುಂಚೆ ಬೆಂಗಳೂರಿನಲ್ಲಿ ರೌಡಿಗಳು ಇರಲಿಲ್ಲವೆಂದಲ್ಲ. ಆದರೆ, ರೌಡಿಗಳು ಮತ್ತು ಭೂಗತ ಜಗತ್ತಿನೊಂದಿಗೆ ರಾಜಕೀಯ ನಂಟು ಬೆಳೆದದ್ದು ದೇವರಾಜ ಅರಸು ಕಾಲದಲ್ಲಿಯೇ ಎಂದರೆ ತಪ್ಪಾಗಲಾರದು. ಪರಿಣಾಮವಾಗಿ ಮುಖ್ಯಮಂತ್ರಿಯ ಅಳಿಯ ಎನಿಸಿಕೊಂಡ ನಟರಾಜ್‌ಗೆ "ಹೋದದ್ದೆಲ್ಲ ಹೆದ್ದಾರಿ, ನಿಂತದ್ದೆಲ್ಲ ತಂಗುದಾಣ, ಉಳಿದುಕೊಂಡಿದೆಲ್ಲ ಅರಮನೆ" ಎನ್ನುವ ವಾತವರಣ ನಿರ್ಮಾಣವಾಯಿತು. ಒಟ್ಟಿನಲ್ಲಿ ಈ ಅಳಿಯನ ವರ್ತನೆ ಅರಸು ವಿರೋಧಿಗಳಿಗೆ ನಿಂದನೆಗೆ ಸಾಕಷ್ಟು ಗ್ರಾಸವನ್ನು ಒದಗಿಸಿತು. ರಾಜಕೀಯ ಮೈದಾನದಲ್ಲಿ ಯಾವ ಕಸರತ್ತೂ ಇಲ್ಲದ ವಿಚಾರಧಾರೆಯನ್ನೂ ಹೊಂದಿರದ ಯುವಜನರ ಗುಂಪು 'ಕರ್ನಾಟಕ ಯುವ ಕಾಂಗ್ರೆಸ್' ಇಂದಿರಾ ಬ್ರಿಗೇಡ್ ಎಂಬ ಹೆಸರಿನಲ್ಲಿ ಗುಂಪುಗೂಡಿ ದೊಡ್ಡದಾಗಿ ಬಲಿಯತೊಡಗಿತು. ಆರ್. ಗುಂಡೂರಾವ್, ಎಫ್.ಎಂ. ಖಾನ್, ಡಾ. ನಟರಾಜ್ ಅವರು ಮುಂಚೂಣಿಯ ಅಗ್ರ ನಾಯಕರಾಗಿ ಬೆಳೆದು ನಿಂತರು. ಮುಂದೆ ಈ ಗುಂಪು ಎರಡು ಭಾಗವಾಗಿ ಒಡೆದು ನಟರಾಜ್ ನೇತೃತ್ವದ ಒಂದು ಗುಂಪು ಬೆಂಗಳೂರು ನಾಗರಿಕರ ಜೀವನದಲ್ಲಿ ಕಾಣಿಸಿಕೊಳ್ಳಲು ಆರಂಭಿಸಿತು. ಮುಂದೆ ಈ 'ಇಂದಿರಾ ಬ್ರಿಗೇಡ್' ಆಶ್ರಯದಲ್ಲಿ ಜಯರಾಜ್, ಕೊತ್ವಾಲ್ ರಾಮಚಂದ್ರ, ಪಟ್ರೆನಾರಾಯಣ, ಸ್ಯಾಮ್ಸನ್, ಕೆ.ಕೆ.ರಾಜ, ಗುಟ್ಟಹಳ್ಳಿಯ ರಾಮ ಲಕ್ಷ್ಮಣ್ ಅವರಂಥ ರೌಡಿಗಳು ಬಂದು ಸೇರತೊಡಗಿದರು. ಇದರಿಂದ ಇಂದಿರಾ ಬ್ರಿಗೇಡ್ ಕರ್ನಾಟಕ ರಾಜ್ಯದಲ್ಲಿ ಗೂಂಡಾ ಸಂಸ್ಕೃತಿಗೆ ನಾಂದಿ ಹಾಡಿತು. ಇಲ್ಲಿ ಮುಖ್ಯವಾಗಿ ಗಮನಿಸಬೇಕಾದದ್ದೇನೆಂದರೆ, ಅರಸು ಅವಧಿಯಲ್ಲಿ 'ಜನವಾಣಿ' ಪತ್ರಿಕೆಯ ಸಂಪಾದಕರಾಗಿದ್ದ ಎಂ.ಡಿ.ನಟರಾಜ್ ಅವರಿಗೆ ಎಂ.ಪಿ.ಜಯರಾಜ್ ಅವರ ಪರಿಚಯ ಆಕಸ್ಮಿಕವಾಗಿಯೇ ಆಯಿತು. ಈ ಪರಿಚಯ ಮುಂದೆ ಒಂದು ಗಟ್ಟಿಯಾದ ಸ್ನೇಹಕ್ಕೆ ತಿರುಗಿತು. ಗಾಣಿಗ ಜಾತಿಗೆ ಸೇರಿದ್ದ ಜಯರಾಜನನ್ನು ನಟರಾಜ್ ಅವರು ಅರಸು ಅವರಿಗೆ ಪರಿಚಯ ಮಾಡಿಸಿದರು. ಆಗ ಅರಸು ಜಯರಾಜ್‌ನನ್ನು 'ಇಂದಿರಾ ಬ್ರಿಗೇಡ್'ಗೆ ಸೇರಿಸಿಕೊಂಡರಲ್ಲದೆ ಆತನನ್ನು ನಾಯಕನನ್ನಾಗಿ ಮಾಡಿದರು. ಅಂದಿನಿಂದಲೇ ಅರಸು ಆತನಿಗೆ ಮತ್ತು ಆತನ

ಸಂಗಾತಿಗಳಿಗೆ 'ಬುದ್ಧಿ'ಯವರಾದರು. ಇದರಿಂದಾಗಿ 'ಇಂದಿರಾ ಬ್ರಿಗೇಡ್' ರೌಡಿಗಳ ಒಕ್ಕೂಟವಾಗುತ್ತಿದೆಯೆನ್ನುವ ಅಪಸ್ವರ ಹಿರಿಯ ಕಾಂಗ್ರೆಸಿಗರಿಂದ ಕೇಳಿಬರತೊಡಗಿತು. ಆಗ ಅರಸು ಈ ಅಪಾಯದಿಂದ ದೂರ ಸರಿಯಲು ಒಂದು ಉಪಾಯವನ್ನು ಹೂಡಿದರು. ಜಯರಾಜ್‌ಗೆ 'ಗರೀಬಿ ಹಠಾವೋ' ಪತ್ರಿಕೆಯನ್ನು ಆರಂಭಿಸಲು ಸೂಚಿಸಿದರು. ಯಾವ ಓದು ಬರಹ ಕಲಿಯದ ಜಯರಾಜ್ 'ಪತ್ರಿಕೆ'ಯನ್ನು ಆರಂಭಿಸಿಯೇ ಬಿಟ್ಟ. ಇದರಿಂದ 'ಇಂದಿರಾ ಬ್ರಿಗೇಡ್' ಸಂಪೂರ್ಣ ನೇಪಥ್ಯಕ್ಕೆ ಸರಿಯಿತು. ಅಲ್ಲಿನ ಸದಸ್ಯರೆಲ್ಲರೂ ಮುಂದೆ 'ಗರೀಬಿ ಹಠಾವೋ' ಕಛೇರಿಯಲ್ಲಿ ಕಾಣಿಸಿಕೊಳ್ಳತೊಡಗಿದರು. ಇದೇ ಸಂದರ್ಭದಲ್ಲಿ ಜಯರಾಜ್, ನಟರಾಜರ ಸ್ನೇಹವನ್ನು ಬಳಸಿಕೊಂಡು ತಾನು ಮತ್ತು ತಮ್ಮ ಸರಹದ್ದು ಅಲ್ಲದೆ ಗ್ಯಾಂಗನ್ನು ವಿಸ್ತರಿಸಲು ಉಪಯೋಗಿಸಿಕೊಂಡನು. ಈತನು ಸಣ್ಣಪುಟ್ಟವರನ್ನು ಎಂದೂ ಹಿಂಸೆ ಮಾಡಿದ್ದಿಲ್ಲ. ಕಾಳಸಂತೆಕೋರರನ್ನು ಹುಡುಕಿ ತನ್ನ ಬಲೆಗೆ ಕೆಡವಿಕೊಳ್ಳುತ್ತಿದ್ದನು. ಆಸ್ತಿ ವಾಜ್ಯಗಳನ್ನು ಪರಿಹರಿಸುವುದು, ತಮ್ಮ ವಿರುದ್ಧ ತಲೆ ಎತ್ತಿ ಚಿಗುರುತ್ತಿದ್ದವರನ್ನು ಮಟ್ಟಹಾಕುವುದು ಜಯರಾಜ್‌ನ ಹವ್ಯಾಸವಾಗಿತ್ತು. ಮುಂದೆ 'ಗರೀಬಿ ಹಠಾವೋ' ಪತ್ರಿಕೆಯ ಮೇಲ್ವಿಚಾರಣೆಯನ್ನು ಸಚಿವ ಶ್ರೀಧರ್ ಮತ್ತು ರಾಜುಗೆ ಒಪ್ಪಿಸಿ ಇಡೀ ಬೆಂಗಳೂರು ನಗರದಲ್ಲೇ ದೊಡ್ಡ ರೌಡಿಯಾಗಿ ಬೆಳೆದ. ಇದಕ್ಕೆ ಅರಸು ಅವರ ರಾಜಕೀಯ ನೈತಿಕ ಬೆಂಬಲವೇ ಕಾರಣ ಎಂದು ಬೇರೆ ಹೇಳಬೇಕಾಗಿಲ್ಲ. ಇದರಿಂದಾಗಿ ೧೯೭೦-೧೯೮೦ರ ದಶಕದಲ್ಲಿ ಹೆಚ್ಚಾಗಿ ಬೆಂಗಳೂರು ನಗರದಲ್ಲೇ ಭೂಗತ ದೊರೆಗಳು ತಮ್ಮ ಅಸ್ತಿತ್ವವನ್ನು ಗಟ್ಟಿಗೊಳಿಸಿಕೊಳ್ಳಲು ಸಾಧ್ಯವಾಯಿತು ಮತ್ತು ಹಿಂದಿನಿಂದ ಇದ್ದ ಭ್ರಷ್ಟಾಚಾರ ಮತ್ತು ಭೂಗತ ಜಗತ್ತಿನಂಥ ಘಾತುಕ ಶಕ್ತಿಗಳು ಇನ್ನೂ ಹೆಚ್ಚು ವಿಸ್ತಾರಗೊಂಡು ವಿಜೃಂಭಿಸತೊಡಗಿದ್ದು ಅರಸು ಆಡಳಿತ ಕಾಲದ ಅವಧಿಯಲ್ಲಿಯೇ. ಅಂದಿನಿಂದಲೇ ಅರಸು ತಮ್ಮ ರಾಜಕೀಯ ಚಟುವಟಿಕೆಗಳಿಗೆ ಈ ಗುಂಪನ್ನು ಬಳಸಿಕೊಳ್ಳಲು ಆರಂಭಿಸಿದರು. ಏಕೆಂದರೆ "ಮುಳ್ಳನ್ನು ಮುಳ್ಳಿನಿಂದಲೇ ತೆಗೆಯಬೇಕು" ಎಂಬ ತತ್ವ ಸಿದ್ಧಾಂತಕ್ಕೆ ಬದ್ಧರಾಗಿದ್ದ ಅರಸು, ಸಮಾಜಘಾತುಕ ಶಕ್ತಿಗಳಿಂದಲೇ ಈ ಸಮಾಜಘಾತುಕ ಚಟುವಟಿಕೆಗಳನ್ನು ನಡೆಸುವ ಶಕ್ತಿಯನ್ನು ನಿಯಂತ್ರಿಸಬೇಕಾಗಿತ್ತು ಎಂಬ ಹುನ್ನಾರವೂ ಸಹ ಅನಿವಾರ್ಯವಾಗಿತ್ತು. ಹೀಗಾಗಿ ಈ ಶಕ್ತಿಯನ್ನು ಬಳಸಿಕೊಂಡರೇ ಹೊರತು, ಇನ್ನಾವ ದುರುದ್ದೇಶದಿಂದಲ್ಲ. ಈ ಒಂದು ನಿದರ್ಶನಕ್ಕೆ ಕೆಳಗಿನ ಒಂದು ಘಟನೆಯನ್ನು ಹೇಳುವುದು ಹೆಚ್ಚು ಸೂಕ್ತವೆನಿಸುತ್ತದೆ.

> "ಕನ್ನಡದ ಮೇರು ನಟ ಡಾ.ರಾಜ್‌ಕುಮಾರ್ ಬಗೆಗೆ ದೇವರಾಜ್ ಅರಸುಗೆ ಅಸಮಾಧಾನವಿತ್ತಂತೆ. ಅದು ಎರಡು ಕಾರಣಗಳಿಗಾಗಿ, ಒಂದು ಕಾಂಗ್ರೆಸ್ ಎಕ್ಸಿಬಿಷನ್‌ನಲ್ಲಿ ರಾಜ್‌ಕುಮಾರ್ ಅವರಿಂದ ಒಂದು ಕಾರ್ಯಕ್ರಮ ನಡೆಸಲು ಕೇಳಿಕೊಂಡಾಗ ಅವರು ನಿರಾಕರಿಸಿದ್ದು. ಎರಡನೆಯದು ಸಂಪತ್ತಿಗೆ ಸವಾಲ್ ಚಿತ್ರದಲ್ಲಿ 'ಯಾರೇ ಕೂಗಾಡಲಿ....!' ಎನ್ನುವ ಹಾಡು ಅರಸರನ್ನೇ ಸಂಬೋಧಿಸಿ

ಹಾಡಿದ್ದೆಂದು ಅವರು ನಂಬಿದ್ದರು. ಈ ಎರಡು ಕಾರಣಗಳಿಂದ ಬೇಸರಗೊಂಡಿದ್ದ ಅರಸು, ರಾಜ್‌ಕುಮಾರ್ ಅವರನ್ನು ಮಟ್ಟಹಾಕಲು ಅಳಿಯ ಎಂ.ಡಿ.ನಟರಾಜ್‌ಗೆ ಹೇಳಿದ್ದರಂತೆ. ಅರಸು ತಾನು ಸರಿಯೆಂದು ನಿರ್ಧರಿಸಿದುದನ್ನು ಜಾರಿಗೆ ತರಲು ಯಾವ ಮಾರ್ಗವನ್ನಾದರೂ ಬಳಸಿಕೊಳ್ಳುತ್ತಿದ್ದರು ಎನ್ನುವುದನ್ನು ಈ ಘಟನೆ ಸಾಕ್ಷೀಕರಿಸುತ್ತದೆ. ಆಗ ಎಂ.ಡಿ.ನಟರಾಜ್ ಮತ್ತು ಇಂದಿರಾ ಬ್ರಿಗೇಡ್ ಹುಡುಗರು 'ಸಂಪತ್ತಿಗೆ ಸವಾಲ್' ನಡೆಯುತ್ತಿದ್ದ ಚಿತ್ರಮಂದಿರಕ್ಕೆ ಬೆಂಕಿಯಿಟ್ಟು ಗಲಾಟೆ ಮಾಡಿದ್ದರು. ಈ ಒಂದು ಘಟನೆ ರಾಜ್ಯದಲ್ಲಿ ಒಂದು ಬಿರುಗಾಳಿಯನ್ನೇ ಎಬ್ಬಿಸಿತ್ತು. ರಾಜ್‌ಕುಮಾರ್ ಅವರ ಅಭಿಮಾನಿಗಳಂತೂ ದೊಡ್ಡ ಗಲಾಟೆಯನ್ನೇ ಮಾಡಿದ್ದರು. ಆ ಸಂಬಂಧದಲ್ಲಿ ಜಯರಾಜ್‌ನನ್ನು ಅರೆಸ್ಟ್ ಮಾಡಲು ವಾರೆಂಟ್ ತೆಗೆದುಕೊಂಡು ಹೋಗಿದ್ದ ಸಬ್‌ಇನ್ಸ್‌ಪೆಕ್ಟರನನ್ನು ಅರಸು ಅವರೇ ಖುದ್ದಾಗಿ ಬೈದು ಕಳಿಸಿದ್ದರಂತೆ. ಅಂದಿನಿಂದಲೇ ಜಯರಾಜ್‌ನನ್ನು ಪತ್ರಕರ್ತರಾದಿಯಾಗಿ ಎಲ್ಲರೂ ಅರಸು ಅವರ ಅಸ್ತ್ರವೆಂದೇ ಪರಿಗಣಿಸಿದರು."[೨೫]

ಅಲ್ಲದೆ ಆ ಅವಧಿಯಲ್ಲಿ ಅರಸು, ಜಯರಾಜ್ ಮತ್ತು ಆತನ ತಂಡವನ್ನು ಬೆಂಗಳೂರಿನಲ್ಲಿ ನಡೆಯುವ ಎಲ್ಲಾ ಬಗೆಯ ಅನ್ಯಾಯ ಶೋಷಣೆಗಳ ವಿರುದ್ಧ ಬಳಸಿಕೊಂಡಿದ್ದರು. ಸೈದ್ಧಾಂತಿಕವಾಗಿ ತಮ್ಮನ್ನು ವಿರೋಧಿಸುವ ರಾಜಕಾರಣಿಗಳನ್ನು ಮತ್ತು ಉನ್ನತ ಅಧಿಕಾರಿಗಳನ್ನು ಬೆದರಿಸುವುದರಿಂದ ಹಿಡಿದು ತಮ್ಮ 'ಆಡಳಿತ'ದ ವಿರುದ್ಧ ಧ್ವನಿ ಎತ್ತಿದ್ದ ಯಾವೊಬ್ಬ ವ್ಯಕ್ತಿಗೂ ಈ ಗುಂಪು ಬಿಸಿ ಮುಟ್ಟಿಸುತ್ತಿತ್ತು. ಹಾಗೆ ಬೂಸಾ ಪ್ರಕರಣದಲ್ಲಿ ಈ ಪಡೆ ಬಸವಲಿಂಗಪ್ಪನವರ ಪರ ಧ್ವನಿ ಎತ್ತಿದವರಿಗೆ ಧಮಕಿ ಹಾಕಲು ಈ ಗುಂಪನ್ನು ಬಳಸಿಕೊಂಡಿದ್ದರು. ಅರಸು ಅವರ ಯಾವ ಸಿದ್ಧಾಂತವನ್ನು ತಲೆಗೆ ಹಾಕಿಕೊಳ್ಳದ ಜಯರಾಜ್ ಹಾಗೂ ಆತನ ತಂಡಕ್ಕೆ 'ಸಾಮಾಜಿಕ ನ್ಯಾಯದ ಪರಿಕಲ್ಪನೆಯೂ ತಿಳಿದಿರಲಿಲ್ಲ. ಕೇವಲ 'ಬುದ್ಧಿ'ಯವರು ಹೇಳಿದ್ದನ್ನು ಶಿರಸಾವಹಿಸಿ ಮಾಡುವುದರ ಹೊರತಾಗಿ ಇತರ ಯಾವ ಬದ್ಧತೆಯೂ ಇರಲಿಲ್ಲ. ಅರಸು ಇವರಿಂದ ಅದನ್ನು ನಿರೀಕ್ಷಿಸಿರಲಿಲ್ಲ ಕೂಡ. ಆದರೂ ಜಯರಾಜ್, ಕೊತ್ವಾಲ್ ತಂಡದ ಅನಿವಾರ್ಯತೆ ಅವರನ್ನು ಕಾಡುತಿತ್ತು ಎಂಬುದರಲ್ಲಿ ಎರಡು ಮಾತಿಲ್ಲ. ಅರಸು ಅವರೇ ಒಮ್ಮೆ, ಜಯರಾಜನನ್ನು ಬಂಧಿಸಲು ವಾರೆಂಟ್ ಸಮೇತ ಹೋಗಿದ್ದ ಪೊಲೀಸ್ ಅಧಿಕಾರಿಯನ್ನು ಗದರಿಸಿ ಕಳಿಸಿದ್ದುಂಟು.

ಒಮ್ಮೆ ಜಯರಾಜ್ ನ್ಯಾಯಾಲಯದ ಹಾಲ್‌ನಲ್ಲೇ ರೌಡಿಯ ಮೇಲೆ ಹಲ್ಲೆ ಎಸಗಿ ಶಿಕ್ಷೆಗೊಳಗಾದ ನಂತರ ಅರಸು ಅವರು ಸಾಕಷ್ಟು ಮುಖಭಂಗಕ್ಕೆ ಒಳಗಾದರು. ಅವರು ತಮ್ಮ ಆತ್ಮೀಯರೆದುರಿಗೆ ಈ ರೀತಿ ನುಡಿದಿದ್ದರು-

"ನೋಡಿ, ನಾನೆಂದೂ ಗೂಂಡಾಗಿರಿಯನ್ನು ಪ್ರೋತ್ಸಾಹಿಸಲು ಬಯಸಿರಲಿಲ್ಲ. ಆದರೆ ನನ್ನ ಅಳಿಯ ನಟರಾಜ ಒತ್ತಡ ಹೇರಿದಾಗ

ಮಣಿಯಬೇಕಾಯಿತು. ಏಕೆಂದರೆ ನನ್ನ ಕರುಳು ಪ್ರೀತಿಯ ಮಗಳು
ನಾಗರತ್ನ ಅವನೊಡನೆ ಇತ್ತು..."[೫]

ಈ ಕಾರಣಕ್ಕಾಗಿ ಅವರು ಒಲ್ಲದ ಮನಸ್ಸಿನಿಂದ ರೌಡಿ ಗ್ಯಾಂಗನ್ನು ಬೆಂಬಲಿಸಬೇಕಾಯಿತು. ಒಟ್ಟಿನಲ್ಲಿ ೧೯೭೦-೮೦ರ ದಶಕದಲ್ಲಿ ಕರ್ನಾಟಕದಲ್ಲಿ ರೌಡಿ, ಗೂಂಡಾಗಳ ಚಟುವಟಿಕೆ ಉಚ್ಛ್ರಾಯ ಸ್ಥಿತಿಯಲ್ಲಿತ್ತು ಎನ್ನುವುದರಲ್ಲಿ ಸಂದೇಹವಿಲ್ಲ. ಅದಕ್ಕೆ ರಾಜಕಾರಣಿಗಳ ಕೃಪಕಟಾಕ್ಷವೂ ಅವರಿಗೆ ಇತ್ತು. ರಾಜ್ಯವನ್ನು ಪ್ರಗತಿ ಪಥದಲ್ಲಿ ಕೊಂಡೊಯ್ದ ದೇವರಾಜ ಅರಸು ಅವರಿಗೆ 'ಅಧಿಕೃತ'ವಾಗಿ ದಾದಾಗಿರಿಯನ್ನೂ ಬೆಳಸಿದ ಅಪಕೀರ್ತಿ ದಕ್ಕಿತು. ಅನಂತರ ಅಧಿಕಾರಕ್ಕೆ ಬಂದ ಯಾವೊಬ್ಬ ರಾಜಕಾರಣಿಯೂ ಬೆಂಗಳೂರು ನಗರವನ್ನೇ ತಲ್ಲಣಗೊಳಿಸಿದ್ದ ಕೊತ್ವಾಲ್ ರಾಮಚಂದ್ರ (೧೯೮೬ ಮಾರ್ಚ್ ೨೧) ಮತ್ತು ಜಯರಾಜ್ (೧೯೮೯) ಅವರು ಹತ್ಯೆಯಾಗುವರೆಗೂ ಗೂಂಡಾಸಂಸ್ಕೃತಿ ಚಟುವಟಿಕೆಗಳನ್ನು ನಿಯಂತ್ರಿಸದೇ ಹೋದದ್ದು ಒಂದು ವಿಪರ್ಯಾಸವೇ ಸರಿ. ಆದರೆ ಇತ್ತೀಚಿಗೆ ಗೂಂಡಾಗಿರಿಯನ್ನು ತಡೆಗಟ್ಟುವ ಕಟ್ಟುನಿಟ್ಟಾದ ಕ್ರಮಗಳನ್ನು ಸರಕಾರಗಳು ಕೈಗೊಂಡಿವೆಯಾದರೂ ಭಯೋತ್ಪಾದಕ ಚಟುವಟಿಕೆಗಳು ಹೆಚ್ಚುತ್ತಿರುವುದು ವಿಷಾದನೀಯ ಸಂಗತಿ.

ಒಟ್ಟಿನಲ್ಲಿ ರಾಜ್ಯದ ರಾಜಕಾರಣದ ವ್ಯವಸ್ಥೆಯನ್ನು ಅವಲೋಕಿಸಿದಾಗ ಅಂದಿನಿಂದ ಇಂದಿನವರೆಗೂ ಹಲವಾರು ರಾಜಕೀಯ ಸ್ಥಿತ್ಯಂತರಗಳಾಗಿರುವುದನ್ನು ಕಾಣಬಹುದು. ಇದರಿಂದ ದೇವರಾಜ ಅರಸು ಅವರಂಥ ರಾಜಕೀಯ ಮುತ್ಸದ್ಧಿ ನಾಯಕರು ಬೆಳಕಿಗೆ ಬರಲು ಸಾಧ್ಯವಾಯಿತು. ಅವರೊಬ್ಬ ಕರ್ನಾಟಕ ಕಂಡ ಅಪರೂಪದ ರಾಜಕಾರಣಿ. ಪ್ರಬಲ ಜಾತಿನಾಯಕರಾದ ಎಸ್. ನಿಜಲಿಂಗಪ್ಪ, ವೀರೇಂದ್ರಪಾಟೀಲ್, ಕೆಂಗಲ್ ಹನುಮಂತಯ್ಯನವರಂಥ ನಾಯಕರನ್ನು ಎದುರು ಹಾಕಿಕೊಂಡು ಯಾವುದೇ ಜಾತಿ, ಜನ ಬೆಂಬಲವಿಲ್ಲದ ಒಬ್ಬ ಸಾಮಾನ್ಯ ವ್ಯಕ್ತಿ ದೇವರಾಜ ಅರಸು ಅವರು ರಾಜ್ಯದ ಮುಖ್ಯಮಂತ್ರಿ ಸ್ಥಾನಕ್ಕೇರಿದ್ದು ಸಣ್ಣಸಾಧನೆಯೇನಲ್ಲ. ಅಲ್ಲದೆ ಈ ಮೇಲ್ವರ್ಗದವರ ಗರಿಷ್ಠಮಟ್ಟದ ಪ್ರಾಮುಖ್ಯತೆಯನ್ನು ಕಡಿತಗೊಳಿಸಿದ್ದು ಅವರ ಇನ್ನೊಂದು ಮಹತ್ತರವಾದ ಸಾಧನೆಯೇ ಸರಿ. ತಮ್ಮ ಅಧಿಕಾರದ ಅವಧಿಯಲ್ಲಿ ರಾಜ್ಯದಲ್ಲಿ ರಾಜಕೀಯ, ಸಾಮಾಜಿಕ, ಆರ್ಥಿಕ ಹಾಗೂ ಶೈಕ್ಷಣಿಕ ರಂಗದಲ್ಲಿ ಹಲವಾರು ಪ್ರಗತಿಪರ ಸುಧಾರಣೆಗಳನ್ನು ತರುವುದರ ಜೊತೆಗೆ ವೈಯಕ್ತಿಕವಾಗಿ ರಾಜಕೀಯ ಬದುಕಿನಲ್ಲಿ ಅನೇಕ ಏರಿಳಿತಗಳನ್ನು ಕಂಡವರು. ಅಲ್ಲದೆ ಇವರ ಅವಧಿಯಲ್ಲಿ ಭೂತಗ ಜಗತ್ತು ತನ್ನ ಪ್ರಭಾವ ವಲಯವನ್ನು ಸ್ಥಾಪಿಸಿತು. ಬಹುಶಃ ಅರಸು ಅವರ ಬೆಂಬಲವೂ ಕೂಡ ದೊರಕಿತು. ಜೊತೆಗೆ ಭ್ರಷ್ಟಾಚಾರವೂ ಕೂಡ ಇವರ ಆಡಳಿತ ಅವಧಿಯಲ್ಲಿಯೇ ಅಧಿಕವಾಗಿ ಬೆಳೆಯಿತು. ಆದಾಗ್ಯೂ ಕೂಡ ೧೯೮೯, ೧೯೯೪ ಹಾಗೂ ೧೯೯೯ರ ವಿಧಾನಸಭಾ ಚುನಾವಣೆಗಳನ್ನು ಗಮನಿಸಿದಾಗ ದೇವರಾಜ ಅರಸು ನಂತರ ರಾಜ್ಯವು ಮತ್ತೊಮ್ಮೆ ಜಾತಿ ಹಿಡಿತದ ರಾಜಕೀಯಕ್ಕೆ ಸಿಕ್ಕಿ ನರಳುತ್ತಿದೆ ಎಂದೆನಿಸದೆ ಇರಲಾರದು. ಈಗ ಪಕ್ಷದ ಟಿಕೆಟ್ ಹಂಚಿಕೆಯೂ ಜಾತಿ ಆಧಾರದ ಮೇಲೆ ನಡೆಯುತ್ತಿದೆ. ಅಲ್ಲದೆ ಪಕ್ಷಗಳು

ಹಾಗೂ ರಾಜಕೀಯ ನಾಯಕರು ಕೂಡ ಮತದಾರರನ್ನು ಜಾತಿ ಆಧಾರದ ಮೇಲೆ ಸೆಳೆಯುವಂತೆ ಮಾಡಿದೆ. ಬಹುಶಃ ಇದರಿಂದಾದ ನಷ್ಟ ಅಷ್ಟಿಷ್ಟಲ್ಲ. ಹೀಗಾಗಿ ಅನೇಕ ಯುವ ಪ್ರತಿಭಾವಂತ ರಾಜಕೀಯ ನಾಯಕರ ಭವಿಷ್ಯದ ಮೇಲೆ ಜಾತಿ ರಾಜಕಾರಣದಿಂದ ಮಸುಕು ಕವಿದಂತಾಗಿದೆ. ಅಲ್ಲದೆ ಪ್ರಜ್ಞಾವಂತ ಮತದಾರರು ಹಾಗೂ ಮೌಲ್ಯಗಳ ಬಗ್ಗೆ ಒಂದಿಷ್ಟಾದರೂ ಶ್ರದ್ಧೆಯುಳ್ಳ ಅನೇಕ ರಾಜಕಾರಣಿಗಳಿದ್ದರೂ ಕರ್ನಾಟಕದ ರಾಜಕಾರಣದಲ್ಲಿ ಜಾತಿ ತನ್ನ ಪ್ರಾಮುಖ್ಯತೆಯನ್ನು ಮೆರೆಯುತ್ತಿರುವುದು ವಿಷಾದನೀಯ ಸಂಗತಿ.

೧೯೭೦ರಿಂದ ಸಮಕಾಲೀನ ಸಂದರ್ಭದ ಕಾಲಘಟ್ಟದ ರಾಜ್ಯದ ರಾಜಕಾರಣವನ್ನು ಅವಲೋಕಿಸಿದಾಗ ಪ್ರಾದೇಶಿಕ ಪಕ್ಷಗಳು ಪ್ರಭಾವಿ ಪಕ್ಷವಾಗಿ ಬೆಳೆದಿಲ್ಲದಿರುವುದನ್ನು ಗಮನಿಸಬಹುದು. ಅಂದರೆ ಇಲ್ಲಿಯ ರಾಷ್ಟ್ರೀಯ ಪಕ್ಷಗಳ ಪ್ರಭಾವ ಜನಜನಿತವಾಗಿದ್ದುದು ಕಂಡುಬರುತ್ತದೆ. ಇಂದಿರಾಗಾಂಧಿಯವರ ಪ್ರಭಾವದಿಂದ ಅರಸು ಪಕ್ಷ ಮತ್ತು ಅರಸು ಅವರು ತಮ್ಮ ವ್ಯಕ್ತಿತ್ವದ ವರ್ಚಸ್ಸನ್ನು ಕಳೆದುಕೊಂಡಿದ್ದರು. ಜನತೆ ಇಲ್ಲಿ ಕೇವಲ ಇಂದಿರಾಗಾಂಧಿಯವರನ್ನೇ ಕೇಂದ್ರೀಕರಿಸಿಕೊಂಡಿದ್ದರೇ ಹೊರತು, ದೇವರಾಜ ಅರಸು ಅವರನ್ನಲ್ಲ. ಇದರಿಂದಾಗಿ ಇಂದಿರಾಗಾಂಧಿ ಕಾಂಗ್ರೆಸ್ ರಾಜ್ಯದಲ್ಲಿ ಹೆಚ್ಚುಸ್ಥಾನಗಳಿಂದ ಗೆದ್ದು ಬಂದಿತು. ಈ ಫಲಿತಾಂಶ ಅರಸು ಅವರನ್ನು ಮತ್ತಷ್ಟು ಮಾನಸಿಕವಾಗಿ ಚೇತರಿಸಿಕೊಳ್ಳಲಾರದಂತೆ ಮಾಡಿತು. ಒಟ್ಟಿನಲ್ಲಿ ಅರಸು ಸ್ಥಾಪಿಸಿದ 'ಕ್ರಾಂತಿರಂಗ' ಪಕ್ಷ ಅವರ ನಂತರ ಸಮರ್ಥ ನಾಯಕರಿಲ್ಲದೆ ಕುಸಿದು ಬಿದ್ದಿತು. ಅನಂತರ ರಾಜ್ಯದಲ್ಲಿ ಸ್ಥಾಪನೆಯಾದ ಯಾವುದೇ ಪ್ರಾದೇಶಿಕ ಪಕ್ಷಗಳು ಸಂಪೂರ್ಣ ಯಶಸ್ಸು ಕಾಣದೆ ವಿಫಲವಾದವು ಎಂದು ಹೇಳಬಹುದು.

ದೇವರಾಜ ಅರಸರಿಗೂ ಮತ್ತು ಇಂದಿನ ರಾಜಕಾರಣಿಗಳಿಗೂ ಇನ್ನೊಂದು ಬಹುಮುಖ್ಯ ವ್ಯತ್ಯಾಸವೆಂದರೆ, ದೇವರಾಜ ಅರಸು ತಮ್ಮ ಕುಟುಂಬದ ಯಾವೊಬ್ಬ ಸದಸ್ಯರನ್ನೂ ರಾಜಕೀಯವಾಗಿ ಪೋಷಿಸಿ ಬೆಳೆಸುವ ಪ್ರಯತ್ನ ಮಾಡಲಿಲ್ಲ. ಪ್ರಾಯಶಃ ವಂಶಪಾರಂಪರ್ಯದ ಆಡಳಿತದಲ್ಲಿ ರಾಜಪ್ರಭುತ್ವವನ್ನು ತಿರಸ್ಕರಿಸಿದ್ದ ದೇವರಾಜ ಅರಸರಿಗೆ ನಂಬಿಕೆಯೂ ಇರಲಿಲ್ಲವೆನಿಸುತ್ತದೆ.

ಹೀಗಾಗಿಯೇ ಅವರ ಅಳಿಯ ಎನ್. ಡಿ. ನಟರಾಜ್ ಅವರಿಗೆ ರಾಜಕೀಯವಾಗಿದ್ದ ಯಾವ ಮಹತ್ವದ ಹುದ್ದೆಯನ್ನು ನೀಡಲಿಲ್ಲ. ಚುನಾವಣೆಯಲ್ಲಿ ಸ್ಪರ್ಧಿಸಲು ಆತನಿಗೆ ಕಾಂಗ್ರೆಸ್‌ನಿಂದ ಟಿಕೆಟನ್ನೂ ದೊರಕಿಸಿಕೊಡಲಿಲ್ಲ ಎನ್ನುವುದು ಅಷ್ಟೆ ವಿಶೇಷ. ಅದೇ ರೀತಿ ಅವರು ತಮ್ಮ ಜಾತಿಯ ಅಥವಾ ಗುಂಪಿನ ವ್ಯಕ್ತಿಯನ್ನು ತಮ್ಮ ಪ್ರತಿನಿಧಿ ಎಂದು ಯಾರನ್ನೂ ಬೆಳಸಲಿಲ್ಲ. ಬಹುಶಃ ಅವರು ಮನಸ್ಸು ಮಾಡಿದ್ದರೆ ಇವು ಎಲ್ಲವೂ ಅವರಿಗೆ ಸಾಧ್ಯವಿತ್ತು. ಆದರೆ ಅರಸು ಹಾಗೆ ಮಾಡಲಿಲ್ಲ. ಏಕೆಂದರೆ ಅರಸು ಅವರಿಗೆ ಜಾತಿ ಮತ್ತು ಗುಂಪು ರಾಜಕಾರಣದಲ್ಲಿ ನಂಬಿಕೆ ಇರಲಿಲ್ಲ. ಬದಲಾಗಿ ಇವರಿಗೆ ಜಾತಿರಹಿತ ರಾಜಕಾರಣದಲ್ಲಿ ನಂಬಿಕೆ ಇತ್ತೆಂಬುದು ಕಂಡುಬರುತ್ತದೆ. ಒಟ್ಟಿನಲ್ಲಿ ಮುರಾರ್ಜಿಯವರ ಜನತಾ ಸರಕಾರದ ರಾಜಕೀಯ ಸೇಡು ಮತ್ತು ಇಂದಿರಾಗಾಂಧಿಯವರ ದರ್ಪ ಹಾಗೂ ಕಾಂಗ್ರೆಸ್ಸಿಗರ

ಅವಕಾಶವಾದಿತ್ವದ ಸ್ವಾರ್ಥ ರಾಜಕಾರಣ ಎಲ್ಲವೂ ದೇವರಾಜ ಅರಸು ಅವರ ರಾಜಕೀಯ ಜೀವನವನ್ನು ಬಲಿತೆಗೆದುಕೊಂಡವು.

ಟಿಪ್ಪಣಿಗಳು

೧. ವಡ್ಡರ್ಸೆ ರಘುರಾಮಶೆಟ್ಟಿ., (೨೦೦೦), ಬಹುರೂಪಿ ಅರಸು, ಪು.೨೨
೨. ಗುರುಲಿಂಗಯ್ಯ ಎಂ.ಕೆ., (೨೦೦೬), ದುರ್ಬಲರ ಆಶಾಕಿರಣ ದೇವರಾಜ ಅರಸು, ಪು.೧೧
೩. ಅದೇ., ಪು.೧೨
೪. ವಡ್ಡರ್ಸೆ ರಘುರಾಮಶೆಟ್ಟಿ., (೨೦೦೦), ಬಹುರೂಪಿ ಅರಸು, ಪು.೮೪
೫. ಪ್ರಜಾವಾಣಿ ಪತ್ರಿಕೆ, ಸುವರ್ಣ ಕರ್ನಾಟಕ ಮಾಲೆ, (೧೭ ಸಂಚಿಕೆ, ಸೆಪ್ಟೆಂಬರ್ ೧೦, ೨೦೦೬), ಪು.೭
೬. ಅನಂತಮೂರ್ತಿ.ಯು.ಆರ್., (೨೦೦೪) ಪ್ರಜ್ಞೆ-ಪರಿಸರ, (ಲೇ. ಸಾಹಿತ್ಯದ ಒಳ ಹೊರಗು) ಪು.೨೨೧
೭. ಪ್ರಜಾವಾಣಿ ಪತ್ರಿಕೆ, ಸುವರ್ಣ ಕರ್ನಾಟಕ ಮಾಲೆ, (೧೭ ಸಂಚಿಕೆ, ಸೆಪ್ಟೆಂಬರ್ ೧೦, ೨೦೦೬), ಪು.೭
೮. ಅದೇ., ಪು.೭
೯. ಅನಂತಮೂರ್ತಿ.ಯು.ಆರ್., (೨೦೦೪) ಪ್ರಜ್ಞೆ-ಪರಿಸರ, (ಲೇ. ಸಾಹಿತ್ಯದ ಒಳ ಹೊರಗು) ಪು.೨೫೧
೧೦. ವಡ್ಡರ್ಸೆ ರಘುರಾಮಶೆಟ್ಟಿ., (೨೦೦೦) ಬಹುರೂಪಿ ಅರಸು, ಪು.೧೩೪
೧೧. ಅದೇ., ಪು.೧೪೦
೧೨. ಕುಲದೀಪ್‌ನಯ್ಯರ್., ಸ್ಕೂಪ್ ಅಂಕಣ ಪ್ರಜಾವಾಣಿ ಪತ್ರಿಕೆ, ೧೯ ಜೂನ್, ೨೦೦೫
೧೩. ವಡ್ಡರ್ಸೆ ರಘುರಾಮಶೆಟ್ಟಿ., ಬಹುರೂಪಿ ಅರಸು, ಪು.೧೭೦
೧೪. ಅದೇ, ಪು.೧೭೦
೧೫. ಸದಾನಂದ.ಜೆ.ಎಸ್., ಪ್ರತಿಭಾವಂತ ಸಂಸದೀಯ ಪಟು ದೇವರಾಜ ಅರಸು, ಪು.೨೦
೧೬. ಕೋಣಂದೂರು ವೆಂಕಪ್ಪಗೌಡ., ಪರಿವರ್ತನೆಯ ಹರಿಕಾರ, ಪು.೯೨
೧೭. ಅದೇ., ಪು.೩೨೧
೧೮. ಸದಾನಂದ.ಜೆ.ಎಸ್., ಪ್ರತಿಭಾವಂತ ಸಂಸದೀಯ ಪಟುಗಳ ಬದುಕು ಬರಹ ಮಾಲಿಕೆ, ದೇವರಾಜ ಅರಸು, ಪು.೨೧
೧೯. ದೇಜಗೌ., ಕರ್ನಾಟಕ ರಾಜಕೀಯ ಚಿಂತನೆ, (೨೦೦೩), ಪು.೭೩
೨೦. ಅದೇ, ಪು.೭೫
೨೧. ಕೋಣಂದೂರು ವೆಂಕಪ್ಪಗೌಡ., ಪರಿವರ್ತನೆಯ ಹರಿಕಾರ, (೧೯೮೪), ಪು.೨೫೯
೨೨. ಸದಾನಂದ.ಜೆ.ಎಸ್., ಪ್ರತಿಭಾವಂತ ಸಂಸದೀಯ ಪಟುಗಳ ಬದುಕು ಬರಹ ಮಾಲಿಕೆ, ದೇವರಾಜ ಅರಸು, (೨೦೦೦), ಪು.೨೩
೨೩. ಅದೇ, ಪು.೨೩

೨೪. ಕೋಣಂದೂರು ವೆಂಕಪ್ಪಗೌಡ., ಪರಿವರ್ತನೆಯ ಹರಿಕಾರ, (೧೯೮೪), ಪು.೫೨
೨೫. ಅದೇ. ಪು.೬೭
೨೬. ಸದಾನಂದ.ಜೆ.ಎಸ್., ಪ್ರತಿಭಾವಂತ ಸಂಸದೀಯ ಪಟುಗಳ ಬದುಕು ಬರಹ ಮಾಲಿಕೆ, ದೇವರಾಜ ಅರಸು, (೨೦೦೦), ಪು.೧೭
೨೭. ವಡ್ಡರ್ಸೆ ರಘುರಾಮಶೆಟ್ಟಿ., ಬಹುರೂಪಿ ಅರಸು, (೨೦೦೦), ಪು.ಸಂ.೧೨೩
೨೮. ಅಗ್ನಿ ಶ್ರೀಧರ್., ದಾದಗಿರಿಯ ದಿನಗಳು, (೨೦೦೪), ಪು.ಸಂ.೨೧೭
೨೯. ಸುವರ್ಣ ಕರ್ನಾಟಕ ಮಾಲಿಕೆ. ಪ್ರಜಾವಾಣಿ (ದಿನ ಪತ್ರಿಕೆ), ಈ ಭಾನುವಾರ, ೨೬ ನವೆಂಬರ್, (೨೦೦೬), ಪು.ಸಂ.೭

ಅಧ್ಯಾಯ ನಾಲ್ಕು

ಅರಸು ರಾಜಕಾರಣದ ಸಮಾಜಮುಖಿ ಚಿಂತನೆಗಳು

ಭಾರತದ ಇತಿಹಾಸದಲ್ಲಿ ಜಾತಿಯೊಂದಿಗೆ ಬಂಡಾಯವು ದೊಡ್ಡ ಪ್ರಮಾಣದಲ್ಲಿ ಬೆಳೆದಿದೆ. ಬುದ್ಧ, ಬಸವಣ್ಣ, ಗಾಂಧೀಜಿ ಮತ್ತು ಅಂಬೇಡ್ಕರ್, ಲೋಹಿಯಾ ಅವರಂಥ ನಾಯಕರು ಜಾತಿವ್ಯವಸ್ಥೆಯ ವಿರುದ್ಧ ಸಮರವನ್ನೇ ಸಾರಿದವರು. ಅಲ್ಲದೆ ಈ ನಾಯಕರು ಒಂದು ವ್ಯವಸ್ಥಿತವಾದ ಜಾತಿರಹಿತ ಸಮಾಜವನ್ನು ಕಟ್ಟಲು ಮುಂದಾದವರು. ಆದರೆ ಇಂದು ಸಮಾಜ ಅದೇ ಜಾತಿಯನ್ನೇ ಬಂಡವಾಳವನ್ನಾಗಿ ಮಾಡಿಕೊಂಡು ಅದೇ ವ್ಯವಸ್ಥೆಯಲ್ಲಿ ಬಿದ್ದು ತೊಳಲಾಡುವ ಪರಿಸ್ಥಿತಿ ನಿರ್ಮಾಣವಾಗಿದೆ. ಭಾರತದ ಸಾಮಾಜಿಕ ವ್ಯವಸ್ಥೆಯನ್ನು ಕುರಿತಂತೆ ಲೋಹಿಯಾ ಅವರು -

> "ಜಾತ್ಯತೀತ ರಾಷ್ಟ್ರದಲ್ಲಿ ತಮ್ಮ ಜಾತಿಯವರನ್ನೇ ಮೇಲೆತ್ತುವುದು ಅನಿಷ್ಟ ಪರಂಪರೆ. ಮಾನವ ಕುಲಕ್ಕೆ ಮತ್ತು ಕಲ್ಯಾಣಕ್ಕೆ ಕುತ್ತು. ಅದು ರಾಷ್ಟ್ರಪ್ರಗತಿಗೆ ಮಾರಕ. ಇನ್ನು ಅಸ್ಪೃಶ್ಯತೆಯಂತೂ ಅಮಾನುಷ. ಮನುಷ್ಯ-ಮನುಷ್ಯರ ನಡುವಣ ಸಂಬಂಧದಲ್ಲಿ ಕ್ರೂರ ಪದ್ಧತಿಯ ಆಚರಣೆ ಹಿಂದೂ ಸಮಾಜದ ಮೇಲಿರುವ ಮಹಾ ಕಳಂಕವಾಗಿದೆ. ಅಲ್ಲದೆ 'ವರ್ಗ' ನಿರ್ಮೂಲನದಷ್ಟೇ 'ಜಾತಿ'ನಾಶಕ್ಕೂ"[೧]

ಎಂದು ಅಭಿಪ್ರಾಯಪಟ್ಟಿದ್ದಾರೆ. ಇಂಥ ಪಾರಂಪರಿಕ ಸಾಮಾಜಿಕ ಮೌಢ್ಯತೆಯನ್ನು ಮತ್ತು ಜಡವಾದ ಸಾಮಾಜಿಕ ಅಸಮಾನತೆಯನ್ನು ತೊಡೆದುಹಾಕಲು ದೇವರಾಜ ಅರಸು ಕಂಕಣಬದ್ಧರಾದರು. ಅಲ್ಲದೆ ಆ ಮೂಲಕ ದಲಿತರ ಹಾಗೂ ತುಳಿತಕ್ಕೊಳಗಾದವರನ್ನು ಮೇಲೆತ್ತಲು ಕ್ರಾಂತಿಕಾರಕ ಬದಲಾವಣೆಯನ್ನು ಜಾರಿಗೆ ತಂದರು.

೧೯೬೯ರಲ್ಲಿ ರಾಷ್ಟ್ರೀಯ ಕಾಂಗ್ರೆಸ್ ಒಡೆದು ಒಂದು ಹೊಸ ನಾಯಕತ್ವ ಬಂದ ನಂತರ ಅರಸು, ರಾಜ್ಯದಲ್ಲಿ ಅತ್ಯಂತ ಪ್ರಭಾವಶಾಲಿ ರಾಜಕೀಯ ಮುಖಂಡರಾಗಿ ತಮ್ಮ ಅಧಿಕಾರವನ್ನು ಸ್ಥಾಪಿಸಲು ಬ್ರಾಹ್ಮಣೇತರರಾದ ಹಿಂದುಳಿದ, ದಲಿತ ಮತ್ತು ಅಲ್ಪಸಂಖ್ಯಾತರ ವರ್ಗಗಳನ್ನು ಸಂಘಟಿಸಲು ಪ್ರಯತ್ನಿಸಿದರು. ಸ್ವತಃ ಜಾತಿ-ಜನ ಬೆಂಬಲವಿಲ್ಲದ ದೇವರಾಜ ಅರಸು ಸಣ್ಣಪುಟ್ಟ

ಜಾತಿ-ವರ್ಗಗಳನ್ನು ಒಂದುಗೂಡಿಸಲು ಶ್ರಮಿಸಿದರು. ಆಗಲೇ ಕಾಂಗ್ರೆಸ್ ಪಕ್ಷದ ಮುಖಂಡರಾಗಿದ್ದ ಅವರು ಈ ಅವಕಾಶವನ್ನು ಸರಿಯಾಗಿಯೇ ಉಪಯೋಗಿಸಿಕೊಂಡ ರೆಂಬುದರಲ್ಲಿ ಎರಡು ಮಾತಿಲ್ಲ. ಈ ಹಿನ್ನೆಲೆಯಿಂದಲೇ, ಪಾರಂಪರಿಕವಾಗಿ ಪಕ್ಷವನ್ನು ಬೆಂಬಲಸುತ್ತಿದ್ದ ಹರಿಜನ ಮತ್ತು ಮುಸ್ಲಿಮರನ್ನು ತಮಗೆ ಬೆಂಬಲು ನೀಡುವಂತೆ ಕೋರಿ ಅವರ ಮನವೊಲಿಸುವಲ್ಲಿ ಯಶಸ್ವಿಯಾದರು.

ಹೀಗೆ ೧೯೭೦ರ ಅವಧಿಯಲ್ಲಿ ದೀನ-ದಲಿತ ಹಾಗೂ ಹಿಂದುಳಿದ ಜಾತಿ-ವರ್ಗಗಳಿಗೆ ಧ್ವನಿಯೇ ಇಲ್ಲವಾಗಿತ್ತು. ಆಡಳಿತದಲ್ಲಿ ಅವರಿಗೆ ಸರಿಯಾದ ಸ್ಥಾನಮಾನಗಳೇ ಇರಲಿಲ್ಲ. ಬ್ರಾಹ್ಮಣ, ಲಿಂಗಾಯತ ಮತ್ತು ಒಕ್ಕಲಿಗರನ್ನು ಹೊರತುಪಡಿಸಿ ಇತರೆಯವರು ಮುಖ್ಯಮಂತ್ರಿಯಾಗುವುದನ್ನಂತೂ ಕನಸಿನಲ್ಲಿ ಕಾಣಲಾಗದಂಥ ರಾಜಕೀಯ ಪರಿಸ್ಥಿತಿಯಲ್ಲಿ ದೇವರಾಜ ಅರಸು ಮುಖ್ಯಮಂತ್ರಿಯಾಗುವುದು ಸುಲಭದ ಮಾತಾಗಿರಲಿಲ್ಲ. ಆದರೆ ೧೯೭೨ರ ಚುನಾವಣೆಯಲ್ಲಿ ಕಾಂಗ್ರೆಸ್ ಪಕ್ಷ ರಾಜ್ಯದಲ್ಲಿ ಅಧಿಕ ಸ್ಥಾನಗಳಲ್ಲಿ ಗೆಲುವು ಪಡೆದುಕೊಂಡಿತು. ಅರಸು ಅವರು ಶಾಸಕಾಂಗ ಪಕ್ಷದ ನಾಯಕರಾಗಿ ಸರ್ವಾನುಮತದಿಂದ ಆಯ್ಕೆಯಾದರು. ಇದರೊಂದಿಗೆ ರಾಜ್ಯದ ಎಂಟನೆಯ ಮುಖ್ಯಮಂತ್ರಿಯಾಗಿ ಅಧಿಕಾರ ವಹಿಸಿಕೊಂಡರು. ಅವರು ಈ ತಮ್ಮ ಅಧಿಕಾರದ ಅವಧಿಯನ್ನು ಸಂಪೂರ್ಣವಾಗಿ ತುಳಿತಕ್ಕೊಳಗಾದವರನ್ನು ಮೇಲೆತ್ತಲು ಬಳಸಿಕೊಂಡರು. ಅಲ್ಲದೆ ಮೇಲ್ವರ್ಗಗಳಿಗೆ ಮೀಸಲಿದ್ದ ರಾಜಕೀಯದ ಹಕ್ಕನ್ನು ದುರ್ಬಲ ವರ್ಗಗಳಿಗೂ ಕಲ್ಪಿಸಿಕೊಟ್ಟರು. ಅಲ್ಲದೆ ಭೂ ಸುಧಾರಣಾ ಕಾಯಿದೆ ಜಾರಿ, ಹಾವನೂರು ಆಯೋಗದ ನೇಮಕ, ಇಪ್ಪತ್ತು ಅಂಶಗಳ ಕಾರ್ಯಕ್ರಮ, ನೀರಾವರಿ ಯೋಜನೆಗಳಂಥ ಜನಪರ ಕಾಳಜಿಯುಳ್ಳ ಹಲವಾರು ಯೋಜನೆಗಳನ್ನು ಜಾರಿಗೊಳಿಸಿ ಅವುಗಳನ್ನು ಅನುಷ್ಠಾನಕ್ಕೆ ತಂದರು. ಜೊತೆಗೆ ವಿಶ್ವವಿದ್ಯಾಲಯಗಳಿಗೆ ಏಕರೂಪದ ಕಾನೂನು ಮಂಜೂರು ಮಾಡಿದ್ದು ಅರಸು ಅವರ ದೊಡ್ಡ ಸಾಧನೆ. ಸರಕಾರಿ ನೌಕರರ ವೇತನದ ಪುನರ್ವಿಮರ್ಶೆಗೆ ಜಿ.ನಾರಾಯಣ ಪೈ ಆಯೋಗವನ್ನು ನೇಮಿಸಿದರು. ಇದನ್ನು ಅಷ್ಟೇ ತ್ವರಿತವಾಗಿ ಕಾರ್ಯರೂಪಕ್ಕೆ ತಂದರು. ಇದರಿಂದ ನೌಕರರ ವರ್ಗ ಚೆಕ್ ಮೂಲಕ ವೇತನ ಪಡೆದುಕೊಳ್ಳಲು ಸಹಾಯಕವಾಯಿತು. ಅದುವರೆಗೂ ಸರಕಾರದ ನಿರ್ಲಕ್ಷಕ್ಕೆ ಗುರಿಯಾಗಿದ್ದ ಶಿಕ್ಷಕ ವರ್ಗ ಅರಸು ಅವರ ಈ ಯೋಜನೆಯಿಂದ ನೆಮ್ಮದಿಯಾಗಿ ಉಸಿರಾಡುವಂತಾಯಿತು. ಹಿಂದುಳಿದ ವರ್ಗಗಳ ಸಲಹಾ ಮಂಡಳಿ ಮತ್ತು ಪ್ರತ್ಯೇಕ ಹಿಂದುಳಿದ ವರ್ಗಗಳ ಹಾಗೂ ಅಲ್ಪಸಂಖ್ಯಾತರ ಇಲಾಖೆಯನ್ನು ಸ್ಥಾಪಿಸಿದರು. ಜೊತೆಗೆ ಈ ವರ್ಗಗಳ ಜನರಿಗೆ ಚಿಕ್ಕ ಉದ್ಯಮಗಳನ್ನು ಆರಂಭಿಸಲೆಂದು ಸಾಲ ನೀಡುವ ವ್ಯವಸ್ಥೆಯನ್ನು ಕಲ್ಪಿಸಿಕೊಟ್ಟರು. ಅವರ ಇಂಥ ಹಲವು ಬಗೆಯ ಚಿಂತನೆಗಳನ್ನು ಈ ಮುಂದಿನಂತೆ ಸ್ಥೂಲವಾಗಿ ಚರ್ಚಿಸಲಾಗಿದೆ.

೪.೧. ಹಾವನೂರ ಆಯೋಗದ ನೇಮಕ ೧೯೭೨

ಸ್ವಾತಂತ್ರ್ಯಪೂರ್ವದಿಂದಲೂ ದಲಿತ ಹಾಗೂ ಹಿಂದುಳಿದ ವರ್ಗಗಳ ಉದ್ಧಾರಕ್ಕಾಗಿ ಹಲವಾರು ಸಮಾಜ ಸುಧಾರಕರು ಶ್ರಮಿಸಿರುವುದು ಕಂಡುಬರುತ್ತದೆ. ಮಹಾರಾಷ್ಟ್ರದಲ್ಲಿ

ಜ್ಯೋತಿಬಾ ಫುಲೆ, (ಅಂತಲೇ ಇವರನ್ನು ಭಾರತದ 'ಸಾಮಾಜಿಕ ಕ್ರಾಂತಿಯ ಹರಿಕಾರ' ಎಂದು ಕರೆಯುತ್ತೇವೆ.) ಕೇರಳದಲ್ಲಿ ನಾರಾಯಣಗುರು ಮತ್ತು ತಮಿಳುನಾಡಿನಲ್ಲಿ ಪೆರಿಯಾರ್ ರಾಮಸ್ವಾಮಿ ನಾಯ್ಕರ್ ಮುಂತಾದವರನ್ನು ಹೆಸರಿಸಬಹುದು. ಅಂಬೇಡ್ಕರ್ ಅವರಂತೂ ತಮ್ಮ ಜೀವನದ ಆರಂಭದಿಂದಲೂ ದಲಿತರ ಮತ್ತು ಶೋಷಿತರ ಹಕ್ಕುಗಳಿಗಾಗಿ ಹೋರಾಟ ಮಾಡಿರುವುದನ್ನು ಇಲ್ಲಿ ಸ್ಮರಿಸಿಕೊಳ್ಳಬಹುದು.

ಕರ್ನಾಟಕದಲ್ಲಿ ಹಿಂದುಳಿದ ವರ್ಗಗಳ ಚಳವಳಿಯು ಮೊದಲು ಮೈಸೂರು ಸಂಸ್ಥಾನದಲ್ಲಿ ಬ್ರಾಹ್ಮಣೇತರರು ನಡೆಸಿದ ಚಳವಳಿಯೊಂದಿಗೆ ಆರಂಭಗೊಂಡಿತು. ಹೀಗಾಗಿ ಮೈಸೂರು ಸಂಸ್ಥಾನದ ನಾಲ್ವಡಿ ಕೃಷ್ಣರಾಜ ಒಡೆಯರು ೨೩.೦೮.೧೯೧೮ರಂದು ಲೆಸ್ಲಿ ಮಿಲ್ಲರ್ ನೇತೃತ್ವದಲ್ಲಿ 'ಮಿಲ್ಲರ್ ಸಮಿತಿ'ಯನ್ನು ನೇಮಿಸಿದರು. ಹೀಗಾಗಿ ಭಾರತದಲ್ಲೇ ಮೊದಲ ಬಾರಿಗೆ ದಲಿತ ಹಾಗೂ ಹಿಂದುಳಿದ ವರ್ಗಗಳಿಗೆ ಮೀಸಲಾತಿಯನ್ನು ಕಲ್ಪಿಸಿದ ಕೀರ್ತಿಗೆ ನಾಲ್ವಡಿ ಕೃಷ್ಣರಾಜ ಒಡೆಯರು ಭಾಜನರಾದರು. ಈ ವರ್ಗಗಳು ಹೆಚ್ಚಿನ ಸಂಖ್ಯೆಯಲ್ಲಿ ಸರಕಾರಿ ಉದ್ಯೋಗವನ್ನು ಪಡೆದುಕೊಳ್ಳುವ ನಿಟ್ಟಿನಲ್ಲಿ ಪ್ರೋತ್ಸಾಹಿಸಲು ಸರಕಾರ ಏನು ಕ್ರಮಕೈಗೊಳ್ಳಬೇಕು ಎಂಬುದರ ಬಗ್ಗೆ ಪರಿಶೀಲಿಸಿ ತನ್ನ ವರದಿಯನ್ನು ನೀಡುವಂತೆ ಈ ಸಮಿತಿಗೆ ಸೂಚಿಸಲಾಯಿತು. ಪರಿಣಾಮವಾಗಿ ದಲಿತ ಹಾಗೂ ಹಿಂದುಳಿದ ವರ್ಗಗಳಿಗೆ ಸ್ವಲ್ಪಮಟ್ಟಿಗೆ ಶೈಕ್ಷಣಿಕ ಹಾಗೂ ಸಾಮಾಜಿಕ ನ್ಯಾಯವನ್ನು ಪಡೆದುಕೊಳ್ಳಲು ಸಾಧ್ಯವಾಯಿತು.

ದೇವರಾಜ ಅರಸು ಅಧಿಕಾರಕ್ಕೆ ಬಂದಮೇಲೆ ಈ ಸಾಮಾಜಿಕ (ಹಿಂದುಳಿದ ವರ್ಗಗಳ ಮತ್ತು ದಲಿತರ) ಚಳವಳಿಗೆ ಮತ್ತಷ್ಟು ಬಲ ಬಂದಿತು. ಸಾಮಾಜಿಕವಾಗಿ ಅಸಹಾಯಕರಂತೆ ಬದುಕಿದ್ದ ಬೆಸ್ತ, ಮಡಿವಾಳ, ಉಪ್ಪಾರ, ಕುಂಬಾರ, ಕಮ್ಮಾರ, ಅಲ್ಪಸಂಖ್ಯಾತ ಮತ್ತು ದಲಿತ ವರ್ಗಗಳಿಗೆ ಸ್ವಾಭಿಮಾನದಿಂದ ಬದುಕುವಂತೆ ಮಾಡುವುದರ ಜೊತೆಗೆ, ಎಲ್ಲರಂತೆ ತಾವು ಕೂಡ ಎಲ್ಲ ಅವಕಾಶಗಳಿಗೆ ಅರ್ಹರು ಎಂಬ ಜಾಗೃತಿಯನ್ನು ಮೂಡಿಸಿದ ಹೆಗ್ಗಳಿಕೆ ಅರಸು ಅವರದು. ೧೯೭೦ರವರೆಗೆ ಜಾತಿ ರಾಜಕಾರಣದ ಪ್ರಾಬಲ್ಯದಲ್ಲಿ ಯಾವ ಬದಲಾವಣೆಗಳೂ ಆಗಲಿಲ್ಲ. ಮುಖ್ಯವಾಗಿ ಬ್ರಾಹ್ಮಣ ಮತ್ತು ಲಿಂಗಾಯತರ ರಾಜಕಾರಣದ ಮೇಲಿನ ಹಿಡಿತ ಮಾತ್ರವಲ್ಲದೆ, ಆರ್ಥಿಕ ಕ್ಷೇತ್ರಗಳ ಮೇಲಿನ ಮೇಲ್ಜಾತಿಗಳ ಪ್ರಾಬಲ್ಯ ಮುಂದುವರೆಯಿತು. ಈ ತರಹದ ಕ್ರಾಂತಿಕಾರಕ ಬದಲಾವಣೆಗೆ ನಾಂದಿ ಹಾಡಿದವರು ದೇವರಾಜು ಅರಸು ಎನ್ನುವುದು ಇನ್ನೊಂದು ವಿಶೇಷ. ದೀನ-ದಲಿತರನ್ನು ಮತ್ತು ತುಳಿತಕ್ಕೊಳಗಾದವರನ್ನು ಮೇಲಕ್ಕೆತ್ತಬೇಕೆನ್ನುವ ಅವರಲ್ಲಿದ್ದ ದೃಢ ಸಂಕಲ್ಪವೇ ಇದಕ್ಕೆ ಕಾರಣ. ಅದರಂತೆ ಕಾಕಾ ಕಾಳೇಕ್ಕರ್ ಆಯೋಗವು -

> "ಹಿಂದುಳಿದ ವರ್ಗಗಳಿಗೆ ಉದ್ಯೋಗ ಮತ್ತು ಶಿಕ್ಷಣದಲ್ಲಿ ಮೀಸಲಾತಿ ಇರಬೇಕೆಂಬ ವಾದ ೧೯೫೩ರಲ್ಲಿಯೇ ರಾಷ್ಟ್ರಮಟ್ಟದಲ್ಲಿ ಕಾಕಾ ಕಾಳೇಕ್ಕರ್ ಆಯೋಗ ರಚಿಸುವುದರ ಮೂಲಕ ಸಾಕಾರಗೊಂಡಿದ್ದನ್ನು ಈ ಸಂದರ್ಭದಲ್ಲಿ ಸ್ಮರಿಸಿಕೊಳ್ಳುವುದು ಸೂಕ್ತ ಎನಿಸುತ್ತದೆ. ಈ

> ಸಮಿತಿಯು ಎಲ್ಲಾ ಕ್ಷೇತ್ರದ ಹಿಂದುಳಿದಿರುವಿಕೆಗೆ 'ಜಾತಿ'ಯೇ ಮುಖ್ಯಕಾರಣ ಎಂಬುದನ್ನು ಪರಿಗಣಿಸಿದೆ. ಇನ್ನಾವುದೇ ಮಾನದಂಡವನ್ನು ಅನುಸರಿಸಿದರೂ ನ್ಯಾಯ ಒದಗಿಸಿದಂತಾಗುವುದಿಲ್ಲ ಮತ್ತು ಅವರು ಈ ವರದಿಯನ್ನು ಅಂತಿಮಗೊಳಿಸುವಾಗ ವ್ಯಕ್ತಿಯ ಆದಾಯವನ್ನು ಮೀಸಲಾತಿಗೆ ಮಾನದಂಡವಾಗಿಟ್ಟುಕೊಳ್ಳಬೇಕೆಂದು"[೭] ಸೂಚಿಸಿತು.

ಇದರಿಂದಾಗಿ ಹಲವಾರು ಗೊಂದಲಗಳು ಸೃಷ್ಟಿಯಾಗಿ, ಈ ವರದಿಯ ಅನುಷ್ಠಾನಕ್ಕೆ ಬರದೆ ಮೂಲೆಗುಂಪಾಯಿತು. ಇದನ್ನು ಮನಗಂಡಿದ್ದ ಅರಸು, ಅಧಿಕಾರಕ್ಕೆ ಬಂದ ಹೊಸತರಲ್ಲೇ ಹಿಂದುಳಿದ ವರ್ಗಗಳನ್ನು ನಿರ್ಧರಿಸುವಲ್ಲಿ ಹೊಸ ಮಾನದಂಡಗಳ ಬಗ್ಗೆ ಸೂಚನೆ ನೀಡಿದರು. ಅವರು ಈ ಸಂದರ್ಭದಲ್ಲಿ-

> "ನಾಗನಗೌಡ ಸಮಿತಿಯು ದೋಷದಿಂದ ಕೂಡಿದೆ ಎಂದ ಅವರು, ಜಾತಿ ಮತ್ತು ಆದಾಯ ಎರಡನ್ನು ಮಾನದಂಡವಾಗಿ ಬಳಸಬೇಕೆಂದು ತಮ್ಮ ನಿಲುವನ್ನು ಸ್ಪಷ್ಟಪಡಿಸಿದರು".[೮]

ಅದರಂತೆ ಹಿಂದುಳಿದ ವರ್ಗಗಳ ನಿರ್ಧರಿಸುವಿಕೆಗೆ ವಕೀಲರೂ, ರಾಜಕಾರಣಿಯೂ ಮತ್ತು ಹಿಂದುಳಿದ ವರ್ಗಕ್ಕೆ ಸೇರಿದವರೂ ಆದ ಎಲ್.ಜಿ.ಹಾವನೂರು ಅಧ್ಯಕ್ಷತೆಯಲ್ಲಿ ಆಯೋಗವನ್ನು ಆಗಸ್ಟ್ ೮, ೧೯೭೨ರಲ್ಲಿ ನೇಮಕ ಮಾಡಲಾಯಿತು.

ಹಿಂದುಳಿದವರಿಂದಲೇ ವಂಚನೆಗೆ ಒಳಗಾದ ಇತರ ದುರ್ಬಲ ವರ್ಗದವರನ್ನು ರಾಜಕೀಯವಾಗಿ ಒಗ್ಗೂಡಿಸುವ, ತಮ್ಮ ಬೇಡಿಕೆಗಳನ್ನು ಈಡೇರಿಸಿಕೊಳ್ಳುವ ಇಚ್ಛಾಶಕ್ತಿಯನ್ನು ಅವರಲ್ಲಿ ತುಂಬುವ ಮಹತ್ವದ ಕಾರ್ಯವನ್ನು ದೇವರಾಜ ಅರಸು ಮಾಡಿದರೆನ್ನಲಡ್ಡಿಯಿಲ್ಲ. ಅದುವರೆವಿಗೂ ಇದ್ದ ಲಿಂಗಾಯಿತ ಹಾಗೂ ಒಕ್ಕಲಿಗರ ಪ್ರಾಬಲ್ಯವನ್ನು ಮುರಿಯುವುದು ಅವರ ಉದ್ದೇಶವಾಗಿತ್ತು. ಮುಖ್ಯವಾಗಿ ಸಮಾನತೆಯಲ್ಲಿ ನಂಬಿಕೆ ಇಟ್ಟಿದ್ದ ಅವರು ಸಮಾನತೆ ಬರಬೇಕೆಂದರೆ ಜಾತಿ-ವರ್ಗ ಸಂಪೂರ್ಣ ನಾಶವಾಗಬೇಕು ಎನ್ನುವ ನಿಲುವು ಅವರದು. ಸಮಾನತೆಗೆ ಪೂರಕವಾಗಿಯೇ ಸಮಾನರಲ್ಲದವರಿಗೆ ನೆರವು ನೀಡಿ, ಕೈಹಿಡಿದು ಮೇಲೆತ್ತಿದವರು. ತುಳಿತಕ್ಕೆ ಒಳಗಾದವರಿಗೆ ಬೇಕಾದುದು ಸಹಾನುಭೂತಿ, ಅನುಕಂಪವಲ್ಲ. ಬದಲಾಗಿ ಸಮಾನತೆ ಮತ್ತು ಸಂಪತ್ತು. ಮನುಷ್ಯರೆಂಬ ಭಾವನಾತ್ಮಕ ತಿಳಿವು. ಅರಸು ಮೀಸಲಾತಿ ಜಾರಿಗೆ ತರುವ ಕಲ್ಪನೆಯ ಆಶಯವೂ ಇದೇ ಆಗಿತ್ತು. ಇದರ ಜೊತೆಗೆ ೧೯೫೮ರಿಂದ ಜಾರಿಯಲ್ಲಿದ್ದ ಮೀಸಲಾತಿ ನೀತಿಯ ಪ್ರಯೋಜನ ಕೇವಲ ಪ್ರಬಲ ಜಾತಿಯವರಿಗೆ ಮಾತ್ರ ಲಭ್ಯವಾಗಿತ್ತು ಎನ್ನುವ ಭಾವನೆಯನ್ನು ಈ ಹಿಂದುಳಿದ ವರ್ಗಗಳಲ್ಲಿ ಬೆಳೆಸುವಲ್ಲಿಯೂ ಅವರು ಸಾಕಷ್ಟು ಯಶಸ್ವಿಯಾದರು.

೧೯೭೨ರ ಆಗಸ್ಟ್‌ನಲ್ಲಿ ಆದ ಆಯೋಗದ ರಚನೆ ಹಿಂದುಳಿದವರ ಕಲ್ಯಾಣಕ್ಕಾಗಿ ನಡೆದ ಮೊದಲ ಪ್ರಾಮಾಣಿಕ ಪ್ರಯತ್ನವೆಂಬ ಸಾರ್ವತ್ರಿಕ ಮನ್ನಣೆ ಪಡೆಯಿತು. ಈ ಆಯೋಗವು

ಒಟ್ಟು ಏಳು ಜನ ಸದಸ್ಯರನ್ನೊಳಗೊಂಡಂತೆ ಅವರಲ್ಲೇ ಒಬ್ಬರನ್ನು ಅಧ್ಯಕ್ಷರನ್ನಾಗಿ ನೇಮಿಸಲಾಯಿತು. ಈ ಸಮಿತಿಯಲ್ಲಿ ಕಾರ್ಯನಿರ್ವಹಿಸಿದ ಇತರ ಸದಸ್ಯರನ್ನು ಈ ಕೆಳಗಿನಂತೆ ನಮೂದಿಸಲಾಗಿದೆ.

ಹಾವನೂರು ಆಯೋಗದ ಸಮಿತಿ (೧೯೭೨)

೧. ಎಲ್.ಜಿ.ಹಾವನೂರು, ಅಧ್ಯಕ್ಷರು

೨. ವೈ.ರಾಮಚಂದ್ರ, ಸದಸ್ಯರು

೩. ಕೆ.ಆರ್.ಎಸ್.ನಾಯ್ಡು, ಸದಸ್ಯರು

೪. ಕೆ.ಎಂ.ನಾಗಣ್ಣ, ಸದಸ್ಯರು

೫. ಎಸ್.ಆರ್.ಮಾನಶೆಟ್ಟಿ, ಸದಸ್ಯರು

೬. ಎನ್.ಧರ್ಮಸಿಂಗ್, ಸದಸ್ಯರು

೭. ಪಿ.ಜಿ.ಹಬೀಬ್, ಸದಸ್ಯರು

ಶತಶತಮಾನಗಳಿಂದ ತುಳಿಯಲ್ಪಟ್ಟ ಹಿಂದುಳಿದ ಜಾತಿ, ಉಪಜಾತಿಗಳ ಜನರನ್ನು ಮೇಲಕ್ಕೆತ್ತಬೇಕೆಂಬ ದೃಢಸಂಕಲ್ಪದಿಂದ ಅರಸು ಈ ಆಯೋಗವನ್ನು ನೇಮಿಸಿದ್ದು ಸ್ಪಷ್ಟ. ಈ ಸಂದರ್ಭದಲ್ಲಿ ಅವರೇ ಈ ಕುರಿತಂತೆ-

> "ಹಾವನೂರ್ ಕಮಿಷನ್ ನೇಮಿಸಿ ಮಾತು ಹೋಗಿದ್ದ ಜನರಿಗೆ ಮಾತು ಬರುವಂತೆ ಮಾಡಿದ್ದೇನೆ. ಇನ್ನೂ ಮುಂದೆ ಮೇಲ್ಜಾತಿಯವರು ಎಂದೆಂದಿಗೂ ಹಿಂದುಳಿದ ವರ್ಗಗಳನ್ನು ಮೆಟ್ಟಿಹಾಕಲು ಸಾಧ್ಯವೇ ಇಲ್ಲ. ನನ್ನ ಅಧಿಕಾರ ಹೋಗಬಹುದು. ಆದರೆ, ಈ ಒಂದು ಸಣ್ಣ ಕೆಲಸ ನನಗೆ ಅಪಾರ ತೃಪ್ತಿ ಮತ್ತು ನೆಮ್ಮದಿಯನ್ನು ತಂದುಕೊಟ್ಟಿದೆ"[೪]

ಎಂದು ತಮ್ಮ ಮನದಾಳದ ಇಂಗಿತವನ್ನು ವ್ಯಕ್ತಪಡಿಸಿದರು. ಈ ಆಯೋಗಕ್ಕೆ ಪರಿಶಿಷ್ಟ ಜಾತಿ/ಪಂಗಡಗಳನ್ನು ಹೊರತುಪಡಿಸಿ ಸಾಮಾಜಿಕವಾಗಿ, ಶೈಕ್ಷಣಿಕವಾಗಿ ಹಿಂದುಳಿದಿರುವ ಮತ್ತು ಇತರ ಹಿಂದುಳಿದ ವರ್ಗಗಳನ್ನು ನಿರ್ಧರಿಸುವ ನಿರ್ಣಾಯಕ ಅಂಶಗಳ ಬಗೆಗೆ ಸಲಹೆ ನೀಡುವುದು; ಈ ವರ್ಗಗಳ ಬಗೆಗೆ ವಿವರವಾಗಿ ಅಧ್ಯಯನ ನಡೆಸಿ ಈ ವರ್ಗಗಳ ಉನ್ನತಿಗಾಗಿ ಸರಕಾರ ಕೈಗೊಳ್ಳಬೇಕಾದ ಕ್ರಮಗಳ ಬಗೆಗೆ ಶಿಫಾರಸ್ಸು ಮಾಡುವುದು; ಈ ವರ್ಗಗಳ ಪಟ್ಟಿಯನ್ನು ತಯಾರಿಸುವುದು; ಈ ವರ್ಗಗಳಿಗೆ ಕಲ್ಪಿಸಬೇಕಾದ ಮೀಸಲಾತಿ ಪ್ರಮಾಣದ ಬಗೆಗೆ ಸಲಹೆ ನೀಡುವುದು; ಇತ್ಯಾದಿಯನ್ನು ಸೂಚಿಸಿ ಸರಕಾರ ಆದೇಶ ಹೊರಡಿಸಿತು.

ಸರಕಾರ ಆದೇಶ ಹೊರಡಿಸಿದ ಬೆನ್ನಲ್ಲಿಯೇ ಈ ಆಯೋಗದ ಸದಸ್ಯರು ಮತ್ತು ಅಧ್ಯಕ್ಷರು ವರದಿಯ ಸಿದ್ಧತೆಗೆ ವ್ಯವಸ್ಥಿತವಾದ ಕಾರ್ಯ ಚಟುವಟಿಕೆಯಲ್ಲಿ ತೊಡಗಿದರು. ಅದರಂತೆ ೪೨೫ ಪರಿಶೀಲಕರು, ೩,೫೫,೦೦೦ ವ್ಯಕ್ತಿಗಳಿಂದ ಆಯೋಗದ ವರದಿಗೆ ಬೇಕಾದ ಅಂಕಿ-ಅಂಶಗಳನ್ನು ಸಂಗ್ರಹಿಸಿದರು. ೨೦೦ ಜಾತಿಗಳ ವಿವರವನ್ನು ಈ ವರದಿ ಪಡೆದುಕೊಂಡಿತು. ಸುಮಾರು ೪೦೦ಕ್ಕೂ ಹೆಚ್ಚು ಸಾಕ್ಷಿದಾರರು ತಮ್ಮ ಅಭಿಪ್ರಾಯವನ್ನು ನೀಡಿದರು.-

> ಇದರಲ್ಲಿ ''ಮುಖ್ಯ ವರದಿಯೊಂದಿಗೆ ಸರಕಾರಿ ಆದೇಶಗಳು, ನ್ಯಾಯಾಲಯದ ಆದೇಶಗಳು, ಜನಸಂಖ್ಯೆ ಹಾಗೂ ಶೈಕ್ಷಣಿಕ ವಿವರಗಳು, ವಿವಿಧ ಜಾತಿಗಳಿಗೆ ಸಂಬಂಧಿಸಿದ ಸರಕಾರಿ ಸೇವೆಯಲ್ಲಿನ ಪ್ರಾತಿನಿಧ್ಯದ ವಿವರಗಳು ಇವೆ. ಜನರ ಸಮಾಜೋ-ಆರ್ಥಿಕ ಸ್ಥಿತಿ-ಗತಿಗಳನ್ನು ಕುರಿತು ಅಧ್ಯಯನ ನಡೆಸಲು ೧೯೩ ಗ್ರಾಮಗಳು, ೧೮೫ ನಗರ ಪ್ರದೇಶಗಳನ್ನು ತನ್ನ ವ್ಯಾಪ್ತಿಗೆ ಸೇರಿಸಿಕೊಂಡು ಸಮಿತಿ ಅಧ್ಯಯನ ನಡೆಸಿತು. ಒಟ್ಟು ಮೂರು ವರುಷಗಳ ಕಾಲಾವಧಿಯನ್ನು ತೆಗೆದುಕೊಂಡು ಸಿದ್ಧಪಡಿಸಿದ ವರದಿಯನ್ನು ಆಯೋಗ ಅಂತಿಮವಾಗಿ ೧೯೭೫ ನವೆಂಬರ್‌ನಲ್ಲಿ ಸರಕಾರಕ್ಕೆ ಒಪ್ಪಿಸಿತು''[೯]

ಈ ಸಂದರ್ಭದಲ್ಲಿ ಹಾವನೂರು ಅವರು ತಮ್ಮ ವರದಿಯನ್ನು ಅರಸು ಅವರಿಗೆ ಒಪ್ಪಿಸಿ, ಕೆಲವು ಗಮನಾರ್ಹವಾದ ಮಾತುಗಳನ್ನು ಆಡಿದ್ದಾರೆ. "ಭಾರತದ ಸಂದರ್ಭದಲ್ಲಿ 'ಜಾತಿ' ಮತ್ತು 'ವರ್ಗ' ಎಂಥ ಕೆಲಸ ಮಾಡುತ್ತಿದೆ ಎಂಬುದನ್ನು ಹಾವನೂರು ತಮ್ಮ ವರದಿಯಲ್ಲಿ ಉಲ್ಲೇಖಿಸಿ ಸಮರ್ಥಿಸಿದ್ದಾರೆ. ಜೊತೆಗೆ ಮೀಸಲಾತಿಯನ್ನು ಅರ್ಥೈಸಿರುವ ರೀತಿ ಭಾರತದ ಸಾಮಾಜಿಕ ಸಂದರ್ಭದಲ್ಲಿ ತೀರಾ ಅರ್ಥಪೂರ್ಣವಾದದ್ದು.

> ''ಜಾತಿ, ಬುಡಕಟ್ಟು, ಹಾಗೂ ಕೋಮುಗಳ ಹಿಂದುಳಿದಿರುವಿಕೆಯನ್ನು ಜಾತಿ ಆಧಾರಿತ ನಿರ್ಧರಿಸುವುದನ್ನು ಕೆಲವು ಮುಂದುವರಿದ ಜಾತಿಗಳು ವಿರೋಧಿಸುತ್ತಲೇ ಬಂದಿವೆ. ಇವರು ಎಷ್ಟರ ಮಟ್ಟಿಗೆ ಹಿಂದುಳಿದವರಿಗೆ ನೈಜ ಭಾವನೆಯನ್ನು ಹುಟ್ಟು ಹಾಕಿದ್ದಾರೆಂದರೆ ತಾವು ಒಳ್ಳೆಯ ಅವಕಾಶವನ್ನು ಪಡೆದು ಮೇಲು ಮುಖವಾಗಿ ಚಲಿಸುವುದು ಒಂದು ನೀತಿಯುತವಾದದ್ದು ಎಂದು ಭಾವಿಸಿಕೊಂಡಿವೆ''[೬]

ಎಂದು ಹೀಗೆ ನಮ್ಮ ದೇಶದ ಹೀನಾಯ ಸ್ಥಿತಿಯನ್ನು ಹಾವನೂರರು ವ್ಯಕ್ತಪಡಿಸಿದ್ದಾರೆ. ಹಿಂದುಳಿದ ವರ್ಗಗಳು ಎಂದಿಗೂ ಜಾತಿ ಹೆಸರಿನಲ್ಲಿ ಸಂಘಟಿತರಾಗಿರಲಿಲ್ಲ. ಹೀಗಾಗಿ ಕೆಳಜಾತಿಗಳಲ್ಲಿ 'ಜಾತಿಪ್ರಜ್ಞೆ' ಎಂಬುದು ಮೂಡಲು ಸಾಧ್ಯವಾಗಲೇ ಇಲ್ಲ. 'ಜಾತಿಪ್ರಜ್ಞೆ'ಯಿಲ್ಲದ ಕೆಳಜಾತಿಗಳ ಈ ದೌರ್ಬಲ್ಯ ಮೇಲುಜಾತಿಗಳಿಗೆ ಒಂದು ರೀತಿಯಲ್ಲಿ ಅನುಕೂಲಕರವಾಗಿ ಪರಿಣಮಿಸಿತು. ಈ ಆಶಯವನ್ನು ಹಾವನೂರು ಅವರು ಅತ್ಯಂತ ಸಂಕಟದಿಂದಲೇ ಅರಸು ಮುಂದೆ ತೋಡಿಕೊಂಡಿದ್ದರು. ನಂತರ ಮಂಡಲ್ ವರದಿಗೂ ಇದು ಸ್ಫೂರ್ತಿ ನೀಡಿತು. ಈ ವರದಿಯೂ ಹಾವನೂರರ ವರದಿಯ ಜಾಡಿನಲ್ಲೇ ಸಾಗಿ ಜಾತಿ ಮೀಸಲಾತಿಯನ್ನು ಎತ್ತಿ ಹಿಡಿಯಿತು.

ಹಾವನೂರು ವರದಿಯ ಆಯೋಗವು ಹಿಂದುಳಿದ ವರ್ಗಗಳನ್ನು ಈ ಕೆಳಗಿನಂತೆ ವರ್ಗೀಕರಿಸಿತು

ಈ ಆಯೋಗವು ಹಿಂದುಳಿದ ವರ್ಗಗಳನ್ನು ಮೂರು ಗುಂಪುಗಳನ್ನಾಗಿ ವಿಂಗಡಿಸಿತು. ೧. ಹಿಂದುಳಿದ ಸಮುದಾಯಗಳು ೨. ಹಿಂದುಳಿದ ಜಾತಿಗಳು ೩. ಹಿಂದುಳಿದ ಬುಡಕಟ್ಟುಗಳು.

ರಾಜ್ಯದ ಒಟ್ಟು ಜನಸಂಖ್ಯೆಯಲ್ಲಿ ಶೇ.೧೪ ರಷ್ಟು ಪರಿಶಿಷ್ಟ ಜಾತಿಗಳು ಮತ್ತು ಪರಿಶಿಷ್ಟ ಬುಡಕಟ್ಟುಗಳ ಜೊತೆಗೆ ಶೇ. ೪೪.೫೨ ರಷ್ಟು ಜನಸಂಖ್ಯೆಯನ್ನು "ಇತರ ಹಿಂದುಳಿದ ವರ್ಗಗಳು ಎಂದು ನಿರ್ಧರಿಸಿತು. ಭಾರತೀಯ ಸಂವಿಧಾನದ ವಿಧಿ ೧೫(೪) ಹಾಗೂ ೧೬(೪) ರ ಪ್ರಕಾರ ಸಮುದಾಯಗಳನ್ನು ಜಾತಿಗಳನ್ನು ಮತ್ತು ಬುಡಕಟ್ಟುಗಳನ್ನು ಹಿಂದುಳಿದ ಪಂಗಡಗಳೆಂದು ಪರಿಗಣಿಸಬೇಕು ಮತ್ತು ವಿದ್ಯಾಸಂಸ್ಥೆಗಳಲ್ಲಿ ಹಾಗೂ ಸರಕಾರಿ ಹುದ್ದೆಗಳಲ್ಲಿ (ಪರಿಶಿಷ್ಟಜಾತಿ ಮತ್ತು ಪರಿಶಿಷ್ಟ ಬುಡಕಟ್ಟುಗಳನ್ನು ಬಿಟ್ಟು) ಶೇ.೩೨ ರಷ್ಟು ಮೀಸಲಾತಿಯನ್ನು ನೀಡಬೇಕೆಂದು ಶಿಫಾರಸ್ಸು ಮಾಡಿತು.

ಪರಿಚ್ಛೇದ ೧೫ (೪) ಪ್ರಕಾರ ಮೀಸಲಾತಿ

ಕ್ರ.ಸಂ.	ವರ್ಗಗಳು	ಜನಸಂಖ್ಯೆ	ಮೀಸಲಾತಿ ಪ್ರಮಾಣ
೧	ಹಿಂದುಳಿದ ಸಮುದಾಯಗಳು	೨೨. ೦೩	ಶೇ. ೧೬
೨	ಹಿಂದುಳಿದ ಜಾತಿಗಳು	೧೪.೪೯	ಶೇ. ೧೦
೩	ಹಿಂದುಳಿದ ಬುಡಕಟ್ಟುಗಳು	೦೮.೦೦	ಶೇ. ೦.೬
	ಒಟ್ಟು	೪೪.೫೨	ಶೇ. ೩೨

ಪರಿಚ್ಛೇದ ೧೬ ಪ್ರಕಾರ ಮೀಸಲಾತಿ

ಕ್ರ.ಸಂ.	ವರ್ಗಗಳು	ಜನಸಂಖ್ಯೆ	ಮೀಸಲಾತಿ ಪ್ರಮಾಣ
೧.	ಹಿಂದುಳಿದ ಸಮುದಾಯಗಳು	೧೯.೨೦	ಶೇ. ೧೬
೨.	ಹಿಂದುಳಿದ ಜಾತಿಗಳು	೧೪.೪೨	ಶೇ. ೧೦
೩.	ಹಿಂದುಳಿದ ಬುಡಕಟ್ಟುಗಳು	೮.೦೦	ಶೇ. ೦೬
	ಒಟ್ಟು	೪೧.೬೨	ಶೇ. ೩೨

(ಲಕ್ಷ್ಮಣ್ ತೆಲಗಾವಿ, ಹಿಂದುಳಿದ ವರ್ಗಗಳು ಹಾಗೂ ದಲಿತ ಚಳವಳಿಗಳು, ಪು.೪೬)[೬]

ಆಯೋಗದ ಶಿಫಾರಸ್ಸುಗಳು

೧. ಭಾರತೀಯ ಸಂವಿಧಾನದ ವಿಧಿ ೧೫೪ ಹಾಗೂ ೧೬೪ರ ಪ್ರಕಾರ ಸಮುದಾಯಗಳನ್ನು, ಜಾತಿಗಳನ್ನು ಮತ್ತು ಬುಡುಕಟ್ಟುಗಳನ್ನು ಹಿಂದುಳಿದ ಪಂಗಡಗಳೆಂದು ಪರಿಗಣಿಸಬೇಕು.

೨. ಪ್ರತ್ಯೇಕ ಹಿಂದುಳಿದ ವರ್ಗದ ನಿರ್ದೇಶನಾಲಯ ರಚನೆಯಾಗಬೇಕು.

೩. ಹಿಂದುಳಿದ ವರ್ಗಗಳ ನೇಮಕಕ್ಕೆ ಸಂಬಂಧಿಸಿದಂತೆ ಅವರ ಕನಿಷ್ಠ ವಯೋಮಿತಿಯನ್ನು ಇತರರಿಗಿಂತ ೫ ವರ್ಷ ಹೆಚ್ಚಿಸಬೇಕು.

೪. ಹಣಕಾಸಿನ ಸಂಸ್ಥೆಯೊಂದು ಈ ಜನಗಳ ಅಭಿವೃದ್ಧಿಗಾಗಿ ಸ್ಥಾಪನೆಯಾಗಬೇಕು.

೫. ಹಿಂದುಳಿದ ವರ್ಗಗಳಲ್ಲಿ ಶೇ.೩೨ರಷ್ಟು ಮೀಸಲಾತಿ ಕಲ್ಪಿಸಬೇಕು. ಈ ಮೀಸಲಾತಿಯನ್ನು ಹುದ್ದೆಯ ಆಯ್ಕೆಗೆ ಹಾಗೂ ಬಡ್ತಿಗೆ ಅನ್ವಯಿಸಬೇಕು.

೬. ಹಿಂದುಳಿದ ವರ್ಗದ ಸಲಹಾಸಮಿತಿಯೊಂದು ಅಸ್ತಿತ್ವಕ್ಕೆ ಬರಬೇಕು.

೭. ಶುಲ್ಕ ರಿಯಾಯಿತಿ, ವಿದ್ಯಾರ್ಥಿ ವಸತಿನಿಲಯ ಸೌಲಭ್ಯ ಹಾಗೂ ವಿದ್ಯಾರ್ಥಿ ವೇತನಗಳು ದೊರೆಯಬೇಕು.

೮. ಪಂಚಾಯತ್ ಕೇಂದ್ರಗಳಲ್ಲಿ ಹಾಗೂ ಕಾಲೇಜುಗಳಿರುವ ಪ್ರತಿಯೊಂದು ಪಟ್ಟಣದಲ್ಲೂ ಕನಿಷ್ಟ ಒಂದೊಂದು ವಿದ್ಯಾರ್ಥಿನಿಲಯವನ್ನು ಸ್ಥಾಪಿಸಬೇಕು. ಈ ವಿದ್ಯಾರ್ಥಿ ನಿಲಯಗಳಲ್ಲಿ ಪೋಷಕರ ಆದಾಯ ವಾರ್ಷಿಕ ೬,೦೦೦ ರೂಪಾಯಿಗಳಿಗಿಂತ ಕಡಿಮೆಯಿರುವ ವಿದ್ಯಾರ್ಥಿಗಳಿಗೆ ಪ್ರವೇಶವಿರಬೇಕು.

೯. ಹಿಂದುಳಿದ ವರ್ಗಗಳ ಅಭ್ಯರ್ಥಿಗಳು ಸಾಮಾನ್ಯ ಕ್ಷೇತ್ರದಿಂದ ಆಯ್ಕೆಯಾದಲ್ಲಿ ಅವರ ಆಯ್ಕೆ ಮೀಸಲು ಸ್ಥಾನಗಳಿಗೆ ಹೊರತಾದುವೆಂದು ಪರಿಗಣಿಸಬೇಕು.

೧೦. ಹಿಂದುಳಿದ ವರ್ಗಗಳು, ಪರಿಶಿಷ್ಟಜಾತಿ-ಪಂಗಡ-ಬುಡಕಟ್ಟುಗಳ ಅಭ್ಯರ್ಥಿಗಳು ಇತರರೊಡನೆ ಸ್ಪರ್ಧಿಸುವಂತಾಗಲು ಅವರಿಗೆ ವಿಶ್ವವಿದ್ಯಾಲಯಗಳಲ್ಲಿ ಅಥವಾ ಇತರ ಸಂಸ್ಥೆಗಳಲ್ಲಿ ವಿಶೇಷವಾಗಿ ಬೋಧಿಸುವ ಕಾರ್ಯವನ್ನು ಸರ್ಕಾರ ಕೈಗೊಳ್ಳಬೇಕು.

೧೯೭೭ ಫೆಬ್ರವರಿ ೨೨ರಂದು ರಾಜ್ಯಸರಕಾರ ಹಾವನೂರು ಆಯೋಗದ ಎಲ್ಲಾ ಶಿಫಾರಸ್ಸುಗಳನ್ನು ಮಾನ್ಯ ಮಾಡಿ ಈ ಸಂಬಂಧ ಆದೇಶ ಹೊರಡಿಸಿತು. ಆದರೆ ೧೯೭೮, ಮೇ ಮತ್ತು ಜೂನ್ ತಿಂಗಳಲ್ಲಿ ಕೆಲ ತಿದ್ದುಪಡಿ ಮಾಡಿ, ಆ ಪ್ರಕಾರ ಮುಸ್ಲಿಮರನ್ನು ಮತ್ತು ಪರಿಶಿಷ್ಟಜಾತಿ/ವರ್ಗಗಳಿಂದ ಮತಾಂತರಗೊಂಡ ಕ್ರೈಸ್ತರನ್ನು ಹಿಂದುಳಿದ ಜಾತಿಗಳ ಪಟ್ಟಿಯಲ್ಲಿ ಸೇರಿಸಿ, ಈ ಸಮುದಾಯಗಳ ಮೀಸಲಾತಿ ಪ್ರಮಾಣ ಶೇ. ೧೬ ರಿಂದ ೨೦ಕ್ಕೆ ಹೆಚ್ಚಿಸಿತು.

ರಾಜ್ಯಸರಕಾರ ನಿಗದಿ ಪಡಿಸಿದ ಮೀಸಲಾತಿ

ರಾಜ್ಯಸರಕಾರ ಹೊರಡಿಸಿದ ವಿವಿಧ ಕೋಮು ವರ್ಗಗಳಿಗೆ ಮೀಸಲಿದ್ದ ಶೇಕಡವಾರು ಸ್ಥಾನಗಳ ಸಂಖ್ಯೆ ಮತ್ತು ಮೀಸಲಾತಿ ಪ್ರಮಾಣ ಈ ಕೆಳಗೆ ನೀಡಲಾಗಿದೆ.

ಕ್ರ.ಸಂ.	ವರ್ಗಗಳು	ಮೀಸಲಾತಿ ಪ್ರಮಾಣ
೧.	ಹಿಂದುಳಿದ ಸಮುದಾಯಗಳು	ಶೇ. ೨೦
೨.	ಹಿಂದುಳಿದ ಜಾತಿ	ಶೇ. ೧೦
೩.	ಹಿಂದುಳಿದ ಬುಡಕಟ್ಟು	ಶೇ. ೦೫
೪.	ವಿಶೇಷ ವರ್ಗ	ಶೇ. ೦೫
ಕೇಂದ್ರಸರಕಾರದ ಆದೇಶದಂತೆ ಮೀಸಲಾತಿ ಹೊಂದಿದ ಗುಂಪುಗಳು		
೫	ಪರಿಶಿಷ್ಟಜಾತಿ	ಶೇ. ೧೫
೬.	ಪರಿಶಿಷ್ಟ ಬುಡಕಟ್ಟು	ಶೇ. ೦೩
೭.	ರಕ್ಷಣಾದಳಗಳ ನಿವೃತ್ತಿ ಸಿಬ್ಬಂದಿ	ಶೇ. ೧೦
	ಒಟ್ಟು	**ಶೇ. ೬೮**

ಕರ್ನಾಟಕದಲ್ಲಿ ಹಿಂದುಳಿದ ವರ್ಗಗಳಿಗೆ ಹಾವನೂರು ವರದಿ ಮಹತ್ವದ ಫಲಗಳನ್ನೇ ದೊರಕಿಸಿಕೊಟ್ಟಿತು.

೧. ಹಿಂದುಳಿದ ವರ್ಗಗಳ ಜನರಲ್ಲಿ ಸಾಮಾಜಿಕ, ಆರ್ಥಿಕ, ರಾಜಕೀಯ ಪ್ರಜ್ಞೆಯನ್ನುಂಟು ಮಾಡಿತು.

೨. ರಾಜ್ಯದಲ್ಲಿ ಉನ್ನತ ಜಾತಿಗಳಿಂದ ಶೋಷಿತರಾದ ದೀನ-ದಲಿತರ, ಹಿಂದುಳಿದ ವರ್ಗಗಳ ಜನರಿಗೆ ಸಾಮಾಜಿಕ ನ್ಯಾಯ ಒದಗಿಸಿತು.

೩. ಸಂಘ-ಸಂಸ್ಥೆಗಳು ಸ್ಥಾಪನೆಗೊಂಡು ಹಿಂದುಳಿದ ವರ್ಗಗಳ ಜನತೆ ತಮ್ಮ ಹಕ್ಕುಗಳಿಗಾಗಿ ಹೋರಾಟ ಪ್ರಾರಂಭಿಸಿದರು.

೪. ೧೯೮೦ರ ದಶಕದಲ್ಲಿ ಬಿಲ್ಲವ, ಕುರುಬ, ಕೊರವ, ಬೇಡ, ಉಪ್ಪಾರ, ಈಡಿಗ ಈ ಜನಾಂಗಗಳಲ್ಲಿ ರಾಜಕೀಯ ನಾಯಕರು ತಲೆ ಎತ್ತಿದರು.

೫. ವೃಂದ ನೇಮಕಾತಿ ಜಾರಿಗೆ ಬಂದಿತು.

ದೇವರಾಜ ಅರಸು ೧೯೭೭ರಲ್ಲಿ ಹಾವನೂರು ಆಯೋಗದ ವರದಿಯ ಶಿಫಾರಸ್ಸುಗಳನ್ನು ಯಥಾವತ್ತಾಗಿ ಜಾರಿಗೆ ತಂದು, ಅನುಷ್ಠಾನಗೊಳಿಸಿದ್ದು ಅವರ ರಾಜಕೀಯ ಮುತ್ಸದ್ದಿತನಕ್ಕೆ ಸಾಕ್ಷಿಯಾಗಿದೆ. ಈ ವರದಿಯು ಹಿಂದುಳಿದವರ 'ಮ್ಯಾಗ್ನಾಕಾರ್ಟ್' ಎಂದು ಮತ್ತು 'ಹಿಂದುಳಿದ ವರ್ಗಗಳ ಬೈಬಲ್' ಎಂಬ ಖ್ಯಾತಿಯನ್ನು ಪಡೆಯಿತು. ಆದರೆ ಈ ಕುರಿತಂತೆ ಬಂದ ಟೀಕೆಗಳು ಅಷ್ಟಿಷ್ಟಲ್ಲ. ಅತೃಪ್ತ ಸಮುದಾಯಗಳು ಹಾವನೂರು ಆಯೋಗ ನಿಗದಿಪಡಿಸಿದ ಶೇ. ೭೮ರಷ್ಟು ಮೀಸಲಾತಿಯ ವಿರುದ್ಧ ಅನೇಕ ಪ್ರತಿಭಟನೆಗಳನ್ನು ನಡೆಸಿದವು. ಒಕ್ಕಲಿಗರು ಮತ್ತು ಲಿಂಗಾಯಿತರಂತೂ ಅರಸು ಮುಂದೆ ಸಾಕಷ್ಟು ಸವಾಲುಗಳನ್ನೇ ಎಸೆದರು ಮತ್ತು ಇದು ಲಿಂಗಾಯತರು ಹಾಗೂ ಒಕ್ಕಲಿಗರ ಸಮುದಾಯಗಳ್ನು ಒಡೆಯಲು ಅರಸು ಎಸಗಿದ ರಾಜಕೀಯ ಸಂಚು ಎಂದು ಜರಿದರು. ಆದರೆ ಆಯೋಗದ ಶಿಫಾರಸ್ಸುಗಳ ವಿರುದ್ಧ ಲಿಂಗಾಯಿತರು ಸಂಘಟಿಸಿದ ತೀವ್ರ ಚಳವಳಿ ಹಾಗೂ ಪ್ರತಿಭಟನೆಗಳು ಹಿಂದುಳಿದ ವರ್ಗಗಳ ಹೋರಾಟಕ್ಕೆ ನಿರೀಕ್ಷಿಸಿದಷ್ಟು ಹಾನಿಯನ್ನುಂಟು ಮಾಡುವಲ್ಲಿ ಅಷ್ಟಾಗಿ ಯಶಸ್ವಿಯಾಗಲಿಲ್ಲ ಎನ್ನುವುದು ಅಷ್ಟೇ ಮುಖ್ಯವಾದುದು. ಆದ್ದರಿಂದ ಲಿಂಗಾಯತ ಮುಖಂಡರು ಈ ವರದಿ 'ಅವೈಜ್ಞಾನಿಕ'ವಾದದ್ದು ಎಂದು ಜರಿದರು. ವೀರಶೈವ ಮುಖಂಡ ಭೀಮಣ್ಣ ಖಂಡ್ರೆ ಒಳಗೊಂಡಂತೆ ಅನೇಕ ನಾಯಕರು ಅಂದಿನ ಆಡಳಿತ ಕಾಂಗ್ರೆಸ್ ಸರಕಾರ ಹಾಗೂ ದೇವರಾಜ ಅರಸು ಅವರನ್ನು ಉಗ್ರವಾಗಿ ಖಂಡಿಸಿದರು. ತಮ್ಮ ಜನಾಂಗದಲ್ಲಿ ರಾಜಕೀಯ ಜಾಗೃತಿಯನ್ನುಂಟುಮಾಡಲು ವಿವಿಧ ರೀತಿಯ ಹೋರಾಟವನ್ನು ವೀರಶೈವ ಸಂಘಟನೆಗಳು ಹಮ್ಮಿಕೊಂಡವು. ಅಂತಹ ಸಂದರ್ಭದಲ್ಲಿ ವೀರಶೈವ ಮಠಗಳು ಈ ನಾಯಕರಿಗೆ ನೀಡಿದ ನೈತಿಕ ಬೆಂಬಲವನ್ನು ಯಾರೂ ಮರೆಯುವಂತಿಲ್ಲ. ಬ್ರಾಹ್ಮಣ ಮುಖಂಡರೂ ಸಹ ಈ ವರದಿಯನ್ನು ಸಂವಿಧಾನಬಾಹಿರ ಎಂದು ಟೀಕಿಸಿದರು. ಅಷ್ಟೇ ಅಲ್ಲದೆ ಈ ಆದೇಶಗಳು ನ್ಯಾಯಯುತವಾದವುಗಳಲ್ಲ ಎಂದು ಆರೋಪಿಸಿದರು. ಸರ್ವೋಚ್ಚ ನ್ಯಾಯಾಲಯದಲ್ಲಿ ಈ

ವರದಿಯನ್ನು ಜಾರಿಗೊಳಿಸಿದ ಸರಕಾರಿ ಆದೇಶಗಳನ್ನು ರಿಟ್ ಅರ್ಜಿಗಳ ಮೂಲಕ ಪ್ರಶ್ನಿಸಲಾಯಿತು. ಆಗ ನ್ಯಾಯಾಲಯವು ತೀರ್ಪು ನೀಡಿ 'ಕೇವಲ ಜಾತಿಯಿಂದ ಒಬ್ಬ ವ್ಯಕ್ತಿ ಹಿಂದುಳಿದ ವರ್ಗಕ್ಕೆ ಸೇರಿದ್ದಾನೆ ಎಂಬುದನ್ನು ತೀರ್ಮಾನಿಸುವುದು ನ್ಯಾಯಬದ್ಧವಲ್ಲ. ಪ್ರತಿಯಾಗಿ 'ಜಾತಿ' ಮತ್ತು 'ಆರ್ಥಿಕ' ಸ್ಥಿತಿಗತಿಗಳೇ ಮಾನದಂಡವಾಗಬೇಕು ಎಂದು ಒಮ್ಮತದ ಆದೇಶ ಹೊರಡಿಸಿತು.' ಈ ನ್ಯಾಯಾಲಯದ ತೀರ್ಪಿಗೆ ಹಾವನೂರು ವರದಿಯ ಸಮರ್ಥಕರು ಪ್ರತಿಕ್ರಿಯೆ ನೀಡುತ್ತಾ, ಈ ವರದಿಯ ಶಿಫಾರಸ್ಸುಗಳನ್ನು ಜಾರಿಗೆ ತರುವಾಗ ಸರಕಾರದ ಆಜ್ಞೆಯಲ್ಲಿ ಮಾತ್ರ ಮೀಸಲಾತಿ ಶೇ.೫೦ನ್ನು ಮೀರುತ್ತದೆ. ಆದ್ದರಿಂದ ಅದಕ್ಕೆ ಹಾವನೂರು ವರದಿ ಭಾಗಿಯಲ್ಲ. ಸರಕಾರದ ಆಜ್ಞೆಯೇ ತಪ್ಪೆಂದು ಹೇಳಬಹುದೇ ವಿನಾಃ ಹಾವನೂರ ವರದಿಯನ್ನಲ್ಲ ಎಂದು ಸ್ಪಷ್ಟ ಉತ್ತರ ನೀಡಿದರು. ಅರಸು ಅದನ್ನು ಮತ್ತಷ್ಟು ಸ್ಪಷ್ಟಪಡಿಸುತ್ತಾ ಇನ್ನೂ ಒಂದು ಮಾತು ಹೆಚ್ಚಿಗೆಯೇ ಹೇಳಿದರು-

> "ಜಾತಿವಾರು ಮೀಸಲಾತಿಯನ್ನು ಮಾಡಿಯೇ ಬಿಡಬೇಕು. ಅದರಿಂದಾಗಿ ಕೇಂದ್ರಸರಕಾರ ಹಾಗೂ ಸರ್ವೋಚ್ಚ ನ್ಯಾಯಾಲಯಗಳ ವಿರುದ್ಧ ನಡೆಯುವ ವಾದ-ವಿವಾದಗಳಲ್ಲಿ ನಿಜಸಂಗತಿ ಏನೆಂಬುವುದು ಇಡೀ ದೇಶಕ್ಕೆ ಗೊತ್ತಾಗಬೇಕು. ಇದರಿಂದ ಹಿಂದುಳಿದ ಜಾತಿವರ್ಗಗಳು ಹೋರಾಟಕ್ಕೆ ಸಿದ್ಧರಾಗುವುದರಲ್ಲಿ ಸಂದೇಹವೇ ಇಲ್ಲ."[೮]

ಎಂದು ಹೇಳಿದ್ದರು. ದೇವರಾಜ ಅರಸು ಮುಂಬರುವ ಲೋಕಸಭಾ ಚುನಾವಣೆಯ ಸಂದರ್ಭದಲ್ಲಿಯೇ ಈ ವರದಿಯನ್ನು ಏಕೆ ಅನುಷ್ಠಾನಗೊಳಿಸಿದರು? ಅದು ಕೇವಲ ಜನಮತಗಳಿಸಿಕೊಳ್ಳಲು ಹೂಡಿದ ಜಾಲವೇ? ಎಂಬ ಪ್ರಶ್ನೆಗಳು ಹುಟ್ಟುತ್ತವೆ. ಆದರೆ ಈ ಪ್ರಶ್ನೆಗಳಲ್ಲಿ ಯಾವುದೇ ಹುರುಳಿಲ್ಲ ಎಂದು ಹೇಳಬಹುದು. ಏಕೆಂದರೆ ಅರಸು ಮೊದಲೇ ಯೋಚಿಸಿದಂತೆ ದಲಿತ ಮತ್ತು ಹಿಂದುಳಿದ ವರ್ಗಗಳ ಕ್ಷೇಮದ ಕಳಕಳಿಯಿಂದ ಮತ್ತು ಈ ವರ್ಗಗಳನ್ನು ಸಾಮಾಜಿಕ ಕೆಳಸ್ತರದಿಂದ ಮೇಲಕ್ಕೆತ್ತಬೇಕು ಎಂಬ ಸಂಕಲ್ಪದಿಂದ ಈ ವರದಿಯನ್ನು ಅತೀ ಶೀಘ್ರವಾಗಿ ಅನುಷ್ಠಾನಕ್ಕೆ ತಂದರು. ಪ್ರತಿಯಾಗಿ ಮೇಲ್ಜಾತಿ ಸಮುದಾಯದವರು, "ಅರಸು ಕೇವಲ ತಮ್ಮ ಅಧಿಕಾರವನ್ನು ಭದ್ರಪಡಿಸಿಕೊಳ್ಳಲು ಜನಾಂಗ ಭೇದ ಮಾಡಿದ ಸಮಯ ಸಾಧಕ"ರೆಂದು ಟೀಕಿಸಿದರು. ಆದರೆ ಅರಸು ಈ ಯಾವ ಟೀಕೆಗಳಿಗೂ ಎದೆಗುಂದದೆ ತಮ್ಮ ಗುರಿಯನ್ನು ಮುಟ್ಟಿದರು.

ಒಟ್ಟಿನಲ್ಲಿ ಕರ್ನಾಟಕದ ರಾಜಕಾರಣದಲ್ಲಿ ಪ್ರಬಲ ಕೋಮುಗಳ ಪ್ರಾಬಲ್ಯವನ್ನು ಅಳಿಸಿಹಾಕಿ ಸಮಾನ ರಾಜಕೀಯ ಶಕ್ತಿಯನ್ನು ಹುಟ್ಟುಹಾಕಿದ್ದನ್ನಂತೂ ಯಾರೂ ಅಲ್ಲಗಳೆಯುವಂತಿಲ್ಲ. ಆದರೆ ಜಾತಿ ರಾಜಕಾರಣವೇ ತುಂಬಿರುವ ಇಂದಿನ ದಿನಮಾನಗಳಲ್ಲಿ ಅರಸು ಚಿಂತನೆಗಳಿಗೆ ನೆಲೆಯೇ ಇಲ್ಲದಂತಾಗಿದೆ. ಇಂದು ರಾಜಕೀಯ ನಾಯಕರು ಕೇವಲ ಆಶ್ವಾಸನೆಯನ್ನು ಕೊಡುತ್ತಾರೆ ವಿನಾ, ಯಾವ ಯೋಜನೆಗಳನ್ನು ಅನುಷ್ಠಾನಕ್ಕೆ ತರುವುದಿಲ್ಲ. ಹೀಗಾಗಿಯೇ ಅರಸು ಅವರನ್ನು ಪದೇ ಪದೇ ನೆನಪಿಗೆ ತಂದುಕೊಳ್ಳುತ್ತೇವೆ. ಯಾರು ಏನೇ

ಹೇಳಿದರೂ ಹಿಂದುಳಿದವರ ಅಭಿವೃದ್ಧಿಗಾಗಿ, ಶೈಕ್ಷಣಿಕವಾಗಿ, ಹೊಸ ಯೋಜನೆಗಳನ್ನು ರೂಪಿಸಿ ಆ ವರ್ಗದ ಜನರ ಬದುಕಿಗೆ ಹೊಸ ಆಯಾಮವನ್ನೇ ಒದಗಿಸಿ ಕೊಟ್ಟವರು ಅರಸು ಎಂಬುದನ್ನು ಈ ವರ್ಗಗಳು ಮರೆಯಲು ಸಾಧ್ಯವಿಲ್ಲ. ಹಾಗೆಯೇ ಹಿಂದುಳಿದ ವರ್ಗಗಳ ಜಾಗೃತಿಯ ಮಟ್ಟಿಗೆ ದೇವರಾಜ ಅರಸು ಅವರಲ್ಲಿದ್ದ ದೂರದೃಷ್ಟಿಯೇ ಕಾರಣ ಎಂಬ ಅಂಶಗಳನ್ನು ಎಲ್ಲರೂ ಒಪ್ಪಲೇಬೇಕಾದಂಥದ್ದು.

೪.೨. ಭೂ ಸುಧಾರಣಾ ಕಾಯಿದೆ ಜಾರಿ ೧೯೭೪

ಪ್ರಾಚೀನ ಮತ್ತು ಮಧ್ಯಕಾಲೀನ ಸಂದರ್ಭಗಳ ಕಾಲಘಟ್ಟವನ್ನು ಅವಲೋಕಿಸಿದಾಗ ರೈತಾಪಿ ವರ್ಗ ಮತ್ತು ಬೇಸಾಯದ ಸಂಬಂಧಗಳು ಮೊದಲಿಗೆ ಆಳುವ ವರ್ಗಗಳನ್ನು ಅವಲಂಬಿಸಿದ್ದವು. ಸಂದರ್ಭಾನುಸಾರ ಭೂ ವ್ಯವಹಾರಗಳು ಪಲ್ಲಟಗಳ ಸ್ಥಿತಿಗಳಲ್ಲಿ ಮಹತ್ವ ಪಡೆದುಕೊಂಡವು. ಭೂ ಹಿಡಿತ, ಭೂ ಒಡೆತನ ಆಸ್ತಿ ಈ ವಿಚಾರಗಳು ಹೆಚ್ಚಿನ ಮಹತ್ವ ಪಡೆದುಕೊಂಡಂತೆ ಆಳುವ ವರ್ಗಗಳು ಕ್ರಮಬದ್ಧವಾಗಿ ಕಂದಾಯ ವಸೂಲಿ ಮಾಡುವ ಪ್ರಯತ್ನದಲ್ಲಿದ್ದವು. ಅದೆಷ್ಟೋ ಸಂದರ್ಭಗಳಲ್ಲಿ ಗೆರೆಗಳನ್ನು ದಾಟಿ ವಸೂಲಿ ಕ್ರಮಗಳ ಮೂಲಕ ಶೋಷಣೆ ಮಾಡುವ ಮಟ್ಟಕ್ಕೂ ಬೆಳೆದವು. ಅನಂತರದಲ್ಲಿ ಬ್ರಿಟಿಷರ ಕಾಲದಲ್ಲಿಯೂ ಕೂಡ ನಿರ್ದಿಷ್ಟ ಪಥಗಳತ್ತ ಹೆಜ್ಜೆ ಹಾಕಿದ ಆಡಳಿತಶಾಹಿ ಪ್ರಯತ್ನ ಜಮೀನ್ದಾರಿ, ರೈತವಾರಿ, ಮಹಲ್‌ವಾರಿ ಪದ್ಧತಿಗಳ ಮೂಲಕ ಹೆಚ್ಚು ಹೆಚ್ಚು ನಿರ್ಣಯಾತ್ಮಕ ಕಂದಾಯವನ್ನು ವಸೂಲಿ ಮಾಡಲು ತೀರ್ಮಾನಿಸಿತು. ಹೀಗಾಗಿ ರೈತಾಪಿ ವರ್ಗದ ಶೋಷಣೆ ಮತ್ತಷ್ಟು ಜಟಿಲ ಸಮಸ್ಯೆಯಾಗಿ ಪರಿಣಮಿಸಿತು. ಮೈಸೂರು ಸಂಸ್ಥಾನದಲ್ಲಿ ಕಮಿಷನರ್ ಆಳ್ವಿಕೆಯ ಕಾಲದಲ್ಲಿಯೇ ಮೊದಲಬಾರಿಗೆ ಭೂ ಸುಧಾರಣಾಕ್ರಮಗಳು ಜಾರಿಗೆ ಬಂದವು. ಈ ಮೇಲೆ ವಿವರಿಸಿದಂತೆ ಕ್ರಮಬದ್ಧ ಪ್ರಯತ್ನಗಳು ಪೂರಕ ಬೆಳವಣಿಗೆಗಳಾದವೇ ವಿನಃ ರೈತಾಪಿ ವರ್ಗದ ಹೊರೆಯನ್ನು ಹಗುರಗೊಳಿಸುವ ಪ್ರಯತ್ನಗಳಾಗಿರಲಿಲ್ಲ. ಹೀಗಾಗಿ ಕರ್ನಾಟಕದಲ್ಲಿ ಸ್ವಾತಂತ್ರ್ಯಾನಂತರದ ಸುಧಾರಣಾ ಪ್ರಯತ್ನಗಳು ನಡೆದದ್ದು ಅರಸು ಅವರ ಕಾಲದ ಅವಧಿಯಲ್ಲಿ. ಅದರಲ್ಲೂ ಭೂ ಸುಧಾರಣೆ ಕಾನೂನಿಗೆ ಸಂಬಂಧಿಸಿದಂತೆ ಅವರ ವಿಚಾರಗಳು ತೀರಾ ಭಿನ್ನವಾಗಿದ್ದವು.

೧೯೫೦ರ ಕಾಲಘಟ್ಟದ ಕೆಲವು ಒಳನೋಟಗಳನ್ನು ಗಮನಿಸಿದಾಗ ಗರಿಷ್ಠ ಭೂಮಿತಿಯನ್ನು ಜಾರಿಗೆ ತರಲು ಅನೇಕ ಹೋರಾಟಗಳು ನಡೆದದ್ದು ಕಂಡುಬರುತ್ತದೆ. ಅದರಲ್ಲಿ ಮುಖ್ಯವಾಗಿ ಸಮಾಜವಾದಿಗಳು ಹಾಗೂ ಕಮ್ಯುನಿಸ್ಟರ ನೇತೃತ್ವದಲ್ಲಿ ಕರ್ನಾಟಕದಲ್ಲಿ ಹಲವಾರು ರೈತ ಚಳವಳಿಗಳು ನಡೆದದ್ದು ಕಂಡುಬರುತ್ತದೆ. ಅವುಗಳಲ್ಲಿ ಮುಖ್ಯವಾದ 'ಕಾಗೋಡು ಸತ್ಯಾಗ್ರಹ' ರೈತರು ಮತ್ತು ಕೃಷಿಕ್ಷೇತ್ರದಲ್ಲಿ ಕ್ರಾಂತಿಯ ಕಹಳೆಯನ್ನೇ ಊದಿತು. ಜತ್ತಿಯವರ ಅಧ್ಯಕ್ಷತೆಯಲ್ಲಿ ಭೂ ಸುಧಾರಣಾ ಸಮಿತಿಯ ಸದಸ್ಯರಾಗಿ ಭೂರಹಿತ ರೈತರ ಹಿತ ಸಾಧಿಸಬೇಕೆಂದಿದ್ದ ಅರಸು ಅವರ ಮೇಲೆ ಈ ಚಳವಳಿಗಳು ಮತ್ತಷ್ಟು ಪರಿಣಾಮವನ್ನು ಬೀರಿದವು ಎಂದು ಹೇಳಿದರೆ ತಪ್ಪಾಗಲಾರದು. ಆಚಾರ್ಯ ವಿನೋಬಾಭಾವೆಯವರು ತಮ್ಮ ಭೂದಾನ ಯಜ್ಞಕಾರ್ಯದಲ್ಲಿ ದೇವರಾಜ ಅರಸು ಅವರ ಹುಟ್ಟೂರಾದ ಕಲ್ಲಹಳ್ಳಿಗೆ ಬಂದಿದ್ದರು. ವಿನೋಬಾಭಾವೆಯವರ

ಕೆಲಸ ಅವರಿಗೆ ತುಂಬಾ ಮೆಚ್ಚುಗೆಯಾಗಿತ್ತು. ಇದರಿಂದ ಪ್ರಭಾವಿತರಾದ ಅರಸು ಆ ಸಂದರ್ಭದಲ್ಲಿ ಪಾದಯಾತ್ರೆ ಮಾಡಿದ್ದೂ ಉಂಟು. ಆಗ ಕೆಲವರು ಭೂಮಿ ಉಳ್ಳವರು ತಮಗೆ ಉಪಯೋಗವಾಗದ ಬಂಜರು ಭೂಮಿಯನ್ನು ಧಾನ ಮಾಡುತ್ತಿದ್ದುದನ್ನು ಕಂಡ ಅರಸು ಅಂದು ನೊಂದಿದ್ದರು. ಆಗಲೇ ಅರಸು ಅವರು ಭೂ ಸುಧಾರಣೆಯ ಸಂಕಲ್ಪ ಅವರ ಮನಹೊಕ್ಕಿತು. ನೆಹರೂ ಕಾಲದಿಂದಲೂ ಉಳುವವನೇ ಹೊಲದೊಡೆಯ ಎನ್ನುವುದು ಬರೀ ಘೋಷಣೆ ಹಾಗೂ ಕೇವಲ ಹೋರಾಟದ ಮಂತ್ರವಾಗಿತ್ತು. ಭೂ ಸುಧಾರಣೆ ಜಾರಿಯ ಹೆಸರಿನಲ್ಲಿ ಸರಕಾರ ಭೂಮಾಲೀಕರಿಗೆ ಅನುಕೂಲ ಕಲ್ಪಿಸಿತ್ತು. ಬಹಳಷ್ಟು ಜಮೀನಿನಿಂದ ಒಕ್ಕಲೆಬ್ಬಿಸಿದ್ದರು. ಹೆಚ್ಚುವರಿ ಜಮೀನನ್ನು ತಮ್ಮ ತಮ್ಮಲ್ಲಿಯೇ ಹಂಚಿಕೊಂಡು ಕಾನೂನು ದೃಷ್ಟಿಗೆ ಮಣ್ಣೆರಚಿದ್ದರು. ಹೀಗಾಗಿ ಇದನ್ನು ತಪ್ಪಿಸಲು ಭಾರತದಲ್ಲೇ ಅತ್ಯಂತ ಪುರೋಗಾಮಿ ಕಾಯಿದೆಯಾದ ಭೂ ಸುಧಾರಣಾ ಕಾಯಿದೆಯನ್ನು ರಾಜ್ಯದಲ್ಲಿ ಕಾನೂನುಬದ್ಧವಾಗಿ ಜಾರಿಗೊಳಿಸಿದರು.

ರಾಷ್ಟ್ರಮಟ್ಟದಲ್ಲಿ ಐವತ್ತು ಮತ್ತು ಅರವತ್ತರ ದಶಕದಲ್ಲಿ ನೆಹರೂ ನೇತೃತ್ವದಲ್ಲಿ ಕಾಂಗ್ರೆಸ್ ಸರಕಾರ ಭೂ ಸುಧಾರಣೆಗಳ ಪರವಾಗಿ ಕೆಲವು ಕಾನೂನುಗಳನ್ನು ಅನುಮೋದಿಸಿತ್ತಾದರೂ ಅವುಗಳನ್ನು ಜಾರಿಗೊಳಿಸಲು ಕಾಂಗ್ರೆಸ್ ಸರಕಾರ ಅಧಿಕಾರದಲ್ಲಿದ್ದ ಯಾವ ರಾಜ್ಯವೂ ಸಹ ಅಂಥ ಗಂಭೀರ ಪ್ರಯತ್ನ ನಡೆಸಿರಲಿಲ್ಲ. ಈ ಮಾತು ಕೂಡ ಎಪ್ಪತ್ತರ ದಶಕದ ಹಿಂದಿನ ಮೈಸೂರು ರಾಜ್ಯಕ್ಕೂ ಅನ್ವಯಿಸುತ್ತದೆ ಎಂದು ಬೇರೆ ಹೇಳಬೇಕಾಗಿಲ್ಲ. ಹೀಗಾಗಿ ಕಾಂಗ್ರೆಸ್ಸಿನ ಆರ್ಥಿಕ ನೀತಿಗೆ ಸಮಾಜವಾದಿ ನೆಲೆಯನ್ನೂ ದೊರಕಿಸಿಕೊಡಲು ನೆಹರೂ ಅವರು ಅವಿರತವಾಗಿ ಶ್ರಮಿಸಿದರೂ, ಭೂ ಸುಧಾರಣೆಗಳಿಂದ ಸಮಾಜವಾದಿ ಕ್ರಮಗಳನ್ನು ಜಾರಿಗೊಳಿಸಿಲ್ಲದಿರುವುದು ತಿಳಿದು ಬರುತ್ತದೆ. ಕಾರಣ ಅಂದು ಕಾಂಗ್ರೆಸ್ ಪಕ್ಷದಲ್ಲಿ ಭೂಮಾಲೀಕರ ವರ್ಗವೇ ತನ್ನ ಪ್ರಾಬಲ್ಯತೆಯನ್ನು ಪಡೆದುಕೊಂಡಿತ್ತು ಎಂದು ಸ್ಪಷ್ಟವಾಗಿ ಹೇಳಬಹುದು. ಈ ವರ್ಗ ಭೂ ಸುಧಾರಣೆ ಕಾಯಿದೆ ಜಾರಿಗೆ ಎಂದೂ ಸಕಾರಾತ್ಮಕವಾಗಿ ಸಹಕರಿಸಲಿಲ್ಲ ಎಂದು ನಿಸ್ಸಂದೇಹವಾಗಿ ಹೇಳಬಹುದು.

ಕರ್ನಾಟಕದಲ್ಲಿ ಭೂ ಸುಧಾರಣೆ

ಕರ್ನಾಟಕದಲ್ಲಿ ನಿಜಲಿಂಗಪ್ಪನವರು ರಾಜ್ಯದ ಮುಖ್ಯಮಂತ್ರಿಯಾಗಿದ್ದಾಗ ೧೦.೦೬.೧೯೫೭ರಲ್ಲಿ ಬಿ.ಡಿ.ಜತ್ತಿಯವರ ನೇತೃತ್ವದಲ್ಲಿ ಭೂ ಸುಧಾರಣಾ ಕಮಿಟಿಯನ್ನು ರಚಿಸಲಾಯಿತು. ೧೦.೦೯.೧೯೫೭ರಲ್ಲಿ ಈ ಕಮಿಟಿ ತಾನು ಅಧ್ಯಯನ ನಡೆಸಿ ತಯಾರಿಸಿದ ಸಲಹೆಗಳನ್ನು ಸರಕಾರದ ಮುಂದೆ ಇಟ್ಟಿತು. ಈ ಸಮಿತಿ ಸಲಹೆಗಳ ಆಧಾರದ ಮೇಲೆ ಸರಕಾರದ ಬಿಲ್ಲೊಂದನ್ನು ರಚಿಸಿ ಶಾಸನಸಭೆಯ ಮುಂದಿಡಲು ತೀರ್ಮಾನಿಸಿತು. ಕೆಲವೇ ದಿನಗಳಲ್ಲಿ ಸರಕಾರ ಬದಲಾಗಿ ಬಿ.ಡಿ.ಜತ್ತಿಯವರೇ ಮುಖ್ಯಮಂತ್ರಿಗಳಾಗಿದ್ದಾಗ, ಕಂದಾಯ ಮಂತ್ರಿಯಾದ ಕಡಿದಾಳ ಮಂಜಪ್ಪನವರು ಈ ಬಿಲ್ಲನ್ನು ೧೯.೧೧.೧೯೫೮ರಲ್ಲಿ ಶಾಸನಸಭೆಯ ಮುಂದಿಟ್ಟರು. ೪೬ ಜನ ಸದಸ್ಯರನ್ನೊಳಗೊಂಡ ಎರಡು ಶಾಸನ ಸಭೆಗಳ ಜಾಯಿಂಟ್ ಸೆಲೆಕ್ಟ್ ಕಮಿಟಿಯು

ಅದನ್ನು ಅರವತ್ತನಾಲ್ಕು ದಿನಗಳ ಕಾಲ ಪರಿಶೀಲಿಸಿ ತನ್ನ ವರದಿಯನ್ನು ೨೩.೦೩.೧೯೭೪ರಂದು ವಿಧಾನಸಭೆಯ ಮುಂದಿಟ್ಟಿತು. ಅಲ್ಪಸ್ವಲ್ಪ ಬದಲಾವಣೆಗಳೊಂದಿಗೆ ೧೯೭೧ರ ನವೆಂಬರ್ ತಿಂಗಳಲ್ಲಿ ಈ ಬಿಲ್ಲನ್ನು ರಾಷ್ಟ್ರಪತಿಗಳ ಒಪ್ಪಿಗೆ ಪಡೆಯಲು ಕಳುಹಿಸಲಾಯಿತು. ಕೊನೆಗೆ ೦೫.೦೩.೧೯೭೨ರಲ್ಲಿ ರಾಷ್ಟ್ರಪತಿಗಳ ಒಪ್ಪಿಗೆ ಪಡೆಯಲು ಕಳುಹಿಸಲಾಯಿತು. ಅಂತಿಮವಾಗಿ ಮತ್ತೊಮ್ಮೆ ೦೫.೦೩.೧೯೭೨ರಲ್ಲಿ ರಾಷ್ಟ್ರಪತಿಗಳ ಒಪ್ಪಿಗೆ ಪಡೆದು ಕರ್ನಾಟಕದಲ್ಲಿ ಭೂ ಸುಧಾರಣಾ ಶಾಸನವಾಯಿತು. ಹೀಗೆ ಭೂ ಸುಧಾರಣಾ ಕಾಯಿದೆ ಕುರಿತಂತೆ ಮಹತ್ವದ ಚರ್ಚೆಗಳು ರಾಜ್ಯ ಹಾಗೂ ರಾಷ್ಟ್ರಮಟ್ಟದಲ್ಲಿ ನಡೆದಿರುವುದು ತಿಳಿದುಬರುತ್ತದೆ.

ಸಮಾಜವು ಆರ್ಥಿಕ ರಚನೆಯ ಮೇಲೆ ನಿಂತಿದ್ದು ಅದರ ಮೇಲೆ ಸಾಮಾಜಿಕ ರಚನೆ ಆಗಿದೆ. ಅದರ ಮೇಲೆ ರಾಜಕೀಯ ವ್ಯವಸ್ಥೆ ನಿಂತಿದೆ. ಸಾಮಾಜಿಕ ಮಟ್ಟದಲ್ಲಿ ಸುಸ್ಥಿತಿಯಲ್ಲಿರುವವರು, ಆಸ್ತಿಯನ್ನು ಹೊಂದಿರುವವರು, ರಾಜಕೀಯ ವ್ಯವಸ್ಥೆಯನ್ನು ತಮ್ಮ ಹಿಡಿತದಲ್ಲಿರಿಸಿಕೊಂಡಿದ್ದಾರೆ. ಹೀಗಾಗಿ ದಲಿತರನ್ನು ಒಳಗೊಂಡಂತೆ ಎಲ್ಲಾ ಜಾತಿಯ ಭೂಮಾಲೀಕರನ್ನು ಬಂಡವಾಳಶಾಹಿಗಳು, ಬಂಡವಾಳಶಾಹಿ ಹಿತಾಸಕ್ತಿ ಕಾಪಾಡುವವರು ರಾಜಕೀಯ ಅಧಿಕಾರವನ್ನು ಹಿಡಿದುಕೊಂಡಿದ್ದರಿಂದ ಅರಸು ಅವರಿಗೆ ಭೂ ಸುಧಾರಣಾ ಕಾಯಿದೆಯನ್ನು ಜಾರಿಗೊಳಿಸುವಾಗ ಅನೇಕ ತೊಡಕುಗಳು ಎದುರಾದವು.

ಅದರಲ್ಲಿ ಐ.ಎ.ಎಸ್. ಅಧಿಕಾರಿಗಳು ಮತ್ತು ಜಮೀನುದಾರರ ವರ್ಗಗಳ ಒಳ ಜಗಳ ಈ ಕಾಯ್ದೆ ಅನುಷ್ಠಾನಗೊಳ್ಳದಂತೆ ಹಲವಾರು ಸಮಸ್ಯೆಗಳನ್ನು ತಂದೊಡ್ಡಿದ್ದವು. ಪುರೋಗಾಮಿ ಎನಿಸಿದ್ದ ಭೂ ಸುಧಾರಣಾ ಕಾಯಿದೆಯ ನಿಯಮಗಳನ್ನು ರಚಿಸುವಾಗಲಂತೂ ಐ.ಎ.ಎಸ್ ಅಧಿಕಾರಿಗಳು ಹೆಜ್ಜೆ ಹೆಜ್ಜೆಗೂ ಕಾನೂನಿನ ತೊಡಕುಗಳನ್ನು ಮತ್ತು ಆತಂಕಗಳನ್ನು ತಂದೊಡ್ಡಿದರಂತೆ. ಈ ಕಾನೂನಿನ ಸೆಣಸಾಟದಲ್ಲಿ ಬೇಸತ್ತ ಅರಸು ಈ ಕಾಯಿದೆಯ ರಚನೆಯ ಪೂರ್ಣ ಹೊಣೆಯನ್ನು ಆಗಿನ ಕಾನೂನು ಇಲಾಖೆಯ ಕಾರ್ಯದರ್ಶಿಯಾಗಿದ್ದ ವೆಂಕಟೇಶ್ ಅವರಿಗೆ ವಹಿಸಿಕೊಟ್ಟಿದ್ದರು. ಈಗ ಅರಸು ಉಸಿರುಗಟ್ಟಿರುವ ವಾತಾವರಣದಿಂದ ಸ್ವಲ್ಪ ಮಟ್ಟಿಗೆ ಹೊರಬಂದು ನಿರುಮ್ಮಳವಾಗಿ ಉಸಿರಾಡುವಂತಾಗಿದ್ದರು. ಅರಸು ಅವರಿಗಿದ್ದ ಶ್ರಮಿಕ ಸಮುದಾಯಗಳ ಬಗ್ಗೆ ಇರುವ ಕಾಳಜಿ ಬದ್ಧತೆ ವ್ಯಕ್ತವಾಗುವುದು ಹೀಗೆ -

> "ನಾನು ಬದುಕಿರುವವರೆಗೂ ಬಡವರಿಗಾಗಿ, ಅಲ್ಪಸಂಖ್ಯಾತರಿಗಾಗಿ ನನ್ನ ಸೇವೆ ಮೀಸಲು. ಮಂತ್ರಿಯಾಗಿ ನಾನು ಯಾವ ಕೆಲಸ ಮಾಡುತ್ತೇನೆ ಎಂಬುದು ನನಗೆ ಗೊತ್ತು. ಜನ ಬೆಂಬಲ ಇರುವವರೆಗೂ ನಾನೂ ಯಾರಿಗೂ ಹೆದರಬೇಕಾಗಿಲ್ಲ"[೫]

ನಿಜಲಿಂಗಪ್ಪನವರ ಕಾಲದಿಂದಲೂ ನೆನೆಗುದಿಗೆ ಬಿದ್ದಿದ್ದ ಭೂ ಸುಧಾರಣಾ ಕಾಯಿದೆಗೆ ಎತಪ್ಪತ್ತರ ದಶಕದಲ್ಲಿ ಅರಸು ಅವರು ನಿರಂತರ ಪ್ರಯತ್ನದಿಂದ ರಾಜ್ಯದಲ್ಲಿ ಲಕ್ಷಾಂತರ ಗೇಣಿದಾರರಿಗೆ ಭೂಮಿ ಮೇಲಿನ ಒಡೆತನ ದೊರಕಿಸಿಕೊಡುವಲ್ಲಿ ಯಶಸ್ವಿಯಾದರು ಎಂಬುದು

ಅತ್ಯಂತ ಮಹತ್ವಪೂರ್ಣವಾದದ್ದು. ಜೊತೆಗೆ ಕೃಷಿಗೆ ಸಂಬಂಧಿಸಿದಂತೆ ಅದಕ್ಕೆ ಬೇಕಾದ ಸೇವಾಸೌಲಭ್ಯಗಳನ್ನು ದೊರಕಿಸಿಕೊಡುವಲ್ಲಿ ಅವರು ಇಟ್ಟ ಹೆಜ್ಜೆ ಶ್ಲಾಘನೀಯವಾದದ್ದು. ಅಷ್ಟೇ ಅಲ್ಲದೆ ಕಾನೂನಿನ ಆಧಾರದ ಮೇಲೆ ಪ್ರತಿ ತಾಲ್ಲೂಕಿಗೊಂದರಂತೆ ಭೂನ್ಯಾಯ ಮಂಡಳಿಯನ್ನು ಸ್ಥಳೀಯ ಜನತಾ ಪ್ರತಿನಿಧಿಗಳ ಸಮೇತ ನೇಮಿಸಿದರು. ಇಂಥ ನ್ಯಾಯಾಲಯಗಳನ್ನು 'ಜನತಾ ನ್ಯಾಯಾಲಯ'ಗಳೆಂದು ಕರೆದರು. ಈ ನ್ಯಾಯಾಲಯಗಳಲ್ಲಿ ವಕೀಲರನ್ನು ನೇಮಿಸದೆ ಶಾಸಕರು, ಹೊಲದಲ್ಲಿ ಕೆಲಸ ಮಾಡುವ ಮಹಿಳೆಯರನ್ನು ಹಾಗೂ ಹರಿಜನ-ಗಿರಿಜನ ವರ್ಗದವರನ್ನು ಈ ನ್ಯಾಯಾಲಯಗಳ ಪ್ರತಿನಿಧಿಗಳನ್ನಾಗಿ ನೇಮಿಸಬೇಕೆಂದು ನಿರ್ಧರಿಸಿ, ಆ ರೀತಿ ಕಾನೂನು ಕ್ರಮ ಕೈಗೊಂಡಿದ್ದುದು ಅರಸು ಅವರ ಇನ್ನೊಂದು ವಿಶೇಷ. ಗೇಣಿದಾರರಿಗೂ ಮಾಲೀಕರ ಜಮೀನಿನಲ್ಲಿ ಮನೆಯನ್ನು ಹೊಂದಿದ್ದ ಭೂಕಾರ್ಮಿಕರಿಗೂ ಭೂಮಿ ಮತ್ತು ಮನೆಯನ್ನು ಒದಗಿಸುವ ಕಾರ್ಯ ಈ ಮಂಡಳಿಗಳ ಮೂಲಕ ಸುಸೂತ್ರವಾಗಿ ಸಾಗಿತು. ೪.೮೫ ಲಕ್ಷ ಉಳುವ ರೈತರು ಭೂಮಾಲೀಕರಾಗಿ ೨೦.೯೮ ಲಕ್ಷ ಎಕರೆ ಭೂಮಿಯನ್ನು ಪಡೆದರೆಂದರೆ ಈ ಸುಧಾರಣೆಯ ಮಹತ್ವದ ಅರಿವು ಮೂಡದೇ ಇರದು. ಇದಲ್ಲದೆ ಕನಿಷ್ಠ ಹಿಡುವಳಿಗೂ ಮೀರಿದ್ದ ೧.೦೫ ಲಕ್ಷ ಎಕರೆ ಭೂಮಿಯನ್ನು ೧೪,೭೦೦ ಭೂರಹಿತ ಪರಿಶಿಷ್ಟಜಾತಿ ಮತ್ತು ವರ್ಗಗಳ ಕಾರ್ಮಿಕರಿಗೆ ಹಂಚಿದ್ದು ಅವರ ಸಣ್ಣ ಸಾಧನೆಯೇನಲ್ಲ. ಇದರಿಂದ ೩.೭೦೦ ಕೃಷಿಕಾರ್ಮಿಕರು ತಾವು ವಾಸಿಸುತ್ತಿದ್ದ ಮನೆಯ ಮಾಲೀಕರಾದರು. ಭೂಮಿಯನ್ನು ಕಳೆದುಕೊಂಡ ಉಳುಮೆ ಮಾಡದಿದ್ದ ಭೂಮಾಲೀಕರು ೨೫.೩೦ ಕೋಟಿ ರೂ.ಗಳ ಪರಿಹಾರ ಧನ ಪಡೆದರು. ಆದರೆ ಈ ಭೂಮಿಯನ್ನು ಪಡೆದ ರೈತರು ಅಧಿಕಾರಶಾಹಿಯ ಕಿರುಕುಳಕ್ಕೆ ಒಳಗಾದರೆಂಬುದು ಮತ್ತು ಈ ಸಂಬಂಧದಲ್ಲಿ ಪರಿಹಾರಧನವನ್ನು ಪಡೆದವರು ನ್ಯಾಯವಾದ ಪರಿಹಾರವನ್ನು ಸರಳ ವಿಧಾನಗಳಿಂದ ಪಡೆಯಲಾರದೆ ಪಡಬಾರದ ಕಷ್ಟ ಪಟ್ಟರೆಂಬುದು ಕೂಡ ಅಷ್ಟೇ ಸತ್ಯವಾದುದು. ಆದರೆ ಬಡತನದ ನಿವಾರಣೆ ಹಾಗೂ ಕೃಷಿ ಕ್ಷೇತ್ರದ ಸುಧಾರಣೆಯ ಕ್ಷೇತ್ರದಲ್ಲಿ ಇದೊಂದು ಅರಸು ಇಟ್ಟ ಕ್ರಾಂತಿಕಾರಕ ಹೆಜ್ಜೆ ಎಂದು ಹೇಳಿದರೆ ತಪ್ಪಾಗಲಾರದು. ಇಲ್ಲದೆ ಹೋದರೆ ರೈತರ ಸ್ಥಿತಿ ಇನ್ನೂ ಚಿಂತಾಜನಕವಾಗಿರುತ್ತಿತ್ತು. ಸಮಾಜವಾದದ ತತ್ವದ ಅನುಷ್ಠಾನದಲ್ಲಿ ಇಟ್ಟಹೆಜ್ಜೆ ಚಿಕ್ಕದಾದರೂ ಇದರಿಂದ ಜನಸಾಮಾನ್ಯರ ಮನಸ್ಸಿನಲ್ಲಿ ಸದಭಿಪ್ರಾಯ ಮೂಡಲು ತಮ್ಮಸ್ಥಿತಿ ಸುಧಾರಣೆಗೆ ದುಡಿಯುವ ಹೊಸ ಉತ್ಸಾಹ ಮೂಡಿಸಲು ಸೋಪಾನವಾಯಿತು.

ಈ ರೀತಿಯ ಭೂ ಸಂಬಂಧಿಸುಧಾರಣೆಗಳನ್ನು ಮಾಡಲು ಅರಸರಿಗೆ ಸಾಹಿತ್ಯಿಕ ಪ್ರೇರಣೆ ಇದ್ದದ್ದು ತಿಳಿದು ಬರುತ್ತದೆ. ''ಚೋಮನ ದುಡಿ'' ಕಾದಂಬರಿಯು ತಮಗೆ ಭೂ ಸುಧಾರಣೆಯಲ್ಲಿ ತೊಡಗಿಸಿಕೊಳ್ಳುವುದಕ್ಕೆ ಪ್ರೇರಣೆ ನೀಡಿತ್ತೆಂದು, ದೇವರಾಜ ಅರಸು ಅವರು ಒಂದು ಸಂದರ್ಭದಲ್ಲಿ ತಮಗೆ ಹೇಳಿದ್ದರೆಂದು ಸಿ.ಎನ್.ರಾಮಚಂದ್ರನ್[೦] ಉಲ್ಲೇಖಿಸಿದ್ದಾರೆ.

೧೯೭೩ರಲ್ಲಿ ಮೈಸೂರು ವಿಶ್ವವಿದ್ಯಾಲಯದಲ್ಲಿ ಏರ್ಪಡಿಸಿದ್ದ 'ಭೂ ಸುಧಾರಣೆ' ಎಂಬ ವಿಚಾರ ಗೋಷ್ಠಿಯಲ್ಲಿ ಅರಸು ಅವರು ಪ್ರತಿಪಾದಿಸಿದ ವಿಚಾರಗಳು ಹೀಗಿವೆ -

> ''ಭೂ ಸುಧಾರಣೆಯ ಸಮಸ್ಯೆ ದೇಶದ ಅತ್ಯಂತ ವಿವಾದಾತ್ಮಕ ಸಮಸ್ಯೆ. ಇದು ಬಹುಮುಖ್ಯವಾಗಿದೆ. ಏಕೆಂದರೆ ಕೂಡಲೆ ದೇಶದ ಸಮಗ್ರ ಆರ್ಥಿಕ ವ್ಯವಸ್ಥೆ, ದೇಶದ ಅಭಿವೃದ್ಧಿಗೆ ಕೂಡಲೇ ಗಮನಿಸಬೇಕಾದ ಇಷ್ಟೊಂದು ಆರ್ಥಿಕ ಸಮಸ್ಯೆಗಳ ಪರಿಹಾರವು ಈ ಭೂ ಸಮಸ್ಯೆಯನ್ನು ಪರಿಹರಿಸುವುದರ ಮೇಲೆಯೇ ಅವಲಂಭಿಸಿದೆ. ಏಕೆಂದರೆ ನಮ್ಮ ದೇಶದ ಒಟ್ಟು ಜನಸಂಖ್ಯೆಯಲ್ಲಿ ಶೇ.೭೦ಕ್ಕಿಂತ ಹೆಚ್ಚು ಜನರು ಭೂಮಿಯನ್ನು ಅವಲಂಭಿಸಿಯೇ ಬದುಕುತ್ತಿದ್ದಾರೆ.''[೧೧]

ಎಂದು ಭೂ ಸುಧಾರಣೆ ಸಮಸ್ಯೆಯ ಆಳ ಮತ್ತು ಅವರ ಆಯಾಮವನ್ನು ಬಲ್ಲ ಅರಸು ''ಭೂಮಿಯು ಮನುಷ್ಯನಿಂದ ಸೃಷ್ಟಿಯಾದುದ್ದೇನೂ ಅಲ್ಲ. ನಾವು ಸಮಾಜವನ್ನು ಯಾವ ರೀತಿ ಬೆಳೆಸಿದ್ದೇವೆ ಎಂದರೆ ನಾವಾಗಿಯೇ ಭೂಮಿಯನ್ನು ನಮ್ಮದನ್ನಾಗಿ ಮಾಡಿಕೊಂಡಿದ್ದೇವೆ. ಹಾಗೂ ಅದನ್ನು ಸ್ವಂತ ಜಮೀನು ಎಂದು ಕರೆದುಕೊಂಡಿದ್ದೇವೆ'' ಎಂದು ಅವರು ತಿಳಿಹೇಳಲು ಪ್ರಯತ್ನಪಟ್ಟರು. ಭೂಮಿಯು ಸಣ್ಣ-ಸಣ್ಣ ಘಟಕಗಳಲ್ಲಿ ಹಂಚಿಹೋದರೆ ಉತ್ಪನ್ನವು ಹೆಚ್ಚಾಗುತ್ತದೆ ಎಂಬ ಅಂಶವನ್ನು ಅಧ್ಯಯನಗಳ ಆಧಾರದ ಮೇಲೆ ಅರಸು ಮಂಡಿಸಿದರು. ಭೂ ಸುಧಾರಣೆಯ ಹಿಂದಿನ ತತ್ವ ಮತ್ತು ಉದ್ದೇಶಗಳನ್ನು ಬಿಡಿಸಿ ಹೇಳುತ್ತಿದ್ದ ಅರಸು, ಜನರನ್ನು ವಿಶ್ವಾಸಕ್ಕೆ ತೆಗೆದುಕೊಳ್ಳುವ, ಒಟ್ಟಾರೆ ನಾಡಿನ ಅಭಿವೃದ್ಧಿಯ ಕಳಕಳಿ ವ್ಯಕ್ತವಾದುದ್ದನ್ನು ನಾವು ಅವರ ಕಾರ್ಯವೈಖರಿಯುದ್ದಕ್ಕೂ ಕಾಣುತ್ತೇವೆ. ಅವರು ಹೇಳಿದ ಈ ಮಾತುಗಳು ಇಂದಿಗೂ ನಮಗೆ ಪ್ರಸ್ತುತವಾಗಿವೆ -

> ''ಒಂದು ವೇಳೆ ನಾವು ಈ ಸುಧಾರಣೆಯನ್ನು ಸರಿಯಾಗಿ ಅನುಷ್ಠಾನಗೊಳಿಸದಿದ್ದರೆ ಕೆಲಕಾಲದ ನಂತರದಲ್ಲಿ ಇದಕ್ಕಿಂತಲೂ ಹೆಚ್ಚು ತೀವ್ರತರವಾದ ಸುಧಾರಣೆಯ ಕ್ರಮಗಳನ್ನು ಕುರಿತು ನಾವು ಪರ್ಯಾಲೋಚಿಸಬೇಕಾಗಿದೆ.''[೧೨]

ಮುಂದೆ ಈ ಕಾಯ್ದೆ ೧೯೭೪ರಲ್ಲಿ ತಿದ್ದುಪಡಿ ಪಡೆದುಕೊಂಡಿದ್ದನ್ನು ಇಲ್ಲಿ ಸ್ಮರಿಸಿಕೊಳ್ಳಬಹುದು.

ಅ. ಭೂ ಸುಧಾರಣೆಯ ಉದ್ದೇಶಗಳು

ಅರಸು ಅವರ ದೃಷ್ಟಿಯಲ್ಲಿ ಈ ಕೆಳಕಂಡ ಭೂಸುಧಾರಣೆಯ ಉದ್ದೇಶಗಳು ಬಹುಮುಖ್ಯವಾಗಿದ್ದವು:

೧. ಜಮೀನ್ದಾರಿ ಪದ್ಧತಿಯನ್ನು ಹೋಗಲಾಡಿಸುವುದು.

೨. ಜೀತಪದ್ಧತಿಯನ್ನು ನಿರ್ಮೂಲನೆ ಮಾಡುವುದು.

೩. ಕೃಷಿ ಉತ್ಪಾದನೆಯನ್ನು ಹೆಚ್ಚಿಸುವುದು.

೪. ಭೂಮಿ ಇಲ್ಲದವರಿಗೆ ಭೂಮಿಯನ್ನು ಹಂಚುವುದು.

೫. ಬಂಡವಾಳಶಾಹಿತ್ವವನ್ನು ತಡೆಗಟ್ಟುವುದು.

೬. ಆರ್ಥಿಕ ಸಮಾನತೆಯನ್ನು ತರುವುದು.

೭. ಉದ್ಯೋಗಗಳ ಸೃಷ್ಟಿ ಮತ್ತು ನಿರುದ್ಯೋಗ ಸಮಸ್ಯೆಯನ್ನು ನಿವಾರಿಸುವುದು.

೧೯೭೪ರ ಭೂಶಾಸನವು ಗೇಣಿದಾರ ಒಕ್ಕಲುಗಳಿಗೆ ಈ ಕೆಳಗಿನ ಸೌಲಭ್ಯಗಳನ್ನು ಒದಗಿಸಿತು:

೧. ತಾವು ಉಳುಮೆ ಮಾಡುತ್ತಿದ್ದ ಗೇಣಿ ಭೂಮಿಯನ್ನು ಪಡೆಯಲು ಅರ್ಜಿ ಸಲ್ಲಿಸಲು ೧೯೭೯ ಜೂನ್ ೩೦ರ ತನಕ ಅವಧಿಯನ್ನು ವಿಸ್ತರಿಸಲಾಯಿತು.

೨. ರಸ್ಸೆ ಹಾಗೂ ಅರ್ಜಿಸ್ಟ್ಯಾಂಪುಗಳಿಂದ ವಿನಾಯ್ತಿ ನೀಡಲಾಯಿತು.

೩. ಅಗತ್ಯ ಕಂಡಲ್ಲಿ ಬಡ ರೈತರಿಗೆ ಉಚಿತ ಕಾನೂನು ನೆರವನ್ನು ಒದಗಿಸಲಾಯಿತು.

೪. ರೈತರು ಸಲ್ಲಿಸಿದ ಡಿಕ್ಲರೇಶನ್‌ನಲ್ಲಿ ಸರ್ವೆನಂಬರ್ ಹಾಗೂ ವಿಸ್ತೀರ್ಣದ ಬಗ್ಗೆ ಸರಿಯಾದ ವಿವರ ನೀಡಲಾಗದಿದ್ದರೂ ಅರ್ಜಿಯನ್ನು ಪರಿಗಣಿಸಬೇಕೆಂಬುದಾಗಿ ಟ್ರಿಬ್ಯೂನಲ್‌ಗಳಿಗೆ ವಿಧಿಸಲಾಯಿತು.

೫. ಯಾವುದೇ ರೀತಿಯ ಬಲತ್ಕಾರದಿಂದ ಒಕ್ಕಲೆಬ್ಬಿಸದಂತೆ ಭೂಮಾಲೀಕರಿಗೆ ಆದೇಶ ನೀಡುವ ಅಧಿಕಾರವನ್ನು ಟ್ರಿಬ್ಯೂನಲ್‌ಗಳಿಗೆ ನೀಡಲಾಗಿತ್ತಲ್ಲದೆ ಅಗತ್ಯ ಕಂಡಲ್ಲಿ ಅಧಿಕಾರಯುತ ವ್ಯಕ್ತಿಯನ್ನು ನೇಮಿಸುವ ವಿವೇಚನಾ ಅಧಿಕಾರವನ್ನು ನೀಡಲಾಯಿತು.

೬. ಭೂಮಾಲೀಕರಿಗೆ ನೀಡಬೇಕಾದ ಮೊತ್ತವನ್ನು ಅತ್ಯಂತ ಕಡಿಮೆ ದರದಲ್ಲಿ ನಿಗದಿ ಪಡಿಸಲಾಯಿತಲ್ಲದೆ, ಅದನ್ನು ಭೂ ಅಡಮಾನ ಬ್ಯಾಂಕುಗಳ ಮೂಲಕ ನೀಡುವ ವ್ಯವಸ್ಥೆ ಮಾಡಲಾಯಿತು.

ಆ. ಭೂ ಸುಧಾರಣೆ ಮತ್ತು ಬದಲಾಗುತ್ತಿರುವ ಸನ್ನಿವೇಶ

ಅರಸು ಅವರು ಜಾರಿಗೆ ತಂದ ಭೂ ಸುಧಾರಣೆ ಕಾರ್ಯಕ್ರಮ ೧೯೯೫ರ ಕಾಯ್ದೆಯ ಬದಲಾವಣೆಯಿಂದ ಸಣ್ಣ ಮತ್ತು ಅತಿ ಸಣ್ಣ ರೈತರ ಸ್ಥಿತಿಯನ್ನು ಹದಗೆಡಿಸಿತು. ೧೯೯೫ರಲ್ಲಿ ೧೯೭೪ರ ಶಾಸನಕ್ಕೆ ತಂದ ತಿದ್ದುಪಡಿಗಳನ್ನು ಪರಿಶೀಲಿಸಿದರೆ ಅಂದಿನ ಸರಕಾರವು ಬಲಿಷ್ಠರ ಪ್ರಭಾವಕ್ಕೆ ಒಳಗಾದದ್ದು ಸ್ಪಷ್ಟವಾಗಿ ಕಂಡುಬರುತ್ತದೆ.

ಈ ೧೯೯೫ರ ತಿದ್ದುಪಡಿಯು ಕೈಗಾರಿಕೆಗಳಿಗೆ ಭೂ ಒಡೆತನ ಹೊಂದಲು ಅವಕಾಶ ಕಲ್ಪಿಸಿಕೊಟ್ಟಿತು:

೧. ಇದರಿಂದ ಹಲವಾರು ಕೈಗಾರಿಕಾ ಉದ್ಯಮಿಗಳು ಭೂಮಿಯನ್ನು ಕೊಳ್ಳಲು ಸಾಧ್ಯವಾಯಿತು.

೨. ಅಲ್ಲದೆ ಕೃಷಿ ಆಧಾರಿತ ಕೈಗಾರಿಕೆಗಳಿಗೆ ಹೆಚ್ಚಿನ ಪ್ರಮಾಣದಲ್ಲಿ ಭೂಮಿ ಬೇಕು ಎನ್ನುವ ವಾದವನ್ನು ಮುಂದಿಟ್ಟು, ಹಲವಾರು ಕೈಗಾರಿಕಾ ಉದ್ಯಮಿಗಳು ಭೂಮಿಯ ಒಡೆತನವನ್ನು ಪಡೆಯಲು ಆರಂಭಿಸಿದರು.

೩. ಅಲ್ಲದೆ ಮೀನು ಸಾಕಾಣಿಕೆ, ಹೂ, ಹಣ್ಣುಗಳನ್ನು ಬೆಳೆಯುವ ತೋಟಗಳಿಗೆ ಗೃಹಮಂಡಳಿಗಳಿಗೆ ಅಧಿಕ ಪ್ರಮಾಣದ ಭೂಮಿಯನ್ನು ಪಡೆಯಲು ೧೯೯೫ ತಿದ್ದುಪಡಿ ಅನುವು ಮಾಡಿಕೊಟ್ಟಿತು.

೪. ಅರಸು ಅವರು ಹೊಂದಿದ್ದ ಸಾಮಾಜಿಕ ನ್ಯಾಯ ದೊರಕಿಸಿಕೊಡುವ ದಿಟ್ಟತನವನ್ನು ಮತ್ತು ರಾಜಕೀಯ ಸಂಕಲ್ಪವನ್ನು ಇಂದು ನಾವು ಕಾಣುತ್ತಿಲ್ಲ. ಆದ್ದರಿಂದಲೇ ಭೂಕಾಯಿದೆ ಹೊಸ ತಿರುವನ್ನು ಪಡೆದಿದೆ.

೫. ೧೯೯೦ರ ದಶಕದಲ್ಲಿ ಸಣ್ಣ ರೈತರ ಹಿತವನ್ನು ಮರೆತು, ಕೇವಲ ಕೆಲವರ ಹಿತಾಸಕ್ತಿಗೆ ಅನುಗುಣವಾಗುವಂತಹ ಮಾರ್ಪಾಡನ್ನು ಮಾಡಿ ಕರ್ನಾಟಕದಲ್ಲಿ ಭೂ ಸುಧಾರಣೆ ಸಾಧಿಸಿದ್ದ ಪ್ರಗತಿಯನ್ನು ಕುಂಠಿತಗೊಳಿಸಿದೆ.

೬. ೧೯೯೫ರ ಮಾರ್ಪಾಡಿನಿಂದಾಗಿ ಕೃಷಿಯೇತರ ಮೂಲದ ವಾರ್ಷಿಕ ಆದಾಯವನ್ನು ಎರಡು ಲಕ್ಷ ರೂಪಾಯಿಗಳಿಗೆ ಹೆಚ್ಚಿಸಿ, ಹಂಚಿಕೆಗೆ ಸರಕಾರ ಭೂಮಿಯನ್ನು ಪಡೆಯಲು ಸಾಧ್ಯವಿಲ್ಲದಂತಾಯಿತು. ಇದರಿಂದ ಆರ್ಥಿಕ ಹಂಚಿಕೆಯಲ್ಲಿ ಅಸಮಾನತೆ ಹೆಚ್ಚಾಗುತ್ತಿದೆ.

ಒಟ್ಟಿನಲ್ಲಿ ೧೯೯೫ರ ಭೂ ಸುಧಾರಣಾ ಮಾರ್ಪಾಟಿನಿಂದಾಗಿ, ಗೇಣಿ ಪದ್ಧತಿ ತನ್ನದೇ ಆದ ಹೊಸರೂಪದಲ್ಲಿ ಕಾಣಿಸಿಕೊಳ್ಳುತ್ತಿದೆ. ಅಲ್ಲದೆ 'ಸಾರ್ವಜನಿಕ ಹಿತಾಸಕ್ತಿ' ಎಂಬ ತಲೆಬರಹದಲ್ಲಿ ಭೂ ಒಡೆತನವನ್ನು ಮತ್ತೆ ಬಲಿಷ್ಠರಿಗೆ ಬಿಟ್ಟುಕೊಡಲಾಗುತ್ತಿದೆ.

೧೯೭೪ರಲ್ಲಿ ಅರಸು ಜಾರಿಗೆ ತಂದ ಭೂ ಸುಧಾರಣಾ ಶಾಸನ ಸಾಮಾಜಿಕ ವ್ಯವಸ್ಥೆಯನ್ನೇ ಒಮ್ಮೆ ಅಲುಗಾಡಿಸಿತು ಎಂದೇ ಹೇಳಬೇಕು. ಕೇವಲ ಭೂಮಾಲೀಕರ ಆಜ್ಞಾನುವರ್ತಿಗಳಾಗಿ ಯಜಮಾನ ಸಂಸ್ಕೃತಿಗೆ ತಲೆಬಾಗಿ ಬದುಕಿ ಬಂದಿದ್ದ ಗೇಣಿದಾರ ರೈತ ಜನರು ಸೆಟೆದು ನಿಂತು ಉಳುಮೆಯ ಭೂಮಿಯ ಒಡೆತನ ಪಡೆಯಲು ಇದೊಂದು ಅವಕಾಶವನ್ನು ಒದಗಿಸಿಕೊಟ್ಟಿತು. ಇದು ಕೇವಲ ಗೇಣಿದಾರರಿಗೆ ಸ್ವತಂತ್ರ ಬದುಕಿನ ಆಸರೆಯನ್ನು ಒದಗಿಸುವ ಆರ್ಥಿಕ ಕಾರ್ಯಕ್ರಮವಾಗಿರದೆ ಸಾಮಾಜಿಕ ಬಂಧನಗಳಿಂದಲೂ ಅವರನ್ನು ಬಿಡುಗಡೆಗೊಳಿಸಿದ ಸಾಮಾಜಿಕ ಕ್ರಾಂತಿಯೂ ಆಗಿತ್ತು. ಆದರೆ ಇದರಿಂದ ಅರಸು ಅವರು ಪ್ರತಿಷ್ಠಿತರ ಕೆಂಗಣ್ಣಿಗೆ ಗುರಿಯಾಗಬೇಕಾಯಿತು. ಏಕೆಂದರೆ ಭೂ ಒಡೆತನವನ್ನು ಕಳೆದುಕೊಂಡ ಸಾವಿರಾರು ಕುಟುಂಬಗಳು ಅರಸರನ್ನು ಮನಸಾರೆ ಶಪಿಸಿದರು. ಅಲ್ಲದೆ ರಾಜಕೀಯವಾಗಿ ಪ್ರಜ್ಞಾವಂತರಾದ ಈ ಜನರು ಅರಸು ವಿರುದ್ಧ ಪ್ರಚಾರದ ಸಮರವನ್ನೇ ಸಾರಿದರು. ಆದರೂ ಅರಸು ಕೈಗೊಂಡ ಈ ಕ್ರಮದಿಂದ ಗ್ರಾಮೀಣ ಪ್ರದೇಶದ ಕಡುಬಡವರಾದ ಕೃಷಿಕಾರ್ಮಿಕರಿಗೆ ಯಾವ ಅನುಕೂಲವೂ ಆಗಲಿಲ್ಲ ಎನ್ನುವ ಒಂದು ವಾದವಿದೆ. ಏಕೆಂದರೆ ಇದರಿಂದ ಹೆಚ್ಚು ಲಾಭ ಪಡೆದುಕೊಂಡವರು ರಾಜಕಾರಣಿಗಳ ಹಿಂಬಾಲಕರು ಮತ್ತು ಪ್ರತಿಷ್ಠಿತರ ಹಿಂಬಾಲಕರು. ಇದರಿಂದಾಗಿ ಹೆಚ್ಚುವರಿ ಭೂಮಿಯನ್ನು ಕೃಷಿಕಾರ್ಮಿಕರಿಗೆ ಹಂಚುವ ಕಾರ್ಯ ಯಶಸ್ವಿಯಾಗಲಿಲ್ಲ. ಏಕೆಂದರೆ ಮೊದಲನೆಯದಾಗಿ ಹೆಚ್ಚುವರಿ ಭೂಮಿ ಅಷ್ಟೇನೂ ಹೆಚ್ಚಾಗಿ ಇರಲಿಲ್ಲ. ಪ್ರಬಲ ಕೋಮುಗಳ ಭೂಮಾಲೀಕರು ಭೂಮಿತಿ ಶಾಸನ ರಚನೆಯಾಗುವುದೆಂಬುದರ ಸುಳಿವು ತಿಳಿದು ತಮ್ಮ ಸಂಬಂಧಿಗಳಿಗೆ ಭೂಮಿಯನ್ನು ಆಗಲೇ ಹಂಚಿದ್ದರು. ಎರಡನೆಯದಾಗಿ, ಅಧಿಕಾರಿಗಳು ಇರುವ ಹೆಚ್ಚುವರಿ ಭೂಮಿಯನ್ನು ಹಂಚುವುದರಲ್ಲೂ ವಿಳಂಬ ಮಾಡಿದರು. ಹೀಗಾಗಿ ಅರಸು ಕೈಗೊಂಡ ಈ ಭೂ ಸುಧಾರಣಾ ಯೋಜನೆಯು ಸಂಪೂರ್ಣವಾಗಿ ಸಫಲವಾಗದಿದ್ದರೂ

ಸಾಮಾಜಿಕ ದುರ್ಬಲರ ಬದುಕಿಗೆ ಒಂದು ಸ್ವಂತಿಕೆಯ ನೆಲೆಯನ್ನು ಒದಗಿಸುವಲ್ಲಿ ಅವರು ತೆಗೆದುಕೊಂಡ ಈ ನಿಲುವು ಕ್ರಾಂತಿಕಾರಕವಾದದ್ದು. ಈ ಹಿನ್ನೆಲೆಯಲ್ಲಿ ಅವರನ್ನು 'ಮೌನಕ್ರಾಂತಿಯ ಹರಿಕಾರ' ಎಂದು ಕರೆದಿದ್ದರಲ್ಲಿ ಅತಿಶಯೋಕ್ತಿಯೇನಿಲ್ಲ.

ಈ ಭೂ ಸುಧಾರಣಾ ಶಾಸನದ ಯಶಸ್ಸು ಸುಮಾರು ಶೇ.೩೦ರಷ್ಟೇ ಆದರೂ ಅದರ ಪರಿಣಾಮಗಳ ವ್ಯಾಪಕತೆಯು ಸಾಮಾಜಿಕ, ರಾಜಕೀಯ, ಆರ್ಥಿಕ ಮತ್ತು ಸಾಂಸ್ಕೃತಿಕ ವಲಯಗಳಲ್ಲೂ ಕಂಡುಬಂದಿವೆ. ಅಲ್ಲದೆ ಗ್ರಾಮೀಣ ಸಾಮಾಜಿಕ ರಚನೆ ಹಾಗೂ ಕೃಷಿ ಸಂಬಂಧಗಳಲ್ಲಿಯೂ ಅನೇಕ ಬದಲಾವಣೆಗಳು ಕಂಡುಬಂದವು. ವೈಯಕ್ತಿಕ ಆತ್ಮೀಯ ಅನುಕಂಪದ ಪ್ರಾಥಮಿಕ ಸಂಬಂಧಗಳು ಮರೆಯಾಗಿ ಕೇವಲ ವ್ಯಕ್ತಿವಾದದ ಮಾಧ್ಯಮಿಕ ಸಂಬಂಧಗಳು ನೆಲೆಗೊಂಡಿವೆ. ವಿಶೇಷವೆಂದರೆ ಇವೆಲ್ಲ ಬದಲಾವಣೆಗಳ ಜೊತೆ ಜೊತೆಯಲ್ಲೇ ಕೃಷಿಯಲ್ಲಿ ಕೃಷಿಕರಿಗೆ ಆಸಕ್ತಿ ಕಡಿಮೆಯಾಗಿರುವುದು ವಾಸ್ತವವಾಗಿದೆ. ಹೀಗಾಗಿಯೇ ಭೂ ಸುಧಾರಣೆ ಎಂಬುದು ಐತಿಹಾಸಿಕವಾಗಿದೆ ಎನ್ನಬಹುದು.

೪.೩. ಜಾತಿ ಹಾಗೂ ಜೀತಪದ್ಧತಿ ನಿವಾರಣೆ

ಮನುಷ್ಯನ ಹುಟ್ಟು ಆಕಸ್ಮಿಕ. ಹುಟ್ಟಿನಿಂದ ಯಾರೂ ಕೀಳಲ್ಲ, ಮೇಲೂ ಅಲ್ಲ. ನಿರ್ದಿಷ್ಟ ಜಾತಿಯಲ್ಲಿ ಹುಟ್ಟಿದ ಮಾತ್ರಕ್ಕೆ ಯಾರ ಬದುಕೂ ಬರಡಾಗಬಾರದು. ಸಾಮಾಜಿಕ ಅನಿಷ್ಟಗಳಿಂದುಂಟಾದ ಸಾಮಾಜಿಕ ಪಿಡುಗು ಜಾತಿ ಪದ್ಧತಿ. ಈ ಅಮಾನುಷ ಪದ್ಧತಿಯಿಂದಾಗಿ ದೇಶ ಹಾಗೂ ತುಳಿತಕ್ಕೊಳಗಾದ ವರ್ಗಗಳ ಅಭಿವೃದ್ಧಿಗೆ ತೊಡಕು ಉಂಟಾಗಿದೆ. ದೇಶದ ಮಹಾನ್ ನಾಯಕರಾದ ಮಹಾತ್ಮಗಾಂಧೀಜಿ, ಬಿ. ಆರ್. ಅಂಬೇಡ್ಕರ್, ಜ್ಯೋತಿಬಾ ಫುಲೆ, ಬಾಬು ಜಗಜೀವನ್‌ರಾಮ್, ಜಯಪ್ರಕಾಶ್ ನಾರಾಯಣ ಮತ್ತು ಲೋಹಿಯಾ ಅವರಂಥ ಸಮಾಜ ಸುಧಾರಕರು ಈ ಅಮಾನುಷ ಜಾತಿಪದ್ಧತಿ ನಿರ್ಮೂಲನೆಗಾಗಿ ಹಲವಾರು ಕ್ರಾಂತಿಕಾರಕ ಹೋರಾಟಗಳನ್ನು ಮಾಡಿರುವುದನ್ನು ಕಾಣುತ್ತೇವೆ. ಅದಕ್ಕಾಗಿಯೇ ಲೋಹಿಯಾ ಭಾರತದ ವಿಚಿತ್ರ ಪರಿಸ್ಥಿತಿಯನ್ನು ವಿವರಿಸುವುದು ಹೀಗೆ-

> "ಜಾತಿವ್ಯವಸ್ಥೆ ಹಿಂದೆ ಬಹುಜನರಿಗೆ ನೆರಳು ನೀಡಿರಬಹುದು. ಅದರಿಂದ ಇಂದು ಕೆಲವರಿಗೆ ಮಂತ್ರಿಸ್ಥಾನ ಗಿಟ್ಟಿರಬಹುದು. ಇಂದು ಈ ನೆರಳೇ ಬಹುಪಾಲು ಜನರಿಗೆ ನರಕವಾಗಿ ನಿಂತಿದೆ. ಮನುಷ್ಯ ಮನುಷ್ಯರಲ್ಲಿ ವೈಷಮ್ಯ ಭೇದವನ್ನು ಬಿತ್ತಿ ಪರಸ್ಪರರಲ್ಲಿ ಮತ್ಸರ ಭಾವನೆಯನ್ನು ಹುಟ್ಟು ಹಾಕಿದೆ. ಅದಕ್ಕಾಗಿಯೇ ಈ ವಿಷವೃಕ್ಷವನ್ನು ಬುಡಸಹಿತವಾಗಿ ಉರುಳಿಸಿ ಸುಡಬೇಕಾಗಿದೆ"[೨೩]

ಎಂದು ರಾಜ್ಯದಲ್ಲಿ ದೇವರಾಜ ಅರಸು ತುಳಿತಕ್ಕೊಳಗಾದವರನ್ನು ಮೇಲಕ್ಕೆತ್ತಬೇಕೆಂದರೆ ಜಾತಿ ಪದ್ಧತಿ ನಿರ್ಮೂಲನೆ ಆದಾಗ ಮಾತ್ರ ಸಾಧ್ಯ ಎಂಬುದನ್ನು ಅರಿತುಕೊಂಡು ಈ ನಿಟ್ಟಿನಲ್ಲಿ ಸರ್ವಪ್ರಯತ್ನಗಳನ್ನು ಕೈಗೊಂಡರು. ಯಾವುದೋ ಕಾಲದಲ್ಲಿ ಯಾವುದೋ ಒಂದು ಕಾರಣಕ್ಕೆ ಜನ ಒಡೆದು ಗುಂಪಾಗಿ, ಜಾತಿ ಮತ್ತು ಉಪಜಾತಿಗಳಾಗಿ ಹುಟ್ಟಿಕೊಂಡಿದ್ದು

ಮನುಕುಲದ ದುರಂತವೆಂಬ ಭಾವನೆ ಅವರದಾಗಿತ್ತು. ದುಡಿಯುವ ಜನರನ್ನು ಶೂದ್ರರು ಅಸ್ಪೃಶ್ಯರು ಎಂದು ಪರಿಗಣಿಸಿ, ಯಾವ ಕೆಲಸವನ್ನು ಮಾಡದೆ ಮೈಬೆಳೆಸಿ ಕುಳಿತ ಮೈಗಳ್ಳರನ್ನು ಶ್ರೇಷ್ಠರೆಂದು ಭಾವಿಸಿದ್ದ ಜಾತಿಪದ್ಧತಿಯ ನಿರ್ಮೂಲನೆ ಅಗತ್ಯವಾಗಿ ಆಗಬೇಕಾದದ್ದು ಮೊದಲನೆ ಕೆಲಸ ಎಂಬುದು ಅರಸರ ದೃಢವಾದ ನಂಬಿಕೆಯಾಗಿತ್ತು. ಅದಕ್ಕಾಗಿ ದೀನದಲಿತರಿಗೆ ರಾಜಕೀಯ ಶಕ್ತಿ, ಆರ್ಥಿಕ ಶಕ್ತಿ ಮತ್ತು ಸಾಮಾಜಿಕ ಗಣ್ಯತೆಯನ್ನು ಗಳಿಸಿಕೊಡುವ ಹಂಬಲ ಅವರದಾಗಿತ್ತು. ಆ ಮೂಲಕ ಈ ತಳಸಮುದಾಯ ಸಾಮಾಜಿಕವಾಗಿ, ರಾಜಕೀಯವಾಗಿ ಮತ್ತು ಶೈಕ್ಷಣಿಕವಾಗಿ ಸಮಾನತೆಯನ್ನು ಕಲ್ಪಿಸಿಕೊಟ್ಟರು. ಅರಸು ಅವರು, ಸ್ವತಃ ಅಲ್ಪಸಂಖ್ಯಾತರಾಗಿರುವ ಜಾತಿಗೆ ಸೇರಿದವರು. ಜಾತಿ ಬಾಂಧವರ ಸಂಖ್ಯಾಬಲದಿಂದ ರಾಜಕೀಯ ಅಧಿಕಾರ ಸ್ಥಾನಕ್ಕೇರುವ ಕನಸು ಕಾಣುವವರಿಗೆ ಅವರ ಜೀವನವು ಪಾಠ ಕಲಿಸಿದಂತಿದೆ. ಭಾರತದ ರಾಜಕಾರಣವೆಂದರೆ ಬಹುತೇಕ ಜಾತಿಶ್ರೇಣಿಯ ಯಾಜಮಾನ್ಯವನ್ನು ಪ್ರತಿಷ್ಠಾಪಿಸುವುದೇ ಆಗಿದೆ. ನಮ್ಮ ದೇಶದ ಬಹುಪಾಲು ಎಲ್ಲ ರಾಜಕೀಯ ಪಕ್ಷಗಳು ಇಂದು ಜಾತಿಯನ್ನು ನಿರಾಕರಿಸಿ ತಮ್ಮ ಅಸ್ತಿತ್ವವನ್ನು ಉಳಿಸಿಕೊಳ್ಳಲಾರವು. ಅದಕ್ಕಾಗಿಯೇ ಇಂದು ರಾಜಕೀಯ ಪಕ್ಷಗಳು ಅತಿ ಹೆಚ್ಚು ಮತವಿರುವ ಕೋಮಿನ ನಾಯಕರನ್ನು ಚುನಾವಣೆಗೆ ಇಳಿಸುತ್ತವೆ. ಇದು ಜಾತಿಯ ಬೇರುಗಳು ಮತ್ತಷ್ಟು ಗಟ್ಟಿಗೊಳ್ಳಲು ಅವಕಾಶವನ್ನು ಒದಗಿಸಿದೆ. ಇಂಥ ಪ್ರಕ್ಷುಬ್ಧ ಸಂದರ್ಭದಲ್ಲಿ ಅಧಿಕಾರಕ್ಕೆ ಬಂದ ಅರಸು ''ಜಾತೀಯತೆಯನ್ನು ರಾಜಕೀಯ ಉದ್ದೇಶಗಳಿಗಾಗಿ ಕೆರಳಿಸುವ ಜನರಿಗೆ ಇದು ಸಲ್ಲದ ಮಾರ್ಗ. ಮಾನವ ಜಾತಿ ಎಂಬುದು ಒಂದೇ. ಮಾನವರೆಲ್ಲ ಬಂಧುಗಳು, ಮಾನವನ ಹಿತಸಾಧನೆಯೇ ತನ್ನ ಕರ್ತವ್ಯ ಎಂಬ ಭಾವನೆ ತಾಳಿ ಸೇವಾಭಾವನೆಯಿಂದ ದುಡಿಯುವವರು ಎಲ್ಲಾ ಜಾತಿಯ ಜನರಿಗೂ ಬಂಧುವಿನಂತೆ ಪ್ರಿಯವಾಗುವರು'' ಎಂಬ ಸ್ಪಷ್ಟ ಸಂದೇಶವನ್ನು ಸಾರಿದವರು.

ಅಲ್ಲದೆ ಸಮಾನತೆ, ಜಾತಿ-ವರ್ಗ ಸಂಪೂರ್ಣ ನಾಶವಾದಾಗಲೇ ಅರಳಿ ಬರುವ ಒಂದು ವ್ಯವಸ್ಥೆ. ಜಾತಿ ಪದ್ಧತಿ ಸತ್ತಾಗಲೇ ಸಮಾನತೆ ಸಾಧ್ಯ ಎಂದು ಜನತೆಗೆ ತಿಳಿಹೇಳಿದರು. ಜಾತ್ಯತೀತ ರಾಷ್ಟ್ರದಲ್ಲಿ ಜಾತಿಯವರನ್ನೇ ಮೇಲೆತ್ತುವುದು ಅನಿಷ್ಟ ಪರಂಪರೆ. ಅದು ಮಾನವ ಕಲ್ಯಾಣಕ್ಕೆ ಕುತ್ತು, ರಾಷ್ಟ್ರದ ಪ್ರಗತಿಗೆ ಮಾರಕ. ಅಸ್ಪೃಶ್ಯತೆಯಂತೂ ಅಮಾನುಷವಾದದ್ದು ಎಂದು ಖಂಡಿಸಿದರು. ಮನುಷ್ಯ-ಮನುಷ್ಯರ ನಡುವಣ ಸಂಬಂಧದಲ್ಲಿ ಈ ಕ್ರೂರ ಪದ್ಧತಿಯ ಆಚರಣೆ ಹಿಂದೂ ಸಮಾಜದ ಮೇಲಿರುವ ಮಹಾ ಕಳಂಕ. ಮಾನವೀಯ ತುಡಿತವಿರುವ, ಮನುಷ್ಯತ್ವವನ್ನು ಬಲ್ಲ ಸಮಾಜ ಸುಧಾರಕರೆಲ್ಲಾ ಇಂತಹ ಅನಿಷ್ಟ ಪದ್ಧತಿಯ ವಿರುದ್ಧವೇ ಹೋರಾಡಿ ಜೀವವನ್ನು ತೆತ್ತದ್ದು. ಅರಸು ಈ ಪರಂಪರೆಯಲ್ಲಿ ದಿಟ್ಟ ಹೆಜ್ಜೆಯನ್ನೇ ಇಟ್ಟವರು. ಭಾರತ ಒಂದು ಸ್ವತಂತ್ರ ಪ್ರಜಾಪ್ರಭುತ್ವ ರಾಷ್ಟ್ರವಾಗಿ ಉಳಿಯಬೇಕಾದರೆ ತನ್ನ ಶಕ್ತಿ ಕ್ಷೀಣಿಸುವಿಕೆಗೆ ಮತ್ತು ದಾಸ್ಯಕ್ಕೂ ಕಾರಣವಾದ ಜಾತಿ ಪದ್ಧತಿಯಂಥಹ ಅನಿಷ್ಟಗಳನ್ನು ಮೊದಲು ನಿವಾರಿಸಿಕೊಳ್ಳಬೇಕು ಅಂದಾಗ ಮಾತ್ರ ಜನರಲ್ಲಿ ಜಾತ್ಯತೀತ ಮನೋಭಾವನೆ ಬೆಳೆಯಲು ಸಾಧ್ಯ ಎನ್ನುವ ನಿಲುವು ಅವರದು. ಈ ಹಿನ್ನೆಲೆಯಲ್ಲಿ ಜಾತಿ ರಾಜಕಾರಣದ ಜಂಜಾಟದಲ್ಲಿ

ಬಾಡಿ ಹೋಗಿದ್ದ ರಾಜ್ಯದ ಪ್ರಜೆಗೆ ಅರಸು, ಚಿಂತನೆ-ಹೋರಾಟದ ಒಂದು ಹೊಸ ಬೆಳಕನ್ನು ತೋರಿದವರು. ಅರಸರ ಈ ತಾತ್ವಿಕ ಚಿಂತನೆಯಿಂದ ಸ್ಫೂರ್ತಿಯನ್ನು ಪಡೆದವರು ರಾಜ್ಯದ ತರುಣ ಜನಾಂಗ. ಅವರಲ್ಲಿ ಬಂಡಾಯದ ಬೀಜ ಬಿತ್ತಿದ ಹೆಗ್ಗಳಿಕೆ ಅರಸು ಅವರದು. ಇಂದು ಕರ್ನಾಟಕದಲ್ಲಿ ದಲಿತ ಪ್ರಜ್ಞೆ ಬೆಳೆಯುತ್ತಿರುವುದಕ್ಕೆ ಅರಸರ ದೂರದೃಷ್ಟಿಯೇ ಕಾರಣ ಎಂದು ಹೇಳಬಹುದು. ಪಂಡಿತ್ ಜವಾಹರ್‌ಲಾಲ್ ನೆಹರು ಜಾತಿಪದ್ಧತಿಯನ್ನು ಹೀಗೆ ವಿಶ್ಲೇಷಿಸಿದ್ದಾರೆ-

> "ಜಾತಿಪದ್ಧತಿ ತನ್ನೊಡನೆ ಅವನತಿಯನ್ನು ಹೊತ್ತುಕೊಂಡೇ ಬರುತ್ತದೆ.
> ಬಂದ ಮೇಲೆ ಅದೊಂದು ಭಾರವಾಗಿ, ಶಾಪವಾಗಿ ನಿಲ್ಲುತ್ತದೆ.
> ಅದರಲ್ಲಿ ಒಂದು ಕಾಲಕ್ಕೆ ಲಾಭಾಂಶಗಳು ಇದ್ದಿರಬಹುದು; ಭಾರತೀಯ
> ಸಮಾಜಕ್ಕೆ ಅದು ಸ್ಥಿರತೆಯನ್ನು ಒದಗಿಸಿದ್ದಿರಬಹುದು. ಆದರೆ ಅದು
> ತನ್ನ ಜೊತೆಗೆ ವಿನಾಶದ ಬೀಜಗಳನ್ನೂ ತಂದಿತು"[೧೪]

ಭಾರತದಲ್ಲಿ ಜಾತಿಪದ್ಧತಿಯ ಆಳವಾದ ಹಿತಾಸಕ್ತಿಗಳು ತಳುಕು ಹಾಕಿಕೊಂಡಿವೆ. ಈ ಅಸಹಜ ವ್ಯವಸ್ಥೆಯನ್ನು ತೊಡೆದು ಹಾಕಲು ನಿರಂತರವಾದ ಪ್ರಯತ್ನಗಳನ್ನೂ ಮಾಡಲಾಗುತ್ತಿದೆ. ಆದರೆ ಸುಧಾರಣೆಯ ಪ್ರಯತ್ನಗಳು ಬಹುವಾದ ಭಿನ್ನಾಭಿಪ್ರಾಯಗಳಿಗೆ ಕಾರಣವಾಗಿವೆ. ಒಟ್ಟಿನಲ್ಲಿ ಇಂದು ಜಾತಿಪದ್ಧತಿ ನಿರ್ಮೂಲನೆ ಕಷ್ಟಸಾಧ್ಯವಾದರೂ ಅರಸು ಈ ನಿಟ್ಟಿನಲ್ಲಿ ತೆಗೆದುಕೊಂಡ ನಿಲುವು ಶ್ಲಾಘನೀಯವಾದದ್ದು.

ಅ. ಜೀತಪದ್ಧತಿ ನಿರ್ಮೂಲನೆ ಚಿಂತನೆ : ೧೯೭೫

ಭಾರತೀಯ ಸಮಾಜಕ್ಕೆ ಅಂಟಿಕೊಂಡು ಬಂದಿದ್ದ ಅನೇಕ ಸಾಮಾಜಿಕ ಜಾಡ್ಯಗಳಲ್ಲಿ ಜೀತ ಪದ್ಧತಿ ಬಹಳ ನಿಕೃಷ್ಟವಾದುದು. ಅದು ಪ್ರಾಣಿಗಳಂತೆ ಮನುಷ್ಯರ ಮಾರಾಟದಲ್ಲಿ ರೂಪಗೊಂಡಿದ್ದ ಗುಲಾಮಗಿರಿ. ಜೀತಪದ್ಧತಿ ಸಮಾಜದ ಅತ್ಯಂತ ಕಳಾಹೀನವಾದ ಪದ್ಧತಿ. ಕಡುಬಡವರಾದ ಕೃಷಿಕಾರ್ಮಿಕರು ತಮ್ಮ ಹೊಟ್ಟೆಯನ್ನು ಹೊರೆದುಕೊಳ್ಳಲು ಮತ್ತು ಕುಟುಂಬವನ್ನು ಸಾಕಲು ತಮ್ಮೂರಿನ ಸಾಹುಕಾರರ ಮನೆಯಲ್ಲಿ ೨೦೦-೩೦೦ ರೂಪಾಯಿಗಳಷ್ಟು ಸಾಲಪಡೆದು ಅದನ್ನು ತೀರಿಸಲಾಗದೆ, ಅದೇ ಸಾಹುಕಾರರ ಮನೆಯಲ್ಲಿ ಜೀತಮಾಡಿಕೊಂಡು ಬದುಕನ್ನು ಸಾಗಿಸುತ್ತಿದ್ದರು. ಈ ಬಡಜನರು ತಮ್ಮ ಜೀವನದುದ್ದಕ್ಕೂ ಸಂದಾಯ ಮಾಡಲಾಗದ ಸಾಲವಿದು. ಈ ಸಾಲಕ್ಕೆ ಒತ್ತೆಯಾಳಾಗಿ ದುಡಿಯಬೇಕಾದ ಪರಿಸ್ಥಿತಿಯೂ ಉಂಟು. ಸಾಲದ್ದಕ್ಕೆ ಈ ಕೆಲಸಕ್ಕೆ ವೇತನವೆಂಬುದು ಇರುತ್ತಿರಲಿಲ್ಲ. ಸಾಲವನ್ನು ತೀರಿಸಲು ಜೀವನಪರ್ಯಂತ ಅವನು ಶ್ರೀಮಂತರ ಕೊಟ್ಟಿಗೆ ಮನೆಯಲ್ಲಿಯೇ ವಾಸಮಾಡಿ ಪುಕ್ಕಟೆಯಾಗಿ ದುಡಿಯುವುದೇ ಇವನ ಜೀವನದ ದಿನನಿತ್ಯದ ಕಾಯಕ. ಈ ಸಂದರ್ಭದಲ್ಲಿ ಶ್ರೀಮಂತರು ಹಾಕಿದ ಗಂಜಿಯನ್ನೋ, ಅನ್ನವನ್ನೋ ತಿಂದು ದುಡಿಯಬೇಕಾಗಿತ್ತು. ಒಂದು ವೇಳೆ ಜೀತದಾಳು ಸತ್ತರೆ ಅವನ ಮಕ್ಕಳಲ್ಲಿ ಒಬ್ಬನನ್ನು ಜೀತಕ್ಕೆ ತೆಗೆದುಕೊಳ್ಳುವ ಅಮಾನುಷ ಸಂಪ್ರದಾಯ ಈ ಪದ್ಧತಿಯಲ್ಲಿ ಅಡಕವಾಗಿತ್ತು. ಇಂತಹ ಕ್ರೂರ ಸಂಪ್ರದಾಯಕ್ಕೆ ೧೯೭೫ರಲ್ಲಿ ದೇವರಾಜು

ಅರಸು ಸಚಿವ ಸಂಪುಟವು ಈ ಪದ್ಧತಿಯ ನಿರ್ಮೂಲನೆಗೆ ಕೊನೆ ಹಾಡುವ ಒಂದು ರಚನಾತ್ಮಕ ಶಾಸನ ಜಾರಿಗೊಳಿಸಿದರು. 'ಸಾಮಾಜಿಕ ನ್ಯಾಯದ ಹರಿಕಾರ' ಎಂದು ಹೆಸರು ಪಡೆದ ಅವರು ಜಾರಿಗೊಳಿಸಿದ ಕಾಯ್ದೆಗಳಲ್ಲಿ ಈ ಜೀತಪದ್ಧತಿ ನಿರ್ಮೂಲನಾ ಕಾಯ್ದೆ ಅತ್ಯಂತ ಮಹತ್ವದ್ದು. ಈ ಹಿಂದೆ ನಿಜಲಿಂಗಪ್ಪ ಸಚಿವ ಸಂಪುಟದಲ್ಲಿ ಕಾರ್ಮಿಕ ಸಚಿವರಾಗಿದ್ದಾಗ ಕಾರ್ಮಿಕರ ಕಷ್ಟಕೋಟಲೆಗಳನ್ನು ಕಣ್ಣಾರೆ ಕಂಡಿದ್ದ ಅರಸು ಅವರು ಈ ಕಾರ್ಮಿಕ ಅಭಿವೃದ್ಧಿ ಮತ್ತು ಜೀತಗಾರರ ಬದುಕಿಗೆ ಒಂದು ಹೊಸ ಆಯಾಮ ನೀಡುವ ಸಂಕಲ್ಪವನ್ನು ಆಗಲೇ ಮಾಡಿದ್ದರೆಂದು ಕಾಣುತ್ತದೆ. ಆದ್ದರಿಂದ ೧೯೭೫ರಲ್ಲಿ ಈ ಜೀತಪದ್ಧತಿ ನಿಷೇಧ ಕಾನೂನು ಜಾರಿಗೆ ತಂದ ಅರಸು, ಭೂಮಾಲೀಕರಲ್ಲಿ ಜೀತದಾಳುಗಳಾಗಿ ದುಡಿಯುತ್ತಿದ್ದ ಸಾವಿರಾರು ನತದೃಷ್ಟರ ಬಾಳಿಗೆ ಬೆಳಕು ತೋರಿದರು. ಅಲ್ಲದೆ ಅವರು ಹೊಸ ಬದುಕನ್ನು ರೂಪಿಸಿಕೊಳ್ಳಲು ರಚನಾತ್ಮಕ ಯೋಜನೆಗಳನ್ನು ಅನುಷ್ಠಾನಕ್ಕೆ ತಂದರು. ಇದರಿಂದಾಗಿ ಸುಮಾರು ಅರವತ್ತೈದು ಸಾವಿರ ಜೀತದಾರರು ಜೀತದಿಂದ ವಿಮುಕ್ತಿಯನ್ನು ಪಡೆದರು. ಇಂತಹ ಪದ್ಧತಿಯನ್ನು ಬೇರು ಸಮೇತ ತೆಗೆದು ಹಾಕಲು ಜಿಲ್ಲಾ ಮತ್ತು ಉಪವಿಭಾಗ ಮಟ್ಟದಲ್ಲಿ ಜಾಗೃತಿ ಸಮಿತಿಗಳನ್ನು ರಚಿಸಿ, ಜೀತಪದ್ಧತಿಯ ನಿರ್ಮೂಲನೆ ಕಾರ್ಯದ ಮೇಲ್ವಿಚಾರಣೆಯನ್ನು ನೋಡಿಕೊಳ್ಳುವುದು ಹಾಗೂ ಜೀತದಾಳುಗಳನ್ನು ಗುರುತಿಸಿ ಅಂತಹ ಜೀತದಾಳುಗಳಿಗೆ ಪರ್ಯಾಯ ಉದ್ಯೋಗಗಳನ್ನು ಒದಗಿಸುವುದಕ್ಕೆ ಸರಕಾರ ಕ್ರಮಗಳನ್ನು ಕೈಗೊಂಡಿತು. ಜೊತೆಗೆ ಜೀತದಾಳುಗಳಿಗೆ ಕನಿಷ್ಠ ವೇತನವನ್ನು ನೀಡಲೂ ಸಹ ಸರಕಾರ ಯೋಚಿಸಿತ್ತು.೧೯೭೬-೭೭ರ ಸಂದರ್ಭದಲ್ಲಿ ಬೆಂಗಳೂರಿನ ಸುತ್ತಮುತ್ತ ಕೆಲ ಪ್ರದೇಶಗಳಲ್ಲಿ ನಡೆಯುತ್ತಿದ್ದ ಜೀತಪದ್ಧತಿಯು ಜೀವಂತವಾಗಿರುವ ಸುದ್ದಿ ಪತ್ರಿಕೆಗಳಲ್ಲಿ ನೋಡಿದ ತಕ್ಷಣವೇ ಮುಖ್ಯಮಂತ್ರಿ ಅರಸು ಅವರೇ ಆ ಭಾಗಕ್ಕೆ ಖುದ್ದಾಗಿ ಭೇಟಿ ನೀಡಿ ಆ ಪದ್ಧತಿಯನ್ನು ನಡೆಸಿಕೊಂಡು ಬರುತ್ತಿದ್ದ ವ್ಯಕ್ತಿಗಳನ್ನು ಅಪರಾಧಿಗಳೆಂದು ಪರಿಗಣಿಸಿ ಕಾನೂನಿನನ್ವಯ ಶಿಕ್ಷಿಸಿದರು. ಆ ಸಂದರ್ಭದಲ್ಲಿ ಅರಸು ಅವರು ಹೇಳಿದ ಮಾತು ಉಲ್ಲೇಖಿಸುವುದು ಸೂಕ್ತವೆನಿಸುತ್ತದೆ-

> "ಈ ದುಡಿಮೆಗಾರರೆಲ್ಲ ಒಂದು ವರ್ಷ ಕೈಕಟ್ಟಿ ಕುಳಿತರೆ ಇಡೀ ಸಮಾಜ ಸತ್ತುಹೋಗುತ್ತದೆ. ಆದರೆ ಶೇ.೧೦ರಷ್ಟು ಇರುವ ಈ ಮೇಲ್ವರ್ಗದ ಜನ ಕೈಕಟ್ಟಿ ಕುಳಿತರೆ ಯಾವ ಅನಾಹುತವೂ ಆಗುವುದಿಲ್ಲ. ಆದ್ದರಿಂದ ದುಡಿಮೆಗಾರ ವರ್ಗಕ್ಕೆ ಸಲ್ಲಬೇಕಾದ ಗೌರವ ಪ್ರತಿಫಲ, ನೆಮ್ಮದಿಯನ್ನು ಒದಗಿಸಿಕೊಡದಿದ್ದರೆ ಸರಕಾರಗಳು ಯಾತ್ಕಾದರೂ ಇರಬೇಕು?"[೧೫]

ಎಂದು. ಇದು ಕಾರ್ಮಿಕರ ಬಗೆಗೆ ಅರಸು ಅವರ ಕಾಳಜಿಯನ್ನು ತೋರಿಸುತ್ತದೆ. ಸ್ವತಃ ರೈತ ಕುಟುಂಬದಿಂದ ಬಂದ ಅರಸು ಅವರಿಗೆ ಈ ವರ್ಗಗಳ ನೋವು ಎಂಥಹದ್ದು ಎಂದು ತಿಳಿದಿತ್ತು. ಹೀಗೆ ಜೀತಪದ್ಧತಿಯನ್ನು ಸಮಾಜದಿಂದ ಬೇರು ಸಮೇತ ಕಿತ್ತುಹಾಕಬೇಕೆಂದು ಅವರು ದೃಢವಾದ ನಿಲುವುಗಳನ್ನು ತಾಳಿದರೂ, ಇಂದು ಸಂಪೂರ್ಣವಾಗಿ ಈ ಅಮಾನುಷ ಪದ್ಧತಿಯು

ಇನ್ನೂ ಸಮಾಜದಿಂದ ಕಣ್ಮರೆಯಾಗಿಲ್ಲದಿರುವುದು ಬೇಸರದ ಸಂಗತಿ. ಇನ್ನೊಂದು ಆಶ್ಚರ್ಯವೆಂದರೆ ಗ್ರಾಮೀಣ ಪ್ರದೇಶಗಳಲ್ಲಿ ಜೀತಪದ್ಧತಿ ಇನ್ನೂ ಜೀವಂತವಾಗಿರುವುದು ಆಧುನಿಕ ನಾಗರಿಕ ಸಮಾಜ ತಲೆ ತಗ್ಗಿಸುವಂಥ ವಿಚಾರವಾಗಿದೆ. ಜೀತಪದ್ಧತಿ ನಿಷೇಧ ಕಾಯಿದೆ ಜಾರಿಯಲ್ಲಿದ್ದರೂ, ಇದು ಇನ್ನೂ ಅಲ್ಲಲ್ಲಿ ತನ್ನ ಅಸ್ತಿತ್ವವನ್ನು ಗಟ್ಟಿಗೊಳಿಸಿಕೊಂಡು ಮುಂದುವರೆಯುತ್ತಿರುವುದು ಒಂದು ಸೋಜಿಗವೇ ಆಗಿದೆ. ಈ ಬಗೆಗೆ ಸರಕಾರಗಳು, ರಾಜಕಾರಣಿಗಳು ಮತ್ತು ಸಮಾಜಚಿಂತಕರು ಗಮನ ಹರಿಸಬೇಕಿದೆ ಹಾಗೂ ಸಂಬಂಧಪಟ್ಟ ಇಲಾಖೆಗಳು ಇದನ್ನು ಮುಂದುವರಿಸಿಕೊಂಡು ಹೋಗುತ್ತಿರುವವರ ಮೇಲೆ ಸೂಕ್ತ ಕ್ರಮ ಕೈಗೊಳ್ಳಬೇಕಾಗಿದೆ.

ಆ. ಕನಿಷ್ಠಕೂಲಿ ನಿಗದಿ ಕಾಯಿದೆ

ಜೀತಪದ್ಧತಿಯೊಂದಿಗೆ ಜಾರಿಯಲ್ಲಿರುವ ಇನ್ನೊಂದು ಅನಿಷ್ಟ ಪದ್ಧತಿ ಎಂದರೆ ಕೂಲಿಕಾರನಿಗೆ ಕನಿಷ್ಠ ಕೂಲಿ ನಿಗದಿಯಾಗದಿರುವುದು. ಭೂ ಒಡೆಯರು, ಭೂಮಿಯಲ್ಲಿ ಹಗಲಿರುಳೂ ಮೈ ಮುರಿದ ದುಡಿಮೆಗೆ, ಹಿಡಿಕಾಳು ಇಟ್ಟು ಕಡಿಮೆ ಕೂಲಿ ಕೊಡುವ ಮೂಲಕ ಮಾಡುತ್ತಿದ್ದ ಶೋಷಣೆ ಹೇಳತೀರದು. ಶ್ರೀಮಂತರು, ಭೂ ಒಡೆಯರ ವರ್ಗ, ಬಡಕೂಲಿಕಾರನನ್ನು ತಮ್ಮ ಭೂಮಿಯಲ್ಲಿ ದುಡಿಸಿಕೊಂಡರೂ ನ್ಯಾಯವಾಗಿ ನೀಡಬೇಕಾದ ಕೂಲಿಯನ್ನು ಕೊಡುತ್ತಿರಲಿಲ್ಲ. ಇದನ್ನು ಮನಗಂಡ ಅರಸು ಅವರ ಸರಕಾರ ಕೃಷಿಕಾರ್ಮಿಕರಿಗೆ 'ಕನಿಷ್ಠ ಕೂಲಿ'ಯನ್ನು ನಿಗದಿಪಡಿಸಿತು. ಇದರಿಂದಾಗಿ ಕೃಷಿಕಾರ್ಮಿಕರ ಶೋಷಣೆ ತಪ್ಪಿ, ಬದುಕನ್ನು ಸಾಗಿಸಲು ಅವಕಾಶವಾಯಿತು. ಅರಸು, ಈ ಕಾರ್ಯಸಾಧನೆಯಿಂದ ಅಪಾರ ಕೃಷಿಕಾರ್ಮಿಕವರ್ಗದ ಮೆಚ್ಚುಗೆಗೆ ಪಾತ್ರರಾದರಾದರೂ ಅದೇ ಸಂದರ್ಭದಲ್ಲಿ ಪಟ್ಟಭದ್ರ ಹಿತಾಸಕ್ತಿಗಳ ಅವಕೃಪೆಗೆ ಗುರಿಯಾದರೆಂಬುದೂ ಅಷ್ಟೇ ಸತ್ಯ. ಆದರೆ, ಈ ದಿಕ್ಕಿನಲ್ಲಿ ಅರಸು ಇಟ್ಟ ಹೆಜ್ಜೆ ಶ್ಲಾಘನೀಯವಾದದ್ದು ಎಂಬುದುನ್ನು ಯಾರು ಮರೆಯುವಂತಿಲ್ಲ. ಅಷ್ಟೇ ಅಲ್ಲದೆ ಹೆಚ್ಚುವರಿ ಭೂಮಿಯನ್ನು, ಸ್ವಂತ ನೆಲದಲ್ಲಿ ನಿಂತು ದುಡಿದು ಮಣ್ಣಿಗೆ ಋಣಿಯಾಗಿರಲು ಹಂಬಲ ಹೊತ್ತ ಕೃಷಿಕಾರ್ಮಿಕರಿಗೆ ಹಂಚಲು ವ್ಯವಸ್ಥೆ ಮಾಡಿದರು. ಆದರೆ ಉಳ್ಳವರ ದುರಾಶೆ ಮತ್ತು ಕಪಟತನದಿಂದಾಗಿ ಅದು ವಿಫಲಗೊಂಡಿತು.

೪.೪. ಬದುಕಿಗೆ ಆಸರೆ ಕಲ್ಪಿಸಿದ ಋಣಪರಿಹಾರ ಕಾಯಿದೆ : ೧೯೭೫

ದೀನ-ದಲಿತರ ಬಂಧ ವಿಮೋಚನೆಯ ವಿಷಯದಲ್ಲಿ ಅರಸು ಯಾವಾಗಲೂ ವಿರಮಿಸಲಿಲ್ಲ. ಸದಾ ದೀನದಲಿತರ ಬಗೆಗೆ ಚಿಂತನಾಶೀಲರಾಗಿರುತ್ತಿದ್ದ ಅವರಿಗೆ, ಬೆವರು ಸುರಿಸಿ ದುಡಿಯುವ ಜನಕ್ಕೆ ಈ ಕಾನೂನುಗಳಿಂದ ಹೊಟ್ಟೆ ತುಂಬದು ಎನ್ನುವ ವಿಚಾರ ಆಗ ಹೊಳೆದಿರಬೇಕು. ಹೀಗಾಗಿ ಭೂರಹಿತ ಕೃಷಿ ಕಾರ್ಮಿಕರಿಗೆ, ಸಣ್ಣ ಹಿಡುವಳಿದಾರರಿಗೆ ಸಾಲಸೌಲಭ್ಯ ಶೀಘ್ರಗತಿಯಲ್ಲಿ ದೊರಕುವಂತೆ ಮಾಡಿದರು. ಕಮ್ಮಾರ, ಕುಂಬಾರ, ಅಗಸ, ಉಪ್ಪಾರ ಮತ್ತಿತರ ಕಸುಬುದಾರ ಕುಟುಂಬಗಳು ಹಾಗೂ ಸಾಲಶೂಲದಲ್ಲಿ ಮುಳುಗಿದ ನಿರ್ಗತಿಕ ಕುಟುಂಬಗಳು

ಬಿಕ್ಕಟ್ಟಿನ ಪರಿಸ್ಥಿತಿಯಲ್ಲಿ ಸಿಲುಕಿವೆ ಎಂಬ ಅರಿವೂ ಅವರಿಗಿತ್ತು. ಇಂತಹ ಬಡಜನರು ತಮ್ಮ ಬದುಕಿನ ಬಂಡಿಯನ್ನು ಸಾಗಿಸಲು ಊರಿನ ಶ್ರೀಮಂತರಿಂದ ಸಾಲ ಪಡೆದು ಇದ್ದಬದ್ದದ್ದನ್ನೆಲ್ಲ ಅಡವು ಇಡುತ್ತಿದ್ದರು. ತುಂಡು ಜಮೀನು ಇದ್ದರೂ ಸಹ, ಅದನ್ನು ಒತ್ತೆಯಿಡುತ್ತಿದ್ದರು. ಹೀಗೆ ಶ್ರೀಮಂತರ ಹಂಗಿನಲ್ಲಿ ಬದುಕಿ ಬಂದಿರುವ ಬಡಜನರ ಸಾಲದ ಹೊರೆಯನ್ನು ಒಂದೇ ಬಾರಿಗೆ ಇಳಿಸುವ ನಿರ್ಧಾರಕ್ಕೆ ಅರಸು ಬಂದರು. ಪರಿಣಾಮವಾಗಿ, ಬಡಜನರು ಶ್ರೀಮಂತರಿಂದ ಪಡೆದಿದ್ದ ಎಲ್ಲಾ ಸಾಲವನ್ನು ಮನ್ನಾಮಾಡುವ ಶಾಸನವನ್ನು ೧೯೭೫ರಲ್ಲಿ ಜಾರಿಗೆ ತಂದರು. ಇದನ್ನು 'ಋಣಪರಿಹಾರ' ಕಾಯಿದೆ ಎಂದು ಕರೆದರು. ಇದರಿಂದ ರಾಜ್ಯದ ಲಕ್ಷಾಂತರ ಜನರ ಕಣ್ಣೀರು ಒರೆಸಿದ ಶ್ರೇಯಸ್ಸು ದೇವರಾಜ ಅರಸು ಅವರದಾಯಿತು.

ಮುಂದೆ ಅರಸು ಜಿಲ್ಲಾಧಿಕಾರಿಗಳ ಸಭೆ ಕರೆದು, ಈ ಕಾಯಿದೆಯ ಮೂಲ ಉದ್ದೇಶ ಮತ್ತು ಅದರ ಅನುಷ್ಠಾನದ ಬಗ್ಗೆ ನಿರ್ದೇಶನ ನೀಡಿದರು. ಶ್ರೀಮಂತ ಸಾಹುಕಾರರಲ್ಲಿನ ಒಡವೆಗಳನ್ನು ಪತ್ತೆ ಹಚ್ಚಿ ಸಾಲಗಾರರಿಗೆ ಹಿಂತಿರುಗಿಸುವ ಜವಾಬ್ದಾರಿಯನ್ನು ಜಿಲ್ಲಾಧಿಕಾರಿಗಳಿಗೆ ವಹಿಸಿದರು. ಮುಖ್ಯಮಂತ್ರಿಯ ನೇರ ಆದೇಶದಿಂದ ಉತ್ತೇಜಿತರಾದ ಜಿಲ್ಲಾಧಿಕಾರಿಗಳು ಕಾನೂನು ಜಾರಿಗಾಗಿ ಕ್ಷೇತ್ರಕ್ಕಿಳಿದರು. ಈ ಕಾನೂನು ಜಾರಿಗೆ ಬಂದ ಕೆಲವೇ ತಿಂಗಳಲ್ಲಿ ಈ ಕಾನೂನಿನ ಉದ್ದೇಶ ಈಡೇರಿತು. ಬಡಜನರು ಗಿರವಿ ಇಟ್ಟಿದ್ದ ಚಿನ್ನಾಭರಣಗಳು ಮತ್ತಿತ್ತರ ಒಡವೆಗಳು ಮರಳಿ ಅವರ ಕೈಸೇರಿದವು. ಅರಸು ಆಡಳಿತದ ಸಾಧನೆಗಳಲ್ಲಿ ಜನರು ಮರೆಯಲಾಗದ ದಾಖಲೆಯಿದು.

ಸಾಲಗಾರರನ್ನು ಮರುಪಾವತಿಯಿಂದ ವಿಮುಕ್ತಿಗೊಳಿಸಿದ ಅರಸು, ಅಷ್ಟೇ ಸಾಲದೆಂಬಂತೆ ಇಂತಹ ಬಡಜನರನ್ನು ಗುರುತಿಸಿ ಬ್ಯಾಂಕುಗಳ ಮೂಲಕ ಕಡಿಮೆ ಬಡ್ಡಿಗೆ ಸಾಲವನ್ನು ಕೊಡಿಸುವ ಯೋಜನೆಗಳನ್ನು ಜಾರಿಗೆ ತಂದರು. ೧ ನವೆಂಬರ್ ೧೯೭೫ರಲ್ಲಿ ಪಂಜಾಬ್ ನ್ಯಾಷನಲ್ ಬ್ಯಾಂಕಿನವರು ಏರ್ಪಡಿಸಿದ್ದ ಬಡವರಿಗೆ ಕೈಗಾಡಿಗಳನ್ನು ಕೊಳ್ಳಲು ಹಣ ವಿತರಣೆ ಕಾರ್ಯಕ್ರಮದಲ್ಲಿ ಅರಸು ಅವರು ಭಾಗವಹಿಸಿ ಮಾತನಾಡುತ್ತಾ, "ಸಣ್ಣ ಪುಟ್ಟ ಕಸುಬುಗಳನ್ನು ಮಾಡುವ ವ್ಯಕ್ತಿಗಳಿಗೆ ಬ್ಯಾಂಕುಗಳ ಮೂಲಕ, ಸರಕಾರಿ ಸಂಸ್ಥೆಗಳ ಮೂಲಕ ಸಾಲದ ವ್ಯವಸ್ಥೆ ಮಾಡಲಾಗುವುದು" ಎಂದು ಹೇಳಿದರು. ಸಣ್ಣ ಕಸುಬುದಾರರು ತಮ್ಮ ಸಂಘಗಳನ್ನು ಕಟ್ಟಿಕೊಂಡು ಅದರ ಮೂಲಕ ತಮ್ಮ ಸಮಸ್ಯೆಗಳನ್ನು ಬಗೆಹರಿಸಿಕೊಳ್ಳಲು ಮುಕ್ತ ಅವಕಾಶ ಇದೆ ಎಂದು ಭರವಸೆ ನೀಡಿದರು. ಒಟ್ಟಿನಲ್ಲಿ ರಾಷ್ಟ್ರದಲ್ಲಿ ತುರ್ತುಪರಿಸ್ಥಿತಿಯ ಕಾರ್ಮೋಡಗಳು ಕವಿದ ಸಂದರ್ಭದಲ್ಲಿ ಗ್ರಾಮಾಂತರ ಪ್ರದೇಶಗಳಲ್ಲಿ ಸುಮಾರು ೧೧೬ ಕೋಟಿ ರೂಪಾಯಿಗಳಷ್ಟು ಋಣಪರಿಹಾರವನ್ನು ರಾಜ್ಯಸರಕಾರ ಘೋಷಿಸಿತು. ಇದರಿಂದ ಸುಮಾರು ಒಂದು ಕೋಟಿ ಬಡಜನರಿಗೆ ಪ್ರಯೋಜನವಾಯಿತೆಂದು ಸಮೀಕ್ಷಿಸಲಾಗಿದೆ. ಈ ಜೀತಪದ್ಧತಿ ನಿರ್ಮೂಲನಾ ಕಾಯಿದೆ ಮತ್ತು ಋಣಪರಿಹಾರ ಕಾಯಿದೆ ಅನುಷ್ಠಾನಕ್ಕೆ ಬರುವಲ್ಲಿ ಅರಸು ಅವರ ಸಂಪುಟ ಸಹೋದ್ಯೋಗಿ ಕೆ.ಎಚ್.ರಂಗನಾಥ್ ಅವರ ಪೂರ್ಣ ಸಹಯೋಗವಿತ್ತೆಂಬುದನ್ನು ಇಲ್ಲಿ ಸ್ಮರಿಸಬಹುದು.

೪.೫. ಅಸ್ಪೃಶ್ಯತೆ ನಿವಾರಣೆ ಕುರಿತ ಚಿಂತನೆ

ಅಸ್ಪೃಶ್ಯತೆಯು ಹಿಂದೂ ಸಮಾಜದ ವರ್ಣವ್ಯವಸ್ಥೆಯಲ್ಲಿನ ಒಂದು 'ಅನಿಷ್ಟ ಕೂಸು'. ಒಂದೇ ಸಮಾಜದ ಒಂದು ಜಾತಿಯು ಇನ್ನೊಂದು ಜಾತಿಯ ಮೇಲೆ ನಡೆಸಿಕೊಂಡು ಬಂದ ಸಾಮಾಜಿಕ ಅಸಹನೆ. ಅಸ್ಪೃಶ್ಯತೆ ಎಂದರೆ ಹೊಲೆ ಮೈಲಿಗೆ, ಕಳಂಕ ಎಂದರ್ಥ. ಹಿಂದೂ ಸಮಾಜದ ಅತ್ಯಂತ ಕೆಳಸ್ತರದವರು ಜೀವನವಿಡೀ ಅನುಭವಿಸಬೇಕಾದ ಶಿಕ್ಷೆ. ಒಂದು ಕಾಲಕ್ಕೆ ಸಾಮಾಜಿಕ ವ್ಯವಸ್ಥೆ ಎನಿಸಿಕೊಂಡಿದ್ದ ವ್ಯವಸ್ಥೆ ಇಂದು ಕೊಳೆತು ನಾರುತ್ತಿರುವ ದುರ್ಗಂಧ, ನಿಂತ ನೀರು. ಆದರೆ ಹುಟ್ಟಿನಿಂದಲೇ ಅಂಟಿಕೊಂಡು ಬಂದ ಈ ಜಾತಿ, ಬ್ರಾಹ್ಮಣರನ್ನು ಬ್ರಾಹ್ಮಣರನ್ನಾಗಿಸಿದರೆ, ಹರಿಜನರನ್ನು ಹುಟ್ಟಿನಿಂದಲೇ ಹರಿಜನರೆಂದು ದೂರವಿಡುತ್ತದೆ. ವಿಶ್ವದ ಇತಿಹಾಸದಲ್ಲಿ ಈ ಕ್ರೌರ್ಯಕ್ಕೆ, ಅಸಹನೆಗೆ, ಅಸಹ್ಯ ಪದ್ಧತಿಗೆ ಸಮಾನವಾದದ್ದು ಯಾವುದೂ ಇಲ್ಲ. ಸರಕಾರ ಅಸ್ಪೃಶ್ಯತೆ ನಿವಾರಣೆ ಕುರಿತು ಕಾಯಿದೆ ಜಾರಿಗೆ ತಂದಿದ್ದರೂ, ಅದು, ಇಂದು ಅಲ್ಲಲ್ಲಿ ಕಂಡುಬರುತ್ತಿರುವುದು ಒಂದು ವಿಷಾದನೀಯ ಸಂಗತಿ. ಹಿಂದೂಗಳಲ್ಲದವರು ಶುಚಿ-ಅಶುಚಿಯನ್ನು ಮೈಲಿಗೆಯಾದರೆ ಅಂತಹವರನ್ನು ಶುದ್ಧೀಕರಣಗೊಳಿಸಲು ಸಾಧ್ಯ ಎಂಬುದು ಆ ಸಮಾಜಗಳ ನಿಲುವು. ಅಲ್ಲದೇ ಈ ಮೈಲಿಗೆ ತಾತ್ಕಾಲಿಕ. ಆದರೆ ಹಿಂದೂಗಳಲ್ಲಿ ಒಮ್ಮೆ ಅಶುದ್ಧನಾದವನು ಎಂದಿಗೂ ಶುದ್ಧಿಗೊಳ್ಳಲಾರ. ಅದಕ್ಕಾಗಿಯೇ 'ಊರಿಗೊಂದು ಹೊಲಗೇರಿ' ಎಂಬ ಮಾತನ್ನು ಆಡಿ, ಅಸ್ಪೃಶ್ಯರನ್ನು ಇತರ ಜನರು ವಾಸಿಸುವ ಜಾಗಗಳಿಂದ ದೂರ ಇಟ್ಟರು. ಡಾ.ಬಿ.ಆರ್. ಅಂಬೇಡ್ಕರ್ ಹೇಳುವಂತೆ "ಇಂಥ ಹಟ್ಟಿಗಳು ಮುಳ್ಳುಬೇಲಿಗಳಲ್ಲಿನ ಸೆರೆಮನೆ"[೧೯]. ಅರಸು ಅವರು ರಾಜ್ಯದಲ್ಲಿ ಅನುಸೂಚಿತ ಜಾತಿಗಳಿಗೆ ಶೇ.೧೮ರಷ್ಟು ಸರಕಾರಿ ಹುದ್ದೆಗಳನ್ನು ಮೀಸಲಿಟ್ಟರು. ಪರಂಪರಾನುಗತವಾಗಿ ತಮ್ಮದೇ ಆಗಿದ್ದ ಸ್ಥಾನಮಾನಗಳೆಲ್ಲ ಹಂಚಿಹೋಗುವ ಭೀತಿ ಮೇಲ್ವರ್ಗಗಳಿಗೆ ಶುರುವಾಯಿತು. ಸರ್ಕಾರಿ ಸವಲತ್ತುಗಳಲ್ಲಿಯೂ ಸಿಂಹಪಾಲನ್ನು ಪಟ್ಟಭದ್ರ ವಿದ್ಯಾವಂತ ಪ್ರಬಲ ಕೋಮುಗಳು ಪಡೆದಿದ್ದವು. ಸುಲಿಗೆ, ಶೋಷಣೆಯ ಕಾಲಚಕ್ರಕ್ಕೆ ಸಿಕ್ಕಿ ನುಚ್ಚುನೂರಾದವರು ಎಲ್ಲಾ ಕೋಮಿನ ಬಡವರು, ದಲಿತರು. ಈ ವಂಚಿತರ ಬಾಳು ಅಂಬಿಗನಿಲ್ಲದ ದೋಣಿ. ಈ ದೋಣಿಗೆ ಚಾಲನೆ ದೊರಕಿಸಿ ಕೊಟ್ಟವರು ದೇವರಾಜ ಅರಸು. ಅವರ ಆಡಳಿತಕ್ಕೆ ಮುಂಚೆ ಸರ್ಕಾರಿ ಸ್ಥಾನ-ಮಾನಗಳನ್ನೆಲ್ಲ ಕಬಳಿಸಿದ್ದ ಬ್ರಾಹ್ಮಣ, ಲಿಂಗಾಯತ, ಒಕ್ಕಲಿಗ ಜಾತಿಯನ್ನುಳಿದು ಸಮಾಜದಲ್ಲಿ ಉಳಿದ ಜಾತಿಯವರೂ ಇದ್ದರೆಂಬುದು ಬೆಳಕಿಗೆ ಬಂದಿರಲಿಲ್ಲ. ಅರಸು ಅವರ ಕಾಲದಲ್ಲಿ ಈ ಮುಂದುವರಿದ ಮೇಲ್ಜಾತಿಗಳನ್ನು ಬಿಟ್ಟು ಉಳಿದ ಅಲ್ಪಸಂಖ್ಯಾತ ಹಿಂದುಳಿದ ವರ್ಗಗಳ ಜಾತಿಯ ಜನರಿಗೆ ಶೇ.೫೭ರಷ್ಟು ಮೀಸಲು ವ್ಯವಸ್ಥೆಯನ್ನು ಜಾರಿಗೆ ತಂದರು.

ಇದು ಹಿಂದುಳಿದ ವರ್ಗ ಮತ್ತು ಅಲ್ಪಸಂಖ್ಯಾತರಿಗೆ ಆರ್ಥಿಕ, ಸಾಮಾಜಿಕ ಸ್ಥಿತಿಗತಿಯ ಸುಧಾರಣೆಗೆ ಅರಸು ತೋರಿದ ದಾರಿದೀಪವಾಗಿತ್ತು. ಹಾವನೂರು ಆಯೋಗ ನೀಡಿದ ವರದಿಯ ಶಿಫಾರಸ್ಸುಗಳನ್ನು ಯಥಾವತ್ತಾಗಿ ಜಾರಿಗೆ ತಂದು ಹಿಂದುಳಿದ ವರ್ಗಗಳಿಗೆ ರಾಜ್ಯದಲ್ಲಿ

ಸೂಕ್ತಸ್ಥಾನಮಾನವನ್ನು ಒದಗಿಸಿಕೊಟ್ಟರು. 'ಮಂಡಲ್ ವರದಿ'ಗೆ ಇದು ಸ್ಫೂರ್ತಿ ನೀಡಿದ್ದನ್ನು ಇಲ್ಲಿ ಸ್ಮರಿಸಿಕೊಳ್ಳಬಹುದು.

೪.೬. ಮಲಹೊರುವ ಪದ್ಧತಿ ನಿಷೇಧ ಕುರಿತ ಚಿಂತನೆ

ಭಾರತೀಯ ಸಾಮಾಜಿಕ ಜೀವನದಲ್ಲಿ, ಅದರಲ್ಲೂ ಹಿಂದೂ ಸಾಮಾಜಿಕ ಜೀವನದಲ್ಲಿ ಅಸ್ಪೃಶ್ಯತೆ ಬಹಳ ಹಿಂದಿನಿಂದಲೂ ಅಂಟಿಕೊಂಡೇ ಬೆಳೆದುಬಂದ ಒಂದು ಅಮಾನವೀಯ ಪದ್ಧತಿ. ಒಂದು ಸಮಾಜ ತನ್ನದೇ ಆದ ಒಂದು ಭಾಗದ ಜನತೆಯನ್ನು ಅಸ್ಪೃಶ್ಯರೆಂದು ಘೋಷಿಸಿ, ಅವರ ನಾಗರಿಕ ಹಕ್ಕುಗಳನ್ನು ಕಸಿದುಕೊಂಡು ಜೀವಂತ ಸಲಕರಣೆಗಳಂತೆ ದುಡಿಸಿಕೊಂಡು ಬರುತ್ತಿರುವುದು ಒಂದು ಅಮಾನವೀಯ ಕ್ರಮ. ಈ ಅಸ್ಪೃಶ್ಯರಿಗೆ ಪರಂಪರಾನುಗುತವಾಗಿ ಬಂದ ಕಾಯಕ ಎಂದರೆ "ಹೊಲಸಿರುವ ಸ್ಥಳವನ್ನು ಶುಚಿಗೊಳಿಸುವುದು. ಮತ್ತು ಮೇಲ್ಜಾತಿಯ ಜನರ ಮಲವನ್ನು ತಲೆ ಹೊರೆಯಾಗಿ ಸಾಗಿಸುವುದು". ಸಮಾಜದ ಉತ್ತಮ ಜನಾಂಗ ಈ ಅಮಾನುಷ ಕಾರ್ಯವನ್ನು ದಲಿತರು ಮಾಡಲೇಬೇಕಾದ ಕರ್ತವ್ಯ ಎಂದು ಬಗೆದಿತ್ತು. ಜಗತ್ತಿನ ಯಾವ ನಾಗರಿಕ ಸಮಾಜದಲ್ಲಿಯೂ ಆಚರಣೆಯಲ್ಲಿಲ್ಲದ ಈ ಮಲ ಹೊರುವ ಪದ್ಧತಿಗೆ ಧಾರ್ಮಿಕ ಆಚರಣೆಯ ಕವಚವನ್ನು ಹೊದಿಸಲಾಗಿತ್ತು. ಇಲ್ಲಿ ಪುರೋಹಿತಶಾಹಿ ಮತ್ತು ಬಂಡವಾಳಶಾಹಿ ವರ್ಗಗಳು ದಲಿತವರ್ಗಗಳ ಮೇಲೆ ಸಾಕಷ್ಟು ಒತ್ತಡವನ್ನು ಹೇರಿದ್ದರು ಎನ್ನುವುದನ್ನು ಯಾರೂ ಅಲ್ಲಗಳೆಯುವಂತಿಲ್ಲ. ಇಂತಹ ಅನಿಷ್ಟ ಪದ್ಧತಿಯನ್ನು ನಿಷೇಧಿಸಿ, ೧೯೭೭ರಲ್ಲಿ ಶಾಸನ ಜಾರಿಗೆ ತಂದ ಶ್ರೇಯಸ್ಸು ಅರಸು ಮತ್ತು ಅವರ ಸಂಪುಟದ್ದು. ಅವರು ಜಾರಿಗೊಳಿಸಿದ ಕಾಯಿದೆಗಳಲ್ಲೇ ಅತ್ಯಂತ ಕ್ರಾಂತಿಕಾರಿ ದೂರಗಾಮಿ ಪರಿಣಾಮ ಬೀರಬಲ್ಲ ಸಾಮಾಜಿಕ ಕಾಯಿದೆ ಇದು. ಈ ಹಿಂದೆ ರಾಜ್ಯದಲ್ಲಿ ಆಡಳಿತ ನಡೆಸಿದ ಎಸ್. ನಿಜಲಿಂಗಪ್ಪ, ವೀರೇಂದ್ರ ಪಾಟೀಲ, ಎಸ್.ಆರ್. ಕಂಠಿ ಅವರಂಥ ರಾಜಕಾರಣಿ ಮುಖ್ಯಮಂತ್ರಿಗಳು ಈ ನಿಟ್ಟಿನಲ್ಲಿ ಚಿಂತಿಸಿಲ್ಲದಿರುವುದು ಒಂದು ವಿಪರ್ಯಾಸವೇ ಸರಿ. ಈ ಸಂದರ್ಭದಲ್ಲಿ ಪಟ್ಟಭದ್ರ ಹಿತಾಸಕ್ತಿಗಳ ಕೈವಾಡ ಪ್ರಬಲವಾಗಿತ್ತು ಎಂಬುದನ್ನೂ ತಳ್ಳಿಹಾಕುವಂತಿಲ್ಲ.

ಬಹುಶಃ ಅರಸು ಅವರ ಆಡಳಿತದ ಅವಧಿಯಲ್ಲೇ 'ತಲೆಯ ಮೇಲೆ ಮಲ ಹೊರುವ ಪದ್ಧತಿ' ಬಹುಪಾಲು ಕೊನೆಗೊಂಡಿತು. ಹಾಗೂ ಅಂಥವರನ್ನು 'ಪೌರಕಾರ್ಮಿಕ'ರನ್ನಾಗಿ ಸರಕಾರ ಖಾಯಂ ಆಗಿ ನೇಮಿಸಿಕೊಂಡಿತು. ಇದೊಂದು ಕ್ರಾಂತಿಕಾರಕ ಸಾಧನೆಯಾಗಿದೆ. ಹೀಗಾಗಿ ಕರ್ನಾಟಕದಲ್ಲಿ ಅರಸು ಆರಂಭಿಸಿದ ಸಾಮಾಜಿಕ ಪರಿವರ್ತನೆಯ ವಾತಾವರಣದಲ್ಲಿ ಈ ವಿಚಾರ ಕುರಿತು ಚಿಂತನೆ ಚಿಗುರೊಡೆಯಿತು. ಅರಸು ಸಂಪುಟದಲ್ಲಿ ಪೌರಾಡಳಿತ ಸಚಿವರಾಗಿದ್ದ ಬಿ.ಬಸವಲಿಂಗಪ್ಪನವರು ಈ ಪದ್ಧತಿಯ ಉಚ್ಚಾಟನೆಗೆ ದೃಢಸಂಕಲ್ಪ ಮಾಡಿದ್ದರು ಮತ್ತು ಅರಸು ಅವರಿಗೆ ಈ ನಿಟ್ಟಿನಲ್ಲಿ ಸಂಪೂರ್ಣ ಬೆಂಬಲವನ್ನೂ ನೀಡಿದರು. ಅಂಬೇಡ್ಕರ್ ಅವರು -

> "ಇಂಡಿಯಾದಲ್ಲಿ ಬಂಡವಾಳಶಾಹಿಗಳು ಕಾರ್ಮಿಕ ವರ್ಗವನ್ನು ಶೋಷಣೆ ಮಾಡುತ್ತಿದ್ದಾರೆ. ಭೂಮಾಲೀಕರು ಬಡ ಕೃಷಿಕಾರ್ಮಿಕರನ್ನು ಹಿಂಡುತ್ತಾರೆ. ಉತ್ತಮ ವರ್ಗದವರು ದಲಿತರನ್ನು ಅಸಹನೀಯವಾಗಿ ಹಿಂಸಿಸುತ್ತಾರೆ. ನಮಗೆ ಎಲ್ಲ ಹಕ್ಕುಗಳನ್ನು ರಕ್ಷಿಸುವ ಸರಕಾರ ಬೇಕು."[೧೭]

ಎಂದು ಹೇಳುತ್ತಾರೆ. ಅಂತಹ ಸುರಕ್ಷಿತ ಆಡಳಿತವನ್ನು ಅರಸು ಕೊಟ್ಟರು ಎಂಬುದರಲ್ಲಿ ಎರಡು ಮಾತಿಲ್ಲ. ಅದಕ್ಕೆ ಪೂರಕವೆಂಬಂತೆ ಹಲವು ಕ್ರಾಂತಿಕಾರಕ ಯೋಜನೆಗಳನ್ನು ಅನುಷ್ಠಾನಕ್ಕೆ ತಂದರು.

ಅರಸು ಜಾರಿಗೆ ತಂದ ಈ ಮಲ ಹೊರುವ ಪದ್ಧತಿ ನಿಷೇಧ ಕಾಯಿದೆ ಅನುಷ್ಠಾನಕ್ಕೆ ಬರುತ್ತಿದ್ದಂತೆ ಪ್ರತಿ ಮನೆಯ ಲ್ಯಾಟ್ರಿನ್‌ಗೆ ಹೊಂದಿಕೊಂಡಂತೆ ವೈಜ್ಞಾನಿಕವಾದ ಸೆಪ್ಟಿಕ್ ಟ್ಯಾಂಕುಗಳನ್ನು ನಿರ್ಮಿಸಿ ಸ್ವಾಸ್ಥ್ಯ ರಕ್ಷಣೆ ಮಾಡಬಹುದೆಂಬ ಯೋಚನೆ ಯಾರಿಗೂ ಹೊಳೆದಿರಲಿಲ್ಲ. ಸರಕಾರವೇ ಇಂತಹ ಒಂದು ಬದಲಿ ವ್ಯವಸ್ಥೆಯ ಸೂತ್ರಗಳನ್ನು ಮುಂದಿಟ್ಟಿತು. ಇಂತಹ ಸೆಪ್ಟಿಕ್ ಟ್ಯಾಂಕುಗಳ್ನು ಜೋಡಿಸುವ ಆರ್ಥಿಕ ಶಕ್ತಿ ತಮಗಿಲ್ಲವೆಂದು ಜನರು ಗೊಣಗಲಾರಂಭಿಸಿದರು. ಇದಕ್ಕೂ ಸರಕಾರದಲ್ಲಿ ಒಂದು ಪರಿಹಾರಸೂತ್ರವಿತ್ತು. ಇಂತಹ ಆರ್ಥಿಕ ಶಕ್ತಿಯಿಲ್ಲದ ಕುಟುಂಬಗಳಿಗೆ ಆರ್ಥಿಕ ನೆರವು ನೀಡಲು ಸರಕಾರ ಮುಂದಾಯಿತು. ಮಲಹೊರುವ ಪದ್ಧತಿ ನಿಷೇಧ ಕಾನೂನನ್ನು ಪಾಲಿಸಲು ಆರು ತಿಂಗಳ ಕಾಲಾವಕಾಶ ಕೊಟ್ಟಿತು. ಕುಂಟು ನೆಪ ಹೇಳಿ ಜಾರಿಕೊಳ್ಳಲಾಗದ ಕಾನೂನು ಎಂದು ಸ್ಪಷ್ಟವಾದಾಗ ಜನರು ತಾವೇ ಲ್ಯಾಟ್ರಿನ್ ರೂಮ್‌ಗಳನ್ನು ಕಟ್ಟಿಸಿಕೊಂಡರು. ಕೇವಲ ಆರು ತಿಂಗಳಲ್ಲೇ ಈ ಕಾನೂನು ಅರ್ಥವತ್ತಾಗಿ ಜಾರಿಗೆ ಬಂದಿತು. ಹೀಗಾಗಿ ಈ ದೇಶದಲ್ಲಿ ಮೊತ್ತ ಮೊದಲ ಬಾರಿಗೆ ಕರ್ನಾಟಕವು 'ಮಲಹೊರುವ' ಪದ್ಧತಿಯನ್ನು ನಿಷೇಧಿಸಿ ಆ ಜನರನ್ನು ಪೌರಕಾರ್ಮಿಕರನ್ನಾಗಿ ನೇಮಕ ಮಾಡಿಕೊಂಡು ಅವರ ಬದುಕಿಗೆ ದಾರಿಮಾಡಿಕೊಟ್ಟಿತು.

ಮಾತಿನಮಲ್ಲರೂ, ಅಲ್ಲಿ ಇಲ್ಲಿ ಇದನ್ನು ಮಾತಿನಲ್ಲಿ ವಿರೋಧಿಸಿದವರೂ ಇದ್ದರು. ಮಾತು ಮಾತಿಗೆ ಭಾರತೀಯ ಉಜ್ವಲ ಪರಂಪರೆಯ ಸೊಲ್ಲೆತ್ತುವ ಇಂತಹ ಜನರು ಬಹುತೇಕ ರಾಜ್ಯಗಳಲ್ಲಿ ಇಂದಿಗೂ ಈ ಹೀನಾಯ ಪದ್ಧತಿಯನ್ನು ಉಳಿಸಿಕೊಂಡು ಬಂದಿರುವುದು ವಿಷಾದನೀಯ. ಆದರೆ ೧೯೭೦ರಿಂದ ಸದ್ದಿಲ್ಲದೆ ಸಾಮಾಜಿಕ ಕ್ರಾಂತಿಯ ಕಿಡಿ ಹೊತ್ತಿಸಿದ ಕರ್ನಾಟಕ ರಾಜ್ಯ ಈ ಪ್ರಶಂಸೆಗೆ ಪಾತ್ರವಾಗಿದೆ ಎಂಬುದು ಸಂತಸದ ಸಂಗತಿ. ಇದು ದೇವರಾಜ ಅರಸರ ದಕ್ಷ ಆಡಳಿತದ ಫಲವೆಂದರೆ ತಪ್ಪಾಗಲಾರದು. ಆದರೆ ಅರಸು ಇಲ್ಲದ ಇಂದಿನ ಕರ್ನಾಟಕದಲ್ಲಿ ಅವರ ಜನಪರ ಯೋಜನೆ ಮತ್ತು ಕೆಲಸ ಕಾರ್ಯಗಳಿಗೆ ಹಿನ್ನಡೆ ಉಂಟಾಗಿರುವುದು, ಅಸ್ಪೃಶ್ಯರ ಪುನಶ್ಚೇತನಕ್ಕೆ ಅವಕಾಶವಿಲ್ಲದಾಗಿ ಅವರು ಎಲ್ಲಾ ಕ್ಷೇತ್ರಗಳಲ್ಲಿ ಹಿಂದಕ್ಕೆ ತಳ್ಳಲ್ಪಟ್ಟಿರುವುದು ಅತ್ಯಂತ ದುರದೃಷ್ಟಕರ ಸಂಗತಿ.

೪.೭. ಹಿಂದುಳಿದ ವರ್ಗಗಳ ಸಂಘಟನೆ ಕುರಿತ ಚಿಂತನೆ

ಭಾರತದ ಸಂದರ್ಭದಲ್ಲಿ ಸಾಮಾಜಿಕ ಸಂರಚನೆಯನ್ನು ಕುರಿತು ಆಲೋಚಿಸುವುದು ಎಂದರೆ ಶ್ರೇಣೀಕರಣದಿಂದಾಗಿ ಉಂಟಾಗುವ ಅಸಮಾನತೆ ಹಾಗೂ ಅದರ ಮೂಲದ ಹಸಿವು, ಅವುಗಳ ವಿವೇಚನೆ ಎಂದರ್ಥ. ಶತಮಾನಗಳಿಂದ ಸಾಮಾಜಿಕವಾಗಿ, ರಾಜಕೀಯವಾಗಿ, ಆರ್ಥಿಕವಾಗಿ ಮತ್ತು ಸಾಂಸ್ಕೃತಿಕವಾಗಿ ದಬ್ಬಾಳಿಕೆಗೆ ಒಳಗಾಗಿರುವ ಬಹುಸಮುದಾಯಗಳು ಇಂದಿಗೂ ಅವುಗಳಿಂದ ಸಂಪೂರ್ಣ ಬಿಡುಗಡೆ ಹೊಂದಿಲ್ಲ. ಈ ಸಮುದಾಯಗಳು ತಮ್ಮ ಜಾತಿಯ ಹೆಸರಿನಿಂದಲೇ ಅವಮಾನಕ್ಕೆ ಒಳಗಾಗಿ ಎಲ್ಲಾ ಸವಲತ್ತುಗಳಿಂದ ದೂರ ಇಡಲ್ಪಟ್ಟಿದ್ದವು. ವಸಾಹತು ಶಿಕ್ಷಣ ಈ ದೇಶಕ್ಕೆ ಕಾಲಿಟ್ಟ ಮೇಲೆಯೇ ಇಂಥ ಬಹುಸಮುದಾಯಗಳು ಗಣನೀಯ ಪ್ರಮಾಣದಲ್ಲಿ ಅಕ್ಷರದ ಬೆಳಕಿಗೆ ತೆರೆದುಕೊಳ್ಳತೊಡಗಿದವು. ಆಧುನಿಕ ಶಿಕ್ಷಣಕ್ಕೆ ತೆರೆದುಕೊಂಡಂತೆ ಈ ಹಿಂದುಳಿದ ವರ್ಗಗಳಿಗೆ ತಮ್ಮ ಮೂಲದ ಸಂಕಷ್ಟಗಳು ಅರಿವಾಗತೊಡಗಿದವು.

ಕರ್ನಾಟಕದ ಸಂದರ್ಭದಲ್ಲಿ ೧೯೭೦ರ ದಶಕ ಒಂದು ಮಹತ್ವದ ಕಾಲಘಟ್ಟವೆನ್ನಬಹುದು. ಅರಸು ಮುಖ್ಯಮಂತ್ರಿಯಾಗಿದ್ದಾಗ ಕೈಗೊಂಡ ಜನಪರ ಕಾರ್ಯಗಳು ಒಂದು ಕಡೆ ಸಾಮಾಜಿಕ ಸ್ವರೂಪವನ್ನೇ ಬದಲು ಮಾಡಿದರೆ, ಇನ್ನೊಂದೆಡೆ ಕರ್ನಾಟಕದ ರಾಜಕೀಯ ಸ್ವರೂಪವನ್ನೇ ಪಲ್ಲಟಗೊಳಿಸಿದವು. ಅದುವರೆಗೆ ಪ್ರಬಲ ಜಾತಿಗಳ ಹಿಡಿತದಲ್ಲಿದ್ದ ರಾಜ್ಯದ ರಾಜಕಾರಣ ಈಗ ಕೆಳವರ್ಗದವರ ಕಡೆಗೆ ಜಾರಿತು. ಅರಸು ಅನುಷ್ಠಾನಕ್ಕೆ ತಂದ ಜನಪರ ಯೋಜನೆಗಳು ತಳಸಮುದಾಯಗಳಲ್ಲಿ ಹೊಸ ಸಂಚಲನವನ್ನು ಉಂಟು ಮಾಡಿದವು. ಆಗ ಎಲ್ಲಾ ಕೆಳಜಾತಿಗಳ ವಂಚಿತ ಸಮುದಾಯಗಳ ಯುವ ಮನಸ್ಸುಗಳು ಪ್ರಶ್ನಿಸುವ, ಸಂಘಟಿಸುವ ಕಾರ್ಯಕ್ಕೆ ಮುಂದಾಗಿದ್ದವು. ಈ ಸಮಯದಲ್ಲಿ ಅರಸು ಜನರೊಡನೆ ನೇರ ಸಂಪರ್ಕ ಬೆಳೆಸಿಕೊಂಡು ಅವರ ಬೆಂಬಲ ಪಡೆದರು. ಹೀಗಾಗಿ ಪ್ರಬಲರ ಜಾತಿ ರಾಜಕಾರಣದಲ್ಲಿ ಸವಲತ್ತುಗಳಿಂದ ವಂಚಿತರಾಗಿ, ರಾಜಕೀಯ ಅಧಿಕಾರವನ್ನು ತಮಗೂ ಲಭ್ಯವಾಗಿಸಿಕೊಳ್ಳಬೇಕೆಂಬ ಹಂಬಲ ಆಗತಾನೆ ಬೆಳೆಸಿಕೊಳ್ಳುತ್ತಿದ್ದ ಇತರ ಹಿಂದುಳಿದ ಜಾತಿವರ್ಗಗಳು ಜಿಲ್ಲಾ ಹಾಗೂ ತಾಲ್ಲೂಕು ಪ್ರಾಂತ್ಯಗಳಲ್ಲಿ ರಾಜಕೀಯವಾಗಿ ಸಂಘಟಿತರಾಗಿರಲಿಲ್ಲ. ಸರಕಾರಿ ಸೇವೆ ಮತ್ತು ಶಿಕ್ಷಣದಿಂದ ವಂಚಿತರಾದ, ಪುಡಿ ವ್ಯಾಪಾರದಲ್ಲಿ ತೊಡಗಿದ ಸರಕಾರದ ನಗಣ್ಯ ಹುದ್ದೆಗಳಲ್ಲಿದ್ದ ಜನರ ಬೆಂಬಲ ಗಳಿಸಲು ಅರಸು ಪ್ರಯತ್ನಿಸಿದರು.

ಕಾರಣ ಈ ಜನರಲ್ಲಿದ್ದ ಅಭದ್ರತೆ, ರಾಜಕೀಯ ಅಸಂಘಟನೆ ಒಂದು ರೀತಿಯಲ್ಲಿ ವರದಾನವೇ ಆಯಿತು. ಮುಖ್ಯವಾಗಿ ಈ ವರ್ಗದ ಜನರಲ್ಲಿ ನಾಯಕತ್ವ ಇಲ್ಲದೇ ಇರುವುದರಿಂದ ಅರಸರನ್ನೇ ಸಂಪೂರ್ಣವಾಗಿ ನಂಬಬೇಕಾಯಿತು. ಇದು ಅರಸು ಅವರ ರಾಜಕಾರಣದ ದೂರದೃಷ್ಟಿಯ ಬೆಳವಣಿಗೆಗೆ ಮತ್ತಷ್ಟು ಇಂಬು ನೀಡಿತು. ಪ್ರಬಲ ರಾಜಕಾರಣದ ಪರ್ಯಾಯವನ್ನು ಅರಸಿ ಹೊರಟಿದ್ದ ಈ ಜನರಿಗೆ ರಾಜಕೀಯ ಪ್ರಜ್ಞೆ ಮೂಡಿ ಬಂದದ್ದು ಆರ್ಥಿಕ ಬದಲಾವಣೆಯಿಂದೇನೂ ಅಲ್ಲ. ಪ್ರಜಾಪ್ರಭುತ್ವದ ರಾಜಕೀಯ ಪ್ರಕ್ರಿಯೆಯಲ್ಲಿ

ಸಂಘಟಿತರಾಗಿರುವದರಿಂದ, ಲಾಭದ ಪ್ರಯೋಗಕ್ಕೆ ತಮ್ಮನ್ನು ತೆರೆದುಕೊಂಡುದರ ಪರಿಣಾಮ ಇದು. ರಾಜಕೀಯವಾಗಿ ಅದುವರೆಗೂ ಕಡೆಗಣಿಸಲ್ಪಟ್ಟಿದ್ದ ಜಾತಿಗಳಲ್ಲಿ ಹೊಸ ರಾಜಕೀಯ ಪ್ರಜ್ಞೆ ಮೂಡಿದ್ದು ಅರಸು ಅವರ ವಿಜಯಕ್ಕೆ ಮತ್ತೊಂದು ಕಾರಣವಾಯಿತು. ವಿಧಾನಸಭೆಗೆ ಮೊತ್ತ ಮೊದಲ ಬಾರಿಗೆ ಪ್ರಬಲೇತರರ ಜಾತಿಗೆ ಸೇರಿದ ಬಹಳಷ್ಟು ಮಂದಿ ಶಾಸಕರಾಗಿ ಚುನಾಯಿತರಾಗಿ ಆಯ್ಕೆಯಾದದ್ದು ಅರಸು ಅವರಿಗೆ ಮುಖ್ಯಮಂತ್ರಿಯಾಗಲು ಅವಕಾಶ ಮಾಡಿಕೊಟ್ಟಿತು. ಆದರೂ ಪ್ರಬಲೇತರರ ಜಾತಿಗಳ ಸಂಘಟನೆ ಅವರ ರಾಜಕೀಯದ ಉಳಿವಿಗೆ ಅಗತ್ಯವಾದುದ್ದರಿಂದ ಅದನ್ನು ಸಾಧಿಸಲು ಯಾವ ಮಾರ್ಗವನ್ನೂ ಬಳಸಲು ತಯಾರಿದ್ದರು. ಹಿಂದುಳಿದ ಜಾತಿ ವರ್ಗಗಳ ಸಂಘಗಳಿಗೆ ಬೇಕಾದ ಹಣ, ಸಾರ್ವಜನಿಕ ಸಭೆಗೆ ಜನರನ್ನು ಕರೆತರಲು ವಾಹನ ಸೌಲಭ್ಯ, ಬಡವರ ಮಕ್ಕಳಿಗೆ ಶಿಕ್ಷಣ ಸೌಲಭ್ಯ, ಶೋಷಣೆಗೊಳಗಾದವರ ಜಾತಿಯವರಿಗೆ ಸಂಬಂಧಪಟ್ಟ ಕೆಲಸಗಳಲ್ಲಿ ಅವರಿಗೆ ಅನ್ಯಾಯವಾಗದ ರೀತಿಯಲ್ಲಿ ಪೊಲೀಸರಿಗೆ ಒತ್ತಡ ಮತ್ತು ಮಲ ಹೊರುವಂಥ ಅವಹೇಳನಕಾರಿ ಕೆಲಸಗಳ ನಿಷೇಧ ಇತ್ಯಾದಿ ಸೌಲಭ್ಯಗಳನ್ನು ಒದಗಿಸಿದರು.

'ಜಾತಿ' ಸಂಘರ್ಷವು 'ವರ್ಗ' ಸಂಘರ್ಷಕ್ಕಿಂತ ಹೆಚ್ಚಿಲ್ಲದಿದ್ದರೂ ಭಾರತದ ಸಾಮಾಜಿಕ ವ್ಯವಸ್ಥೆಯಲ್ಲಿ ಜಾತಿ ಸಂಘರ್ಷ ಅಷ್ಟೇ ಪ್ರಾಮುಖ್ಯತೆಯನ್ನುಳ್ಳದ್ದು ಎಂದು ಅರಸು ನಂಬಿದ್ದಂತೆ ಕಾಣುತ್ತದೆ. ಈ ನಂಬಿಕೆಗೆ ಹಾವನೂರು ವರದಿಯನ್ನು ಜಾರಿಮಾಡುವ ಮೂಲಕ ತಾತ್ವಿಕ ಕ್ರಮಬದ್ಧತೆಯನ್ನು ಕೊಡಲು ಪ್ರಯತ್ನಿಸದರು. ಈ ಹಿನ್ನೆಲೆಯಿಂದ ಅರಸು ಹಿಂದುಳಿದ ಹಾಗೂ ದಲಿತ ವರ್ಗಗಳನ್ನು ಸಂಘಟಿಸಿ ರಾಜ್ಯದಲ್ಲಿ ರಾಜಕಾರಣದ ಹಕ್ಕನ್ನು ದೊರಕಿಸಿ ಕೊಟ್ಟರು. ಅಲ್ಲದೆ ರಾಜ್ಯದ ರಾಜಕಾರಣದಲ್ಲಿ ಪರ್ಯಾಯ ರಾಜಕೀಯ ವ್ಯವಸ್ಥೆಯನ್ನು ಹುಟ್ಟು ಹಾಕುವಲ್ಲಿ ಯಶಸ್ವಿಯಾದರು. ಇದಕ್ಕೂ ಮುಂಚೆ ಹಿಂದುಳಿದ ವರ್ಗಗಳ ಸಂಘಟನೆಯಾಗಿ 'ಬ್ಯಾಕ್‌ವರ್ಡ್ ಕ್ಲಾಸ್ ಫೆಡರೇಷನ್' ಸಂಘವು ಅಂದಿನ ಮುಖ್ಯಮಂತ್ರಿ ದೇವರಾಜ ಅರಸು ಅವರ ತಮ್ಮ ಕೆಂಪರಾಜ ಅರಸು ಅವರ ನೇತೃತ್ವದಲ್ಲಿ ಅಸ್ತಿತ್ವಕ್ಕೆ ಬಂದಿತ್ತು. ಸೋಸಲೆ ಜವರಯ್ಯ, ಎಸ್. ಭೀಮಪ್ಪ, ಡಾ.ಪುಟ್ಟಮಾದಯ್ಯ ಮೊದಲಾದವರ ಸೇವೆ ಸಂಘಟನೆಯ ಮೂಲಶಕ್ತಿಯಾಗಿತ್ತು. ಕರಾವಳಿ ಜಿಲ್ಲೆಗಳಲ್ಲಿ ದಾಮೋದರ ಸುವರ್ಣ, ದಯಾನಂದ ದೇವಾಡಿಗ, ಮುಂತಾದವರ ನೇತೃತ್ವದಲ್ಲಿ ಹಿಂದುಳಿದ ವರ್ಗಗಳ ಸಂಘಟನೆ ಪ್ರಬಲವಾಗಿತ್ತು. ಆದರೆ ಈ ಯಾವ ಸಂಘಟನೆಗಳೂ ಚಳವಳಿಯ ಸ್ವರೂಪ ಪಡೆಯಲಿಲ್ಲ. ೧೯೯೮ ಆಗಸ್ಟ್ ೨೦ರಂದು ಕೋಲಾರದಲ್ಲಿ ಅರಸು ಜನ್ಮದಿನಾಚರಣೆಯ ಸಂದರ್ಭದಲ್ಲಿ ಪ್ರಗತಿಪರ ಲೋಹಿಯಾ ಬಳಗ ಅಹಿಂದ ಸಮಾವೇಶ ನಡೆಸಿತು. ಸಿ.ಎಸ್.ದ್ವಾರಕನಾಥ್, ಲಕ್ಷ್ಮೀಪತಿ ಕೋಲಾರ, ರಾಮಚಂದ್ರ, ಭೃಂಗವಾದಿ ನಾರಾಯಣಪ್ಪ ಮುಂತಾದ ಮುಖಂಡರಿಂದ ಅಹಿಂದ ಸಮಾವೇಶ ಪ್ರಾರಂಭವಾಯಿತು. ಅಹಿಂದ ಎಂಬ ಹೆಸರೂ ಇಲ್ಲಿ ಪ್ರಥಮ ಬಾರಿಗೆ ರೂಪಿತವಾಯಿತು. ಅಲ್ಪಸಂಖ್ಯಾತರು, ಹಿಂದುಳಿದವರು, ದಲಿತರು ಒಗ್ಗೂಡಿದ ಆ ಸಮಾವೇಶದಲ್ಲಿ ಲಾಂಛನ ಹಾಗೂ ಬಾವುಟವನ್ನು ರೂಪಿಸಲಾಯಿತು. ಅನಂತರದಲ್ಲಿ ಅರಸು

ಅವರ ನಂತರದ ಹಿಂದುಳಿದ ವರ್ಗಗಳ ನಾಯಕ ಎಂದು ಬಿಂಬಿಸಲ್ಪಟ್ಟ ಸಿದ್ದರಾಮಯ್ಯನವರ ನೇತೃತ್ವದಲ್ಲಿ ಅಹಿಂದ ಸಂಘಟನೆ ಅಹಿಂದ ಪಕ್ಷವಾಗಿ ಪರಿವರ್ತನೆಯಾಯಿತು. ಮುಂದೆ ಅಹಿಂದ ಪಕ್ಷಾತೀತ ನೆಲೆಯ ತಾತ್ವಿಕತೆಯನ್ನೇ ಬದ್ಧತೆಯಾಗಿಸಿಕೊಂಡು ಹೊರಹೊಮ್ಮಿತು. ಇಡೀ ಅಹಿಂದ ತನ್ನ ತಾತ್ವಿಕ ಬದ್ಧತೆಯ ಪ್ರತೀಕವಾಗಿ ಸಿದ್ದರಾಮಯ್ಯ ಅವರನ್ನು ಒಪ್ಪಿಕೊಂಡಿತು. ಆದರೆ ಸಿದ್ದರಾಮಯ್ಯನವರು ಕಾಂಗ್ರೆಸ್ ಪಕ್ಷಕ್ಕೆ ಸೇರಿಕೊಂಡಿದ್ದರಿಂದ ಅಹಿಂದ ಸಂಘಟನೆ ಕುಸಿದು ಬಿದ್ದಿತು. ೧೯೮೮-೮೯ರ ಸುಮಾರಿನಲ್ಲಿ ಪ್ರೊ.ಬಿ.ಕೃಷ್ಣಪ್ಪನವರು ಈ ಸಂತ್ರಸ್ತ ಸಮುದಾಯಗಳನ್ನು ಒಂದೇ ವೇದಿಕೆಯಡಿಯಲ್ಲಿ ಸಂಘಟಿಸುವ ಪ್ರಯತ್ನ ಮಾಡಿದ್ದರು. ಆದರೆ ಅವರ ಪ್ರಯತ್ನ ಸಣ್ಣಪ್ರಮಾಣದ ಸಮಾವೇಶಗಳಿಗೆ ಸೀಮಿತಗೊಂಡಿತ್ತು.

ಅರಸರ ಮತ್ತು ಕರ್ನಾಟಕ ರಾಜಕಾರಣದ ಸಂದರ್ಭದಲ್ಲಿ ಆದ ಬದಲಾವಣೆಗಳು ತುಂಬಾ ಗಮನಾರ್ಹವಾದಂಥವುಗಳು. ಬೇರೆ ಯಾವುದೇ ಕಾಂಗ್ರೆಸ್ ರಾಜ್ಯದ ಮುಖ್ಯಮಂತ್ರಿಗಳು ಸಾಮಾಜಿಕ ಮತ್ತು ರಾಜಕೀಯವಾಗಿ ಸಾಧಿಸಲಾಗದಿದ್ದನ್ನು ಅರಸು ಸಾಧಿಸಿದರು. ಆದರೆ ಈ ಸಾಧನೆಗಳ ಯಶಸ್ಸು ಹೆಚ್ಚಾಗಿ ತಮ್ಮ ಪಕ್ಷದಿಂದ ಮತ್ತು ಅದಕ್ಕೂ ಮಿಗಿಲಾಗಿ ತಮ್ಮ ನಾಯಕಿಯಿಂದಾಗಿ ಎನ್ನುವಂತಹ ನಂಬಿಕೆಯನ್ನು ಜನರಲ್ಲಿ ಬಲವಾಗಿ ನೆಟ್ಟರು. ಜನತೆ ಕೂಡಾ ಅದೇ ನಂಬಿಕೆಯಲ್ಲೇ ಮುಂದುವರೆದರು ಇದು ಅರಸು ಅವರಿಗೆ ಕೊನೆಯವರೆಗೂ ಮುಳುವಾಗಿ ಕಾಡಿತು. ಅದೇನೇ ಇರಲಿ, ಕರ್ನಾಟಕದ ಎಲ್ಲಾ ಹಿಂದುಳಿದ ಜಾತಿ ಮತ್ತು ವರ್ಗಗಳನ್ನು ಸಂಘಟಿಸಿ, ಅವರಲ್ಲಿ ವಿದ್ಯಾವಂತ ಯುವಕರನ್ನು ಗುರುತಿಸಿ ಅವರಿಗೆ ರಾಜಕೀಯರಂಗದಲ್ಲಿ ಸೂಕ್ತ ಸ್ಥಾನಮಾನವನ್ನು ದೊರಕಿಸಿಕೊಟ್ಟರು. ಇದು ಕರ್ನಾಟಕದ ರಾಜಕೀಯ ಇತಿಹಾಸದಲ್ಲಿ ಗಣನೀಯವಾಗಿ ದಾಖಲಾಗಬಲ್ಲ ಅಂಶ. ಇಂದು ಪ್ರತಿಯೊಂದು ಜಾತಿ ಮತ್ತು ವರ್ಗಗಳಲ್ಲಿ ರಾಜಕೀಯ ನೇತಾರರೆಂದು ಬೀಗುತ್ತಿರುವ ಇವತ್ತಿನ ವೀರಪ್ಪ ಮೊಯಿಲಿ, ದಿ. ಎಲ್. ಜಿ. ಹಾವನೂರು, ಮಲ್ಲಿಕಾರ್ಜುನ ಖರ್ಗೆ, ಧರ್ಮಸಿಂಗ್, ಆರ್. ಗುಂಡೂರಾವ್ ಮತ್ತು ಬಂಗಾರಪ್ಪ ಅವರಂಥ ನಾಯಕರು ಅರಸು ಅವರ ಗರಡಿಯಲ್ಲಿಯೇ ಬೆಳೆದು ರಾಜಕಾರಣದಲ್ಲಿ ಮಿಂಚಿದವರು. ಆದರೆ ಇಂದು ರಾಜಕೀಯ ನಾಯಕರು ಕೇವಲ ಸ್ವಾರ್ಥ ರಾಜಕಾರಣದಲ್ಲಿ ತೊಡಗಿಸಿಕೊಂಡು ಅಧಿಕಾರ ಹಿಡಿಯುವುದೇ ತಮ್ಮ ಮುಖ್ಯಗುರಿಯನ್ನಾಗಿಸಿಕೊಂಡಿದ್ದಾರೆ. ಇವರು ಅರಸು ಅವರಂತೆ ತಾತ್ವಿಕ ಚಿಂತನೆ ಮತ್ತು ದೂರದೃಷ್ಟಿಯನ್ನು ಮೈಗೂಡಿಸಿ ಕೊಳ್ಳದಿರುವುದು ನಾಡಿನ ಜನತೆಯ ದೌರ್ಭಾಗ್ಯವೇ ಸರಿ.

೪.೮. ಬಡತನ ನಿರ್ಮೂಲನ ಯೋಜನೆ: ಗರೀಬಿ ಹಟಾವೋ

ಆರ್ಥಿಕ ಸಂಪತ್ತು ಮತ್ತು ಬೌದ್ಧಿಕ ಕೌಶಲ್ಯಗಳು ಕೆಲವೇ ವರ್ಗದ ಜನರಿಗೆ ಮೀಸಲಾಗಿರುವುದರಿಂದ ಉಳಿದ ಹಿಂದುಳಿದ ವರ್ಗಗಳು ಮತ್ತು ದಲಿತರು ಈ ದೇಶದಲ್ಲಿ ನಿರ್ಗತಿಕ ಸ್ಥಿತಿಗೆ ತಲುಪಿದ್ದಾರೆ. ಬಡತನಕ್ಕೆ ಬಡವರು ಕಾರಣರಲ್ಲ ಅಥವಾ ಅದು ಬಡವರು ಇಷ್ಟಪಟ್ಟು ಅಪ್ಪಿಕೊಂಡ ಸ್ಥಿತಿಯೂ ಅಲ್ಲ. ಅದೊಂದು ಅಸಹಾಯಕ ಪರಿಸ್ಥಿತಿಯಿಂದ ಜನಿಸಿದ ಅವಮಾನದ, ಅಮಾನವೀಯ ಸ್ಥಿತಿ. ಒಡಲನ್ನು ದಹಿಸುವ ಹಸಿವು ಮೈಮನಸ್ಸುಗಳನ್ನು,

ಸ್ವಾಭಿಮಾನ ಪ್ರಾಮಾಣಿಕತೆ ಮೊದಲಾದ ಮೌಲ್ಯಗಳನ್ನು ಮಾರಿಕೊಳ್ಳುವಂತೆ ಮನುಷ್ಯನನ್ನು ಪ್ರಚೋದಿಸುತ್ತದೆ. ಮನುಷ್ಯ ಮನುಷ್ಯತ್ವವನ್ನು ಬಿಡುವಂತೆ ಮಾಡುತ್ತದೆ. ಹಿಂಸೆಯನ್ನು ಹುಟ್ಟುಹಾಕುತ್ತದೆ. ಜಗತ್ತಿನ ಇತಿಹಾಸವನ್ನು ನೋಡಿದರೆ ಬಹುತೇಕ ರಾಷ್ಟ್ರಗಳ ಆಂತರಿಕ ಯುದ್ಧಕ್ಕೆ ಈ ಬಡತನ, ದಬ್ಬಾಳಿಕೆಗಳೇ ಕಾರಣವಾಗಿರುವುದು ತಿಳಿದು ಬರುತ್ತದೆ. ಇಂತಹ ಸಾಮಾಜಿಕ ಅಸಮಾನತೆಯಾದ ಬಡತನವನ್ನು ತೊಡೆದುಹಾಕುವುದು ಅರಸು ಅವರ ಸಂಕಲ್ಪವಾಗಿತ್ತು. ಇಂದಿರಾಗಾಂಧಿಯವರ ಅನುಯಾಯಿಯಾಗಿ ಅವರ ಮಹತ್ವಾಕಾಂಕ್ಷೆಯ ಇಪ್ಪತ್ತು ಅಂಶಗಳ ಸೂತ್ರದ ಪ್ರಣಾಳಿಕೆಯನ್ನು ಅನುಷ್ಠಾನಕ್ಕೆ ತಂದ ಕೀರ್ತಿ ಅವರದು. ದೇಶದ ಹೆಚ್ಚಿನ ರಾಜ್ಯಗಳು ಕಾಂಗ್ರೆಸ್ ಸರಕಾರದ ಆಡಳಿತದಲ್ಲಿದ್ದರೂ, ಇಪ್ಪತ್ತು ಅಂಶಗಳ ಪ್ರಣಾಳಿಕೆಯನ್ನು ಜಾರಿಗೆ ತರುವಲ್ಲಿ ಹಿಂದೇಟು ಹಾಕಿದ್ದವು. ಹೀಗಾಗಿ ದೇಶದಲ್ಲೇ ಈ ಕೀರ್ತಿ ಕರ್ನಾಟಕ ರಾಜ್ಯ ಮತ್ತು ಆಗಿನ ಮುಖ್ಯಮಂತ್ರಿ ದೇವರಾಜ ಅರಸು ಅವರಿಗೆ ಸಲ್ಲುತ್ತದೆ. ಅರಸು ಅವರಿಂದ ದಕ್ಷ ಆಡಳಿತ, ಭೂ ಸುಧಾರಣೆ ಮತ್ತು ಬಡತನದ ಬವಣೆಯಲ್ಲಿದ್ದವರನ್ನು ಮೇಲೆತ್ತುವಂಥ ಮಾತುಗಳೇ ಕೇಳಿ ಬರುತ್ತಿದ್ದವು. ಇಂದಿರಾಗಾಂಧಿ ಪ್ರಧಾನಿಯಾಗಿದ್ದಾಗ ಅವರ ಗಮನಕ್ಕೂ ತಂದು ಈ ವಿಷಯವನ್ನು ಗಂಭೀರವಾಗಿ ಪರಿಗಣಿಸುವಂತೆ ಮಾಡಿದರು. ಆಶ್ಚರ್ಯವೆಂಬಂತೆ ೧೯೭೩ರ ನವೆಂಬರ್‌ನಲ್ಲಿ ಬೆಂಗಳೂರಿನಲ್ಲಿ ನಡೆದ ದಕ್ಷಿಣ ಭಾರತದ ಹಿಂದುಳಿದ ವರ್ಗ ಮತ್ತು ಪರಿಶಿಷ್ಟಜಾತಿ ಪಂಗಡದ ಹಾಗೂ ಅಲ್ಪಸಂಖ್ಯಾತರ ಸಮಾವೇಶದಲ್ಲಿಯೇ, ಪ್ರಧಾನಿ ಇಂದಿರಾಗಾಂಧಿಯವರು 'ಗರೀಬಿ ಹಠಾವೋ' ಘೋಷಣೆ ಮಾಡಿದರು. ದೇವರಾಜ ಅರಸು ಅವರು ನಿಜಲಿಂಗಪ್ಪನವರ ಸಂಪುಟದಲ್ಲಿದ್ದಾಗಲೇ ಯೋಚಿಸಿದ್ದ ಹಲವಾರು ವಿಚಾರಗಳನ್ನು ತಮ್ಮ ಆಡಳಿತದ ಅವಧಿಯಲ್ಲಿ ಜಾರಿಗೆ ತಂದರು. ಅದರಲ್ಲಿ 'ಗರೀಬಿ ಹಠಾವೋ' ಆಂದೋಲನವು ಪ್ರಮುಖವಾದದ್ದು. ಅವರಿಗೆ ಯಾವ ಹೆಸರು ಬೇಕಿರಲಿಲ್ಲ. ರಾಜ್ಯದ ಮತ್ತು ರಾಷ್ಟ್ರದ ಶೇ.೪೦ರಷ್ಟು ಬಡತನ ರೇಖೆಗಿಂತ ಕಡಿಮೆ ಇದ್ದವರನ್ನು ಮೇಲೆತ್ತಲು ಅರಸು ಕಟಿಬದ್ಧರಾಗಿ ದುಡಿದರು. ತಲೆಯ ಮೇಲೊಂದು ಸೂರು. ಉಡಲು ಬಟ್ಟೆ, ಎರಡು ಹೊತ್ತು ಊಟ, ವಿದ್ಯಾಭ್ಯಾಸ, ಮಹಿಳೆಯರ ಉನ್ನತಿ, ಗೃಹನಿರ್ಮಾಣ ಯೋಜನೆಯನ್ನು ಜಾರಿಗೆ ತಂದು, ನಗರ-ಗ್ರಾಮಗಳ ಬಡಜನರಿಗೆ ತಮ್ಮದೆ ಆದ ಮನೆ ಕಟ್ಟಿಕೊಳ್ಳಲು ನೆರವಾದರು. ಆರ್ಥಿಕವಾಗಿ ದುರ್ಬಲರಾದವರಿಗೆ ಅರಸು ಸರಕಾರ ಉಚಿತ ನಿವೇಶನವನ್ನು ನೀಡುವ ಒಂದು ಬೃಹತ್ ಕಾರ್ಯಕ್ರಮವನ್ನೇ ಹಾಕಿಕೊಂಡಿತು. ಜೊತೆಗೆ ಮನೆಕಟ್ಟಲು ಸಹಾಯ, ಗೃಹನಿರ್ಮಾಣ ಸಂಸ್ಥೆಗಳ ಮೂಲಕ ಮನೆಗಳನ್ನು ನಿರ್ಮಿಸಿ ಹಂಚುವ ಯೋಜನೆ ಕಾರ್ಯಗತವಾಯಿತು. ಈ ಪೈಕಿ ಶೇ.೫೫ರಷ್ಟು ಮನೆಗಳನ್ನು ಹಿಂದುಳಿದ ವರ್ಗಗಳಿಗೆ ಹಂಚುವ ಮೂಲಕ ಅರಸು ಇಲ್ಲಿಯೂ ಅಸಮಾನತೆ ತೊಡೆಯುವ ಅಂಶಕ್ಕೆ ಒತ್ತು ನೀಡಿದರು. ಅಲ್ಲದೆ, ವೃದ್ಧಾಪ್ಯವೇತನ ಹಾಗೂ ಭೂ ಸುಧಾರಣೆಯಂಥ ಯೋಜನೆಗಳು ಅವರ ಮನದಲ್ಲಿ ಅಡಕವಾಗಿದ್ದವು. ಅವುಗಳ ಸಾಕಾರತೆಗಾಗಿ ಅವಿಶ್ರಾಂತವಾಗಿ ದುಡಿದರು. ಒಟ್ಟಾರೆಯಾಗಿ "ಕೇಂದ್ರ ಸರಕಾರದ ಈ ಯೋಜನೆಯ ಫಲ ಮೂಲ ಕರ್ನಾಟಕವೆಂದರೆ"[೧೮]

ಅತಿಶಯೋಕ್ತಿಯಾಗಲಾರದು. ಅವರ ಆಗಿನ ಅನುಭವ ಈಗ ರಚನಾತ್ಮಕ ಕಾರ್ಯಕ್ರಮಗಳಲ್ಲಿ ಪ್ರಕಟವಾಯಿತು. ಅನಂತರ ಬಂದ ಮುಖ್ಯಮಂತ್ರಿಗಳಾದ ರಾಮಕೃಷ್ಣಹೆಗಡೆ ಮತ್ತು ಎಸ್.ಬಂಗಾರಪ್ಪ ಅವರಂತಹ ನಾಯಕರು ಸಾಮಾಜಿಕ ಕಳಕಳಿಯುಳ್ಳ ಮತ್ತು ಬಡವರ ಪರ ಕಾಳಜಿಯುಳ್ಳ ಯೋಜನೆಗಳನ್ನು ಅನುಷ್ಠಾನಕ್ಕೆ ತಂದರಾದರೂ ನಂತರ ಅಧಿಕಾರಕ್ಕೆ ಬಂದ ಎಸ್.ಎಂ.ಕೃಷ್ಣ ಕೇವಲ ಐ.ಟಿ, ಬಿ.ಟಿ.ಗೆ ಸಂಬಂಧಿಸಿದಂತೆ ಬೆಂಗಳೂರು ನಗರವನ್ನೇ ಕೇಂದ್ರೀಕರಿಸಿದ ಅಭಿವೃದ್ಧಿ ಯೋಜನೆಗಳನ್ನು ಅನುಷ್ಠಾನಕ್ಕೆ ತಂದರು. ಈ ಯಾವ ಯೋಜನೆಯೂ ಬಡತನವನ್ನು ತೊಡೆದು ಹಾಕುವಂಥ ಜನಪರ ಕಾಳಜಿಯುಳ್ಳ ಯೋಜನೆಗಳಾಗಿರಲಿಲ್ಲ. ಆದರೆ ಕುಮಾರಸ್ವಾಮಿ ಮುಖ್ಯಮಂತ್ರಿಯಾಗಿದ್ದಾಗ ಬಡವರ ಉನ್ನತಿಗಾಗಿ ಗ್ರಾಮ ವಾಸ್ತವ್ಯದಂಥ ಕಾರ್ಯಕ್ರಮಗಳನ್ನು ಹಾಕಿಕೊಂಡು ಅವರ ಅಭಿವೃದ್ಧಿಗಾಗಿ ಶ್ರಮಿಸಿದರು.

೪.೯. ಹಸಿದ ಜನರ 'ಆಹಾರ ದಂಗೆ'

ದೇವರಾಜ ಅರಸು ಮುಖ್ಯಮಂತ್ರಿಯಾಗಿದ್ದ ಸಂದರ್ಭದಲ್ಲಿ ಅನುಷ್ಠಾನಕ್ಕೆ ತಂದ ಬಹುತೇಕ ಶಾಸನಗಳು ಹಾಗೂ ಯೋಜನೆಗಳ ಮೂಲ ಉದ್ದೇಶ ಸಾಮಾಜಿಕ ಪರಿವರ್ತನೆಯಾಗಿತ್ತೆಂಬುದನ್ನು ಮರೆಯಲಾಗದು. ಅಲ್ಲಿಯವರೆಗೆ ಈ ರಾಜ್ಯವನ್ನಾಳಿದ ಯಾವ ಮುಖ್ಯಮಂತ್ರಿಯೂ ಈ ದಿಸೆಯಲ್ಲಿ ಯೋಚಿಸಿರಲಿಲ್ಲವೆಂಬುದನ್ನು ಗಮನಿಸಬೇಕಾಗಿದೆ. ಹಿಂದುಳಿದ ವರ್ಗಗಳಲ್ಲಿ ಉತ್ತಮ ಬದುಕಿನ ಆಸೆಯನ್ನು ಚಿಗುರಿಸುವ ಕೆಲಸದೊಂದಿಗೆ ಸಮಾಜದ ಎಲ್ಲಾ ವರ್ಗಗಳ ಹಿತವನ್ನು ಅವರು ಮರೆತಿರಲಿಲ್ಲ. ಜನರ ಎಲ್ಲಾ ಸಮಸ್ಯೆಗಳನ್ನು ಸೂಕ್ಷ್ಮವಾಗಿ ಅವರು ಗಮನಿಸುತ್ತಿದ್ದರು. ಇದೇ ಸಂದರ್ಭದಲ್ಲಿ ಅರಸು ಸರಕಾರವನ್ನು ಇಕ್ಕಟ್ಟಿನ ಪೇಚಿಗೆ ಸಿಲುಕಿಸುವ ಘಟನೆಯೊಂದು ನಡೆಯಿತು. ಅದೇ ೧೯೭೪ ಮೇ ೭ರಂದು ನಡೆದ 'ಆಹಾರ ದಂಗೆ ಅಥವಾ ದರೋಡೆ'.

ಕರ್ನಾಟಕ ಸೇರಿದಂತೆ ಇಡೀ ರಾಷ್ಟ್ರವೇ ೧೯೬೦-೧೯೭೦ರ ದಶಕದಲ್ಲಿ ಕೃಷಿ ಮತ್ತು ಉದ್ಯಮರಂಗದಲ್ಲಿ ಆಗಷ್ಟೇ ಆಧುನಿಕತೆಗೆ ಕಾಲಿಡುತ್ತಿದ್ದ ಕಾಲವದು. ಅಲ್ಲದೆ ನಿಸರ್ಗದ ಮುನಿಸು, ಮಳೆಯ ಅಭಾವ, ಅನೇಕ ಕಡೆ ಬರಗಾಲ, ಕೆಲವೆಡೆ ಭೀಕರ ಕ್ಷಾಮ, ಆಗಿನ ಪ್ರಧಾನಿ ನೆಹರೂ ಅವರು ವಿದೇಶದಿಂದ ಆಮದು ಮಾಡಿಕೊಂಡ ಆಹಾರಧಾನ್ಯವೂ ಸಾಲದಾಗಿತ್ತು. ಆಗ ದೇಶವು ಆಹಾರ ಧಾನ್ಯದ ಉತ್ಪನ್ನದಲ್ಲಿ ಹಿಂದೆ ಬಿದ್ದಿತ್ತು. ಇದರ ಪರಿಣಾಮವಾಗಿ ಆಹಾರದ ತೀವ್ರ ಕೊರತೆಯನ್ನು ಎದುರಿಸಬೇಕಾಯಿತು. ಅಮೇರಿಕಾದಿಂದ ಬರುತ್ತಿದ್ದ ಗೋಧಿ ಮತ್ತು ಕೆಂಪು ಜೋಳವೇ ಬಡಜನರಿಗೆ ಮುಖ್ಯ ಆಹಾರವಾಗಿತ್ತು. ರಾಜ್ಯ ಸರಕಾರವು ತಾಲ್ಲೂಕು ಕೃಷಿ ಉತ್ಪನ್ನಗಳ ಮಾರಾಟ ಸಂಘಗಳು ಮತ್ತು ನ್ಯಾಯ ಬೆಲೆ ಅಂಗಡಿಗಳ ಮೂಲಕ ಈ ಆಹಾರ ಪದಾರ್ಥಗಳನ್ನು ಹಂಚುವ ವ್ಯವಸ್ಥೆಯನ್ನು ತಂದಿತು. ಅನ್ನ ಎನ್ನುವುದು ಶ್ರೀಮಂತರಿಗಷ್ಟೆ ಎನ್ನುವ ಪರಿಸ್ಥಿತಿ ಇತ್ತು. ಬಡಮಕ್ಕಳಿಗೆ ಅನ್ನ ಸಿಗುತ್ತಿದ್ದುದು ಹಬ್ಬದ ದಿನಗಳಲ್ಲಿ ಮಾತ್ರ. ವಿದ್ಯಾರ್ಥಿ ನಿಲಯಗಳ ಡೈನಿಂಗ್ ಹಾಲ್‌ಗಳಲ್ಲಿ 'ಆಹಾರದ ಪೋಲು

ಸಮಾಜ ದ್ರೋಹ. ನೀವು ಚೆಲ್ಲುವ ಆಹಾರ ಮತ್ತೊಬ್ಬರಿಗೆ ಆಗುತ್ತಿತ್ತು' ಎನ್ನುವ ಚಿತ್ರಸಹಿತ ಫಲಕಗಳು ಕಾಣಿಸಿಕೊಂಡವು. ಅಷ್ಟರ ಮಟ್ಟಿಗೆ ಆಹಾರಧಾನ್ಯದ ಅಭಾವ ಕಾಣಿಸಿಕೊಂಡಿತ್ತು.

೧೯೭೩ರ ಒಂದು ದಿನ ರಾಜ್ಯದಲ್ಲಿ ಜನರೇ ರೈಸ್ ಮಿಲ್‌ಗಳ ಮೇಲೆ ದಾಳಿ ಮಾಡಿದರು. ರಾತ್ರೋರಾತ್ರಿ ಅಂಗಡಿಗಳ ಬಾಗಿಲುಗಳನ್ನು ಒಡೆದು ಅಕ್ಕಿ, ರಾಗಿ, ಮತ್ತು ಗೋಧಿಯನ್ನು ಲೂಟಿ ಮಾಡಿ ಸಮನಾಗಿ ಹಂಚಿಕೊಳ್ಳುವ ಘಟನೆಗಳು ನಡೆದವು. ಇದಕ್ಕೆ ಯಾರ ಪುಸಲಾವಣೆಯಾಗಲಿ, ಯಾರ ನೇತೃತತ್ವವಾಗಲಿ ಇರಲಿಲ್ಲ. ಪರಿಸ್ಥಿತಿಯೇ ತೋರಿಸಿಕೊಟ್ಟ ದಾರಿಯದು. ಇದೊಂದು ಹಸಿದ ಜನರ ದಂಗೆಯಾಗಿತ್ತು. ಇಂತಹ ಲೂಟಿಗಳಲ್ಲಿ ವಿದ್ಯಾವಂತ ನಿರುದ್ಯೋಗಿಗಳು ಮುಂದಾಳತ್ವ ವಹಿಸಿಕೊಳ್ಳುತ್ತಿದ್ದುದು ಗಮನಾರ್ಹವಾದ ಸಂಗತಿ. ಇಲ್ಲಿ ಯಾವುದೇ ಜಾತಿ ಮತ್ತು ಧರ್ಮದ ಜನರು ಎಂದು ಬೆರಳು ಮಾಡುವಂತಿರಲಿಲ್ಲ. ಹಸಿದ ಹೊಟ್ಟೆಗೆ ಇದೆಲ್ಲ ಗೌಣವಾಗಿತ್ತು.

ಇಂತಹ ಆಹಾರ ದಂಗೆ ರಾಜ್ಯ ಸರಕಾರದ ಗಮನ ಸೆಳೆದದ್ದು ಬೆಳಗಾವಿ ಜಿಲ್ಲೆಯ ಅಥಣಿ ತಾಲ್ಲೂಕಿನ 'ಉಗರ್ ಬುರ್ದ್'ನಲ್ಲಿ ೧೯೭೪ರ ಮೇ ೭ರಂದು ನಡೆದ ಘಟನೆಯ ಮೂಲಕ. ಈ ರಾಜ್ಯದ ಇತಿಹಾಸದಲ್ಲಿ ಸರ್ಕಾರವೊಂದು ಎದುರಿಸಿದ ಘೋರ ಸಮಸ್ಯೆ ಅದಾಗಿತ್ತು. ಅಂದು ರಾತ್ರಿ ವಿದ್ಯಾವಂತ ನಿರುದ್ಯೋಗಿಗಳ ಗುಂಪೊಂದು ಅಂಗಡಿಗಳ ಬೀಗಗಳನ್ನು ಒಡೆದು ೧೨೫ ಮೂಟೆ ಅಕ್ಕಿ, ೬೨ ಮೂಟೆ ಜೋಳ, ಮತ್ತು ಆರು ಮೂಟೆ ಮೆಕ್ಕೆಜೋಳಗಳನ್ನು ಲೂಟಿ ಮಾಡಿತು. ಈ ಘಟನೆ ಆಗ ನಡೆಯುತ್ತಿದ್ದ ವಿಧಾನಮಂಡಲದ ಉಭಯ ಸದನಗಳಲ್ಲಿ ಪ್ರತಿಧ್ವನಿಸಿತು. ಆಹಾರ ಧಾನ್ಯದ ಕೊರತೆಯ ಸ್ಥಿತಿಯನ್ನು ನಿಭಾಯಿಸಲು ರಾಜ್ಯಕ್ಕೆ ತುರ್ತಾಗಿ ಗೋಧಿ, ಅಕ್ಕಿ ಮತ್ತು ಕೆಂಪು ಜೋಳ ಕಳುಹಿಸುವಂತೆ ದೇವರಾಜ ಅರಸು ಕೇಂದ್ರ ಸರಕಾರಕ್ಕೆ ಮನವಿ ಸಲ್ಲಿಸಿದರು. ಆದರೆ ಹೆಚ್ಚು ಗೋಧಿ ಬೆಳೆಯುವ ಪಂಜಾಬ್ ಮತ್ತು ಹರಿಯಾಣ ರಾಜ್ಯಗಳು ಧಾನ್ಯದ ವರ್ತಕರು ರೈತರಿಗೆ ಆಮಿಷ ತೋರಿಸಿ ಸರಕಾರಕ್ಕೆ ಲೆವಿ ಗೋಧಿ ನೀಡದಂತೆ ಮಾಡುತ್ತಿದ್ದರಿಂದ ಪಡಿತರ ವ್ಯವಸ್ಥೆಗೆ ಬೇಕಾಗುವಷ್ಟು ಆಹಾರ ಧಾನ್ಯ ಸಂಗ್ರಹಣೆಯೂ ಕಷ್ಟವೇ ಆಗುತ್ತಿರುವುದಾಗಿ ಕೇಂದ್ರ ಸಬೂಬು ಹೇಳುತ್ತಿದ್ದರಿಂದ ರಾಜ್ಯಕ್ಕೆ ಬೇಕಾಗುವಷ್ಟು ಆಹಾರ ಧಾನ್ಯ ಲಭ್ಯವಾಗುತ್ತಿರಲಿಲ್ಲ. ಕೇಂದ್ರದಲ್ಲಿಯೂ ಕಾಂಗ್ರೆಸ್ ಸರಕಾರ ಇದ್ದರೂ, ಸಕಾಲಕ್ಕೆ ಬೇಕಾಗುವಷ್ಟು ಆಹಾರ ಪೂರೈಕೆಯ ವಿಳಂಬದಿಂದ ಸಮಸ್ಯೆ ಬಗೆಹರಿಯುವುದು ಸುಲಭವಾಗಿರಲಿಲ್ಲ. ಕಾನೂನು ವ್ಯವಸ್ಥೆ ಪಾಲನೆ ಅಸಾಧ್ಯವೆನ್ನುವಷ್ಟರ ಮಟ್ಟಿಗೆ ಪರಿಸ್ಥಿತಿ ಗಂಭೀರವಾಗಿತ್ತು. ಈ ಸಂದರ್ಭದಲ್ಲಿ ಹಸಿದ ಜನರ ದಂಗೆಯನ್ನು ಅರಸು ಬಹಳ ಜಾಣ್ಮೆಯಿಂದ ನಿಭಾಯಿಸಿದರು. ಅರಸರು ಅಧಿಕಾರದ ದಂಡವನ್ನು ಅಡ್ಡಾದಿಡ್ಡಿ ಬಳಸಲಿಲ್ಲ. ಇನ್ನೊಮ್ಮೆ ದಂಗೆ ಎದ್ದರೆ ಗುಂಡಿಟ್ಟು ಕೊಲ್ಲಲಾಗುವುದು ಎಂಬ ಎಚ್ಚರಿಕೆಯನ್ನು ನೀಡಿದರು. ಜೊತೆಗೆ ಜನರ ಮನೆ ಮನೆಗೆ ಕಾಳು, ಬೇಳೆಯನ್ನು ಪೂರೈಕೆ ಮಾಡಿದರು. ಆದರೆ, ಅರಸು ಅವರನ್ನು ಕಂಗೆಡಿಸಿದ್ದು ಆಹಾರ ದಂಗೆ ಅಲ್ಲ. ಈ ದಂಗೆ ಅಥವಾ ದರೋಡೆಯಲ್ಲಿ ಅನೇಕ ಕಡೆ ವಿದ್ಯಾವಂತ ನಿರುದ್ಯೋಗಿಗಳು ಭಾಗಿಯಾದದ್ದು. ಪರಿಸ್ಥಿತಿ ಹೀಗೆ ಮುಂದುವರಿದರೆ

ಸಮಾಜದ ಪರಿಸ್ಥಿತಿ ಹದಗೆಡಬಹುದೆಂದು ಭಾವಿಸಿದರು. ಆದ್ದರಿಂದಲೇ ವಿದ್ಯಾವಂತ ನಿರುದ್ಯೋಗಿಗಳಿಗೆ ತಿಂಗಳಿಗೆ ೫೦ ರೂ. ಸ್ಟೈಫೆಂಡ್ ನೀಡುವ ಯೋಜನೆಯನ್ನು ಜಾರಿಗೆ ತರಲು ಈ ಆಹಾರ ದಂಗೆಯೂ ಪ್ರಮುಖ ಕಾರಣವಾಯಿತು ಎನ್ನಲಾಗಿದೆ.

ರಾಜ್ಯದ ಆಸೆಬುರುಕ ಧಾನ್ಯವರ್ತಕರು ಮತ್ತು ಕಾಳ ಸಂತೆಕೋರರು ಪರಿಸ್ಥಿತಿಯ ದುರ್ಲಾಭ ಪಡೆದು ಉಂಟು ಮಾಡುತ್ತಿದ್ದ ಕೃತಕ ಆಹಾರ ಅಭಾವ ಸಮಾಜದ ಸ್ವಾಸ್ಥ್ಯವನ್ನು ಹಾಳುಮಾಡುವಂತಿತ್ತು. ಈ ಅಹಾರ ಧಾನ್ಯದ ಅಕ್ರಮ ದಾಸ್ತಾನು ಮಾಡುತ್ತಾ ಕೃತಕ ಅಭಾವ ಸೃಷ್ಟಿಸುತ್ತಿದ್ದ ಕೆಲವು ಧಾನ್ಯ ವರ್ತಕರನ್ನು ಬಂಧಿಸುವ ಕಾರ್ಯಕ್ಕೆ ಅರಸು ಕೈ ಹಾಕಿದರು. ಈ ಮಧ್ಯ ಕೇಂದ್ರ ಸರಕಾರವು ೫೦ ಸಾವಿರ ಟನ್ ಗೋಧಿಯನ್ನು ಕಳುಹಿಸುವ ವ್ಯವಸ್ಥೆ ಮಾಡಿತು. ಆದರೂ ಸಿಗುವ ಈ ಆಹಾರ ಪದಾರ್ಥ ನ್ಯಾಯ ಬೆಲೆ ಅಂಗಡಿಗಳಲ್ಲಿ ಸಮಾನವಾಗಿ ಹಂಚಿಕೆ ಆಗುತ್ತಿಲ್ಲ ಎಂಬ ದೂರು ವ್ಯಾಪಕವಾಗಿ ಹರಡಿತು. ಈ ಅವ್ಯವಸ್ಥೆಯನ್ನು ತಡೆಯಲು ಆಯಾ ಊರುಗಳಿಗೆ ಸರಕಾರ ನೀಡಿದ ಆಹಾರಧಾನ್ಯ ಮತ್ತು ಸೀಮೆ ಎಣ್ಣೆಯ ಪ್ರಮಾಣದ ಮಾಹಿತಿಯನ್ನು ಸಾರ್ವಜನಿಕವಾಗಿ ಪ್ರಕಟಿಸುವ ನಿರ್ಧಾರ ಹೊರಡಿಸಿತು. ಶಾಸಕರು ಮತ್ತು ಸಾರ್ವಜನಿಕ ಪ್ರಮುಖರನ್ನೊಳಗೊಂಡ ಸ್ಥಳೀಯ ಸಮಿತಿಗಳು ಅಸ್ತಿತ್ವಕ್ಕೆ ಬಂದವು. ಬೆಲೆ ಏರಿಕೆಗೆ ಕಾರಣವಾಗುವಂತೆ, ಅಕ್ರಮವಾಗಿ ಆಹಾರ ಧಾನ್ಯವನ್ನು ದಾಸ್ತಾನು ಮಾಡುವ ಮತ್ತು ಕಾಳಸಂತೆಯಲ್ಲಿ ಮಾರಾಟ ಮಾಡುವವರ ಬಗೆಗೆ ಗುಟ್ಟಾಗಿ ಮಾಹಿತಿ ನೀಡಿದರೆ ತಪ್ಪಿತಸ್ಥರ ವಿರುದ್ಧ ಕಠಿಣ ಕಾನೂನು ಕ್ರಮ ಜರುಗಿಸುವ ಭರವಸೆಯನ್ನು ಇದೇ ಸಂದರ್ಭದಲ್ಲಿ ನೀಡಿದರು.

ಒಟ್ಟಿನಲ್ಲಿ ಈ ಎರಡು ದಶಕಗಳ ಅವಧಿಯಲ್ಲಿ ರಾಜ್ಯದಲ್ಲಿ ಮಾತ್ರವಲ್ಲ ಇಡೀ ದೇಶವೇ ಆಹಾರ ಅಭಾವ ಮತ್ತು ಬೆಲೆ ಏರಿಕೆಯನ್ನು ಕಂಡ ಕೆಟ್ಟ ದಿನಗಳವು. ಕೃತಕ ಅಭಾವ ಮತ್ತು ದುಡಿಮೆ ಇಲ್ಲದ ಬಡವರ ಬಾಯಿಗೆ ಆಹಾರ ಸಿಗದೆ ಪಶ್ಚಿಮಬಂಗಾಳ ಮತ್ತು ಒರಿಸ್ಸಾದಲ್ಲಿ ನೂರಾರು ಜನ ಹಸಿವಿನಿಂದ ಸತ್ತ ವರದಿಗಳು ಬಂದರೂ, ರಾಜ್ಯದಲ್ಲಿ ಅಂತಹ ಭೀಕರ ಪರಿಸ್ಥಿತಿ ಬರಲಿಲ್ಲ ಎಂಬುದೇ ಸಮಾಧಾನದ ಸಂಗತಿ. ಆದರೂ ಅರಸು ಇಂತಹ ಆಹಾರದಂಗೆಯಂಥ ಕ್ಲಿಷ್ಟಕರ ಸಮಸ್ಯೆಯನ್ನು ಯಾವುದೇ ರಕ್ತಪಾತವಿಲ್ಲದೆ ಬಗೆಹರಿಸಿದ್ದು ಅವರ ರಾಜಕೀಯ ಮುತ್ಸದ್ದಿತನಕ್ಕೆ ಸಾಕ್ಷಿಯಾಗಿದೆ.

೪.೧೦. ಶೈಕ್ಷಣಿಕ ಮೀಸಲಾತಿ ಯೋಜನೆ

ಶಿಕ್ಷಣ ಇಂದು ನಮ್ಮ ಬದುಕಿನ ಬೆನ್ನೆಲುಬು. ಭವಿಷ್ಯದ ಭರವಸೆ, ಹಾಗೆಯೇ ಸಮೃದ್ಧ ಬದುಕಿನ ಸಂಕೇತ ಕೂಡ. ಶಿಕ್ಷಣವನ್ನು ಪಡೆಯುವುದು, ಶಿಕ್ಷಣವನ್ನು ಒದಗಿಸುವ ಕ್ರಿಯೆಗಿಂತ ಭಿನ್ನ. ಆದರೆ ಎರಡು ಪರಸ್ಪರಾವಲಂಬಿಗಳು ಎಂಬುದನ್ನು ಮರೆಯುವಂತಿಲ್ಲ. ಹಿಂದೆಲ್ಲಾ ಶಿಕ್ಷಣವನ್ನು ಪಡೆಯುವುದು ಅವರ ಅಂತಸ್ತಿನ, ಘನತೆಯ, ಯೋಗ್ಯತೆಯ ಸಂಗತಿಯಾಗಿತ್ತು. ಹಾಗಾಗಿಯೇ ಸಮೃದ್ಧ ಬದುಕಿನ ಅವಕಾಶವೂ ಸಮಾಜದ ಕೆಲವರಿಗೆ ಮಾತ್ರ ಸೀಮಿತವಾಗಿತ್ತು ಎಂಬುದನ್ನು ಚರಿತ್ರೆಯಲ್ಲಿ ಸ್ಪಷ್ಟವಾಗಿ ಕಾಣಬಹುದಾಗಿದೆ. ಇದಕ್ಕೆಲ್ಲ ಕಾರಣ ಆಗ ಶಿಕ್ಷಣ ಎಲ್ಲೆಲ್ಲೋ ಧಾರಾಳವಾಗಿ ಒದಗದೆ ಕೆಲವರ ಕಪಿಮುಷ್ಠಿಯಲ್ಲಿ ಬಂಧಿತವಾದದ್ದೇ ಕಾರಣ

ಎಂಬುದನ್ನು ನೋಡಿದ್ದೇವೆ. ಪರಿಣಾಮವಾಗಿ ವ್ಯಕ್ತಿಯ ವಿಚಾರ ಸಾಮರ್ಥ್ಯವನ್ನು ಹೆಚ್ಚಿಸುವ, ಸಂಸ್ಕಾರವಂತರನ್ನಾಗಿ ಮಾಡುವ ಜೀವನದ ದಾರಿ-ಗುರಿಯನ್ನು ತೋರಿಸಿ ಕೊಡುವಂಥ ವಿದ್ಯೆಗೆ ಬೇಲಿ ಬಿದ್ದಿತು. ಬ್ರಿಟಿಷ್ ಆಳ್ವಿಕೆಯ ಪೂರ್ವದ ಭಾರತದ ಸಮಾಜದ ವ್ಯವಸ್ಥೆಯನ್ನು ಪಕ್ಷಪಾತ ಪೂರ್ಣವಾಗಿ ಮುಂದುವರಿಸಿದ ಇಂಗ್ಲಿಷರು ವಿದ್ಯೆ ನೀಡಿಕೆಯಲ್ಲಿ ಮಾತ್ರ ಜನಾಂಗ ಹಾಗೂ ಲಿಂಗಬೇಧವನ್ನು ಮಾಡಲಿಲ್ಲ. ಸ್ವಾತಂತ್ರ್ಯ ನಂತರ ಶಿಕ್ಷಣ ಎಲ್ಲರ ಸ್ವತ್ತಾಗುವುದಕ್ಕೆ ಈ ಅಂಶವೂ ಕಾರಣ. ಸ್ವಾತಂತ್ರ್ಯ ಭಾರತದ ರಾಜ್ಯಾಂಗದ ಪ್ರಕಾರ ಭಾರತ ಜಾತ್ಯತೀತ ರಾಷ್ಟ್ರ ಎಂದು ಘೋಷಣೆ ಮಾಡಿಕೊಂಡಿದ್ದರೂ ಆದದ್ದು ಬೇರೆಯೇ. ಅಸಮಾನತೆ ತೊಲಗಲಿಲ್ಲ. ಅಸ್ಪೃಶ್ಯತೆ ಅಳಿಯಲಿಲ್ಲ, ಜಾತಿಪದ್ಧತಿ ತೊಲಗಲಿಲ್ಲ. ಪ್ರತಿಯಾಗಿ ಒಂದೊಂದು ಮಹಾಚುನಾವಣೆಗಳು ಜಾತಿ ವಿಷವೃಕ್ಷಕ್ಕೆ ನೀರೆರೆದು ಪೋಷಿಸಿದವು. ಅಂತೆಯೇ ಇಡೀ ಸಮಾಜದ ಸ್ವತ್ತಾಗಬೇಕಾಗಿದ್ದ ಶಿಕ್ಷಣ, ಜಾತಿ ಕೋಮುಗಳ ಕೈಗೆ ಸಿಕ್ಕಿಸಿಕ್ಕಾಯಿತು. ಜಾತ್ಯತೀತರನ್ನಾಗಿ ಪ್ರಜೆಗಳನ್ನು ರೂಪಿಸುವ ಶಿಕ್ಷಣ ಕ್ಷೇತ್ರವನ್ನು ಜಾತಿ ಶಕ್ತಿಗಳಿಗೆ ದತ್ತು ಬಿಟ್ಟುಕೊಟ್ಟದ್ದು ವಿಪರ್ಯಾಸವೇ ಸರಿ.

ಸ್ವಾತಂತ್ರ್ಯನಂತರ ರಾಷ್ಟ್ರೀಯ ದೃಷ್ಟಿಯಿಂದ ಶಿಕ್ಷಣವನ್ನು ಕೇಂದ್ರಸರಕಾರ ತನ್ನ ಕೈಯಲ್ಲಿ ಇಟ್ಟುಕೊಳ್ಳಬೇಕಿತ್ತು. ಕನಿಷ್ಠ ಶಿಕ್ಷಣವನ್ನಾದರೂ ಕಡ್ಡಾಯವಾಗಿಸಿ ಯೋಗ್ಯರೀತಿಯಲ್ಲಿ ಜಾರಿಗೆ ತರಬೇಕಿತ್ತು. ಅದಕ್ಕೆ ಬದಲಾಗಿ ಶಿಕ್ಷಣ ನೀಡುವಿಕೆ ರಾಜ್ಯಗಳ ಹೊಣೆಯಾಯಿತು. ವಿವಿಧ ಜಾತಿ ಮತಗಳ ರಾಜಕಾರಣ ಮೇಲುಗೈ ಪಡೆದಿದ್ದ ರಾಜ್ಯಗಳಲ್ಲಿ ಜಾತಿಜಾತಿಗೂ ಶಿಕ್ಷಣ ಸಂಸ್ಥೆಗಳು ಮೇಲೆದ್ದವು. ರಾಷ್ಟ್ರೀಯ ಪ್ರಜ್ಞೆ ಬೆಳಸಬೇಕಾಗಿದ್ದ ಶಿಕ್ಷಣ ಜಾತಿ ಭೂತಗಳ ಕೈಗೆ ಸಿಕ್ಕಿ ನಲುಗಿತು. ಇದು ರಾಷ್ಟ್ರೀಯ ಏಕತೆಯ ಭಾವನೆಯಿಂದ ದೂರ ಸರಿಯುವಂತೆ ಮಾಡಿತು. ಇಂದು ಶಿಕ್ಷಣ ಸಂಸ್ಥೆಗಳು ಕೇವಲ ಪದವಿ ಪ್ರಮಾಣ ಪತ್ರಗಳನ್ನು ಹಂಚುವ ವಾಣಿಜ್ಯ ಕೇಂದ್ರಗಳಾಗಿವೆ. ಅದಕ್ಕೆ ನಾವು ಆರಂಭದಲ್ಲಿ ಎಡವಿದ್ದೇ ಕಾರಣ. ಈ ಎಲ್ಲಾ ಸ್ಥಿತಿಗಳನ್ನು ಅರಸು ಚೆನ್ನಾಗಿ ಅರಿತವರಾಗಿದ್ದರು. ವಿಚಾರವಂತರ, ರಾಷ್ಟ್ರೀಯ ಮನೋಭಾವದ ಜನರ ಕೂಗು ಅವರ ಕಿವಿಯನ್ನು ಮುಟ್ಟಿತ್ತು. ಶಿಕ್ಷಣ ಕ್ಷೇತ್ರಕ್ಕೆ ಹಿಡಿದ ಗೆದ್ದಲು ಬಿದ್ದಿರುವ ಜಾತಿಯ ಶೃಂಖಲೆ ಅರಸರ ಕಣ್ಣಿಗೆ ಕಟ್ಟಿತು. ರಾಜ್ಯದಲ್ಲಿ ಶಿಕ್ಷಣವನ್ನು ರಾಷ್ಟ್ರೀಕರಿಸಲು ಅರಸು ನಡೆಸಿದ ಹವಣಿಕೆಗೆ ಇದೇ ಮೂಲ ಪ್ರೇರಣೆ.

ಸ್ವಾತಂತ್ರ್ಯನಂತರ ಪರಿಶಿಷ್ಟಜಾತಿ/ಪರಿಶಿಷ್ಟ ಬುಡಕಟ್ಟುಗಳ ಅಭಿವೃದ್ಧಿ ಕಾರ್ಯವು ಒಂದು ಹೊಸ ಆಯಾಮವನ್ನು ಪಡೆಯಿತು. ಇದರಿಂದಾಗಿ ೧೯೫೩ರಲ್ಲಿ ಕಾಕಾಕಾಳೇಕರ್ ಆಯೋಗ ನೇಮಕಗೊಂಡಿತು. ಇದರ ಶಿಫಾರಸ್ಸುಗಳು ತೃಪ್ತಿಕರವಾಗಿರದ ಕಾರಣ ಮೂಲೆಗುಂಪಾಯಿತು. ಆನಂತರ ೧೯೫೮ರಲ್ಲಿ ಮೈಸೂರು ಸರಕಾರ ಒಂದು ಆದೇಶವನ್ನು ಹೊರಡಿಸಿ ಹಿಂದುಳಿದ ವರ್ಗಗಳು ಪರಿಶಿಷ್ಟ ಜಾತಿಗಳು/ಪರಿಶಿಷ್ಟ ಜನಾಂಗಗಳಿಗೆ ಶಿಕ್ಷಣ ಸಂಸ್ಥೆಗಳಲ್ಲಿ ಶೇ. ೭೫ರಷ್ಟು ಸ್ಥಾನಗಳನ್ನು ಮೀಸಲಿಡುವಂತೆ ಆದೇಶ ನೀಡಿತು. ಇದನ್ನು ಉಚ್ಚನ್ಯಾಯಾಲಯ ಅನೂರ್ಜಿತಗೊಳಿಸಿತು. ಮುಂದೆ ೧೯೬೨ರಲ್ಲಿ ಮೈಸೂರು ಸಂಸ್ಥಾ ಸರಕಾರ ಹೊಸ ಆದೇಶ

ಹೊರಡಿಸಿ ವಿದ್ಯಾಸಂಸ್ಥೆಗಳಲ್ಲಿ ಹಿಂದುಳಿದವರಿಗೆ ಶೇ.೬೫ರಷ್ಟು ಮೀಸಲಾತಿ ಇರಬೇಕೆಂದು ಆದೇಶ ಹೊರಡಿಸಿತು. ಬಹುಶಃ ಈ ಶೈಕ್ಷಣಿಕ ವ್ಯವಸ್ಥೆಯ ಪ್ರಭಾವ ಅರಸು ಅವರ ಮೇಲೆ ಪರಿಣಾಮ ಬೀರಿರಬೇಕು. ಹೀಗಾಗಿ ಹಿಂದುಳಿದ ವರ್ಗಗಳಿಗೆ ಮತ್ತು ಅಲ್ಪಸಂಖ್ಯಾತರಿಗೆ ಶಿಕ್ಷಣ ಕ್ಷೇತ್ರದಲ್ಲಿ ಮತ್ತು ಉದ್ಯೋಗದಲ್ಲಿ ಮೀಸಲಾತಿ ಸೌಲಭ್ಯವನ್ನು ಕಲ್ಪಿಸಿದರು. ಆ ಮೂಲಕ ೧೯೭೨ರಲ್ಲಿ ಹಿಂದುಳಿದ ವರ್ಗಗಳ ಆಯೋಗವನ್ನು ನೇಮಿಸಿ ಆ ಆಯೋಗದ ಶಿಫಾರಸ್ಸಿನಂತೆ ಹಿಂದುಳಿದ ವರ್ಗಗಳನ್ನು ಮೂರು ಗುಂಪುಗಳನ್ನಾಗಿ ವರ್ಗೀಕರಿಸಿ, ರಾಜ್ಯದಲ್ಲಿ ಶೇ.೧೮ರಷ್ಟು ಇರುವ ಪರಿಶಿಷ್ಟ ಜಾತಿಯವರ ಜೊತೆ ಈ ಮೂರು ವರ್ಗಗಳ ಶೇ.೪೪.೫೨ ಜನರನ್ನು ಇತರ ಹಿಂದುಳಿದ ವರ್ಗಗಳೆಂದು ಪರಿಗಣಿಸಿ, ಇವರಿಗಾಗಿ ಶೇ.೩೨ರಷ್ಟು ಮೀಸಲಾತಿ ಇರಬೇಕೆಂದು ನಿರ್ಣಯಿಸಿದರು. ಅಷ್ಟೇ ಅಲ್ಲದೆ ೧೯೭೩ರಲ್ಲಿ ಈ ಮೀಸಲಾತಿ ಸರಕಾರಿ ಇಲಾಖೆಗಳಿಗಷ್ಟೇ ಅಲ್ಲ, ಸರಕಾರಿ ಕೈಗಾರಿಕೆಗಳು, ನಿಗಮಗಳು, ಮಂಡಳಿಗಳು ಹಾಗೂ ಅನುದಾನ ಪಡೆದ ಶಿಕ್ಷಣ ಸಂಸ್ಥೆಗಳಿಗೂ ನೌಕರಿ ಬಡ್ತಿ ಹಾಗೂ ವಿದ್ಯಾರ್ಥಿಗಳಿಗೆ ಶಿಕ್ಷಣ ಸಂಸ್ಥೆಗಳಲ್ಲಿ ಪ್ರವೇಶ ನೀಡುವ ವಿಚಾರಕ್ಕೂ ಅಳವಡಿಸಲಾಯಿತು. ಈ ಆಜ್ಞೆಯ ಕಾರ್ಯಾಚರಣೆಗಾಗಿ ಹಿಂದುಳಿದ ವರ್ಗಗಳ ಸಲಹಾ ಮಂಡಳಿ ಮತ್ತು ಪ್ರತ್ಯೇಕ ಹಿಂದುಳಿದ ವರ್ಗಗಳ ಮತ್ತು ಅಲ್ಪಸಂಖ್ಯಾತರ ಇಲಾಖೆಯನ್ನು ಸ್ಥಾಪಿಸಿದ್ದು ಅರಸು ಅವರ ಇನ್ನೊಂದು ವಿಶೇಷ ಸಾಧನೆಯೇ ಸರಿ. ಅವರ ಇನ್ನೊಂದು ಮಹತ್ವದ ಸಾಧನೆಯೆಂದರೆ ಪದವಿ ಪೂರ್ವ ಮತ್ತು ಪದವಿ ಶಿಕ್ಷಣ ವ್ಯವಸ್ಥೆಯ ವಿಸ್ತರಣೆ ಕಾರ್ಯಕ್ಕೆ ಚಾಲನೆ ನೀಡಿದ್ದು. ಪರಿಣಾಮವಾಗಿ ಜಿಲ್ಲಾ, ತಾಲ್ಲೂಕು ಮತ್ತು ಹೋಬಳಿಗಳ ಮಟ್ಟದಲ್ಲಿ ಶಾಲಾ-ಕಾಲೇಜುಗಳು ಸ್ಥಾಪನೆಯಾದವು. ಇದರಿಂದಾಗಿ ಸ್ತ್ರೀಶಿಕ್ಷಣಕ್ಕೆ ಹೆಚ್ಚಿನ ಮಹತ್ವ ಬಂದಿತು. ಗ್ರಾಮೀಣ ಪ್ರದೇಶದ ಹಿಂದುಳಿದ ಮತ್ತು ಅಲ್ಪಸಂಖ್ಯಾತರ ವರ್ಗಗಳ ಹೆಣ್ಣುಮಕ್ಕಳಿಗೆ ಶಿಕ್ಷಣವನ್ನು ಪಡೆಯುವುದರಲ್ಲಿ ತೊಂದರೆಯನ್ನು ತಪ್ಪಿಸಲಿಕ್ಕೆ ಪ್ರಾಥಮಿಕ ಹಂತದಿಂದಲೇ ಈ ವರ್ಗಗಳ ವಿದ್ಯಾರ್ಥಿನಿಯರಿಗಾಗಿ ವಸತಿ ನಿಲಯಗಳನ್ನು ಸ್ಥಾಪಿಸಿ, ಬಡ ಹೆಣ್ಣುಮಕ್ಕಳು ಶಿಕ್ಷಣ ಪಡೆಯಲು ಬೇಕಾದ ಪ್ರೋತ್ಸಾಹ ನೀಡಿದರು. ತಾಲ್ಲೂಕು ಹಾಗೂ ಹೋಬಳಿಗಳ ಮಟ್ಟದಲ್ಲಿ ಉನ್ನತ ಶಿಕ್ಷಣ ಕಾಲೇಜುಗಳನ್ನು ತೆರೆದು ಸ್ತ್ರೀಯರಿಗೆ ಉನ್ನತ ಶಿಕ್ಷಣವು ಸುಲಬವಾಗಿ ಸನಿಹದಲ್ಲೇ ದೊರಕುವಂತೆ ಮಾಡಿದರು. ಇದರಿಂದ ಅವರಿಗಿದ್ದ ಸ್ತ್ರೀ ಶಿಕ್ಷಣದ ಮೇಲಿನ ಒಲವನ್ನು ತೋರಿಸಿಕೊಟ್ಟರು. ಶಾಲಾ ವಿದ್ಯಾರ್ಥಿಗಳಿಗೆ ಮಧ್ಯಾಹ್ನದ ಊಟದ ಸರಬರಾಜು ವ್ಯವಸ್ಥೆಗೆ 'ಅಮೇರಿಕದ ಕೇರ್ ಸಂಸ್ಥೆ'ಯ ನೆರವಿನಿಂದ ಪೂರೈಸಲು ಯೋಜನೆಯೊಂದನ್ನು ಹಾಕಿಕೊಂಡರು. ಇದರಿಂದ ೧೯೭೨-೭೩ರಲ್ಲಿ ೧೨ ಲಕ್ಷ ಮಕ್ಕಳಿಗೆ ಅದರ ಪ್ರಯೋಜನೆ ಪಡೆಯುವಂತೆ ಮಾಡಿದ್ದು ಅರಸು ಸರಕಾರದ ಸಾಧನೆಯೇ ಸರಿ. ೧೯೭೬-೭೭ರಲ್ಲಿ ರಾಜ್ಯ ಸರಕಾರ ೧೦ ಅಡಿಗೆ ಕೇಂದ್ರಗಳನ್ನು ಸ್ಥಾಪಿಸಿದರು. ಸುಮಾರು ೬ ಸಾವಿರ ವಿದ್ಯಾರ್ಥಿಗಳಿಗೆ ಊಟದ ವ್ಯವಸ್ಥೆಯನ್ನು ಒದಗಿಸಿದರು. ೧೯೭೮-೧೯೭೯ರಲ್ಲಿ ರಾಜ್ಯದಲ್ಲಿ ಸುಮಾರು ೫೧೮ ವಿದ್ಯಾರ್ಥಿನಿಲಯಗಳು ಇದ್ದವೆಂದರೆ ಅರಸು ಅವರಿಗಿದ್ದ ಬಡವರ ಬಗೆಗೆ ಕಾಳಜಿ ಮತ್ತು ಶಿಕ್ಷಣಕ್ಕೆ ಅವರು ನೀಡಿದ ಮಹತ್ವ ಏನೆಂದು ತಿಳಿದುಬರುತ್ತದೆ.

ಹಿಂದುಳಿದ ವರ್ಗ ಮತ್ತು ಅಲ್ಪಸಂಖ್ಯಾತರ ವರ್ಗಗಳ ಮಕ್ಕಳು ಓದನ್ನು ಅರ್ಧಕ್ಕೆ ಮೊಟಕುಗೊಳಿಸಬಾರದೆಂದು ಅವರಿಗೆ ವಿದ್ಯಾರ್ಥಿವೇತನ, ಶುಲ್ಕವಿನಾಯಿತಿ ಮತ್ತು ವಿದ್ಯಾರ್ಥಿನಿಲಯ ಸೌಲಭ್ಯಗಳನ್ನು ಒದಗಿಸಲಾಯಿತು. ಇದು ಕರ್ನಾಟಕದ ಒಟ್ಟು ವಿದ್ಯಾರ್ಥಿಗಳ ಸುದೈವ ಎಂದು ಹೇಳಿದರೆ ತಪ್ಪಾಗಲಿಕ್ಕಿಲ್ಲ. ಇದರಿಂದಾಗಿಯೇ ಹಿಂದುಳಿದ ವರ್ಗಗಳ ಬಡ ವಿದ್ಯಾರ್ಥಿಗಳು ತಮ್ಮ ಓದನ್ನು ಪೂರ್ತಿಗೊಳಿಸಲು ಸಾಧ್ಯವಾಯಿತು ಮತ್ತು ಇಂದು ಐ.ಎ.ಎಸ್, ಕೆ.ಎ.ಎಸ್‌ಗಳಂತಹ ಪರೀಕ್ಷೆಗಳನ್ನು ಬರೆದು ಪಾಸಾಗಿ ಅಧಿಕಾರಿಗಳಾಗಲು ಸಾಧ್ಯವಾಯಿತು.

ಅರಸು ಸ್ಥಾಪಿಸಿದ ವಸತಿ ನಿಲಯಗಳ ಪ್ರಯೋಜನೆ ಪಡೆದು ತಮ್ಮ ಶಿಕ್ಷಣ ಪೂರೈಸಿದ ಚಿಕ್ಕಣ್ಣ ಯಣ್ಣೆಕಟ್ಟೆಯವರು ಹೇಳುವ ಮಾತುಗಳು ಅರ್ಥಪೂರ್ಣವಾಗಿವೆ.

> "ಅರಸು, ಅವರೊಬ್ಬ ಆಧುನಿಕ ಕರ್ನಾಟಕದ ರೂವಾರಿ. ನನ್ನಂಥ ಲಕ್ಷ ಲಕ್ಷ ಬಡ ವಿದ್ಯಾರ್ಥಿಗಳ ಪಾಲಿನ ಪುಣ್ಯಪುರುಷ, ನಮ್ಮ ಬದುಕಿಗೆ ಆಶ್ರಯ ನೀಡಿದ ಮಹಾಚೇತನ ಎನ್ನುವುದು ಹೆಮ್ಮೆಯ ಸಂಗತಿ. ಅರಸು ಸ್ಥಾಪಿಸಿದ ವಿದ್ಯಾರ್ಥಿ ನಿಲಯದ ಪ್ರಯೋಜನ ಪಡೆದು ಇಂದು ಎಂ.ಎ., ಪಿಎಚ್.ಡಿ. ಪದವಿಯೊಂದಿಗೆ ವಿಶ್ವವಿದ್ಯಾಲಯದ ಅಧ್ಯಾಪಕನೂ ಆಗಿದ್ದೇನೆಂದರೆ ಇದೆಲ್ಲದರ ಹಿಂದಿನ ಉದಾತ್ತ ಪ್ರೋತ್ಸಾಹ ಆ ದೇವರಾಜ ಅರಸು ಎಂಬುದು ಗೌರವದಿಂದ ನೆನೆಯುವ ಮಾತು"[೯]

ಅರಸು ಜಾರಿಗೊಳಿಸಿದ ಇನ್ನೊಂದು ವಿಶೇಷ ಕಾಯಿದೆ ಎಂದರೆ ವಿಶ್ವವಿದ್ಯಾಲಯಗಳಿಗೆ ಏಕರೂಪದ ಕಾನೂನು ಮಂಜೂರು ಮಾಡಿದ್ದು ಮತ್ತು ಸರಕಾರಿ ನೌಕರರ ವೇತನದ ಪುನರ್‌ವಿಮರ್ಶೆಗೆ ಜಿ.ನಾರಾಯಣ ಪೈ ಆಯೋಗವನ್ನು ನೇಮಕ ಮಾಡಿದ್ದು. ಇದು ಶಿಕ್ಷಣ ಕ್ಷೇತ್ರಕ್ಕೆ ಸಂಬಂಧಿಸಿದಂತೆ ಅವರು ನೀಡಿದ ದೊಡ್ಡ ಕೊಡುಗೆಯೇ ಎಂದು ಹೇಳಬಹುದು. ಇದರಿಂದಾಗಿ ಆ ಕ್ಷೇತ್ರದಲ್ಲಿ ಜೀತದಾಳುಗಳಂತೆ ದುಡಿಯುತ್ತಿದ್ದ ಶಿಕ್ಷಕರಿಗೆ ಆರ್ಥಿಕ ಬಿಡುಗಡೆಯನ್ನು ತೋರಿದರು. ಚೆಕ್ ವ್ಯವಸ್ಥೆಯ ಮೂಲಕ ಸರಕಾರವೇ ಅಧ್ಯಾಪಕರ ಸಂಬಳ, ಸಾರಿಗೆ ಭತ್ಯೆಗಳನ್ನು ನೀಡುವ ವ್ಯವಸ್ಥೆಯನ್ನು ಜಾರಿಗೊಳಿಸಿದರು. ಅರಸರ ಈ ಕ್ರಮದಿಂದಾಗಿ ಇಂದಿಗೂ ಅಸಂಖ್ಯಾತ ಶಿಕ್ಷಕರ ವರ್ಗ ಅರಸು ಅವರಿಗೆ ಕೃತಜ್ಞತೆಯನ್ನು ಸೂಚಿಸುತ್ತದೆ.

ಕರ್ನಾಟಕದಲ್ಲಿ ಪ್ರತಿಯೊಂದು ಜಿಲ್ಲಾ ಕೇಂದ್ರಗಳಲ್ಲಿಯೂ ವಿದ್ಯಾರ್ಥಿನಿಲಯಗಳಿವೆ. ಆದರೆ ಈ ಎಲ್ಲವೂ ಉಳ್ಳವರ ಸೊತ್ತಾಗಿವೆ. ಅದೇ ಜಾತಿಯ ಅರ್ಹ ಬಡ ವಿದ್ಯಾರ್ಥಿಗೆ ಅಲ್ಲಿ ಪ್ರವೇಶವಿಲ್ಲದಾಗಿದೆ. ಹಣದಿಂದಲೇ ಎಲ್ಲವೂ ತೀರ್ಮಾನಿಸುವ ಈ ಖಾಸಗಿ ವಿದ್ಯಾರ್ಥಿನಿಲಯಗಳು ಜಾತಿವ್ಯವಸ್ಥೆಯನ್ನು ಪರೋಕ್ಷವಾಗಿ ಪೋಷಿಸುವ ಕೇಂದ್ರಗಳಾಗಿವೆ. ಈ ತರಹದ ಎಲ್ಲಾ ನ್ಯೂನತೆಯಿಂದ ಬಳಲುತ್ತಿದ್ದ ಲಕ್ಷ ಲಕ್ಷ ಗ್ರಾಮೀಣ ಪರಿಸರದ ವಿದ್ಯಾರ್ಥಿಗಳಿಗೆ ಆಶಾಕಿರಣವಾಗಿ ಹಿಂದುಳಿದ ವರ್ಗದವರ ವಿದ್ಯಾರ್ಥಿನಿಲಯಗಳು

ಪ್ರಾರಂಭವಾದದ್ದು ಕರ್ನಾಟಕದಲ್ಲಿ ಅರಸು ಸ್ಥಾಪಿಸಿದ ದೊಡ್ಡ ಮೈಲುಗಲ್ಲು. ಇದರಿಂದ ಹರಿಜನ, ಗಿರಿಜನರೂ ಸೇರಿದಂತೆ ಎಲ್ಲಾ ವರ್ಗದ ವಿದ್ಯಾರ್ಥಿಗಳು ಒಟ್ಟಿಗೆ ಕಲಿಯಲು, ವಾಸಿಸಲು ಸಮಾನತೆಯ ಅವಕಾಶವನ್ನು ಕಲ್ಪಿಸಿದರು. ಅದರ ಫಲವಾಗಿಯೇ ಇಂದು, ಅಸಂಘಟಿತ ವರ್ಗಗಳಾದ ಬೇಡ, ಬೆಸ್ತ, ಕುರುಬ, ಕುಂಬಾರ, ತಿಗಳ, ಉಪ್ಪಾರ, ಅಗಸ, ಎಲ್ಲಾ ವರ್ಗದ ವಿದ್ಯಾರ್ಥಿಗಳು ಒಟ್ಟಿಗೆ ಕಲಿಯಲು ಸಾಧ್ಯವಾಗಿದೆ. ಇಲ್ಲವಾದರೆ ಈ ಹಿಂದುಳಿದ ವರ್ಗಗಳ ಮತ್ತು ಅಲ್ಪಸಂಖ್ಯಾತರ ಸ್ಥಿತಿ ಇನ್ನೂ ಗಂಭೀರವಾಗಿರುತಿತ್ತು. ಇಂದಿನ ಸರಕಾರಗಳು ಶಿಕ್ಷಣ ಕ್ಷೇತ್ರಕ್ಕೆ ಸಂಬಂಧಿಸಿದಂತೆ ಹಲವಾರು ಬದಲಾವಣೆಗಳನ್ನು ತಂದು, ಈ ಕ್ಷೇತ್ರದಲ್ಲಿ ಪ್ರಗತಿಯನ್ನು ಸಾಧಿಸಿದೆ ಎಂದರೆ ಅಂದು ಅರಸು ಶಿಕ್ಷಣ ಕ್ಷೇತ್ರಕ್ಕೆ ಹಾಕಿದ ಭದ್ರ ಅಡಿಪಾಯವೇ ಕಾರಣ. ಆದರೂ ಇಂದಿನ ಶಿಕ್ಷಣ ಪದ್ಧತಿ ದೋಷಪೂರ್ಣವಾಗಿದೆ ಎಂದೆನಿಸುತ್ತದೆ. ಏಕೆಂದರೆ ಅದರ ಕಹಿ ಫಲ ನಿರುದ್ಯೋಗ. ಶಾಲಾ, ಕಾಲೇಜುಗಳು ನಿರುದ್ಯೋಗಿಗಳನ್ನು ಸೃಷ್ಟಿಸುವ ಕಾರ್ಖಾನೆಗಳಂತಾಗಿವೆ. ಶಿಕ್ಷಣ ಮುಗಿಸಿ ಅದರಿಂದ ಹೊರಬಿದ್ದವರೆಲ್ಲರೂ ನಿರುದ್ಯೋಗದಂತಹ ಸಮಸ್ಯೆಯಲ್ಲಿ ಬಿದ್ದು ತೊಳಲುತ್ತಿದ್ದಾರೆ. ಕಲಿಕೆ-ವಿದ್ಯೆ ಎರಡು ಭಿನ್ನ. ಕಲಿತ ನಮ್ಮ ಜನ ಉದ್ಯೋಗಕ್ಕಾಗಿ ಸರಕಾರಕ್ಕೆ ಜೋತು ಬೀಳುತ್ತಾರೆ. ಈಗ ಸರಕಾರವೂ ಒಂದು ಉದ್ಯೋಗ ಸೃಷ್ಟಿಸಬೇಕಾದ ಕಾರ್ಖಾನೆಯಾಗಬೇಕಾಗಿದೆ.

ಒಟ್ಟಿನಲ್ಲಿ ಅರಸು ರಾಜ್ಯದ ಶಿಕ್ಷಣ ವ್ಯವಸ್ಥೆಯಲ್ಲಿ ಕ್ರಾಂತಿಕಾರಕ ಬದಲಾವಣೆಗಳನ್ನು ತಂದು 'ಸರ್ವರಿಗೂ ಶಿಕ್ಷಣ' ಎನ್ನುವಂತೆ ಶೈಕ್ಷಣಿಕ ಮಟ್ಟವನ್ನು ಹೆಚ್ಚಿಸಿದರೆಂಬುದು ಶ್ಲಾಘನೀಯವಾದದ್ದು ಎಂಬುದನ್ನು ಮರೆಯಲಾಗದು.

೪.೧೧ 'ಹರಿಜನ-ಗಿರಿಜನ ಕಾರ್ಪೊರೇಷನ್' ಸ್ಥಾಪನೆ

ಅರಸು ಚಿಂತಿಸಿದ ಮಹತ್ವದ ಯೋಜನೆಗಳಲ್ಲಿ ಇದೂ ಒಂದು. ಅದರ ಫಲವಾಗಿ ಮೇ ೧೯, ೧೯೭೫ರಂದು 'ಹರಿಜನ-ಗಿರಿಜನರ ಕಾರ್ಪೊರೇಷನ್' ಅಧಿಕೃತವಾಗಿ ಸ್ಥಾಪನೆ ಆಯಿತು. ಬಾಬು ಜಗಜೀವನರಾವ್ ಅವರು ಇದನ್ನು ಉದ್ಘಾಟಿಸಿದ್ದು ಇನ್ನೊಂದು ವಿಶೇಷ. ಇದು ಈ ವರ್ಗಗಳ ಪಾಲಿಗೆ ಒಂದು ದೊಡ್ಡ ಮೈಲುಗಲ್ಲೆಂದರೆ ಸರಿ. ಈ ಕಾರ್ಪೊರೇಷನ್ನಿನ ಉದ್ದೇಶ ಏನು ಎಂದು ಅರಸು ಸಂಪುಟದಲ್ಲಿ ಸಚಿವರಾಗಿದ್ದ ರಾಚಯ್ಯನವರು ಸ್ಪಷ್ಟಪಡಿಸಿದ್ದರು. ಅರಸು ಈ ಸಂದರ್ಭದಲ್ಲಿ ಮಾತನಾಡುತ್ತ-

> "ಇದಕ್ಕೆ ಪ್ರತಿಯಾಗಿ ಒಂದು ಕೋಟಿ ರೂಪಾಯಿಗಳನ್ನು ಷೇರು ಬಂಡವಾಳ ಹಾಕಬೇಕೆಂದು ತೀರ್ಮಾನಿಸಲಾಗಿದೆ ಮತ್ತು ಇದರಡಿಯಲ್ಲಿ ಆರ್ಥಿಕ ದೃಷ್ಟಿಯಿಂದ ಬಲಹೀನರಾಗಿ ಹಾಗೂ ಸಾಮಾಜಿಕವಾಗಿ ಬಳಲಿ ಬಹುಕಾಲದಿಂದ ದೂರ ಇಟ್ಟಿರುವಂತಹ ಹರಿಜನ ಗಿರಿಜನರ ಮತ್ತು ಹಿಂದುಳಿದ ವರ್ಗಗಳಿಗೆ ಉದ್ಯೋಗ ಕಲ್ಪಿಸುವುದು. ವ್ಯವಸಾಯದ ಅಭಿವೃದ್ಧಿಗೋಸ್ಕರ ಹಣ ಒದಗಿಸುವುದು ಮತ್ತು ಸಣ್ಣ ಪುಟ್ಟ ಕೈಗಾರಿಕೆಗಳನ್ನು ಸ್ಥಾಪನೆ ಮಾಡುವುದು ಹೀಗೆ

ಒಟ್ಟಿನಲ್ಲಿ ಈ ಜನರ ಆರ್ಥಿಕ ಏಳಿಗೆಗಾಗಿ ಯಾವ ಕ್ಷೇತ್ರದಲ್ಲಿ ನಿರತವಾಗುವುದಕ್ಕೆ ಸಾಧ್ಯವಿಲ್ಲವೋ ಆ ಎಲ್ಲಾ ಕಾರ್ಯಚಟುವಟಿಕೆಗಳನ್ನು ಈ ಒಂದು ಕಾರ್ಪೊರೇಷನ್ ಮುಖೇನ ಮಾಡಬೇಕೆಂಬುದು ಇದರ ಉದ್ದೇಶ''[೨೦]

ಎಂದು ಸ್ಪಷ್ಟಪಡಿಸಿದರು. ಇದರಿಂದ ಕರ್ನಾಟಕ ರಾಜ್ಯದ ಎಲ್ಲಾ ಹರಿಜನ-ಗಿರಿಜನರ ಮತ್ತು ಹಿಂದುಳಿದ ವರ್ಗಗಳ ಬಾಂಧವರ ಭವಿಷ್ಯ ಆಶಾದಾಯಕವಾಗಲಿದೆ ಎಂದು ಹೇಳಿದರು. ಅಂದು ಮುಂದುವರೆದ ಪ್ರಬಲ ವರ್ಗದ ಜನರು, ಹರಿಜನ-ಗಿರಿಜನರಿಗೆ ಪ್ರತ್ಯೇಕ ಕಾರ್ಪೊರೇಷನ್ ಏತಕ್ಕಾಗಿ ಸ್ಥಾಪನೆ ಮಾಡಬೇಕು ಎಂದು ಬಹಿರಂಗವಾಗಿ ಅಲ್ಲದಿದ್ದರೂ ಆಂತರಿಕವಾಗಿಯಾದರೂ ಅಂದು ಕೊಂಡಿರಬಹುದು. ಇದು ಸಹಜವೇ ಆಗಿದೆ. ಏಕೆಂದರೆ, ಪ್ರತ್ಯೇಕ ಕಾರ್ಪೊರೇಷನ್ ಮಾಡುವುದರಿಂದ ಒಂದು ವರ್ಗದ ಜನರ ಅಭಿವೃದ್ಧಿಗಾಗಿ ಸಮಾಜದಲ್ಲಿ ಭಿನ್ನತೆಯನ್ನು ಉಂಟು ಮಾಡಿದಂತಲ್ಲವೆ? ಭೇದ ಹೆಚ್ಚಿಸಿದಂತಾಗುವುದಿಲ್ಲವೆ? ಈ ರೀತಿ ಅನೇಕ ಪ್ರಶ್ನೆಗಳು ಉದ್ಭವಿಸುವುದು ಸ್ವಾಭಾವಿಕವೇ ಆಗಿದೆ. ಅಂದು ೪-೫ ನೇ ಪಂಚವಾರ್ಷಿಕ ಯೋಜನೆಯ ಕಾಲ ಘಟ್ಟದಲ್ಲಿದ್ದ ರಾಜ್ಯ ಆ ೨೫ ವರುಷಗಳ ಅವಧಿಯಲ್ಲಿ ಸಾವಿರಾರು ಕೋಟಿ ಹಣವನ್ನು ಅಭಿವೃದ್ಧಿ ಕಾರ್ಯಗಳಿಗಾಗಿ ಖರ್ಚು ಮಾಡಿತ್ತು. ಆದರೂ ಈ ಹರಿಜನ-ಗಿರಿಜನ ಮತ್ತು ಹಿಂದುಳಿದ ವರ್ಗಗಳಿಗೆ ದೀನ-ದಲಿತರಿಗೆ ಇದರ ಸಂಪೂರ್ಣ ಪ್ರತಿಫಲ ದೊರೆತಿಲ್ಲದಿರುವುದನ್ನು ಅಂಕಿ ಅಂಶಗಳು ಸ್ಪಷ್ಟಪಡಿಸುತ್ತವೆ. ತಳಮಟ್ಟದ ವರ್ಗಗಳಿಗೆ ಇದರ ಫಲ ದೊರತಿಲ್ಲದಿರುವುದನ್ನು ಆರ್ಥಿಕ ತಜ್ಞರು ಮತ್ತು ರಾಜಕೀಯ ಚಿಂತಕರು ಅಂದು ಸ್ಪಷ್ಟಪಡಿಸಿದ್ದರು. ಇದೆಲ್ಲ ಬಡಜನರಿಗೆ ಸೇರದೇ ಇರುವುದಕ್ಕೆ ಮಧ್ಯದಲ್ಲಿ ಅನೇಕ ಅಡಚಣೆಗಳಿದ್ದವು. ಕಾರಣ ಅನೇಕ ಪಟ್ಟಭದ್ರ ಹಿತಾಸಕ್ತಿಗಳು ತುಂಬಾ ಪರಿಣಾಮಕಾರಿಯಾಗಿ ಕೆಲಸ ಮಾಡಿದ್ದವು. ಎಲ್ಲರಿಗೂ ಸೇರಬೇಕಾದುದ್ದನ್ನು ಈ ಶಕ್ತಿಗಳು ತಾವೇ ಕೈತುಂಬ ಹಿಡಿದುಕೊಂಡಿದ್ದವು. ಅವರ ಬೆರಳ ಸಂದಿಯಲ್ಲಿ ತೊಟ್ಟಿಕ್ಕಿದ್ದು ಮಾತ್ರ ಬಡಜನರಿಗೆ ಸೇರಬಹುದು, ಇಲ್ಲವೇ ಸೇರದೇ ಇರಬಹುದು. ಈ ಅನ್ಯಾಯವನ್ನು ತೊಡೆದು ಹಾಕಲು ಅರಸು ಸಂಕಲ್ಪ ಮಾಡಿದರು. ಅನ್ಯಾಯವನ್ನು ಸರಿ ಮಾಡುವುದೇ ಸಾಮಾಜಿಕ 'ನ್ಯಾಯ' ಇದು ಬಹಳ ದೊಡ್ಡದು ಎಂಬ ನಂಬಿಕೆ ಅರಸು ಅವರದು. ಅದರ ಫಲದಿಂದಲೇ ಈ ಕಾರ್ಪೊರೇಷನ್‌ನ ಸ್ಥಾಪನೆ ಮಾಡಲಾಗಿದೆ. ಇದರಿಂದಾಗಿ ನಿಮ್ಮ ವರ್ಗಗಳಿಗೆ, ಆರ್ಥಿಕವಾಗಿ ಬಲಹೀನವಾದಂತಹ ದುರ್ಬಲರಿಗೆ, ಸಾಮಾಜಿಕವಾಗಿ ಬಳಲಿದ ಬಡವರಿಗೆ ಮತ್ತು ಅಸ್ಪೃಶ್ಯರು ಎಂದು ಬಹಳ ಕಾಲದಿಂದಲೂ ಸಮಾಜದಿಂದ ದೂರ ಇರುವಂತಹ ಜನರಿಗೆ ಆರ್ಥಿಕ ಮತ್ತು ಸಾಮಾಜಿಕ ನ್ಯಾಯ ಪಡೆದುಕೊಳ್ಳುವಂಥ ಬಲ ಬಂದಿತು. ಅರಸು -

"ಎಲ್ಲಿಯವರೆಗೆ ಈ ಬಡಜನ ಹಿಂದುಳಿದ ಜನ, ನಿಮ್ಮವರ್ಗದ ಜನ, ಹರಿಜನ-ಗಿರಿಜನರಿಗೆ ನಾವು ಮಾಡುವ ಕಾರ್ಯದಿಂದ ಒಳ್ಳೆಯದು ಆಗುತ್ತದೆಯೋ ಅಲ್ಲಿಯವರೆಗೂ ಅಂಥ ಕಾರ್ಯ ಮಾಡಲು ನಾವು ಸದಾಸಿದ್ಧ.''[೨೧]

ಎಂದು ಸಾರಿದ್ದರು. ಏಕೆಂದರೆ ಅವರು ಅನುಷ್ಠಾನಕ್ಕೆ ತಂದ ಎಲ್ಲಾ ಯೋಜನೆಗಳು ಸಾಮಾಜಿಕ ಕಳಕಳಿಯುಳ್ಳಂಥವುಗಳಾಗಿವೆ. ಅಲ್ಲದೆ ಅವು ಬಡವರ ದೀನದಲಿತರ ಪರವಾಗಿ ಮತ್ತು ಅವರ ಏಳಿಗೆಯಲ್ಲಿ ಪ್ರಮುಖ ಪಾತ್ರವಹಿಸಿದಂಥವುಗಳಾಗಿವೆ. ಅರಸು ಸುಧಾರಣಾ ಕ್ರಮಗಳು ಪರಿಣಾಮ ಎಷ್ಟು ಗಾಢವಾಗಿದೆಯೆಂದರೆ ಅವರ ಉತ್ತರಾಧಿಕಾರಿಗಳಿಗೆ ಅವರ ಈ ನೀತಿಗಳನ್ನು ಸ್ವಲ್ಪವೂ ಬದಲಿಸಲು ಸಾಧ್ಯವಾಗದು. ಅಷ್ಟರಮಟ್ಟಿಗೆ ವ್ಯಾಪಕವಾಗಿ ಗಟ್ಟಿತನದ ಪ್ರಭಾವ ಬೀರಿವೆ.

ಒಟ್ಟಿನಲ್ಲಿ ಅದೇನೆ ಇರಲಿ, ಅರಸು ಪ್ರತಿಪಾದಿಸಿದ ತತ್ವಚಿಂತನೆಗಳು ಮತ್ತು ಅನುಷ್ಠಾನಕ್ಕೆ ತಂದ ಕಾರ್ಯ ನೀತಿಯಲ್ಲಿ ಸಾಮಾಜಿಕ ನ್ಯಾಯ ಮತ್ತು ಪ್ರಗತಿಪರ ಧೋರಣೆಯನ್ನು ಕಾಣುತ್ತೇವೆ. ಸಮಾಜದಲ್ಲಿ ತುಳಿತಕ್ಕೊಳಗಾದ ದೀನ-ದಲಿತರ, ಬಡವರ ಹಾಗೂ ಹಿಂದುಳಿದ ವರ್ಗದವರನ್ನು ಸಮಾಜಮುಖಿಗೆ ತಂದು ಅವರನ್ನು ಬೆಳೆಸುವಲ್ಲಿ ಅರಸು ನಿರ್ಣಾಯಕ ಪಾತ್ರವಹಿಸಿದರೆಂಬುದನ್ನು ಯಾರೂ ಮರೆಯುವಂತಿಲ್ಲ. ಈ ಕಾರಣಕ್ಕಾಗಿ ಪಟ್ಟಭದ್ರ ಹಿತಾಸಕ್ತಿಗಳು ಅರಸು ವಿರುದ್ಧ ಬಂಡೆದ್ದರು. ಅರಸು ಅದ್ಯಾವುದಕ್ಕೂ ಧೈರ್ಯಗೆಡಲಿಲ್ಲ. ತಾವು ಚಿಂತಿಸಿದ ಕಾರ್ಯಯೋಜನೆಗಳನ್ನು ನಿಷ್ಠೆಯಿಂದ, ನಿಷ್ಠುರವಾಗಿ ಅನುಷ್ಠಾನಗೊಳಿಸಿದರು. ಇಂದಿನ ಸರಕಾರಗಳು ಹಾಕಿಕೊಂಡ ಸಾಮಾಜಿಕ, ಆರ್ಥಿಕ, ಮತ್ತು ಶೈಕ್ಷಣಿಕ ಯೋಜನೆಗಳ ಫಲ ಜನ ಸಾಮಾನ್ಯರಿಗೆ ತಲುಪುವಲ್ಲಿ ವಿಫಲವಾಗಿವೆ. ಸ್ವಾರ್ಥದ ರಾಜಕಾರಣದಿಂದ ಸಾಮಾಜಿಕ ಯೋಜನೆಗಳ ಅನುಷ್ಠಾನವು ಮೂಲೆಗುಂಪಾಗಿದೆ. ಅರಸು ಅವರ ಸಾಮಾಜಿಕ ಚಿಂತನೆಗಳನ್ನು ಜಾರಿಗೊಳಿಸುವ ನಿಟ್ಟಿನಲ್ಲಿ ನಮ್ಮ ರಾಜಕಾರಣಿಗಳು ಸಾಗಲು ವಿಫಲರಾಗುತ್ತಿದ್ದಾರೆ.

ಟಿಪ್ಪಣಿಗಳು

೧. ಕೋಣಂದೂರು ವೆಂಕಪ್ಪಗೌಡ., **ಪರಿವರ್ತನೆ ಹರಿಕಾರ**, (೧೯೮೪), ಪು.೨೭

೨. ಶೂದ್ರ ಶ್ರೀನಿವಾಸ., **ಅರಸು: ಒಂದು ಅವಲೋಕನ**, (೨೦೦೬), ಪು.೧೫೬

೩. ಸದಾನಂದ.ಜೆ.ಎಸ್., **'ಹರಿವು ಬರಹ'** (ಹಿಂದುಳಿದ ವರ್ಗಗಳ ಸಂಘಟನೆ ಮತ್ತು ಹಾವನೂರ ವರದಿ), (೧೯೯೩) ಪು.ಸಂ.೪೩

೪. ರಮೇಶ್.ಬೆ.ಗೊ., **ಕರ್ನಾಟಕದ ಮುಖ್ಯಮಂತ್ರಿಗಳು**, (೧೯೯೯), ಪು.ಸಂ.೧೨೨

೫. ಲಕ್ಷ್ಮಣ್ ತೆಲಗಾವಿ., **ಹಿಂದುಳಿದ ವರ್ಗಗಳು ಮತ್ತು ದಲಿತ ಚಳವಳಿಗಳು**, (೧೯೯೯), ಪು.೪೪

೬. ಶೂದ್ರ ಶ್ರೀನಿವಾಸ., **ಅರಸು: ಒಂದು ಅವಲೋಕನ**, (೨೦೦೬), ಪು.೧೫೬

೭. ಲಕ್ಷ್ಮಣ್ ತೆಲಗಾವಿ., **ಹಿಂದುಳಿದ ವರ್ಗಗಳು ಹಾಗೂ ದಲಿತ ಚಳವಳಿಗಳು**, (೧೯೯೯), ಪು.೪೬

೮. ಲಕ್ಷ್ಮಣ್ ತೆಲಗಾವಿ., **ಹಿಂದುಳಿದ ವರ್ಗಗಳು ಹಾಗೂ ದಲಿತ ಚಳವಳಿಗಳು**, (೧೯೯೯), ಪು.೫೦

೯. ಜಾಗೀರದಾರ.ಐ.ಕೆ., **ಅರಸು ಆಡಳಿತ ರಂಗ**, (೧೯೭೯), ಪು.೩೪

೧೦. **ಸುಧಾ ವಾರಪತ್ರಿಕೆ** ಪುಟ.೧೭, ೧೮ ಡಿಸೆಂಬರ್ ೨೦೦೩

೧೧. ದೇವರಾಜ ಅರಸು ಸಂಶೋಧನ ಸಂಸ್ಥೆ., **ಸಾಧನೆಗಳ ಸರದಾರ ದೇವರಾಜ ಅರಸು**, (೧೯೯೭), ಪು.೮೧

೧೨. ದೇವರಾಜ ಅರಸು ಸಂಶೋಧನ ಸಂಸ್ಥೆ., ಸಾಧನೆಗಳ ಸರದಾರ ದೇವರಾಜ ಅರಸು, (೧೯೯೭), ಪು.೮೨

೧೩. ಕೋಣಂದೂರು ವೆಂಕಪ್ಪಗೌಡ., ಪರಿವರ್ತನೆಯ ಹರಿಕಾರ, (೧೯೮೪), ಪು.೨೭

೧೪. ಕಮಲಾ ಹಂಪನಾ., ಡಾ.ಬಿ.ಆರ್.ಅಂಬೇಡ್ಕರ್ ಜಾತಿ ಮೀಮಾಂಸೆ, (೨೦೦೬), ಪು.೩೫

೧೫. ಮಧುಕೇಶ., ಭೂ ಸುಧಾರಣೆಯ ಪಿತಾಮಹ ಅರಸು, (೨೦೦೨), ಪು.೮೪

೧೬. ಕೋಣಂದೂರು ವೆಂಕಪ್ಪಗೌಡ., ಪರಿವರ್ತನೆಯ ಹರಿಕಾರ, (೧೯೮೪), ಪು.೪೭

೧೭. ಬರಗೂರು ರಾಮಚಂದ್ರಪ್ಪ., ಸಂಸ್ಕೃತಿ, ಶ್ರಮ ಮತ್ತು ಸೃಜನಶೀಲತೆ, (೨೦೦೫), ಪು.೪೮೯

೧೮. ದೇವರಾಜ ಅರಸು., ಸಂಶೋಧನಾ ಸಂಸ್ಥೆ, (೧೯೯೭), ಪು.೮೪

೧೯. ಶೂದ್ರ ಶ್ರೀನಿವಾಸ., ಅರಸು: ಒಂದು ಅವಲೋಕನ, (೨೦೦೬), ಪು.೧೮೨

೨೦. ನಾಯಕ.ಹಾ.ಮಾ., ಪ್ರಗತಿಪಥ, (ದೇವರಾಜ ಅರಸು ಭಾಷಣ) (೧೯೭೬), ಪು.೩೧೬

೨೧. ನಾಯಕ.ಹಾ.ಮಾ., ಪ್ರಗತಿಪಥ, (ದೇವರಾಜ ಅರಸು ಭಾಷಣ) (೧೯೭೬), ಪು.೩೨೦

ಅಧ್ಯಾಯ ಐದು

ಅರಸು ಆಡಳಿತದಲ್ಲಿ ಆರ್ಥಿಕ ನೆಲೆಗಳ ಅಭಿವೃದ್ಧಿ ಚಿಂತನೆ

ಯಾವುದೇ ರಾಷ್ಟ್ರದ ಅಭಿವೃದ್ಧಿಯಲ್ಲಿ ಅಲ್ಲಿನ ಆರ್ಥಿಕ ವ್ಯವಸ್ಥೆಯು ಪ್ರಮುಖ ಪಾತ್ರ ವಹಿಸುತ್ತದೆ. ಇಂತಹ ಅಭಿವೃದ್ಧಿಯ ಆರ್ಥಿಕ ವ್ಯವಸ್ಥೆಯನ್ನು ರೂಪಗೊಳಿಸುವಲ್ಲಿ ಅಲ್ಲಿನ ಅರ್ಥಶಾಸ್ತ್ರಜ್ಞರು, ಆಡಳಿತಗಾರರು, ರಾಜಕೀಯ ತಜ್ಞರ ಪ್ರಗತಿಪರ ಚಿಂತನೆಗಳು ಪ್ರಮುಖ ಪಾತ್ರ ವಹಿಸುತ್ತವೆ. ಭಾರತ ಸ್ವಾತಂತ್ರ್ಯ ನಂತರ ತನ್ನ ಆರ್ಥಿಕ ವ್ಯವಸ್ಥೆಯನ್ನು ವೃದ್ಧಿಸಿಕೊಳ್ಳುವಲ್ಲಿ ದಾಪುಗಾಲಿಡುತ್ತಾ ಬಂದಿದೆ.

ಭಾರತದಲ್ಲಿ ಸ್ವಾತಂತ್ರ್ಯ ನಂತರ ಪ್ರಾಂತ್ಯ ಸರಕಾರಗಳು ಸಂವಿಧಾನದ ಅಡಿಯಲ್ಲಿ ಕಾರ್ಯ ನಿರ್ವಹಿಸತೊಡಗಿದವು. ಮೈಸೂರು ರಾಜ್ಯ ಉದಯವಾದೊಡನೆ, ಈ ರಾಜ್ಯದ ಮೊದಲ ಮುಖ್ಯಮಂತ್ರಿ ಕೆ.ಸಿ.ರೆಡ್ಡಿ ಅವರ ಮಾರ್ಗದರ್ಶನದಲ್ಲಿ ಅನೇಕ ಆರ್ಥಿಕ ಕಾರ್ಯ ಯೋಜನೆಗಳು ರೂಪ ತಳೆದವು. ನಂತರ ಅಧಿಕಾರಕ್ಕೆ ಬಂದ ರಾಜ್ಯದ ಮುಖ್ಯಮಂತ್ರಿಗಳು ರಾಜ್ಯದ ಆರ್ಥಿಕ ಅಭಿವೃದ್ಧಿಯ ದೃಷ್ಟಿಯನ್ನಿಟ್ಟುಕೊಂಡು ತಮ್ಮದೇ ನೆಲೆಗಟ್ಟಿನಲ್ಲಿ ಆರ್ಥಿಕ ಯೋಜನೆಗಳನ್ನು ರೂಪಿಸಿ ಅನುಷ್ಠಾನಕ್ಕೆ ತಂದರು. ಅವರೆಲ್ಲರ ನಡುವೆಯೂ ೧೯೭೨ರಲ್ಲಿ ಅಧಿಕಾರಕ್ಕೆ ಬಂದ ದೇವರಾಜ ಅರಸು ರಾಜ್ಯದ ಆರ್ಥಿಕ ವ್ಯವಸ್ಥೆಗೆ ಒಂದು ಹೊಸ ದಿಕ್ಕನ್ನು ನೀಡಲು ಯೋಜನೆಗಳನ್ನು ರೂಪಿಸಿ ಅವುಗಳನ್ನು ಅನುಷ್ಠಾನಕ್ಕೆ ತಂದರು. ಅವುಗಳಲ್ಲಿ ಬಡತನ ನಿರ್ಮೂಲನಾ ಯೋಜನೆ, ಕಿರು ಮತ್ತು ಮಧ್ಯಮಗಾತ್ರದ ನೀರಾವರಿ ಯೋಜನೆಗಳು, ಒಣಭೂಮಿ ಬೇಸಾಯಕ್ಕೆ ಪ್ರೋತ್ಸಾಹ, ಗೃಹ ಕೈಗಾರಿಕೆ, ಸಣ್ಣ ಕೈಗಾರಿಕೆಗಳ ಸ್ಥಾಪನೆ, ಇಪ್ಪತ್ತು ಅಂಶಗಳ ಕಾರ್ಯಕ್ರಮ ಮತ್ತು ಹಿಂದುಳಿದ ಪ್ರದೇಶಗಳ ಅಭಿವೃದ್ಧಿ ಯೋಜನೆಗಳು ಮುಖ್ಯವಾದವುಗಳಾಗಿವೆ. ಕೇವಲ ವ್ಯವಸಾಯದಿಂದಲೇ, ರಾಜ್ಯ ಹಾಗೂ ದೇಶ ಅಭಿವೃದ್ಧಿ ಹೊಂದಲು ಸಾಧ್ಯವಿಲ್ಲ ಎಂಬುದನ್ನು ಮನಗಂಡಿದ್ದ ಅರಸು, ಕೃಷಿಯ ಜೊತೆಯಲ್ಲಿ ಕೈಗಾರಿಕೆಗಳು ಬೆಳವಣಿಗೆಯಾಗಬೇಕು ಮತ್ತು ಭೂ ಉತ್ಪಾದನೆಯಲ್ಲಿನ ಉತ್ಪಾದನೆ ಹಾಗೂ ಕೈಗಾರಿಕೆ

ಇವೆರಡರ ನಡುವಿನ ಸಂಬಂಧದ ಆರ್ಥಿಕ ವ್ಯವಹಾರಗಳನ್ನು ನೋಡಿಕೊಳ್ಳಲು ದಕ್ಷತೆಯಿರುವ ಜನರು ಬೇಕು ಎನ್ನುವ ಮಾತನ್ನು ಒತ್ತಿ ಹೇಳಿದ ಅರಸರ ವಿಚಾರಧಾರೆ ಈ ನಿಟ್ಟಿನಲ್ಲಿ ಭಿನ್ನವಾಗಿತ್ತು. ಅಲ್ಲದೆ ಉತ್ಪತ್ತಿ, ದುಡಿಮೆ, ಪ್ರತಿಫಲ ಇವುಗಳ ಬಗ್ಗೆ ನಮ್ಮ ದೃಷ್ಟಿಕೋನ ಬದಲಾಗಬೇಕೆನ್ನುವ ಅವರು, ತುಂಬ ಪ್ರಾಯೋಗಿಕವಾಗಿ ಯೋಚನೆ ಮಾಡಿ ಪ್ರತಿಯೊಂದು ಸಮಸ್ಯೆಗೂ ಪ್ರಾಯೋಗಿಕವಾಗಿ ಪರಿಹಾರ ಕಂಡುಹಿಡಿಯುತ್ತಿದ್ದರು. ಆ ಮೂಲಕ ನಾಡಿನ ಅಭಿವೃದ್ಧಿಯಲ್ಲಿ ಮಹತ್ವದ ಪಾತ್ರ ವಹಿಸಿದರು. ಈ ಯೋಜನೆಗಳು ಕರ್ನಾಟಕದ ಅಭಿವೃದ್ಧಿಯ ಹೆಸರಿನಲ್ಲಿ ಕೈಗಾರಿಕೆಗಳ ಉನ್ನತೀಕರಣ ಮತ್ತು ವಾಣಿಜ್ಯೋದ್ಯಮಗಳ ಬೆಳವಣಿಗೆಗಷ್ಟೇ ಸೀಮಿತವಾಗಲಿಲ್ಲ. ಇಲ್ಲಿನ ಜನಸಾಮಾನ್ಯನ ಜೀವನದ ಬದುಕನ್ನು ದೃಷ್ಟಿಯಲ್ಲಿಟ್ಟುಕೊಂಡು ರೂಪಿತವಾದ ಯೋಜನೆಗಳೆಂಬುದನ್ನು ಯಾರೂ ಮರೆಯುವಂತಿಲ್ಲ ಕರ್ನಾಟಕವು ಇಂದು ಈ ಮಟ್ಟದ ಪ್ರಗತಿಯನ್ನು ಸಾಧಿಸುವಲ್ಲಿ ಅರಸು ಸರಕಾರದ ಕೊಡುಗೆ ಅಪಾರ. ಇದನ್ನು ಈ ಕೆಳಗಿನ ಅಂಶಗಳಿಂದ ಇನ್ನಷ್ಟು ಗಟ್ಟಿಗೊಳಿಸಬಹುದು.

೫.೧ ಒಣಭೂಮಿ ಬೇಸಾಯಕ್ಕೆ ಪ್ರೋತ್ಸಾಹ

ರಾಜ್ಯದ ಕೃಷಿ ವಿಧಾನದ ಅಭಿವೃದ್ಧಿಯಲ್ಲಿನ ವಿಧಾನಗಳನ್ನು ಗಮನಿಸಿದಾಗ ಈ ಅಭಿವೃದ್ಧಿಗಾಗಿ ಕೆಲವು ನಿರ್ದಿಷ್ಟ ಗುರಿಯಲ್ಲಿ ನಾವು ಮುಂದುವರಿಯಬೇಕಾಗುತ್ತದೆ. ಒಟ್ಟು ಬೇಸಾಯ ಪ್ರದೇಶದಲ್ಲಿ ಶೇ ೨೦ಕ್ಕೂ ಕಡಿಮೆ ಪ್ರದೇಶಕ್ಕೆ ಮಾತ್ರ ನೀರಾವರಿ ಸೌಕರ್ಯವಿದೆ. ಶೇ ೨೦ರಷ್ಟು ಪ್ರದೇಶಕ್ಕೆ ಸಾಕಷ್ಟು ಮಳೆಯಾಗುತ್ತದೆ. ಉಳಿದ ಒಣಭೂಮಿ ಪ್ರದೇಶ ಅನಿರ್ದಿಷ್ಟ ಮಳೆಯ ಆಶ್ರಯದಲ್ಲಿದೆ. ಇಂಥಹ ಪರಿಸ್ಥಿತಿ ಇದ್ದರೂ ಆಧುನಿಕ ಬೇಸಾಯ ಕ್ರಮಗಳ ಅನುಸರಣೆಯಿಂದ ಕೃಷಿ ಉತ್ಪನ್ನ ಹೆಚ್ಚಿಸುವುದರಲ್ಲಿ ಗಣನೀಯ ಪ್ರಗತಿಯನ್ನು ಸಾಧಿಸಲು ಒಣಭೂಮಿ ಬೇಸಾಯಕ್ಕೆ ಪ್ರೋತ್ಸಾಹ ನೀಡಲು ಅರಸು ಮುಂದಾದರು. ಒಣ ಭೂಮಿಯನ್ನು ಕೃಷಿಗೆ ಯೋಗ್ಯ ಭೂಮಿಯನ್ನಾಗಿ ಮಾಡಿ, ಸಾಗುವಳಿ ಮಾಡಲು ಸುಮಾರು ಹೆಕ್ಟೇರ್ ಪಾಳುಬಿದ್ದ ಭೂಮಿಯನ್ನು ಜಲ ಅಭಿವೃದ್ಧಿ ಯೋಜನೆ ಕಾಯಿದೆಯನ್ನು ಜಾರಿಗೆ ತರುವ ಮುಖಾಂತರ ಕೆರೆ, ಕಾಲುವೆ, ಬಾವಿಗಳನ್ನು ನಿರ್ಮಿಸಿದರು. ಇದರಿಂದ ರೈತರು ಕೃಷಿ ಚಟುವಟಿಕೆಯಲ್ಲಿ ತೊಡಗಲು ಸಾಧ್ಯವಾಯಿತು. ಅದುವರೆಗೂ ಈ ಪಾಳುಬಿದ್ದ ಭೂಮಿಯನ್ನು ಹಿಡುವಳಿಗೆ ಯೋಗ್ಯ ಭೂಮಿಯನ್ನಾಗಿ ಮಾಡಲು ಯಾವ ಸರಕಾರಗಳು ಆ ತಂಟೆಗೆ ಹೋಗಿರಲಿಲ್ಲ. ಇಂಥ ಪಾಳುಬಿದ್ದ ಭೂಮಿಗೆ ನೀರನ್ನು ಒದಗಿಸುವ ದಿಟ್ಟ ನಿರ್ಧಾರ ಕೈಗೊಂಡಿದ್ದು ಅರಸು ಸರಕಾರದ ಸಾಧನೆಯಾಗಿದೆ. ಅವರು ತೆಗೆದುಕೊಂಡ ಈ ನೀರಾವರಿ ಯೋಜನೆಯಿಂದ ಸುಮಾರು ಬಡ ರೈತ ಕುಟುಂಬಗಳು ಈವರೆಗೆ ದೂಡಿದ್ದ ನಿರಾಶದಾಯಕ ದಿನಗಳು ಈ ಯೋಜನೆಯಿಂದ ದೂರವಾದವು. ಕಲ್ಲುಗಳಿಂದ ತುಂಬಿದ್ದ ಸಾಗುವಳಿ ಮಾಡದೆ ಪಾಳುಬಿದ್ದ ಅಂಥ ವಿಶಾಲ ಭೂ ಪ್ರದೇಶವನ್ನು ಆಧುನಿಕ ಯಂತ್ರೋಪಕರಣಗಳಿಂದ ಅದನ್ನು ಸ್ವಚ್ಛಗೊಳಿಸಿ ಕೃಷಿಗೆ ಯೋಗ್ಯಭೂಮಿಯನ್ನಾಗಿ ಸಾಗುವಳಿ ಮಾಡಲು ಸಹಾಯಕವಾಗುವಂತೆ ಮಾಡಿದ್ದು ಅವರ ಸಣ್ಣ ಸಾಧನೆಯೇನಲ್ಲ. ಆದರೆ ಇಂದು ಸರಕಾರ ಅಭಿವೃದ್ಧಿಯ ಹೆಸರಿನಲ್ಲಿ

ಬಡ ರೈತರ ಭೂಮಿಯನ್ನು ಒತ್ತುವರಿಯನ್ನಾಗಿಸಿಕೊಂಡು ಆ ಭೂಮಿಯಲ್ಲಿ ದೊಡ್ಡ ದೊಡ್ಡ ಬಿಲ್ಡಿಂಗ್‌ಗಳನ್ನು ಕಟ್ಟುತ್ತಿರುವುದು ವಿಷಾದನೀಯ ಸಂಗತಿ. ಅರಸು ಅಂದು ಒಣಭೂಮಿಯನ್ನು ಸಾಗುವಳಿಗೆ ಸಿದ್ಧಗೊಳಿಸಲು ಹಲವು ಕಾರ್ಯಕ್ರಮಗಳನ್ನು ಹಾಕಿಕೊಂಡರು.

ಎ. ಇಪ್ಪತ್ತು ಗ್ರಾಮಗಳ ಸಂಯುಕ್ತ ಕಾರ್ಯಕ್ರಮ

ಅರಸು ಅವರು ೧೯೭೨-೭೮ರ ತಮ್ಮ ಅಧಿಕಾರದ ಅವಧಿಯಲ್ಲಿ ಇಪ್ಪತ್ತು ಗ್ರಾಮಗಳ ಸಂಯುಕ್ತ ಕಾರ್ಯಕ್ರಮವೊಂದನ್ನು ಹಾಕಿಕೊಂಡರು. ಈ ಪ್ರಕಾರ ಒಣಭೂಮಿ ಬೇಸಾಯ ಜಿಲ್ಲೆಗಳ ಪ್ರದೇಶಗಳಲ್ಲಿ ಅಂದರೆ, ಕೋಲಾರ ಜಿಲ್ಲೆಯ ಚಿಂತಾಮಣಿ, ಕಲ್ಬುರ್ಗಿ ಜಿಲ್ಲೆಯ ಜೇವರ್ಗಿ, ವಿಜಾಪುರ ಜಿಲ್ಲೆಯ ಬಸವನಬಾಗೇವಾಡಿ ತಾಲ್ಲೂಕುಗಳಲ್ಲಿ ಕೈಗೊಳ್ಳಲಾಯಿತು. ಈ ಯೋಜನೆ ಅಡಿಯಲ್ಲಿ ರಾಜ್ಯದ ಕೃಷಿ ಇಲಾಖೆ, ಕೃಷಿ ವಿಶ್ವವಿದ್ಯಾಲಯ, ಬೇಸಾಯ ಸಾಮಾಗ್ರಿಗಳನ್ನು ಮಾರಾಟ ಮಾಡುವ ಸಂಸ್ಥೆಗಳು ಮತ್ತು ಸಾಲ ಒದಗಿಸುವ ಸಂಸ್ಥೆಗಳು ಇದರಲ್ಲಿ ಪಾಲ್ಗೊಂಡಿದ್ದವು ಎಂಬುದು ಗಮನಾರ್ಹ ಅಂಶ. ಇದರಿಂದ ಒಣಭೂಮಿ ಬೇಸಾಯ ಪದ್ಧತಿಗಳನ್ನು ಪ್ರಾತ್ಯಕ್ಷಿಕೆಗಳ ಮೂಲಕ ರೈತರಿಗೆ ತಿಳಿಸುವುದು ಮತ್ತು ಅಧಿಕ ಪ್ರಮಾಣದಲ್ಲಿ ರಸಗೊಬ್ಬರ ಬಳಕೆಯ ಉತ್ಪನ್ನ ಮಟ್ಟವನ್ನು ಹೆಚ್ಚಿಸುವುದು ಇದರ ಮೂಲ ಉದ್ದೇಶವಾಗಿತ್ತು.

ಬಿ. ಕೃಷಿ ಉಪಕರಣಗಳ ಬಳಕೆ

ಕೃಷಿ ಕ್ಷೇತ್ರದ ದಕ್ಷತೆಯು ಹೆಚ್ಚಾಗಿ ನಾವು ಬಳಸುವ ಉಪಕರಣ ಮತ್ತು ಸಲಕರಣೆಗಳ ಮೇಲೆ ಅವಲಂಬಿತವಾಗಿದೆ ಎಂಬುದನ್ನು ಅರಿತುಕೊಂಡ ಅರಸು, ಸಾಂಪ್ರಾದಾಯಿಕ ಸಲಕರಣೆಗಳ ಜೊತೆಗೆ ವ್ಯವಸಾಯ ಮಾಡಲು ರೈತರಿಗೆ ಸಹಾಯಕವಾಗಲು ಯಂತ್ರೋಪಕರಣಗಳ ಬಳಕೆಗೆ ಮುಕ್ತ ಸಲಹೆಯನ್ನು ನೀಡಿದರು. ಸಾಮಾನ್ಯವಾಗಿ ನಾವು ಬಳಸುವ ಕೃಷಿ ಉಪಕರಣಗಳು ಮತ್ತು ಸಲಕರಣೆಗಳನ್ನು ಕೈಯಿಂದ ಉಪಯೋಗಿಸುವ ಸಲಕರಣೆಗಳು, ಎತ್ತುಗಳ ಸಹಾಯದಿಂದ ಬಳಸುವ ಸಾಧನಗಳು ಮತ್ತು ಯಂತ್ರಗಳ ಸಹಾಯದಿಂದ ಬಳಸುವ ಸಾಧನಗಳೆಂದು ವಿಂಗಡಿಸಬಹುದಾಗಿದೆ. ರೈತರಿಗೆ ಬೇಕಾದ ಆಧುನಿಕ ಯಂತ್ರೋಪಕರಣಗಳನ್ನು ಕೊಂಡುಕೊಳ್ಳಲು ಸರಕಾರದಿಂದ ಸಾಲ ನೀಡುವ ವ್ಯವಸ್ಥೆಯನ್ನು ಮಾಡಿದರು.

ರಾಜ್ಯದಲ್ಲಿ ನಿರುದ್ಯೋಗವನ್ನು ಹೋಗಲಾಡಿಸುವುದು ಮತ್ತು ಜನಸಂಖ್ಯೆಯಲ್ಲಿ ನಿಧಾನವಾಗಿ ಹೆಚ್ಚಳವಾಗುತ್ತಿರುವುದನ್ನು, ಅಲ್ಲದೆ ಕೃಷಿ ಉತ್ಪನ್ನಗಳ ಬೇಡಿಕೆಯಲ್ಲಿ ಅದಿಕ, ಕೃಷಿಭೂಮಿಯ ವಿಸ್ತರಣೆಗೆ ಇಂಬು ದೊರಕಿತು. ಅಂದು ಬೇಸಾಯ ಮಾಡದೆ ಪುಕ್ಕಟೆಯಾಗಿ ಖಾಲಿಬಿದ್ದ ಭೂಮಿಯನ್ನು ಸಾಗುವಳಿ ಮಾಡಲು ಹಿಂದುಳಿದ ವರ್ಗಗಳು, ಬಡಜನತೆ, ದಲಿತರು, ಹೆಚ್ಚು ಆಸಕ್ತಿ ತೋರಿಸುತ್ತಿದ್ದರು. ಇದನ್ನು ಮನಗಂಡಿದ್ದ ಅರಸು ಸರಕಾರದ ವತಿಯಿಂದ ರೈತರಿಗೆ ಕಡಿಮೆ ಬಡ್ಡಿದರಲ್ಲಿ ಸಾಲವನ್ನು ಒದಗಿಸಿಕೊಟ್ಟರು. ಜೊತೆಗೆ ಕೃಷಿ ತೆರಿಗೆಗಳ ವಿನಾಯಿತಿ ಮತ್ತು ಮತ್ತಿತರ ರಿಯಾಯಿತಿಗಳ ಅನುಕೂಲವನ್ನು ಮಾಡಿಕೊಟ್ಟರಲ್ಲದೆ ಕೃಷಿ ಕ್ಷೇತ್ರವನ್ನು ಅಭಿವೃದ್ಧಿ ಪಡಿಸಿದರು. ಹೀಗಾಗಿ ಕೃಷಿಯಲ್ಲಿ ಉತ್ಪಾದನೆ ಹೆಚ್ಚಾಗತೊಡಗಿತು. ವಿಶೇಷವಾಗಿ ಉತ್ತರ ಕನ್ನಡ, ದಕ್ಷಿಣ ಕನ್ನಡ ಹಾಗೂ ಮಲೆನಾಡು ಪ್ರದೇಶಗಳಲ್ಲಿ ಸಾಂಬಾರು

ಪದಾರ್ಥಗಳು (ಮೆಣಸು, ಏಲಕ್ಕಿ) ಭತ್ತ, ಅಡಿಕೆ, ತೆಂಗು, ಹೊಗೆಸೊಪ್ಪು, ಮೆಕ್ಕೆಜೋಳ, ರಾಗಿ, ಹತ್ತಿ, ಕಬ್ಬು, ಗೋಧಿ, ಅಡಿಕೆ, ತೆಂಗು ಮತ್ತು ತೋಟದ ಬೆಳೆಗಳನ್ನು ಬೆಳೆಯಲು ರೈತರಿಗೆ ಪ್ರೋತ್ಸಾಹ ನೀಡಿದರು. ಈ ರೀತಿ ಕೃಷಿ ಕ್ಷೇತ್ರ ಪಾಳು ಬಿದ್ದ ಬಂಜರು ಒಣಭೂಮಿಗೆ ನೀರನ್ನು ಒದಗಿಸಿ ಕೃಷಿಗೆ ಯೋಗ್ಯಭೂಮಿಯನ್ನಾಗಿ ಮಾಡುವುದರ ಜೊತೆಗೆ ಕೃಷಿಕ್ಷೇತ್ರವನ್ನು ಅಭಿವೃದ್ಧಿಪಡಿಸಿ ನಾಡನ್ನು ಆರ್ಥಿಕವಾಗಿ ಅಭಿವೃದ್ಧಿಪಡಿಸುವ ನೆಲೆಗಳಲ್ಲಿ ಮಹತ್ವದ ಪಾತ್ರ ನಿರ್ವಹಿಸಿದವರು ಅರಸು.

೫.೨ ಕಿರು ಮತ್ತು ಮಧ್ಯಮಗಾತ್ರದ ನೀರಾವರಿ ಯೋಜನೆ

ಭಾರತದಂಥ ಅಭಿವೃದ್ಧಿಶೀಲ ರಾಷ್ಟ್ರದಲ್ಲಿ ನೀರಿನ ಸಮಸ್ಯೆಯೆಂಬುದು ಬಗೆಹರಿಸಲಾಗದ ಜಟಿಲ ಸಮಸ್ಯೆಯಾಗಿ ಪರಿಣಮಿಸಿದೆ. ಅದು ಇತ್ತೀಚಿನ ದಿನಗಳಲ್ಲಿಯಂತೂ ಇದು ರೈತ ರೈತರ ನಡುವಣ, ಜಿಲ್ಲೆ ಜಿಲ್ಲೆಗಳ ನಡುವೆ ಮತ್ತು ರಾಜ್ಯ ರಾಜ್ಯಗಳ ಹಾಗೂ ರಾಜ್ಯ ಮತ್ತು ಕೇಂದ್ರಗಳ ನಡುವಿನ ಜಟಿಲ ಸಮಸ್ಯೆಯಾಗಿಯೂ ಮಾರ್ಪಟ್ಟಿದೆ. ಬದುಕಿನ ಮೂಲಭೂತ ಅವಶ್ಯಕತೆಯಾದ ನೀರು ಅಗತ್ಯ ಪ್ರಮಾಣದಲ್ಲಿ ದೊರೆಯದಿದ್ದರೆ ಆಹಾರ ಸಮಸ್ಯೆಯಿಂದ ಹಿಡಿದು ಆರ್ಥಿಕ ಸಮಸ್ಯೆಯವರೆಗೆ ಇದರ ಕರಿನೆರಳು ಚಾಚುತ್ತಾ ಬದುಕಿನ ಬುಡವನ್ನೇ ಅದು ಅಲ್ಲಾಡಿಸಿಬಿಡುತ್ತದೆ. ಇದರಿಂದಾಗಿ ರೈತನ ಬದುಕು ಮತ್ತಷ್ಟು ಜಟಿಲವಾಗಿ ಆತನ ಬದುಕು ಬೀದಿಪಾಲಾಗುತ್ತಿದೆ. ಹೆಚ್ಚಾಗಿ ನಮ್ಮ ಕೃಷಿಯು ಮಳೆಯನ್ನೇ ಅವಲಂಬಿಸಿದೆ. ಅದು ಸರಿಯಾದ ಸಮಯಕ್ಕೆ ಬಾರದೆ ಹೋದರೆ ಕೃಷಿ ಚಟುವಟಿಕೆಗಳು ನಿಶ್ಚೇತನಗೊಂಡು ಸ್ಥಗಿತಗೊಂಡು ಬಿಡುತ್ತವೆ. ಅಲ್ಲದೆ ವೇಗಯುತವಾಗಿ ಬೆಳೆಯುತ್ತಿರುವ ಕೈಗಾರಿಕೀಕರಣವೂ ಸಮಸ್ಯೆಯ ಉಲ್ಬಣಕ್ಕೆ ಮತ್ತೊಂದು ರೀತಿಯಲ್ಲಿ ಕಾರಣವಾಗುತ್ತಿದೆ. ಇದರಿಂದ ಘರ್ಷಣೆಗಳು ಬುಗಿಲೆದ್ದು ಜನತೆಯ ವೈಯಕ್ತಿಕ ಜೀವನ ಮತ್ತು ಸರಕಾರಗಳ ನೆಮ್ಮದಿಯನ್ನು ಕದಡಿಬಿಟ್ಟಿದೆ. ಇಂತಹ ಸಂದರ್ಭಗಳಲ್ಲಿ ಅರಸು ನೀರು ನಿರ್ವಹಣೆ ಮತ್ತು ನೀರಾವರಿ ಸಮಸ್ಯೆಯನ್ನು ಸಮಚಿತ್ತದಿಂದ, ಪರಸ್ಪರ ಸಹಕಾರದಿಂದ ಮತ್ತು ಪ್ರಾಮಾಣಿಕ ಪರಿಶ್ರಮದಿಂದ ರಾಜ್ಯದಲ್ಲಿ ಮೊದಲು ಕಿರು ಮತ್ತು ಮಧ್ಯಮಗಾತ್ರದ ನೀರಾವರಿ ಯೋಜನೆಗೆ ಮುಂದಾದರು.

ರಾಜ್ಯದಲ್ಲಿ ಒಣಹವೆ ಮತ್ತು ಮಲೆನಾಡು ಪ್ರದೇಶಗಳಲ್ಲಿ ಒಂದಕ್ಕಿಂತ ಹೆಚ್ಚು ಬೆಳೆ ತೆಗೆಯಲು ಕೆಲವು ಸಂದರ್ಭಗಳಲ್ಲಿ ಮಳೆಯ ಕೊರತೆಯುಂಟಾಗಿ ತಲೆದೋರುವ ಬಿಕ್ಕಟ್ಟನ್ನು ಪರಿಹರಿಸಲು ಅದರಲ್ಲೂ, ಒಣ ಮತ್ತು ಅರೆಒಣ ಪ್ರದೇಶಗಳನ್ನೊಳಗೊಂಡ ಕರ್ನಾಟಕದ ಬಯಲು ನಾಡಲ್ಲಿ ಕೃಷಿ ಚಟುವಟಿಕೆಗಳು ನಿರಂತರಗೊಳ್ಳಲು ನೀರಾವರಿಯ ಅವಶ್ಯಕತೆಯಿತ್ತು. ಆದ್ದರಿಂದ ಅವರು ತಮ್ಮ ಆಡಳಿತ ಅವಧಿಯಲ್ಲಿ ಈ ಕಿರು ಮತ್ತು ಮಧ್ಯಮ ಗಾತ್ರದ ನೀರಾವರಿಗೆ ಹೆಚ್ಚಿನ ಮಹತ್ವ ನೀಡಿದ್ದು ಗಮನಾರ್ಹ.

ಕಿರು ಮತ್ತು ಮಧ್ಯಮ ನೀರಾವರಿಯ ಉದ್ದೇಶ

೧. ಕುಡಿಯುವ ನೀರಿಗೆ ಆಧ್ಯತೆ

೨. ಕಿರು ಮತ್ತು ಮಧ್ಯಮ ಗಾತ್ರದ ನೀರಾವರಿ ಯೋಜನೆಗಳ ಅಡಿಯಲ್ಲಿ ಮತ್ತು ಅಂತರ್ಜಲಗಳ ಬಳಕೆಯಿಂದ ನೀರಾವರಿ ಸಾಮರ್ಥ್ಯವನ್ನು ಹೆಚ್ಚಿಸುವುದು

೩. ಕೃಷಿ ಉತ್ಪಾದನೆಯನ್ನು ಹೆಚ್ಚಿಸುವುದು
೪. ಜಲ ವಿದ್ಯುತ್ ಉತ್ಪಾದನೆಯನ್ನು ಹೆಚ್ಚಿಸುವುದು
೫. ರಾಜ್ಯ ಜಲಸಂಪನ್ಮೂಲ ಮಂಡಳಿ ರಚಿಸುವುದು.

ಅರಸು ಅವರ ಈ ಮೇಲಿನ ಉದ್ದೇಶಿತ ಯೋಜನೆಯಿಂದ ಆದಷ್ಟು ಬೇಗ ಹೆಚ್ಚು ಕೃಷಿ ಭೂಪ್ರದೇಶಕ್ಕೆ ವಿಪುಲವಾಗಿ ನೀರಾವರಿ ಸೌಲಭ್ಯವನ್ನು ಒದಗಿಸುವುದು ಅವರ ಮಹತ್ತರವಾದ ಆಶಯವಾಗಿತ್ತು. ಕೃಷಿ ಮತ್ತು ಕೈಗಾರಿಕಾ ಕ್ಷೇತ್ರಗಳು ಆರ್ಥಿಕ ಅಭಿವೃದ್ಧಿಯಲ್ಲಿ ವಹಿಸಿದ ಮಹತ್ವದ ಪಾತ್ರವನ್ನು ಮನಗಂಡು ಸರಕಾರ ಆ ವರ್ಷದಲ್ಲಿ (೧೯೭೩-೭೪) ರಾಜ್ಯದ ಆರ್ಥಿಕ ಚಟುವಟಿಕೆಗಳಿಗೆ ಮೀಸಲಿರಿಸಿದ್ದು ಒಟ್ಟು ೧೧೫ ಕೋಟಿ ರೂಪಾಯಿಗಳು. ಈ ಮೊತ್ತದಲ್ಲಿ ಅರ್ಧಕ್ಕಿಂತಲೂ ಹೆಚ್ಚು ಹಣವನ್ನು ವಿದ್ಯುತ್ ಮತ್ತು ನೀರಾವರಿಗಾಗಿ ನಿಗದಿ ಮಾಡಿತ್ತು. ಈ ಸಂದರ್ಭದಲ್ಲಿ ಭಾರಿ ನೀರಾವರಿ ಯೋಜನೆಗಾಗಿ ೧೦೦ಕೋಟಿ ರೂಪಾಯಿಗಳಿಗೂ ಅಧಿಕ ವೆಚ್ಚ ಮಾಡಲಾಯಿತು. ಸಣ್ಣ ಮತ್ತು ಮಧ್ಯಮ ನೀರಾವರಿ ಯೋಜನೆಗೆ ೭೦ಕೋಟಿ ರೂಪಾಯಿ ಹಾಗೂ ಬಾವಿಗಳು ಮತ್ತು ಪಂಪ್‌ಸೆಟ್‌ಗಳಿಗೆ ೨೭ ಕೋಟಿ ರೂಪಾಯಿಗಳನ್ನು ವಿನಿಯೋಗಿಸಲಾಗಿತ್ತು. ಈ ರೀತಿಯಾಗಿ ಅಪಾರವಾದ ಹಣವನ್ನು ಉಪಯೋಗಿಸಿ ಹೆಚ್ಚು ಭೂಪ್ರದೇಶಕ್ಕೆ ನೀರಿನ ಸೌಲಭ್ಯವನ್ನು ಒದಗಿಸುವುದು ಅವರ ಮೂಲ ಉದ್ದೇಶವಾಗಿತ್ತು. ಅಂತೆಯೇ ತಮ್ಮ ಅವಧಿಯಲ್ಲಿ ಕೃಷ್ಣಾ, ಘಟಪ್ರಭಾ, ಕಬಿನಿ, ಹಾರಂಗಿ, ಕಪಿಲ, ಹೇಮಾವತಿ, ಘಟಪ್ರಭಾ, ಕೃಷ್ಣಾ ಮೇಲ್ದಂಡೆ ಯೋಜನೆಗಳನ್ನು ಜಾರಿಗೊಳಿಸಿ ಅವುಗಳನ್ನು ಅನುಷ್ಠಾನಕ್ಕೆ ತಂದು ರಾಜ್ಯದ ಅಭಿವೃದ್ಧಿಗೆ ಗಮನ ನೀಡಿದರು. ನವೆಂಬರ್, ೧. ೧೯೭೩ರಂದು ಬೆಂಗಳೂರಿನ ಕಂಠೀರವ ಕ್ರೀಡಾಂಗಣದಲ್ಲಿ ಕರ್ನಾಟಕ ನಾಮಕರಣ ಕುರಿತು ಮಾತನಾಡುತ್ತ ಅರಸು ಕೃಷಿ ಅಭಿವೃದ್ಧಿಯ ಕುರಿತಂತೆ ಹೇಳಿದ್ದು ಹೀಗೆ -

> "ಈಗ ಕೃಷಿ ನೀರಾವರಿ ಮತ್ತು ವಿದ್ಯುತ್ ಕ್ಷೇತ್ರಗಳಿಗೆ ಹೆಚ್ಚಿನ ಪ್ರಾಮುಖ್ಯತೆ ಕೊಡುವುದು ಅಗತ್ಯ ಎಂಬುದು ನನ್ನ ನಂಬಿಕೆ. ನಮ್ಮಲ್ಲಿ ನೀರಾವರಿ ಸೌಲಭ್ಯಗೋಸ್ಕರ ಇರುವ ಎಲ್ಲಾ ಅವಕಾಶಗಳನ್ನು ಬಳಸಿಕೊಳ್ಳುವುದು ನಮ್ಮ ಮೂಲ ಉದ್ದೇಶ, ಕೆಲವೆ ದಿನಗಳ ಹಿಂದೆಯಷ್ಟೇ ನಮ್ಮ ಕಾವೇರಿ ನದಿಯ ಯೋಜನೆಗಳನ್ನೆಲ್ಲ ಐದನೆಯ ಪಂಚವಾರ್ಷಿಕ ಯೋಜನೆಯಡಿಯಲ್ಲಿ ಸೇರಿಸಲು ಕೇಂದ್ರ ಸರಕಾರ ಮತ್ತು ಯೋಜನಾ ಆಯೋಗದವರು ಒಪ್ಪಿಗೆ ನೀಡಿದ್ದಾರೆ. ಈ ಹರ್ಷದ ಸುದ್ದಿಯನ್ನು ಈ ಸಮಾರಂಭದಲ್ಲಿ ತಿಳಿಸಲು ನನಗೆ ಸಂತೋಷವೆನಿಸುತ್ತದೆ. ಎಷ್ಟೋ ವರುಷಗಳಿಂದ ಸಾಧ್ಯವಾಗದೆ ಈಗ ಕೇಂದ್ರದ ಒಪ್ಪಿಗೆ ಪಡೆಯಲು ನಮ್ಮ ಸರಕಾರಕ್ಕೆ ಸಾಧ್ಯವಾಗಿದೆ. ಹಾಗೆಯೇ ಕಾಳಿಜಲ ವಿದ್ಯುತ್ ಯೋಜನೆಯ ಬಗೆಗೂ ನಾವು ಸಂಪೂರ್ಣ ಗಮನ ಹರಿಸಿದ್ದೇವೆ. ಇಂದಿರಾಗಾಂಧಿಯವರಿಂದ ಮೊನ್ನೆ ತಾನೇ ಈ ಯೋಜನೆಗೆ ಸಂಬಂಧಿಸಿದಂತೆ ಸೂಪಾ ಆಣೆಕಟ್ಟಿಗೆ

ಶಂಕುಸ್ಥಾಪನೆಯಾಗಿದೆ. ರಾಜ್ಯದ ವಿದ್ಯುತ್ ಕೊರತೆಯನ್ನು ನೀಗಿಸುವಲ್ಲಿ ವರದಾನವಾಗಲಿರುವ ಈ ಕಾರ್ಯ ಯೋಜನೆಯು ಆದಷ್ಟು ಬೇಗ ವಿದ್ಯುತ್ ಶಕ್ತಿ ಉತ್ಪಾದಿಸುವಂತಾಗಲೂ ತೀವ್ರಗತಿಯಲ್ಲಿ ನಿರ್ಮಾಣಕಾರ್ಯ ನಡೆಯುತ್ತಿದೆ.”[೧]

ಈ ಮಾತುಗಳು ಅರಸು ಅವರಿಗಿದ್ದ ಕೃಷಿ ಕ್ಷೇತ್ರದ ಕಾಳಜಿಯನ್ನು ತಿಳಿಸುತ್ತವೆ. ೧೯೭೪ರಲ್ಲಿ ಕೃಷ್ಣರಾಜ ಸಾಗರ ಅಣೆಕಟ್ಟು, ಯೋಜನೆಯನ್ನು ಆರಂಭಿಸಿದ ಅರಸು ಈ ಅಣೆಕಟ್ಟೆಯ ನೀರು ಕೇವಲ ಒಂದೇ ಪ್ರದೇಶದ ಜನರಿಗೆ ಸೀಮಿತ ಆಗಬಾರದೆಂದು ಅದು ಇತರರಿಗೂ ತಲುಪಿ ರೈತ ಜನರ ದೈನಂದಿನ ಬದುಕು ಹಸನಾಗಬೇಕೆಂದು ಆಶಿಸಿ, ಮಂಡ್ಯ ಜನರ ತೀವ್ರ ವಿರೋಧದ ನಡುವೆಯು ಮೈಸೂರು ಜಿಲ್ಲೆಯ ಹಳ್ಳಿಯ ರೈತರ ಬಾಳಲ್ಲಿ ನಗೆ ಚಿಮ್ಮುವಂತಾಗಲಿ ಎಂಬ ವಿಶಾಲ ಭಾವನೆಯಿಂದ ಕೈಗೊಂಡ ಈಗ “ದೇವರಾಜರ ಅರಸು ನಾಲೆ” ಎಂದು ಕರೆಯುವ “ವರುಣಾನಾಲೆ” ಯೋಜನೆಯು ಅವರ ವ್ಯಕ್ತಿತ್ವ ಮತ್ತು ಆರ್ಥಿಕ ಮುತ್ಸದ್ಧಿತನಕ್ಕೆ ಹಿಡಿದ ಕನ್ನಡಿಯಾಗಿದೆ. ಈ ನಾಲೆಯು ೧೩೫ಕಿಲೋ ಮೀಟರ್ ಉದ್ದದ ಬಲದಂಡೆ ಮೇಲ್ಗಾಲುವೆಯಿಂದ ಮಂಡ್ಯ-ಮೈಸೂರು ಜಿಲ್ಲೆಗಳ ೩೨,೩೭೬ಹೆಕ್ಟೇರ್ ಭೂಪ್ರದೇಶಕ್ಕೆ ನೀರನ್ನು ಒದಗಿಸಲಾಯಿತು. ಅರಸು ಈ ಸಂದರ್ಭದಲ್ಲಿ ಅನುಭವಿಸಿದ ಕಷ್ಟಗಳು ಸಾಮಾನ್ಯವಾದವುಗಳೇನಲ್ಲ. ಏಕೆಂದರೆ, ಮಂಡ್ಯ ಜಿಲ್ಲೆಯ ರೈತರು ಅರಸು ಅವರ ಮೇಲೆ ಕಲ್ಲು ತೂರಿ ಪ್ರತಿಭಟಿಸಿದ್ದರು. ಈ ಗಳಿಗೆಯಲ್ಲಿ ಅವರ ಸ್ನೇಹಿತರು ಇರದೇ ಹೋಗಿದ್ದರೆ ಅರಸರು ಸಾವಿನ ಮನೆಯನ್ನು ಸೇರಬೇಕಾಗುತ್ತಿತ್ತು. ಅದೃಷ್ಟವಶಾತ್ ಅವರು ಈ ದುರ್ಘಟನೆಯಲ್ಲಿ ಪಾರಾಗಿ ಬಂದರು ಎಂಬುದು ಸಮಾಧಾನದ ಸಂಗತಿ. ಆ ನಂತರ, ಇಂದು ಜಗತ್ತಿನ ಬೃಹತ್ ಯೋಜನೆಗಳ ಸಾಲಿಗೆ ಸೇರಿರುವ ಕಾಳಿಜಲ ವಿದ್ಯುತ್ ಮತ್ತು ಕುದುರೆ ಮುಖ ಕಬ್ಬಿಣ ಅದಿರು ಯೋಜನೆಯನ್ನು ಪ್ರಾರಂಭಿಸಿದರು. ಸ್ವತಃ ರೈತ ಕುಟುಂಬದಿಂದ ಬಂದ ಅವರು ವ್ಯವಸಾಯ ಮತ್ತು ವ್ಯವಸಾಯಕ್ಕೆಬೇಕಾದ ನೀರಾವರಿ ವ್ಯವಸ್ಥೆಗೆ ಎಷ್ಟೊಂದು ಮಹತ್ವ ನೀಡುತ್ತಿದ್ದರು ಎನ್ನುವುದಕ್ಕೆ ಅವರೇ ಹೇಳಿರುವ ಮಾತನ್ನು ಇಲ್ಲಿ ಪ್ರಸ್ತಾಪಿಸಲಾಗಿದೆ-

“ನನ್ನ ಕಾಲದಲ್ಲಿ ನಮ್ಮ ರಾಜ್ಯ ಜಲಾಶಯಗಳ ಕಾರ್ಯವೇನಿದೆ ಎಲ್ಲವನ್ನೂ ಪೂರ್ಣವಾಗಿ ಮಾಡಿ ಪೂರೈಸಬೇಕು. ಕಡೆಗೆ ರಸ್ತೆಗಳು, ಬಾರು ಹಾಕುವುದು, ಕಟ್ಟಡಗಳನ್ನು ಕಟ್ಟಿಸುವುದಾಗಲೀ ಇವುಗಳನ್ನು ನಿಲ್ಲಿಸಿ ಅಗತ್ಯವಾದುದನ್ನು ಮಾಡಿಸಬೇಕು. ಕಡೆಗೆ ಹೊಸದಾಗಿ ಕಾಲುವೆ ಮಾಡಿದರೆ ಶೆಡ್ಡುಗಳನ್ನು ಹಾಕಿ ಅವುಗಳನ್ನು ಅಲ್ಲಿಯೇ ನಡೆಸಲಿ, ಅಂದರೆ ನಮ್ಮಲ್ಲಿರುವ ಎಲ್ಲ ಹಣವನ್ನು ಒಟ್ಟಾಗಿ ಸೇರಿಸಿ ನಮ್ಮ ರಾಜ್ಯದ ಜಲಾಶಯಗಳನ್ನು ನಿರ್ಮಾಣ ಮಾಡಬೇಕು ಎಂಬುದೇ ನನ್ನ ಆಶಯ”[೨]

೧೯೭೪ರಲ್ಲಿ ಅರಸು ಅವರು ನವಿಲುತೀರ್ಥ ಯೋಜನೆಯನ್ನು ಜಾರಿಗೆ ತಂದರು. ಹೀಗಾಗಿ ರೈತರು ವಾರ್ಷಿಕ ಎರಡು ಬೆಳೆಯನ್ನು ತೆಗೆಯಲು ಅನುಕೂಲ ಮಾಡಿಕೊಟ್ಟರು. ಒಟ್ಟು ಕೃಷಿ

ಭೂಮಿಯಲ್ಲಿ ಶೇ.೧೬ ಭಾಗಕ್ಕೆ ನೀರನ್ನು ಒದಗಿಸಿ ಬರಡಾಗಿದ್ದ ರೈತನ ಬದುಕಿಗೆ ಆಸರೆಯನ್ನು ನೀಡಿದರು. ಇದು ಅವರಿಗಿದ್ದ ರೈತಪರ ಕಾಳಜಿಯನ್ನು ಬಿಂಬಿಸುತ್ತದೆ. ಹರಿದು ವ್ಯರ್ಥವಾಗಿ ಹೋಗುವ ನೀರನ್ನು ಚೆಕ್‌ಡ್ಯಾಮ್‌ಗಳನ್ನು ನಿರ್ಮಿಸುವುದರ ಮೂಲಕ ಹಿಡಿದು ನಿಲ್ಲಿಸಿ ಅದರ ಸದುಪಯೋಗವನ್ನು ಪಡೆದುಕೊಳ್ಳುವಂತೆ ರೈತರಿಗೆ ಸಲಹೆ ನೀಡಿದರು. ಇದರಿಂದಾಗಿ ರೈತರು ಹೆಚ್ಚು ಹೆಚ್ಚು ಉತ್ಪಾದನೆಯಲ್ಲಿ ತೊಡಗಿದರು. ಪರಿಣಾಮವಾಗಿ ೧೯೫೬-೫೭ರಲ್ಲಿದ್ದ ೩೩.೩೩ ಲಕ್ಷ ಟನ್‌ಗಳ ಕೃಷಿ ಉತ್ಪನ್ನಗಳು ೧೯೭೮-೮೦ರ ವೇಳೆಗೆ ೭೫.೧೫ಲಕ್ಷ ಟನ್‌ಗಳಿಗೆ ಏರಿತ್ತು ಎಂದರೆ ಈ ನೀರಾವರಿಯ ಅವಶ್ಯಕತೆ ಮತ್ತು ಅದರ ಮಹತ್ವ ಎಷ್ಟು ಎಂಬುದು ಅರಿವಿಗೆ ಬರುತ್ತದೆ. ಕಾಳಿ ನದಿ ಜಲ ವಿದ್ಯುತ್ ಯೋಜನೆಯಿಂದ, ೧೦೦೦ಕ್ಕಿಂತಲೂ ಹೆಚ್ಚು ಮೆಗಾವ್ಯಾಟ್ ವಿದ್ಯುತ್ ಉತ್ಪಾದನೆ ಮಾಡುವ ಮೂಲಕ ರೈತರಿಗೆ ಪಂಪಸೆಟ್ ಹಾಕಿಸಿಕೊಂಡು ಇದರಿಂದ ನೀರಿನ ಅನುಕೂಲ ಪಡೆಯುವಂತೆ ಮಾಡಿದರು. ಈ ರೀತಿ ಗ್ರಾಮಾಂತರ ಪ್ರದೇಶಗಳಿಗೆ ಮತ್ತು ಕೃಷಿ ಕ್ಷೇತ್ರವನ್ನು ಅಭಿವೃದ್ಧಿ ಪಡಿಸುವುದರೊಂದಿಗೆ ನಾಡನ್ನು ಆರ್ಥಿಕ ಪ್ರಗತಿಯತ ಕೊಂಡೊಯ್ಯುವಲ್ಲಿ ದಿಟ್ಟ ಹೆಜ್ಜೆ ಇಟ್ಟವರು ದೇವರಾಜ ಅರಸು. ಒಟ್ಟಿನಲ್ಲಿ ಪ್ರಜಾಸತ್ತೆಯ ಮುಖೇನ ಅವರು ಈ ಸಮಾಜದ ರಚನೆಯನ್ನು ಬದಲಾವಣೆ ಮಾಡಬೇಕೆಂದವರು. ಅಲ್ಲದೆ ಸಮಾಜದಲ್ಲಿನ ಸಾಮಾಜಿಕ ಹಾಗೂ ಆರ್ಥಿಕ ಅಂತರಗಳನ್ನು ಕಡಿಮೆ ಮಾಡಬೇಕೆಂಬುದು ಅವರ ಪ್ರಮುಖ ವಿಚಾರವಾಗಿತ್ತು. ಆದರೆ ಕರ್ನಾಟಕ ರಾಜ್ಯ ಸರಕಾರವು ಇತ್ತೀಚಿಗೆ ಘೋಷಿಸಿದ 'ನಮ್ಮೂರ ಬಾಂದಾರ' ನೀರು ಬಳಕೆದಾರರ ಸಹಕಾರ ಸಂಘಗಳು ಮತ್ತು 'ನಮ್ಮ ಹೊಲ ನಮ್ಮ ರಸ್ತೆ' ಯೋಜನೆಗಳು ಅಪೂರ್ವವಾದುವುಗಳಾಗಿವೆ. ಇವು ಜನರ ಸಹಭಾಗಿತ್ವದಲ್ಲಿ ಜಲ ಸಂರಕ್ಷಣೆ, ನೀರಿನ ಸದ್ಬಳಕೆ ಮತ್ತು ರೈತರ ಮಧ್ಯ ಭಾವೈಕ್ಯತೆಯನ್ನು ಸಾಧಿಸುವಲ್ಲಿ ಈ ಯೋಜನೆಗಳು ಸಹಕಾರಿಯಾಗಿವೆ. ಈ ಯೋಜನೆಗಳು ಬಹಳ ಹಿಂದೆಯೇ ಜಾರಿಗೆ ಬರಬೇಕಾಗಿತ್ತು. ನೆರೆಯ ಮಹಾರಾಷ್ಟ್ರ ಸರಕಾರವು ಈ ಯೋಜನೆಗಳನ್ನು ಮೂರು ದಶಕಗಳ ಹಿಂದೆಯೇ ಜಾರಿಗೆ ತಂದದ್ದು ಅಲ್ಲದೆ ಬಹುತೇಕ ಯಶಸ್ವಿಯಾಗಿವೆ ಆದರೆ ಕರ್ನಾಟಕದಲ್ಲಿ ಅದಿನ್ನೂ ಘೋಷಣೆಯಾಗಿರಲಿಲ್ಲ. ಆದರೆ ಅರಸು ಬಂದ ಮೇಲೆ ಇಂಥ ಯೋಜನೆಗಳು ಅನುಷ್ಠಾನಕ್ಕೆ ಬಂದವು.

೫.೩. ಮೈಸೂರು ಪ್ರಾಂತ್ಯದ ಕೈಗಾರಿಕಾ ಅಭಿವೃದ್ಧಿ

ಭಾರತಕ್ಕೆ ವ್ಯಾಪಾರಕ್ಕಾಗಿ ಬಂದ ಬ್ರಿಟಿಶರು ಕ್ರಮೇಣ ಇಲ್ಲಿನ ರಾಜಕೀಯ ಅರಾಜಕತೆಯ ಲಾಭವನ್ನು ಪಡೆದುಕೊಂಡು ಆಡಳಿತದ ಮೇಲೆ ನಿಯಂತ್ರವನ್ನು ಸಾಧಿಸಿದರು. ಅವರ ಮುಖ್ಯ ಉದ್ದೇಶ ದೇಶದಲ್ಲಿನ ಅರಾಜಕತೆಯನ್ನು ಸರಿಪಡಿಸುವುದಾಗಿರಲಿಲ್ಲ ಬದಲಾಗಿ ಇಲ್ಲಿನ ಸಂಪತ್ತನ್ನು ದೋಚುವುದೇ ಆಗಿತ್ತು. ಹೀಗಾಗಿ ಅವರು ಇಲ್ಲಿನ ಆರ್ಥಿಕ ಅಭಿವೃದ್ಧಿಗೆ ಶ್ರಮಿಸದೆ ತಮ್ಮ ಅಸ್ತಿತ್ವದ ಸ್ಥಾಪನೆಗೆ ಹೆಚ್ಚು ಮಹತ್ವ ನೀಡಿದರು. ಅಲ್ಲದೆ ಈ ವಸಹಾತುಶಾಹಿ ಶೋಷಕರ ಆರ್ಥಿಕ ನೀತಿಯ ಪರಿಣಾಮದಿಂದಾಗಿ ದೇಶಿಯ ಗುಡಿ ಮತ್ತು ಗ್ರಾಮೀಣ ಕೈಗಾರಿಕೆಗಳು ತೀವ್ರವಾಗಿ ಕುಸಿದಿದ್ದವು. ಕೈಮಗ್ಗ, ಪವರ್‌ಲೂಮ್ ಜೀರ್ಣಾವಸ್ಥೆಗೆ ತಲುಪಿದ್ದವು.

ರೇಷ್ಮೆ ವಸ್ತ್ರ ತಯಾರಿಕೆಗೆ ಸ್ಪರ್ಧೆ ಇಲ್ಲದ್ದರಿಂದ ಅದು ಮಂದಗತಿಯಲ್ಲಿ ಬೆಳೆಯುತ್ತಿತ್ತು. ವಿಶ್ವೇಶ್ವರಯ್ಯನವರ ಪ್ರಯತ್ನದ ಫಲವಾಗಿ ಈ ನಾಡಿನಲ್ಲಿ ಹಲವಾರು ಕೈಗಾರಿಕೆಗಳು ಸ್ಥಾಪನೆಗೊಂಡವು. ಭದ್ರಾವತಿಯಲ್ಲಿ ಕಬ್ಬಿಣ ಮತ್ತು ಉಕ್ಕಿನ ಕಾರ್ಖಾನೆ, ಕಾಗದ ಕಾರ್ಖಾನೆ, ಮೈಸೂರು ಸ್ಯಾಂಡಲ್ ಸೋಪು ಕಾರ್ಖಾನೆ, ಗಂಧದೆಣ್ಣೆ ತಯಾರಿಕೆ ಘಟಕಗಳು ತಲೆ ಎತ್ತಿದವು. ೧೯೧೩ರಲ್ಲಿ ಕೈಗಾರಿಕೆ ಮತ್ತು ವಾಣಿಜ್ಯ ಅಭಿವೃದ್ಧಿಗೆ ಮಾರ್ಗದರ್ಶನ ಮಾಡಲು ಪ್ರತ್ಯೇಕವಾದ ಇಲಾಖೆಯನ್ನು ವಿಶ್ವೇಶ್ವರಯ್ಯನವರು ಸ್ಥಾಪಿಸಿದರು. ಅವರೆ ಹೇಳಿರುವಂತೆ-

> "ಕೈಗಾರಿಕೆ ಇಲ್ಲವೆ ನಾಶ ಅಭಿವೃದ್ಧಿಶೀಲ ರಾಷ್ಟ್ರಗಳ ಆರ್ಥಿಕ ಅಭಿವೃದ್ಧಿಗೆ ಕೈಗಾರಿಕೆ ಅನಿವಾರ್ಯ"

ಎಂದು ಈ ಮಂತ್ರ ಜನರಲ್ಲಿ ಕೈಗಾರಿಕಾ ಜಾಗೃತಿಯನ್ನುಂಟು ಮಾಡಿತು. ಖಾಸಗಿ ಕ್ಷೇತ್ರ ನಿಶ್ಚೇತನವಾಗಿದ್ದಾಗ ಸರಕಾರವೇ ಮುಂದಾಳತ್ವವನ್ನು ವಹಿಸಬೇಕೆನ್ನುವ ಕ್ರಮವನ್ನು ಅಂದು ವಿಶ್ವೇಶ್ವರಯ್ಯನವರು ಸಮರ್ಥಿಸಿದ್ದರು.

೧೯೫೧ರಿಂದ ೧೯೫೬ರ ಮೊದಲ ಪಂಚವಾರ್ಷಿಕ ಯೋಜನೆ ಸಂದರ್ಭದಲ್ಲಿ ಮೈಸೂರು ಸರಕಾರ ಕೂಡ ನೀರಾವರಿ ಯೋಜನೆಗಳ ನಿರ್ಮಾಣಕ್ಕೆ ಮಹತ್ವವನ್ನು ಕೊಟ್ಟಿದ್ದಲ್ಲದೆ, ಸರಕಾರಿ ಉದ್ಯಮಗಳ ಆಧುನೀಕರಣಕ್ಕೆ ಮತ್ತು ವಿಸ್ತರಣೆಗೆ ಆಧ್ಯತೆ ಕೊಟ್ಟಿತು. ವಾಸ್ತವವಾಗಿ ಕೈಗಾರಿಕೆ ಆರಂಭವಾದದ್ದು ೨ನೇ ಪಂಚವಾರ್ಷಿಕ ಯೋಜನೆಯಡಿಯಲ್ಲಿ. ಕರ್ನಾಟಕ ರಾಜ್ಯಸ್ಥಾಪನೆಯಾದಾಗ ಮೈಸೂರು ರಾಜ್ಯದಲ್ಲಿ ಅನೇಕ ಕೈಗಾರಿಕೆಗಳು ಉಚ್ಛ್ರಾಯ ಸ್ಥಿತಿಯಲ್ಲಿದ್ದವು. ಹೊಸ ಪ್ರದೇಶಗಳು ಕೈಗಾರಿಕೆಗಳ ಸ್ಥಾಪನೆಯಲ್ಲಿ ಹಿಂದುಳಿದಿದ್ದರಿಂದ ಆ ಪ್ರದೇಶಗಳಲ್ಲಿ ಸರಕಾರದ ಬಂಡವಾಳ ಹೂಡಿಕೆಯೊಡನೆ ಹೋಲಿಸಿ ನೋಡಿದಾಗ ಅದರ ಅರ್ಧದಷ್ಟು ಕೂಡ ಇರಲಿಲ್ಲ. ಹಳೆ ಮೈಸೂರು ಪ್ರದೇಶದಲ್ಲಿ ಒಟ್ಟು ಬಂಡವಾಳ ಹೂಡಿಕೆ ೨೧೫೮ ಲಕ್ಷ ರೂಪಾಯಿಗಳಾಗಿದ್ದರೆ, ವಿಲೀನ ಪ್ರದೇಶಗಳಲ್ಲಿ ಕೇವಲ ೧೯೦ಲಕ್ಷ ರೂಪಾಯಿಗಳಾಗಿತ್ತು. ಈ ಅಸಮತೋಲನವನ್ನು ಹೋಗಲಾಡಿಸಲೆಂದೇ ಸರಕಾರ ಪಂಚವಾರ್ಷಿಕ ಯೋಜನೆ ಕಾಲದಲ್ಲಿ ಕೈಗಾರಿಕೆಗಳ ಪ್ರಗತಿಗೆ ವಿಶೇಷವಾದ ಕಾರ್ಯಕ್ರಮಗಳನ್ನು ಘೋಷಿಸಿತು.

ಆದರೆ ೧೯೭೨ರಲ್ಲಿ ಅರಸು ಅಧಿಕಾರಕ್ಕೆ ಬಂದ ಮೇಲೆ ಕರ್ನಾಟಕ ಸರಕಾರವು ತನ್ನದೇ ಆದ ಕೈಗಾರಿಕಾ ನೀತಿಯನ್ನು ಅನುಸರಿಸಿತಲ್ಲದೆ, ಹಿಂದುಳಿದ ಪ್ರದೇಶಗಳ ಕೈಗಾರಿಕಾ ಅಭಿವೃದ್ಧಿ ಮತ್ತು ಸಣ್ಣ ಕೈಗಾರಿಕಾ ಅಭಿವೃದ್ಧಿ ಮುಂತಾದ ಆಯಾಮಗಳೊಂದಿಗೆ ಕೈಗೊಂಡಿತು. ೧೯೮೮ ಮತ್ತು ೧೯೯೨ರ ನಂತರ ರಾಜ್ಯ ಮಟ್ಟದಲ್ಲಾಗುತ್ತಿರುವ ಕೈಗಾರಿಕಾ ಉದಾರೀಕರಣ ಪ್ರಕ್ರಿಯೆಯು ರಾಜ್ಯದಲ್ಲಿ ಮತ್ತಷ್ಟು ಪ್ರಭಾವ ಬೀರುತ್ತಿದೆ.

೧೯೭೫ರಲ್ಲಿ ಅರಸು ಸರಕಾರ ಪ್ರಕಟಿಸಿದ್ದರಾಜ್ಯ ಕೈಗಾರಿಕಾ ನೀತಿಯ ಲಕ್ಷಣಗಳು

೧೯೭೫ರಲ್ಲಿ ಕರ್ನಾಟಕ ಸರಕಾರವು ಪ್ರಥಮವಾದ ಕೈಗಾರಿಕೆ ನೀತಿಯನ್ನು ಪ್ರಕಟಿಸಿತು. ಇದು ಕರ್ನಾಟಕದಲ್ಲಿ ಹೆಚ್ಚು ಹೆಚ್ಚು ಕೈಗಾರಿಕೆಗಳನ್ನು ಸ್ಥಾಪಿಸುವುದಕ್ಕೆ ಉತ್ತೇಜನ ನೀಡುವುದೇ ಈ ನೀತಿಯ ಪ್ರಧಾನ ಗುರಿಯಾಗಿತ್ತು. ಅವುಗಳನ್ನು ಈ ಕೆಳಗಿನಂತೆ ಹೇಳಲಾಗಿದೆ.

೧. ಕೈಗಾರಿಕಾ ವಲಯಕ್ಕೆ ಹೆಚ್ಚು ಬಂಡವಾಳವನ್ನು ಆಕರ್ಷಿಸಲು ಅನೇಕ ರಿಯಾಯಿತಿಗಳನ್ನು ಕೊಡುವುದು
೨. ಕೈಗಾರಿಕಾ ವಿಕೇಂದ್ರಿಕರಣವನ್ನು ಸಾಧಿಸುವುದು
೩. ಕೃಷಿ ಮತ್ತು ಸೇವಾ ವಲಯಕ್ಕೆ ಹೆಚ್ಚು ಉತ್ತೇಜನ ನೀಡುವುದು.
೪. ಹೊಸ ಕೈಗಾರಿಕೆಗಳಿಗೆ ಮೂಲಭೂತವಾದ ಬಂಡವಾಳವನ್ನು ಒದಗಿಸುವುದು.
೫. ಸಣ್ಣ ಪ್ರಮಾಣದ ಮತ್ತು ಗುಡಿ, ಗೃಹ ಕೈಗಾರಿಕೆಗಳ ಅಭಿವೃದ್ಧಿಗೆ ಸೂಕ್ತ ಪರಿಸರವನ್ನು ಒದಗಿಸುವುದು.
೬. ರಾಜ್ಯದಲ್ಲಿ ಲಭ್ಯವಾಗಿರುವ ಸಂಪನ್ಮೂಲಗಳ ಸಮೀಕ್ಷೆ ನಡೆಸಿ, ಅವುಗಳ ವರದಿಯನ್ನು ಉದ್ಯಮಶೀಲರಿಗೆ ಒದಗಿಸುವುದು.
೭. ಸ್ವಂತ ಉದ್ಯಮಗಳನ್ನು ಸ್ಥಾಪಿಸುವ ಉದ್ಯಮ ಸಾಹಸಿಗಳಿಗೆ ನೆರವು ನೀಡುವುದು.
೮. ಕೈಗಾರಿಕಾ ಮತ್ತು ವಾಣಿಜ್ಯ ಇಲಾಖೆಯ ಇತರ ಇಲಾಖೆಗಳೊಡನೆ ಸೌಹಾರ್ದಯುತವಾದ ಸಂಪರ್ಕವನ್ನು ಬೆಳಸಿ ಕೈಗಾರಿಕಾ ಪ್ರಗತಿಗೆ ಮಾರ್ಗದರ್ಶನ ಮಾಡುವುದು.
೯. ಕೈಗಾರಿಕಾ ಪ್ರಗತಿಗೆ ಸೂಕ್ತ ಸ್ಥಳಗಳನ್ನು ಆರಿಸಿ, ಕೈಗಾರಿಕಾ ಶೆಡ್ಡುಗಳನ್ನು ನಿರ್ಮಿಸಿ ಹಂಚುವುದು"[೪]

ಅರಸು ಅವರು ಹೀಗೆ ರಾಜ್ಯದ ಅಭಿವೃದ್ಧಿಗೆ ಪೂರಕವಾದ ಕೈಗಾರಿಕಾ ನೀತಿಯನ್ನು ಅನುಸರಿಸಿದರು. ಅಲ್ಲದೆ ರಾಜ್ಯದಲ್ಲಿ ಸಮತೂಕದ ಅಭಿವೃದ್ಧಿಯನ್ನು ಸಾಧಿಸಬೇಕೆಂಬ ತೀರ್ಮಾನದಿಂದ ಅರಸು ಸರಕಾರ ರಾಜ್ಯದ ಹನ್ನೊಂದು ಜಿಲ್ಲೆಗಳನ್ನು ಹಿಂದುಳಿದ ಜಿಲ್ಲೆಗಳೆಂದು ಘೋಷಿಸಿತು. ಅವು ಮೈಸೂರು, ರಾಯಚೂರು, ಹಾಸನ, ಶಿವಮೊಗ್ಗ, ತುಮಕೂರು, ಉತ್ತರ ಕನ್ನಡ, ಬೀದರ್, ದಕ್ಷಿಣ ಕನ್ನಡ, ವಿಜಾಪುರ, ಗುಲ್ಬರ್ಗಾ. ಈ ಜಿಲ್ಲೆಗಳಲ್ಲಿ ಸ್ಥಾಪಿಸುವ ಕೈಗಾರಿಕೆಗಳಿಗೆ ಹೂಡಲಾಗುವ ಬಂಡವಾಳದಲ್ಲಿ ಶೇ.೧೫ರಷ್ಟು ಕೇಂದ್ರ ಸರಕಾರದಿಂದ ಧನಸಹಾಯ ಕೊಡಿಸುವುದು ಮತ್ತು ಬ್ಯಾಂಕುಗಳಿಂದ ಕಾರ್ಯ ನಿರ್ವಾಹಕ ಬಂಡವಾಳವನ್ನು ಕೊಡಿಸುವುದು. ವಿದ್ಯುತ್ ಮೇಲಿನ ತೆರಿಗೆ ಹಾಗೂ ಮಾರಾಟ ತೆರಿಗೆಯನ್ನು ರದ್ದು ಪಡಿಸುವುದು ಇನ್ನೂ ಮುಂತಾದ ನೆರವನ್ನು ಕೇಂದ್ರ ಸರಕಾರದಿಂದ ಕೊಡಿಸುವುದಾಗಿತ್ತು ಎಂದು ಸರಕಾರ ತಿಳಿಸಿತ್ತು. ೧೯೭೦-೮೦ರ ದಶಕದಲ್ಲಿ ರಾಜ್ಯ ಹಣಕಾಸು ನಿಗಮ ಹಿಂದುಳಿದ ಜಿಲ್ಲೆಗಳಲ್ಲಿ ಕೈಗಾರಿಕೆಗಳನ್ನು ಸ್ಥಾಪಿಸುವುದಕ್ಕೆ ೬.೫೬ಕೋಟಿ ರೂಪಾಯಿಗಳ ಸಾಲವನ್ನು ಮಂಜೂರು ಮಾಡಿತು.

ರಾಜ್ಯದ ಆಂತರಿಕ ವ್ಯಾಪಾರದ ಅಭಿವೃದ್ಧಿಗೆ ನೆರವಾಗಲು, ನಗರಸಭೆಗಳ ಮತ್ತು ಮಹಾನಗರ ಪಾಲಿಕೆಗಳ ಆಕ್ಟ್ರಾಯ್ ಸುಂಕವನ್ನು ಅಭಿವೃದ್ಧಿ ಪಡಿಸಿ ಅವುಗಳಿಗೆ ಪರಿಹಾರ ಧನ ಸಹಾಯವನ್ನು ಕಲ್ಪಿಸಿದರು. ಅರಸು ಅನುಷ್ಠಾನಕ್ಕೆ ತಂದ ಈ ಎಲ್ಲಾ ಆರ್ಥಿಕ ಕ್ರಮಗಳು ರಾಜ್ಯದಲ್ಲಿ ಆರ್ಥಿಕ ಅಭಿವೃದ್ಧಿ ವೇಗ ಹೆಚ್ಚಿಸಲು ಸಹಾಯಕವಾದವು. ಅಲ್ಲದೆ ಆರ್ಥಿಕ ಅಭಿವೃದ್ಧಿಯನ್ನು ಪ್ರಾದೇಶಿಕವಾಗಿ ವಿಕೇಂದ್ರಿಕರಿಸಲು ನೆರವಾದವು. ಈ ಪ್ರಗತಿಪರ ಆರ್ಥಿಕ

ಕಾರ್ಯಕ್ರಮಗಳ ಅನುಷ್ಠಾನದ ಫಲವಾಗಿ ಕರ್ನಾಟಕವು ದೇಶದ ಕೆಲವೇ ಮುಂದುವರಿದ ರಾಜ್ಯಗಳಲ್ಲಿ ಒಂದಾಗಿ ಸ್ಥಾನ ಪಡೆಯಿತು. ಈ ರೀತಿ ಇಂದಿರಾಗಾಂಧಿ ಪ್ರಾರಂಭಿಸಿದ ಬಡತನ ಮತ್ತು ನಿರುದ್ಯೋಗದ ವಿರುದ್ಧದ ಹೋರಾಟದಲ್ಲಿ ದೇವರಾಜ ಅರಸರೇ 'ಪ್ರಗತಿ ರಥದ ಸಾರಥಿ' ಆಗಿದ್ದರು.

ಒಟ್ಟಿನಲ್ಲಿ ಕೈಗಾರಿಕೀಕರಣವು ಒಂದು ದೇಶದ ಅಥವಾ ರಾಜ್ಯದ ಆರ್ಥಿಕ ಅಭಿವೃದ್ಧಿಯಲ್ಲಿ ಪ್ರಧಾನ ಪಾತ್ರವಹಿಸುತ್ತದೆ ಎಂಬುದನ್ನು ಯಾರೂ ಮರೆಯುವಂತಿಲ್ಲ. ಹೆಚ್ಚು ಕೈಗಾರಿಕಾ ಸ್ಥಾಪನೆಯಿಂದ ಮುಖ್ಯವಾಗಿ ಬಡತನದ ನಿವಾರಣೆಗೆ ಉದ್ಯೋಗವನ್ನು ಒದಗಿಸುತ್ತದೆ. ಅದರಿಂದ ಜನರ ಜೀವನವು ಸುಖಮಯವಾಗುತ್ತದೆ ಮತ್ತು ವರಮಾನವು ಹೆಚ್ಚುತ್ತದೆ. ಈ ವಿಚಾರವನ್ನು ಗಮನದಲ್ಲಿಟ್ಟುಕೊಂಡೇ ಅರಸು ಅವರು ರಾಜ್ಯದಲ್ಲಿ ಕುಂಠಿತವಾಗಿದ್ದ ಎಲ್ಲಾ ಆರ್ಥಿಕ ವಲಯಗಳನ್ನು ಸಮಾನವಾಗಿ ಅಭಿವೃದ್ಧಿ ಪಡಿಸಲು ಮುಂದಾದರು. ಆ ಮೂಲಕ ದೇಶದ ಅಥವಾ ರಾಜ್ಯದ ಆರ್ಥಿಕ ಅಭಿವೃದ್ಧಿಯ ಅಂಗಗಳಾದ ಕೃಷಿ, ಕೈಗಾರಿಕೆ ಮತ್ತು ಸೇವಾವಲಯದ ಕ್ಷೇತ್ರಗಳನ್ನು ಅಭಿವೃದ್ಧಿ ಪಡಿಸಿದರು. ಹೀಗಾಗಿ ದೇಶದ ಆರ್ಥಿಕ ಅಭಿವೃದ್ಧಿಯಲ್ಲಿ ೧೧ನೇ ಸ್ಥಾನದಲ್ಲಿದ್ದ ರಾಜ್ಯವು ಅರಸು ಅವರ ಆಡಳಿತದ ಅವಧಿಯಲ್ಲಿ ಅನುಷ್ಠಾನಕ್ಕೆ ತಂದ ಆರ್ಥಿಕ ನೀತಿಯ ವ್ಯವಸ್ಥೆಯಿಂದ ಐದನೇ ಸ್ಥಾನಕ್ಕೆ ಏರಿತ್ತು ಎಂಬುದು ಗಮನಾರ್ಹ ಸಂಗತಿ. ಈ ರೀತಿಯಾಗಿ ಅರಸು ಕೈಗಾರಿಕೆಗಳನ್ನು ಸ್ಥಾಪಿಸುವುದರ ಜೊತೆಗೆ ದೇಶಿಯ ಕೈಗಾರಿಕೆಗಳಾದ ಗುಡಿ ಹಾಗೂ ಗೃಹ ಕೈಗಾರಿಕೆಗಳಿಗೂ ಉತ್ತೇಜನ ನೀಡುತ್ತಾ ಅವುಗಳನ್ನೂ ಸಹ ಅಭಿವೃದ್ಧಿ ಪಡಿಸಿದರು. ಆದರೆ ಆಧುನಿಕ ಕರ್ನಾಟಕವನ್ನು ರೂಪಿಸಿದ ಕೈಗಾರಿಕಾ ಕ್ಷೇತ್ರದ ಬೆಳವಣಿಗೆಯ ಇತ್ತೀಚಿನ ಹಲವು ಮಜಲುಗಳನ್ನು ನಾವು ಗಮನಿಸಿದಾಗ ನಮ್ಮಲ್ಲಿ ಧನ್ಯತಾ ಮನೋಭಾವನೆ ಮೂಡುತ್ತದೆ. ಆದರೆ ಸಾಧನೆಯ ಹಾದಿಯಲ್ಲಿ ಆದ ಪ್ರಾದೇಶಿಕ ತಾರತಮ್ಯ, ಅಭಿವೃದ್ಧಿಯ ಅಸಮಾನತೆಗೂ ಕಾರಣವಾಯಿತು ಎಂಬುದನ್ನು ಯಾರು ಮರೆಯುವಂತಿಲ್ಲ. ಇವತ್ತಿನ ಜಾಗತೀಕರಣದ ತುಂಬು ಪ್ರವಾಹದಲ್ಲಿ ಲಕ್ಷಾಂತರ ಜನರಿಗೆ ಉದ್ಯೋಗ ನೀಡಿದ್ದ ಸಾವಿರಾರು ಉದ್ಯಮಗಳು ನೆಲಕಚ್ಚುತ್ತಿರುವುದು ಅಷ್ಟೇ ಆತಂಕ ಮೂಡಿಸುವಂತದ್ದು. ಈ ಹಿನ್ನೆಲೆಯಲ್ಲಿ ನಮ್ಮ ದೇಶದ ಕೈಗಾರಿಕಾ ನೀತಿ ಪುನರ್‌ವಿಮರ್ಶೆಗೆ ಒಳಪಡಬೇಕಾದ ಅಗತ್ಯತೆ ಎದ್ದು ಕಾಣುತ್ತಿದೆ. ಕರ್ನಾಟಕ ಅನೇಕ ಬಗೆಯ ದೇಶಿಯ ತಂತ್ರಜ್ಞಾನಕ್ಕೆ ಹೆಸರಾದ ಉದ್ಯಮಗಳು ಯಥೇಚ್ಛವಾಗಿವೆ. ಆದರೆ ಈ ಕುಶಲಕಲಾ ಕಾಯಕ ಜೀವಿ ಸಮುದಾಯಗಳನ್ನು ಈ ಆಧುನಿಕ ಪ್ರಪಂಚ ಸಂಪೂರ್ಣವಾಗಿ ನಿರ್ಲಕ್ಷಿಸಿದೆ. ಒಂದು ನಾಡಿನ ಪರಂಪರೆಯ ಜ್ಞಾನ ಹೀಗೆ ನಿರ್ಲಕ್ಷ್ಯದಿಂದ ನಶಿಸುತ್ತಿದೆ ಎಂದರೆ ದುರಂತವೆ ಸರಿ. ಎಲ್ಲಕ್ಕೂ ತಂತ್ರಜ್ಞಾನವೇ ಉತ್ತರವಲ್ಲ ಎಂಬ ಎಚ್ಚರಿಕೆಯೂ ಇವತ್ತಿನ ಪೀಳಿಗೆಗೆ ತಿಳಿಯಬೇಕಾಗಿದೆ.

೫.೪ ಕೈಗಾರಿಕೆಗಳ ಸ್ಥಾಪನೆ ಕುರಿತ ಚಿಂತನೆ

'ಕೈಗಾರಿಕೀಕರಣ ಇಲ್ಲವೆ ನಾಶ' ಎಂದು ವಿಶ್ವೇಶ್ವರಯ್ಯನವರು ಹೇಳಿರುವ ಮಾತು ನಿಜ. ಏಕೆಂದರೆ ಒಂದು ರಾಷ್ಟ್ರದ ಆರ್ಥಿಕ ಅಭಿವೃದ್ಧಿಯಲ್ಲಿ ಕೈಗಾರಿಕೀಕರಣವು ತುಂಬ ಮಹತ್ವ

ಪಾತ್ರ ವಹಿಸುತ್ತದೆ. ಅಸಿದ್ಧ ವಸ್ತುಗಳನ್ನು ಸಿದ್ಧ ವಸ್ತುಗಳನ್ನಾಗಿ ಪರಿವರ್ತಿಸುವ ಕ್ರಿಯೆಗೆ ಕೈಗಾರಿಕೆ ಎಂದು ಕರೆಯುತ್ತೇವೆ. ಕೈಗಾರಿಕೆಯನ್ನು ಸ್ಥಾಪಿಸುವ ಮತ್ತು ಅಭಿವೃದ್ಧಿಪಡಿಸುವ ಕಾರ್ಯಕ್ಕೆ ಕೈಗಾರಿಕೀಕರಣ ಅಥವಾ ಔದ್ಯೋಗೀಕರಣ ಎಂದು ಕರೆಯುತ್ತಾರೆ. ಆದ್ದರಿಂದಲೇ ಕೈಗಾರಿಕೀಕರಣವು ಅಭಿವೃದ್ಧಿಯನ್ನು ಶೀಘ್ರವಾಗಿ ಪರಿಹರಿಸುವ ಒಂದು ವಿಭಾಗ ಎಂದು ಕರೆಯುತ್ತಾರೆ. ಕೈಗಾರಿಕೀಕರಣವೆಂದರೆ ಆರ್ಥಿಕ ಅಭಿವೃದ್ಧಿ ಎಂದು ಇದುವರೆಗೂ ವ್ಯಾಖ್ಯಾನಿಸಲಾಗಿತ್ತು. ಅಂದರೆ ಇದರರ್ಥ ಕೈಗಾರಿಕಾ ಪ್ರಗತಿಯು ಆರ್ಥಿಕ ಅಭಿವೃದ್ಧಿಯ ಪ್ರಮುಖ ರೂಪವೆಂದೇ ಹೇಳಲಾಗಿತ್ತು. ಪಶ್ಚಿಮದ ದೇಶಗಳು ಈ ಮೂಲಕ ಆರ್ಥಿಕ ಅಭಿವೃದ್ಧಿಯನ್ನು ಸಾಧಿಸಿರುವುದನ್ನು ನಾವು ಕಾಣುತ್ತೇವೆ. ಇಂದು ಭಾರತವು ಕೂಡ ವಿದೇಶಿ ಕಂಪನಿಗಳೊಂದಿಗೆ ಒಪ್ಪಂದ ಮಾಡಿಕೊಂಡು ಅವರ ಸಹಯೋಗದೊಂದಿಗೆ ಕೈಗಾರಿಕೆಗಳನ್ನು ಸ್ಥಾಪಿಸಿ ಆ ಮೂಲಕ ಆರ್ಥಿಕವಾಗಿ ಅಭಿವೃದ್ಧಿ ಹೊಂದುವತ್ತ ದಿಟ್ಟ ಹೆಜ್ಜೆಯನ್ನಿಡುತ್ತಾ ಸಾಗುತ್ತಿದೆ. ಇದನ್ನು ಮನಗಂಡು ಅರಸು ರಾಜ್ಯವನ್ನು ಆರ್ಥಿಕವಾಗಿ ಮೇಲೆತ್ತುವ ದೃಷ್ಟಿಯಿಂದ ಹಲವಾರು ಕೈಗಾರಿಕಾ ಉದ್ಯಮಗಳ ಸ್ಥಾಪನೆಗೆ ಮುಂದಾದರು. ಅಂತೆಯೇ ಇವರ ಆಡಳಿತ ಅವಧಿಯಲ್ಲಿ ಭದ್ರಾವತಿ ಕಬ್ಬಿಣ ಕಾರ್ಖಾನೆ ಮತ್ತು ಉಕ್ಕಿನ ಕಾರ್ಖಾನೆಯನ್ನು ವಿಸ್ತರಿಸಿದರಲ್ಲದೆ ಅದನ್ನು ಲಾಭ ನೀಡುವ ಉದ್ದಿಮೆಯನ್ನಾಗಿ ಮಾಡಲಾಯಿತು. ಅಲ್ಲದೆ ಮಂಡ್ಯ ಜಿಲ್ಲೆಯಲ್ಲಿ ಸ್ಕೂಟರ್ ಮತ್ತು ಟಾಯರ್ ಕಾರ್ಖಾನೆಗಳು ಮತ್ತು ರಾಜ್ಯದಲ್ಲಿ ಸಿಮೆಂಟ್ ಹಾಗೂ ಸಕ್ಕರೆ ಕಾರ್ಖಾನೆಗಳೂ ಪ್ರಾರಂಭವಾದವು. ಇರಾನಿನ ಸಹಾಯದಿಂದ ಕುದುರೆಮುಖದಲ್ಲಿ ಕಬ್ಬಿಣದ ಅದಿರು ಎತ್ತುವ ಬೃಹತ್ ಉದ್ಯಮಕ್ಕೆ ಅಡಿಪಾಯವೂ ಹಾಕಲಾಯಿತು. ಈ ಸಂದರ್ಭದಲ್ಲಿ ದೇಶಿ ಸಂಸ್ಕೃತಿಯ ಗೃಹ ಮತ್ತು ಗುಡಿಕೈಗಾರಿಕೆಗಳಿಗೆ ಹೆಚ್ಚು ಉತ್ತೇಜನ ನೀಡುತ್ತಾ ಅವುಗಳನ್ನು ನಶಿಸದಂತೆಯೂ ನೋಡಿಕೊಂಡರು.

ಕೈಗಾರಿಕಾ ಪ್ರಗತಿಯಿಂದ ದೇಶ ಮತ್ತು ರಾಜ್ಯಪ್ರದೇಶವೊಂದರ ಕೃಷಿ ಮೂಲಕ ಸಂಸ್ಕರಣ ಉದ್ಯಮಗಳು ಅಭಿವೃದ್ಧಿಗೊಳ್ಳುವುದು ಸಾಧ್ಯವಿದೆ ಎಂಬುದು ಅರಸು ಅವರಿಗೆ ಮನವರಿಕೆಯಾಗಿತ್ತು. ಆ ಮೂಲಕ ಕೃಷಿ ಮತ್ತು ಕೈಗಾರಿಕೆ ನಡುವಣ ಅಂತರ ಸಂಬಂಧ ವೃದ್ಧಿಸುವುದು ಅರಸು ಅವರ ಆಶಯವಾಗಿತ್ತು. ಇದರಿಂದ ಪ್ರಾದೇಶಿಕ ಅಸಮಾನತೆಯನ್ನು ಹೊಗಲಾಡಿಸುವುದು ಅವರಿಗೆ ಸುಲಭವಾಯಿತು.

ಕರ್ನಾಟಕ ರಾಜ್ಯವು ಕೈಗಾರಿಕರಣದಲ್ಲಿ ಅರಸು ಅವಧಿಯ ಸಂದರ್ಭದಲ್ಲಿ ದಿಟ್ಟ ಹೆಜ್ಜೆಯನ್ನಿಟ್ಟು ಪ್ರಗತಿ ಸಾಧಿಸಿದರೆಂಬುದನ್ನು ಮರೆಯುವಂತಿಲ್ಲ ಮತ್ತು ಭಾರತ ಸರಕಾರದ ಎಲ್ಲಾ ಕೈಗಾರಿಕ ನೀತಿಗಳೂ ಕೂಡ ಕಾಲದಿಂದ ಕಾಲಕ್ಕೆ ಕರ್ನಾಟಕದ ಮೇಲೂ ಗಾಢ ಪ್ರಭಾವ ಬೀರಿವೆ ಎಂಬುದು ಅಷ್ಟೇ ಪ್ರಮುಖವಾದದ್ದು.

ಭಾರತ ಸರಕಾರದ ಕೈಗಾರಿಕ ನೀತಿಗಳು ಕರ್ನಾಟಕ ರಾಜ್ಯದ ಕೈಗಾರಿಕಾ ಪ್ರಗತಿಯ ದಿಶೆ, ಪಥ, ಸ್ವರೂಪವನ್ನು ನಿರ್ಧರಿಸಿವೆ. ಅವುಗಳನ್ನು ಈ ಮುಂದಿನಂತೆ ಸೂಚಿಸಲಾಗಿದೆ.

೧. ೧೯೫೬ ಕೈಗಾರಿಕಾ ನೀತಿ.

೨. ೧೯೬೯ ಏಕಸ್ವಾಮ್ಯ ಮತ್ತು ನಿರ್ಬಂಧಿತ ವಾಣಿಜ್ಯ ಆಚರಣೆಗಳ ಕಾಯಿದೆ.

೩. ಹಿಂದುಳಿದ ಪ್ರದೇಶಾಭಿವೃದ್ಧಿ ಕೈಗಾರಿಕೀಕರಣದ ಕಾಯಿದೆಗಳು.

೪. ಕಾಲದಿಂದ ಕಾಲಕ್ಕೆ ಜಾರಿಗೊಳಿಸಲಾದ ೧೯೫೬ರ ಕೈಗಾರಿಕಾ ನೀತಿಯ ತಿದ್ದುಪಡಿಗಳು

೫. ೧೯೭೧ ಮತ್ತು ೧೯೭೨ರ ಕೈಗಾರಿಕಾ ನೀತಿ ಸುಧಾರಣೆಗಳು.

ಈ ಮೇಲಿನ ಕೈಗಾರಿಕಾ ನೀತಿಗಳು ದೇಶದ ಆರ್ಥಿಕ ಅಭಿವೃದ್ಧಿಯಲ್ಲಿ ಎಷ್ಟು ಅತ್ಯಂತ ಪ್ರಮುಖ ಪಾತ್ರ ವಹಿಸಿವೆ ಎಂಬುದನ್ನು ಕಂಡುಕೊಂಡಿದ್ದ ಅರಸು ರಾಜ್ಯದಲ್ಲಿ ವಿವಿಧ ರೀತಿಯ ಕೈಗಾರಿಕೆ ಬೆಳವಣಿಗೆಗೆ ಅವಕಾಶ ಮಾಡಿಕೊಟ್ಟರು. ಕೈಗಾರಿಕೆಯು ಕೃಷಿ ತಳಪಾಯದ ಮೇಲೆ ಬೆಳೆಯಬೇಕಾಗಿರುವುದರಿಂದ ಕೈಗಾರಿಕೆಯನ್ನು ದ್ವಿತೀಯ ಕ್ಷೇತ್ರ ಎಂದು ಪರಿಗಣಿಸಿದ್ದರು. ಆರ್ಥಿಕತೆಯ ಅಸ್ತಿತ್ವದ ದೃಷ್ಟಿಯಿಂದ ಕೈಗಾರಿಕೆಗೆ ಕೃಷಿಯ ನಂತರದ ಸ್ಥಾನ. ಪರಿಣಾಮವಾಗಿ ತಮ್ಮ ಆಡಳಿತ ಅವಧಿಯಲ್ಲಿ ಔದ್ಯೋಗಿಕ ಕ್ಷೇತ್ರಕ್ಕೆ ಹೆಚ್ಚು ಮಹತ್ವ ನೀಡಿದರು. ಅಂತೆಯೇ ಅವರ ಕಾಲದಲ್ಲಿ ರಾಜ್ಯದಲ್ಲಿ ನಾಲ್ಕು ರೀತಿಯಲ್ಲಿ ಕೈಗಾರಿಕೆಗಳನ್ನು ಸ್ಥಾಪನೆ ಮಾಡಲು ಸಾಧ್ಯವಾಯಿತು.

೧. ಖಾಸಗಿ ಕ್ಷೇತ್ರದ ಕೈಗಾರಿಕೆ,

೨. ಸರಕಾರದ ವತಿಯಿಂದ ಸ್ಥಾಪನೆಯಾದ ಕೈಗಾರಿಕೆ.

೩. ಸಹಕಾರ ಕ್ಷೇತ್ರದಿಂದ ಸ್ಥಾಪನೆಯಾದ ಕೈಗಾರಿಕೆ

೪. ಸಂಯುಕ್ತ ಅಂದರೆ ಸರಕಾರದವರು ಮತ್ತು ಖಾಸಗಿ ಬಂಡವಾಳಗಾರರು ಉಭಯೇತ್ರರು ಸೇರಿ ಸ್ಥಾಪನೆ ಮಾಡಬಹುದಾದ ಕೈಗಾರಿಕೆಗಳು"[೫]

ಇದು ಕರ್ನಾಟಕದಲ್ಲಿ ಅಲ್ಲದೆ ರಾಷ್ಟ್ರಮಟ್ಟದಲ್ಲಿ ಈ ರೀತಿಯ ಕೈಗಾರಿಕೆಗಳನ್ನು ಸ್ಥಾಪನೆ ಮಾಡಲು ಸಾಕಷ್ಟು ಶ್ರಮಿಸಿದರು. ಕೇವಲ ವ್ಯವಸಾಯದಿಂದಲೇ ನಮ್ಮ ದೇಶ ಅಭಿವೃದ್ಧಿಯಾಗದು. ಆದ್ದರಿಂದ ವ್ಯವಸಾಯದ ಜೊತೆಗೆ ಕೈಗಾರಿಕೆಗಳು ಬೆಳೆಯಬೇಕು ಅಂದಾಗ ಮಾತ್ರ ದೇಶದ ಸಂಪತ್ತು ಹೆಚ್ಚುತ್ತದೆ ಎನ್ನುವ ಮಾತನ್ನು ಒತ್ತಿ ಹೇಳುತ್ತಾ, ಇದರಿಂದ ಬಡತನ ಮತ್ತು ನಿರುದ್ಯೋಗವನ್ನು ಬೇರು ಸಮೇತ ಕಿತ್ತುಹಾಕಲು ಸಾಧ್ಯವಾಗುತ್ತದೆ ಎಂಬ ಅಭಿಪ್ರಾಯವನ್ನೂ ವ್ಯಕ್ತಪಡಿಸಿದ್ದರು.

> "ರಾಷ್ಟ್ರೀಯ ಯೋಜನೆ ಮತ್ತು ಪ್ರಾದೇಶಿಕ ಯೋಜನೆ, ಗ್ರಾಮಾಂತರ ಯೋಜನೆ ಹಾಗೂ ಸಾರ್ವಜನಿಕ ಸಹಭಾಗಿತ್ವ, ಆಧುನೀಕರಣ, ಪ್ರಾದೇಶಿಕ ಅಸಮತೋಲನಗಳು, ಗ್ರಾಮೀಣ ಅಭಿವೃದ್ಧಿಯ ಬಗ್ಗೆ ಚರ್ಚಿಸುವುದು, ಅಭಿವೃದ್ಧಿ ಬಗ್ಗೆ ಆಲೋಚಿಸುವುದು, ಪರಿಸರದ ಪುನರ್‌ರಚನೆ ಮತ್ತು ಪ್ರಾದೇಶಿಕ ಯೋಜನೆಗಳಲ್ಲಿ ಕೆಲಸ ಮಾಡಿದವರಿಗೆ ತರಬೇತಿ ನೀಡುವುದು ಮುಂತಾದ ಯೋಜನೆಗಳು ಕರ್ನಾಟಕದ ಪ್ರಗತಿಗೆ ವಿಶೇಷ ಮಹತ್ವದ ಯೋಜನೆಗಳಾಗಿವೆ"[೬]

ಎಂದು ಅರಸು ತಮ್ಮ ಭಾಷಣದಲ್ಲಿ ಸ್ಪಷ್ಟವಾಗಿ ಹೇಳಿದ್ದಾರೆ. ಹೀಗಾಗಿ ೧೯೭೨ರಲ್ಲಿ ಕೈಗಾರಿಕೆಗಳಿಂದ ಇದ್ದ ೨೦೭ ಕೋಟಿರೂಪಾಯಿ ಉತ್ಪಾದನೆ ೧೯೭೮-೭೯ರ ಹೊತ್ತಿಗೆ ೨೩೩ ಕೋಟಿ ರೂಪಾಯಿಗಳಿಗೆ ಮುಟ್ಟಿತ್ತು. ಇದು ಅರಸು ಅವಧಿಯಲ್ಲಾದ ಕೈಗಾರಿಕಾ ಕ್ಷೇತ್ರದಲ್ಲಿ ಬಹುಮುಖ ಪ್ರಗತಿ ಸಾಧಿತವಾಗಿದೆ ಎಂಬುದನ್ನು ಸಾಭೀತುಪಡಿಸುತ್ತದೆ.

ಮುಂದೆ ಐದನೇ ಯೋಜನೆಯನ್ನು ಜಾರಿಗೆ ತರುವುದರ ಮೂಲಕ 'ಅಧಿಕ ಉತ್ಪಾದನೆ, ಸ್ವಾವಲಂಬನೆ' ಇವುಗಳ ಜೊತೆಗೆ ನಿರುದ್ಯೋಗ ಸಮಸ್ಯೆಯನ್ನು ಹೋಗಲಾಡಿಸಿ ಉದ್ಯೋಗಾವಕಾಶಗಳನ್ನು ಒದಗಿಸುವುದು ಇವರ ಮೂಲ ಉದ್ದೇಶವಾಗಿತ್ತು. ನಿರುದ್ಯೋಗ ಸಮಸ್ಯೆಯನ್ನು ಪರಿಹರಿಸಲು ಇರುವ ಏಕೈಕ ಮಾರ್ಗ ಎಂದರೆ ಔದ್ಯೋಗಿಕ ಕ್ಷೇತ್ರದಲ್ಲಿ ಪ್ರಗತಿಯನ್ನು ಸಾಧಿಸುವುದು. ಇಲ್ಲವಾದರೆ ದೇಶ ಬಡತನದ ಕ್ಷಿಪ್ರಕ್ರಾಂತಿಗೆ ಸಿಲುಕಬೇಕಾಗುತ್ತದೆ ಎನ್ನುವ ಸಂಶಯ ಅವರದು. ಈ ನಿರುದ್ಯೋಗ ಸಮಸ್ಯೆ ಎನ್ನುವ ಭೂತ ಅರಸರನ್ನು ಎಷ್ಟು ಕಾಡಿತ್ತೆಂದರೆ, ಅವರು ಒಮ್ಮೆ ಕಾರ್ಮಿಕರ ಕಲ್ಯಾಣಕಾರ್ಯಕ್ರಮದಲ್ಲಿ ಭಾಗವಹಿಸಿ ಮಾತನಾಡುತ್ತಾ ಅರಸು ಅವರು -

> "ನಿರುದ್ಯೋಗ ಸಮಸ್ಯೆಯು ಅಭಿವೃದ್ಧಿಶೀಲ ರಾಷ್ಟ್ರಗಳಿಗೆ ಒಂದು ಬಹುದೊಡ್ಡ ಹೊರೆಯಾಗಿ ಕಾಡುತ್ತಿದೆ. ಅಲ್ಲದೆ, ಇದು ವರ್ಷದಿಂದ ವರ್ಷಕ್ಕೆ ಇನ್ನೂ ಹೆಚ್ಚಾಗುತ್ತಲೇ ಇದೆ. ಆದ್ದರಿಂದ, ಇವರಿಗೆ ಉದ್ಯೋಗ ದೊರೆಯಬೇಕೆಂದರೆ ನಮ್ಮ ದೇಶದಲ್ಲಿ ಕೈಗಾರಿಕೆಗಳು ಬೇಗ ಬೆಳೆಯಬೇಕಾಗಿದೆ. ಅಂದರೆ, ಕೈಗಾರಿಕಾ ಕ್ಷೇತ್ರದಲ್ಲಿ ನಾವು ಅಭಿವೃದ್ಧಿ ಹೊಂದಬೇಕಾಗಿದೆ. ವ್ಯವಸಾಯ ಕ್ಷೇತ್ರದಲ್ಲಿಯೂ ಹೆಚ್ಚು ಅಭಿವೃದ್ಧಿ ಸಾಧಿಸಬೇಕಾಗಿದೆ. ನಾವು ಎಷ್ಟು ಬೇಗ ಅಭಿವೃದ್ಧಿ ಹೊಂದುತ್ತೇವೊ ಅಷ್ಟು ಬೇಗ ಈ ನಿರುದ್ಯೋಗ ಸಮಸ್ಯೆಯನ್ನು ಬಗೆಹರಿಸುವುದಕ್ಕೆ ಸಾಧ್ಯವಿದೆ"[೬]

ಎಂಬುದನ್ನು ಒತ್ತಿ ಹೇಳಿದರು. ಅರಸು ಅವರ ಈ ಮೇಲಿನ ಮಾತು ದೇಶದಲ್ಲಿ ಕೈಗಾರಿಕೆಗಳ ಸ್ಥಾಪನೆಯ ಅಗತ್ಯತೆ ಮತ್ತು ವಿದ್ಯಾವಂತ ಯುವಕರಿಗೆ ಉದ್ಯೋಗದ ಅವಶ್ಯಕತೆಯನ್ನು, ಅವರ ಬಗೆಗಿನ ಕಳಕಳಿಯನ್ನು ಬಿಂಬಿಸುತ್ತದೆ.

೫.೫ 'ಇಪ್ಪತ್ತು ಅಂಶ'ಗಳ ರಾಷ್ಟ್ರೀಯ ಕಾರ್ಯಕ್ರಮ ಅನುಷ್ಠಾನ

೧೯೭೫ರ ಕಾಲಘಟ್ಟವು ಪ್ರಧಾನಿ ಇಂದಿರಾಗಾಂಧಿ ರಾಷ್ಟ್ರೀಯ ತುರ್ತು ಪರಿಸ್ಥಿತಿ ಹೇರಿದ ಸಂದರ್ಭವದು. ಈ ತುರ್ತು ಪರಿಸ್ಥಿತಿಯು ಆಗ ದೇಶದ ರಾಜಕಾರಣದಲ್ಲೇ ಒಂದು ಬಿರುಗಾಳಿಯ ಅಲೆಯನ್ನೇ ಎಬ್ಬಿಸಿತ್ತು. ವ್ಯಕ್ತಿ ಸ್ವಾತಂತ್ರ್ಯವನ್ನು ಹರಣ ಮಾಡಲಾಗಿತ್ತು. ಪತ್ರಿಕಾ ಮತ್ತು ಮಾಧ್ಯಮದವರ ಮೇಲೆ ನಿರ್ಬಂಧ ಹೇರಲಾಗಿತ್ತು. ದೇಶದ ರಾಜಕಾರಣದ ಮಹಾನ್ ನಾಯಕರನ್ನು ಹಿಡಿದು ಜೈಲಿಗೆ ಕಳಿಸಲಾಗಿತ್ತು. ಒಂದಂತದಲ್ಲಿ ದೇಶದ ರಾಜಕಾರಣ ಅದೋಗತಿಯ ಸ್ಥಿತಿಗೆ ತಳ್ಳಲ್ಪಟ್ಟಿತ್ತು. ಆದರೆ ಇಂತಹ ಸಂದರ್ಭದಲ್ಲಿಯೂ ರಾಷ್ಟ್ರೀಯ

ನಾಯಕಿ ಇಂದಿರಾಗಾಂಧಿ ಜನಸಾಮಾನ್ಯರ ಬಗೆಗೆ ತೋರಿದ ಕಾಳಜಿ ಅನನ್ಯವಾದುದು. ಏಕೆಂದರೆ ಇಂಥ ದುರ್ಬಲ ಪರಿಸ್ಥಿತಿಯಲ್ಲಿಯೂ ಬಡವರ ಏಳಿಗೆಗಾಗಿ "ಇಪ್ಪತ್ತು ಅಂಶಗಳ" ರಾಷ್ಟ್ರೀಯ ಕಾರ್ಯಕ್ರಮವನ್ನು ಘೋಷಣೆ ಮಾಡಿದರು. ಈ ಸಂದರ್ಭದಲ್ಲಿ ಇಂದಿರಾಗಾಂಧಿಯವರಿಗೆ ಸಂಪೂರ್ಣ ಬೆಂಬಲ ನೀಡಿದವರು ನಾಡಿನ ಮುತ್ಸದ್ಧಿ ರಾಜಕಾರಣಿ ದೇವರಾಜ ಅರಸು. ೧೯೭೭ರ ಲೋಕಸಭಾ ಚುನಾವಣೆಯನ್ನು ಗುರಿಯಾಗಿಟ್ಟುಕೊಂಡು ಇಂದಿರಾ ಅವರು ರಾಜಕೀಯ ಅವಕಾಶಕ್ಕಾಗಿ ಈ ಕಾರ್ಯಕ್ರಮವನ್ನು ಘೋಷಣೆ ಮಾಡಿದರೆಂದು ಹಲವಾರು ವಾಮವಾದಿ ರಾಜಕಾರಣಿಗಳು ಇಂದಿರಾಗಾಂಧಿ ಮತ್ತು ಅವರ ಬೆಂಬಲಿಗರನ್ನು ದೂರಿದರು. ಆದರೆ ಅರಸು ಈ ವಾಮ ವಾದಿಗಳ ಯಾವುದೇ ಪ್ರತಿಭಟನೆಯನ್ನು ಗಮನಿಸದೆ ರಾಜ್ಯದಲ್ಲಿ ಇಪ್ಪತ್ತು ಅಂಶಗಳ ಕಾರ್ಯಕ್ರಮವನ್ನು ಜಾರಿಗೊಳಿಸಿ ಅದನ್ನು ಅನುಷ್ಠಾನಕ್ಕೆ ತಂದರು. ಈ ಕಾರ್ಯ ಯೋಜನೆಯು ಜಾರಿಗೆ ಬಂದದ್ದು ದೇಶದ ಸರ್ವತೋಮುಖ ದೃಷ್ಟಿಯಿಂದ. ಆದರೆ ಇದು ಪ್ರಾಮಾಣಿಕವಾಗಿ ಜಾರಿಗೆ ಬಂದದ್ದು ಕರ್ನಾಟಕ ರಾಜ್ಯದಲ್ಲಿ ಮಾತ್ರವೇ ಎಂದು ಹೇಳಬಹುದು. ಬೇರೆ ಬೇರೆ ರಾಜ್ಯಗಳಲ್ಲಿ ಕಾರ್ಯಕ್ರಮ ಜಾರಿಗೆ ಬಂದಿತಾದರೂ, ಅದು ಹೆಸರಿಗೆ ಮಾತ್ರವಾಗಿತ್ತು. ಈ ಕಾರ್ಯಕ್ರಮ ಆ ರಾಜ್ಯಗಳಲ್ಲಿ ಯಶಸ್ವಿಯಾಗಲಿಲ್ಲ. ಆದರೆ, ಅರಸು ಅವರಿಗಿದ್ದ ದೀನ-ದಲಿತರ ಬಗೆಗಿನ ಕಾಳಜಿಯಿಂದಾಗಿಯೇ ನಮ್ಮ ರಾಜ್ಯದಲ್ಲಿ ಈ ಕಾರ್ಯಕ್ರಮಕ್ಕೆ ಆದ್ಯತೆ ದೊರೆಯಿತು. ದೇವರಾಜ ಅರಸು ಇಂದಿರಾಗಾಂಧಿಯವರಿಗೆ ಈ ಕುರಿತು ಮನವರಿಕೆ ಮಾಡಿಕೊಡದಿದ್ದರೆ ಈ ಯೋಜನೆ ಕೇವಲ ಯೋಜನೆಯಾಗಿ ಉಳಿಯುತ್ತಿತ್ತೇನೋ ಎನಿಸುತ್ತದೆ. ಹೀಗಾಗಿ ಕೇಂದ್ರ ಸರಕಾರದ ಈ ಯೋಜನೆಯ ಮೂಲ ಕರ್ನಾಟಕವೆಂದರೆ ಅತಿಶಯೋಕ್ತಿಯಾಗಲಾರದು.

ಈ ಮೊದಲೇ ಹೇಳಿದಂತೆ ಇಂದಿರಾಗಾಂಧಿಯವರಿಂದ 'ಗರೀಬಿ ಹಠಾವೊ' ಘೋಷಣೆಯಾದದ್ದು ಕೂಡ ಕರ್ನಾಟಕದಲ್ಲೇ ಎಂಬುದನ್ನು ಇಲ್ಲಿ ಸ್ಮರಿಸಬಹುದು. ಆದ್ದರಿಂದ ಬಡತನ ನಿರ್ಮೂಲನಕ್ಕೆ ಕಾರಣವಾಗಬಲ್ಲ ಇಪ್ಪತ್ತು ಅಂಶಗಳ ಕಾರ್ಯಕ್ರಮದ ಅನುಷ್ಠಾನ ಕರ್ನಾಟಕದಲ್ಲಿ ಪರಿಣಾಮಕಾರಿಯಾಗಿ ನಡೆಯಿತು. ದೇವರಾಜ ಅರಸು ಅವರೇ ಮುಖ್ಯಮಂತ್ರಿಯಾದ್ದರಿಂದ ಈ ಕಾರ್ಯಕ್ರಮಕ್ಕೆ ಮತ್ತಷ್ಟು ಮಹತ್ವ ಬಂದಿತು. ಈ ಕಾರಣದಿಂದಲೇ ಅದು ಹೆಚ್ಚು ಪ್ರಾಮುಖ್ಯತೆಯನ್ನು ಪಡೆದುಕೊಂಡಿತು. ಆದರೆ ಅಧಿಕಾರ ಕಳೆದುಕೊಂಡಿದ್ದ ರಾಜಕೀಯ ಪಕ್ಷಗಳು, ಪಟ್ಟಭದ್ರ ಹಿತಗಳ ಪುರೋಹಿತಶಾಹಿಗಳು ಈ ಸಂದರ್ಭದಲ್ಲಿ ಪ್ರಜಾಪ್ರಭುತ್ವದ ಅರ್ಥ ಸ್ವರೂಪವನ್ನೇ ವಿಕೃತಿಗೊಳಿಸಿ ಅರಸು ಅನುಷ್ಠಾನಕ್ಕೆ ತಂದ ಪ್ರಗತಿ ಪರ ಕ್ರಾಂತಿಕಾರಕ ಸುಧಾರಣೆಗಳ ವಿರುದ್ಧ ಪ್ರತಿಕ್ರಾಂತಿಯನ್ನು ಆರಂಭಿಸಿದರು. ಅಷ್ಟೇ ಅಲ್ಲದೆ ಈ ಪಟ್ಟಭದ್ರ ಹಿತಾಸಕ್ತಿಗಳು ಪ್ರಜಾಪ್ರಭುತ್ವದ ಹೆಸರಿನಲ್ಲಿ, ವ್ಯಕ್ತಿ ಸ್ವಾತಂತ್ರ್ಯದ ನೆಪದಲ್ಲಿ ಪ್ರಜಾಪ್ರಭುತ್ವದ ಮೂಲವನ್ನೇ ಶಿಥಿಲಗೊಳಿಸಲು ಹವಣಿಸಿದ್ದೂ ಉಂಟು. ಈ ಪಟ್ಟಭದ್ರರ ಪ್ರತಿದಾಳಿಯನ್ನು ಈ ಹಿಂದೆಯೂ ಸಾಕಷ್ಟು ಬಾರಿ ಎದುರಿಸಿದ್ದ ಅರಸು ಅವರಿಗೆ ಈ ಪ್ರತಿಭಟನೆಯೇನು ಹೊಸತಾಗಿರಲಿಲ್ಲ. ಅಲ್ಲದೆ ಇದನ್ನು ಲೆಕ್ಕಿಸಿಯೂ ಇರಲಿಲ್ಲ. ಏಕೆಂದರೆ,

ಸಾಮಾನ್ಯ ಜನರ ಕಾಳಜಿಯೇ ಅವರ ಉಸಿರಾಗಿತ್ತು. ಸಾಮಾನ್ಯರ ಅಭಿವೃದ್ಧಿಯಾದರೆ ಮಾತ್ರ ದೇಶ ಅಭಿವೃದ್ಧಿಯಾಗುತ್ತದೆ ಎನ್ನುವ ಉದ್ದೇಶ ಅವರದಾಗಿತ್ತು.

ಕಾರ್ಯಕ್ರಮದ ಇಪ್ಪತ್ತು ಅಂಶಗಳು

ಜುಲೈ, ೧, ೧೯೭೫ರಂದು ತುರ್ತು ಪರಿಸ್ಥಿತಿಯನ್ನು ಘೋಷಿಸಿದ ಅಂದಿನ ಪ್ರಧಾನಿ ಇಂದಿರಾಗಾಂಧಿ 'ಇಪ್ಪತ್ತು ಅಂಶಗಳ ರಾಷ್ಟ್ರೀಯ ಕಾರ್ಯಕ್ರಮ'ವನ್ನು ಘೋಷಣೆ ಮಾಡಿದರು. ಅದನ್ನು ರಾಜ್ಯದಲ್ಲಿ ಕಟ್ಟುನಿಟ್ಟಾಗಿ ಅನುಷ್ಠಾನಕ್ಕೆ ತಂದು, ಯಶಸ್ವಿಗೊಳಿಸಿದ್ದು ದೇವರಾಜ ಅರಸು. ಇದರ ಉದ್ದೇಶ ಆರ್ಥಿಕ ಶಿಸ್ತನ್ನು ಪುನರ್‌ಸ್ಥಾಪನೆ ಮಾಡುವುದೇ ಆಗಿತ್ತು. ಆ ಇಪ್ಪತ್ತು ಅಂಶಗಳನ್ನು ಈ ಕೆಳಗೆ ನೀಡಲಾಗಿದೆ.

೧. ಬೆಲೆಯ ಇಳಿತವನ್ನು ಸಾಧಿಸುವುದು.
೨. ಭೂಮಿ ಇಲ್ಲದವರಿಗೆ ಭೂಮಿಯನ್ನು ನೀಡುವುದು.
೩. ಗ್ರಾಮೀಣ ಜನರಿಗೆ, ಗೃಹನಿರ್ಮಾಣ ಯೋಜನೆ ಅಡಿಯಲ್ಲಿ ಮನೆಯನ್ನು ಒದಗಿಸುವುದು.
೪. ಜೀತ ವಿಮುಕ್ತಿಯನ್ನು ಸಾಧಿಸುವುದು.
೫. ಗ್ರಾಮೀಣ ಸಾಲದ ಬಿಡುಗಡೆ.
೬. ಕನಿಷ್ಟವೇತನ ಏರಿಕೆ.
೭. ಒಣ ಭೂಮಿ ಕೃಷಿಗೆ ಹೆಚ್ಚು ನೀರನ್ನು ಒದಗಿಸುವುದು.
೮. ವಿದ್ಯುತ್ ಪೂರೈಕೆಯನ್ನು ಹೆಚ್ಚಿಸುವುದು.
೯. ಗ್ರಾಮೀಣ ಪ್ರದೇಶಗಳ ಕೈಮಗ್ಗಗಳ ಉದ್ಯಮದ ಅಭಿವೃದ್ಧಿ.
೧೦. ನಿಯಂತ್ರಿತ ಬೆಲೆಯಲ್ಲಿ ಬಟ್ಟೆಯ ಸರಬರಾಜು ಮಾಡುವುದು.
೧೧. ನಗರ ಜಮೀನಿನ ನಿಯಂತ್ರಣ.
೧೨. ಕಳ್ಳತನದ ನಿರ್ಮೂಲನೆ.
೧೩. ಕಳ್ಳಸಾಗಾಣಿಕೆಯ ವಿರುದ್ಧ ಕ್ರಮಕೈಗೊಳ್ಳುವುದು.
೧೪. ಅನುಜ್ಞಾ ಪತ್ರ ನೀಡುವ ವಿಧಾನದ ಸರಳೀಕರಣ.
೧೫. ಕೈಗಾರಿಕೆಗಳ ನಿರ್ವಹಣೆಯಲ್ಲಿ ಕೆಲಸಗಾರರ ಬಳಸುವಿಕೆ.
೧೬. ಅವಶ್ಯಕ ವಸ್ತುಗಳ ಸುಲಭ ಸಾಗಾಟ.
೧೭. ಆದಾಯ ಕರದಲ್ಲಿ ಪರಿಹಾರ.
೧೮. ಬಡವಿದ್ಯಾರ್ಥಿಗಳಿಗೆ ಸಹಾಯ.
೧೯. ವಿದ್ಯಾರ್ಥಿಗಳಿಗೆ ಪಠ್ಯ ಹಾಗೂ ಲೇಖನ, ಪುಸ್ತಕಗಳ ಪೂರೈಕೆ.
೨೦. ಉದ್ಯೋಗಕ್ಕಾಗಿ ತರಬೇತಿ.[೮]

ಈ ಮೇಲಿನ ಇಪ್ಪತ್ತು ಅಂಶಗಳ ಕಾರ್ಯಕ್ರಮಗಳನ್ನು ಅರಸು ಅವರು ರಾಜ್ಯದಲ್ಲಿ ಬರದಿಂದ ಕಾರ್ಯಗತಗೊಳಿಸಿದರು. ಅವುಗಳನ್ನು ಸಂಕ್ಷಿಪ್ತವಾಗಿ ಈ ಕೆಳಗಿನಂತೆ ವಿಶ್ಲೇಷಿಸಲಾಗಿದೆ.

೧. ಬೆಲೆ ಇಳಿತವನ್ನು ಸಾಧಿಸುವುದು

ದುಬಾರಿ ಬೆಲೆ ವಸ್ತುಗಳನ್ನು ಕೊಂಡುಕೊಳ್ಳಲು ದೀನ ದಲಿತರಿಗೆ ಅನುಕೂಲವಾಗಲೆಂದು, ಅಕ್ಕಿ ಎಣ್ಣೆ ಕಾಳು ಇತ್ಯಾದಿ ಖಾದ್ಯ ಪದಾರ್ಥಗಳ ಬೆಲೆಯನ್ನು ನಿಯಂತ್ರಣಕ್ಕೆ ತಂದದ್ದು ಅರಸು ಸರಕಾರದ ಹೆಗ್ಗಳಿಕೆ. ಇದು ಅರಸು ಅವರಿಗೆ ಇದ್ದ ದೀನ ದಲಿತರ ಬಗೆಗಿನ ಕಳಕಳಿಯನ್ನು ಬಿಂಬಿಸುತ್ತದೆ.

೨. ಭೂಮಿ ಹಂಚುವುದು

೧೯೭೪ರಲ್ಲಿ ಭೂ ಸುಧಾರಣೆ ಕಾಯಿದೆಯನ್ನು ಜಾರಿಗೊಳಿಸಿ ಭೂಮಿ ಇಲ್ಲದವರಿಗೆ ಭೂಮಿಯನ್ನು ಹಂಚಿದರು. ಈ ಮೂಲಕ ಸಾವಿರಾರು ಬಡಕುಟುಂಬಗಳು ಭೂಮಿಯನ್ನು ಪಡೆದು 'ಉಳುವವನೆ ಹೊಲದೊಡೆಯ'ನಾಗಲು ಸಾಧ್ಯವಾಯಿತು. ಮೂಲಭೂತವಾಗಿ ಈ ಚಿಂತನೆ ಸಾಮಾಜಿಕ ಆಶಯಗಳಿಂದ ಪ್ರೇರೇಪಿತವಾಗಿರುತ್ತದೆ.

೩. ಗ್ರಾಮೀಣ ಜನರಿಗೆ ಗೃಹನಿರ್ಮಾಣ ಯೋಜನೆ ಅಡಿ ಮನೆಯನ್ನು ಒದಗಿಸುವುದು

ಇದು ಅರಸು ಅವರ ವರ್ಗಕಳಕಳಿಯನ್ನು ಬಿಂಬಿಸುತ್ತದೆ. ಕಡು ಬಡವರಿಗೂ ಸರಕಾರದ ಯೋಜನೆಗಳನ್ನು ಸುಲಭವಾಗಿ ತಲುಪುವಂತೆ ಮಾಡಿದ್ದು ಅರಸು ಅವರ ದಕ್ಷ ಆಡಳಿತಕ್ಕೆ ಒಂದು ನಿದರ್ಶನ.

೪. ಜೀತ ವಿಮುಕ್ತಿಯನ್ನು ಸಾಧಿಸುವುದು:

ಜೀತ ಪದ್ಧತಿ ಸಾಮಾಜಿಕ ಅನಿಷ್ಠಗಳ ಸಾಲಿನಲ್ಲಿದ್ದ ಒಂದು ಸಮಸ್ಯೆಯಾಗಿತ್ತು. ಸಾಮಾನ್ಯವಾಗಿ ಇದರಿಂದ ಹಾನಿಗೊಳಗಾದವರು ಕೆಳಜಾತಿಯ ಜನರೇ ಆಗಿದ್ದರು. ಅರಸು ಅವರು ಈ ಪದ್ಧತಿಯನ್ನು ನಿಷೇಧಿಸಿದರು. ಇದು ಅವರ ಸಾಮಾಜಿಕ ಕಳಕಳಿಯನ್ನು ಬಿಂಬಿಸುತ್ತದೆ. ಇದಕ್ಕೆ ಸಂಪುಟದ ಸಚಿವರಾದ ಬಸವಲಿಂಗಪ್ಪನವರ ಪ್ರತ್ಯೇಕ ಕಾಳಜಿಯೂ ಕಾರಣವಾಗಿತ್ತು.

೫. ಗ್ರಾಮೀಣ ಸಾಲದ ಬಿಡುಗಡೆ

ಅರ್ಥಶಾಸ್ತ್ರದಲ್ಲಿ ಮತ್ತು ಆರ್ಥಿಕ ವಿಚಾರಗಳಲ್ಲಿ ಅರಸು ಅವರಿಗಿದ್ದ ವಿಶೇಷ ತಿಳುವಳಿಕೆಯನ್ನು ಈ ಯೋಜನೆ ಬಿಂಬಿಸುತ್ತದೆ. ಇದರಿಂದ ಬಡಜನರ ಆರ್ಥಿಕ ಮುಗ್ಗಟ್ಟನ್ನು ಅರಸು ನಿವಾರಿಸಿದ ಕೀರ್ತಿಗೆ ಪಾತ್ರರಾದರು.

೬. ಕನಿಷ್ಟವೇತನ ಏರಿಕೆ

ಈ ಯೋಜನೆಯು ಸಮಾಜ ಆರ್ಥಿಕತೆಗೆ ಸಂಬಂಧಪಟ್ಟದು. ಇದರ ಹಿಂದೆ ಅರಸು ಅವರ ಮೇಲಾದ ಮಾರ್ಕ್ಸಿಸ್ಟ್ ಸಿದ್ಧಾಂತಗಳ ಪ್ರಭಾವವನ್ನು ಗುರುತಿಸಬಹುದು. ಈ ಹಿನ್ನೆಲೆಯಲ್ಲಿ ಶ್ರಮಸಿದ್ಧಾಂತಕ್ಕೊಂದು ಅರ್ಥಪೂರ್ಣತೆಯನ್ನು ತಂದರು.

೭. ಒಣ ಭೂಮಿ ಕೃಷಿಗೆ ಹೆಚ್ಚು ನೀರನ್ನು ಒದಗಿಸುವುದು

ಈ ಯೋಜನೆ ಕೃಷಿ ಚಟುವಟಿಕೆಗಳಿಗೆ ಸಂಬಂಧಿಸಿದ್ದು. ಪಾಳುಬಿದ್ದ ಭೂಮಿಗೆ ನೀರನ್ನು ಒದಗಿಸುವ ಮೂಲಕ ಕೃಷಿ ಚಟುವಟಿಕೆಗಳು ಆರಂಭಗೊಂಡವು. ಇದೊಂದು ಮಹತ್ವದ ಯೋಜನೆಯಾಗಿದ್ದು ಬರಡು ಪ್ರದೇಶದ ರೈತರು ಇದರ ಮುಖ್ಯ ಫಲಾನುಭವಿಗಳಾದರು.

೮. ವಿದ್ಯುತ್ ಪೂರೈಕೆಯನ್ನು ಹೆಚ್ಚಿಸುವುದು:

ಕರ್ನಾಟಕದಲ್ಲಿ ಮೊದಲಿನಿಂದಲೂ ಹಲವಾರು ವಿದ್ಯುತ್ ಯೋಜನೆಗಳು ಚಾಲ್ತಿಯಲ್ಲಿದ್ದವು. ಆದರೆ ಇವು ನಗರ ಕೇಂದ್ರಿತವಾಗಿದ್ದವು. ವಿದ್ಯುತ್ ಸೌಕರ್ಯಗಳನ್ನು ಗ್ರಾಮೀಣ ಜನರಿಗೆ ಒದಗಿಸಿದ ಶ್ರೇಯಸ್ಸು ಅರಸು ಅವರ ಸರ್ಕಾರದ್ದಾಗಿದೆ.

೯. ಗ್ರಾಮೀಣ ಪ್ರದೇಶಗಳ ಕೈಮಗ್ಗಗಳ ಉದ್ಯಮದ ಅಭಿವೃದ್ಧಿ

ಈ ಯೋಜನೆ ಕೈಗಾರಿಕಾ ಕ್ಷೇತ್ರಕ್ಕೆ ಸಂಬಂಧಿಸಿದ್ದು ಸಣ್ಣ ಕೈಗಾರಿಕೆ ಕುಶಲಕರ್ಮಿಗಳಿಗೆ ಇದು ಸಹಾಯಕವಾಯಿತು. ಗ್ರಾಮೀಣ ಪ್ರದೇಶದ ಜನರಿಗೆ ಉದ್ಯೋಗವನ್ನು ಒದಗಿಸುವಲ್ಲಿ ಇದು ಮುಖ್ಯಪಾತ್ರ ವಹಿಸಿತು.

೧೦. ನಿಯಂತ್ರಿತ ಬೆಲೆಯಲ್ಲಿ ಬಟ್ಟೆ ಸರಬರಾಜು ಮಾಡುವುದು

ಮೂಲತಃ ಇದೊಂದು ಹೊಸ ಯೋಜನೆಯಾಗಿದ್ದು ಅರಸು ಕಾಲದಲ್ಲಿ ಆರಂಭಗೊಂಡಿತು. ನಂತರ ಬಂದ ಸರಕಾರಗಳು ಈ ಯೋಜನೆಯನ್ನು ಮುಂದುವರಿಸಿದವು. ಈ ಮೂಲಕ ಕಡಿಮೆ ಬೆಲೆಯಲ್ಲಿ ಸಾರ್ವಜನಿಕರಿಗೆ ಬಟ್ಟೆಗಳು ಸುಲಭವಾಗಿ ಲಭ್ಯವಾಗುವಂತೆ ಮಾಡಲಾಯಿತು. ಕಡಿಮೆ ಬೆಲೆಯಲ್ಲಿ ದೊರಕುತ್ತಿದ ರಾಜ್ಯಗಳಾದ ಮಹಾರಾಷ್ಟ್ರ ಮತ್ತು ಗುಜರಾತ್ ಈ ಪಟ್ಟಿಗೆ ಕರ್ನಾಟಕವನ್ನು ಸೇರುವಂತೆ ಮಾಡಿದರು ಅರಸು.

೧೧. ನಗರ ಜಮೀನಿನ ನಿಯಂತ್ರಣ

ನಗರದಲ್ಲಿ ಇದ್ದ ಸರಕಾರಿ ಜಮೀನನ್ನು ಬಂಡವಾಳಶಾಹಿಗಳ, ಉದ್ಯಮಿಗಳ ಪಾಲಾಗದಂತೆ ಅಂದು ಸರಕಾರ ಕಟ್ಟುನಿಟ್ಟಾದ ಕ್ರಮವನ್ನು ತೆಗೆದುಕೊಂಡಿತು.

೧೨. ಕಳ್ಳತನದ ನಿರ್ಮೂಲನೆ

ಅರಸು ಅವರ ಇಪ್ಪತ್ತು ಯೋಜನೆಗಳ ಕಾರ್ಯಕ್ರಮದಲ್ಲಿ ತೀರಾ ನಗಣ್ಯವಾದ ಕೆಲವು ಕಾರ್ಯ ಸೂಚಿಗಳಿದ್ದವು. ಅವುಗಳೆಂದರೆ **೧೩. ಕಳ್ಳಸಾಗಾಣಿಕೆ ವಿರುದ್ಧ ಕ್ರಮ ಕೈಗೊಳ್ಳುವುದು ೧೬. ಅವಶ್ಯಕ ವಸ್ತುಗಳ ಸುಲಭ ಸಾಗಾಟ ೧೭. ಆದಾಯ ಕರದಲ್ಲಿ ಪರಿಹಾರ.** ಇವು ಮುಖ್ಯವಾಗಿ ಅಪರಾಧ, ತೆರಿಗೆ ಮತ್ತು ಸಾರಿಗೆ ಇವುಗಳಿಗೆ ಸಂಬಂಧಿಸಿದ ಕಾರ್ಯಗಳಾಗಿದ್ದು ಯಾವುದೇ ಸರಕಾರ ಮಾಡಬಹುದಾದ ಅಗತ್ಯ ಹಾಗೂ ಮೂಲಭೂತ ಕಾರ್ಯಗಳಾಗಿದ್ದವು. ಅರಸು ಕೇವಲ ಇವನ್ನು ಇಪ್ಪತ್ತು ಅಂಶಗಳ ಪಟ್ಟಿ ತುಂಬಿಸಲು ಬಳಸಿಕೊಂಡಂತೆ ಕಾಣುತ್ತದೆ. ಈ ಕಾರ್ಯಕ್ರಮ ಇಂದಿರಾಗಾಂಧಿಯವರು ಹಾಕಿಕೊಟ್ಟ ಕಾರ್ಯಕ್ರಮವಾದ್ದರಿಂದ ಅರಸು ಅವರ ಯಾವುದೇ ಭಿನ್ನ ಎಣಿಸದೆ ಇದನ್ನು ಪಾಲಿಸಿದರೆಂದು ಹೇಳಬಹುದು.

೧೪. ಅನುಜ್ಞಾ ಪತ್ರ ನೀಡುವ ವಿಧಾನದ ಸರಳೀಕರಣ

ಸ್ವಾತಂತ್ರ್ಯ ಹೋರಾಟದಲ್ಲಿ ಭಾಗವಹಿಸಿದಂತಹ ನಾಯಕರಿಗೆ ಅರಸು ತಾಮ್ರ ಪತ್ರ ಅಥವಾ ಅನುಜ್ಞಾ ಪತ್ರವನ್ನು ನೀಡುವ ಕಾಯಿದೆಯನ್ನು ಜಾರಿಗೆ ತಂದರು. ರಾಜಕೀಯ, ಆರ್ಥಿಕ, ಸಾಮಾಜಿಕ ರಂಗದಲ್ಲಿ ಸೇವೆಸಲ್ಲಿಸಿದವರಿಗೆ ಈ ಪತ್ರವನ್ನು ನೀಡಲಾಗುತ್ತಿತ್ತು.

ಇದರ ಉದ್ದೇಶ ರಾಷ್ಟ್ರ ಹಾಗೂ ರಾಜ್ಯಕ್ಕೆ ಸೇವೆಸಲ್ಲಿಸಿದವರನ್ನು ಹುರಿದುಂಬಿಸುವುದೇ ಆಗಿತ್ತು.

೧೭. ಕೈಗಾರಿಕೆಗಳ ನಿರ್ವಹಣೆಯಲ್ಲಿ ಕೆಲಸಗಾರರ ಬಳಸುವಿಕೆ

ಈ ಇಪ್ಪತ್ತು ಅಂಶಗಳ ಕಾರ್ಯಕ್ರಮದಲ್ಲಿ ಇದು ಮುಖ್ಯವಾದದ್ದು. ಕೈಗಾರಿಕೆಗಳ ಮಾಲೀಕರು ತಮ್ಮ ಕಾರ್ಖಾನೆಗಳಲ್ಲಿ ಕಾರ್ಮಿಕರಿಗೆ ಮೂಲಭೂತ ಸೌಕರ್ಯಗಳನ್ನು ಒದಗಿಸಿಕೊಳ್ಳಬೇಕು ಎನ್ನುವ ಮಾತನ್ನು ಅರಸು ಹೇಳಿದರು. ಬಾಲಕಾರ್ಮಿಕರನ್ನು ಕೆಲಸಕ್ಕೆ ಸೇರಿಸಿಕೊಳ್ಳದಿರುವಂತೆ ಮಾಡುವುದಾಗಿತ್ತು. ಈ ಹಿಂದೆ ಕಾರ್ಮಿಕ ಸಚಿವರಾಗಿದ್ದಾಗ ಅವರು ಅನೇಕ ಸುಧಾರಣೆಗಳನ್ನು ತಂದಿದ್ದರು.

೧೮. ಬಡ ವಿದ್ಯಾರ್ಥಿಗಳಿಗೆ ಸಹಾಯ

ಗರೀಬಿ ಹಟಾವೋ ಯೋಜನೆಯ ಅಂಗವಾಗಿ ಜಾರಿಗೆ ಬಂದಿತು. ಬಡ ಮಕ್ಕಳ ವಿದ್ಯಾಭ್ಯಾಸಕ್ಕೆ ಇದು ನೆರವಾಯಿತು. ಈ ಮೂಲಕ ಮತದಾನದ ಹಕ್ಕಿರುವ ವಯಸ್ಕರನ್ನಲ್ಲದೆ ಮಕ್ಕಳನ್ನು ಯೋಜನೆಯ ಫಲಾನುಭವಿಗಳನ್ನಾಗಿ ಮಾಡಿದ್ದು ಅರಸು ಸಾಧನೆಗಳಲೊಂದು. ಹಿಂದುಳಿದ, ದಲಿತ, ಅಲ್ಪಸಂಖ್ಯಾತ ವರ್ಗಗಳ ವಿದ್ಯಾರ್ಥಿಗಳಿಗೆ ಶುಲ್ಕ ವಿನಾಯಿತಿ ವಸತಿ ಸೌಲಭ್ಯ ಕಲ್ಪಿಸಿದರು.

೧೯. ವಿದ್ಯಾರ್ಥಿಗಳಿಗೆ ಪಠ್ಯ ಹಾಗೂ ಲೇಖನ, ಪುಸ್ತಕಗಳ ಪೂರೈಕೆ

ವಿದ್ಯಾರ್ಥಿಗಳಿಗೆ ಪಠ್ಯ ಪುಸ್ತಕ ಹಾಗೂ ಲೇಖನ ಸಾಮಗ್ರಿಗಳನ್ನು ಪೂರೈಸುವುದರಿಂದ ಕಡ್ಡಾಯ ಶಿಕ್ಷಣ ಕಾರ್ಯಕ್ರಮಕ್ಕೆ ಅರಸು ಸರ್ಕಾರ ನೈತಿಕ ಬೆಂಬಲ ಹಾಗೂ ಚೇತರಿಕೆಯನ್ನು ಒದಗಿಸಿತು. ಶಾಲಾ ಮಕ್ಕಳಿಗೆ, ಬಡ ವಿದ್ಯಾರ್ಥಿಗಳಿಗೆ ಇದರಿಂದ ಗರಿಷ್ಠ ಮಟ್ಟದಲ್ಲಿ ಸಹಾಯವಾಯಿತು.

೨೦. ಉದ್ಯೋಗಕ್ಕಾಗಿ ತರಬೇತಿ

ಉದ್ಯೋಗಕ್ಕಾಗಿ ತರಬೇತಿ ಯೋಜನೆಯು ಆರ್ಥಿಕ ಕಾರಣಗಳಿಂದ ಉನ್ನತ ವಿದ್ಯಾಭ್ಯಾಸದಿಂದ ವಂಚಿತರಾದ ಯುವಕರಿಗೆ ನೆರವಾಯಿತು. ಇದು ನಿರುದ್ಯೋಗ ಸಮಸ್ಯೆಯನ್ನು ಮುಖ್ಯವಾಗಿ ಗ್ರಾಮೀಣ ಮತ್ತು ಅರೆ ವರ್ಗದ ಪ್ರದೇಶಗಳಲ್ಲಿ ಕಡಿಮೆ ಮಾಡಿತು. ಉದ್ಯೋಗಕ್ಕಾಗಿ ತರಬೇತಿಯನ್ನು ನೀಡುವುದು ವೈಜ್ಞಾನಿಕವಾಗಿ ಕೂಡ ಸಮಂಜಸ ಯೋಜನೆಯಾಗಿತ್ತು.

ಈ ಮೇಲಿನ ಎಲ್ಲಾ ಇಪ್ಪತ್ತು ಅಂಶಗಳ ಕಾರ್ಯಕ್ರಮದ ಮೂಲ ಉದ್ದೇಶ ಶಿಸ್ತು ಮತ್ತು ನಿರ್ಧಾರದ ದುಡಿಮೆಗಳ ಬಗ್ಗೆ ರಾಷ್ಟ್ರೀಯ ಮಟ್ಟದಲ್ಲಿ ಹೆಚ್ಚು ಮಹತ್ವ ಕೊಡುವುದಾಗಿತ್ತು. ಇದರಿಂದ ಹೆಚ್ಚಿನ ಉತ್ಪಾದನೆ ಮತ್ತು ನ್ಯಾಯ ರೀತಿಯ ಪ್ರತಿಫಲ ವಿತರಣೆಗಾಗಿ ರಚನಾತ್ಮಕ ಸರಕಾರದ ದಿಸೆಯಲ್ಲಿ ರಾಷ್ಟ್ರದ ಸಾಮರ್ಥ್ಯದ ಕೇಂದ್ರೀಕರಣ ಸಾಧಿಸುವುದಾಗಿತ್ತು.

ಈ ಮೇಲಿನ ಕಾರ್ಯಕ್ರಮಗಳ ಜಾರಿಯ ಯಶಸ್ಸನ್ನು ಪುನರ್ ಅವಲೋಕನ ಮಾಡಲು ಅರಸು ತಾಲ್ಲೂಕು ಮತ್ತು ಜಿಲ್ಲಾ ಮಟ್ಟಗಳಲ್ಲಿ ಸಮನ್ವಯ ಸಮಿತಿಗಳನ್ನು ಸ್ಥಾಪಿಸಿದರು.

ಉತ್ಪಾದನೆಯನ್ನು ಪುನಶ್ಚೇತನಗೊಳಿಸಲು, ಸಂಗ್ರಹಣೆಯನ್ನು ತೀವ್ರಗೊಳಿಸಲು ಹಾಗೂ ಅವಶ್ಯಕ ವಸ್ತುಗಳ ವಿತರಣೆಯನ್ನು ಸಮರ್ಪಕವಾಗಿ ಮಾಡಲು ಅರಸು ಸರಕಾರ ಇದೇ ಸಂದರ್ಭದಲ್ಲಿ ಹಲವಾರು ಕ್ರಮಗಳನ್ನು ಕೈಗೊಂಡಿತು.

೧. ಭೂ ಹೀನರಿಗೆ ಮತ್ತು ದುರ್ಬಲ ವರ್ಗದವರಿಗೆ ಮನೆ ನಿವೇಶನವನ್ನು ಹಂಚುವ ಕಾರ್ಯಕ್ರಮವು ೧೯೭೨ರಲ್ಲಿ ಪ್ರಾರಂಭವಾಗಿದ್ದು. ಅದನ್ನು ಪುನಃ ತೀವ್ರಗೊಳಿಸಲಾಗಿದೆ.

೨. ಸಣ್ಣ ಹಿಡುವಳಿದಾರರು, ಕೃಷಿಕಾರ್ಮಿಕರು ಮತ್ತು ಕುಶಲಕರ್ಮಿಗಳು ಮತ್ತಿತರರು ಮಾಡಬೇಕಾದ ಸಾಲದ ಮರುಪಾವತಿ ಬಗ್ಗೆ ಕರ್ನಾಟಕದಲ್ಲಿ ಅರಸು ಸರಕಾರವು ಸಾಲವಿಮೋಚನಾ ಕಾಯಿದೆಯನ್ನು ೧೯೭೪ರಲ್ಲಿ ಜಾರಿಗೆ ತಂದಿತು.

ಹೀಗೆ ದೇವರಾಜ ಅರಸು ಅನುಷ್ಠಾನಕ್ಕೆ ತಂದ ಯೋಜನೆಗಳು ಜನಪರ ಕಾಳಜಿಯುಳ್ಳಂತವುಗಳು ಎಂಬುದನ್ನು ಎಲ್ಲರು ಒಪ್ಪುವಂತ ಮಾತು. ಅದರಲ್ಲಿ ಯಾವುದೇ ಸಂಶಯವಿಲ್ಲ. ಆದರೆ, ಈ ಯೋಜನೆಯ ಫಲ ಸಾಮಾನ್ಯಜನರಿಗೆ ಮುಟ್ಟಿತೆ? ಎನ್ನುವ ಪ್ರಶ್ನೆ ನಮ್ಮ ಮುಂದೆ ಸುಳಿಯುತ್ತದೆ. ಆದರೆ ರಾಜ್ಯದ ಮತ್ತು ಜನತೆಯ ಆರ್ಥಿಕ ಅಭಿವೃದ್ಧಿಯನ್ನು ಗಮನಿಸಿದಾಗ. ರಾಜ್ಯದ ಬಡಜನರಿಗೆ ತಲುಪಿದೆ ಎನ್ನುವುದರಲ್ಲಿ ಅನುಮಾನವಿಲ್ಲ. ಏಕೆಂದರೆ, ಬಡ ಗೇಣಿದಾರನಿಗೆ ಭೂಮಿಯನ್ನು ಒದಗಿಸಲಾಯಿತು. ೧೭ ಸಾವಿರ ಹಳ್ಳಿಗಳಿಗೆ ವಿದ್ಯುತ್ ಸೌಕರ್ಯವನ್ನು ಒದಗಿಸಲಾಯಿತು. ಬಡವರಿಗೆ ಮತ್ತು ಬಲಹೀನರಿಗಾಗಿ ನಿವೇಶನ ಹಂಚಿಕೆ ಹಾಗೂ ವಸತಿ ನಿರ್ಮಾಣ ಕಾರ್ಯ ಕೈಗೊಂಡು ನಾಲ್ಕು ಲಕ್ಷಕ್ಕೂ ಹೆಚ್ಚು ನಿವೇಶನಗಳನ್ನು ಉಚಿತವಾಗಿ ಹಂಚಿದ್ದು ಅರಸು ಅವರ ಸಣ್ಣ ಸಾಧನೆಯೇನಲ್ಲ. ಅಲ್ಲದೆ ೩೫ ಸಾವಿರ ಜನತಾ ಗೃಹಗಳನ್ನು ಕಟ್ಟಿಸಿಕೊಡಲಾಯಿತು. ಸಾಲದ ಹೊರೆಯಿಂದ ಬಳಲುತ್ತಿದ್ದ ಕಡುಬಡವರಿಗೆ ಋಣ ಪರಿಹಾರ ನೀಡಲಾಯಿತು. ಇದರಿಂದ ಬಾಳಿನಲ್ಲಿ ವಿಶ್ವಾಸವನ್ನೇ ಕಳೆದುಕೊಂಡಿದ್ದ ಲಕ್ಷಾಂತರ ಬಡವರಿಗೆ ಖಾಸಗಿ ಸಾಲದ ಹೊರೆಯಿಂದ ಶಾಶ್ವತ ಪರಿಹಾರ ದೊರಕಿಸಿಕೊಟ್ಟಿರುವುದು ಸಾಮಾನ್ಯ ಹೆಜ್ಜೆಯೇನಲ್ಲ. ಬಹುಶಃ ಇಂದು ಲಕ್ಷಾಂತರ ಕುಟುಂಬಗಳು ಮತ್ತೆ ತಮ್ಮ ಬದುಕಿನಲ್ಲಿ ಹೊಸ ಬೆಳಕು ಕಂಡಿವೆಯೆಂದರೆ ಅರಸು ಚಿಂತನೆಯ ಫಲ ಎಂದರೆ ಅತಿಶಯೋಕ್ತಿಯಾಗಲಾರದು. ಅಷ್ಟೇ ಅಲ್ಲದೆ ಕೈಗಾರಿಕಾ ಕ್ಷೇತ್ರದಲ್ಲಿಯೂ ಅವರು ಹಿಂದೆ ಬೀಳಲಿಲ್ಲ. ೧೯೭೨ರಲ್ಲಿ ಕೈಗಾರಿಕೆಗಳಿಂದ ೨೦೭ ಕೋಟಿ ರೂಪಾಯಿಗಳ ಉತ್ಪಾದನೆ ಇಂದು ೨೩೩ಕೋಟಿಗೆ ಹೆಚ್ಚಿದೆ ಮತ್ತು ಜೀತ ಪದ್ಧತಿಯಿಂದ ೬೪ಸಾವಿರ ರೈತರನ್ನು ವಿಮುಕ್ತಿಗೊಳಿಸದರು. ಒಣಭೂಮಿ ಬೇಸಾಯಕ್ಕೆ ನೀರಾವರಿ ಸೌಲಭ್ಯವನ್ನು ಒದಗಿಸಿ ಕೃಷಿಕ್ಷೇತ್ರದ ಪ್ರಗತಿಗೆ ಕಾರಣರಾದರು. ಹೀಗೆ ರಾಜ್ಯದ ಅಭಿವೃದ್ಧಿ ಮತ್ತು ಬಡವರ, ದೀನ ದಲಿತರ ಪ್ರಗತಿಗಾಗಿ ಹಾಕಿಕೊಂಡ ಈ '೨೦ ಅಂಶಗಳ' ಯೋಜನೆಯ ಫಲವನ್ನು ಜನತೆಗೆ ಮುಟ್ಟಿಸುವಲ್ಲಿ ಅರಸು ಅವರು ಪ್ರಾಮಾಣಿಕ ಪ್ರಯತ್ನ ಮಾಡಿದರೆಂಬುದನ್ನು ಯಾರು ಮರೆಯುವಂತಿಲ್ಲ.

ಒಟ್ಟಿನಲ್ಲಿ ೧೯೭೦ರ ದಶಕದಲ್ಲಿ ಅರಸು ಕೈಗೊಂಡ ಅಭಿವೃದ್ಧಿ ಕಾರ್ಯಕ್ರಮಗಳು ಸಾಮಾಜಿಕ ನ್ಯಾಯ ಪೇರಿತವಾದವು ಎಂದು ಹೇಳಬಹುದು. ಈ ಅರ್ಥದಲ್ಲಿ ದೇವರಾಜ ಅರಸು ಅವರು 'ಸಾಮಾಜಿಕ ನ್ಯಾಯದ ಹರಿಕಾರ' ಎಂದು ಕರೆದರೆ ತಪ್ಪಾಗಲಾರದು. ಈ ಅಭಿವೃದ್ಧಿ ಕಾರ್ಯಕ್ರಮಗಳು ಇಂದಿನ ಜಾಗತೀಕರಣ ಸಂದರ್ಭದಲ್ಲಿ ಸಾಮಾಜಿಕ ಭದ್ರತೆ ಎಂಬ ಹಣೆಪಟ್ಟಿ ಹೊತ್ತು ಮರಳಿ ಬರುತ್ತಿವೆ. ಅಲ್ಲದೆ, ಈ ಕಾರ್ಯಕ್ರಮಗಳಿಗೆ ವಿಶ್ವಬ್ಯಾಂಕ್, ಅಂತರಾಷ್ಟ್ರೀಯ ಹಣಕಾಸು ನಿಧಿ ಮತ್ತು ಅಂತರಾಷ್ಟ್ರೀಯ ಕಾರ್ಮಿಕ ಸಂಘ ಮೊದಲಾದವುಗಳ ಮಾನ್ಯತೆ, ಬೆಂಬಲ ದೊರಕುತ್ತಿದೆ ಎಂದರೆ ಅರಸು ಚಿಂತನೆಗಳು ಎಷ್ಟೊಂದು ಸಾಮಾಜಿಕ ಮಾನ್ಯತೆ ಪಡೆದಿದ್ದವು ಎಂಬುದನ್ನು ನಾವು ಊಹಿಸಿಕೊಳ್ಳಬಹುದು.

೫.೬ ವಿಶೇಷ ಹೈನು ಉತ್ಪಾದನಾ ಯೋಜನೆ

೧೯೭೫-೭೬ರಲ್ಲಿ ಆರಂಭಗೊಂಡ ಈ ಯೋಜನೆಯು ೨೧ ರಾಜ್ಯಗಳ ಹಾಗೂ ನಾಲ್ಕು ಕೇಂದ್ರಾಡಳಿತ ಪ್ರದೇಶಗಳಲ್ಲಿ ಅನುಷ್ಠಾನಗೊಂಡಿತು. ಇದು ಮೂಲತಃ ಕೇಂದ್ರಸರಕಾರದ ಯೋಜನೆಯಾಗಿದ್ದು, ಆಗ ರಾಜ್ಯದ ಮುಖ್ಯಮಂತ್ರಿಯಾಗಿದ್ದ ಅರಸು ರಾಜ್ಯದಲ್ಲಿಯೂ ಈ ಯೋಜನೆಯನ್ನು ಅನುಷ್ಠಾನಕ್ಕೆ ತಂದರು. ಅರಸು ಸರಕಾರವು ಆರ್ಥಿಕವಾಗಿ ದುರ್ಬಲವಾಗಿದ್ದ ವರ್ಗಗಳ ಏಳಿಗೆಯನ್ನು ಸಾಧಿಸಲು ಈ ಯೋಜನೆ ಸಹಾಯಕವಾಗಲೆಂಬುದು ಅರಸು ಅವರ ಉದ್ದೇಶವಾಗಿತ್ತು. ಈ ಯೋಜನೆಯಡಿಯಲ್ಲಿ ಪಶುಸಂಗೋಪನಾ ಕ್ಷೇತ್ರದ ಕೆಲ ಚಟುವಟಿಕೆಗಳಾದ ಮಿಶ್ರತಳಿ ಹಸು ಸಾಕಾಣಿಕೆ, ಹೈನು ಉದ್ಯಮ, ಕೋಳಿ ಸಾಕಾಣಿಕೆ, ಹಂದಿ ಸಾಕಾಣಿಕೆ, ಕುರಿ ಸಾಕಾಣಿಕೆ ಇನ್ನಿತರ ಸ್ವಉದ್ಯೋಗಗಳಿಗೆ ಪ್ರೋತ್ಸಾಹ ಕೊಡಲಾಯಿತು. ಇದರಿಂದ ಎಷ್ಟೋ ಕುಟುಂಬಗಳು ನಿರುದ್ಯೋಗ ಸಮಸ್ಯೆಯಿಂದ ದೂರವಾದವು. ಈ ಯೋಜನಾ ವೆಚ್ಚದ ಶೇ ೨೫ ರಿಂದ ಶೇ ೬೬.೬೬ರಷ್ಟು ಮೊಬಲಗನ್ನು ಪ್ರೋತ್ಸಾಹಧನದ ರೂಪದಲ್ಲಿ ಸರಕಾರ ಒದಗಿಸುತ್ತಿತ್ತು. ಸಾಲವನ್ನು ಆರ್ಥಿಕ ಸಂಸ್ಥೆಗಳು ನೀಡುತ್ತಿದ್ದವು. ಇದರಿಂದಾಗಿ ಸಣ್ಣ ರೈತರು, ಅತೀ ಸಣ್ಣರೈತರು ಮತ್ತು ಕೃಷಿಕಾರ್ಮಿಕರು ಈ ಯೋಜನೆಯ ಫಲಾನುಭವಿಗಳಾಗಿದ್ದರು.

ಅ. ಸಹಕಾರ ಮತ್ತು ಗ್ರಾಹಕರು

ಯಾವುದೇ ಒಂದು ದೇಶ ಅಥವಾ ರಾಜ್ಯದಲ್ಲಿ ಸಹಕಾರ ಸಂಘಗಳು ಅತೀ ಮುಖ್ಯ ಪಾತ್ರ ವಹಿಸುತ್ತವೆ. ಏಕೆಂದರೆ ಬೆಲೆಗಳು ಏರುತ್ತಿರುವುದು ಒಂದು ಕಡೆಯಾದರೆ ಮತ್ತು ಕೆಲವೇ ಜನರು, ಜನರನ್ನೆಲ್ಲ ಶೋಷಣೆ ಮಾಡುತ್ತಿರುವುದು. ಇನ್ನೊಂದು ಕಡೆ ಇಂತಹ ಸನ್ನಿವೇಶದಲ್ಲಿ ಈ ಸಹಕಾರ ಸಂಘಗಳ ಪಾತ್ರ ಪ್ರಮುಖವಾದದ್ದು. ಇದರಿಂದ ಬೆಲೆ ಏರಿಕೆಯನ್ನು ತಪ್ಪಿಸಬಹುದು. ಈ ಬೆಲೆ ಏರಿಕೆ ಕುರಿತಂತೆ ಅರಸು-

> "ಈ ಬೆಲೆ ಏರಿಕೆಯನ್ನು ತಪ್ಪಿಸಬೇಕಾದರೆ, ಒಂದು ಉತ್ಪಾದನೆ ಮತ್ತು ಇನ್ನೊಂದು, ವಿತರಣೆ ಕ್ರಮವನ್ನು ಅನುಸರಿಸಬೇಕು. ಈ ಎರಡು ಕಾರ್ಯವನ್ನು ಸಹಕಾರ ಸಂಘಗಳು ಮಾಡಬೇಕು"[೫೯]

ಎಂದು ಹೇಳಿದರು. ದೇಶದಲ್ಲಿ ಅನೇಕ ಪದಾರ್ಥಗಳ ಬೆಲೆ ಏರುತ್ತಿರುವುದು ಜನರ ಬೇಡಿಕೆಗೆ ತಕ್ಕ ಹಾಗೆ ಮಾರುಕಟ್ಟೆಯಲ್ಲಿ ಸಾಮಾನುಗಳ ದಾಸ್ತಾನು ಇಲ್ಲದಿರುವುದೇ ಕಾರಣ ಎಂಬುದನ್ನು ಜನತೆಗೆ ಸ್ಪಷ್ಟಪಡಿಸಿದರು. ಆದ್ದರಿಂದ ಸಹಕಾರ ಸಂಘಗಳ ಚಟುವಟಿಕೆ ಹೆಚ್ಚಾಗಬೇಕು. ಅದು ಇನ್ನೂ ಅಭಿವೃದ್ಧಿಯಾಗಬೇಕಾದರೆ ಶೇರು ಬಂಡವಾಳವನ್ನು ಹೆಚ್ಚಿಸಬೇಕು. ಸೀಮೆಎಣ್ಣೆ, ಕಬ್ಬಿಣ, ಸಿಮೆಂಟ್ ಮುಂತಾದ ವಸ್ತುಗಳು ಮಿತವಾಗಿ ಬಳಕೆಯಾಗಬೇಕು. ಸಿಮೆಂಟಿಗೆ ರೇಷನಿಂಗ್ ಮಾಡಬೇಕು. ಅದರಿಂದ ಸೇತುವೆ, ಕಾಲುವೆ ರಸ್ತೆಗಳ ನಿರ್ಮಾಣ ಈ ಕೆಲಸ ಕಾರ್ಯಗಳಿಗೂ ಉಪಯೋಗ ಮಾಡಲು ಸಾಧ್ಯವಾಗುತ್ತದೆ. ಇದರಿಂದ, ಯಾವೊಬ್ಬ ಸಾಮಾನ್ಯನಿಗೂ ಇಂತಹ ವಸ್ತುಗಳನ್ನು ಕೊಳ್ಳಲು ಸಾಧ್ಯವಾಗುತ್ತದೆ ಎನ್ನುವ ನಂಬಿಕೆ ಅರಸು ಅವರದು. ಹಾಗೆ ಜನರಿಗೆ ಸಾಧ್ಯವಾಯಿತು ಕೂಡ.

೫.೭ ಬಡತನ ನಿರ್ಮೂಲನಾ ಯೋಜನೆ

ದೇವರಾಜ ಅರಸು ಅವರು ಬಡತನ ನಿರ್ಮೂಲನೆಯ ಯೋಜನೆಗೆ ಕೊಟ್ಟಷ್ಟು ಆದ್ಯತೆ ರಾಜ್ಯದ ಬೇರೆ ಯಾವ ಮುಖ್ಯಮಂತ್ರಿಯೂ ಕೊಟ್ಟಿರಲಾರರು. ಬಡತನ ಎನ್ನುವ ಪೀಡೆ ತೊಲಗದೆ ಬಡವರ ಬದುಕು ಹಸನಾಗದೆ ನಮ್ಮ ಆರ್ಥಿಕ ವ್ಯವಸ್ಥೆ ಸುಧಾರಿಸಲು ಸಾಧ್ಯವಿಲ್ಲ ಎನ್ನುವುದನ್ನು ಮನಗಂಡಿದ್ದ ಇವರು, ಇಂದಿರಾಗಾಂಧಿ ಪ್ರಧಾನಿಯಾಗಿದ್ದಾಗ ಈ ಸಮಸ್ಯೆಯನ್ನು ಅವರ ಗಮನಕ್ಕೆ ತಂದು ಈ ವಿಷಯವನ್ನು ಗಂಭೀರವಾಗಿ ಪರಿಗಣಿಸುವಂತೆ ಸೂಕ್ತ ವಾತಾವರಣ ನಿರ್ಮಾಣ ಮಾಡಿದ್ದರು.

ಈ ಬಡತನ ನಿರ್ಮೂಲನ ಯೋಜನೆಯ ಹಲವಾರು ಕಾರ್ಯಕ್ರಮಗಳನ್ನು ಹೊಂದಿದ್ದು ಅವುಗಳಲ್ಲಿ ಗೃಹನಿರ್ಮಾಣ ಯೋಜನೆ, ಸಾಲ ಪರಿಹಾರ ಶಾಸನ, ಗ್ರಾಮೀಣರಿಗೆ ಉದ್ಯೋಗ ಬರವಸೆಯ ಕಾರ್ಯಕ್ರಮಗಳಂಥ ಯೋಜನೆಗಳನ್ನು ಅನುಷ್ಠಾನಕ್ಕೆ ತಂದರು. ೧೯೭೩ರ ನವೆಂಬರನಲ್ಲಿ ನಡೆದ ದಕ್ಷಿಣ ಭಾರತದ ಹಿಂದುಳಿದ ವರ್ಗ ಮತ್ತು ಪರಿಶಿಷ್ಟ ಜಾತಿ-ಪರಿಶಿಷ್ಟ ಪಂಗಡ ಹಾಗೂ ಅಲ್ಪಸಂಖ್ಯಾತರ ಸಮಾವೇಶದಲ್ಲಿಯೇ ಪ್ರಧಾನಿ ಇಂದಿರಾಗಾಂಧಿಯವರು "ಗರೀಭಿ ಹಟಾವೊ" ಘೋಷಣೆ ಮಾಡಿದರು. ದೇವರಾಜ ಅರಸು ಅವರು ನಿಜಲಿಂಗಪ್ಪನವರ ಸಂಪುಟದಲ್ಲಿದ್ದಾಗ ಯೋಚಿಸಿದ ಹಲವಾರು ಚಿಂತನೆಗಳನ್ನು ತಮ್ಮ ಆಳ್ವಿಕೆ ಅವಧಿಯಲ್ಲಿ ಈ ಮೇಲಿನ ಯೋಜನೆಗಳನ್ನು ಅನುಷ್ಠಾನಗೊಳಿಸುವುದರ ಮೂಲಕ ಅವರ ಆಗಿನ ಅನುಭವವನ್ನು ಈಗ ರಚನಾತ್ಮಕ ಕಾರ್ಯಗಳಲ್ಲಿ ಪ್ರಕಟಪಡಿಸಿದರು.

ಗ್ರಾಮೀಣ ಮತ್ತು ಸಣ್ಣ ಕೈಗಾರಿಕೆಗಳು

"ಭಾರತವು ಸಂಪತ್ತಿನ ಮತ್ತು ಸಂಸ್ಕೃತಿಯ ಆಗರವಾಗಿತ್ತು" ಎಂದು ಎಡ್ವರ್ಡ್ ಥರ್ಸ್ಟನ್ ತನ್ನ 'ಹಿಸ್ಟರಿ ಆಫ್ ಬ್ರಿಟಿಷ್ ಎಂಪೈಯರ್ ಇನ್ ಇಂಡಿಯಾ'ದಲ್ಲಿ ಅಭಿಪ್ರಾಯ ಪಟ್ಟಿದ್ದಾರೆ."[೧೦] ಈ ಮಾತಿಗೆ ಪೂರಕವೆಂಬಂತೆ ಭಾರತದ ಕರಕುಶಲ ಸಾಮಾಗ್ರಿಗಳು ದೇಶವನ್ನು ಆಕರ್ಷಣೀಯ ಕೇಂದ್ರವನ್ನಾಗಿಸಿದ್ದವು. ಇದಕ್ಕೆ ಕಾರಣ, ಭಾರತದ ಕೈಗಾರಿಕಾ ಕೇಂದ್ರವಾಗಿತ್ತು. ಹೀಗಾಗಿ ದೇವರಾಜ ಅರಸು ಈ ಕೈಗಾರಿಕಾ ನೀತಿಯಿಂದಾಗಿ ಗ್ರಾಮೀಣ ಸಣ್ಣ ಕೈಗಾರಿಕೆಗಳಿಗೆ

ವಿಶಿಷ್ಟ ಸ್ಥಾನಮಾನವನ್ನೇ ಕಲ್ಪಿಸಿಕೊಟ್ಟರು. ಗುಡಿ ಗೃಹ ಕೈಗಾರಿಕೆಗಳು ಮತ್ತು ಸಣ್ಣ ಪ್ರಮಾಣದ ಕೈಗಾರಿಕೆಗಳಿಗೆ ಹೆಚ್ಚು ಮಹತ್ವ ನೀಡಿದರು.

ಅ.ಗುಡಿ-ಗೃಹ ಕೈಗಾರಿಕೆಗಳು

ದೇಶಿಯ ಸಂಸ್ಕೃತಿಯನ್ನು ಬಿಂಬಿಸುವ ಈ ಕೈಗಾರಿಕೆಗಳು ಗ್ರಾಮೀಣ ಪ್ರದೇಶಗಳಲ್ಲಿಯೇ ಹೆಚ್ಚಾಗಿ ಕಂಡುಬರುತ್ತವೆ. ಕುಶಲಕರ್ಮಿಗಳು ತಮ್ಮ ಮನೆಯಲ್ಲಿಯೇ ಕುಟುಂಬದ ಸದಸ್ಯರ ಸಹಾಯದಿಂದ ನಾರಿನ ಹಗ್ಗ ತಯಾರಿ, ಕೈ ಮಗ್ಗದ ಬಟ್ಟೆನೇಯ್ಗೆ, ಕಾರ್ಪೆಂಟರಿ, ಮರದ ಕೆಲಸ, ಗಡಿಗೆ ತಯಾರಿಕೆ ಮತ್ತು ಬುಟ್ಟಿ ತಯಾರಿಕೆ ಇತ್ಯಾದಿಗಳನ್ನು ಸ್ಥಳೀಯ ಸಂಪನ್ಮೂಲಗಳನ್ನು ಬಳಸಿಕೊಂಡು ಮತ್ತು ಸಾಂಪ್ರದಾಯಿಕ ಸರಕುಗಳನ್ನು ಬಳಸಿಕೊಂಡು ಸುಲಭವಾಗಿ ಉತ್ಪಾದಿಸುವಂತವುಗಳಾಗಿದ್ದವು. ಅಲ್ಲದೆ ಸುಲಭವಾಗಿ ಅಗ್ಗದ ದರದಲ್ಲಿ ತಯಾರಿಸುವಂತವುಗಳಾಗಿದ್ದವು. ಸರಕಾರ ಈ ಬಡ ಜನರಿಗೆ ಕಡಿಮೆ ಬಡ್ಡಿದರದಲ್ಲಿ ಬ್ಯಾಂಕಿನಿಂದ ಸಾಲವನ್ನೂ ಕೊಡುತಿತ್ತು. ಈ ವಸ್ತುಗಳನ್ನು ತಯಾರಿಸಿ ಸ್ಥಳೀಯ ಮಾರುಕಟ್ಟೆಗೆ ಪೂರೈಕೆ ಮಾಡಿ ಹಣದಲ್ಲಿ ಕುಶಲಕರ್ಮಿಗಳು ಕುಟುಂಬ ಜೀವನ ನಿರ್ವಹಣೆ ಮಾಡಬೇಕಿತ್ತು.

ಬ. ಸಣ್ಣ ಪ್ರಮಾಣ ಕೈಗಾರಿಕೆಗಳು

ಇವು ಸಣ್ಣ ಪ್ರಮಾಣದಲ್ಲಿ ಸಂಘಟಿಸಲ್ಪಟ್ಟು ಸಣ್ಣ ಪ್ರಮಾಣದಲ್ಲಿ ಉತ್ಪಾದನೆ ಮಾಡುವ ಉದ್ಯಮಗಳಾಗಿವೆ. ಈ ಕೆಲಸ ಕಾರ್ಯಗಳಿಗೆ ಇಲ್ಲಿಯ ಯಂತ್ರಗಳನ್ನು ಬಳಸಬೇಕಾಗುತ್ತದೆ. ಅಲ್ಲದೆ ಶ್ರಮ ಮತ್ತು ಶಕ್ತಿಯನ್ನು ಬಳಸಬೇಕಾಗುತ್ತದೆ. ರಾಸಾಯನಿಕ, ಪೇಪರ್ ತಯಾರಿಕೆ, ಸೋಪು, ಸಿದ್ಧಪಡಿಸಿದ ಉಡುಪು, ಪಾದರಾಕ್ಷಿಕೆ, ಹೊಲಿಗೆಯಂತ್ರ, ಬ್ಲೇಡ್ ಮತ್ತು ವಿದ್ಯುತ್ ಸಲಕರಣೆಗಳನ್ನು ತಯಾರಿಸಬಹುದಾಗಿತ್ತು. ಇಲ್ಲಿ ತಯಾರಿಸಿದ ಸಿದ್ಧ ವಸ್ತುಗಳನ್ನು ಸ್ಥಳೀಯ ಹಾಗೂ ಹೊರ ರಾಜ್ಯಗಳಿಗೆ ಪೂರೈಕೆ ಮಾಡಬಹುದಾಗಿತ್ತು. ಅರಸು ಅವರ ಅವಧಿಯಲ್ಲಿ ಇಂಥ ಕೈಗಾರಿಕೆಗಳು ನಗರ ಮತ್ತು ಪಟ್ಟಣಗಳಲ್ಲಿ ಹೆಚ್ಚು ಸ್ಥಾಪಿಸಲ್ಪಡುತ್ತಿದ್ದವು. ಇಂದು ತಂತ್ರಜ್ಞಾನ ಬೆಳೆದಂತೆಲ್ಲಾ ಜಾಗತೀಕರಣದ ಪ್ರಭಾವದಿಂದ ಈ ಭಾರತದ ಸಂಸ್ಕೃತಿಯನ್ನು ಪ್ರತಿಬಿಂಬಿಸುವ ಈ ಗ್ರಾಮೀಣ ಗೃಹ ಮತ್ತು ಗುಡಿ ಕೈಗಾರಿಕೆಗಳು ತೆರೆಮರೆಗೆ ಸರಿಯುತ್ತಿವೆ.

ಕ. ಉದ್ಯೋಗ ಭರವಸೆ ಕಾರ್ಯಕ್ರಮ

ಅರಸು ಸರಕಾರ ನಿರುದ್ಯೋಗ ಸಮಸ್ಯೆಯನ್ನು ತೊಡೆದು ಹಾಕಿ ಬಡಜನರಿಗೆ ಹಲವಾರು ಉದ್ಯೋಗವನ್ನು ಒದಗಿಸಿಕೊಡಲು ಮುಂದಾದರು. ಅದಕ್ಕಾಗಿ ಈ ಯೋಜನೆಯನ್ನು ಜಾರಿಗೆ ತಂದರು. ಈ ಉದ್ಯೋಗ ಭರವಸೆಯ ಕಾರ್ಯಕ್ರಮದ ಪ್ರಕಾರ ಭೂಹೀನ ಕಾರ್ಮಿಕರಿಗೆ ಮತ್ತು ಕೂಲಿಕಾರರಿಗೆ ನೂರು ದಿನಗಳವರೆಗೆ ಉದ್ಯೋಗ ಭರವಸೆಯನ್ನು ನೀಡಲಾಯಿತು. ಈ ಕೃಷಿಯನ್ನೇ ನಂಬಿಕೊಂಡಿದ್ದ ಕೈಗಳಿಗೆ ಇದರಿಂದ ವರ್ಷವಿಡೀ ನಿಶ್ಚಿಂತೆಯಿಂದ ಬದುಕುವ ಮಾರ್ಗ ಸೃಷ್ಟಿಯಾಯಿತು. ಹೀಗಾಗಿ ಗ್ರಾಮೀಣ ಪ್ರದೇಶದಲ್ಲಿ ಕೆಲಸ ಇದ್ದಾಗ ಕೂಲಿ, ಇಲ್ಲದಿದ್ದಾಗ ಉಪವಾಸ ಸ್ಥಿತಿಯಲ್ಲಿದ್ದ ಬಡಜನರು ಇದರಿಂದಾಗಿ ನೆಮ್ಮದಿಯಿಂದ

ಉಸಿರಾಡುವಂತಾಯಿತು ಮತ್ತು ಜನರ ಹಾಗೂ ಭೂಮಾಲೀಕರ ನಡುವೆ ಇದ್ದ ಸಮಸ್ಯೆಗಳೂ ಕೂಡ ಈ ಮೂಲಕ ನಿವಾರಣೆಯಾದವು.

ಈ ಬಡತನ ನಿರ್ಮೂಲನಾ ಯೋಜನೆಯನ್ನು ಅನುಷ್ಠಾನಕ್ಕೆ ತರುವುದರೊಂದಿಗೆ ರಾಜ್ಯದಲ್ಲಿದ್ದ ನಿರುದ್ಯೋಗಿಗಳಿಗೆ ಉದ್ಯೋಗ ಒದಗಿಸಿದಂತಾಯಿತು. ಸಣ್ಣ ಪ್ರಮಾಣದ ಕೈಗಾರಿಕೆಗಳು ಕೃಷಿಗೆ ಬೆನ್ನೆಲುಬಾಗಿ ನಿಲ್ಲುವುದರಿಂದ ಕೃಷಿ ಅಭಿವೃದ್ಧಿಗೊಂಡು ಉತ್ಪಾದನೆ ಹೆಚ್ಚಾಗುತ್ತದೆ. ಕೇವಲ ಅಲ್ಪ ಬಂಡವಾಳ ಹಾಕಿದರೆ ಸಾಕು ಗೃಹ ಹಾಗೂ ಗುಡಿಕೈಗಾರಿಕೆಗಳು ಬೆಳವಣಿಗೆಯಾಗುತ್ತವೆ ಎನ್ನುವುದು ಅರಸು ಅವರಿಗೆ ತಿಳಿದಿತ್ತು. ಮತ್ತು ಇಲ್ಲಿ ಕೆಲಸ ಮಾಡುವ ಕಾರ್ಮಿಕರಿಗೆ ಶಿಕ್ಷಣ ಹಾಗೂ ತರಬೇತಿ ಅಗತ್ಯತೆ ಇರಲಿಲ್ಲ. ಇದರಿಂದಾಗಿ ಅವರು, ಈ ಕ್ಷೇತ್ರಕ್ಕೆ ಹೆಚ್ಚು ಮಹತ್ವ ನೀಡಿದರು. ಅಲ್ಲದೆ ಸ್ಥಳೀಯ ಸಂಪನ್ಮೂಲ ಬಳಸಿಕೊಂಡು ಸರಳವಾಗಿ ವಸ್ತುಗಳನ್ನು ಉತ್ಪಾದಿಸಬಹುದಾಗಿತ್ತು. ಹೀಗಾಗಿ ಗ್ರಾಮೀಣ ಜನತೆಯು ತಮ್ಮ ಸ್ವಉದ್ಯೋಗದಲ್ಲಿ ತೊಡಗುವಂತಾಯಿತು. ಪರಿಣಾಮವಾಗಿ ಗ್ರಾಮೀಣ ಬಡಜನತೆಯ ಉತ್ಪಾದನೆಯಲ್ಲಿ ಹೆಚ್ಚಳವಾಗಿ ಆದಾಯ ಪ್ರಮಾಣದಲ್ಲಿಯೂ ಹೆಚ್ಚಾಯಿತು. ಒಟ್ಟಿನಲ್ಲಿ ಈ ಯೋಜನೆಯಿಂದ ಅಧಿಕ ಉದ್ಯೋಗಾವಕಾಶಗಳ ನಿರ್ಮಾಣ, ಸಮತೋಲನ ಪ್ರಾಂತೀಯ ಅಭಿವೃದ್ಧಿ ಮತ್ತು ಜನರ ಜೀವನ ಮಟ್ಟದ ಔನ್ನತ್ಯಗಳ ಮೂಲಕ ಸಣ್ಣ ಕೈಗಾರಿಕೆಗಳು ಹಾಗೂ ಗೃಹ-ಗುಡಿ ಕೈಗಾರಿಕೆಗಳಿಗೆ ಹೆಚ್ಚು ಮಹತ್ವ ನೀಡಿದ ಅರಸು ಅವರು ಜನತೆಯ ಆರ್ಥಿಕ ಮಟ್ಟ ಸುಧಾರಿಸುವುದರೊಂದಿಗೆ ರಾಜ್ಯದ ಅಭಿವೃದ್ಧಿಗೂ ಕಾರಣರಾದರು.

೫.೮ ಅರಣ್ಯ ಸಂರಕ್ಷಣಾ ಕಾಯಿದೆ

ಕಳೆದ ಶತಮಾನದ ಕರ್ನಾಟಕದ ಇತಿಹಾಸದಲ್ಲಿ ಅರಸು ಕಾಲದ ಅವಧಿಯನ್ನು ಅರಸು ಯುಗ ಎಂದೇ ಗುರುತಿಸಬಹುದು. ಆ ಯುಗದಲ್ಲಿ ಸಾಮಾಜಿಕ, ಆರ್ಥಿಕ ಪರಿವರ್ತನೆಯ ಜೊತೆಗೆ ಅಧಿಕಾರಶಾಹಿಯನ್ನು ಜನಪರ ಕಾರ್ಯಕ್ರಮಗಳಿಗೆ ಅಣಿಗೊಳಿಸಿದ ಯಶಸ್ಸು ಅವರದು. ಹೀಗಾಗಿ ಅರಣ್ಯ ಸಂರಕ್ಷಣೆಗಾಗಿ ಅನೇಕ ಕಾರ್ಯಕ್ರಮಗಳನ್ನು ಅನುಷ್ಠಾನ ಗೊಳಿಸಿದರು. ಬಹುಶಃ ಮರಗಳನ್ನು ಕಡಿಯುವುದರ ವಿರುದ್ಧ ಕಾನೂನೊಂದನ್ನು ಜಾಗತಿಕ ಮಟ್ಟದಲ್ಲಿ ಮೊದಲ ಬಾರಿಗೆ ಜಾರಿಗೆ ತಂದವರು ಅರಸು ಅವರೇ. ಈ ಹಿನ್ನೆಲೆಯಿಂದ ಅದಕ್ಕೂ ಮುನ್ನ ನಮ್ಮ ರಾಷ್ಟ್ರದಲ್ಲಿ ಅರಣ್ಯನಾಶ, ನಂತರ ಅವುಗಳ ರಕ್ಷಣೆಗೆ ಮುಂದಾದ ಇತಿಹಾಸವನ್ನು ಅವಲೋಕಿಸುವುದು ಸರಿಯಾದ ಮಾರ್ಗ.

೧೮೮೫ರಲ್ಲಿ ಬ್ರಿಟಿಶ್ ಅಧಿಕಾರಿ ಗವರ್ನರ್ ಜನರಲ್ ಆಗಿದ್ದ ಡಾಲ್‌ಹೌಸಿ ಮೊದಲ ಬಾರಿಗೆ ಅರಣ್ಯ ಸಂಗೋಪನಾ ನೀತಿಯನ್ನು ಜಾರಿಗೆ ತಂದನು. ಅದಕ್ಕೂ ಹಿಂದೆ ಅರಣ್ಯ ಸಂರಕ್ಷಣೆ ಕೇವಲ ಧಾರ್ಮಿಕ ಆಚರಣೆಗಳ ನೈತಿಕ ನೆಲೆಗಟ್ಟಿನಲ್ಲಿ ಮಾತ್ರ ನಡೆಯುತ್ತಿದ್ದ ಕ್ರಿಯೆ ಆಗಿತ್ತಷ್ಟೆ. ನಂತರದ ಹಂತದಲ್ಲಾಗಿ ಸ್ಟೇಟ್ ಫಾರೆಸ್ಟ್ ಮತ್ತು ಫಾರೆಸ್ಟ್ ಅನ್ನು ಸಮೀಕ್ಷೆ ಮಾಡುವ ಕಾರ್ಯ ಆರಂಭವಾಯಿತು. ಆಗ ದೇಶದಲ್ಲಿ ಸರದಿ ಕೃಷಿಯಿಂದ ಕಾಡು ನಾಶವಾಗುತ್ತಿತ್ತು. ಅಂದರೆ-

"ಅರಣ್ಯದ ಒಂದು ನಿರ್ದಿಷ್ಟ ಪ್ರದೇಶವನ್ನು ಹಸನು ಮಾಡಿ ಎರಡು ಮೂರು ಬೆಳೆ ತೆಗೆಯುವುದು. ನಂತರ ಅದನ್ನು ತ್ಯಜಿಸಿ ಮತ್ತೊಂದೆಡೆ ಕಾಡು ಕಡಿದು ಕೃಷಿ ಮುಂದುವರಿಸುವುದು"[೧೧]

ಎಂದರ್ಥ. ಆದರೆ ಮುಂದೆ ಬಂದ ಕ್ಲೆಗ್ ಹಾನ್ ಎಂಬ ಅಧಿಕಾರಿ ಈ ವ್ಯವಸ್ಥೆಯ ವಿರುದ್ಧ ನಿಷೇಧ ಹೇರಿದನು. ಹಳೆ ಮೈಸೂರಿನ ಭಾಗದಲ್ಲಿ ಜನಪ್ರಿಯವಾಗಿದ್ದ ಈ ಸರದಿ ಕೃಷಿಯನ್ನು ಅಂದಿನ ಮೈಸೂರು ಮಹಾರಾಜರು ಕೂಡ ಬಹಿಷ್ಕರಿಸಿದ್ದರು. ಇದೇ ಸಂದರ್ಭದಲ್ಲಿ ಮತ್ತೊಂದೆಡೆ ಫಲವತ್ತಾದ ಅರಣ್ಯವನ್ನು ನಾಶಮಾಡಿ ತೋಟದ ಬೆಳೆಗಳನ್ನು ಬೆಳೆಯಲು ಸರಕಾರ ಅನುಕೂಲ ಮಾಡಿ ಕೊಟ್ಟಿತ್ತು ಎಂಬುದು ಸೋಜಿಗದ ಸಂಗತಿ.

ಮುಂದೆ ೧೯೫೨ರಲ್ಲಿ ರಾಷ್ಟ್ರೀಯ ಅರಣ್ಯ ನೀತಿ ಜಾರಿಯಾದರೂ ಕೂಡ ಅರಣ್ಯ ಸಂರಕ್ಷಣೆಗೆ ಅಂಥ ಒಂದು ಭೂಮಿಕೆಯೇನು ಸಿದ್ಧವಾಗಿರಲಿಲ್ಲ. ಹೀಗಾಗಿ ೧೯೬೨ ಮತ್ತು ೧೯೬೫ರ ವರೆಗೂ ಕರ್ನಾಟಕದಲ್ಲಿ ಅರಣ್ಯನಾಶ ಬಹು ವ್ಯಾಪಕವಾಗಿ ನಡೆಯಿತು. ಇದರಿಂದ ಜನರು ತಮಗೆ ಬೇಕಾದ ಜಮೀನನ್ನು ಗುರುತಿಸಿಕೊಂಡು ಬಂದರೆ ಅದನ್ನು ಕೃಷಿಗಾಗಿ ಮಂಜೂರು ಮಾಡುವುದು ಸರಕಾರದ ನೀತಿಯಾಗಿತ್ತು. ಪರಿಣಾಮವಾಗಿ ಆ ಸಂದರ್ಭದಲ್ಲಿ ರಾಜ್ಯದಲ್ಲಿ ಎರಡು ಲಕ್ಷ ಎಕರೆ ಅರಣ್ಯ ಪ್ರದೇಶ ಸಾಗುವಳಿ ಭೂಮಿಯಾಗಿ ಪರಿವರ್ತಿತವಾಗಿತ್ತು.

ಒಂದು ಕಡೆಗೆ ಕೃಷಿ ಭೂಮಿಗಾಗಿ ಕಾಡು ಬಯಲಾಗುತ್ತಿದ್ದರೆ, ಮತ್ತೊಂದು ಕಡೆ ನಗರೀಕರಣದ ಪ್ರಭಾವದಿಂದಾಗಿ ಅರಣ್ಯ ನಾಶವಾಗುತ್ತಿತ್ತು. ೧೯೬೦-೧೯೭೦ರ ಅವಧಿಯ ಕಾಲದಲ್ಲಿ ಅರಣ್ಯ ಇಲಾಖೆಯ ಬಹುಮುಖ್ಯ ಕೆಲಸವೆಂದರೆ ಅರಣ್ಯವನ್ನು ಕಡಿದು ಸ್ವಚ್ಛ ಮಾಡುವುದಾಗಿತ್ತು. ಅಲ್ಲದೆ ಮರಗಳನ್ನು ತಂದು ಡಿಪೊ ತುಂಬುವುದಾಗಿತ್ತು. ಈ ಕುರಿತು ಅರಣ್ಯ ಅಧಿಕಾರಿ ಯಲ್ಲಪ್ಪರೆಡ್ಡಿ ಅವರು-

"ಇಡೀ ರಾಷ್ಟ್ರ ಹಾಗೂ ರಾಜ್ಯದಲ್ಲಿ ಈ ಅವಧಿಯಲ್ಲಾದಷ್ಟು ಅನಾಹುತ ಹಿಂದೆಂದೂ ಆಗಿರಲ್ಲಿಲ್ಲವೆಂದು ಕಾಣುತ್ತದೆ"[೧೨]

ಎಂದು ಅಭಿಪ್ರಾಯ ಪಡುತ್ತಾರೆ. ಇವರು ಅರಸು ಆಡಳಿತದ ಅವಧಿಯಲ್ಲಿ ಮೈಸೂರು ವಿಭಾಗದ ಅರಣ್ಯ ಅಧಿಕಾರಿಯಾಗಿದ್ದರು. ಆಗ ಈಗಿನಷ್ಟು ಪರಿಸರದ ಬಗ್ಗೆ ಕಾಳಜಿ, ಪರಿಸರ ನಾಶದಿಂದಾಗುವ ಅನಾಹುತದ ಅರಿವು ಇರಲಿಲ್ಲ. ಅರೆಬರೆ ತಿಳುವಳಿಕೆಯೇ ವ್ಯಾಪಕ ಅರಣ್ಯ ನಾಶಕ್ಕೆ ಕಾರಣವಾಗಿತ್ತು. ೧೯೭೨ರಲ್ಲಿ ಸ್ಟಾಕ್‌ಹೋಮ್‌ನಲ್ಲಿ ನಡೆದ ವಿಶ್ವಸಮ್ಮೇಳನದಲ್ಲಿ ಅರಣ್ಯ ನಾಶ ಮತ್ತು ಪರಿಸರ ಸಂರಕ್ಷಣೆಯ ಬಗೆಗೆ ಇಂದಿರಾಗಾಂಧಿಯವರು ಅಮೋಘ ಭಾಷಣ ಮಾಡಿದ್ದರು. ಅಂದು ಆ ಭಾಷಣ ಇಡೀ ವಿಶ್ವದ ಗಮನವನ್ನೇ ಸೆಳೆದಿತ್ತು. ಆದಾದ ಕೆಲವೇ ದಿನಗಳ ನಂತರ ಅರಣ್ಯ ಸಂರಕ್ಷಣೆ ಮತ್ತು ವನ್ಯಜೀವಿ ಸಂರಕ್ಷಣೆಗೆ ಹೆಚ್ಚಿನ ಮಹತ್ವ ಬಂದಿತು. ಹೀಗಾಗಿ ಅರಸು ಅವರು ರಾಜ್ಯದಲ್ಲಿ ಅರಣ್ಯ ಸಂರಕ್ಷಣೆ ಕಾಯಿದೆ ಜಾರಿಗೊಳಿಸಲು ಮುಂದಾದರು. ಅವರ ಆಡಳಿತ ಅವಧಿಯಲ್ಲೇ ಅರಣ್ಯ ಸಂರಕ್ಷಣೆಗೆ ಅನೇಕ ಕಾರ್ಯಕ್ರಮಗಳನ್ನು ಜಾರಿಗೊಳಿಸಿದರು. ಅವುಗಳಿಗೆ ಆರಂಭದಲ್ಲಿ ಯಾವುದೇ ಪ್ರಚಾರ ದೊರೆಯಲಿಲ್ಲ ಎಂಬುದು

ಒಂದು ವಿಷಾಧನೀಯ ಸಂಗತಿ. ಆದರೆ ಅರಸು ತೀರಿಕೊಂಡ ಎರಡು ದಶಕಗಳ ನಂತರ ಅವರ ಅವಧಿಯಲ್ಲಿ ಜಾರಿಗೊಂಡ ಅರಣ್ಯ ಕಾರ್ಯಕ್ರಮಗಳ ಮಹತ್ವ ಜನಕ್ಕೆ ಇದೀಗ ಸ್ಪಷ್ಟವಾಗುತ್ತಿದೆ.

ಅಖಿಲ ಭಾರತ ಮಟ್ಟದಲ್ಲಿ ಅರಣ್ಯ ಸಂರಕ್ಷಣಾ ಕಾಯಿದೆ ಅಸ್ತಿತ್ವಕ್ಕೆ ಬಂದದ್ದು ೧೯೮೦ರಲ್ಲಿ. ಅಂದರೆ ಪರಿಸರ ಸಂರಕ್ಷಣೆ ಬಗೆಗೆ ಇನ್ನೂ ಕಾಳಜಿ ಹುಟ್ಟದಿದ್ದ ಕಾಲದಲ್ಲೇ ಅರಸು ಅದನ್ನು ಸಾಮುದಾಯಿಕ ಜವಬ್ದಾರಿಯನ್ನಾಗಿಸಿದ್ದರು. ಅರಣ್ಯ ಉಳಿಸಲು ಅರಸು ಅವರೇನು ವಿದೇಶದಿಂದ ಹಣ ತರಲಿಲ್ಲ. ಲಕ್ಷ ಸಸಿಗಳನ್ನು ನೆಡಿಸಿದ ಬಗ್ಗೆ ಢಂಗೂರ ಸಾರಲಿಲ್ಲ. ಕೇವಲ ಕೆಲವು ನಿಯಮಗಳಿಂದ ಬದಲಾವಣೆ ಮತ್ತು ಕಾನೂನಿನ ಜಾರಿಯಿಂದ ಅವರು ಅಗಾಧವಾದುದನ್ನು ಸಾಧಿಸಿದ್ದರು. ಇಂದು ನಾವು ಜಾಗತೀಕರಣದ ಸಂದರ್ಭದಲ್ಲಿದ್ದರೂ ನಮಗೆ ಪರಿಸರ ಮತ್ತು ಅರಣ್ಯನಾಶದಿಂದ ಏನು ಪರಿಣಾಮ ಆಗುತ್ತದೆ ಎಂದೂ ತಿಳಿದಿದ್ದರೂ ಜಾಣ ದಡ್ಡರಂತೆ ವರ್ತಿಸುತ್ತಿರುವುದು ಸೋಜಿಗದ ಸಂಗತಿ. ನಗರೀಕರಣದ ಪ್ರಭಾವದಿಂದಾಗಿ ಅರಣ್ಯದ ಮರಗಿಡಗಳನ್ನು ಕಡಿದು ನಾಶಮಾಡಿದ್ದೇವೆ. ಆಧುನಿಕ ತಂತ್ರಜ್ಞಾನದಿಂದ ತಯಾರಿಸಿದ ಯಂತ್ರಗಳನ್ನು ಬಳಸಿ ಹಸಿರಿನಿಂದ ಕಂಗೊಳಿಸುತ್ತಿದ್ದ ಬೆಟ್ಟವನ್ನು ಕಡಿದು ಗಣಿಗಾರಿಕೆಯನ್ನು ಆರಂಭಿಸಿದ್ದೇವೆ. ಬಹುಶಃ ಇದರ ಪರಿಣಾಮ ಮುಂದಿನ ದಿನ-ಮಾನಗಳಲ್ಲಿ ನಮ್ಮ ಮುಂದಿನ ಪೀಳಿಗೆಯವರಿಗೆ ಅರಣ್ಯ ಸಂಪತ್ತು ಎಂದರೆ ಹೀಗೆ ಇರುತ್ತದೆ ಎಂದು ಚಿತ್ರಪಟಗಳಲ್ಲಿ ತೋರಿಸಬೇಕಾಗುತ್ತದೆ. ಸರಕಾರಗಳು ಈ ಬಗೆಗೆ ಎಚ್ಚರವಹಿಸಿ ಅರಣ್ಯ ಸಂಪತ್ತು ನಾಶ ಮಾಡುವವರ ವಿರುದ್ಧ ಕಟ್ಟುನಿಟ್ಟಾದ ಕ್ರಮಗಳನ್ನು ಕೈಗೊಳ್ಳಬೇಕು. ಇಲ್ಲವಾದರೆ ನೈಸರ್ಗಿಕ ವಿಕೋಪಕ್ಕೆ ತುತ್ತಾಗಬೇಕಾಗುತ್ತದೆ. ಆದರೆ ಅರಸು ಪರಿಸರ ಸಂರಕ್ಷಣೆ, ವನ್ಯಜೀವಿ ಸಂರಕ್ಷಣೆ ಇತ್ಯಾದಿ ಪರಿಕಲ್ಪನೆಗಳು ಅಪರಿಚಿತವಾಗಿದ್ದ ಕಾಲದಲ್ಲೇ ಅವರು ಈ ನಿಟ್ಟಿನಲ್ಲಿ ದುಡಿದದ್ದು ಪರಿಸರದ ಬಗೆಗೆ ಅವರಿಗಿದ್ದ ಕಾಳಜಿ ಎಂಥದ್ದು ಎಂಬುದು ತಿಳಿದುಬರುತ್ತದೆ. ಜನಪರವಾದ ಕಾರ್ಯಕ್ರಮಗಳಿಗೆ ಕಡುವಿರೋಧದ ನಡುವೆಯೂ ಅಂದಿನ ಅರಣ್ಯಮಂತ್ರಿಯಾಗಿದ್ದ ಕೆ.ಎಚ್.ಪಾಟೀಲ್‌ರು, ಅರಸು ಅವರ ಬೆಂಬಲಕ್ಕೆ ಟೊಂಕಕಟ್ಟಿ ನಿಂತಿದ್ದರು. ಈ ಇಬ್ಬರೂ ಸಮಾಲೋಚಿಸಿ ಅರಣ್ಯ ಸಂರಕ್ಷಣ ಕಾನೂನನ್ನು ಸಂಪುಟದ ಒಪ್ಪಿಗೆ ಮೇರೆಗೆ ಅನುಷ್ಠಾನಕ್ಕೆ ತಂದರು. ಇಲ್ಲದಿದ್ದರೆ ಕರ್ನಾಟಕ ಇನ್ನೂ ಎಷ್ಟೋ ಅರಣ್ಯ ಪ್ರದೇಶ ತನ್ನ ವನಸಿರಿಯನ್ನು ಕಳೆದುಕೊಳ್ಳುತ್ತಿತ್ತು. ಈ ಕಾನೂನಿನ ಅನುಷ್ಠಾನದಿಂದ, ರೈತರು, ಸಾರ್ವಜನಿಕರು, ಬೇಕಾಬಿಟ್ಟಿಯಾಗಿ ಮರಕಡಿಯುವುದು ನಿಯಂತ್ರಣಗೊಂಡಿತು. ಅಲ್ಲದೆ ಮರ ಕಡಿದ ಜಾಗದಲ್ಲಿ ಇಂತಿಷ್ಟು ಸಸಿಗಳನ್ನು ಹಾಕಬೇಕೆನ್ನುವ ನಿಯಮವು ಈ ಮರಗಿಡಗಳ ಬಗ್ಗೆ ಸಾರ್ವಜನಿಕರಲ್ಲಿ ಜಾಗೃತಿಯನ್ನುಂಟು ಮಾಡಿತು. ಈಗ ನಾವು ಮಲೆನಾಡು ಪ್ರದೇಶ, ಉತ್ತರ ಕನ್ನಡ, ದಕ್ಷಿಣ ಕನ್ನಡ ಮತ್ತು ಮೈಸೂರು ಭಾಗಗಳಲ್ಲಿ ಅರಣ್ಯ ಸಂಪತ್ತು ಇಂದು ನಾವು ನೋಡಲು ಉಳಿದುಕೊಂಡಿದೆ ಎಂದರೆ ಅರಸು ಕರುಣಿಸಿದ ಭಾಗ್ಯವೆಂದೇ ಹೇಳಬಹುದು.

೫.೯ ಹಿಂದುಳಿದ ಪ್ರದೇಶಗಳ ಅಭಿವೃದ್ಧಿ

ಇಂದು ಅಭಿವೃದ್ಧಿಯ ಸಂಕಥನವನ್ನು ಎರಡು ರೀತಿಯಲ್ಲಿ ಅರ್ಥೈಸಲಾಗುತ್ತದೆ. ಇಡೀ ದೇಶದ ಅಖಂಡ ಅಭಿವೃದ್ಧಿಯನ್ನು ದೃಷ್ಟಿಯಲ್ಲಿಟ್ಟುಕೊಂಡು ಯೋಜನೆಗಳನ್ನು ರೂಪಿಸುವುದು ಒಂದು ಬಗೆಯಾದರೆ, ಮತ್ತೊಂದು, ಸ್ಥಳೀಯ ಪ್ರದೇಶಗಳ ಕುಂದುಕೊರತೆಗಳನ್ನು ದೃಷ್ಟಿಯಲ್ಲಿಟ್ಟುಕೊಂಡು ಯೋಜನೆಗಳನ್ನು ವಿಕೇಂದ್ರಿಕರಿಸುವುದು ಇನ್ನೊಂದು ಬಗೆಯದು. ಅರಸು ಅವರು ರಾಜ್ಯದ ಸ್ಥಳೀಯ ಹಿಂದುಳಿದ ಪ್ರದೇಶಗಳ ಕುಂದು ಕೊರತೆಗಳನ್ನಿಟ್ಟುಕೊಂಡೇ ಅಭಿವೃದ್ಧಿ ಯೋಜನೆಗಳನ್ನು ಅನುಷ್ಠಾನಕ್ಕೆ ತಂದರು. ಅವುಗಳಲ್ಲಿ ಪ್ರಮುಖವಾದವುಗಳೆಂದರೆ ಗ್ರಾಮೀಣ ಉಚಿತ ವಿದ್ಯುತ್ ಯೋಜನೆ, ಬಡವರಿಗಾಗಿ ಜನತಾ ಮನೆ ಯೋಜನೆ ಮತ್ತು ಸಾರ್ವಜನಿಕ ಆಸ್ಪತ್ರೆಯಂಥ ಅಭಿವೃದ್ಧಿ ಸೌಲಭ್ಯಗಳನ್ನು ಒದಗಿಸುವಲ್ಲಿ ಅರಸು ಮತ್ತು ಅವರ ಸಂಪುಟ ವಹಿಸಿದ ಪಾತ್ರ ಅತ್ಯಂತ ಮಹತ್ವದ್ದು. ಅಂದರೆ ಹಿಂದೆ ಈ ಸೌಲಭ್ಯಗಳನ್ನು ಒದಗಿಸಿಕೊಡುವಲ್ಲಿ ಸರಕಾರಗಳು ವಿಫಲವಾಗಿದ್ದವು ಎಂದಲ್ಲ ಮೂಲತಃ ಭಾರತ ದೇಶವು ಹಳ್ಳಿಗಳಿಂದ ಕೂಡಿರುವ ನಾಡು. ಈ ಹಳ್ಳಿಗಳು ಆರ್ಥಿಕವಾಗಿ ಅಭಿವೃದ್ಧಿಗೊಳಿಸುವುದಕ್ಕಾಗಿ, ಮನೆಗಳನ್ನು ಬೆಳಗಲು "ಗ್ರಾಮ ವಿದ್ಯುದೀಕರಣ" ಯೋಜನೆಯನ್ನು ಜಾರಿಗೊಳಿಸಲಾಯಿತು. ಆ ಮೂಲಕ ಪ್ರತಿಯೊಂದು ಮನೆಗೆ ವಿದ್ಯುತ್ ದೀಪದ ವ್ಯವಸ್ಥೆಯನ್ನು ಕಲ್ಪಿಸಲಾಗಿತ್ತು. ಗ್ರಾಮೀಣ ಕೈಗಾರಿಕೆಗಳ ಚಾಲನೆ ಹಾಗೂ ನೀರಾವರಿ ಪಂಪ್‌ಸೆಟ್ಟುಗಳಿಗೆ ಅವಶ್ಯಕವಾದ ವಿದ್ಯುತ್‌ನ್ನು ಒದಗಿಸಲಾಗಿತ್ತು. ಈ ದಿಸೆಯಲ್ಲಿ ರಾಜ್ಯವೇ ಪ್ರಥಮ ಹೆಜ್ಜೆಯನ್ನಿಟ್ಟಿತು. ಆದರೆ ಹಿಂದುಳಿದ ಪ್ರದೇಶಗಳಿಗೆ ಸರಕಾರ ಒದಗಿಸಿದ ಈ ಸೌಲಭ್ಯಗಳು ಕಡಿಮೆ ಎನ್ನುವಷ್ಟರ ಮಟ್ಟಿಗೆ ದೊರಕಿದ್ದವು. ಅರಸು ೧೯೭೨ರಲ್ಲಿ ಮುಖ್ಯಮಂತ್ರಿಯಾಗಿ ಅಧಿಕಾರ ವಹಿಸಿಕೊಂಡ ಮೇಲೆ ಈ ಯೋಜನೆಗೆ ಮತ್ತಷ್ಟು ಬಲ ಬಂದಿತಲ್ಲದೆ ಅವು ವ್ಯಾಪಕವಾಗಿ ಜನರನ್ನು ತಲುಪಿದವು. ಅಧಿಕಾರ ಸಿಕ್ಕರೆ ಸಾಕು ಜನರ ಗೊಡವೆ ನಮಗೇತಕೆಬೇಕು ಎಂದು ಕಣ್ಣೊರಸಿಕೊಂಡು ಕೂಡುವ ರಾಜಕಾರಣಿಗಳು ನಮ್ಮಲ್ಲಿ ಈಗ ಸಾಕಷ್ಟು ಜನರಿದ್ದಾರೆ. ಜಾತಿ ಬೆಂಬಲದಿಂದ ಚುನಾವಣೆಯಲ್ಲಿ ಸ್ಪರ್ಧಿಸಿ ಆರಿಸಿ ಬಂದು ವಿಧಾನಸಭೆಯಲ್ಲಿ ಹಿಂದೆ ಕುಳಿತು ನಿದ್ರೆ ಮಾಡುವ ರಾಜಕಾರಣಿಗಳೂ ಇಲ್ಲವೆನ್ನುವಂತಿಲ್ಲ. ಆದರೆ ಅರಸು ಈ ಸಾಲಿಗೆ ಸೇರುವಂತವರಲ್ಲ. ಏಕೆಂದರೆ ಅವರ ವ್ಯಕ್ತಿತ್ವ ಮತ್ತು ಚಿಂತನೆಗಳೇ ಅಂಥವು. ಅದಕ್ಕಾಗಿ ಅವರು ಭಿನ್ನವಾಗಿ ಕಂಡುಬರುತ್ತಾರೆ. ಅವರ ಚಿಂತನೆಗಳು ಏನಿದ್ದರೂ ಹಿಂದುಳಿದ ವರ್ಗಗಳ ಮತ್ತು ದೀನದಲಿತರ ಅಭಿವೃದ್ಧಿಯೇ ಆಗಿತ್ತು. ಅವರ ಅಭಿವೃದ್ಧಿಗಾಗಿ ಹಲವು ಯೋಜನೆಗಳನ್ನು ಕೈಗೊಂಡು, ಅವುಗಳನ್ನು ಸಾಕಾರಗೊಳಿಸುವಲ್ಲಿ ಅವರ ಶ್ರಮ ಅನನ್ಯವಾದದು.

೫.೧೦ ಉಚಿತ ವಿದ್ಯುತ್ ಯೋಜನೆ (ಭಾಗ್ಯಜ್ಯೋತಿ ಯೋಜನೆ)

ದೇಶಕ್ಕೆ ಸ್ವಾತಂತ್ರ್ಯ ಬಂದು ಆರು ದಶಕಗಳೇ ಕಳೆದರೂ ಕೂಡ ಗ್ರಾಮೀಣ ಪ್ರದೇಶಗಳಿಗೆ ವಿದ್ಯುತ್ ಗಗನ ಕುಸುಮವಾಗಿಯೇ ಉಳಿದಿದೆ ಎಂದು ಹೇಳಬಹುದು. ಇದು ದೇಶದ ವಾಸ್ತವ ಸ್ಥಿತಿ ಎಂದರೂ ತಪ್ಪಾಗಲಾರದೇನೋ. ವಿದ್ಯುತ್ತಿನ ಅಭಾವ ನಮ್ಮನ್ನು ಅಷ್ಟು ಕಾಡುತಿತ್ತು.

ಇಂಥ ಸಂದರ್ಭದಲ್ಲಿ ಅರಸು ರಾಜ್ಯದಲ್ಲಿ ಅನೇಕ ನೀರಾವರಿ ಯೋಜನೆಗಳನ್ನು ಕೈಗೊಳ್ಳುವುದರೊಂದಿಗೆ ಕೊಂಚ ಮಟ್ಟಿಗೆ ವಿದ್ಯುತ್ತಿನ ಅಭಾವದ ಪರಿಸ್ಥಿತಿಯನ್ನು ಸುಧಾರಿಸಿದರು ಎನ್ನಲಡ್ಡಿಯಿಲ್ಲ. ಏಕೆಂದರೆ, ಎಷ್ಟೋ ಹಳ್ಳಿಜನರ ಬದುಕು ಮನೆಗೊಂದು ದೀಪವಿಲ್ಲದೆ ಕತ್ತಲೆಯ ಕೋಣೆಯೊಂದರಲ್ಲೇ ತಮ್ಮ ಬದುಕಿನ ಬಂಡಿಯನ್ನು ನಡೆಸಬೇಕಾಗಿತ್ತು. ಹೀಗಾಗಿ ಆ ಕತ್ತಲೆಯನ್ನು ಓಡಿಸಲು ಅರಸು ಅವರು ತಮ್ಮ ಆಡಳಿತದ ಅವಧಿಯಲ್ಲಿ ಪ್ರತಿಯೊಬ್ಬ ಬಡವನಿಗೆ ನಿವೇಶನ ಒದಗಿಸಿದಂತೆ 'ಭಾಗ್ಯಜ್ಯೋತಿ' ಯೋಜನೆ ಅಡಿಯಲ್ಲಿ ಹಣತೆ ಬುಡ್ಡಿ ದೀಪಗಳನ್ನು ಬಳಸಲು ಆರ್ಥಿಕ ಸಾಮರ್ಥ್ಯವಿಲ್ಲದ ಬಡ ಕುಟುಂಬಗಳ ಪ್ರತಿಯೊಂದು ಮನೆಗೂ ಉಚಿತ ವಿದ್ಯುತ್ ದೀಪವನ್ನು ಒದಗಿಸಿದರು. ಹೊತ್ತು ಮುಳುಗಿದ ಕೂಡಲೇ ಉಂಡು ಮಲಗುವ ಬಡವನಿಗೆ ತನ್ನ ನೋವಿನಲ್ಲಿಯೇ ಹುಟ್ಟಿಬರುವ ವೈಚಾರಿಕ ವಿನಿಮಯಕ್ಕೆ ಚಿಂತನೆಗಳಿಗೆ ಅವಕಾಶವೆಲ್ಲಿ. ಬಡವರ ಮತ್ತು ಆರ್ಥಿಕವಾಗಿ ದುಃಸ್ಥಿತಿಯಲ್ಲಿ ಇದ್ದವರ ಮಧ್ಯ ಬೆಳೆದು ಬಂದ ಅರಸು, ಅಂಥ ಬಡ ಜನರೂ ತಮ್ಮ ಮೈಮನಗಳು ಬೆಳಕು ಕಾಣಬೇಕು ಎನ್ನುವ ಆಶಯ ಅವರದಾಗಿತ್ತು. ಅಂಥವರ ಪ್ರತಿಯೊಂದು ಮನೆಗೂ ಸರಕಾರ ಒಂದೊಂದು ದೀಪ ಹಾಕಿಸಿ ಬೆಳಕು ನೀಡುವ ಅಪೂರ್ವ ಯೋಜನೆಯೇ-

> ಈ "ಭಾಗ್ಯಜ್ಯೋತಿ" ಯೋಜನೆ ಆ ಮೂಲಕ ನಲವತ್ತು ಸಾವಿರ ಮನೆಗಳಿಗೆ ಉಚಿತ ವಿದ್ಯುತ್ ಒದಗಿಸಿದರು. ಇದನ್ನು ಅನುಷ್ಠಾನಕ್ಕೆ ತರುವಲ್ಲಿ ಅರಸು ಅವರ ಮೇಲೆ ಪ್ರಭಾವ ಬೀರಿದವರು ಎನ್.ಡಿ.ವೆಂಕಟೇಶ್[೧೩]

ಎಂದು ಸಿ.ಆರ್. ಗೋವಿಂದರಾಜು ಅವರು, ಅರಸು, ಚದುರಂಗರು ಮತ್ತು ಕರ್ನಾಟಕ ಎನ್ನುವ ಲೇಖನದಲ್ಲಿ ಉಲ್ಲೇಖಿಸಿದ್ದಾರೆ. ಒಂದು ವೇಳೆ ಅರಸು ಈ ಯೋಜನೆಯನ್ನು ಅನುಷ್ಠಾನಗೊಳಿಸದೆ ಹೋಗಿದ್ದರೆ ಈ ಬಡಜನತೆ ಇನ್ನೆಷ್ಟು ದಿನಗಳ ಕಾಲ ತಮ್ಮ ಬದುಕನ್ನು ಕತ್ತಲಲ್ಲೆ ಕಳೆಯಬೇಕಾಗುತ್ತಿತ್ತೇನೋ ಎನ್ನುವ ಭಾವನೆ ನಮ್ಮಲ್ಲಿ ಮೂಡದೆ ಇರಲಾರದು. ಮುಂದೆ ವಿವಿಧ ಪಂಚವಾರ್ಷಿಕ ಯೋಜನೆಗಳ ಅಡಿಯಲ್ಲಿ ಪ್ರತಿಯೊಂದು ಹಳ್ಳಿಗಳಿಗೆ ಹಾಗೂ ರೈತರ ಪಂಪ್‌ಸೆಟ್‌ಗಳಿಗೆ ವಿದ್ಯುತ್ ಒದಗಿಸುವುದನ್ನು ಪ್ರತಿಸರಕಾರವು ಆಯಾ ಆಡಳಿತ ಅವಧಿಯಲ್ಲಿ ಮಾಡುತ್ತಾ ಬಂದಿರುವುದನ್ನು ಕಾಣುತ್ತೇವೆ. ಪ್ರಥಮ ಪಂಚವಾರ್ಷಿಕ ಯೋಜನೆಗಳ ಪ್ರಾರಂಭದಲ್ಲಿ ಒಟ್ಟು ೪೭೫ ಗ್ರಾಮಗಳಿಗೆ ಮತ್ತು ೨,೩೮೫ ನೀರಾವರಿ ಪಂಪ್‌ಸೆಟ್ಟುಗಳಿಗೆ ವಿದ್ಯುತ್‌ನ್ನು ಸರಕಾರಗಳು ಒದಗಿಸುತ್ತಿರುವುದನ್ನು ಕಾಣುತ್ತೇವೆ.

> ''ಅರಸು ಎರಡನೆ ಭಾರಿಗೆ ಮುಖ್ಯಮಂತ್ರಿಯಾದ ನಂತರ ಮತ್ತಷ್ಟು ವಿದ್ಯುತ್‌ನ್ನು ಉತ್ಪಾದಿಸಿ ಹೆಚ್ಚು ಗ್ರಾಮೀಣ ಪ್ರದೇಶಗಳಿಗೆ ಸಂಪರ್ಕ ಕಲ್ಪಿಸಿದರು.
>
> ೧. ಮನೆ ಬೆಳಗಿಸುವ ದೀಪಗಳು ೩೬.೧೫೪
>
> ೨. ಸಂಪೂರ್ಣ ಗೃಹಬಳಕೆ ವಿದ್ಯುತ್ ೮.೬೪೩

೩. ವಾಣಿಜ್ಯ ಕೆಲಸಕ್ಕೆ ೫.೩೨೧

೪. ವಾಣಿಜ್ಯ ಲೋಟೆನನ್ಯ ೨.೭೦೫

೫. ವಾಣಿಜ್ಯ ಹೈಟ್ಯೆನ್ ೨೦ ಮತ್ತು ಕುಡಿಯುವ ನೀರಿನ ಯೋಜನೆಗೆ ಶೇ.೬೮"[೧೪]

ಒಟ್ಟು ರಾಜ್ಯದಲ್ಲಿ ಉತ್ಪಾದನೆಯಾದ ವಿದ್ಯುತ್‌ನಲ್ಲಿ ಕೈಗಾರಿಕೆಗಳೇ ಹೆಚ್ಚು ವಿದ್ಯುತ್ ಅನ್ನು ಅಂದರೆ, ಉತ್ಪಾದನೆಯ ಶೇ.೭೫ರಷ್ಟು ಪಡೆಯುತ್ತಿದ್ದವು. ಇನ್ನುಳಿದ ಶೇ.೨೫ ಭಾಗವು ಮನೆಗಳನ್ನು ಬೆಳಗಲು, ವಾಣಿಜ್ಯ, ನೀರಾವರಿ ಪಂಪ್‌ಸೆಟ್‌ಗಳಿಗೂ, ಬೀದಿ ದೀಪಗಳಿಗೆ ಹಾಗೂ ಸಾರ್ವಜನಿಕರ ಕುಡಿಯುವ ನೀರಿಗೆ ಹಂಚಿಕೆಯಾಗುತ್ತಿತ್ತು. ಹೀಗೆ ಹೆಚ್ಚು ವಿದ್ಯುತ್ ಕೈಗಾರಿಕೆಗಳಿಗೆ ಖರ್ಚಾಗುತ್ತಿದ್ದರೂ ಗ್ರಾಮೀಣ ಪ್ರದೇಶಗಳಿಗೆ ವಿದ್ಯುತ್‌ನ್ನು ಕೊಡುವಲ್ಲಿ ಅರಸು ಮರೆಯಲಿಲ್ಲ. ಇಂದು ಪ್ರತಿಯೊಂದು ಗ್ರಾಮದ ಮನೆಯಲ್ಲಿ ಈ ಯೋಜನೆಯ ಫಲವನ್ನು ಕಾಣುತ್ತೇವೆ. ಆದರೆ ಇಂದು ಸರಕಾರಗಳು ಲೋಡ್ ಶೆಡ್ಡಿಂಗ್ ವ್ಯವಸ್ಥೆಯನ್ನು ಅನುಸರಿಸುತ್ತಿದ್ದು ಆ ಮೂಲ ಗ್ರಾಮೀಣ ಪ್ರದೇಶಗಳಿಗೆ ದಿನದಲ್ಲಿ ಕೇವಲ ಆರು ಗಂಟೆಗಳ ಕಾಲ ವಿದ್ಯುತ್‌ನ್ನು ಒದಗಿಸುತ್ತಿವೆ ಎಂಬುದನ್ನು ಇಲ್ಲಿ ಸ್ಮರಿಸಬಹುದು.

ಬ. ಜನತಾ ಮನೆ ಯೋಜನೆ

ಮಾನವನ ಮೂಲಭೂತ ಸೌಕರ್ಯಗಳಲ್ಲಿ ವಸತಿಯು ಒಂದು. ಅದು ಇರದೆ ಹೋದರೆ ಆತನ ಕುಟುಂಬ ಬೀದಿಪಾಲಾಗುತ್ತದೆ. ತನ್ನನ್ನು ಮತ್ತು ತನ್ನ ಕುಟುಂಬವನ್ನು ಮಳೆ, ಗಾಳಿ, ಚಳಿಯಿಂದ ರಕ್ಷಿಸಿಕೊಳ್ಳಲು ಒಂದು ಸ್ವಂತ ಮನೆ ಇರಲೇಬೇಕು. ನಮ್ಮ ರಾಜ್ಯದಲ್ಲಿ ಬಡವರೇನು ಕಡಿಮೆಯಿಲ್ಲ. ಇರಲು ಒಂದು ಸೂರು, ಉಡಲು ಬಟ್ಟೆ, ಒಂದೊತ್ತಿನ ಊಟಕ್ಕೆ ಪರದಾಡುವ ಬಡಕುಟುಂಬಗಳು ಎಷ್ಟೋ ಉಂಟು. ಈ ಸಮಸ್ಯೆಯನ್ನು ತೊಡೆದು ಹಾಕಲು ಈ ಹಿಂದೆ ಸರಕಾರಗಳು ಹಲವಾರು ಯೋಜನೆಗಳನ್ನು ಜಾರಿಗೆ ತಂದಿದ್ದವು. ಆದರಂತೆ ೧೯೬೮ರಲ್ಲೇ ವಿರೇಂದ್ರ ಪಾಟೀಲ್ ಸರಕಾರ ಪರಿಶಿಷ್ಟ ಜಾತಿ ಮತ್ತು ಪರಿಶಿಷ್ಟ ಬುಡಕಟ್ಟು ಸಮುದಾಯಗಳಿಗೆ ಗೃಹನಿರ್ಮಾಣದ ಸಲುವಾಗಿ ಜಮೀನನ್ನು ದೊರಕಿಸಿಕೊಡಲು ಕಾನೂನನ್ನು ರೂಪಿಸಿತ್ತು ಮತ್ತು ನಿವೇಶನಗಳನ್ನು ನಿರ್ಮಿಸಲು ಬೇಕಾದ ಜಮೀನು ಖರೀದಿಗೆ ಹಣವನ್ನೂ ನೀಡಲಾಗಿತ್ತು. ಅದರಂತೆ (೧೯೭೨) ಅರಸು ಅವರು ರಾಜ್ಯದ ಚುಕ್ಕಾಣಿ ಹಿಡಿದ ಮೇಲೆ ರಾಜ್ಯದಲ್ಲಿ ೧೯೬೮ರಲ್ಲಿ ರೂಪಿಸಲಾಗಿದ್ದ ಪರಿಶಿಷ್ಟ ಜಾತಿ ಮತ್ತು ಪರಿಶಿಷ್ಟ ಬುಡಕಟ್ಟುಗಳ ಜನರಿಗೆ ಗೃಹನಿರ್ಮಾಣದ ಯೋಜನೆಗೆ ಮತ್ತಷ್ಟು ಹೊಸ ಆಯಾಮವನ್ನೇ ನೀಡಿದರು. ಅದರಂತೆ ಪರಿಶಿಷ್ಟ ಜಾತಿ ಮತ್ತು ಪರಿಶಿಷ್ಟ ಪಂಗಡ, ದೀನದಲಿತ, ದುರ್ಬಲವರ್ಗಗಳ, ಭೂ ಹೀನ ಕಾರ್ಮಿಕರಿಗೆ ಮತ್ತು ಅಲೆಮಾರಿ ಹಾಗೂ ಅರೆ ಅಲೆಮಾರಿ ಕುಟುಂಬಗಳಿಗೆ ನಿವೇಶನ ಒದಗಿಸಲು ಸಹ ವಿಶೇಷ ಆದೇಶವನ್ನು ಹೊರಡಿಸಿದರು. ಈ ಮೂಲಕ ನಗರ-ಗ್ರಾಮಗಳ ಬಡಜನರಿಗೆ ನೆರವಾದರು. ವಿಶೇಷವಾಗಿ ಆರ್ಥಿಕವಾಗಿ ದುರ್ಬಲರಾದವರಿಗಾಗಿ ಅರಸು ಸರಕಾರ ಉಚಿತ ನಿವೇಶನವನ್ನು ನೀಡುವ ಒಂದು ಬೃಹತ್ ಕಾರ್ಯಕ್ರಮವನ್ನೇ

ಹಮ್ಮಿಕೊಂಡಿತು. ಜನತೆಗೆ ಮನೆಕಟ್ಟಲು ಸಹಾಯಧನ, ಗೃಹ ನಿರ್ಮಾಣ ಸಂಸ್ಥೆಗಳ ಮೂಲಕ ಮನೆಗಳನ್ನು ನಿರ್ಮಿಸಿ ಹಂಚುವ ಯೋಜನೆ ಕಾರ್ಯಗತವಾಯಿತು. ಈ ಪೈಕಿ ಶೇ. ೫೫ರಷ್ಟು ಮನೆಗಳನ್ನು ವಿಶೇಷವಾಗಿ ಹಿಂದುಳಿದ ವರ್ಗಗಳಿಗೆ ಹಂಚುವ ಮೂಲಕ ಅರಸು ಇಲ್ಲಿಯೂ ಅಸಮಾನತೆಯನ್ನು ತೊಡೆಯುವ ಅಂಶಕ್ಕೆ ಒತ್ತು ನೀಡಿ ತಮ್ಮ ಮಾನವೀಯತೆಯನ್ನು ಮೆರೆದರು. ಇದರಿಂದ ಹಿಂದುಳಿದ ವರ್ಗಗಳು ನೆಮ್ಮದಿಯಿಂದ ಉಸಿರಾಡುವಂತಾದವು. ಅವರು ಯಾವುದೇ ಒಂದು ಯೋಜನೆಯನ್ನು ಅನುಷ್ಠಾನಕ್ಕೆ ತರಬೇಕಾದರೆ ಎಷ್ಟೊಂದು ಗಂಭೀರವಾಗಿ ಯೋಚಿಸಿ ನಿರ್ಧಾರಕ್ಕೆ ಬರುತ್ತಿದ್ದರೆಂಬುದನ್ನು ಕೋಣಂದೂರು ವೆಂಕಪ್ಪಗೌಡ ಅವರ ಮಾತುಗಳಿಂದ ತಿಳಿಯಬೇಕು.

> "ರಾಜ್ಯದ ಅಭಿವೃದ್ಧಿಗೆ ಬೇಕಾದ ಸಂಪನ್ಮೂಲಗಳನ್ನು ಒದಗಿಸುವಲ್ಲಿ, ವೈಚಾರಿಕ ದೃಷ್ಟಿ ಅವರಲ್ಲಿ ಇದ್ದಿತು ಎಂಬುದು ಸ್ಪಷ್ಟ. ಸರಕಾರದ ಕೈಗಾರಿಕಾ ಘಟಕಗಳಾಗಲಿ, ನೀರಾವರಿ ಯೋಜನೆಗಳಾಗಲಿ, ಅವುಗಳಿಗೆ ಹಾಕಿದ ಬಂಡವಾಳದ ಪ್ರತಿಫಲ ಏನು ಎಂಬುದನ್ನು ಆಳವಾಗಿ ಪರಿಶೀಲಿಸುವ ಮನಸ್ಸು ಅವರಲ್ಲಿ ಇದ್ದಿತು. ಅದೇ ರೀತಿ ಸಾರ್ವಜನಿಕ ಹಣಕಾಸು ಮೂಲ ಸೂತ್ರಗಳಲ್ಲಿ ಒಂದಾದ (Ability to pay) ಕೊಡುವ 'ಚೈತನ್ಯ' ಇದ್ದ ಕಡೆ ಅಭಿವೃದ್ಧಿ ಸಂಪನ್ಮೂಲಗಳನ್ನು ಪಡೆಯಬೇಕೆಂಬುದು ಅರಸು ಅವರ ವಾದವಾಗಿತ್ತು"[೧೫]

ಎಂದು ಅರಸು ಅನುಷ್ಠಾನಕ್ಕೆ ತಂದ ಈ ಒಂದು ಯೋಜನೆಯಿಂದ ನಾಲ್ಕು ಲಕ್ಷಕ್ಕೂ ಹೆಚ್ಚು ನಿವೇಶನಗಳನ್ನು ಉಚಿತವಾಗಿ ಹಂಚಿದರು ಮತ್ತು ಮೂವತ್ತುಸಾವಿರ ಜನತಾ ಮನೆಗಳನ್ನು ನಿರ್ಮಿಸಿದರು. ಅಂದು ಅರಸರನ್ನು ಮಾಧ್ಯಮಗಳು ಮತ್ತು ಅವರ ರಾಜಕೀಯ ಶತೃಗಳು ಅವರೊಬ್ಬ ಅಗ್ಗದ ಪ್ರಚಾರಕ್ಕೆ ಹಂಬಲಿಸುವ ಓಟ್‌ಬ್ಯಾಂಕಿನ ರಾಜಕಾರಣಿಯೆಂದು ಜರಿದದ್ದು ಉಂಟು. ಬಡವರಿಗಾಗಿ ಸರಕಾರದಿಂದ ನೀಡಲಾಗಿರುವ ಆರ್ಥಿಕ ನೆರವು ಈ ದೇಶದಲ್ಲಿ ಕೆಲವರಿಗೆ ಅಗ್ಗದ ಹಾಗೂ ಸರಕಾರಕ್ಕೆ ಹೊರೆಯಾದ ಕಾರ್ಯಕ್ರಮಗಳಾಗಿ ಕಂಡಿರಬಹುದು. ಏಕೆಂದರೆ ನಮ್ಮ ನಿತ್ಯದ ವ್ಯವಹಾರದಲ್ಲಿ, ನಡೆದಿರುವ ಸಾಧನೆಗಳ ಮಹತ್ವ ಮತ್ತು ಪರಿಣಾಮವನ್ನು ಸಾಮಾನ್ಯವಾಗಿ ಏನೆಂದು ಗಮನಿಸುವುದಿಲ್ಲ. ಆದ್ದರಿಂದಲೇ ಅರಸು ಅನುಷ್ಠಾನಕ್ಕೆ ತಂದ ಕ್ರಾಂತಿಕಾರಿಕ ಯೋಜನೆಗಳು ಅವರ ಕೆಲವಿರೋಧಿಗಳ ಕಣ್ಣಿಗೆ ನಗಣ್ಯವಾಗಿ ಕಂಡವು. ನಮ್ಮ ಜನಸಾಮಾನ್ಯರ ಜೀವನ ಮಟ್ಟ ಸುಧಾರಿಸುವ ಯೋಜನೆಗಳನ್ನು ಅನುಷ್ಠಾನಕ್ಕೆ ತಂದ ಮಹಾಕಾರ್ಯದಲ್ಲಿ ಅವರ ಈ ಸಾಧನೆಗಳು ಕಡಿಮೆಯೆನಿಸಬಹುದು; ಆದರೆ, ಅವುಗಳು ಗಣನೀಯ ಮತ್ತು ಅತ್ಯಂತ ಮಹತ್ವವಾದವು ಎಂಬುದನ್ನು ಯಾರೂ ಮರೆಯುವಂತಿಲ್ಲ. ಮುಂದೇ ೧೯೮೩ರಲ್ಲಿ ರಾಮಕೃಷ್ಣ ಹೆಗಡೆಯವರ ಸರಕಾರ ಈ ಜನತಾ ಮನೆ ಯೋಜನೆ ಕಾರ್ಯಕ್ರಮವನ್ನು ಮುಂದುವರಿಸಿತು. ಇವಾಗಲೂ ಅದು ಯಶಸ್ವಿಯಾಗಿ ನಡೆಯುತ್ತಿದೆಯೆಂದರೆ ಅಂದು ಅರಸು ಹಾಕಿದ ಭದ್ರ ಅಡಿಪಾಯವೇ ಕಾರಣ. ವ್ಯತ್ಯಾಸವೆಂದರೆ

ಈ ಜನತಾ ಮನೆಗಳು ಇವತ್ತಿನ ರಾಜಕಾರಣಿಗಳ ಹಿಂಬಾಲಕರಿಗೆ ಮತ್ತು ಸಂಬಂಧಿಕರಿಗೆ ಮಾತ್ರ ಸಿಗುತ್ತಿವೆ ಎನ್ನುವುದು ಅಸಮಾದಾನದ ಸಂಗತಿ. ನಿಜವಾದ ಯಾವ ಬಡವನಿಗೂ ಇದರ ಫಲ ದೊರೆಯದೇ ಇರುವುದು ವಿಪರ್ಯಾಸದ ಸಂಗತಿ. ಆದರೆ ಅರಸು ಆಡಳಿತ ಸಂದರ್ಭದಲ್ಲಿ ಬಡತನದ ರೇಖೆಗಿಂತ ಕಡಿಮೆಯಿರುವ ಬಡವರಿಗೆ ಜನತಾ ಮನೆಗಳು ದೊರೆತವು ಎನ್ನುವುದು ಸತ್ಯ ಸಂಗತಿ ಮತ್ತು ಈ ಜನತಾ ಮನೆಗಳನ್ನು ಹಂಚುವ ಸಂದರ್ಭದಲ್ಲಿ ಎಲ್ಲಿಯೂ ಲೋಪವಾಗದಂತೆ ಕಟ್ಟುನಿಟ್ಟಾದ ಕ್ರಮಗಳನ್ನು ಕೈಗೊಂಡಿದ್ದರು. ಒಟ್ಟಿನಲ್ಲಿ ಅರಸು ಅವರ ವಿರೋಧಿಗಳು ಏನೇ ಅಂದುಕೊಂಡರೂ, ಅವರು ಧೃತಿಗೆಡದೆ ರಾಜ್ಯದಲ್ಲಿ ಈ ಯೋಜನೆಯನ್ನು ಅನುಷ್ಠಾನಕ್ಕೆ ತಂದು ಬಡವರ ಕಣ್ಣೀರನ್ನು ಒರೆಸಿದ ಧೀಮಂತ ನಾಯಕರಾಗಿದ್ದರು ಅರಸು.

ಕ. ಸಾರ್ವಜನಿಕ ಆಸ್ಪತ್ರೆಗಳು

ದೇಶದಲ್ಲಿ ಮತ್ತು ರಾಜ್ಯ ರಾಜಕಾರಣದಲ್ಲಿ ಅರಸು ಅವರಂಥ ಗಣ್ಯ ವ್ಯಕ್ತಿತ್ವವುಳ್ಳ ವಿಶಿಷ್ಠ ರಾಜಕಾರಣಿಗಳು ತೀರ ವಿರಳವಾಗಿ ಕಂಡುಬರುತ್ತಾರೆ. ಕಾರಣ ಅವರಲ್ಲಿದ್ದ ವಿಶೇಷ ಮಾನವೀಯತೆ. ಹೀಗಾಗಿ ಅವರು ಅನುಷ್ಠಾನಕ್ಕೆ ತಂದ ಯೋಜನೆಗಳು ಅಂಥ ವಿಶೇಷತೆಯನ್ನು ಪಡೆದುಕೊಂಡಿದ್ದವು. ಹಿಂದುಳಿದ ಪ್ರದೇಶ ಮತ್ತು ಹಿಂದುಳಿದವರ್ಗಗಳ, ದೀನ ದಲಿತರ ಕ್ಷೇಮಕ್ಕಾಗಿ ಶ್ರಮಿಸಿದ್ದ ಅರಸು, ತಮ್ಮ ವೃತ್ತಿ ಜೀವನದಲ್ಲಿ ಇನ್ನೂ ಒಂದು ಹೆಜ್ಜೆ ಮುಂದೆ ಹೋಗಿ, ದೀನ ದಲಿತ, ನಿರ್ಗತಿಕರ ಆರೋಗ್ಯ ಕ್ಷೇಮಕ್ಕಾಗಿ ಸಾರ್ವಜನಿಕ ಆಸ್ಪತ್ರೆಯನ್ನು ನಿರ್ಮಿಸಲು ತಮ್ಮ ಸರಕಾರದಿಂದ ಹಲವು ರಚನಾತ್ಮಕ ಕ್ರಮಗಳನ್ನು ಕೈಗೊಂಡರು ಮತ್ತು ಅದಕ್ಕೆ ಸಂಬಂಧಿಸಿದ ಹಣವನ್ನು ಬಿಡುಗಡೆ ಮಾಡಿದರು. ಇದರಿಂದ, ಕುಷ್ಠರೋಗಿಗಳಿಗೆ, ಕ್ಷಯರೋಗಿಗಳಿಗೆ ಮತ್ತು ನಾರುಹುಣ್ಣಿನ ತೊಂದರೆಗೊಳಗಾದ ರೋಗಿಗಳಿಗೆ ಅನುಕೂಲವನ್ನು ಕಲ್ಪಿಸಿದರು. ಈ ರೋಗಿಗಳಿಗೆ ಉಚಿತ ಸೇವಾ ಚಿಕಿತ್ಸೆ ನೀಡಲು ವೈದ್ಯರ ತಂಡಗಳ ನೇಮಕಕ್ಕೆ ಆದೇಶ ಹೊರಡಿಸಿದರು. ಇಂತಹ ರೋಗಕ್ಕೆ ತುತ್ತಾದ ರೋಗಿಗಳಿಗೆ ತಿಂಗಳಿಗೆ ಮಾಸಾಶನ ಕೊಡುವಂತೆ ಜಿಲ್ಲಾಧಿಕಾರಿಗಳಿಗೆ ಆದೇಶ ನೀಡಿದರು. ೧೯೭೫ರಲ್ಲಿ ವೈದ್ಯಕೀಯ ಮತ್ತು ಆರೋಗ್ಯ ಸೇವಾ ಇಲಾಖೆಗಳನ್ನು ಒಟ್ಟುಗೂಡಿಸಿ, ಆರೋಗ್ಯ ಸೇವೆಗಳ ನಿರ್ದೇಶಕರನ್ನು ಮತ್ತು ಇಲಾಖೆಯ ಮುಖ್ಯಾಧಿಕಾರಿಗಳನ್ನು ನೇಮಿಸಲಾಗಿತ್ತು ಎಂಬುದನ್ನು ಇಲ್ಲಿ ಸ್ಮರಿಸಬಹುದು. ೧೯೭೭ರಲ್ಲಿ 'ಕುಟುಂಬ ಯೋಜನೆ' ಎಂಬ ಪದ ಪ್ರಯೋಗವು. ಕುಟುಂಬ ಕಲ್ಯಾಣ ಯೋಜನೆಯನ್ನಾಗಿ ತಿದ್ದುಪಡಿ ಮಾಡಲಾಯಿತು ಮತ್ತು ಸಂಬಂಧ ಪಟ್ಟ ಅಧಿಕಾರಿಗಳ ಹುದ್ದೆಯಲ್ಲಿಯೂ ಬದಲಾಯಿಸಲಾಯಿತು. ಅರಸು ಮಾಡಿದ ಮುಖ್ಯ ಕೆಲಸವೆಂದರೆ ಕುಷ್ಠರೋಗಿಗಳಿಗೆ ಸರಕಾರದಿಂದ ತಾತ್ಕಾಲಿಕ ಬಿಡಾರಗಳನ್ನು ನಿರ್ಮಿಸಿ ಅವರಿಗಾಗಿ ವಿಶೇಷ ಚಿಕಿತ್ಸಾ ವ್ಯವಸ್ಥೆಯನ್ನು ಮಾಡಿದರು. ಈ ಸಂಬಂಧವಾಗಿ ರಾಜ್ಯ ಸರಕಾರದಿಂದ ಎಪ್ಪತ್ತೈದು ಸಾವಿರ ಹಣವನ್ನು ಬಿಡುಗಡೆ ಮಾಡಿದರು. ಪ್ರತಿಯೊಂದು ತಾಲ್ಲೂಕಿಗೊಂದರಂತೆ ಆಸ್ಪತ್ರೆಗಳನ್ನು ತೆರೆಯಲು ಸರಕಾರದಿಂದ ಹಣವನ್ನು ಬಿಡುಗಡೆ ಮಾಡಿದರು. ನಮ್ಮ ದೇಶದ ಪ್ರಾಚೀನ ವೈದ್ಯ ಪದ್ಧತಿಯಾದ ಹೋಮಿಯೋಪತಿ ಮತ್ತು ಅಲೋಪತಿ ಚಿಕಿತ್ಸೆಯನ್ನು ಉಳಿಸಿ

ಬೆಳೆಸಿಕೊಂಡು ಹೋಗಲು ಸರಕಾರ ಏನು ಕ್ರಮ ಕೈಗೊಳ್ಳಬೇಕು ಎಂದು ಸಲಹೆಯನ್ನು ಕೊಡಲು ಒಂದು ಸಮಿತಿಯನ್ನು ನೇಮಕ ಮಾಡಿದ್ದರು.

ಅರಸು ಅವರು ಚಿಕಿತ್ಸೆ ಮತ್ತು ತುರ್ತು ಚಿಕಿತ್ಸೆ ವಿಭಾಗಕ್ಕೆ ಸಂಬಂಧಿಸಿದ ನೂತನ ಕಟ್ಟಡವನ್ನು ಉದ್ಘಾಟಿಸಿ ಆ ಸಮಾರಂಭದಲ್ಲಿ ಮಾತನಾಡುತ್ತಾ ಪಂಡಿತ ಜವಹರಲಾಲ್ ನೆಹರೂ ಅವರು ಒಂದು ಕಡೆ ಈ ಆಧುನಿಕ ದೇವಾಲಯಗಳು ಯಾವುವು ಎನ್ನುವುದನ್ನು ಹೀಗೆ ಹೇಳಿದ್ದಾರೆ ಎನ್ನುವ ಮಾತನ್ನು ನೆನಪು ಮಾಡಿಕೊಟ್ಟರು. ಆ ಕುರಿತು ಅರಸು ಅವರು-

> "ನಾವು ಈಚೆಗೆ ದೇಶದಲ್ಲಿ ಕಟ್ಟುತ್ತಿರುವಂತ ಜಲಾಶಯಗಳು ವಿದ್ಯುಚ್ಛಕ್ತಿ ಉತ್ಪಾದನಾ ಕೇಂದ್ರಗಳು, ಆಸ್ಪತ್ರೆಗಳು, ಕಾರ್ಖಾನೆಗಳು ಇವೆಲ್ಲಾ ಈ ಆಧುನಿಕ ಪ್ರಪಂಚದಲ್ಲಿ ನಾವು ಕಟ್ಟುತ್ತಾ ಇರತಕ್ಕಂತ ಗುಡಿಗಳು ಅಥವಾ ದೇವಸ್ಥಾನಗಳು, ಈಗ ನಮ್ಮ ಎದುರಿಗೆ ಕಾಣುತ್ತಾ ಇರತಕ್ಕಂತ ದೊಡ್ಡ ಆಸ್ಪತ್ರೆಗಳು ಆಧುನಿಕ ದೊಡ್ಡಗುಡಿ ಇದರಲ್ಲಿರುವ ದೇವರುಗಳೆಂದರೆ ರೋಗಿಗಳು. ಇಲ್ಲಿ ಕೆಲಸ ಮಾಡುವವರೆಲ್ಲಾ ಶ್ರೇಷ್ಟಧೂತರು, ಅವರು ಒಂದೇ ಮನಸ್ಸಿನಿಂದ ಕೆಲಸ ಮಾಡಬೇಕು ಅಂದಾಗ ದೇಶ ಬೆಳೆಯುತ್ತದೆ ಮತ್ತು ಬಡತನ ಹೋಗಲಾಡಿಸಲು ಸಾಧ್ಯ."[೪]

ಎಂದು ನೆಹರು ಅವರ ಮಾತನ್ನು ಸ್ಮರಿಸಿದರು. ಹೀಗೆ ಅರಸು ಸಾರ್ವಜನಿಕ ಆಸ್ಪತ್ರೆಗಳ ಮಹತ್ವವನ್ನು ಮತ್ತು ಅಗತ್ಯತೆಯನ್ನು ಒತ್ತಿ ಹೇಳುತ್ತಿದ್ದರು. ಅವರು, ಹಿಂದುಳಿದ ಪ್ರದೇಶಗಳ ಅಭಿವೃದ್ಧಿ ಮತ್ತು ದೀನದಲಿತರ ಏಳಿಗೆಗಾಗಿ ಕೈಗೊಂಡ ನ್ಯಾಯಪ್ರೇರಿತವಾದ ಆರ್ಥಿಕ ಅಭಿವೃದ್ಧಿ ಕಾರ್ಯಕ್ರಮಗಳನ್ನು ಜಾಗತೀಕರಣ, ಉದಾರೀಕರಣ ಮತ್ತು ಖಾಸಗಿಕರಣದ ಪರವಾಗಿ ಮುಂಚೂಣಿ ಅರ್ಥಶಾಸ್ತ್ರಜ್ಞರಾದ ಅಮರ್ತ್ಯಸೇನ್ ಬಿ.ಎನ್.ಶ್ರೀನಿವಾಸನ್, ಬ್ರಹ್ಮಾನಂದರೆಡ್ಡಿ, ಎಂ.ಡಿ.ನಂಜುಂಡಪ್ಪ ಅವರಂಥ ಆರ್ಥಿಕ ಚಿಂತಕರು ಅರಸು ಅನುಷ್ಠಾನಕ್ಕೆ ತಂದ ಯೋಜನೆಗಳಿಗೆ ಬೆಂಬಲ ಸೂಚಿಸಿದ್ದಾರೆಂದರೆ ಅವು ಎಷ್ಟು ಪ್ರಗತಿಪರವಾಗಿದ್ದವು ಎಂಬುದನ್ನು ಊಹಿಸಿಬಹುದು.

ಟಿಪ್ಪಣಿಗಳು

೧. ಸಾಧನೆಗಳ ಸರದಾರ., **ಡಿ.ದೇವರಾಜ ಅರಸು**, ಅರಸು ಸಂಶೋಧನಾ ಸಂಸ್ಥೆ, (೧೯೯೭), ಬೆಂಗಳೂರು, ಪು.ಸಂ-೮೫.

೨. ನಾಯಕ ಹಾ.ಮಾ., **ಪ್ರಗತಿಪಥ**, (೧೯೭೬), ಪು.ಸಂ-೧೩೬.

೩. ಬೋರಲಿಂಗಯ್ಯ ಹಿ.ಚಿ.., **ಅಭಿವೃದ್ಧಿ ಪಥ**, **ಸುವರ್ಣ ಕರ್ನಾಟಕ**, ಸಂಪುಟ.೧, (೨೦೦೭), ಪು.ಸಂ-೧೫೪.

೪. ಬೋರಲಿಂಗಯ್ಯ ಹಿ.ಚಿ.., **ಅಭಿವೃದ್ಧಿ ಪಥ**, **ಸುವರ್ಣ ಕರ್ನಾಟಕ**, ಸಂಪುಟ.೧, (೨೦೦೭), ಪು.ಸಂ-೧೬೧.

೫. ನಾಯಕ.ಹಾ.ಮಾ., ಪ್ರಗತಿಪಥ, (೧೯೭೬), ಪು.ಸಂ-೮೬.

೬. ನಾಯಕ.ಹಾ.ಮಾ., ಪ್ರಗತಿಪಥ, (೧೯೭೬), ಪು.ಸಂ-೫೬.

೭. ನಾಯಕ.ಹಾ.ಮಾ., ಪ್ರಗತಿಪಥ, (೧೯೭೬), ಪು.ಸಂ-೨೫೮.

೮. ಕರ್ನಾಟಕ ರಾಜ್ಯ ಗ್ಯಾಸೆಟಿಯರ್, ಭಾಗ-೨, (೧೯೮೬), ಪು.ಸಂ-೩೦೨, ೩೦೩.

೯. ನಾಯಕ.ಹಾ.ಮಾ., ಪ್ರಗತಿಪಥ, (೧೯೭೬), ಪು.ಸಂ-೧೩೯.

೧೦. ನಾಯ್ಕರ್.ಡಿ.ಕೆ., ನಾ ಕಂಡ ದೇವರಾಜ ಅರಸು, (೨೦೦೦), ಪು.ಸಂ-೫೭.

೧೧. ಯಲ್ಲಪ್ಪರೆಡ್ಡಿ.ಆ.ನ., ಅರಸು ಯುಗದ ಅರಣ್ಯಪರ್ವ, (೨೦೦೧), ಪು.ಸಂ-೭೭.

೧೨. ಯಲ್ಲಪ್ಪರೆಡ್ಡಿ.ಆ.ನ., ಅರಸು ಯುಗದ ಅರಣ್ಯಪರ್ವ, (೨೦೦೧), ಪು.ಸಂ-೭೮.

೧೩. ಶೂದ್ರ ಶ್ರೀನಿವಾಸ್., ಅರಸು: ಒಂದು ಅವಲೋಕನ, (೨೦೦೬), ಪು.ಸಂ-೨೪೪.

೧೪. ಕರ್ನಾಟಕ ರಾಜ್ಯ ಗೆಜೆಟಿಯರ್, ಕರ್ನಾಟಕ ಸರಕಾರ, (೧೯೮೬), ಪು.ಸಂ-೬೮,೬೯.

೧೫. ಕೋಣಂದೂರು ವೆಂಕಪ್ಪಗೌಡ., ಪರಿವರ್ತನೆಯ ಹರಿಕಾರ, (೧೯೮೪), ಪು.ಸಂ-೧೪೪.

೧೬. ನಾಯಕ.ಹಾ.ಮಾ., ಪ್ರಗತಿಪಥ, (೧೯೭೬), ಪು.ಸಂ-೧೨೧.

ಅಧ್ಯಾಯ ಆರು

ಅರಸು: ನಾಡು-ನುಡಿ ಚಿಂತನೆ

ಸ್ವಾತಂತ್ರ್ಯ ಪೂರ್ವದಿಂದಲೂ ಹಲವಾರು ಚಿಂತಕರು, ಹೋರಾಟಗಾರರು ನಾಡಿನ ಸಂಸ್ಕೃತಿ ಅಭಿವೃದ್ಧಿಗೆ ಶ್ರಮಿಸಿರುವುದನ್ನು ಕಾಣಬಹುದು. ಈ ಹೋರಾಟಕ್ಕೆ ಅವರಲ್ಲಿ ಇದ್ದಂತಹ ಸೈದ್ಧಾಂತಿಕ ವಿಚಾರಗಳೇ ಮುನ್ನುಡಿಯಾಗಿದ್ದವು. ಈ ಬಗೆಯ ಸಂಸ್ಕೃತಿಯ ಅಸ್ತಿತ್ವಗಳಿಗೆ ಸ್ವಾತಂತ್ರ್ಯ ಪೂರ್ವದಿಂದಲೂ ಬೇಡಿಕೆ ಮತ್ತು ಹೋರಾಟಗಳು ನಡೆದರೂ ಅದಕ್ಕೆ ಒಂದು ರೂಪ ಬಂದದ್ದು ಸ್ವಾತಂತ್ರ್ಯದ ನಂತರವಷ್ಟೆ. ಭಾರತವು ಗಣರಾಜ್ಯವಾದ ಮೇಲೆ ಭಾಷಾವಾರು ಪ್ರಾಂತ್ಯ ರಚನೆ ಕಾಯಿದೆ ಜಾರಿಯಾದ ನಂತರದಲ್ಲಿ ನಾಡು ಏಕೀಕರಣಗೊಂಡಿತು. ಈ ಹಿನ್ನೆಲೆಯಲ್ಲಿ ಕನ್ನಡ ಮಾತನಾಡುವ ಬಹಳಷ್ಟು ಪ್ರದೇಶಗಳು ಒಂದುಗೂಡಿ ಮೈಸೂರು ರಾಜ್ಯ ಉದಯವಾಯಿತು. ಇದಕ್ಕೆ ಹಲವಾರು ರಾಜಕೀಯ ನಾಯಕರು ಮತ್ತು ನಾಡಿನ ಸಾಹಿತಿಗಳು ಸಾಕಷ್ಟು ಶ್ರಮವಹಿಸಿ ದುಡಿದರು. ಅವರಲ್ಲಿ ಡೆಪ್ಯೂಟಿ ಚೆನ್ನಬಸಪ್ಪ, ಸರ್. ಸಿದ್ದಪ್ಪ ಕಂಬಳಿ, ಅ.ನ. ಕೃಷ್ಣರಾಯರು, ಎಸ್.ನಿಜಲಿಂಗಪ್ಪ, ಕೆಂಗಲ್ ಹನುಮಂತಯ್ಯ, ಅಂದಾನಪ್ಪ ದೊಡ್ಡಮೇಟಿ, ಕುವೆಂಪು, ಆಲೂರ ವೆಂಕಟರಾಯರು, ಕಾರಂತರಂಥ ನಾಯಕರು ಪ್ರಮುಖರು. ಆದರೆ ನಾಡಿನ ಏಕೀಕರಣದ ನಂತರ ಕರ್ನಾಟಕ ರಾಜಕೀಯ ಇತಿಹಾಸವನ್ನು ಅವಲೋಕಿಸಿದಾಗ ಜನರ ಸ್ಮೃತಿಯಲ್ಲಿ ಚಿರಸ್ಥಾಯಿಯಾಗಿ ನಿಲ್ಲುವ ವಿರಳ ನಾಯಕರಲ್ಲಿ ದೇವರಾಜ ಅರಸು ಒಬ್ಬರು. ಒಬ್ಬ ವ್ಯಕ್ತಿ ಸ್ಮರಣೆಗೆ ಅರ್ಹನಾಗಲು ಕಾರಣ ಆತನ ಅಪೂರ್ವ ಸತ್ವ ಸಾಧನೆಗಳು ಹಾಗೂ ಕಾಲದ ಮೇಲೆ ಅವು ಬೀರುವ ಗಾಢಪ್ರಭಾವ. ಅರಸು ಇತಿಹಾಸ ನಿರ್ಮಿಸಿದ ಪರಂಪರೆಯ ಒಡಲಿನಿಂದ ಮೂಡಿಬಂದು, ತಮ್ಮ ಅವಿರತ ದುಡಿಮೆಯಿಂದ ಇತಿಹಾಸ ನಿರ್ಮಿಸಿದವರು. ಅವರು ನಾಡು-ನುಡಿ ಮತ್ತು ಸಂಸ್ಕೃತಿ ಬಗೆಗೆ ತೋರಿದ ಕಾಳಜಿ, ಪ್ರೀತಿ ಅಪಾರವಾದದು. ಆದ್ದರಿಂದ ಅವರು ತಮ್ಮ ಅಧಿಕಾರದ ಅವಧಿಯಲ್ಲೇ ನಾಡಿನ ನಾಮಕರಣ ಮತ್ತು ಕನ್ನಡ ಭಾಷೆಯನ್ನು ಆಡಳಿತ ಭಾಷೆಯಾಗಿ ಕಡ್ಡಾಯಗೊಳಿಸಿದರು ಮತ್ತು ಕರ್ನಾಟಕ ರಾಜ್ಯವನ್ನು ಸಾಂಸ್ಕೃತಿಕವಾಗಿ ಎತ್ತರಕ್ಕೆ ಏರಿಸಿದರು. ಯಾವುದೇ ಒಂದು ನಾಡು, 'ನಾಡು' ಎನಿಸಿಕೊಳ್ಳಬೇಕಾದರೆ ಅಲ್ಲಿನ ನಡೆ-ನುಡಿ ಪರಸ್ಪರ ಸಂಬಂಧವನ್ನು ಹೊಂದಿರಬೇಕು.

ಅದು ಸಮೃದ್ಧ ಹಾಗೂ ಸುಖಮಯವಾಗಿರಬೇಕು. ನಡೆನುಡಿಗಳು ಸರಿಯಾಗಿ ಹೊಂದಿಕೊಂಡು ಹೋದರೆ ಒಂದು ಬಲಿಷ್ಠ ಶಕ್ತ, ಪ್ರಾಮಾಣಿಕ ನಾಡು ಆಗಲು ಸಾಧ್ಯವಾಗುತ್ತದೆ. ಆದಿಕವಿ ಪಂಪ ಈ ಕುರಿತಂತೆ ತನ್ನ ಕಾವ್ಯದಲ್ಲಿ ಈ ರೀತಿ ಹೇಳಿದ್ದಾನೆ:

> "ಕ್ರಮವುಂ ಕೆಯ್ಕೊಳ್ಳಲೆಂದು ಪುಟ್ಟಿ ಅಕ್ರಮಂ ಗೆಯ್ದೊಡೆ
> ಕ್ರಮಮಾಕ್ಕುಮೆ"[೧]

ಎಂಬುದೆ ಆ ನುಡಿ. ಕ್ರಮ ಮತ್ತು ಅಕ್ರಮಗಳು ಸಾಂಸ್ಕೃತಿಕವಾಗಿ ಬೀಜರೂಪದ ನುಡಿಗಳೇ ಆಗಿವೆ ಎಂಬುದನ್ನು ಅರಸು ಗಮನಿಸಿದಂತೆ ಕಾಣುತ್ತದೆ. ೧೯೫೬ರಲ್ಲಿ ಭೌಗೋಳಿಕವಾಗಿ ನಾಡು ಏಕೀಕರಣಗೊಂಡರೂ ಅದು ಮಾನಸಿಕವಾಗಿ ಪೂರ್ಣಗೊಂಡಿರಲಿಲ್ಲ. ಅರಸು ಅವರು ನಾಡಿಗೆ 'ಕರ್ನಾಟಕ' ಎಂದು ನಾಮಕರಣ ಮಾಡುವ ಮೂಲಕ ಪೂರ್ಣಗೊಳಿಸಿದರು. ಹೀಗಾಗಿ ಅರಸು ಅವರನ್ನು 'ಸಂಸ್ಕೃತಿಯ ಹರಿಕಾರ' ಎಂದು ಕರೆದರೆ ತಪ್ಪಾಗಲಾರದು ಎಂದು ವಡ್ಡರ್ಸೆ ರಘುರಾಮಶೆಟ್ಟಿ ಅಭಿಪ್ರಾಯಪಡುತ್ತಾರೆ.-

> "ಅರಸು ಅವರ ರಾಜಕೀಯ ಗುಣ ವ್ಯಕ್ತಿತ್ವದ ದೊಡ್ಡ ಹೆಗ್ಗುರುತು. ಯಾವುದೇ ಒಂದು ಪುರೋಗಾಮಿ ಶಾಸನವನ್ನು ಅನುಷ್ಠಾನಕ್ಕೆ ತರಬೇಕಾದರೆ ಆ ಶಾಸನಗಳ ಬಗ್ಗೆ ಬಹಳ ಅಧ್ಯಯನ ಮಾಡಿ, ಯೋಚನೆ ಮಾಡಿ, ದಿಟ್ಟ ಹೆಜ್ಜೆಯನ್ನಿಡುತ್ತಿದ್ದ ಮನುಷ್ಯ ಅವರು. ಆತ ತಿಳುವಳಿಕೆಯಿಲ್ಲದೆ ಯಾವ ಕೆಲಸವನ್ನು ಮಾಡಿಲ್ಲ. ಸಾಕಷ್ಟು ಓದಿಕೊಂಡು ಜ್ಞಾನ ಸಂಗ್ರಹದಿಂದ ಅದಕ್ಕೆ ಬೇಕಾದಂತ ವೈಚಾರಿಕ ಸಿದ್ಧತೆ ಮಾಡಿಕೊಂಡೇ ಮುಂದಿನ ಕ್ರಮ ತೆಗೆದುಕೊಳ್ಳುತ್ತಿದ್ದರು."[೨]

ಕರ್ನಾಟಕ ಎಂಬ ಹೆಸರೇ ಮೂಲತಃ ಚೇತನದ ಶಕ್ತಿ. ಇಲ್ಲಿನ ಸಾಹಸಿಗರು ಇತಿಹಾಸ ಪ್ರಸಿದ್ಧ ಸಾಧನೆಗಳಿಂದ ರಾರಾಜಿಸಿದ ಮರೆಯಲಾಗದ ನಾಡು. ಧರ್ಮ, ಸಂಸ್ಕೃತಿ, ಸಾಹಿತ್ಯ, ಭಾಷೆ ಹಾಗೂ ಕಲೆಗಳ ತವರೂರು ಈ ಕರ್ನಾಟಕ. ಬೆಟ್ಟಗುಡ್ಡಗಳ ನೆಲಸಂಪತ್ತು, ಹಿತಕರ ಹವೆ, ನಿತ್ಯಹರಿದ್ವರ್ಣ ಕಾಡುಗಳು, ಸಂಭ್ರಮದ ಜನ, ಸಡಗರದ ಕಡಲ ತೀರ, ಪ್ರಜ್ಞಾವಂತ ಜನಾಂಗ ಇಲ್ಲಿನ ವೈಶಿಷ್ಟ್ಯ. ಸಾಧನೆಯ ದೃಷ್ಟಿಯಿಂದ ನಾಯಕರು ಬಾಳಿ ಬೆಳಗಿದ ನಾಡು ಕರ್ನಾಟಕ. ಈ ನಾಡಿಗೆ ತನ್ನದೇ ಆದ ಒಂದು ಭವ್ಯವಾದ ಪರಂಪರೆಯಿದೆ, ಉಜ್ವಲವಾದ ಇತಿಹಾಸವಿದೆ. ಸಂಸ್ಕೃತಿ, ಭಾಷೆ, ಸಾಹಿತ್ಯ ಈ ನಾಡಿನ ಇತಿಹಾಸದುದ್ದಕ್ಕೂ ವಿಕಾಸಶೀಲವಾಗಿ ನಡೆದು ಬಂದಿವೆ. ಅದಕ್ಕೆ ಅರಸು ಅವರು ಮತ್ತಷ್ಟು ಮಹತ್ವ ನೀಡಿ ನಾಡನ್ನು ವೈಭವೀಕರಿಸಿದರು. ಅರಸು ಅವರ ನಾಡು-ನುಡಿ ಮತ್ತು ಸಂಸ್ಕೃತಿಯ ನಿಲುವುಗಳನ್ನು ಈ ಅಧ್ಯಾಯದಲ್ಲಿ ಪರಿಶೀಲಿಸಲಾಗಿದೆ.

೬.೧ ಅರಸು ಅವರ ಭಾಷಾ ಚಿಂತನೆ

ಭಾರತ ಶತ ಶತಮಾನಗಳಿಂದ, ತನ್ನ ಜ್ಞಾನ, ಭಾಷೆ ಹಾಗೂ ವೈವಿಧ್ಯಮಯ ಸಂಸ್ಕೃತಿ ಮತ್ತು ಮಾನವೀಯ ಮೌಲ್ಯಗಳ ಉನ್ನತ ಪರಂಪರೆಗಾಗಿ ವಿಶ್ವದ ಸರ್ವರ ಗೌರವಾದರಗಳಿಗೆ

ಪಾತ್ರವಾಗಿರುವ ದೇಶ. ಭಾರತೀಯರು ಸ್ವಾತಂತ್ರ್ಯ ಪಡೆದಿದ್ದು ಎಷ್ಟು ಪ್ರಭಾವ ಬೀರಿತೆಂದರೆ, ಏಷ್ಯಾ ಹಾಗೂ ಆಫ್ರಿಕಾ ರಾಷ್ಟ್ರಗಳು ಸ್ವಾತಂತ್ರ್ಯಗಳಿಸುವ ಹೊಸ ಯುಗವೇ ಆರಂಭವಾಯಿತು. ಇದರಿಂದ ರಾಷ್ಟ್ರದಲ್ಲಿದ್ದ ಚಿಕ್ಕ, ದೊಡ್ಡ, ರಾಜ ಮಹಾರಾಜರ ರಾಜ್ಯಗಳು ಸ್ವತಂತ್ರವಾದವು. ಹೀಗಾಗಿ ಹಲವು ಭಾಷೆಗಳು ಪ್ರಾದೇಶಿಕ ಮನ್ನಣೆಯನ್ನು ಪಡೆದುಕೊಂಡವು. ಭಾರತ ಸಂವಿಧಾನದ ಪ್ರಾಮುಖ್ಯತೆ ಪಡೆದಿರುವ ೧೫ ಭಾಷೆಗಳಲ್ಲದೆ, ನಮ್ಮಲ್ಲಿ ಸಾವಿರಾರು ಭಾಷೆ ಮತ್ತು ಉಪಭಾಷೆಗಳಿವೆ. ಪ್ರಾಚೀನ ಭಾರತೀಯ ಸಂಸ್ಕೃತಿ ಎಲ್ಲಾ ಭಾಷಿಕ ಹಾಗೂ ಭೌಗೋಳಿಕ ಎಲ್ಲೆಗಳನ್ನು ಮೀರಿ ಹರಿದಿದೆ. ಹೀಗಾಗಿಯೇ ವೈದಿಕ ಋಷಿಗಳು, ಉಪನಿಷತ್ಕಾರರು, ಬುದ್ಧ, ಮಹಾವೀರ, ಬಸವ, ನಾನಕ, ಕಬೀರ, ಚೈತನ್ಯ ಮೊದಲಾದವರನ್ನು ಪ್ರಾದೇಶಿಕ ಸಂಸ್ಕೃತಿಯ ಪ್ರತಿನಿಧಿಗಳೆಂದು ಅತೀವಗೌರವದಿಂದ ಕಾಣುತ್ತೇವೆ. ಆದರೂ ಪರ ಭಾಷೆಗಳ ಪ್ರಭಾವ ಹೆಚ್ಚಾಗಿ, ಕನ್ನಡವನ್ನು ಕಡಿಮೆ ಅಭಿಮಾನದಿಂದ ಕಾಣುವ ಕಾಲಘಟ್ಟಗಳು ಹಿಂದೆಯೂ ಆಗಾಗ್ಗೆ ಬಂದಿದ್ದವು. ಇಂಥ ಸಂದರ್ಭದಲ್ಲಿ ನಮ್ಮ ಪ್ರಜ್ಞಾವಂತರು ಕನ್ನಡ ಹಿರಿಮೆಯನ್ನು ಪೋಷಿಸಿ ಜನರನ್ನು ಎಚ್ಚರಿಸಿದ್ದು ಉಂಟು. ಸಂಸ್ಕೃತ ಭಾಷೆಯ ವ್ಯಾಮೋಹ ಹೆಚ್ಚಾದಾಗ ಹದಿನಾಲ್ಕನೆ ಶತಮಾನದ ಜೈನ ಕವಿಯಾದ ನಯಸೇನನು-

> "ಬೆರಸಲ್ಕೆ ತಕ್ಕುದೇ ಘೃತಮುಂ ತೈಲಮುಂ ತುಪ್ಪದೊಡನೆ ಎಣ್ಣೆಯನ್ನು
> ಬೆರೆಸುತ್ತಾರೆಯೇ ಎಂದು ಹೇಳಿ ಕನ್ನಡವನ್ನು ಶ್ರೇಷ್ಠವಾದ ತುಪ್ಪಕ್ಕೂ,
> ಸಂಸ್ಕೃತವನ್ನು ಅಷ್ಟು ಶ್ರೇಷ್ಠವಲ್ಲದ ಎಣ್ಣೆಗೂ ಹೋಲಿಸುತ್ತಾನೆ."[೩]

ಕರ್ನಾಟಕದ, ಕನ್ನಡಿಗರ ಕ್ರಿಯಾಶೀಲ ಭಾಷೆ ಕನ್ನಡ. ಅದು ಈ ಕನ್ನಡ ಜನತೆಯ ಜೀವನಾಡಿಯಾಗಿದೆ. ನುಡಿ ಬೆಳೆದರೆ ನಾಡು ಬೆಳೆದಂತೆ. ಹಾಗಾಗಿ ಈ ನುಡಿಯ ವಿಚಾರದಲ್ಲಿ ಅರಸು ಅವರು ತಮ್ಮದೇ ಆದ ಆರೋಗ್ಯಕರವಾದ ಅಪಾರ ಜ್ಞಾನವನ್ನು ಹೊಂದಿದ್ದರು. ಕನ್ನಡದ ಬಗೆಗೆ ಅವರಿಗಿದ್ದ ಅಭಿಮಾನ ಯಾರಿಗೂ ಕಡಿಮೆಯದಲ್ಲ. ಆದರೆ ಭಾಷೆಯ ಆಧಾರದ ಮೇಲೆ ಜನರನ್ನು ಒಂದುಗೂಡಿಸಿ, ಆ ಒಂದು ಭಾವನೆಯ ಅಲೆಯ ಮೇಲೆ ಕುಳಿತು ಸವಾರಿ ಮಾಡುವುದು ಅವರಿಗೆ ಇಷ್ಟವಿರಲಿಲ್ಲ ಎಂಬುದು ಇನ್ನೊಂದು ವಿಶೇಷ. ಅಂಧಾಭಿಮಾನದಿಂದ ಅವರ ದೃಷ್ಟಿ ಮಂಕಾಗಲಿಲ್ಲ. 'ನಾವು ಮೊಟ್ಟ ಮೊದಲು ಭಾರತೀಯರು. ಕಟ್ಟಕಡೆಗೂ ಭಾರತೀಯರು' ಎಂಬ ಹೊಸ ಘೋಷಣೆಯನ್ನೇ ಅರಸು ಮಾಡಿದ್ದರು. ಬಹು ಭಾಷೆಗಳ ನಾಡಾದ ಭಾರತದಲ್ಲಿ ಪ್ರಾದೇಶಿಕವಾಗಿ ತನ್ನದೇ ಆದ ಭಾಷೆಯಲ್ಲಿ ವ್ಯವಹಾರ ನಡೆಸಲು ರಾಜ್ಯಗಳು ಸ್ವಾತಂತ್ರ್ಯವನ್ನು ಹೊಂದಿವೆ. ಹೀಗಾಗಿ ಅರಸು, ರಾಜ್ಯದಲ್ಲಿ ಅಧಿಕಾರಕ್ಕೆ ಬಂದಮೇಲೆ ಜನಸಾಮಾನ್ಯನ ಉತ್ಕರ್ಷಕ್ಕಾಗಿ, ಆತನಿಗೆ ತಿಳಿಯುವ ಭಾಷೆಯೆ ಆಡಳಿತ ಭಾಷೆಯಾಗಬೇಕೆಂಬ ಬಯಕೆಯನ್ನು ಇಟ್ಟುಕೊಂಡಿದ್ದರು. ಈ ಹಿನ್ನೆಲೆಯಲ್ಲಿ ಕನ್ನಡವನ್ನು ಕನ್ನಡತನವನ್ನು ಬೆಳಸಿ ಮೆರೆಸುವ ಸಂಕಲ್ಪ ಅವರದಾಗಿತ್ತು. ಆದ್ದರಿಂದ ಅವರು ಸರಕಾರದ ಎಲ್ಲಾ ಕಛೇರಿ ಮತ್ತು ಇಲಾಖೆಗಳಲ್ಲಿ ಅಧಿಕೃತ ವ್ಯವಹಾರಗಳಿಗೆ

ಕನ್ನಡ ಬಳಸಬೇಕೆಂಬ ಆದೇಶವನ್ನು ಹೊರಡಿಸಿದರು. ಅವರ ಈ ಉದ್ದೇಶ ರಾಜ್ಯದ ಆಡುಭಾಷೆಯನ್ನು ಗ್ರಾಮ ಮಟ್ಟದಿಂದ ರಾಜ್ಯ ಮಟ್ಟದವರೆಗೆ ವಿವಿಧ ಹಂತಗಳಲ್ಲಿ ಬಳಕೆಗೆ ತರುವುದೇ ಆಗಿತ್ತು. ಈ ನಿಟ್ಟಿನಲ್ಲಿ ಅಗಾಧ ಕಾರ್ಯಕ್ರಮಗಳನ್ನು ಹಮ್ಮಿಕೊಂಡರು. ಸಾಹಿತ್ಯ ಪರಿಷತ್ತು, ಸಾಹಿತ್ಯ ಅಕಾಡೆಮಿಗಳಿಗಂತೂ 'ಅರಸು ದಶಕ' ಚಿನ್ನದ ಕಾಲವಾಗಿತ್ತು. ಕವಿ, ಸಾಹಿತಿಗಳಿಗೆ ಮಾಸಾಶನದ ಗೌರವದ ಮನ್ನಣೆಯೂ ಜಾರಿಗೆ ಬಂದದ್ದು ಅರಸು ಆಳ್ವಿಕೆಯ ಅವಧಿಯಲ್ಲಿಯೇ. ಈ ಕಾಲದಲ್ಲಿ ಸಾಹಿತ್ಯ ಪರಿಷತ್ತು ಪಟ್ಟಣದಿಂದ ಹಳ್ಳಿಯವರೆಗೂ ವಿಸ್ತರಿಸಿಕೊಂಡಿತ್ತೆಂಬುದು ಇವರ ಸಾಧನೆಯ ಇನ್ನೊಂದು ವಿಶೇಷ.

> "ನಾನು ಮುಖ್ಯಮಂತ್ರಿಯಾಗಿರುವವರೆಗೂ ಬೆಳಗಾವಿಯನ್ನು ಬಿಟ್ಟು ಕೊಡಲಾರೆ ಎಂಬ ಧೀರವಾಣಿ, ಕಾಸರಗೋಡನ್ನು ಕನ್ನಡದಿಂದ (ಕರ್ನಾಟಕ) ಕಳಚಲು ಬಿಡಲಾರೆ"[೪]

ಎಂಬ ದೃಢವಾದ ನಿಲುವು ಅವರದಾಗಿತ್ತು. ಕೃಷ್ಣ, ಕಾವೇರಿ ನದಿ ಜಲದ ಬಗ್ಗೆ ಕನ್ನಡಿಗರ ಔದಾರ್ಯವನ್ನು ಯಾರೂ ದುರುಪಯೋಗ ಪಡಿಸಿಕೊಳ್ಳಲು ಬಿಡಲಾರೆವು ಎಂಬ ದೃಢ ನಿಲುವು ಅವರೊಬ್ಬ ಸಮರ್ಥ, ದಕ್ಷನಾಯಕ ಎಂದು ಜನ ಒಪ್ಪಿಕೊಳ್ಳಲು ಕಾರಣವಾಯಿತು. ಅರಸು ಅವರ ಇನ್ನೊಂದು ಮಹತ್ವದ ಕಾರ್ಯವೆಂದರೆ, ಕನ್ನಡ ಭಾಷೆ ಪರಿಪಕ್ವವಾಗಿ ಬೆಳೆಯಬೇಕೆಂಬ ದೃಷ್ಟಿಯಿಂದ ಕನ್ನಡ ಸಾಹಿತ್ಯ ಪರಿಷತ್ತು ಮತ್ತು ಇತರ ಸಂಸ್ಥೆಗಳಿಗೆ ಕನ್ನಡ ನಿಘಂಟು, ಕನ್ನಡ ವಿಶ್ವಕೋಶ, ಕಿರಿಯರ ವಿಶ್ವಕೋಶ, ಕನ್ನಡ ಪಠ್ಯಪುಸ್ತಕಗಳು ಮೊದಲಾದ ಪ್ರಕಟಣೆಗಳಿಗೆ ಹಾಗೂ ಕನ್ನಡ ಇತರ ಚಟುವಟಿಕೆಗಳಿಗೆಂದು ಸುಮಾರು ಐವತ್ತು ಲಕ್ಷ ರೂಪಾಯಿಗಳಿಗೂ ಹೆಚ್ಚು ಧನ ಸಹಾಯ ನೀಡಿದರು. ದೇವರಾಜ ಅರಸು ಅವರು ಪ್ರಾಂತ್ಯ ಹಾಗೂ ಭಾಷಾ ಸಾಮರಸ್ಯದ ಬಗ್ಗೆ -

> "ದೇಶದಲ್ಲಿ ಭಾಷಾವಾರು ಪ್ರಾಂತ್ಯಗಳು ರಚನೆಯಾದರೂ, ಭಾಷೆಯ ಆಧಾರದ ಮೇಲೆ ಒಂದು ಪ್ರಾಂತ್ಯದಿಂದ ಇನ್ನೊಂದು ಪ್ರಾಂತ್ಯಕ್ಕೆ ಹೋಗದ ಹಾಗೆ ಗೋಡೆಗಳನ್ನು ಹಾಕುವುದಕ್ಕೆ ಸಾಧ್ಯವಿಲ್ಲ. ಈಗ ಅದರ ಬಗ್ಗೆ ಸರಿಯೇ, ತಪ್ಪೇ ಎಂದು ನಾವು ಚರ್ಚೆ ಮಾಡುವುದು ಸರಿಯಲ್ಲ. ಆದರೆ ಒಂದು ವಿಚಾರದಲ್ಲಿ ಮಾತ್ರ ಚಿಂತನೆ ಮಾಡಬೇಕಿದೆ. ಪ್ರಾದೇಶಿಕವಾಗಿ ಭಿನ್ನ ಭಾಷೆಯನ್ನು ಮಾತನಾಡುವ ಜನರೆಲ್ಲ 'ಬೇರೆ ಜನರು' ಎನ್ನುವ ಅಭಿಪ್ರಾಯ ನಮ್ಮಲ್ಲಿ ಬೆಳೆದುದಾದರೆ ಅದು ದೇಶದ ಏಕತೆಗೆ ಒಂದು ಕೊಡಲಿ ಪೆಟ್ಟಾಗಲಿದೆ"[೫]

ಎನ್ನುವ ಮಾತನ್ನು ಅರಸು ಪದೇ ಪದೇ ಹೇಳುತ್ತಿದ್ದರು. ಕೇಂದ್ರ ಸರಕಾರ ಕೂಡ ಇದಕ್ಕೆ ಸಹಾಯವನ್ನು ಒದಗಿಸಿತು ಮತ್ತು ಭಾರತ ಸರಕಾರ ನೇಮಿಸಿದ ಭಾಷಾ ಅಲ್ಪಸಂಖ್ಯಾತರ ಆಯೋಗ, ಭಾಷಾ ಅಲ್ಪಸಂಖ್ಯಾತರು ದೇಶದ ಯಾವುದೇ ಪ್ರಾಂತ್ಯದಲ್ಲಿದ್ದರೂ ಅವರಿಗೆ ಪ್ರೋತ್ಸಾಹ ನೀಡಬೇಕೆಂದು ಶಿಫಾರಸ್ಸು ಮಾಡಿತು. ಈ ಹಿನ್ನೆಲೆಯಲ್ಲಿ ಬೇರೆ ರಾಜ್ಯದ ವಲಸಿಗರಿಗೆ ಅವರು ಯಾವುದೇ ರಾಜ್ಯದಲ್ಲಿ ವಾಸಿಸಲು, ನೆಲೆನಿಲ್ಲಲು ಮುಕ್ತ ಅವಕಾಶವನ್ನು

ಸಂವಿಧಾನದಲ್ಲಿ ಕಲ್ಪಿಸಿಕೊಡಲಾಗಿದೆ. ಕರ್ನಾಟಕದಲ್ಲಿ ತೆಲುಗರು, ತಮಿಳರು, ಮರಾಠಿಗರು ಇದ್ದಾರೆ. ಈ ಭಾಷಾ ಅಲ್ಪಸಂಖ್ಯಾತರ ಮಕ್ಕಳ ವಿದ್ಯಾಭ್ಯಾಸಕ್ಕಾಗಿ ಶಾಲೆಗಳನ್ನು ತೆರೆಯುವುದಕ್ಕಾಗಿ ಅರಸು ಅವರು ಸರಕಾರದಿಂದ ಪ್ರೋತ್ಸಾಹ ಧನ ನೀಡಿದ್ದರು ಮತ್ತು ಅವರಿಗೆ ವಿಶೇಷ ಶಿಕ್ಷಣ ಸವಲತ್ತುಗಳನ್ನು ಒದಗಿಸಿದ್ದರು. ಇಂದು ಬೆಂಗಳೂರು ನಗರದಲ್ಲಿ ತಮಿಳು, ತೆಲುಗು ಮೂಲದವರೇ ಹೆಚ್ಚಾಗಿದ್ದಾರೆ. ಅವರನ್ನು ಹೊರ ಕಳಿಸುವ ಎಷ್ಟೋ ಹೋರಾಟಗಳು ನಡೆದಿರುವುದು ನಮ್ಮ ಮುಂದೆ ಇವೆ ಮತ್ತು ಈ ಹೋರಾಟಗಳಿಗೆ ಕನ್ನಡಪರ ಸಂಘಟನೆಗಳು ಬೆಂಬಲ ನೀಡಿರುವುದು ಕಂಡುಬರುತ್ತದೆ. ಪರಿಸ್ಥಿತಿ ಹೀಗಿರುವಾಗ ಅಂದು ಅರಸು ಭಾಷೆ-ಭಾಷೆಗಳ ಮತ್ತು ರಾಜ್ಯ-ರಾಜ್ಯಗಳ ಮಧ್ಯ ಸಾಮರಸ್ಯವನ್ನು ಬೆಸೆಯಲು ಶ್ರಮಿಸಿದ್ದು ಹೆಚ್ಚು ಮಹತ್ವದ್ದೆನಿಸುತ್ತದೆ. ಯಾವುದೇ ಭಾಷೆಯನ್ನು ತಿರಸ್ಕರಿಸದೇ ಪರಸ್ಪರ ಭಾಷೆಯ ನಂಟು ಬೆಳೆಸಬೇಕು ಎನ್ನುವ ಅಭಿಪ್ರಾಯ ಅರಸು ಅವರದಾಗಿತ್ತು. ಪ್ರತಿಯೊಬ್ಬನಿಗೂ ಭಾಷೆಯ ಬಗ್ಗೆ ವಿಶೇಷ ಬಗೆಯ ಅಭಿಮಾನ ಇರಬೇಕು ಆದರೆ ದುರಭಿಮಾನ ಇರಬಾರದು ಎಂದು ಹೇಳುತ್ತಿದ್ದುದೂ ಉಂಟು. ಒಬ್ಬ ವ್ಯಕ್ತಿ ಕೇವಲ ತನ್ನ ಭಾಷೆಯ ಬಗ್ಗೆ ಅಭಿಮಾನ ಹೊಂದಿದ್ದು, ಇನ್ನೊಂದು ಭಾಷೆಯನ್ನು ನಿಂದಿಸಿದರೆ ಭಾಷೆ ಭಾಷೆಗಳ ಬಗ್ಗೆ ವೈಯಕ್ತಿಕ ಭಿನ್ನಾಭಿಪ್ರಾಯ ಹುಟ್ಟಿ ರಾಜ್ಯದಲ್ಲಿ ಕಲಹಗಳು ಉಂಟಾಗಬಹುದು. ಆದ್ದರಿಂದ ಪ್ರತಿಯೊಂದು ಜನಾಂಗ, ಭಾಷೆಗೆ ಮಹತ್ವ ಕೊಡುವುದರ ಅಗತ್ಯತೆಯನ್ನು ಒತ್ತಿ ಹೇಳುತ್ತಿದ್ದರು. ಅಲ್ಲದೆ ಮಾತೃಭಾಷೆಯ ಜೊತೆಗೆ ಇತರ ಭಾಷೆಗಳಾದ ಹಿಂದಿ, ಇಂಗ್ಲಿಷನ್ನು ಕಲಿಯುವುದು ಅವಶ್ಯಕ. ನಮ್ಮ ದೇಶದಲ್ಲಿನ ತ್ರಿಭಾಷಿಕ ಸೂತ್ರ ಎಲ್ಲೆಡೆ ಅನ್ವಯವಾಗಬೇಕು. ಕೇವಲ ಮಾತೃಭಾಷೆಯ ಅಭಿಮಾನವಿಟ್ಟುಕೊಂಡು ಅನ್ಯಭಾಷೆಯನ್ನು ಟೀಕಿಸುವುದು ಸರಿಯಲ್ಲ. ಒಂದು ಪ್ರಾಂತ್ಯದಿಂದ ಇನ್ನೊಂದು ಪ್ರಾಂತ್ಯಕ್ಕೆ ಸಂಚರಿಸಬೇಕಾದರೆ ಅಲ್ಲಿನ ಭಾಷೆ ಕಲಿಯುವುದು ಅವಶ್ಯಕ. ನಾವು ಒಂದೇ ಭಾಷೆಯನ್ನು ಕಲಿಯಬೇಕು, ಮಾತೃ ಭಾಷೆಗೆ ಮಾನ್ಯತೆ ಕೊಡಬೇಕು, ಬೇರೆ ಭಾಷೆಗೆ ಗಮನಕೊಡಬಾರದು ಎಂದೆಲ್ಲ ಪ್ರಚಾರ ನಡೆಸುವುದು ಕೇವಲ ಒಂದು ವರ್ಗದ ರಾಜಕಾರಣಿಗಳು ಮಾತ್ರ. ಅರಸು ಇದನ್ನು ಬಲವಾಗಿ ವಿರೋಧಿಸಿದವರು.

ಇಂದು ಜಾಗತಿಕ ಮಟ್ಟದಲ್ಲಿ ಇಂಗ್ಲಿಷ್ ಭಾಷೆ ಅನಿವಾರ್ಯವಾದರೂ ನಾಡಿನ ಹಲವಾರು ಸಾಹಿತಿಗಳು ವಿದ್ವಾಂಸರು ಮತ್ತು ಕನ್ನಡಪರ ಸಂಘಟನೆಗಳು ಪ್ರಾಥಮಿಕ ಶಿಕ್ಷಣದಲ್ಲಿ ಇಂಗ್ಲಿಷ್‌ನಲ್ಲಿ ಬೋಧನೆ ಬೇಡ ಎಂದು ಹೋರಾಟ ಮಾಡುತ್ತಿದ್ದಾರೆ. ಇದು ಎಷ್ಟರಮಟ್ಟಿಗೆ ಸರಿ ಎಂದು ಗಂಭೀರವಾಗಿ ಚರ್ಚೆ ನಡೆಯಬೇಕಿದೆ. ಸರಕಾರವು ಈ ಬಗೆಗೆ ಗಂಭೀರವಾಗಿ ಯೋಚಿಸಬೇಕಿದೆ. ಬಹುಶಃ ಇಂದಿನ ಸಂದರ್ಭದಲ್ಲಿ ಇಂಗ್ಲಿಷ್ ಭಾಷೆ ಕಲಿಯದೆ ಹೋದರೆ ಯಾವೊಬ್ಬ ವಿದ್ಯಾರ್ಥಿಯೂ ಶೈಕ್ಷಣಿಕವಾಗಿ ಮುಂದೆ ಬರಲು ಸಾಧ್ಯವಿಲ್ಲ. ಅವನ ಪಾಡು ಕೇವಲ 'ಆಟಕ್ಕುಂಟು ಲೆಕ್ಕಕ್ಕಿಲ್ಲ' ಎನ್ನುವಂತಾಗುತ್ತದೆ. ಅದಕ್ಕಾಗಿ ಅರಸು ಅವರು ರಾಜ್ಯದಲ್ಲಿ ಒಬ್ಬ ವ್ಯಕ್ತಿ ಕನಿಷ್ಠ ಮೂರ್ನಾಲ್ಕು ಭಾಷೆಯನ್ನು ಓದಲು, ಮಾತನಾಡಲು ಕಲಿಯಬೇಕೆಂದು

ಹೇಳಿದರು ಮತ್ತು ಇದೇ ಸಂದರ್ಭದಲ್ಲಿ ಕನ್ನಡವನ್ನು ಪ್ರಥಮ ಭಾಷೆಯೆಂದು, ಸಂಸ್ಕೃತವನ್ನು ದ್ವಿತೀಯ ಭಾಷೆಯನ್ನಾಗಿ ಮತ್ತು ಇಂಗ್ಲಿಷನ್ನು ಮೂರನೇ ಭಾಷೆಯನ್ನಾಗಿ ಪರಿಗಣಿಸಬೇಕೆಂದು ಕರೆ ನೀಡಿದರು. ಇದು ಅವರಿಗಿದ್ದ ಭಾಷಾಭಿಮಾನವನ್ನು ಸೂಚಿಸುತ್ತದೆ. ಇಂದು ಕನ್ನಡ ಭಾಷೆಗೆ ಶಾಸ್ತ್ರೀಯ ಸ್ಥಾನಮಾನ ಸಿಕ್ಕಿದೆಯೆಂದರೆ ಸಾಹಿತಿಗಳ, ವಿದ್ವಾಂಸರ, ರಾಜಕಾರಣಿಗಳ ಮತ್ತು ಕನ್ನಡಪರ ಸಂಘ-ಸಂಸ್ಥೆಗಳ ಹಾಗೂ ಸಮಸ್ತ ಕನ್ನಡಿಗರ ಶ್ರಮದ ಫಲವಾಗಿದೆ. ಇದು ಕನ್ನಡ ಮತ್ತು ಕನ್ನಡ ಸಂಸ್ಕೃತಿಯನ್ನು ಯಾವ ರೀತಿ ಅಭಿವೃದ್ಧಿ ಪಡಿಸುತ್ತದೆ ಎಂಬುದನ್ನು ಕಾದು ನೋಡಬೇಕಿದೆ.

೬.೨. ಅರಸು ಅವರ ಕನ್ನಡ ಸಾಹಿತ್ಯದ ನಿಲುವು

ಒಬ್ಬ ಸಾಹಿತಿ ರಾಜಕಾರಣಿಯಾಗಬಹುದು; ಆದರೆ ಅದೇ ಒಬ್ಬ ರಾಜಕಾರಣಿ ಸಾಹಿತಿಯಾಗುವುದು ತುಂಬ ಕಷ್ಟದ ಕೆಲಸ. ಅಂತಹವರು ಸಿಗುವುದು ತೀರಾ ವಿರಳ. ಅಂತಹವರಲ್ಲಿ ದೇವರಾಜ ಅರಸು ಅವರು ಒಬ್ಬರು. ಅರಸು ಪುಸ್ತಕ ಪ್ರಿಯರಾಗಿದ್ದರು. ಓದು ಅವರ ಹವ್ಯಾಸವಾಗಿತ್ತು. ಅವರು ತಮ್ಮ ಚಿಕ್ಕವಯಸ್ಸಿನಿಂದಲೂ ತಮ್ಮ ಗುರುಗಳು ಓದುತ್ತಿದ್ದ ಪುಸ್ತಕಗಳನ್ನು ಓದುತ್ತಿದ್ದರು ಎಂದು ಅರಸರ ಒಡನಾಡಿ ಖ್ಯಾತ ಸಾಹಿತಿ ಚದುರಂಗರು ಹೇಳುತ್ತಾರೆ. ತಮ್ಮೊಡನೆ ಅರಸು ಸಾಹಿತ್ಯದ ಬಗೆಗೆ ಚರ್ಚೆ ಮಾಡುತ್ತಿದ್ದ ವಿಷಯವನ್ನು ಚದುರಂಗರು ಹೇಳುತ್ತಾ ತಮ್ಮಿಬ್ಬರ ಅನುಭವಗಳನ್ನು ಹಂಚಿಕೊಂಡಿದ್ದಾರೆ. ಹಾಗೂ ಅದನ್ನು ತಮ್ಮ ಕೃತಿಗಳಲ್ಲಿ ಬರೆದಿದ್ದಾರೆ ಕೂಡ. ಅರಸು ಅವರಿಗೆ ಓದಿನ ಗೀಳು ಹೆಚ್ಚಾಗುತ್ತಿದ್ದಂತೆ ಸಾಹಿತ್ಯದ ಒಲವನ್ನು ಆಸಕ್ತಿಯಿಂದ ಬೆಳಸಿಕೊಂಡರು. ಅಲ್ಲದೆ ಸಾಹಿತಿಗಳನ್ನು ಗೌರವಿಸುವುದನ್ನು ಅವರೆಂದೂ ಮರೆತವರಲ್ಲ ಎನ್ನುವುದನ್ನು ನಾವು ಗಮನಿಸಿದಾಗ ಅರಸರ ಸಾಹಿತ್ಯ ಪ್ರೇಮದ ಅರಿವಾಗದೆ ಇರಲಾರದು. ಸ್ವತಃ ಸಾಹಿತ್ಯವನ್ನು ಅಧ್ಯಯನ ಮಾಡಿ ಆ ಕ್ಷೇತ್ರಕ್ಕೆ ತಮ್ಮದೆ ಆದ ಕೊಡುಗೆಯನ್ನು ನೀಡಿದ್ದಾರೆ. ಕುವೆಂಪು, ಬೇಂದ್ರೆ, ಮಾಸ್ತಿ ಮತ್ತು ಶಿವರಾಮ ಕಾರಂತರ ಕೃತಿಗಳನ್ನಲ್ಲದೆ, ಕೆ.ಎಸ್.ನರಸಿಂಹಸ್ವಾಮಿ, ಗಾಂಧೀಜಿ, ಅಂಬೇಡ್ಕರ್ ಮತ್ತು ಲೋಹಿಯಾ ಬರಹಗಳನ್ನು ಅಧ್ಯಯನ ಮಾಡಿ ತಮ್ಮ ಜ್ಞಾನಸಂಪತ್ತನ್ನು ಹೆಚ್ಚಿಸಿಕೊಂಡಿದ್ದರು. ಮುಖ್ಯವಾಗಿ ಅರಸು ಅವರು ಕುವೆಂಪು ಅವರ 'ಕಾನೂರು ಹೆಗ್ಗಡತಿ' ಮತ್ತು 'ಶ್ರೀ ರಾಮಾಯಣ ದರ್ಶನಂ' ಕೃತಿಗಳಲ್ಲಿನ ಸಮತಾ ತತ್ವಕ್ಕೆ ಮಾರುಹೋಗಿದ್ದುದು ಕಂಡುಬರುತ್ತದೆ. ಅವರು ಸಾಹಿತ್ಯವನ್ನು ಕುರಿತು -

> ''ಸಾಹಿತ್ಯವೆಂಬುದು ನಿಂತ ನೀರಲ್ಲ, ಅದು ಸದಾ ಹರಿಯುವ ನೀರಿನಂತೆ ಬದಲಾವಣೆ ಹೊಂದುತ್ತಿರಬೇಕು. ಸಾಹಿತ್ಯವು ಜನರ ಬದುಕಿಗೆ ನೆರವಾಗುವಂತೆ ಅವರ ಮಾನಸಿಕ ದಾಸ್ಯವನ್ನು ಹೋಗಲಾಡಿಸಿ ಆತ್ಮಗೌರವ ಮೂಡಿಸುವಂತೆ ಸೃಷ್ಟಿಯಾಗಬೇಕು. ನಮಗೆ ಬೇಕಿರುವುದು ಪ್ರಚಾರ ಸಾಹಿತ್ಯವಲ್ಲ, ವಿಚಾರ ಸಾಹಿತ್ಯ. ಅದು ರಾಷ್ಟ್ರದ ಪುನರ್‌ನಿರ್ಮಾಣಕ್ಕೆ ಜನತೆಯನ್ನು ಸನ್ನದ್ಧಗೊಳಿಸುವ, ಒಂದುಗೂಡಿಸುವ ಪ್ರಚೋದಕ ಸಾಹಿತ್ಯ''

ರಚನೆಯಾಗಬೇಕೆಂದು ಅವರು ಹೇಳುತ್ತಿದ್ದರು. ಇದು ಅರಸು ಅವರ ಸಾಹಿತ್ಯ ಚಿಂತನೆಗೆ ಒಳ್ಳೆಯ ಉದಾಹರಣೆಯಾಗಿದೆ. ಅವರ ಭಾಷಣಗಳಲ್ಲಿಯೂ ಸಾಹಿತ್ಯ ತುಣುಕುಗಳನ್ನು ಕಾಣಬಹುದು. ಸಾಹಿತ್ಯದ ವ್ಯಾಪಕ ಓದು, ಅದರ ವ್ಯಾಪ್ತಿ, ಅವರಿಗೆ ಇಷ್ಟವಾದ ವಿಷಯಗಳನ್ನು ಗುರುತಿಸಲು ಅವರ ಭಾಷಣಗಳಲ್ಲಿ ಸಾಹಿತ್ಯ ಪ್ರೇಮಿ ಅರಸು ನೆರವಾಗುತ್ತಾರೆ. ಅಲ್ಲದೆ ಕೇಳುಗರನ್ನು ಬೆಚ್ಚಿಬೀಳಿಸಿ ಕೆಣಕುತ್ತಲೇ ಇರುತ್ತಾರೆ. ಅದಕ್ಕೇ ಇರಬೇಕು ವರಕವಿ ಬೇಂದ್ರೆಯವರು-

> "ಅವರ ಮಾತಿನ ಸಾಹಿತ್ಯದ ಚಿಂತನಕ್ಕೆ ಯಾವ ಸಾಹಿತಿಯ ಸರ್ಟಿಫಿಕೇಟು ಬೇಕಾಗಿಲ್ಲ. ಅವರ ಭಾಷಣಗಳ ಸಂಗ್ರಹವನ್ನು ಓದಿದ್ದವರೆಲ್ಲಾ ಇದೇ ರೀತಿಯ ಅಭಿಪ್ರಾಯಗಳನ್ನು ವ್ಯಕ್ತಪಡಿಸಿದ್ದಾರೆ. ಆ ಮಾತುಗಳಲ್ಲಿ ಸಾಹಿತ್ಯದ ಗಂಧವಿರುವುದು ನೂರಕ್ಕೆ ನೂರು ಸತ್ಯ. ಆ ಮಾತುಗಳಲ್ಲಿ ಏನೂ ಒಂದು ಓದಿನ ಛಾಪು, ಅರಿವಿನ ಪ್ರಪಂಚ ಇರುವುದು ಸತ್ಯವೇ ಆಗಿದೆ."[೬]

ಎಂದು ತಮ್ಮ ಅಭಿಪ್ರಾಯವನ್ನು ವ್ಯಕ್ತಪಡಿಸುತ್ತಾರೆ. ಅರಸು ಅವರ ಮಗಳು ಚಂದ್ರಪ್ರಭಾ ಅವರು ಹೇಳುವಂತೆ, ಅವರು ಕುಮಾರ ವ್ಯಾಸ ಭಾರತ, ಹರಿಶ್ಚಂದ್ರ ಕಾವ್ಯ, ಸೋಮೇಶ್ವರ ಶತಕ ಮುಂತಾದ ಕಾವ್ಯಗಳಲ್ಲಿನ ಸುಂದರ ಭಾಗಗಳನ್ನು ಮಧುರವಾಗಿ ಹಾಡುತ್ತಿದ್ದರು. ಬಹುಶಃ ಕುಮಾರವ್ಯಾಸನಲ್ಲಿ ಆಸಕ್ತಿ ತೋರುವ ಯಾವುದೇ ಮನಸ್ಸು ಸಾಹಿತ್ಯದಿಂದ ದೂರವಾಗಿ ಉಳಿಯುವಂತಿಲ್ಲ. ಇವೆಲ್ಲಾ ಅರಸು ಅವರಿಗೆ ಕನ್ನಡದ ಮತ್ತು ಸಾಹಿತ್ಯದ ಬಗೆಗಿನ ಪ್ರೇಮವನ್ನು ಕಲಿಸಿ ಅದನ್ನು ಹೆಚ್ಚಿಸಿದ್ದರೆ ಯಾರೇನೂ ಆಶ್ಚರ್ಯಪಡಬೇಕಾಗಿಲ್ಲ. ಇದೇ ಮುಂದೆ ಆಡಳಿತದಲ್ಲಿ ಕನ್ನಡವನ್ನು ಕಡ್ಡಾಯಗೊಳಿಸಲು ಅವರಿಗೆ ಪ್ರೇರಣೆ ನೀಡಿತು. ಇದಕ್ಕೆ ಬೇಕಿರುವುದು ರಾಜಕೀಯ ಸಂಕಲ್ಪವೇ ಹೊರತು ಬೇರೇನೂ ಅಲ್ಲ ಎಂದು ಅವರೇ ಸ್ಪಷ್ಟಪಡಿಸಿದ್ದಾರೆ.

ಅರಸು ಅವರ ಮಾತುಗಾರಿಕೆಯನ್ನು ಸಾಹಿತಿಗಳೂ, ಪತ್ರಕರ್ತರೇ ಮುಕ್ತಕಂಠದಿಂದ ಹೊಗಳಿದ್ದಾರೆ. ಅವರ ನೇರವಾದ ಮಾತುಗಳು ಗುರಿಗೆ ಗುಂಡು ಹೊಡೆದಷ್ಟೆ ಸ್ಪಷ್ಟ. ಹಿಂದೆ ಮುಂದೆ ಕದ್ದುಮುಚ್ಚಿ ಮಾತನಾಡುವ ವ್ಯಕ್ತಿತ್ವ ಅವರದಲ್ಲ. ದೇವರಾಜ ಅರಸರ ಭಾಷಣವನ್ನು ಕೇಳಿ ಪ್ರಭಾವಿತರಾದ ಗೋರೂರು ರಾಮಸ್ವಾಮಿ ಅಯ್ಯಂಗಾರರು, "ಜನರನ್ನು ಮುಟ್ಟುವ ಗುಣ ಅರಸು ಅವರ ಮಾತಿಗೆ ಸಿದ್ಧಿಸಿದೆ. ಯಾವುದೇ ಸಂಶಯ, ಆತುರ, ವೇಗಗಳಿಲ್ಲದ ಗಂಭೀರ ಭಾಷಣಕಾರರು ಅರಸು" ಎಂದು ಮೆಚ್ಚುಗೆಯಿಂದ ಪ್ರಶಂಸಿದ್ದಾರೆ. ಹೀಗೆ ಅವರ ಭಾಷಣ, ಮಾತುಗಾರಿಕೆ ಎಲ್ಲರಿಗೂ ಮೆಚ್ಚುಗೆಯಾಗುವಂಥವು.

ಅರಸು ಅವರು ೧೯೭೦ರಲ್ಲಿ ೪೬ನೇ ಕನ್ನಡ ಸಾಹಿತ್ಯ ಸಮ್ಮೇಳನವನ್ನು ಉದ್ಘಾಟಿಸಿ ಮಾತನಾಡುತ್ತಾ, ಕನ್ನಡ ಸಾಹಿತ್ಯದ ಪ್ರಾಚೀನತೆ, ಪರಂಪರೆ, ಭವ್ಯತೆ ಏನು ಎಂಬುದರ ಬಗೆಗೆ ಗಂಭೀರವಾಗಿ ಚರ್ಚಿಸಿದ್ದಾರೆ. ಕನ್ನಡ ಸಾಹಿತ್ಯವು ಒಂದು ಕಾಲದಲ್ಲಿ ರಾಜಮನ್ನಣೆ, ಪಂಡಿತರ ಮನ್ನಣೆಗಳನ್ನು ಆಶ್ರಯವಾಗಿ ಪಡೆದುಕೊಂಡಿತ್ತು. ಆದರೆ ೧೨ ನೇ ಶತಮಾನದ

ಕಾಲ ಘಟ್ಟದಲ್ಲಿ ಸಾಹಿತ್ಯಕ್ಷೇತ್ರದಲ್ಲಿ ವ್ಯಾಪಕ ಬದಲಾವಣೆಯನ್ನು ಕಾಣುತ್ತೇವೆ. ಆಗಲೇ ವಚನ ಸಾಹಿತ್ಯ ಸೃಷ್ಟಿಯಾಗಿ, ಅದು ಸಾಹಿತ್ಯವನ್ನು ಸಂಪ್ರದಾಯದ ಸಂಕೋಲೆಗಳಿಂದ ಬಿಡಿಸಿ ಜನಸಾಮಾನ್ಯರ ಸ್ವತ್ತನ್ನಾಗಿ ಮಾಡಿದ ಕೀರ್ತಿ ವಚನಕಾರರಿಗೆ ಸಲ್ಲಬೇಕು. ಆ ನಂತರ ದಾಸ ಶ್ರೇಷ್ಠರು ಉದಯಿಸಿ ಸಾಹಿತ್ಯವನ್ನು ಸರಳೀಕರಿಸಿ ಅವರು ಶ್ರೀಸಾಮಾನ್ಯನಿಗೂ ಹತ್ತಿರವಾದರು. ಅರಸು ಅವರ ನಿಲುವು ಕೂಡ ಇದೇ ಆಗಿತ್ತು. ಯಾವಾಗ ಭಾಷೆ ಮೇಲ್ವರ್ಗದ ಪಟ್ಟಭದ್ರರ ಕೈಯಿಂದ ತಪ್ಪಿಸಿಕೊಂಡು ಕೆಳಮುಖವಾಗಿ ಚಲಿಸಿ ಜನಸಾಮಾನ್ಯರನ್ನು ತಲುಪುತ್ತದೆಯೋ ಆಗ ಮಾತ್ರ ಭಾಷೆಗೊಂದು ಅರ್ಥ ಬರುತ್ತದೆ ಎನ್ನುವ ಅಭಿಪ್ರಾಯ ಅರಸು ಅವರದ್ದಾಗಿತ್ತು. ಅಂತೆಯೇ ಇದೇ ಸಂದರ್ಭದಲ್ಲಿ ಸಾಹಿತಿಗಳನ್ನು ಕುರಿತು ಅವರು-

> "ಸಾಹಿತಿಗಳ ಲೇಖನಿ ಶೃಂಗಾರ ಪುಷ್ಪವಾಗದೆ, ಕ್ರಾಂತಿಯ ಖಡ್ಗವಾಗಬೇಕು. ಪ್ರಚಾರ ಸಾಹಿತ್ಯವನ್ನು ನಿಲ್ಲಿಸಿ, ವಿಚಾರ ಸ್ವಾತಂತ್ರ್ಯಕ್ಕೆ ಜನರನ್ನು ಒಪ್ಪಗೊಳಿಸುವ ಸಾಹಿತ್ಯದ ಸೃಷ್ಟಿಗೆ ತೊಡಗಬೇಕು. ಆದರ್ಶದ ದೃಷ್ಟಿಯಿಂದ ದೂರ ನಿಂತು ವಾಸ್ತವಿಕತೆಗಳ ಕಡೆಗೆ ತಿರುಗಿದ ಸಾಹಿತ್ಯವಿಂದು ಅಸ್ಫೋಟಕ ಮತ್ತು ರಾಜಕೀಯ ಸಿದ್ಧಾಂತಗಳ ಮಾರ್ಪಾಡುಗಳ ಬೆಳಕಿನಲ್ಲಿ ತನ್ನ ಹೊಸ ಪಾತ್ರವನ್ನು ನಿರ್ವಹಿಸಲು ಅಣಿಯಾಗಬೇಕು" ಎಂದು ತಮ್ಮ ಉದ್ಘಾಟನಾ ಭಾಷಣದಲ್ಲಿ ಮಾತನಾಡುತ್ತ ಸಾಹಿತಿಗಳಿಗೆ ಕರೆ ನೀಡಿದರು. ಅದೇ ಸಂದರ್ಭದಲ್ಲಿ "ರಾಜ್ಯದ ಹೆಸರು ಕರ್ನಾಟಕವಾಗಿದೆ; ಈಗ ಆಡಳಿತ ಭಾಷೆ ಕನ್ನಡ ಆಗಬೇಕಿದೆ, ಆಗುತ್ತದೆ."[೮]

ಎಂದು ಬರವಸೆ ನೀಡಿದ್ದರು. ಈ ಮಾತನ್ನು ಗಮನಿಸಿದರೆ ಅವರಲ್ಲಿದ್ದ ಸಾಹಿತ್ಯಪ್ರೇಮ ಕಂಡುಬರುತ್ತದೆ. ಈ ಸಮ್ಮೇಳನದ ಅಧ್ಯಕ್ಷತೆಯನ್ನು ಜಯದೇವಿತಾಯಿ ಲಿಗಾಡೆ ಅವರು ವಹಿಸಿಕೊಂಡಿದ್ದನ್ನು ಇಲ್ಲಿ ಸ್ಮರಿಸಬಹುದು. ''ಸಾಹಿತಿಗಳು ಜನ ಜೀವನದಲ್ಲಿ ಸಂಪರ್ಕ ಬೆಳೆಸಬೇಕಾಗಿದ್ದರೆ ಮಡಿವಂತಿಕೆಯನ್ನು ಬಿಟ್ಟು ಬಯಲಿಗೆ ಬರಬೇಕು. ಅವರು ಜನಸಾಮಾನ್ಯರ ಸುಖ ದುಃಖಗಳಲ್ಲಿ ಭಾಗಿಯಾಗಬೇಕು. ಅವರದು ಕೇವಲ ವೈಯಕ್ತಿಕ ಭಾವನೆ, ಅನುಭವಗಳ ಅಭಿವ್ಯಕ್ತಿ ಆಗಬಾರದು. ಅದು ಸಮಸ್ತ ಮಾನವ ಜನಾಂಗಕ್ಕೆ ನೆರವಾಗಬೇಕು. ಅಂದಾಗ ಮಾತ್ರ ಅವರ ಸಾಹಿತ್ಯಕ್ಕೆ ಒಂದು ಬೆಲೆ, ನೆಲೆ ಇರುತ್ತದೆ. ಈಗ ಕಾಲ ತ್ವರಿತಗತಿಯಲ್ಲಿ ಬದಲಾಗುತ್ತಿದೆ. ಅಣುಸ್ಫೋಟನೆಯನ್ನು ಮಾಡಿದ್ದೇವೆ. ನಮ್ಮ ಆರ್ಥಿಕ ವ್ಯವಸ್ಥೆ, ರಾಜಕೀಯ, ಸಾಮಾಜಿಕ ಸಿದ್ಧಾಂತಗಳಲ್ಲಿ ಅವುಗಳ ಅನುಷ್ಠಾನದಲ್ಲಿ ಮೂಲಭೂತ ಬದಲಾವಣೆಗಳನ್ನು ಮಾಡಿದ್ದೇವೆ. ಇಂತಹ ಸನ್ನಿವೇಶದಲ್ಲಿ ಸಾಹಿತ್ಯ ಮತ್ತು ಸಾಹಿತಿಗಳ ಪಾತ್ರ ಏನು ಎಂಬುದನ್ನು ಚಿಂತನೆ ಮಾಡಬೇಕಾದ ಅಗತ್ಯವಿದೆ. ಈಗ ನಮಗೆ ಬೇಕಿರುವುದು ಹೆಚ್ಚಿನ ರಾಷ್ಟ್ರೀಯ ಮನೋಭಾವನೆ. ಶ್ರಮ ಪೂರ್ಣ ದುಡಿಮೆ. ಅಂಥ ಭಾವನೆಯನ್ನು ಮೈಗೂಡಿಸಿಕೊಂಡು ತಮ್ಮ ಕೃತಿಗಳ ಮೂಲಕ ಜನಸಾಮಾನ್ಯರಿಗೆ ಸ್ಫೂರ್ತಿ ನೀಡುವುದು ಪ್ರತಿಯೊಬ್ಬ ಸಾಹಿತಿಯ ಜವಾಬ್ದಾರಿಯಾಗಿದೆ. ಅಂಥ ಸೃಜನಶೀಲ ಸಾಹಿತ್ಯ

ತಮ್ಮಿಂದ ಸೃಷ್ಟಿಯಾಗಬೇಕು. ತಾವು ಸಮಾಜದ ಮುನ್ನಡೆಗೆ ಎಲ್ಲಾ ಬಗೆಯ ಭೇದಗಳನ್ನು ಮೆಟ್ಟಿ ನಿಲ್ಲುವ ಧೀಮಂತರಾಗಬೇಕು. ಪಾಂಡಿತ್ಯದ ಅರಮನೆಯಲ್ಲಿ ನೆಮ್ಮದಿಯಾಗಿರಬೇಕೆನ್ನುವುದನ್ನು ಬಿಟ್ಟು ಜನ ಸಾಮಾನ್ಯರ ಜೀವನದಲ್ಲಿ ನಿಕಟ ಸಂಪರ್ಕ ಬೆಳೆಸುವ ಸಾಹಿತ್ಯ ಬೇಕಿದೆ'' ಎಂದು ಅರಸು ಹೇಳಿದರು. ಅರಸು ಅವರ ಆತ್ಮೀಯ ಗೆಳೆಯರಾಗಿದ್ದ ಹಾಗೂ ಇಂದಿರಾ ಕಾಂಗ್ರೆಸ್‌ನ ಖಜಾಂಚಿಯಾಗಿದ್ದ ಆರ್.ಎಂ. ದೇಸಾಯಿ ಅವರು, ಅರಸು ಅವರ ಬಗೆಗೆ ಹೀಗೆ ಹೇಳುತ್ತಾರೆ. ''ಈಗಿನ ರಾಜಕಾರಣದಲ್ಲಿ ದೇವರಾಜ ಅರಸು ಅವರಂಥವರು ಯಾರಿದ್ದಾರೆ?'' ಎಂದು. ಹೌದು, ಈ ಮಾತಿನಲ್ಲಿ ಸತ್ಯಾಂಶವಿದೆ. ಅರಸು ಅವರು, ಒಬ್ಬ ಸಾಮಾಜಿಕ ಹರಿಕಾರನಾಗಿ, ಆರ್ಥಿಕ ಚಿಂತಕನಾಗಿ, ರಾಜಕೀಯತಜ್ಞನಾಗಿ ಹಾಗೂ ಸಾಹಿತ್ಯ, ಸಂಸ್ಕೃತಿಯ ಚಿಂತಕನಾಗಿ ಈ ಕ್ಷೇತ್ರಗಳಲ್ಲಿ ತಮ್ಮದೆಯಾದ ಒಂದು ಕ್ರಾಂತಿಕಾರಕ ಛಾಪನ್ನು ಮೂಡಿಸಿದವರು ಮತ್ತು ರಾಜ್ಯದ ರಾಜಕಾರಣಿಗಳು ತಮ್ಮ ವೃತ್ತಿ ರಾಜಕಾರಣದ ಜೊತೆಗೆ ಸಾಹಿತ್ಯ ಕ್ಷೇತ್ರದಲ್ಲಿ ತಮ್ಮನ್ನು ತೊಡಗಿಸಿಕೊಂಡಂಥ ವ್ಯಕ್ತಿಗಳು ಕೇವಲ ಬೆರಳೆಣಿಕೆಯಷ್ಟು ಮಾತ್ರ ಕಂಡು ಬರುತ್ತಾರೆ. ನಿಜಲಿಂಗಪ್ಪ, ಕೋಣಂದೂರು ಲಿಂಗಪ್ಪ, ವೀರೇಂದ್ರ ಪಾಟೀಲ್, ದೇವರಾಜ ಅರಸು, ವೀರಪ್ಪ ಮೊಯಿಲಿ ಮತ್ತು ಎಂ.ಪಿ. ಪ್ರಕಾಶ್ ಅವರಂಥ ಸಂಸದೀಯ ಪಟುಗಳು ರಾಜಕಾರಣದ ಜೊತೆಗೆ ಕನ್ನಡ ಸಾಹಿತ್ಯ ಕ್ಷೇತ್ರಕ್ಕೆ ತಮ್ಮದೆ ಆದ ಕೊಡುಗೆಯನ್ನು ನೀಡಿದ್ದಾರೆ.

ಅರಸು ಅವರಂತೂ ಯಾವೊಬ್ಬ ಸಾಹಿತಿಗಿಂತಲೂ ತಾವು ಕಡಿಮೆಯೇನಲ್ಲ ಎಂಬುದನ್ನು ತಮ್ಮ ಚಿಂತನೆಗಳಿಂದ ತೋರಿಸಿಕೊಟ್ಟಿದ್ದಾರೆ. ತಮ್ಮ ಮನೆಯಲ್ಲಿ ಇಂಗ್ಲಿಷ್ ಹಾಗೂ ಕನ್ನಡ ಸಾಹಿತ್ಯ ಕೃತಿಗಳನ್ನು ಒಳಗೊಂಡ ಪುಸ್ತಕಗಳ ಒಂದು ಚಿಕ್ಕ ಗ್ರಂಥಾಲಯವನ್ನೇ ಮಾಡಿಕೊಂಡಿದ್ದರು. ಸಾಕಷ್ಟು ಕೆಲಸಗಳ ಮಧ್ಯೆಯೂ, ಅವುಗಳನ್ನು ಓದಿಕೊಳ್ಳುತ್ತಿದ್ದರೆಂದರೆ ಅವರಲ್ಲಿನ ಸಾಹಿತ್ಯದ ಹಂಬಲ ಎಷ್ಟು ಎಂಬುದು ತಿಳಿದುಬರುತ್ತದೆ. ಇಂದಿನ ರಾಜಕಾರಣಿಗಳಲ್ಲಿ ಸಾಹಿತ್ಯಕ ಮೌಲ್ಯಗಳು ಕಳೆದು ಹೋಗಿವೆಯಲ್ಲದೆ, ಅವರಲ್ಲಿ ಯಾವ ತಾತ್ವಿಕ ಚಿಂತನೆಗಳೂ ಕಂಡುಬರುವುದಿಲ್ಲ. ಕೇವಲ ಅಧಿಕಾರದ ದಾಹವಷ್ಟೇ ಅವರಲ್ಲಿ ಮನೆ ಮಾಡಿದೆ. ರಾಜಕಾರಣದ ಸ್ಥಿತಿಯಂತೂ ಹದಗೆಟ್ಟ ವ್ಯವಸ್ಥೆಯಾಗಿ ಮಾರ್ಪಟ್ಟಿದೆ. ಈ ಕಾರಣಕ್ಕಾಗಿಯೇ ಅರಸು ಅವರು ನಮಗೆ ಪದೇ ಪದೇ ನೆನಪಿಗೆ ಬರುತ್ತಾರೆ. ಅವರ ವೃತ್ತಿ ರಾಜಕಾರಣವಾದರೂ, ಸಾಹಿತ್ಯದೊಂದಿಗಿನ ನಂಟನ್ನು ಅವರು ಎಂದೂ ಕಳೆದುಕೊಂಡವರಲ್ಲ. ಇದು ಅವರ ಪ್ರತಿಯೊಂದು ಭಾಷಣದಲ್ಲಿ ವ್ಯಕ್ತವಾಗುತ್ತದೆ. ಈ ಸಂದರ್ಭದಲ್ಲಿ ಅರಸು ಅವರನ್ನು ಕುರಿತು ಮಾಸ್ತಿ ವೆಂಕಟೇಶ ಅಯ್ಯಂಗಾರ್ ಅವರು ಹೇಳಿರುವ ಮಾತುಗಳನ್ನು ಉಲ್ಲೇಖಿಸುವುದು ಸೂಕ್ತವೆನಿಸುತ್ತದೆ. ಬೆಳಗಾವಿ ಸಾಹಿತ್ಯ ಸಮ್ಮೇಳನದ ಕೊನೆಯ ದಿನ ಭಾರಿ ಜನ ಸಮೂಹವನ್ನುದ್ದೇಶಿಸಿ ಅರಸು ಅವರು ಮುಕ್ತಾಯದ ಭಾಷಣ ಮಾಡಿದ್ದರು. ಆಗ ಮಾಸ್ತಿಯವರು-

"ಅರಸು ಭಾಷಣ ಸಾಹಿತ್ಯ ಅಲ್ಲದಿದ್ದರೆ ಇನ್ನೂ ಯಾವುದು ಸಾಹಿತ್ಯವಾದೀತು? ಅರಸು ಅವರಂತೆ ಮಾತನಾಡುವವರು ಬಹುಶಃ ಈ ನಮ್ಮ ಸಾರ್ವಜನಿಕ ಜೀವನದಲ್ಲಿ ಇನ್ನೊಬ್ಬರಿಲ್ಲವೆಂದು ತೋರುತ್ತದೆ."[೪]

ಎಂದು ತಮ್ಮ ಆತ್ಮೀಯ ಸಹಪಾಠಿಗಳಿಗೆ ಹೀಗೆ ಹೇಳಿದ್ದರಂತೆ. ಇದು ಅರಸರ ಮಾತುಗಾರಿಕೆಗೆ ಒಳ್ಳೆಯ ನಿದರ್ಶನವಾಗಿದೆ. ೧೯೭೩ರಲ್ಲಿ ಅರಸು ಸರಕಾರಕ್ಕೆ ಸಂಚಕಾರ ತರುವಂತ ಒಂದು ಪ್ರಕರಣ ನಡೆಯಿತು. ಅದು ರಾಜ್ಯದ ರಾಜಕಾರಣ ಮತ್ತು ಸಾಹಿತ್ಯ ಕ್ಷೇತ್ರದಲ್ಲಿ ಬಿರುಗಾಳಿಯ ಅಲೆಗಳನ್ನೇ ಎಬ್ಬಿಸಿತು. ಈ ಪ್ರಕರಣವೇ 'ಬೂಸಾಪ್ರಕರಣ'. ಮೈಸೂರಿನಲ್ಲಿ ನಡೆದ ಒಂದು ಸಭೆಯಲ್ಲಿ ಆಗಿನ ಅರಸು ಸಂಪುಟದಲ್ಲಿ ಕಂದಾಯ ಸಚಿವರಾಗಿದ್ದ ಬಿ.ಬಸವಲಿಂಗಪ್ಪ ಅವರು, ವಿದ್ಯಾರ್ಥಿಗಳು ಏರ್ಪಡಿಸಿದ ಸಮಾರಂಭದಲ್ಲಿ ಪಾಲ್ಗೊಂಡು ಮಾತನಾಡುತ್ತಿದ್ದಾಗ ಕನ್ನಡ ಸಾಹಿತ್ಯವನ್ನು 'ಬೂಸಾ' ಸಾಹಿತ್ಯ ಎಂದು ಕರೆದಿದ್ದರು. ಆ ಸಂದರ್ಭದಲ್ಲಿ ಅವರು ಕನ್ನಡ ಸಾಹಿತ್ಯ ಓದುವುದಕ್ಕಿಂತ ಇಂಗ್ಲಿಷ್ ಸಾಹಿತ್ಯ ಓದುವುದು ಮೇಲು ಎಂದು ವಿದ್ಯಾರ್ಥಿಗಳಿಗೆ ಕರೆಕೊಟ್ಟರು. ಇದರಿಂದ ಆಕ್ರೋಶಗೊಂಡ ಕನ್ನಡಪರ ಸಂಘಟನೆಗಳು ಮತ್ತು ಸಾಹಿತಿಗಳು ಬಸಲಿಂಗಪ್ಪ ಅವರ ವಿರುದ್ಧ ತಿರುಗಿಬಿದ್ದರು. ಅವರೊಬ್ಬ 'ಕನ್ನಡ ಕುಲದ್ರೋಹಿ' ಎಂದು ಘೋಷಣೆಯನ್ನು ಕೂಗುತ್ತಾ, ಅವರನ್ನು ಸಚಿವ ಸಂಪುಟದಿಂದ ಕೈಬಿಡಬೇಕೆಂದು ಅರಸು ಅವರನ್ನು ಒತ್ತಾಯಿಸಿದರು. ಕನ್ನಡ ಸಾಹಿತ್ಯದ ಮೇಲೆ ಮೊದಲೇ ಅಭಿಮಾನವಿಟ್ಟುಕೊಂಡಿದ್ದ ಅರಸು ಅವರು ಕನ್ನಡಿಗರ ಅಭಿಪ್ರಾಯಕ್ಕೆ ಮಣಿದು ಬಸವಲಿಂಗಪ್ಪ ಅವರನ್ನು ತಮ್ಮ ಸಚಿವ ಸಂಪುಟದಿಂದ ಕೈಬಿಟ್ಟಿದ್ದರು. ಅರಸು ಅವರು, ಕನ್ನಡ ಸಾಹಿತಿಗಳಲ್ಲಿ ಪ್ರಮುಖರೆನಿಸಿದ್ದ ಕುವೆಂಪು ಅವರನ್ನು ಬಹುವಾಗಿ ಮೆಚ್ಚಿಕೊಂಡಿದ್ದರು. ಅಲ್ಲದೆ, ಕುವೆಂಪು ಅವರನ್ನು ಕನ್ನಡ ಸಾಹಿತ್ಯ ಲೋಕದ 'ಯುಗಪುರುಷ' ಎಂದು ಕರೆಯುವುದರ ಮೂಲಕ ಅರಸು ಕೇವಲ ರಾಜಕಾರಣಿಯಾಗಿ ಅಲ್ಲದೆ ಸಾಹಿತ್ಯದ ಹಿತಾಸಕ್ತರಾಗಿಯೂ ಗುರುತಿಸಿಕೊಂಡಿದ್ದಾರೆ. ಅವರ ಕಾಲದಲ್ಲಿ ಆಲನಹಳ್ಳಿ ಕೃಷ್ಣರಂಥ ನವ್ಯ ಶೂದ್ರ ಸಾಹಿತಿಗಳಿಂದ ಸಾಹಿತ್ಯ ಕ್ಷೇತ್ರದಲ್ಲಿ ಆಂದೋಲನವು ಹುಟ್ಟಿಕೊಂಡಿತು. ನಂತರದ ದಿನಗಳಲ್ಲಿ ಬಂಡಾಯ ಸಾಹಿತ್ಯವು ಉದಯವಾಯಿತು. ದೇವನೂರು ಮಹಾದೇವ ಅವರಂಥ ಕತೆಗಾರರು ಬೆಳಕಿಗೆ ಬಂದರು. ಹಾಗೇ ದಲಿತ ಕವಿ ಎಂದು ಪ್ರಸಿದ್ಧಿ ಪಡೆದ ಸಿದ್ಧಲಿಂಗಯ್ಯನವರ ಕಾವ್ಯ ಪ್ರತಿಭೆಗೆ ಬೆಲೆ ಸಿಕ್ಕಿದ್ದು ಈ ಅವಧಿಯಲ್ಲಿಯೇ ಎಂಬುದು ಮತ್ತೊಂದು ವಿಶೇಷ ಸಂಗತಿ.

ಜನಪದ ಸಾಹಿತ್ಯವನ್ನು ಅರಸು ಅವರು ಎಂದೂ ಕಡೆಗಣಿಸಿದವರಲ್ಲ. ಒಂದು ನಾಡಿನ ಸಾಂಸ್ಕೃತಿಕ ಇತಿಹಾಸವನ್ನು ಕಥೆ ಕಾವ್ಯಗಳ ರೂಪದಲ್ಲಿ, ಜನಪದರಲ್ಲಿ ಇಂದಿಗೂ ಜೀವಂತವಾಗಿರುವ ಪಾರಂಪರಿಕ ಮೌಖಿಕ ಸಾಹಿತ್ಯವೇ ಜನಪದ ಸಾಹಿತ್ಯ. ಇಡೀ ಒಂದು ಜನಾಂಗದ ಸಂಸ್ಕೃತಿ ಸಂಪತ್ತಿನ ಅಭಿವ್ಯಕ್ತಿಯಾಗಿರುವ ಜನಪದ ಸಾಹಿತ್ಯಕ್ಕೆ ಗೌರವ ಸಲ್ಲಿಸುವುದು ಸಮಾಜದ ಲಕ್ಷಣ. ಅವರೇ ಹೇಳುವಂತೆ ''ಜನಪದ ಸಾಹಿತ್ಯ ಯಾವುದೇ ಪ್ರಯತ್ನದ

ಫಲವಲ್ಲ; ಅದು ಅನುಭವದ ಆಳದಿಂದ ಮೂಡಿಬಂದ ಸಹಜ ಅಭಿವ್ಯಕ್ತಿ. ಅಲ್ಲಿ ಯಾವುದೇ ಪ್ರಶಸ್ತಿ, ಪ್ರತಿಷ್ಠೆ ಫಲಾಪೇಕ್ಷೆ ಇರುವುದಿಲ್ಲ. ಅನಾಮಿಕತೆ, ಸರಳತೆ, ಜನಪದ ಸಾಹಿತ್ಯದ ಮೂಲ ಸೂತ್ರಗಳು ಅದರಲ್ಲಿರುವುದು ಮಣ್ಣಿನ ವಾಸನೆ. ಅಂತಲೇ ಅದು ಜೀವನದ ಸಂದೇಶವಾಗಿದೆ'' ಎಂದು ಅರಸು ತಮ್ಮ ಅಭಿಪ್ರಾಯವನ್ನು ವ್ಯಕ್ತಪಡಿಸಿದರು. ''ಜನಪದ ಸಾಹಿತ್ಯವು ಸಾಯಲು ನಿರಾಕರಿಸಿದ ಪಳೆಯುಳಿಕೆ'' ಎಂದು ಒಬ್ಬ ಆಂಗ್ಲ ಸಾಹಿತಿ ಹೇಳಿರುವುದು ಸಮಂಜಸವಾಗಿದೆ. ಹೀಗೆ ಅರಸು ಅವರ ಹೆಸರು ಕರ್ನಾಟಕದ ನಾಡು-ನುಡಿ ಮತ್ತು ಸಾಂಸ್ಕೃತಿಕ ಪರಂಪರೆಯಲ್ಲಿ ನಿತ್ಯ ಸ್ಮರಣೀಯವಾಗಿದೆ. ಸಾಮಾನ್ಯವಾಗಿ ಧೀಮಂತರು ಹೃದಯವಂತರಾಗುವುದಿಲ್ಲ. ಹಾಗೆಯೇ ಹೃದಯವಂತರು ಧೀಮಂತರಾಗುವುದಿಲ್ಲ. ಹಾಗೆಂದ ಮಾತ್ರಕ್ಕೆ ಇವು ಪರಸ್ಪರ ವಿರೋಧಿಗುಣಗಳೇನಲ್ಲ. ಇವು ಒಬ್ಬರಲ್ಲೇ ಜೊತೆ ಜೊತೆಯಾಗಿ ಮೇಳೈಸಲೂಬಹುದು. ಧೀಮಂತಿಕೆ ಮತ್ತು ಹೃದಯವಂತಿಕೆಗಳು ಎರಡು ಧ್ರುವಗಳಾಗದೆ ಒಟ್ಟಿಗೆ ಒಬ್ಬನಲ್ಲೇ ಕಾಣುವುದು ಸಾಧ್ಯ ಎಂಬ ಮಾತಿಗೆ ಸಾಕ್ಷಿಯಾಗಿ ದೇವರಾಜ ಅರಸು ನಿಲ್ಲುತ್ತಾರೆ.

ಕನ್ನಡದ ಅಭಿವೃದ್ಧಿಗಾಗಿ ಅವರು ತೆಗೆದುಕೊಂಡ ನಿಲುವುಗಳು ಹಲವು ಮತ್ತು ಅವರ ಸಚಿವ ಸಂಪುಟವು ಕನ್ನಡ ಸೇವೆಗಾಗಿ ಹೆಚ್ಚು ಆಸಕ್ತಿಯನ್ನು ಹೊಂದಿತ್ತು. ಹೀಗಾಗಿ ಕನ್ನಡ ನಿಘಂಟು, ವಿಶ್ವಕೋಶ, ಕಿರಿಯರ ವಿಶ್ವಕೋಶ ಮೊದಲಾದ ಸಾಹಿತ್ಯ ಕೃತಿಗಳ ಪ್ರಕಟಣೆಗೆ ಸರಕಾರದ ಬೊಕ್ಕಸದಿಂದ ಆರ್ಥಿಕ ಸಹಾಯ ನೀಡಲಾಯಿತು. ಕನ್ನಡಪರ ಸಂಘಟನೆಗಳು, ಸಂಘ-ಸಂಸ್ಥೆಗಳೂ ಸಹ ಕನ್ನಡ ಸಾಹಿತ್ಯ ಮತ್ತು ಸಂಸ್ಕೃತಿಯ ಅಭಿವೃದ್ಧಿಗೆ ಇಂದಿಗೂ ಶ್ರಮಿಸುತ್ತಿವೆ. ಅದರಲ್ಲೂ ಕನ್ನಡದ ಅಭಿವೃದ್ಧಿಗೆಂದೇ ಹುಟ್ಟಿಕೊಂಡ ಕನ್ನಡ ವಿಶ್ವವಿದ್ಯಾಲಯ ಈ ನಿಟ್ಟಿನಲ್ಲಿ ಶ್ರದ್ಧೆಯಿಂದ ಕಾರ್ಯೋನ್ಮುಖವಾಗಿ ಕೆಲಸ ಮಾಡುತ್ತಿದೆ.

೬.೩ ಅರಸು ಹಾಗೂ 'ಕರ್ನಾಟಕ ನಾಮಕರಣ'

ಭಾರತ ಸ್ವಾತಂತ್ರ್ಯ, ಕರ್ನಾಟಕ ಏಕೀಕರಣ ಇವು ಈ ಶತಮಾನದ ಕನ್ನಡಿಗರ ಜೀವನದಲ್ಲಿ ಸಂಭವಿಸಿದ ಎರಡು ಮಹತ್ವದ ಸಂದರ್ಭಗಳು. ಇವುಗಳ ಜೊತೆಗೆ ನಾಡಿನ ನಾಮಕರಣವೂ ಚಾರಿತ್ರಿಕವಾಗಿ ಅಷ್ಟೇ ಮಹತ್ವದ ಘಟನೆಯಾಗಿದೆ. ೧೯೫೬ರಲ್ಲಿ ಕನ್ನಡ ಪ್ರದೇಶಗಳು ಒಂದುಗೂಡಿ ವಿಶಾಲ ಮೈಸೂರು ರಾಜ್ಯವೆಂದು ಕರೆಸಿಕೊಂಡಾಗ ಎಸ್.ನಿಜಲಿಂಗಪ್ಪ ಅವರು ಮುಖ್ಯಮಂತ್ರಿಗಳಾಗಿದ್ದರು. ಈ ಸಂದರ್ಭದಲ್ಲಿ ಕೆಂಗಲ್ ಹನುಮಂತಯ್ಯನವರೂ ಕರ್ನಾಟಕ ನಾಮಕರಣದ ಬಗೆಗೆ ತುಂಬಾ ಉತ್ಸುಕರಾಗಿದ್ದರು. ಆದರೆ, ಅವರ ಆಡಳಿತದ ಅತ್ಯಲ್ಪ ಅವಧಿಯಲ್ಲಿ ಏನನ್ನೂ ಮಾಡಲಾಗಲಿಲ್ಲ. ಅನಂತರ ಬಂದ ರಾಜ್ಯದ ಮುಖ್ಯಮಂತ್ರಿಗಳಾದ ಕಡಿದಾಳ ಮಂಜಪ್ಪ, ಬಿ.ಡಿ. ಜತ್ತಿ, ಎಸ್.ಆರ್.ಕಂಠಿ ಮತ್ತು ವೀರೇಂದ್ರ ಪಾಟೀಲರಂಥ ನಾಯಕರಿಗೆ ಈ ನಾಡಿನ ಹೆಸರನ್ನು ಬದಲಾಯಿಸಲಾಗಿರಲಿಲ್ಲ. ಆದರೆ ಡಿ.ದೇವರಾಜ ಅರಸು ೧೯೭೨ರಲ್ಲಿ ರಾಜ್ಯದ ಮುಖ್ಯಮಂತ್ರಿಯಾಗಿ ಅಧಿಕಾರ ವಹಿಸಿಕೊಂಡಿದ್ದೇ ತಡ, ೧ ನವೆಂಬರ್ ೧೯೭೩ರಂದು ನಾಡಿಗೆ 'ಕರ್ನಾಟಕ' ಎಂದು ನಾಮಕರಣ ಮಾಡಿದರು. ಈ ಸಂದರ್ಭದಲ್ಲಿ ಅವರು ವಿನೀತರಾಗಿ -

''ಇಂತಹ ಮಹತ್ವದ ಕಾರ್ಯಗಳು ಆಗುವಾಗ ನಾವು ಒಂದೊಂದು ಕಾಲಕೆ ನಿಮಿತ್ತಮಾತ್ರರಾಗುತ್ತೇವೆ. ಅಷ್ಟೆ ಎಂದು ನಾನು ತಿಳಿದುಕೊಂಡಿದ್ದೇನೆ. ಇದು ನನಗ ವೈಯಕ್ತಿಕವಾಗಿ ಹೆಮ್ಮೆ ಎಂದಲ್ಲ. ನಾನು ಒಂದು ನಿಮಿತ್ತನಾಗಿದ್ದೇನೆ. ಅದಕ್ಕೆ ಸಂದರ್ಭ ಕಾರಣ. ಇದರಿಂದ ಬರತಕ್ಕ ಕೀರ್ತಿ, ಮೆಚ್ಚುಗೆ ಇಡೀ ಸದನಕ್ಕೆ ಸೇರಿದ್ದು. ಅದರಲ್ಲಿ ನಾನೂ ಒಬ್ಬ ಇದ್ದೇನೆ ಅಷ್ಟೆ. ವೈಯಕ್ತಿಕವಾಗಿ ಇದರಲ್ಲಿ ನನ್ನ ಪ್ರತಿಷ್ಟೆ ಇಲ್ಲ. ಜನಮನಕ್ಕೆ ಸ್ಪಂದಿಸಿದ್ದೇನೆ. ನುಡಿದಂತೆ ನಡೆದಿದ್ದೇನೆ ಎಂಬ ನಂಬಿಕೆ. ತಿಳುವಳಿಕೆ ಇಲ್ಲದೆ ಧೈರ್ಯ ಬರುವುದಿಲ್ಲ. ನಡೆದ ವಿಚಾರವನ್ನು ಸರಿಯಾಗಿ ತಿಳಿಯಬೇಕಾದರೆ ನಿರ್ವಿಕಾರ ಮನಸ್ಸು ಬೇಕು. ಈ ದೃಷ್ಟಿಯಿಂದ ನಡೆಯುವುದಕ್ಕೆ ಧೈರ್ಯ ಮಾಡಿದೆ ಅಷ್ಟೆ''[೧೦]

ಎಂದು ನುಡಿದರು. ೧೯೭೨ರಲ್ಲಿ ಈ ಬಗೆಗೆ ನಡೆದ ರಾಜ್ಯ ಸಚಿವ ಸಂಪುಟದಲ್ಲಿ ನಿರ್ಣಯವನ್ನು ತೆಗೆದುಕೊಳ್ಳುವವರೆಗೂ ಈ ಹಂತದಲ್ಲಿ ಎಲ್ಲಾ ಬಗೆಯ ತಾರತಮ್ಯಗಳು, ಜಾತಿರಾಜಕಾರಣ ಒಮ್ಮತದ ಅಭಿಪ್ರಾಯಕ್ಕೆ ವಿರುದ್ಧವಾಗಿಯೇ ನಡೆದಂಥವುಗಳೇ ಆಗಿದ್ದವು ಎಂಬುದನ್ನು ಯಾರೂ ತಳ್ಳಿಹಾಕುವಂತಿಲ್ಲ. ಆದರೆ ಅರಸು ಅವರು ಈ ಸಂದರ್ಭದಲ್ಲಿ ನಡೆದುಕೊಂಡ ರೀತಿ ಎಲ್ಲರ ಮೆಚ್ಚುಗೆಗೆ ಪಾತ್ರವಾಗಿರುವಂತಹದ್ದು. ಕನ್ನಡ ನಾಡು-ನುಡಿಯ ಬಗ್ಗೆ ಅಪಾರ ಕಾಳಜಿಯನ್ನು ಹೊಂದಿದ್ದ ದೇವರಾಜ ಅರಸು, ವಿವಿಧ ಪ್ರಾಂತ್ಯಗಳಾಗಿ ಹರಿದು ಹಂಚಿಹೋಗಿದ್ದ ನಾಡನ್ನು ಒಂದುಗೂಡಿಸುವಲ್ಲಿ ಅತ್ಯಂತ ಮಹತ್ವದ ಪಾತ್ರವನ್ನು ವಹಿಸಿದ್ದರು. ಈ ನಾಡು ಹೊಸ ಹೆಸರು ಪಡೆದದ್ದು ಅವರ ಅವಧಿಯಲ್ಲಿಯೇ. ಈ ರಾಜ್ಯದ ಮುನ್ನಡೆಗೆ ಅವರ ಕೊಡುಗೆ ಅನನ್ಯವಾದದ್ದು. ಹೀಗಾಗಿ ಈ ನಾಡಿನ ಪರಂಪರೆಯನ್ನು ಎತ್ತಿ ಹಿಡಿಯಬೇಕು ಅದನ್ನು ಕಾಪಾಡಿಕೊಂಡು ಬರಬೇಕೆಂಬುದು ಅವರ ನಿಲುವಾಗಿತ್ತು. ರಾಜ್ಯದಲ್ಲಿ ಕಾಂಗ್ರೆಸ್ ಬಹುಮತದಲ್ಲಿದ್ದರೂ, ಆಡಳಿತ ಅಧಿಕಾರ ಹೊಂದಿದ್ದರೂ, ಜಾತಿ, ಬೇಧ ಭಾವದಿಂದ ಅನೇಕ ಭಿನ್ನಾಭಿಪ್ರಾಯಗಳ ಒತ್ತಾಯಕ್ಕೆ ಮಣಿದು ಈ ಹಿಂದೆ ಆಡಳಿತ ನಡೆಸಿದ ನಿಜಲಿಂಗಪ್ಪ, ಕಂಠಿ, ಜತ್ತಿ, ವೀರೇಂದ್ರ ಪಾಟೀಲರಂಥ ಘಟಾನುಘಟಿ ನಾಯಕರೇ ನಾಡಿಗೆ ನಾಮಕರಣ ಮಾಡುವಲ್ಲಿ ವಿಫಲರಾಗಿದ್ದರು. ಆದರೆ, ಅರಸು ನಾಡಿಗೆ 'ಕರ್ನಾಟಕ' ಎಂದು ನಾಮಕರಣ ಮಾಡಿ ಅತ್ಯಂತ ಜಟಿಲವೂ ಆಗಿದ್ದ ಈ ಭಾವನಾತ್ಮಕ ಸಮಸ್ಯೆಯನ್ನು ತಮ್ಮ ಜಾಣ್ಮೆಯಿಂದ ಪರಿಹರಿಸಿ ರಾಜಕೀಯ ಮುತ್ಸದ್ದಿ ಎನಿಸಿಕೊಂಡರು. ಇಷ್ಟಾದರೂ ಹಲವು ಶತಮಾನಗಳಿಂದಲೂ ನಾಡಿಗೆ ಸಾಂಸ್ಕೃತಿಕ ದತ್ತವಾಗಿ ಬಂದಿದ್ದ ಕರ್ನಾಟಕ ಎಂಬ ಹೆಸರನ್ನು ನಾಡಿನ ಏಕೀಕರಣದ ನಂತರ ಅಧಿಕೃತವಾಗಿ ನಾಮಕರಣ ಮಾಡಲು ಹದಿನೇಳು ವರುಷಗಳೇ ಬೇಕಾಯಿತು ಎಂಬುದು ವಿಪರ್ಯಾಸವೇ ಸರಿ. ಅದಕ್ಕೂ ಅರಸು ಅವರೇ ಬರಬೇಕಾಯಿತು. ಬಹುಶಃ ಈ ಬಗೆಯ ಚರಿತ್ರೆ ಯಾವ ರಾಜ್ಯಕ್ಕೂ ಇರಲಾರದೇನೊ ಎಂದು ನಮಗೆ ಅನ್ನಿಸದೆ ಇರಲಾರದು.

ಈ ವಿಶಾಲ ಮೈಸೂರು ರಾಜ್ಯ ಅಸ್ತಿತ್ವಕ್ಕೆ ಬಂದ ಮೇಲೆ ಈ ರಾಜ್ಯದ ಹೆಸರು ಹಿಂದಿನಿಂದ ಬಂದಂತೆ ಹೆಸರು ಇರಬೇಕೆ ಅಥವಾ ಬೇಡವೆ ಎನ್ನುವ ಅಭಿಪ್ರಾಯ ಹುಟ್ಟಿಕೊಂಡಿತು. ಒಂದೇ ಜನ ಒಂದೇ ಭಾಷೆಯಾದ ಮೇಲೆ ಹೆಸರು ಬದಲಿ ಮಾಡಬೇಕೆನ್ನುವ ವಿಚಾರ ನಮ್ಮ ಇಡೀ ರಾಜ್ಯದ ಜನತೆಯ ಮನಸ್ಸನ್ನು ಸೆಳೆಯಿತು. ಈ ಒಂದು ವಿಷಯ ನಿಜಲಿಂಗಪ್ಪ ಸರಕಾರದಿಂದ ವೀರೇಂದ್ರ ಪಾಟೀಲರ ಸರಕಾರದವರೆಗೂ ಮುಂದುವರಿಯಿತು. ಈಗಾಗಲೇ ಇರತಕ್ಕ ಹೆಸರು ಅದೇಕೆ ಇರಬಾರದು ಎನ್ನುವ ವಾದ ದಕ್ಷಿಣ ಭಾರತದ ಪ್ರಬಲ ವರ್ಗದ ರಾಜಕೀಯ ಮುಖಂಡರದ್ದಾಗಿತ್ತು. ಕಾಂಗ್ರೆಸ್ ಪಕ್ಷವೂ ಕೂಡ ಈ ಬಗ್ಗೆ ಸಾಕಷ್ಟು ಚರ್ಚೆ ನಡೆಸಿತ್ತು. ಮೈಸೂರು ರಾಜ್ಯ ವಿಶಾಲವಾದಾಗಿನ ಕಾಲದಲ್ಲಿ ಈ ಹೆಸರಿನ ಬದಲಾವಣೆಯಾಗುವುದು ನಿಲ್ಲುವುದಕ್ಕೆ ಕಾರಣವೂ ಇತ್ತು. ಅದು ರಾಜಕೀಯವೂ ಹೌದು, ಒತ್ತಡದ ಸನ್ನಿವೇಶವೂ ಹೌದು. ಭಾಷೆ ಆಧಾರದ ಮೇಲೆ ರಾಜ್ಯ ಪುನರ್‌ವಿಂಗಡಣೆ ಬಗ್ಗೆ ಪ್ರಮುಖ ನಾಯಕರೇ ಭಿನ್ನಾಭಿಪ್ರಾಯ ವ್ಯಕ್ತಪಡಿಸಿದ್ದರು. ಈ ಸಂದರ್ಭದಲ್ಲಿ ಆಡಳಿತದ ದೃಷ್ಟಿಯಿಂದ ಶಾಸ್ತ್ರೀಯ ದೃಷ್ಟಿಯಿಂದ ರಾಜ್ಯ ಎರಡಾಗಬೇಕು ಎನ್ನುವವರಲ್ಲಿ ದೇವರಾಜ ಅರಸು ಒಬ್ಬರಾಗಿದ್ದರು ಮತ್ತು ಇದೇ ಸಂದರ್ಭದಲ್ಲಿ ನಮ್ಮ ನಾಡಿನ ಜನತೆಯ ದೃಷ್ಟಿಯಿಂದ, ಅವರ ಆರ್ಥಿಕ ಅಭಿವೃದ್ಧಿ, ಸಂಸ್ಕೃತಿಯ ಹಾಗೂ ಭಾವೈಕ್ಯತೆಯ ದೃಷ್ಟಿಯಿಂದ ರಾಜ್ಯ ಎರಡಾಗತಕ್ಕದ್ದು ಸಾಧುವಲ್ಲ ಎನ್ನುವ ಬಹುಜನರ ತೀರ್ಮಾನಕ್ಕೆ ಅರಸು ಒಪ್ಪಿಕೊಂಡಿದ್ದೂ ಉಂಟು. ೧೯೬೭ ರಲ್ಲಿ ಚುನಾವಣೆಗೆ ಮುಂಚೆ ನಾಡಿನ ನಾಮಕರಣದ ಬಗ್ಗೆ ಶಾಸನಸಭೆಯಲ್ಲಿ ಚರ್ಚೆಗೆ ಬಂದಿತ್ತಾದರೂ ಯಾವುದೇ ತೀರ್ಮಾನವಾಗಲಿಲ್ಲ. ಆಗ ಅರಸು ಶಾಸನಸಭೆಯ ಸದಸ್ಯರಾಗಿದ್ದರು. ಅಷ್ಟೇ ಅಲ್ಲದೆ ನಿಜಲಿಂಗಪ್ಪನವರ ಮಂತ್ರಿಮಂಡಲದಲ್ಲಿ ಮಂತ್ರಿಯೂ ಆಗಿದ್ದರು. ಆಗ ಅರಸು ಅವರು ಯಾವ ಪಕ್ಷ ಬಹುಮತ ಪಡೆದು ಆಡಳಿತ ನಡೆಸುತ್ತದೆಯೋ ಆ ಪಕ್ಷ ಮನಸ್ಸು ಮಾಡದೇ ಹೋದರೆ ಇಂಥದೆಲ್ಲ ಕಾರ್ಯಗತವಾಗುವುದಕ್ಕೆ ಸಾಧ್ಯವಾಗುವುದಿಲ್ಲ ಎಂದು ಅಭಿಪ್ರಾಯ ಪಟ್ಟಿದ್ದರು. ಆದರೆ ಆಡಳಿತರೂಢ ಕಾಂಗ್ರೆಸ್ ಪಕ್ಷ ಈ ಕುರಿತು ಬಹಳ ಚರ್ಚೆ ನಡೆಸಿತು. ಆ ಚರ್ಚೆಯಲ್ಲಿ ನಾಡಿಗೆ ಯಾವ ಹೆಸರಿಡಬೇಕು ಎನ್ನುವುದರಲ್ಲಿ ಭಿನ್ನಾಭಿಪ್ರಾಯ ಬಂತು. ಕರ್ನಾಟಕ ಎಂದು ಹೆಸರಿಡಬೇಕೆ, ಮೈಸೂರು ಕರ್ನಾಟಕ ಎನ್ನಬೇಕೆ, ಅಥವಾ ಮೈಸೂರು ಕನ್ನಡ ನಾಡು ಎಂದು ಹೆಸರಿಡಬೇಕೆ ಎನ್ನುವ ಕುರಿತು ಆ ಪಕ್ಷದಲ್ಲಿ ಬಹಳವಾಗಿ ಚರ್ಚೆಗೆ ಬಂದಿತ್ತು. ಆದರೂ, ಅಂತಿಮವಾಗಿ ಮೈಸೂರು ಕನ್ನಡ ನಾಡು ಎಂದು ಕರೆಯೋಣವೆಂದು ಕೆಲವರು ಸೂಚಿಸಿದರು. ಆದರೆ ಅರಸು ಈ ಸಭೆಯಲ್ಲಿ ಎದ್ದುನಿಂತು ಈಗ ಈ ಠರಾವು ತರುವುದು ಸರಿಯಲ್ಲ ಎಂದು ತಮ್ಮ ಅಭಿಪ್ರಾಯ ವ್ಯಕ್ತಪಡಿಸಿದ್ದರು. ಸದ್ಯಕ್ಕೆ ಇದನ್ನು ಕೈಬಿಡಬೇಕೆಂದು ಕೂಡ ಹೇಳಿದ್ದರು.

೧೯೭೦-೭೧ರಲ್ಲಿ ನಡೆದ ಮಧ್ಯಂತರ ಚುನಾವಣೆಯ ಕಾಲದಲ್ಲಿ ಈ ನಾಮಕರಣದ ಬಗ್ಗೆ ಆಂತರಿಕ ಹಾಗೂ ಬಹಿರಂಗವಾಗಿ ವಾದ ವಿವಾದಗಳು ಶುರುವಾದವು. ಈ ಚುನಾವಣೆಯ ನಂತರ ೧೯೭೨ರ ಸಂದರ್ಭದಲ್ಲಿ ಈ ಹೆಸರಿನ ವಿಚಾರ ಬಹಳ ಪ್ರಬಲವಾಗಿ ಜನಸಾಮಾನ್ಯರ

ಮನಸ್ಸನ್ನು ಸೆಳೆಯಿತು. ಈ ಸಮಯದಲ್ಲಿ ಆಡಳಿತ ಕಾಂಗ್ರೆಸ್‌ನ ಸಂಚಾಲಕರಾಗಿ ಕೆಲಸ ಮಾಡುತ್ತಿದ್ದ ಅರಸು ಶ್ರೀರಂಗಪಟ್ಟಣದ ಒಂದು ಸಮಾರಂಭದಲ್ಲಿ ಭಾಗವಹಿಸಿ, ಮಾತನಾಡುತ್ತಾ, ನಾಡಿನ ನಾಮಕರಣ ಕುರಿತು ಪ್ರಸ್ತಾಪ ಮಾಡಿದರು. ''ಈ ನಾಡಿನ ನಾಮಕರಣ ಒಂದು ದೊಡ್ಡ ಸಮಸ್ಯೆ ಎಂದು ಪರಿಗಣಿಸಬೇಕಾಗಿಲ್ಲ. ರಾಜ್ಯದಲ್ಲಿ ಸಾಕಷ್ಟು ಸಮಸ್ಯೆಗಳು ಬಾಕಿ ಇವೆ. ಆದಕಾರಣ ಹೆಸರು ಬದಲಾವಣೆ ಮಾಡುವುದರಿಂದ ಎಲ್ಲವೂ ಕಾರ್ಯಗತವಾಗುತ್ತದೆ ಎಂದು ಹೇಳುವುದು ಸರಿಯಲ್ಲ'' ಎಂದು ಹೇಳಿದರು. ವೈಯಕ್ತಿಕವಾಗಿ ಅರಸು ಅವರು ಯಾವುದಕ್ಕೂ ಅಂಟಿಕೊಂಡವರಲ್ಲವಾದರೂ ಹೆಸರು ಬದಲಾವಣೆ ಮಾಡಬೇಕು, ಮಾಡಕೂಡದು ಎಂದು ಹೇಳುವುದಿಲ್ಲ ಎನ್ನುವ ಧಾಟಿಯಲ್ಲಿ ಮಾತನಾಡಿದ್ದರು. ಈ ಸಂದರ್ಭದಲ್ಲಿ ಅರಸು ಬಗ್ಗೆ ಹಲವಾರು ಟೀಕೆಗಳು ಕೇಳಿಬಂದವು. ನೀವು ನಾಡಿನ ನಾಮಕರಣಕ್ಕೆ ವಿರುದ್ಧವಾಗಿದ್ದೀರಿ. ಈ ಕುರಿತು ನಿಮ್ಮ ಅಭಿಪ್ರಾಯವೇನು? ಎಂದು ಪತ್ರಕರ್ತರು ಕೇಳಿದ ಪ್ರಶ್ನೆಗೆ ಅರಸು ಅವರು-

> ''ಜನಸಾಮಾನ್ಯರ ಅಭಿಪ್ರಾಯದಲ್ಲಿ ಅವರಿಗೆ ಈ ಬದಲಾವಣೆಯಿಂದ ಒಂದು ಆನಂದ, ಒಂದು ತೃಪ್ತಿ ಭಾವೈಕ್ಯತೆ ಬರುವುದಾದರೆ ನನಗೆ ಸಂತೋಷ ಎಂದು ತಮ್ಮ ವೈಯಕ್ತಿಕ ಅಭಿಪ್ರಾಯವನ್ನು ವ್ಯಕ್ತಪಡಿಸಿದರು. ಮುಂದುವರಿದು ಅವರು, ಒಂದು ವೇಳೆ ಚುನಾವಣೆ ಆದ ಮೇಲೆ ನಮ್ಮ ಪಕ್ಷ ಬಹುಮತ ಪಡೆದು ಅಧಿಕಾರಕ್ಕೆ ಬಂದರೆ ಸಭೆಯಲ್ಲಿ ಚರ್ಚೆಮಾಡಿ, ಶಾಸನ ಸಭೆಯಲ್ಲಿ ಜನತೆಯ ಪ್ರತಿನಿಧಿಗಳು ಯಾರು ಇರುತ್ತಾರೋ ಅವರ ಅಭಿಪ್ರಾಯದಂತೆ ಹೋಗುವುದಕ್ಕೆ ನನ್ನ ಅಡ್ಡಿಯಿಲ್ಲ. ಬಹುಮತದ ಅಭಿಪ್ರಾಯದಂತೆ ಹೋಗೋಣ''[೧೧]

ಎನ್ನುವ ಮಾತನ್ನು ಪಕ್ಷದ ಪರವಾಗಿ ಜನತೆಯ ಮುಂದೆ ತಿಳಿಸಿದ್ದೂ ಉಂಟು.

೧೯೭೨ರಲ್ಲಿ ಕೆ.ಎಂ.ರುದ್ರಪ್ಪನವರು ವಿಧಾನಸಭೆಯ ಸದಸ್ಯರಾಗಿದ್ದಾಗ ಕೆಲವು ಸದಸ್ಯರೊಡನೆ ಕೂಡಿಕೊಂಡು ಮುಖ್ಯಮಂತ್ರಿ ದೇವರಾಜ ಅರಸರನ್ನು ಭೇಟಿಯಾಗಿ, ರಾಜ್ಯದ ಹೆಸರನ್ನು ಕರ್ನಾಟಕ ಎಂದು ಬದಲಾಯಿಸಬೇಕೆಂದು ಮತ್ತೊಮ್ಮೆ ಒತ್ತಾಯ ಪಡಿಸಿದರು. ಈ ಮಾತನ್ನು ಕೇಳುತ್ತಲೆ ಅರಸು ಅವರು ಉತ್ತರವಾಗಿ ಈ ರೀತಿ ನುಡಿದರು: ''ಮೈಸೂರು ಅಂತ ಕರೆದರೆ ಏನಾಗುತ್ತೇ ಹಾನಿ? ಯಾರಿಗೇನು ನಷ್ಟ ಇಲ್ವಲ್ಲಾ? ಅದ್ಯಾಕೆ ಇಷ್ಟೆಲ್ಲಾ ಹೆಸರಿಗೆ ಮಹತ್ವ ಕೊಡುತ್ತೀರಿ ಅದರ ಬಗ್ಗೆ ಈ ತರ ರಂಪಾಟ ಯಾಕೆ ಮಾಡಬೇಕು?'' ಅಂತ ಎದುರು ವಾದಿಸಿದರು. ನಾಡಿನ ಸಂಸ್ಕೃತಿ ಬಗೆಗೆ ಅಪಾರ ಕಾಳಜಿ ಹೊಂದಿದ್ದ ಅರಸು ಈ ರೀತಿ ವಾದಿಸಲು ಕಾರಣವೇನು? ಕರ್ನಾಟಕ ಎಂದು ಕರೆಯಲು ಅಥವಾ ನಾಮಕರಣ ಮಾಡಲು ಆ ಸಂದರ್ಭದಲ್ಲಿ ಅವರಿಗಿದ್ದ ತೊಡಕುಗಳೇನು? ಬಹುಶಃ ಹಳೆಯ ಮೈಸೂರಿನ ಭಾಗದಿಂದ ಬಂದ ಜನರಿಗೆ ಹಾಗೂ ದೇವರಾಜ ಅರಸು ಅವರಿಗೆ ಮೈಸೂರು ರಾಜ್ಯದ ಹೆಸರಿನ ಬಗ್ಗೆ ಹಿಂದಿನಿಂದಲೂ ಚಾರಿತ್ರಿಕವಾಗಿ ಬಂದ ಅಭಿಮಾನ ಅವರನ್ನು ಕಾಡುವ

ತೊಡಕಾಗಿತ್ತು ಮತ್ತು ಮೈಸೂರು ರಾಜ್ಯ ಇಡೀ ಭಾರತ ದೇಶದಲ್ಲಿ ಅಲ್ಲದೆ ಹೊರ ದೇಶದಲ್ಲೂ ಕೀರ್ತಿ ಪಡೆದಿದ್ದನ್ನು ನೋಡಿದರೆ ಈ ಹೆಸರನ್ನು ಬದಲಾಯಿಸುವುದು ಅಷ್ಟು ಸುಲಭವಾದುದ್ದಲ್ಲ ಎಂದು ಅರಸು ಅವರು ಭಾವಿಸಿಕೊಂಡಿದ್ದಿರಲೂಬಹುದು. ಈ ಒಂದು ವಿಚಾರ ಅರಸರಲ್ಲಿ ಈ ನಾಮಕರಣದ ಬಗೆಗೆ ದ್ವಂದ್ವ ನಿಲುವು ಮೂಡಲು ಕಾರಣವಾಗಿರಬಹುದು ಎಂದು ಹೇಳಬಹುದು. ಇಷ್ಟಾದರೂ ಅಂದಾನಪ್ಪ ದೊಡ್ಡಮೇಟಿ, ಕೆ.ಎಂ.ರುದ್ರಪ್ಪನವರು, ದೇವರಾಜ ಅರಸರ ನಿರುತ್ಸಾಹದ ಮಾತುಗಳಿಂದ ಅಧೈರ್ಯ ಪಟ್ಟುಕೊಳ್ಳಲಿಲ್ಲ. ಅರಸು ಅವರಿಗೆ ಮತ್ತೆ ದುಂಬಾಲು ಬಿದ್ದರು. ತಮ್ಮನ್ನು ಪೀಡಿಸುತ್ತಿದ್ದ ಪೀಡೆ ತೊಲಗಲೆಂದು, ದೇವರಾಜ ಅರಸರು ಈ ಬಾರಿ ಸುಲಭವಾಗಿ ನೆರವೇರಲು ಅಸಾಧ್ಯವಾದ ಒಂದು ಕಠಿಣ ಸವಾಲನ್ನು ಹಾಕಿದರು. ಅಂದರೆ ೩ನೇ ೨ ಭಾಗದಷ್ಟು ಸದಸ್ಯರು ಒಪ್ಪಿಕೊಂಡರೆ ತಮ್ಮ ಅಭ್ಯಂತರ ಇಲ್ಲವೆಂದು ಅರಸು ಹೇಳಿದರು. ಆಗ, ಕೂಡಲೆ ರುದ್ರಪ್ಪನವರು ವಿರೋಧ ಪಕ್ಷದಲ್ಲಿದ್ದ ರಾಮಕೃಷ್ಣ ಹೆಗಡೆಯವರನ್ನು ತಮ್ಮ ಕಡೆಗೆ ಸೆಳೆದುಕೊಂಡು ವಿಧಾನಸಭೆಯಲ್ಲಿ ಬಹುಮತ ತೋರಿಸಿದರು. ಇಷ್ಟೆಲ್ಲ ವಿರೋಧಭಾಸಗಳ ನಡುವೆಯೂ ಅರಸು ಅವರು ರಾಜ್ಯದ ಮುಖ್ಯಮಂತ್ರಿಯಾದ ನಂತರ ೧ ನವೆಂಬರ್ ೧೯೭೩ ರಂದು ನಾಡಿಗೆ 'ಕರ್ನಾಟಕ' ಅಂತ ನಾಮಕರಣ ಮಾಡಿದರೆಂಬುದು ಸ್ವಾಗತಾರ್ಹವಾದದ್ದು. ಈ ಬಾರಿ ಅವರು ಜನಾಭಿಪ್ರಾಯಕ್ಕೆ ಮಹತ್ವ ನೀಡಿದ್ದರು. ಅದರಂತೆ ನಡೆದುಕೊಂಡರು. ಒಂದು ಕಾಲದಲ್ಲಿ ನಿಜಲಿಂಗಪ್ಪ, ವೀರೇಂದ್ರ ಪಾಟೀಲ್ ಅವರಿಂದ ಆಗದ ಕೆಲಸವನ್ನು ಅರಸು ಅವರು ನೆರವೇರಿಸಿದ್ದು ಒಂದು ದೊಡ್ಡ ಸಾಧನೆಯೇ ಸರಿ. ಬಹುಶಃ ಅವರು ನಿಜಲಿಂಗಪ್ಪನವರ ಸರಕಾರದಲ್ಲಿ ಸಚಿವರಾಗಿದ್ದಾಗಲೇ ಈ ಕುರಿತು ಯೋಚಿಸಿ, ಆಗಲೇ ನಾಡಿನ ನಾಮಕರಣದ ತೀರ್ಮಾನಕ್ಕೆ ಬಂದಿದ್ದರು ಎಂದು ಹೇಳಿದರೆ ಯಾರು ಆಶ್ಚರ್ಯಪಡಬೇಕಿಲ್ಲ. ಆದರೆ ಇದಕ್ಕೆ ಮೈಸೂರು ಭಾಗದ ಜನತೆಯಿಂದ ಪ್ರಬಲ ಪ್ರತಿರೋಧ ಬಂದಿತು. ''ನೀವು ಮೈಸೂರು ಅರಸು ಮನೆತನಕ್ಕೆ ಸೇರಿದವರು. ಮೈಸೂರು ಅನ್ನುವಂಥ ಚಂದದ ಹೆಸರನ್ನು ಏಕೆ ಬದಲಾಯಿಸುತ್ತೀರಿ?'' ಎನ್ನುವ ಅಭಿಪ್ರಾಯ ಈ ಭಾಗದ ಜನತೆಯದಾಗಿತ್ತು. ಮೈಸೂರು ಎಂದು ಇದ್ದರೆ ದಕ್ಷಿಣದವರ ಬೆಲೆಯನ್ನು ಸದಾ ಅದು ಎತ್ತಿ ತೋರಿಸುತ್ತದೆ. ಕರ್ನಾಟಕ ಅಂತಾದರೆ ಉತ್ತರದವರು ಕೊಚ್ಚಿಕೊಳ್ಳುತ್ತಾರೆ ಎಂದೆಲ್ಲಾ ಒತ್ತಡಗಳೂ ಬಂದಿದ್ದವು. ಅರಸು ಅದಕ್ಕೆ ಸೊಪ್ಪು ಹಾಕಲಿಲ್ಲ. ಕನ್ನಡಿಗರ ಪರಂಪರೆ ಅರಿತ ಯಾರೂ ಆ ಕೆಲಸ ಮಾಡಲಾರರು. ಕನ್ನಡ ಸಂಸ್ಕೃತಿ ಅನ್ನೋದು ಕಾವೇರಿ, ಗೋದಾವರಿ ನದಿಗಳ ನಡುವೆ ವಿಸ್ತಾರವಾಗಿ ಬಾಳಿ ಬದುಕಿರುವಂತಹದ್ದು. ಈ ಬದುಕೇ ಕನ್ನಡ ಸಂಸ್ಕೃತಿ. ಕರ್ನಾಟಕ ಸಂಸ್ಕೃತಿಗೆ ಕರ್ನಾಟಕ ಎಂಬ ಚಂದದ ಹೆಸರೇ ಭೂಷಣ. ಈ ಬಗೆಗೆ ಅರಸು ತಮ್ಮ ನಿಲುವು ಸ್ಪಷ್ಟಪಡಿಸಿದರು. ಅಲ್ಲದೆ ನಾಡು, ಕರ್ನಾಟಕ ಹೆಸರನ್ನು ಅಧಿಕೃತವಾಗಿ ಹೊಂದಬೇಕು ಎನ್ನುವ ವಿಚಾರದಲ್ಲಿ ಅಂದಿನ ದಿನ ಪತ್ರಿಕೆಗಳು, ನಿಯತಕಾಲಿಕೆಗಳು ಪದೇ ಪದೇ ಲೇಖನಗಳನ್ನು ಪ್ರಕಟಿಸಿ ಪ್ರೇರಣೆ ನೀಡುತ್ತಿದ್ದುದ್ದು ಗಮನಾರ್ಹವಾದುದ್ದು. ಈ ಹಿನ್ನೆಲೆಯಲ್ಲಿ ಪ್ರಜಾವಾಣಿ, ಸಂಯುಕ್ತ ಕರ್ನಾಟಕ, ಕನ್ನಡ ಪ್ರಭ, ತಾಯಿ ನಾಡು, ನವಭಾರತ,

ಜನ ಪ್ರಗತಿ, ಪ್ರಜಾಮತ, ಪ್ರಪಂಚ ಮೊದಲಾದವುಗಳನ್ನು ಉಲ್ಲೇಖಿಸಬಹುದು.

ಯಾವುದೇ ಒಂದು ಜನಸಮೂಹಕ್ಕೆ ಭಾವುಕತೆಯ ಬಂಧನ ಇರಬೇಕಾಗುತ್ತದೆ. ಇಂಥ ಮಧುರ ಬಂಧನ ಭಾಷೆಯ ಮೂಲಕ ಸಿಗಬಹುದು, ನಾಡಿನ ಸಂಸ್ಕೃತಿಯ ಮೂಲಕ ಸಿಗಬಹುದು ಅಥವಾ ನಾಡನ್ನು ಒಗ್ಗೂಡಿಸುವ ಬರೀ ಹೆಸರಿನಿಂದಲೂ ಸಿಗಬಹುದು. ಬಹುಶಃ ಮೈಸೂರು ರಾಜ್ಯ ಕರ್ನಾಟಕವಾಗಬೇಕು ಎನ್ನುವ ಹಂಬಲ ಹುಟ್ಟಿಕೊಂಡಿದ್ದೇ ಈ ಹಿನ್ನೆಲೆಯಿಂದ. ಮೈಸೂರು ಒಂದು ಬಿಡಿ ಭೂ ಪ್ರದೇಶವನ್ನು ತೋರಿಸಿದರೆ ಕರ್ನಾಟಕ ಇಡೀ ಕನ್ನಡ ಜನತೆಯ ನಡೆ-ನುಡಿ ನೆಲೆಗಳನ್ನೆಲ್ಲ ಒಟ್ಟಾಗಿ ತೋರಿಸುವಂತಾಗುತ್ತದೆ ಎನ್ನುವ ಭಾವುಕತೆಯೇ ರಾಜ್ಯದ ಹೆಸರಿನ ಬದಲಾವಣೆಯನ್ನು ಬಯಸಿತ್ತು. ಆದರೆ ಆಶ್ಚರ್ಯವೆಂದರೆ ಒಂದು ಕಾಲದಲ್ಲಿ ಮೈಸೂರಿನ ಪರವಾಗಿದ್ದ ಅರಸರ ಕಾಲದಲ್ಲೇ ಹೆಸರು ಬದಲಾಯಿತು. ಭಾವನಾತ್ಮಕ ಕ್ರಾಂತಿ ನಡೆದೇ ಹೋಯಿತು. ಈ ಒಂದು ಮಹತ್ವದ ನಾಮಕರಣವನ್ನು ಮೆಚ್ಚಿದ ಕುವೆಂಪು ಅವರು-

> "ಅನೇಕರ ತಪಸ್ಸಿನ ಫಲ ಅರಸು ಅವರ ಅದೃಷ್ಟ ಯೋಗದಲ್ಲಿ
> ಸಿದ್ಧಿಸಿದೆ. ಯಾವುದಕ್ಕೂ ಒಂದು ಕಾಲ ಬರಬೇಕು ಎನ್ನುವ ಮಾತಿದೆ.
> ಆ ಕಾಲ ಅರಸು ಅವರನ್ನು ಉಪಯೋಗಿಸಿಕೊಂಡಿತು"[೧೨]

ಎಂದು ಹೇಳಿದ್ದರು. ಹಾಗೆಯೇ ಬೇಂದ್ರೆಯವರು ಇದನ್ನು ಭಾವೈಕ್ಯವೆಂದು ಕೊಂಡಾಡಿದ್ದರು. ಭಾವೈಕ್ಯ ತಯಾರು ಮಾಡಿಟ್ಟ ಒಂದು ಸ್ಥಿತಿಯಲ್ಲ. ಅದು ಗತಿಯಲ್ಲೂ ಉಳಿಸಿಕೊಳ್ಳಬೇಕಾದ ಸ್ಥೈರ್ಯ ಸಂಪತ್ತು. ಬಹು ಕಷ್ಟದಿಂದ ಕರ್ನಾಟಕ ಎಂದಾದದ್ದು ಉಳಿದುಕೊಂಡು ಬೆಳೆದುಕೊಂಡು ಬರಬೇಕೆನ್ನುವುದೇ ಅವರ ಆಶಯವಾಗಿತ್ತು. ಅಲ್ಲದೆ ನಾಡಿನ ಖ್ಯಾತ ಸಾಹಿತಿಯಾದ ಹಾ. ಮಾ. ನಾಯಕರು ನಾಡಿನ ನಾಮಕರಣ ಕುರಿತಂತೆ ಅರಸರ ಸಾಧನೆಯನ್ನು ಹೀಗೆ ಗುರುತಿಸುತ್ತಾರೆ-

> "ನಾಡಿಗೆ ಕರ್ನಾಟಕ ಎಂಬ ಹೆಸರನ್ನು ತಂದುಕೊಟ್ಟು ಕನ್ನಡವನ್ನು
> ರಾಜ್ಯದ ಅಧಿಕೃತ ಭಾಷೆಯನ್ನಾಗಿಸಿ ಅವರು ತಮ್ಮ ಆಡಳಿತದ
> ಇತಿಹಾಸಕ್ಕೆ ವಿಶೇಷ ಪುಟಗಳನ್ನು ಸೇರಿಸಿಕೊಂಡಿದ್ದಾರೆ."[೧೩]

ಹೀಗೆ ಕೆಲವು ವರುಷಗಳಿಂದ ನೆನೆಗುದಿಗೆ ಬಿದ್ದಿದ್ದ ಕರ್ನಾಟಕದ ನಾಮಕರಣವನ್ನು ಅರಸು ತಮ್ಮ ಆಡಳಿತದ ಅವಧಿಯಲ್ಲಿ ಕಾರ್ಯಗತಗೊಳಿಸಿದ್ದರು. ಇದು ನಾಡು-ನುಡಿ, ಸಂಸ್ಕೃತಿಯ ಬಗ್ಗೆ ಅವರಿಗಿದ್ದ ಕಳಕಳಿಯನ್ನು ಪ್ರತಿಬಿಂಬಿಸುತ್ತದೆ. ಅವರ ಈ ಒಂದು ಸಾಧನೆಯನ್ನು ನಾಡಿನ ಸಾಹಿತಿಗಳು, ರಾಜಕೀಯ ಚಿಂತಕರು, ಪತ್ರಿಕಾ ಮಾಧ್ಯಮಗಳು, ವಿದ್ಯಾರ್ಥಿಗಳು ಮತ್ತು ಕನ್ನಡ ಪರವಾಗಿದ್ದ ಸಂಘ-ಸಂಸ್ಥೆಗಳು ಅಂದು ಹಾಡಿ ಹೊಗಳಿದ್ದವು. ಜನ ಸಾಮಾನ್ಯರಂತೂ ಅರಸು ಅವರನ್ನು 'ಕನ್ನಡ ನಾಯಕರತ್ನ' ಎಂದು ಕರೆದಿದ್ದಾರೆ. ಜನರ ದೃಷ್ಟಿಯಲ್ಲಿ ಅವರೊಬ್ಬ ಎಲ್ಲ ಕನ್ನಡಿಗರ ಅಭಿಮಾನದ ನಾಯಕರಾಗಿದ್ದರು. ೧೯೭೩ ನವೆಂಬರ್ ೧ ರಂದು ನಾಡು ಒಂದಾಗಿತ್ತು. ಆದರೆ ಈ ನಾಡಿನ ಹಿರಿಮೆ, ಸಂಸ್ಕೃತಿ ಮತ್ತು

ಒಗ್ಗಟ್ಟಿನ ಸಂಕೇತವಾದ ಹೆಸರು ಇರದೆ ಇದ್ದದ್ದು ಜನಮನದ ಅಂತರಾಳವನ್ನು ಕಲುಕಿತ್ತು. ಆದರೆ ೧೭ ವರ್ಷಗಳ ನಂತರ ಸಮಸ್ತ ಕನ್ನಡಿಗರ ಕರ್ನಾಟಕ ನಾಮಕರಣದ ಕನಸನ್ನು ನನಸಾಗಿಸಿದ ಕೀರ್ತಿ ಆಗಿನ ಮುಖ್ಯಮಂತ್ರಿಗಳಾಗಿದ್ದ ದೇವರಾಜ ಅರಸು ಅವರಿಗೆ ಸಲ್ಲುತ್ತದೆ. ಕನ್ನಡದ ಸ್ಪರ್ಶವನ್ನು ಅರಸು ಅವರ ಮಾತುಗಳಲ್ಲೇ ಹೇಳುವುದಾದರೆ "ಕರ್ನಾಟಕ ಏಕೀಕರಣ ಹಾಗೂ ನಾಮಕರಣ ಸಾಧನೆಯ ದೀರ್ಘ ಯತ್ನದಲ್ಲಿ ಕಂಡುಬಂದ ಐಕ್ಯ, ಹುರುಪು, ದುಡಿಮೆ ಹಾಗೂ ತ್ಯಾಗ ಮನೋಭಾವ ಮತ್ತೆ ಜನಪದರಲ್ಲಿ ಚಿಮ್ಮಲಿ" ಎಂದು.

ದೇವರಾಜ ಅರಸು ಬಗೆಗೆ ಕುವೆಂಪು "ಅರಸು ಅವರು ಎಲ್ಲಾ ಕನ್ನಡಿಗರ ಅಭಿಮಾನದ ನಾಯಕರಾಗಿದ್ದಾರೆ ಅನೇಕ ಸಾಮಾಜಿಕ ಮತ್ತು ಆರ್ಥಿಕ ಯೋಜನೆಗಳನ್ನು ಜಾರಿಗೆ ತಂದು ಬಡವರ, ಅಸಹಾಯಕರ ಮುಖದಲ್ಲಿ ಆಶಾಕಿರಣ ಚಿಮ್ಮುವಂತೆ ಮಾಡಿದ್ದಾರೆ. ಅಂತೆಯೇ ಕನ್ನಡ ನಾಡು-ನುಡಿ ಸಂಸ್ಕೃತಿಯ ಚರಿತ್ರೆಯಲ್ಲೂ ಅವರು ಪ್ರೀತಿ ಗೌರವಗಳಿಗೆ ಭಾಜನರಾಗಿದ್ದಾರೆ" ಎಂದು ಅಭಿಪ್ರಾಯ ಪಟ್ಟಿದ್ದಾರೆ. ಕುವೆಂಪು ಅವರ ಈ ಮಾತಿನಲ್ಲಿ ಸತ್ಯಾಂಶವಿದೆ ಎಂಬುದನ್ನು ಯಾರೂ ತಳ್ಳಿಹಾಕುವಂತಿಲ್ಲ. ಏಕೆಂದರೆ, ಅರಸು ಅವರಿಗೆ ನಾಡು-ನುಡಿ ಸಂಸ್ಕೃತಿ ಬಗೆಗೆ ಒಂದು ಗುರಿಯಿತ್ತು. ಆ ಗುರಿಯ ದಾರಿ ಹಿಡಿದ ಸರದಾರನಾಗಿ ಕನ್ನಡಕ್ಕೆ ಎಷ್ಟು ಸೇವೆ ಮಾಡಬೇಕೋ ಅಷ್ಟನ್ನು ಅವರು ಮಾಡಿದ್ದಾರೆಂಬುದನ್ನು ಅವರ ವಿರೋಧಿಗಳೂ ಒಪ್ಪುತ್ತಾರೆ. ಇಂತಹ ಒಬ್ಬ ಸಾಂಸ್ಕೃತಿಕ ನಾಯಕನನ್ನು ಸದಾ ಸ್ಮರಿಸುವುದು ಪ್ರತಿಯೊಬ್ಬ ಕನ್ನಡಿಗನ ಕರ್ತವ್ಯ.

ಟಿಪ್ಪಣಿಗಳು

೧. ಮಲ್ಲೇಪುರಂ ಜಿ. ವೆಂಕಟೇಶ., **ಸಿದ್ದವನಹಳ್ಳಿ ಕೃಷ್ಣಶರ್ಮ ಸಮಗ್ರ ಸಾಹಿತ್ಯ; ನಾಡು-ನುಡಿ ಸಂಪುಟ-೨**, (೨೦೦೪), ಪು.೫

೨. ವಡ್ಡರ್ಸೆ ರಘುರಾಮಶೆಟ್ಟಿ., **ಜನಹಿತ ಬಹುಮತ, ಪತ್ರಿಕೆ**, ಡಿಸೆಂಬರ್ (೨೦೦೦), ಪು.೧೩: ೮೫ನೇ ಅರಸು ಜಯಂತಿ ಆಚರಣೆ ಸಮಾರಂಭದಲ್ಲಿ ಭಾಷಣ

೩. ಶೇಷಗಿರಿರಾವ್.ಎಲ್.ಎಸ್., ೧೯೯೦ **ಕನ್ನಡ, ಕನ್ನಡಿಗ, ಕರ್ನಾಟಕ**, (೧೯೯೦), ಪು.೭೨

೪. ದೇವರಾಜ ಅರಸು ಸಂಶೋಧನಾ ಸಂಸ್ಥೆ., **ಸಾಧನೆಗಳ ಸರದಾರ**, (೧೯೯೭), ಪು.೯೩

೫. ನಾಯಕ.ಹಾ.ಮಾ., **ಪ್ರಗತಿಪದ**, (೧೯೭೬), ಪು.೧೪೪

೬. ಕೋಣಂದೂರು ವೆಂಕಪ್ಪಗೌಡ., **ಪರಿವರ್ತನೆ ಹರಿಕಾರ**, (೧೯೮೪), ಪು.೩೧೪

೭. ರಮೇಶ್ ಕೆದಿಲಾಯ.ಎಚ್., **ಬಹುಮತ ಪತ್ರಿಕೆ** ಜುಲೈ ೯೮, (೧೯೯೮), ಪು.೧೩

೮. ನಾಗಯ್ಯ.ಹಿ.ಮ., (ಸಂ) **ಕನ್ನಡ ನುಡಿ ಮಾಸ ಪತ್ರಿಕೆ**, ಜೂನ್ ೧೬, (೧೯೭೪), ಪು.೪೧

೯. ಸಾಧನೆಗಳ ಸರದಾರ., **ಅರಸು ಸಂಶೋಧನಾ ಸಂಸ್ಥೆ ಬೆಂಗಳೂರು**, (೧೯೯೭), ಪು.೩೭

೧೦. ಶಾಂತಿಪ್ರಿಯ., **ಡಿ.ದೇವರಾಜ ಅರಸು**, (೨೦೦೭), ಪು.೧೭

೧೧. ನಾಯಕ.ಹಾ.ಮಾ., **ಕರ್ನಾಟಕಕ್ಕೆ ಶುಭವಾಗಲಿ**, (೧೯೭೬), ಪು.೯-೧೦

೧೨. ರಮೇಶ ಕೆದಿಲಾಯ., ಎಚ್.'ಸಾಧನೆಗಳ ಸರದಾರ', ಬಹುಮತ ಮಾಸಪತ್ರಿಕೆ, ಜುಲೈ (೧೯೩೮), ಪು.೧೩

೧೩. ರಮೇಶ ಕೆದಿಲಾಯ.ಎಚ್., 'ಸಾಧನೆಗಳ ಸರದಾರ', ಬಹುಮತ ಮಾಸಪತ್ರಿಕೆ ಜುಲೈ (೧೯೩೮), ಪು.೧೩

ಅಧ್ಯಾಯ ಏಳು

ತಳೆದ ನಿಲುವುಗಳು

ಪ್ರಸ್ತುತ ಅಧ್ಯಯನವು ದೇವರಾಜ ಅರಸು ಹಾಗೂ ಕರ್ನಾಟಕದ ರಾಜಕಾರಣ : ಚಿಂತನೆಗಳ ಚಾರಿತ್ರಿಕ ವಿಶ್ಲೇಷಣೆ ಕುರಿತದ್ದಾಗಿದೆ. ಅಂದರೆ ಅರಸು ಅವರ ಜೀವನ ಪರಿಚಯ, ಪರಿಸರ, ಪ್ರಭಾವ ಹಾಗೂ ಕರ್ನಾಟಕದ ರಾಜಕಾರಣ, ಸಾಮಾಜಿಕ, ಆರ್ಥಿಕ ಚಿಂತನೆಗಳನ್ನು ಕುರಿತು ವಿಶ್ಲೇಷಿಸುವಂಥದ್ದು. ಕವಿ ಮತ್ತು ದೊರೆ ಮೂರನೇ ಮಂಗರಸರನ ವಂಶಸ್ಥರಾಗಿ ಸಾಮಾನ್ಯ ರೈತ ಕುಟುಂಬದಲ್ಲಿ ಜನಿಸಿದ ಅವರು ಸಮಾಜದಲ್ಲಿ ಕ್ರಾಂತಿಕಾರಕ ಯೋಜನೆಗಳನ್ನು ಕೈಗೊಂಡು ಆ ಮೂಲಕ ಜನರಲ್ಲಿ ಹೊಸತನದ ಅಲೆಯನ್ನೆಬ್ಬಿಸಿ ಸಮಗ್ರ ಸಮಾಜವನ್ನು ಚಲನಾಶೀಲವಾಗಿಸಿದ ರಾಜ್ಯದ ಅಪರೂಪದ ರಾಜಕಾರಣಿ. ಅವರು ಕರ್ನಾಟಕ ರಾಜಕಾರಣ ಮತ್ತು ಸಮಾಜ ಕಲ್ಯಾಣ ಕ್ಷೇತ್ರಗಳಲ್ಲಿ ಈ ಶತಮಾನದಲ್ಲಿ ವಿಶೇಷ ಸಾಧನೆಯಿಂದ ಜನಹಿತ ಸಾಧಿಸಲು ಹಗಲಿರುಳು ಶ್ರಮಿಸಿದ ಧೀಮಂತ ರಾಜಕಾರಣಿಯೂ ಹೌದು. ಏಕೆಂದರೆ, ಹಿಂದಿನ ಮತ್ತು ಈಗಿನ ಸರಕಾರಗಳ ಕಾರ್ಯ ಸಾಧನೆಗಳೊಂದಿಗೆ ಅರಸು ಕಾಲದ ಸಾಧನೆಗಳನ್ನು ತೂಗಿ ನೋಡಿದಾಗ ಹೊಸ ಸಾಧ್ಯತೆಗಳೇ ಮೂಡಿ ಬಂದಿವೆ ಎನ್ನುವುದು ವಿಶೇಷ. ಹೀಗಾಗಿ ೧೯೭೨-೭೯ರ ಒಂದು ದಶಕವನ್ನು ದೇವರಾಜ ಅರಸು ಯುಗ ಎಂದು ಕರೆದರೆ ತಪ್ಪಾಗಲಾರದು. ಇದುವರೆಗೂ ಈ ನಾಡನ್ನು ಆಳಿದ ಮುಖ್ಯಮಂತ್ರಿಗಳಲ್ಲಿ ಬಹುಪಾಲು ಮೇಲ್ವರ್ಗದ ಜಾತಿ ಸಮುದಾಯಗಳಿಂದ ಬಂದವರೇ ಹೆಚ್ಚು. ತಳಸಮುದಾಯದಿಂದ ಬಂದವರು ಕೇವಲ ಬೆರಳೆಣಿಕೆಯಷ್ಟು ಜನಮಾತ್ರ. ಬಲಿಷ್ಠ ಜಾತಿ ಸಮುದಾಯದವರ ನಡುವೆ ರಾಜಕಾರಣ ಮಾಡುವುದು ಅಷ್ಟು ಸುಲಭವಾಗಿರದಲ್ಲದಂಥ ಸಂದರ್ಭದಲ್ಲಿ ಅದನ್ನು ಸೂಕ್ತವಾಗಿ ನಿಭಾಯಿಸಿದವರಲ್ಲಿ ದೇವರಾಜ ಅರಸು ಅವರ ಚಾಕಚಕ್ಯತೆ ಅಡಗಿದೆ. ಇಂಥ ಒಂದು ಸಾಧನೆ ಮಾಡಲು ಅವರು ಕೇವಲ ಒಬ್ಬ ಪರಿಣಿತ ರಾಜಕೀಯ ಮುತ್ಸದ್ದಿ ಆಗಿದ್ದುದು ಕಾರಣ. ಅಂದರೆ, ಸಾಮಾಜಿಕ, ಆರ್ಥಿಕ ಮತ್ತು ಸಾಂಸ್ಕೃತಿಕ ಆಯಾಮಗಳು ಅವರನ್ನು ತಮ್ಮದೇ ಆದ ರೀತಿಯಲ್ಲಿ ಅನಾವರಣಗೊಳ್ಳುವಂತೆ ಮಾಡಿವೆ. ಈ ಹೊತ್ತಿನ ಅನೇಕ ರಾಜಕಾರಣಿಗಳು ಕೇವಲ ಸಮಯ ಸಾಧಕ ಪ್ರವೃತ್ತಿ ಮತ್ತು ಸ್ವಾರ್ಥ ರಾಜಕಾರಣದಲ್ಲಿಯೇ ತಮ್ಮ ಎಲ್ಲಾ

ಸಮಯವನ್ನು ಕಳೆದುಕೊಳ್ಳುತ್ತಿದ್ದಾರೆ. ಆದರೆ ಅರಸು ಅಂಥವರಲ್ಲ. ಅರಸು ತಮ್ಮ ವೈಯಕ್ತಿಕ ಜೀವನದ ಬಡತನ ನೋವು-ನಲಿವುಗಳಿಗೆ ಮಾತ್ರ ಸೀಮಿತಗೊಳ್ಳದೆ, ಆದರಿಂದ ಭ್ರಾಂತಿಗೊಳಗಾಗದೆ ಭಿನ್ನರೀತಿಯಲ್ಲಿ ರೂಪು ತಳೆದವರು. ಈ ನಾಡಿನ ಪ್ರಗತಿಗೆ ಕೇವಲ ಭಾವೋದ್ವೇಗ ಮಾತ್ರ ಸಾಲದು ಎಂದು ಅರಿತಿದ್ದ ಅವರು, ಅದರ ಜೊತೆಗೆ ಮುಂದಾಲೋಚನೆಯ ಸಮಚಿತ್ತದ ಕಾರ್ಯಕ್ರಮಗಳನ್ನು ಅನುಷ್ಠಾನಕ್ಕೆ ತಂದದ್ದು ಅವರ ಇನ್ನೊಂದು ಹೆಗ್ಗಳಿಕೆಯಾಗಿದೆ. ಅಭಿವೃದ್ಧಿಯ ಫಲವು ಜಾಗೃತ ಮತ್ತು ಮುಂದುವರಿದ ವರ್ಗವದವರಿಗೆ ಮಾತ್ರ ಸೀಮಿತಗೊಳ್ಳದೆ ಅದು ಶೋಷಿತ ಜನಾಂಗದವರಿಗೂ ದೊರೆಯಬೇಕೆಂಬ ಆಶಯ ಅವರದಾಗಿತ್ತು.

೧. ಸಮಾಜದ ಕಟ್ಟಕಡೆಯವನಿಗೆ ಮೊದಲ ಸ್ಥಾನ

''ಸಮಾಜದ ಕಟ್ಟಕಡೆಯವರಿಗೆ ಮೊಟ್ಟ ಮೊದಲ ಸ್ಥಾನ'' ಇದು ಪ್ರಸಿದ್ಧ ಪತ್ರಕರ್ತ, ಲೋಹಿಯಾವಾದಿ, ವಿನೋಬಾ ಅವರ ಸರ್ವೋದಯದ ಜೀವದಾನಿ, ಖಾದ್ರಿ ಶಾಮಣ್ಣ ಅವರು ಭಾವಪರವಶರಾಗಿ ಹೇಳುತ್ತಿದ್ದ ಮಾತು. ಇದು ಕೇವಲ ಮಾತಾಗಿರದೆ ಕೂಗುತ್ತಿದ್ದ ಘೋಷಣೆ ಕೂಡ ಆಗಿತ್ತು. ಪ್ರಾಚೀನ ಕಾಲದಿಂದಲೂ ಭಾರತದ ಜನತೆಯ ಆದರ್ಶವಾಗಿರುವ 'ಸರ್ವೇಜನಾ ಸುಖಿನೋಭವಂತು' ಚಕ್ರವರ್ತಿ ಹಾಗೂ ರಾಜ ಮಹಾರಾಜರ ಧರ್ಮ ಆಡಳಿತ, ಕಾರ್ಲ್‌ಮಾರ್ಕ್ಸ್‌ರ ಸಮಾಜವಾದ, ಜಯಪ್ರಕಾಶ್ ನಾರಾಯಣ್ ಹಾಗೂ ಡಾ.ರಾಮಮನೋಹರ ಲೋಹಿಯಾ ಅವರ ಚಿಂತನೆಗಳು, ಅಂಬೇಡ್ಕರ್ ಅವರ ಸಮಾಜವಾದ, ಮಹಾತ್ಮಗಾಂಧಿ ಅವರ ರಾಮರಾಜ್ಯ, ವಿನೋಬಭಾವೆ ಅವರ ಸರ್ವೋದಯ, ಭಾರತದ ಬಂಧವಿಮೋಚನೆಗಾಗಿ ಗಾಂಧೀಜಿ ಅವರ ನಾಯಕತ್ವದಲ್ಲಿ ನಡೆದ ಅಹಿಂಸಾತ್ಮಕ ಚಳವಳಿ, ಸ್ವಾತಂತ್ರ್ಯ ಬಂದನಂತರ, ಸಮಾಜದ ನಿರ್ಮಾಣಕ್ಕಾಗಿ ಭಾರತದ ಜನತೆ ರೂಪಿಸಿಕೊಂಡಿರುವ ಸಂವಿಧಾನ ಇವೆಲ್ಲ ಹಾಗೂ ಇವೆಲ್ಲದರ ಆಶಯ ಒಂದೇ. ಸಮಾನ ಅವಕಾಶಗಳಿರುವ ಸಮಾನತೆ, ಸ್ವಾತಂತ್ರ್ಯ ಹಾಗೂ ಶೋಷಣೆರಹಿತ ಸಮಾಜದ ರಚನೆಯೇ ಈ ಎಲ್ಲ ವಿಚಾರಗಳ, ವಾದಗಳ, ಪ್ರತಿಪಾದನೆಗಳ ಹಾಗೂ ಸಿದ್ಧಾಂತಗಳ ಮೂಲ ಗುರಿ ಹಾಗೂ ಸಂದೇಶ. ಇಂತಹ ವೈಚಾರಿಕ ಸಂಘರ್ಷಗಳ ಕಾಲದಲ್ಲಿ ಈ ಸಮಾಜವಾದಿ ನಾಯಕರ ಚಿಂತನೆಗಳನ್ನು ಆದರ್ಶವಾಗಿಟ್ಟುಕೊಂಡು ಬೆಳೆದು ಬಂದವರು ದೇವರಾಜ ಅರಸು. ತಾವು ನಂಬಿಕೊಂಡಿದ್ದ ಸೈದ್ಧಾಂತಿಕ ಚಿಂತನೆಗಳು ಮತ್ತು ಅವುಗಳ ಸಾಕಾರತೆಗಾಗಿ ಶ್ರಮಿಸಿದವರು. ಬಡವರು, ದುರ್ಬಲರು, ದೀನ-ದಲಿತರು, ಅವಕಾಶ ಹಾಗೂ ಆತ್ಮಗೌರವ ವಂಚಿತರು, ಹಲವು ರೀತಿಗಳಲ್ಲಿ ಅಮಾನುಷ ಶೋಷಣೆಗೆ ಒಳಗಾದವರ ಪರವಾಗಿ ನಿಂತು ಈ ವರ್ಗಗಳನ್ನು ಸಮಾಜದ ಮುಖ್ಯವಾಹಿನಿಗೆ ತರುವಲ್ಲಿ ಅಪಾರವಾಗಿ ಶ್ರಮಿಸಿದವರು ದೇವರಾಜ ಅರಸು. ಆದರೆ ಇಂದು ದುರ್ಬಲ ವರ್ಗಗಳು, ಅರಸು ಅವರು ನಾಡಿನ ಜೀವನದ ಆರ್ಥಿಕ, ಸಾಮಾಜಿಕ, ರಾಜಕೀಯ ಕ್ಷೇತ್ರಗಳಲ್ಲಿ ತಮಗೆ ಒಂದು ಭದ್ರತೆಯನ್ನು ದೊರಕಿಸಿ ಕೊಟ್ಟಿದ್ದಾರೆಂಬುದನ್ನು ಮರೆತಿದ್ದಾರಲ್ಲದೆ ಅವರ ಬದುಕಿನ ಸಂದೇಶವನ್ನು

ಅರಿತುಕೊಳ್ಳದವರಾಗಿದ್ದಾರೆ. ಒಂದು ವೇಳೆ ಅರಿತುಕೊಂಡಿದ್ದರೂ ಅದನ್ನು ಆಚರಣೆಗೆ ತರುವ ಆತ್ಮಬಲವನ್ನು ಈ ವರ್ಗಗಳ ಜನತೆ ಕಳೆದು ಕೊಂಡಿದ್ದಾರೆ. ಇದು ಅರಸು ಅವರ ಸಾಮಾಜಿಕ ಜೀವನದ ಒಂದು ದುರಂತ. ಏಕೆಂದರೆ, ಈ ಸಾಮಾಜಿಕ ದುರ್ಬಲ ವರ್ಗಗಳು ಅರಸು ತೋರಿದ ದಾರಿಯಲ್ಲಿ ನಡೆಯದೆ ಅವರ ಸೈದ್ಧಾಂತಿಕ ವಿಚಾರಗಳನ್ನು ಅಳವಡಿಸಿಕೊಳ್ಳದೆ ಕವಲು ದಾರಿಯಲ್ಲಿ ಸಾಗುತ್ತಿವೆ.

೨. ಅರಸು ಚಾರಿತ್ರ್ಯವಧೆಗೆ ಯತ್ನಿಸಿದ ಮೇಲ್ವರ್ಗಗಳು

ಅರಸರಿಗೆ ಲಿಂಗಾಯತ ಮತ್ತು ಒಕ್ಕಲಿಗರೆಂದರೆ ಆಗದು ಎನ್ನುವ ಮಾತಿದೆ. ಹೀಗಾಗಿ ಈ ವರ್ಗಗಳು ಅರಸು ಚಾರಿತ್ರ್ಯವಧೆ ಮಾಡಲು ಪ್ರಯತ್ನಿಸಿದವು. ಆದರೆ ವಾಸ್ತವವಾಗಿ ಅವರು ಈ ವರ್ಗಗಳ ಬಗೆಗೆ ವಿರುದ್ಧ ನಿಲುವುಗಳನ್ನು ತಳೆದವರಲ್ಲ. ಯಾವ ವ್ಯಕ್ತಿ ಸಾಮಾಜಿಕ ನ್ಯಾಯಕ್ಕಾಗಿ ಹೋರಾಡುತ್ತಾರೋ, ಸಮಾಜದಲ್ಲಿ ತುಳಿತಕ್ಕೊಳಗಾದವರನ್ನು ಜಾಗೃತಗೊಳಿಸಲು ದುಡಿಯುತ್ತಾರೋ, ಅಂಥವರು ಸಮಾಜದ ಪ್ರಬಲರ ಕೆಂಗಣ್ಣಿಗೆ ಗುರಿಯಾಗುತ್ತಾರೆ. ಅರಸು ಮಾಡಿದ್ದು ಇದನ್ನೇ. ಹೀಗಾಗಿ ಪ್ರಬಲ ವರ್ಗಗಳ ವಾಗ್ದಾಳಿಯಿಂದ ತಪ್ಪಿಸಿಕೊಳ್ಳಲಾಗಲಿಲ್ಲ. ತಮ್ಮ ವೈಯಕ್ತಿಕ ತತ್ವ ಸಿದ್ಧಾಂತಕ್ಕೆ ಬದ್ಧರಾಗಿದ್ದ ಅರಸು ತಾವು ನಿರೀಕ್ಷಿಸಿದಂತೆ ರಾಜ್ಯದ ರಾಜಕೀಯದಲ್ಲಿ ತೀವ್ರ ಸಂಚಲನವನ್ನುಂಟು ಮಾಡಿ ಕರ್ನಾಟಕ ರಾಜಕೀಯಕ್ಕೆ ಹೊಸ ತಿರುವನ್ನು ಕೊಟ್ಟವರು. ಇದರಿಂದಾಗಿ ಚುನಾವಣೆಗಳಲ್ಲಿ ಪ್ರಬಲ ಕೋಮುಗಳ ಪ್ರಾಬಲ್ಯ ಅಳಿದು ಸಮಾನ ರಾಜಕೀಯ ಶಕ್ತಿಯೊಂದು ಉದಯವಾಯಿತು. ಆದ್ದರಿಂದ ಲಿಂಗಾಯತರು ಮತ್ತು ಒಕ್ಕಲಿಗರು ಅರಸು ಅವರ ಮೇಲೆ ಸ್ವಲ್ಪ ಮಟ್ಟಿಗೆ ಮುನಿಸಿಕೊಂಡರು ಮತ್ತು ಹಾವನೂರು ವರದಿ ಅನುಷ್ಠಾನ ಹಾಗೂ ಭೂಸುಧಾರಣೆ ಕಾನೂನು ಜಾರಿಗೆ ತಂದಿದ್ದರಿಂದ ಲಿಂಗಾಯತರು, ಒಕ್ಕಲಿಗರು ಮತ್ತು ಇತರ ಮೇಲ್ವರ್ಗಗಳ ನಾಯಕರು ಅರಸು ಚಾರಿತ್ರ್ಯವಧೆಗೆ ಪ್ರಯತ್ನಿಸಿದರು.

ಅರಸು ಅವರು ಅನುಷ್ಠಾನಕ್ಕೆ ತಂದ ಕಾರ್ಯಕ್ರಮಗಳಿಂದ ಯಾವೊಬ್ಬ ಬಡ ಲಿಂಗಾಯತ ಒಕ್ಕಲಿಗರಿಗೆ ಅನ್ಯಾಯವಾಗಿಲ್ಲ ಎನ್ನುವುದು ನಿಜ. ಆದರೆ ಪಟ್ಟಭದ್ರ ಹಿತಾಸಕ್ತಿ, ಶ್ರೀಮಂತ ಒಕ್ಕಲಿಗ, ಲಿಂಗಾಯತರಿಗೆ ಅನ್ಯಾಯವಾಗಿರಬಹುದಷ್ಟೆ. ಅರಸು ಅವರ ದೃಷ್ಟಿಯಲ್ಲಿ ಒಕ್ಕಲುತನ ಮಾಡುವವರೆಲ್ಲ ಒಕ್ಕಲಿಗರೇ ಆಗಿದ್ದರು. ಅಂದರೆ ಅದೊಂದು ಜಾತಿಯಲ್ಲ ಎಂಬುದು ಅವರ ನಿಲುವಾಗಿತ್ತು. ಒಂದು ವೇಳೆ ಅರಸು ಅವರು ಲಿಂಗಾಯತ, ಒಕ್ಕಲಿಗರ ವಿರೋಧಿಯೇ ಆಗಿದ್ದರೆ ಪ್ರತಿಯೊಂದು ಚುನಾವಣೆಗಳಲ್ಲಿ ಅವರು ಗೆಲ್ಲುತ್ತಲೇ ಇರಲಿಲ್ಲ. ಅವರ ಸೋಲರಿಯದ ಚುನಾವಣಾ ಯಶಸ್ಸಿಗೆ ಇಡೀ ಹುಣಸೂರು ತಾಲ್ಲೂಕಿನ ಒಕ್ಕಲಿಗ, ಲಿಂಗಾಯತ, ಕುರುಬ, ಮುಸಲ್ಮಾನ ಹಾಗೂ ದಲಿತ ವರ್ಗಗಳೇ ಕಾರಣ. "ನಾನೊಬ್ಬ ಜಾತಿವಾದಿಯೋ, ಲಿಂಗಾಯತ ಒಕ್ಕಲಿಗರ ವಿರೋಧಿಯೋ ಆಗಿದ್ದರೆ, ನನ್ನ ವ್ಯಕ್ತಿತ್ವದಲ್ಲಿ ಆ ಕಳಂಕದ ಭಾವನೆಯನ್ನು ಜನ ಕಂಡಿದ್ದರೆ, ನಾನು ಎಂದೋ ರಾಜಕೀಯಕ್ಕೆ ಇತಿಶ್ರೀ ಹಾಡಬೇಕಾಗುತ್ತಿತ್ತು" ಎಂದು ಚುನಾವಣಾ ಪ್ರಚಾರ ಸಂದರ್ಭದಲ್ಲಿ ಅವರೇ ಹೇಳಿದ್ದಾರೆ.

(ಕೋಣಂದೂರು ವೆಂಕಪ್ಪಗೌಡ, ಪರಿವರ್ತನೆ ಹರಿಕಾರ, ಪು.೧೨೧) ಒಂದಂತೂ ನಿಜ. ಸ್ವಾತಂತ್ರ್ಯ ನಂತರದಲ್ಲಿ ಎರಡೂವರೆ ದಶಕಗಳ ಕಾಲ ಅಧಿಕಾರದ ಪ್ರಾಬಲ್ಯ ಹೊಂದಿದ್ದ ಸಮಾಜದ ಪ್ರಬಲ ಶಕ್ತಿಗಳನ್ನು ಅರಸು ಗಣನೀಯವಾಗಿ ನಿಷ್ಕ್ರಿಯಗೊಳಿಸಿದರು. ಹಳೆಯದನ್ನು ಬದಲಾಯಿಸದೆ ರಾಜಕಾರಣದಲ್ಲಿ ಬದಲಾವಣೆ ತರಲು ಸಾಧ್ಯವಿಲ್ಲ ಎನ್ನುವ ತತ್ವದಲ್ಲಿ ನಂಬಿಕೆ ಇಟ್ಟಿದ್ದ ಅವರು, ಈ ಹಿನ್ನೆಲೆಯಲ್ಲಿ ಚದುರಿ ಹೋಗಿದ್ದ ಹಿಂದುಳಿದ ವರ್ಗಗಳನ್ನು ಒಗ್ಗೂಡಿಸಿ ಈ ವರ್ಗಗಳ ಕೈಗೆ ಆಡಳಿತದ ಚುಕ್ಕಾಣಿಯನ್ನು ನೀಡುವ ಮೂಲಕ ಅವರನ್ನು ಸಕ್ರಿಯ ರಾಜಕಾರಣದಲ್ಲಿ ತೊಡಗುವಂತೆ ಮಾಡಿದರು. ಇದು ಅವರ ಶ್ರಮ, ಧೀಮಂತಿಕೆಗೆ ಪೂರಕವಾಗಿತ್ತು. ಹಿಂದುಳಿದ ವರ್ಗಗಳ ನಾಯಕರಾದ ಮಲ್ಲಿಕಾರ್ಜುನ ಖರ್ಗೆ, ಎನ್.ಧರ್ಮಸಿಂಗ್, ವೀರಪ್ಪ ಮೊಯಿಲಿ, ಆರ್.ಗುಂಡೂರಾವ್, ಎಸ್.ಬಂಗಾರಪ್ಪ, ಟಿ.ಎನ್. ನರಸಿಂಹಮೂರ್ತಿ, ಸಿದ್ದರಾಮಯ್ಯ, ಎಚ್.ರಂಗನಾಥ್, ಬಿ.ಬಸವಲಿಂಗಪ್ಪ, ಎಲ್.ಜಿ.ಹಾವನೂರ ಅವರಂಥ ಬಹುಪಾಲು ನಾಯಕರು ರಾಜಕಾರಣದಲ್ಲಿ ಪ್ರಬಲವಾಗಿ ಬೆಳೆಯಲು ಅರಸು ಅವರ ನಾಯಕತ್ವವೇ ಮುಖ್ಯಕಾರಣ. ಒಂದು ವೇಳೆ ಈ ವರ್ಗಗಳ ಏಳಿಗೆಗೆ ಅರಸು ಅವರು ಶ್ರಮಿಸದೇ ಹೋಗಿದ್ದರೆ, ರಾಜ್ಯದಲ್ಲಿ ಈ ಹಿಂದುಳಿದ ವರ್ಗಗಳ ಸ್ಥಿತಿ ಇನ್ನೂ ಗಂಭೀರವಾಗಿಯೇ ಇರುತ್ತಿತ್ತು ಎಂಬುದರಲ್ಲಿ ಸಂದೇಹವಿಲ್ಲ. ಹೀಗಾಗಿ ಅರಸು ಚಿಂತನೆಗಳು ಹಿಂದುಳಿದ ವರ್ಗಗಳು ಹಾಗೂ ದಲಿತ ವರ್ಗಗಳ ಏಳಿಗೆಯ ಪರವಾಗಿ ಇದ್ದವೇ ಹೊರತು, ಮೇಲ್ವರ್ಗಗಳ ವಿರುದ್ಧ ಅಲ್ಲ ಎನ್ನುವುದು ಸ್ಪಷ್ಟ.

೩. ವಿವಾದಾತ್ಮಕ ದತ್ತು ಪುತ್ರಿಯ ಪ್ರವೇಶ

ಅರಸು ಅವರ ರಾಜಕೀಯ ಜೀವನಕ್ಕೆ ಕಪ್ಪು ಚುಕ್ಕೆ ತರುವಂಥ ಒಂದು ಘಟನೆ ನಡೆಯಿತು. ಆ ಘಟನೆಯೇ ನಿರ್ಮಲ ಪ್ರಸಾದ್ ಮತ್ತು ಅರಸು ಅವರ ವೈಯಕ್ತಿಕ ಸಂಬಂಧ. ಈ ಘಟನೆ ಅಂದು ಅರಸು ಅವರ ವೈಯಕ್ತಿಕ ಬದುಕಿನಲ್ಲಿ ದೊಡ್ಡ ವಿವಾದವನ್ನೆಬ್ಬಿಸಿತು. ರಾಜಕೀಯ ನಾಯಕರು ವೈಯಕ್ತಿಕ ಕಾರಣಗಳಿಗಾಗಿ ಒಂದಲ್ಲಾ ಒಂದು ಆರೋಪಕ್ಕೆ ಗುರಿಯಾಗುತ್ತಾ ಬಂದಿದ್ದಾರೆ. ಇಂಥ ಬಗೆಯು ಅರಸು ಅವರನ್ನೂ ತಟ್ಟದೆ ಬಿಡಲಿಲ್ಲ. ಈ ಘಟನೆ ಅರಸರ ರಾಜಕೀಯ ಜೀವನದ ಅವನತಿಯ ಕಾರಣಗಳಲ್ಲೊಂದು.

ದೇವರಾಜ ಅರಸು ಎರಡನೆ ಬಾರಿಗೆ ರಾಜ್ಯದ ಮುಖ್ಯಮಂತ್ರಿಯಾಗಿ ಅಧಿಕಾರ ವಹಿಸಿಕೊಂಡ ನಂತರ ಅವರ ವ್ಯಕ್ತಿತ್ವದಲ್ಲಿ ಬದಲಾವಣೆಗಳಾದವು. ಅದನ್ನು ಪುಷ್ಟೀಕರಿಸುವಂತೆ ಅರಸು ಮತ್ತು ನಿರ್ಮಲ ಪ್ರಸಾದ್ ಅವರ ಸಂಬಂಧ ಬೆಸೆದು ಕೊಂಡಿತು. ಅರಸು ಅವರ ಬದುಕನ್ನು ಆವರಿಸಿದ ಅವರ ಕೆಲವು ದೌರ್ಬಲ್ಯಗಳನ್ನು ಅವರ ಜೀವನ ಕಥನದಲ್ಲಿ ಮುಚ್ಚಿಡಲಾಗದು. ಈ ಒಂದು ಘಟನೆ ಅಂದಿನ ದಿನಮಾನಗಳಲ್ಲಿ ರಾಷ್ಟ್ರ ಹಾಗೂ ರಾಜ್ಯದ ರಾಜಕಾರಣದಲ್ಲಿ ವಿವಾದಗಳನ್ನು ಹುಟ್ಟುಹಾಕಿತು. ಅರಸು ಮತ್ತು ನಿರ್ಮಲ ಪ್ರಸಾದರ ಪರಿಚಯು ಆಕಸ್ಮಿಕವೇ ಆಗಿದ್ದಿತು. ೧೯೭೭ರ ಜನವರಿಯಲ್ಲಿ ಇಂದಿರಾಗಾಂಧಿಯವರ ರಾಜಕೀಯ ಪತನವಾದ ಮೇಲೆ ದೇವರಾಜ ಅರಸು ಅವರ ದೆಹಲಿಯ

ಭೇಟಿ ಹೆಚ್ಚಾಗಿ ಬೆಳೆಯಿತು. ಇಂದಿರಾ ಕಾಂಗ್ರೆಸ್ ಪಕ್ಷ ಶಿಥಿಲವಾಗುತ್ತಿದ್ದುದನ್ನು ಕಂಡ ಈ ಪಕ್ಷದ ಗಣ್ಯ ನಾಯಕರು ಒಬ್ಬೊಬ್ಬರಾಗಿ ಇಂದಿರಾ ಅವರಿಂದ ದೂರ ಸರಿಯತೊಡಗಿದರು. ಈ ಸಂದರ್ಭದಲ್ಲಿ ಅರಸು ಅವರು ವಾರಕ್ಕೆ ಎರಡು ಬಾರಿಯಾದರೂ ದೆಹಲಿಗೆ ಹೋಗಿ ಬರುತ್ತಿದ್ದರು. ಈ ಅವಧಿಯಲ್ಲಿ ಇಂದಿರಾ ಅವರ ನಿಕಟವರ್ತಿಯಾದರು.

ಅರಸು ಅವರ ಕೆಲವು ರಾಜಕೀಯ ಸ್ನೇಹಿತರು ಹೇಳುವ ಪ್ರಕಾರ ಇಂದಿರಾ ನಿವಾಸದಲ್ಲಿ ಅರಸರಿಗೆ ಈ ೩೩ ವಯಸ್ಸಿನ ನಿರ್ಮಲ ಪ್ರಸಾದ್ ಹೆಸರಿನ ಮಹಿಳೆಯ ಪರಿಚಯವಾಯಿತು. ಐ.ಎಫ್.ಎಸ್. ಪದವೀಧರೆಯಾದ ಈ ಮಹಿಳೆ ಇಂದಿರಾ ಅವರ ಅಧಿಕಾರದ ಅವಧಿಯಲ್ಲಿ ವಿದೇಶಾಂಗ ವ್ಯವಹಾರಗಳ ಇಲಾಖೆಯಲ್ಲಿ ಅಧಿಕಾರಿಯಾಗಿದ್ದರು. ೧೯೭೭ರಲ್ಲಿ ಇಂದಿರಾಗಾಂಧಿ ಸರಕಾರ ಪತನವಾದಾಗ ಇವರು ಇಂಡೋನೇಷ್ಯಾದಲ್ಲಿ ಭಾರತದ ರಾಯಭಾರ ಕಛೇರಿಯಲ್ಲಿ ಉನ್ನತ ಹುದ್ದೆಯಲ್ಲಿದ್ದ ಇವರು, ಇಂದಿರಾಗಾಂಧಿ ಸೋಲನ್ನು ಅನುಭವಿಸಿದಾಗ ಅವರ ಯೋಗಕ್ಷೇಮ ನೋಡಿಕೊಳ್ಳುವ ಆಸೆಯಿಂದ ತಮ್ಮ ಹುದ್ದೆಗೆ ಮೂರು ತಿಂಗಳು ರಜೆ ಹಾಕಿ ದೆಹಲಿಗೆ ಬಂದಿದ್ದರು. ಆಗಲೂ ಇಂದಿರಾ ಅಭಿಮಾನಿಯಾದ ನಿರ್ಮಲ ಪ್ರಸಾದ್, ಇಂದಿರಾಗಾಂಧಿಯವರ ಎಲ್ಲಾ ಪತ್ರ ವ್ಯವಹಾರಗಳನ್ನೂ ನೋಡಿಕೊಳ್ಳುತ್ತಿದ್ದರು. ಇದೇ ಸಂದರ್ಭದಲ್ಲಿ ದೇವರಾಜ ಅರಸು ಅವರಿಗೆ ಈ ಮಹಿಳಾ ಅಧಿಕಾರಿಯ ಪರಿಚಯವಾಯಿತು. ಅರಸು ಅವರ ಪರಮಮಿತ್ರರಾದ ಆರ್.ಎಂ. ದೇಸಾಯಿ ಅವರು ಹೇಳುವ ಪ್ರಕಾರ: "ನಿರ್ಮಲ ಪ್ರಸಾದ್ ಒಬ್ಬ ಪ್ರತಿಭಾವಂತ ಮಹಿಳೆ. ರಾಜಕೀಯ ವಿಚಾರಗಳಲ್ಲಿ ಪರಿಣಿತರಾಗಿದ್ದವರು. ಪತ್ರ ವ್ಯವಹಾರಗಳಲ್ಲಿ ನಿಷ್ಣಾತೆಯಾಗಿದ್ದರು. ಕನ್ನಡತಿಯಾದ ಇವರು ಸಹಜವಾಗಿಯೇ ದೇವರಾಜ ಅರಸರಿಗೆ ಹತ್ತಿರವಾದರು. ಒಂದೆರಡು ತಿಂಗಳೊಳಗೆ ಈ ಭಾಷೆಯ ಸಂಬಂಧ ಸ್ನೇಹವಾಗಿ ಅರಳಿ ಬಂಧುತ್ವವಾಗಿ ಬೆಳೆಯಿತು." (ವಡ್ಡರ್ಸೆ ರಘುರಾಮಶೆಟ್ಟಿ, ಬಹುರೂಪಿ ಅರಸು ಪು.ಸಂ. ೧೫೮) ಮೊದಲಿಗೆ ದೆಹಲಿಗೆ ಬಂದಾಗ ಕರ್ನಾಟಕ ಭವನದಲ್ಲಿ ಕಾಲಕಳೆಯುತ್ತಿದ್ದ ಅರಸು, ಅಲ್ಲಿಂದಲೇ ರಾಜಧಾನಿ ಬೆಂಗಳೂರಿನೊಂದಿಗೆ ಸಂಪರ್ಕ ಇರಿಸಿಕೊಂಡು ಆಡಳಿತದ ಸಮೀಕ್ಷೆ ನಡೆಸುತ್ತಿದ್ದರು. ಆದರೆ ೧೯೭೭ರಲ್ಲಿ ಪರಿಸ್ಥಿತಿ ಬದಲಾಯಿತು. ನಿರ್ಮಲ ಪ್ರಸಾದ ಪರಿಚಯವಾದಂದಿನಿಂದ ಅರಸು, ಸಂಜೆ ಹೊತ್ತು ಅವರ ಮನೆಯಲ್ಲಿಯೇ ಕಾಲ ಕಳೆಯುತ್ತಿದ್ದರು. ಮುಖ್ಯಮಂತ್ರಿಯವರನ್ನು ಭೇಟಿಯಾಗಿ ರಾಜ್ಯದ ಆಡಳಿತದ ಬಗೆಗೆ ಚರ್ಚೆ ನಡೆಸಬೇಕೆಂದು ದೆಹಲಿಗೆ ಬರುತ್ತಿದ್ದ ಶಾಸಕ, ಮಂತ್ರಿಗಳನೇಕರು ಅರಸು ಭೇಟಿಯಾಗದೆ ನಿರಾಸೆಯಿಂದ ಮರಳಬೇಕಾಗುತ್ತಿತ್ತು. ಇದರಿಂದಾಗಿ ರಾಜ್ಯದ ನಾಯಕರು, ಮಂತ್ರಿಗಳ ವಲಯದಲ್ಲಿ ಅನೇಕ ಊಹಾಪೋಹಗಳು ಹುಟ್ಟಿಕೊಳ್ಳಲು ಕಾರಣವಾಯಿತು. ದಿನ ಕಳೆದಂತೆ ರಾಜಧಾನಿ ಬೆಂಗಳೂರಿನಲ್ಲಿ ಈ ಕಥೆಗೆ ವಿಶೇಷ ಚಾಲನೆ ಸಿಕ್ಕಿತು. ಜೊತೆಗೆ ಅರಸರ ಸಿನಿಕತನದ ಬಗ್ಗೆಯೂ ಹಲವಾರು ಕಥೆಗಳು ಆರಂಭವಾದವು. ಇದರ ಒಟ್ಟು ಪರಿಣಾಮವಾಗಿ ಒಬ್ಬ ಧೀಮಂತ ನಾಯಕ, ಮುಖ್ಯಮಂತ್ರಿಯಾಗಿದ್ದ ದೇವರಾಜ ಅರಸು ದುರ್ಬಲರಾಗುತ್ತಿರುವ ಸಂಕೇತಗಳು ಗೋಚರಿಸಲಾರಂಭಿಸಿದವು. ಅಲ್ಲದೆ

ರಾಜ್ಯದಲ್ಲಿ ದಕ್ಷ ಆಡಳಿತ ನೀಡಿದ್ದ ಮತ್ತು ಆಡಳಿತ ಯಂತ್ರವನ್ನು ತಮಗಿಷ್ಟ ಬಂದಂತೆ ಬಳಸಿಕೊಂಡಿದ್ದ ಅರಸು ಗಡುಸುತನ ಉಡುಗಿ ಹೋದಂತೆ ಕಂಡಿತು. ಆದಾಗಲೇ ರಾಜಕೀಯ ಸಮರಕ್ಕೆ ಸಿದ್ದತೆ ಮಾಡಿಕೊಳ್ಳುತ್ತಿದ್ದ ಅವರ ರಾಜಕೀಯ ವಿರೋಧಿಗಳಿಗೆ ಈ ಘಟನೆ ದೊಡ್ಡ ಅವಕಾಶವನನ್ನು ಒದಗಿಸಿಕೊಟ್ಟಿತು. ಅರಸು ವಿರುದ್ಧ ಕತ್ತಿ ಮಸೆಯುತ್ತಿದ್ದವರು ಈಗ ಹೊಸ ಹುರುಪಿನಿಂದ ಕೆಲಸ ಮಾಡಲಾರಂಭಿಸಿದರು. ಪತ್ರಿಕೆಗಳು ಕೂಡ ಈ ಸುದ್ಧಿಗೆ ಮತ್ತಷ್ಟು ಮೆರುಗು ನೀಡಿ ಪ್ರಕಟಿಸಲಾರಂಭಿಸಿದವು. ರಾಜಕೀಯವಾಗಿ ತೀರ ಇಕ್ಕಟ್ಟಿನ ಪರಿಸ್ಥಿತಿಗೆ ಸಿಕ್ಕಿಕೊಂಡಿದ್ದ ಅರಸು ಅವರನ್ನು ಕೆಣಕಲು ಪತ್ರಕರ್ತರು ಮುಂದಾದರು. ಅಂದಿನವರೆಗೆ ಸ್ವಲ್ಪಮಟ್ಟಿಗೆ ಗುಸುಗುಸು ಮಾತಿನ ಸುದ್ಧಿಯಾಗಿದ್ದ ಈ ವಿಷಯ ಒಮ್ಮೆ ಪತ್ರಿಕಾಗೋಷ್ಠಿಯಲ್ಲಿ ಬಹಿರಂಗವಾಗಿಯೇ ಚರ್ಚೆಗೆ ಬಂದಿತು.

ಪತ್ರಕರ್ತರು ಕೇಳಿದ ಸೂಕ್ಷ್ಮ ಪ್ರಶ್ನೆಗಳಿಗೆ ವಿಚಲಿತರಾದ ಅರಸು, ಈ ಎಲ್ಲಾ ಆರೋಪಗಳನ್ನು ತಳ್ಳಿಹಾಕುವ ಸಾಹಸ ಮಾಡಲಿಲ್ಲ. ತಮ್ಮ ಸಹಜ ಸ್ವಭಾವದ ಶೈಲಿಯಲ್ಲಿ ನಿರ್ಮಲ ಪ್ರಸಾದರೊಂದಿಗಿನ ತಮ್ಮ ನಿಕಟ ಸಂಬಂಧವನ್ನು ಮುಲಾಜಿಲ್ಲದೆ ಒಪ್ಪಿಕೊಂಡರು. ಆದರೆ ಇದರಲ್ಲಿ ಯಾವುದೇ ಅನೈತಿಕವಾದುದಿಲ್ಲವೆಂದು ಹೇಳುವುದನ್ನು ಮರೆಯಲಿಲ್ಲ. ಇದು ತಂದೆ ಮಗಳ ಸಂಬಂಧವಿದ್ದಂತೆ ಎಂದರು. ಅರಸು ಅವರು ಈ ವಿಷಯವನ್ನು ಇಷ್ಟಕ್ಕೆ ಕೊನೆಗಾಣಿಸಲು "ಆಕೆ ನನ್ನ ದತ್ತು ಪುತ್ರಿ" ಎಂದರು. (ವಡ್ಡರ್ಸೆ ರಘುರಾಮಶೆಟ್ಟಿ, ಬಹುರೂಪಿ ಅರಸು, ಪು.೧೫೫) ಆದರೆ ಪತ್ರಕರ್ತರು ಇಷ್ಟಕ್ಕೆ ಸುಮ್ಮನೆ ಬಿಡಲಿಲ್ಲ. ಮರುದಿನ ನಾಡಿನ ಎಲ್ಲಾ ಪತ್ರಿಕೆಗಳಲ್ಲಿ ಈ ಕೌತುಕಮಯ ಸುದ್ದಿ ಪ್ರಕಟವಾಯಿತು. ಈ ಸುದ್ದಿಯನ್ನು ಕೇಳಿದ ನಾಡಿನ ಜನತೆ ಆಶ್ಚರ್ಯಚಕಿತರಾದರು. ಅರಸು ಅಭಿಮಾನಿಗಳಿಗಂತೂ ಈ ಸುದ್ಧಿ ಒಗಟಾಗಿ ಕಂಡಿತು. ಮೂರು ಜನ ಹೆಣ್ಣು ಮಕ್ಕಳನ್ನೇ ಪಡೆದಿದ್ದ ಅರಸು ಅವರು ನಿರ್ಮಲ ಪ್ರಸಾದರನ್ನು ದತ್ತು ಪುತ್ರಿಯಾಗಿ ಸ್ವೀಕರಿಸುವ ಅವಶ್ಯಕತೆಯಿತ್ತೆ? ಇಲ್ಲವೆ, ಕೇವಲ ಪತ್ರಕರ್ತರಿಂದ ಬರುವ ನೇರ ಪ್ರಶ್ನೆಗಳಿಂದ ತಪ್ಪಿಸಿಕೊಳ್ಳಲು ಈ ರೀತಿ ಹೇಳಿದರೆ? ಎನ್ನುವ ಪ್ರಶ್ನೆಗಳು ಅಂದು ಜನರ ಮನಸ್ಸಿನಲ್ಲಿ ಮೂಡಿತ್ತು. ಈ ಪ್ರಶ್ನೆಗಳಿಗೆ ಉತ್ತರ ಹುಡುಕುವುದು ಅಷ್ಟು ಸುಲಭವಾದುದಲ್ಲ. ವಾಸ್ತವವಾಗಿ ತಮ್ಮ ವ್ಯಕ್ತಿತ್ವಕ್ಕೆ ಕಳಂಕ ತರುವಂತ ಯಾವ ಕೆಲಸವನ್ನೂ ಅವರು ತಮ್ಮ ರಾಜಕೀಯ ಜೀವನದುದ್ದಕ್ಕೂ ಮಾಡಿದವರಲ್ಲ. ಹಾಗೇ ನಿರ್ಮಲ ಪ್ರಸಾದರನ್ನು ದತ್ತು ಪುತ್ರಿಯಾಗಿ ಸ್ವೀಕರಿಸಿದ್ದಲ್ಲಿ ತಪ್ಪೇನಿಲ್ಲ. ಈ ಘಟನೆಯ ಬಗೆಗೆ ಅರಸು ಅವರ ಗೆಳೆಯ ಕೆ.ಎಸ್. ಉದ್ದಯ್ಯ ಅವರನ್ನು (ಕ್ಷೇತ್ರಕಾರ್ಯ ೨೪.೪.೨೦೧೦ ಸಂದರ್ಭದಲ್ಲಿ) ಕೇಳಿದಾಗ, "ಅರಸು ಮತ್ತು ನಿರ್ಮಲ ಪ್ರಸಾದರ ಸಂಬಂಧ ತಂದೆ ಮಕ್ಕಳ ಸಂಬಂಧವೇ ಆಗಿತ್ತು. ಅವರಿಬ್ಬರ ಮಧ್ಯ ಯಾವುದೇ ಅನೈತಿಕ ಸಂಬಂಧವಿರಲಿಲ್ಲ. ಆದರೆ, ಈ ಘಟನೆಯಿಂದ ಅವರ ವಿರೋಧಿಗಳು ತಮ್ಮ ಬೇಳೆಯನ್ನು ಬೇಯಿಸಿಕೊಂಡರಷ್ಟೆ" ಎಂದು ಹೇಳಿದರು. ಅದೇನೇ ಇರಲಿ ಈ ಘಟನೆ ಅರಸು ಅವರ ರಾಜಕೀಯ ಜೀವನಕ್ಕೆ ತೊಡಕಾಗಿ ಪರಿಣಮಿಸಿದ್ದನ್ನಂತೂ ಎಲ್ಲರು ಒಪ್ಪಿಕೊಳ್ಳುವ ಮಾತು. ಇದರಿಂದ ರಾಜ್ಯದಲ್ಲಿ ಅವರ ವರ್ಚಸ್ಸು ಕಡಿಮೆ ಆಯಿತು.

೪. ಅರಸು ಮತ್ತು 'ಕ್ರಾಂತಿರಂಗ ಪಕ್ಷ' ಸ್ಥಾಪನೆ

೧೯೭೮ ಫೆಬ್ರವರಿ ೨೮ರಂದು ಎರಡನೆ ಬಾರಿಗೆ ರಾಜ್ಯದ ಮುಖ್ಯಮಂತ್ರಿಯಾಗಿ ಅಧಿಕಾರ ವಹಿಸಿಕೊಂಡರು ಅರಸು. ಅನಂತರ ಕೆಲವೇ ದಿನಗಳಲ್ಲಿ ಇಂದಿರಾಗಾಂಧಿ ಮತ್ತು ದೇವರಾಜ ಅರಸು ಅವರ ಮಧ್ಯೆ ಭಿನ್ನಾಭಿಪ್ರಾಯಗಳು ಹುಟ್ಟಿಕೊಂಡವು. ಇಂದಿರಾಗಾಂಧಿ ಅವರನ್ನು ರಾಜ್ಯಕ್ಕೆ ಕರೆತಂದು ೧೯೭೭ರ ಚಿಕ್ಕಮಗಳೂರು ಲೋಕಸಭಾ ಉಪಚುನಾವಣೆಯಲ್ಲಿ ಜನತಾ ಪಕ್ಷದಿಂದ ಸ್ಪರ್ಧಿಸಿದ್ದ ವೀರೇಂದ್ರ ಪಾಟೀಲರ ವಿರುದ್ಧವಾಗಿ ಗೆಲ್ಲುವಂತೆ ಮಾಡಿದ್ದರು. ಇದಕ್ಕೆ ಕಾರಣ ತಮ್ಮ ಶ್ರಮ ಮತ್ತು ರಾಜ್ಯದಲ್ಲಿ ತಮಗಿರುವ ವೈಯಕ್ತಿಕ ವರ್ಚಸ್ಸು ಎಂದು ಬೀಗುತ್ತಿದ್ದರು. ಇದೇ ಮುಂದೇ ಇಂದಿರಾಗಾಂಧಿ ಹಾಗೂ ಅರಸು ಅವರ ಮಧ್ಯೆ ವಿರಸಕ್ಕೆ ಕಾರಣವಾಯಿತು. ಅನಂತರ ರಾಜ್ಯದ ರಾಜಕೀಯ ವಲಯದಲ್ಲಿ ನಡೆದ ವಿದ್ಯಮಾನಗಳು ಅಷ್ಟಿಷ್ಟಲ್ಲ. ೧೯೭೯ರಲ್ಲಿ ಇಂದಿರಾಗಾಂಧಿ ಅರಸರನ್ನು ಕಾಂಗ್ರೆಸ್ ಐ ಪಕ್ಷದಿಂದ ಉಚ್ಚಾಟಿಸಿದರು. ಆದರೂ ವಿಧಾನ ಸಭೆಯಲ್ಲಿ ೧೩೩ ಸದಸ್ಯರ ಸಂಖ್ಯಾಬಲ ಹೊಂದಿದ್ದ ಅರಸು, ತಮ್ಮ ಪಕ್ಷಕ್ಕೆ 'ಕರ್ನಾಟಕ ಕಾಂಗ್ರೆಸ್' ಎಂದು ಹೆಸರಿಟ್ಟು ಮುಖ್ಯಮಂತ್ರಿಯಾಗಿ ಅಧಿಕಾರದಲ್ಲಿ ಮುಂದುವರಿದರು. ಆದರೆ, ೧೯೭೯ರ ಅಕ್ಟೋಬರ್‌ನಲ್ಲಿ ವಿಧಾನಸಭೆಯಲ್ಲಿ ಜನತಾ ಪಕ್ಷ ತಂದ ಅವಿಶ್ವಾಸ ಸೂಚನೆಗೆ ಇಂದಿರಾ ಕಾಂಗ್ರೆಸ್‌ನವರೂ, ಇತರರೂ ಬೆಂಬಲ ನೀಡಿ ಅರಸು ಪದಚ್ಯುತರಾದರು. ಆಗ ಅರಸು, ಅಖಿಲ ಭಾರತ ಮಟ್ಟದಲ್ಲಿ ಕಾಂಗ್ರೆಸ್‌ನಿಂದ ಹೊರ ನಡೆದಿದ್ದ ಬ್ರಹ್ಮಾನಂದ ರೆಡ್ಡಿ, ಸ್ವರಣ್ ಸಿಂಗ್ ಗುಂಪಿನ ಕಾಂಗ್ರೆಸ್ ಜೊತೆಗೆ ಕೈ ಜೋಡಿಸಿದರು. ಸೆಪ್ಟೆಂಬರ್‌ನಲ್ಲಿ ನಡೆದ ಈ ಹೊಸ ಕಾಂಗ್ರೆಸ್‌ನ ಬೆಂಗಳೂರು ಅಧಿವೇಶನದಲ್ಲಿ ಅರಸು ಅವರೆ ಅಧ್ಯಕ್ಷರಾಗಿ ಆಯ್ಕೆ ಆದರು. ಅರಸು ತಮ್ಮ ಪಕ್ಷವನ್ನು ಅಖಿಲ ಭಾರತ ಮಟ್ಟದಲ್ಲಿ ಕಟ್ಟಿ ಬೆಳೆಸಲು ಮುಂದಾದರು. ಅಲ್ಲದೆ ಅದಕ್ಕಾಗಿ ವಿಶೇಷ ಶ್ರಮವಹಿಸಿ ದುಡಿದರು. ಹಾಗೆಯೇ ಮುಂಬರುವ ಲೋಕಸಭಾ ಚುನಾವಣೆಗೆ ಪೂರ್ವತಯಾರಿ ನಡೆಸಿದರು. ಅದರಂತೆ ೧೯೮೦ರಲ್ಲಿ ನಡೆದ ಲೋಕಸಭಾ ಚುನಾವಣೆಯಲ್ಲಿ ಕರ್ನಾಟಕದಲ್ಲಿ ಇಂದಿರಾ ಕಾಂಗ್ರೆಸ್, ತಾನು ಸ್ಪರ್ಧಿಸಿದ್ದ ೨೮ ಸ್ಥಾನಗಳ ಪೈಕಿ ೨೭ ಸ್ಥಾನಗಳನ್ನು ಗೆದ್ದುಕೊಂಡಿತು. ಸೋಜಿಗವೆಂದರೆ ಅರಸು ಕಾಂಗ್ರೆಸ್ (ಯು) ಪಕ್ಷ ಒಂದೂ ಸ್ಥಾನವನ್ನು ಗೆದ್ದು ಕೊಂಡಿರಲಿಲ್ಲ. ಕರ್ನಾಟಕದಲ್ಲಿ ಈ ಪಕ್ಷದಿಂದ ಸ್ಪರ್ಧಿಸಿದ್ದ ಎಂ.ವಿ.ಕೃಷ್ಣಪ್ಪ, ಟಿ.ಎ.ಪೈ ಮತ್ತು ರಾಚಯ್ಯ ಮುಂತಾದ ಅತಿರಥ ಮಹಾರಥರು ಸೋತು ತಮ್ಮ ಠೇವಣಿಯನ್ನು ಕಳೆದುಕೊಂಡಿದ್ದರು. ಅಖಿಲ ಭಾರತ ಮಟ್ಟದಲ್ಲಿಯೂ ಅರಸು ಪಕ್ಷ ಇದೇ ಸ್ಥಿತಿಯನ್ನು ಅನುಭವಿಸಿತು. ಫಲಿತಾಂಶ ಪ್ರಕಟಗೊಂಡ ಕೆಲವೇ ಘಂಟೆಗಳಲ್ಲಿ ತಮ್ಮ ಮುಖ್ಯಮಂತ್ರಿ ಸ್ಥಾನಕ್ಕೆ ರಾಜೀನಾಮೆ ನೀಡಿ ಪ್ರಜಾ ಪ್ರಭುತ್ವದಲ್ಲಿದ್ದ ತಮ್ಮ ನಂಬಿಕೆಯನ್ನು ಅರಸು ಸಾಬೀತು ಪಡಿಸಿದರು. ಆದರೂ ಅರಸು ಅವರು ಈ ಸೋಲಿನಿಂದ ದೃತಿಗೆಡದೆ, ಬೇಗ ಚೇತರಿಸಿಕೊಂಡು ಕರ್ನಾಟಕದಲ್ಲಿ 'ಕ್ರಾಂತಿರಂಗ ಪಕ್ಷ'ವನ್ನು ಕಟ್ಟಿದರು.

ಇದರ ಉದ್ದೇಶ ಅಖಿಲ ಭಾರತ ಮಟ್ಟದಲ್ಲಿ ಇಂದಿರಾ ಕಾಂಗ್ರೆಸ್ ಪಕ್ಷದ ವಿರುದ್ಧ ಒಂದು ಪರ್ಯಾಯ ಪಕ್ಷವನ್ನು ಬೆಳೆಸುವುದೇ ಆಗಿತ್ತು. ಇದರ ಸಾಕಾರತೆಗಾಗಿ ಚರಣ್‌ಸಿಂಗ್, ಚಂದ್ರಶೇಖರ್, ಜಾರ್ಜ್ ಫರ್ನಾಂಡಿಸ್ ಮುಂತಾದವರ ಜೊತೆ ಸೇರಿ ಪಕ್ಷದ ಸಂಘಟನೆಯಲ್ಲಿ ತೊಡಗಿದರು. ಆದರೆ, ಅರಸು ಅವರಿಗೆ ಈ ಸಂದರ್ಭದಲ್ಲಿ ಆರೋಗ್ಯ ಕೈಕೊಟ್ಟಿತು. ಸರ್ಪಸುತ್ತು ಆಗಿ ತೀವ್ರ ಬಳಲಿದರು.

ರಾಜ್ಯಮಟ್ಟದಲ್ಲಿ ಅರಸು ತಮಗಿದ್ದ ಜನಪ್ರಿಯತೆಯಿಂದ ಕ್ರಾಂತಿರಂಗ ಪಕ್ಷವನ್ನೇನೋ ಕಟ್ಟಿದರು. ಆದರೆ ಎಷ್ಟೇ ಜನಪ್ರಿಯತೆಯಿದ್ದರೂ ಒಂದು ರಾಜಕೀಯ ಪಕ್ಷವನ್ನು ಕಟ್ಟಲು ಅದಕ್ಕೆ ಸುಭದ್ರವಾದ ತಾತ್ವಿಕ ತಳಹದಿ ಇರಬೇಕಾಗುತ್ತದೆಂಬುದನ್ನು ಅವರು ಮರೆತಂತಿದ್ದರು. ಅಷ್ಟು ರಾಜಕಾರಣದ ಸುದೀರ್ಘ ಅನುಭವವಿದ್ದರೂ, ಒಳ್ಳೆಯ ಸಂಘಟಕರು ಎಂದು ಹೆಸರು ಮಾಡಿದ್ದರೂ, ಅರಸು ಅವರಿಗೆ ಒಂದು ಹೊಸ ಪಕ್ಷವನ್ನು ಕಟ್ಟಲು ಬೇಕಾದ ಸೈದ್ಧಾಂತಿಕ ಸಿದ್ಧತೆಗಳಿರಲಿಲ್ಲವೆ? ಎನ್ನುವ ಪ್ರಶ್ನೆ ಹುಟ್ಟುತ್ತದೆ. ಕ್ರಾಂತಿರಂಗ ಪಕ್ಷದ ತಳಹದಿಯನ್ನು ನೋಡಿದರೆ ಈ ಪ್ರಶ್ನೆಗೆ ಉತ್ತರ ನಕಾರಾತ್ಮಕವಾಗಿಯೇ ಇತ್ತು ಎನ್ನುವುದು ತಿಳಿದು ಬರುತ್ತದೆ. ಬಹುಶಃ ಅರಸು ಈ ಸಂದರ್ಭದಲ್ಲಿ ತತ್ವಕ್ಕಿಂತ ಅಧಿಕಾರಗಳಿಸುವುದಕ್ಕೆ ಹೆಚ್ಚು ಮಹತ್ವ ಕೊಟ್ಟಂತೆ ಕಾಣುತ್ತದೆ. ಈ ಪಕ್ಷ ಕಟ್ಟಿ ಬೆಳೆಸಲು ಅರಸು ಅವರು ಸಂಘಟಿಸ ಬೇಕೆಂದಿದ್ದವರನ್ನು ಸಂಘಟಿಸಲು ಪ್ರಯತ್ನಿಸಿದ್ದು ತಳಮಟ್ಟದಿಂದಲ್ಲ, ಇದರ ವಿರುದ್ಧ ದಿಕ್ಕಿನಲ್ಲಿ. ಬಹುಶಃ ಅರಸು ಅವರ ಸ್ಥಿತಿಯಲ್ಲಿ ಇದು ಅನಿವಾರ್ಯವಾಗಿತೇನೋ ಅನ್ನಿಸುತ್ತದೆ. ಆದರೆ ಯಾವುದೇ ಸಂಘಟನೆ ಉಳಿಯಬೇಕಾದರೆ ಅದರ ತಳಹದಿ ಭದ್ರವಾಗಿರಬೇಕು. ಅಂದಾಗ ಮಾತ್ರ ಪ್ರಾದೇಶಿಕ ಪಕ್ಷವಾಗಲಿ ಅಥವಾ ರಾಷ್ಟ್ರೀಯ ಪಕ್ಷವಾಗಲಿ ಯಶಸ್ವಿಯಾಗುತ್ತವೆ. ಇಲ್ಲವಾದರೆ ಆ ಪಕ್ಷಗಳು ಬೇಗ ಸೊರಗಿ ಬೀಳುತ್ತವೆ. ಕಮ್ಯೂನಿಸ್ಟ್ ಹಾಗೂ ಕೆಲ ಬಲಪಂಥೀಯರನ್ನು ಹೊರತುಪಡಿಸಿ, ನಮ್ಮ ದೇಶದ ಯಾವುದೇ ಭಾಗದಲ್ಲಿ ಬಹುತೇಕ ರಾಜಕೀಯ ಪಕ್ಷಗಳು ತಳಹದಿಯೊಂದನ್ನು ಸಂಘಟನಾತ್ಮಕವಾಗಿ ಹಾಕಿಕೊಂಡಂತಿಲ್ಲ ಎಂಬದನ್ನು ನೆನೆಯಬಹುದು. ಹೀಗಾಗಿ ಅರಸು ಕಟ್ಟಿದ 'ಕ್ರಾಂತಿರಂಗ ಪಕ್ಷ' ಅವರ ಕಣ್ಣೆದುರಲ್ಲಿಯೇ ಕುಸಿದುಬಿದ್ದಿತು. ಆದರೆ, ಅರಸು ಒಟ್ಟಾರೆಯಾಗಿ ತಮ್ಮ ರಾಜಕಾರಣದ ಆರಂಭದಿಂದ ಹಿಡಿದು ಕಾಂಗ್ರೆಸ್ ಪಕ್ಷದಿಂದ ಉಚ್ಚಾಟಿತರಾಗುವವರೆಗೆ ಕಾಂಗ್ರೆಸ್ ಪಕ್ಷಕ್ಕೆ ಸಲ್ಲಿಸಿದ ಸೇವೆ ಮತ್ತು ಅವರ ನಿಷ್ಠೆ ಸದಾ ಸ್ಮರಿಸುವಂಥದ್ದು. ಅಂತೆಯೇ ಅರಸು ಅವರ ರಾಜಕೀಯ ಜೀವನದ ಆರಂಭದಿಂದ ಹಿಡಿದು ಅವರು ಮುಖ್ಯಮಂತ್ರಿ ಆಗಿರುವವರೆಗೂ ರಾಜ್ಯದಲ್ಲಿ ಕಾಂಗ್ರೆಸ್ ಪಕ್ಷ ಯಾವುದೇ ಅಡೆತಡೆಗಳಿಲ್ಲದೆ ಅಧಿಕಾರದ ಗದ್ದುಗೆ ಹಿಡಿಯುತ್ತಿತ್ತು. ಅವರ ಸಂಘಟನಾ ನಾಯಕತ್ವವೇ ಅಂಥದ್ದು. ಆದರೆ ೧೯೮೦ ರಲ್ಲಿ ಅರಸು ಅವರು ಅಧಿಕಾರದಿಂದ ಇಳಿದ ನಂತರ ಕಾಂಗ್ರೆಸ್ ಪಕ್ಷ ನಾವಿಕನಿಲ್ಲದ ದೋಣಿಯಂತಾಯಿತು. ಮುಂದೆ ಆರ್. ಗುಂಡೂರಾವ್ ರಾಜ್ಯದ ಮುಖ್ಯಮಂತ್ರಿಯಾಗಿ ಅಧಿಕಾರ ವಹಿಸಿಕೊಂಡು ಆಡಳಿತ ನಡೆಸಿದರು. ಅವರ ನಾಯಕತ್ವದಲ್ಲಿ ೧೯೮೩ರಲ್ಲಿ ಚುನಾವಣೆ ಎದುರಿಸಿದ ಕಾಂಗ್ರೆಸ್ ಪಕ್ಷ

ರಾಜ್ಯದಲ್ಲಿ ಮೊಟ್ಟ ಮೊದಲ ಬಾರಿಗೆ ಸೋಲಿನ ರುಚಿ ಕಂಡಿತು. ನಂತರ ೨೫ ವರ್ಷಗಳಲ್ಲಿ ಬಹಳಷ್ಟು ಬದಲಾವಣೆಗಳಾಗಿವೆ. ಈ ಅವಧಿಯಲ್ಲಿ ರಾಜ್ಯದಲ್ಲಿ ಅನೇಕ ಬಾರಿ ಜನತೆ ಕಾಂಗ್ರೆಸ್ ಪಕ್ಷವನ್ನು ತಿರಸ್ಕರಿಸಿದ್ದಾರೆಂಬುದನ್ನು ಬೇರೆ ಹೇಳಬೇಕಾಗಿಲ್ಲ. ಒಗ್ಗಟ್ಟಿನಲ್ಲಿ ಬಲವಿದೆ ಎಂದು ಎಲ್ಲಾ ಸಮುದಾಯಗಳನ್ನು ಒಟ್ಟಿಗೆ ಕರೆದೊಯ್ದ ಸಂದರ್ಭದಲ್ಲಿ ಕಾಂಗ್ರೆಸ್ ಪಕ್ಷ ಜಯಸಾದಿಸಿದೆ. ದೇವರಾಜ ಅರಸು ಮತ್ತು ಎಸ್.ಬಂಗಾರಪ್ಪ ಮಾಡಿದ್ದು ಇದನ್ನೇ. ಆದರೂ ಈವತ್ತಿನ ಕಾಂಗ್ರೆಸ್ ನಾಯಕರಿಗೆ ಒಗ್ಗಟ್ಟಿನ ಮರ್ಮ ಇನ್ನೂ ಸಂಪೂರ್ಣವಾಗಿ ಮನವರಿಕೆಯಾದಂತಿಲ್ಲ.

೧೯೮೯ರಲ್ಲಿ ವೀರೇಂದ್ರ ಪಾಟೀಲರು ಮತ್ತು ೧೯೯೯ರಲ್ಲಿ ಎಸ್. ಎಂ. ಕೃಷ್ಣ ಅವರ ನಾಯಕತ್ವದಲ್ಲಿ ಜಯಭೇರಿ ಬಾರಿಸಿದ ಕಾಂಗ್ರೆಸ್‌ಗೆ ಲಿಂಗಾಯತರು ಮತ್ತು ಒಕ್ಕಲಿಗರ ಮತ ಸೆಳೆಯಲು ಈ ಸಮಾಜಕ್ಕೆ ಸೇರಿದ ವರ್ಚಸ್ವಿ ಮುಖಂಡರೊಬ್ಬರಿಗೆ ನಾಯಕತ್ವ ನೀಡಬೇಕೆಂಬ ಇನ್ನೊಂದು ವಾದ ಆಗ ಹುಟ್ಟಿಕೊಂಡಿತ್ತು. ಆದರೆ, ಕೃಷ್ಣ ಅವರು ರಾಜ್ಯದ ಮುಖ್ಯಮಂತ್ರಿ ಆಗಿದ್ದಾಗಲೇ ಎದುರಿಸಿದ ಚುನಾವಣೆಯಲ್ಲಿ ಕಾಂಗ್ರೆಸ್ ಪಕ್ಷ ಹೀನಾಯ ಸೋಲು ಕಂಡಿದ್ದನ್ನು ಈ ಪ್ರಭಾವಿ ಜಾತಿಯ ಮುಖಂಡರು ಮರೆತಿದ್ದಾರೆಂಬುದು ಸೋಜಿಗದ ವಿಷಯವೇ ಸರಿ.

೫. ಮುಖ್ಯಮಂತ್ರಿಯಾಗಿ ಅರಸು ಅವರ ವಿಶಿಷ್ಟತೆ

'ನೀನೂ ಬದುಕು ನಮ್ಮನ್ನೂ ಬದುಕಲು ಬಿಡು' ಎಂಬ ಸಿದ್ಧಾಂತವು ಪ್ರಗತಿಶೀಲ ಆಂದೋಲನಗಳ ಮೂಲಕ ಪ್ರಚಲಿತಗೊಂಡು ಜಗತ್ತಿನಾದ್ಯಂತ ದೊಡ್ಡ ಕ್ರಾಂತಿಯನ್ನೇ ಎಬ್ಬಿಸಿತು. ಇದರ ಹಿನ್ನೆಲೆಯಲ್ಲಿಯೇ ಆಡಳಿತ ನಡೆಸಿದವರು ನಾಡಿನ ಧೀಮಂತ ರಾಜಕಾರಣಿ ದೇವರಾಜ ಅರಸು. ಅವರು ಅನುಷ್ಠಾನಕ್ಕೆ ತಂದ ಯೋಜನೆಗಳು ರಾಜ್ಯದಲ್ಲಿ ಕ್ರಾಂತಿಯನ್ನೇ ಮಾಡಿದವು. ಅವುಗಳಲ್ಲಿ ಪ್ರಮುಖವಾದವು ಹಾವನೂರು ಆಯೋಗದ ನೇಮಕ, ಭೂ ಸುಧಾರಣಾ ಶಾಸನ, ನಾಡಿನ ನಾಮಕರಣ, ಮೀಸಲಾತಿ ಘೋಷಣೆ ಮತ್ತು ಸಮಾಜದ ಕಟ್ಟಕಡೆಯ ಮನುಷ್ಯನಿಗೂ ಅಧಿಕಾರ ಎಟಕುವಂತೆ ಮಾಡಿದ್ದು. ಇವು ರಾಜ್ಯದಲ್ಲಿ ಒಂದು ಹೊಸ ಬದಲಾವಣೆಯನ್ನುಂಟು ಮಾಡಿದವು. ಬಿ.ಡಿ.ಜತ್ತಿ, ಎಸ್.ಆರ್.ಕಂಠಿ, ಎಸ್.ನಿಜಲಿಂಗಪ್ಪ, ಕೆಂಗಲ್ ಹನುಮಂತಯ್ಯ ಮತ್ತು ವೀರೇಂದ್ರ ಪಾಟೀಲರಂಥ ನಾಯಕರ ಆಡಳಿತದ ಅವಧಿಯಲ್ಲಿ ಇಂಥ ಕ್ರಾಂತಿಕಾರಕ ಯೋಜನೆಗಳ ಬಗೆಗೆ ವಿಧಾನಸಭೆಯಲ್ಲಿ ಚರ್ಚೆಗಳು ನಡೆದಿದ್ದವಾದರೂ ಇವುಗಳ ಅನುಷ್ಠಾನ ಕುರಿತಂತೆ ಯಾರೊಬ್ಬರೂ ಗಟ್ಟಿ ಮನಸ್ಸು ಮಾಡಿರಲಿಲ್ಲ. ಅದಕ್ಕೆ ಕಾರಣಗಳು ಅನೇಕ. ಅಂದು ಕಾಂಗ್ರೆಸ್ ಪಾಳಯದಲ್ಲಿ ಭೂಮಾಲೀಕರು, ಬಂಡವಾಳಶಾಹಿಗಳು ಮತ್ತು ಪ್ರಬಲ ಜಾತಿ ವರ್ಗಗಳ ನಾಯಕರ ದಂಡೇ ತುಂಬಿತ್ತು. ಭೂಮಾಲೀಕರು ಭೂ ಸುಧಾರಣಾ ಕಾನೂನಿನ ಅನುಷ್ಠಾನದ ಬಗೆಗೆ ಒಲವು ತೋರಲಿಲ್ಲ. ಕಾಣದ ಕೈಗಳು ಕೂಡ ಈ ಯೋಜನೆಗಳು ಅನುಷ್ಠಾನಗೊಳ್ಳದಂತೆ ಕೆಲಸ ಮಾಡಿರುವುದನ್ನೂ ತಳ್ಳಿಹಾಕುವಂತಿಲ್ಲ. ಆದರೆ ದೇವರಾಜ ಅರಸು ಅಧಿಕಾರಕ್ಕೆ ಬಂದ

ಮೇಲೆ ಪ್ರಬಲ ವರ್ಗಗಳ ಅಥವಾ ಬಂಡವಾಳಶಾಹಿಗಳ ಮುಲಾಜಿಗೆ ಮತ್ತು ಯಾವುದೇ ಒತ್ತಡಕ್ಕೆ ಒಳಗಾಗದೆ ಅನೇಕ ಯೋಜನೆಗಳನ್ನು ಅನುಷ್ಠಾನಕ್ಕೆ ತಂದು ಸಾಮಾಜಿಕ ಪರಿವರ್ತನೆಗೆ ನಾಂದಿ ಹಾಡಿದರು. ಈ ದೃಷ್ಟಿಯಲ್ಲಿ ನೋಡಿದರೆ ಅವರನ್ನು 'ಮೌನಕ್ರಾಂತಿಯ ಹರಿಕಾರ' ಎಂದು ಕರೆದಿದ್ದು ಸೂಕ್ತವಾಗಿಯೇ ಇದೆ. 'ಉಳುವವನೆ ಹೊಲದೊಡೆಯ' ಎಂಬುದನ್ನು ಎಲ್ಲಾ ಪಕ್ಷಗಳ ನಾಯಕರು ಪುನರ್ ಉಚ್ಛರಿಸುತ್ತಿದ್ದರು. ಆದರೆ, ಅದಕ್ಕೆ ಶಾಸನ ರೂಪಕೊಟ್ಟು, ಅದನ್ನು ಅನುಷ್ಠಾನಕ್ಕೆ ತರುವಂಥ ಪ್ರಾಮಾಣಿಕ ಪ್ರಯತ್ನಮಾಡಿ ಅರಸು ಅದರಲ್ಲಿ ಯಶಸ್ವಿಯಾದರೂ ಕೂಡ. ಕೇರಳ, ಪಶ್ಚಿಮ ಬಂಗಾಳ ರಾಜ್ಯಗಳಲ್ಲಿ ಈ ಪ್ರಯತ್ನ ನಡೆಯಿತಾದರೂ ಅದು ಅರಸು ರಾಜ್ಯದಲ್ಲಿ ಜಾರಿಗೆ ತಂದ ಭೂಸುಧಾರಣಾ ಕಾಯಿದೆಯಷ್ಟು ಪುರೋಗಾಮಿ ಅಲ್ಲ. ಅಷ್ಟು ಕ್ರಾಂತಿಕಾರಕವಾದಂತಹ ಭೂ ಶಾಸನವನ್ನು ಕಮ್ಯೂನಿಸ್ಟರಿಗೂ ಕೂಡ ಜಾರಿಗೆ ತರಲಿಕ್ಕೆ ಆಗಿರಲಿಲ್ಲವೆಂದರೆ ಈ ಕಾಯಿದೆಯ ಮಹತ್ವ ನಮ್ಮ ಅರಿವಿಗೆ ಬರದೆ ಇರಲಾರದು. ಈ ಕಾರಣಕ್ಕಾಗಿಯೇ ಅರಸು ರಾಜ್ಯದ ಇತರ ಎಲ್ಲ ಮುಖ್ಯಮಂತ್ರಿಗಳಿಗಿಂತ ಭಿನ್ನವಾಗಿ ಕಂಡುಬರುತ್ತಾರೆ. ಇಂತಹ ಪುರೋಗಾಮಿ ಶಾಸನಗಳ ಬಗೆಗೆ ಅಧ್ಯಯನ ಮಾಡಿ, ಆ ಬಗ್ಗೆ ಗಂಭೀರ ಚಿಂತನೆ ಮಾಡಿಯೇ ದಿಟ್ಟ ಹೆಜ್ಜೆಯನ್ನಿಡುತ್ತಿದ್ದರು ಅರಸು.

ನಾಡು ಏಕೀಕರಣವಾದರೂ ಅದಕ್ಕೆ ಒಟ್ಟಾಗಿ ಕನ್ನಡಿಗರನ್ನು ಸಂಕೇತಿಸುವ ಹೆಸರು ಇರದೇ ಇದ್ದದ್ದು ಕನ್ನಡಿಗರ ಆತ್ಮಾಭಿಮಾನವನ್ನು ಕೆಣಕಿದಂತಾಗಿತ್ತು. ನಾಡಿನ ಜನರ ಈ ಆಸೆಯನ್ನು ಅರಿತ ಅರಸು ತಾವು ಮುಖ್ಯಮಂತ್ರಿಯಾಗಿ ಆಯ್ಕೆ ಆದ ಕೆಲವೆ ದಿನಗಳಲ್ಲಿ ೧೯೭೩ ನವೆಂಬರ್ ೧ರಂದು ನಾಡಿಗೆ 'ಕರ್ನಾಟಕ' ಎಂದು ನಾಮಕರಣ ಮಾಡಿದರು. ಅತ್ಯಂತ ಭಾವನಾತ್ಮಕವಾದ ಈ ಸಮಸ್ಯೆಗೆ ಅನೇಕ ಅಡೆತಡೆಗಳು ಎದುರಾದದ್ದೂ ಉಂಟು. ಅರಸು ಈ ಯಾವುದನ್ನೂ ಗಣನೆಗೆ ತೆಗೆದುಕೊಳ್ಳದೆ, ಅತ್ಯಂತ ಚಾಣಾಕ್ಷತೆಯಿಂದ ಸಮಸ್ಯೆಯನ್ನು ಪರಿಹರಿಸಿದ್ದು ಅವರಲ್ಲಿದ್ದ ದಿಟ್ಟತನಕ್ಕೆ ಸಾಕ್ಷಿ. ಅದರಂತೆ ಹಾವನೂರು ಅವರ ಅಧ್ಯಕ್ಷತೆಯ ಹಿಂದುಳಿದ ವರ್ಗಗಳ ಆಯೋಗವನ್ನು ನೇಮಕ ಮಾಡಿ ಈ ವರ್ಗಗಳ ಮಕ್ಕಳಿಗೆ ಮೀಸಲಾತಿಯನ್ನು ಕಲ್ಪಿಸಿದರು. ಈ ಹಾವನೂರು ವರದಿ ಅನುಷ್ಠಾನಗೊಳ್ಳದಂತೆ ವೀರಶೈವ ಸಮಾಜ, ಬ್ರಾಹ್ಮಣ, ಲಿಂಗಾಯತರು ಸಕ್ರಿಯಗೊಂಡು ಪ್ರಬಲ ಹೋರಾಟ ನಡೆಸಿದರು. ಅಂದು ಪತ್ರಕರ್ತರ ಸಮೂಹವೇ ಅದರ ಬಗೆಗೆ ಅಪಸ್ವರವೆತ್ತಿತ್ತು. ವರದಿ ಜಾರಿಯಾದರೂ ಕೂಡ ಹೈಕೋರ್ಟಿಗೆ ಹೋಗಿ ತಡೆಯನ್ನು ತಂದರು. ಆದರೂ ಕೂಡ ವರದಿಯ ಪರವಾಗಿ ಹೋರಾಟ ನಡೆಸಿ ಅರಸು ಅವರು ವಿಧಿಬದ್ಧವಾಗಿ ಮೀಸಲಾತಿಯನ್ನು ಜಾರಿಗೆ ತಂದರು. ಇದರಿಂದ ಹಿಂದುಳಿದ ವರ್ಗಗಳು ತಲೆಯೆತ್ತಿ ನಿಲ್ಲಲು ಸಾಧ್ಯವಾಯಿತು. ಅವರ ಮಕ್ಕಳಿಗೆ ವಿದ್ಯಾಭ್ಯಾಸಕ್ಕೂ ಅನುಕೂಲವಾಯಿತು. ಈ ವರ್ಗದ ಯುವಕರಿಗೆ ಉದ್ಯೋಗ ಅವಕಾಶ ಸಿಕ್ಕಿತು. ಹೀಗೆ ಅರಸು ಅನುಷ್ಠಾನಕ್ಕೆ ತಂದ ಯೋಜನೆಗಳು ರಾಜ್ಯದಲ್ಲಿ ಸಾಮಾಜಿಕ ಪಲ್ಲಟವನ್ನೇ ಉಂಟು ಮಾಡಿದವು. ಅರಸು ಜಾರಿಗೊಳಿಸಿದ ಯೋಜನೆಗಳು ಬಡವರ,

ಹಿಂದುಳಿದವರ ಏಳಿಗೆಯ ಪರವಾಗಿ ಇರುವಂಥವು ಆಗಿದ್ದವು. ಅಧಿಕಾರದಲ್ಲಿ ಹೊಂದಾಣಿಕೆ ಮಾಡಿಕೊಂಡರೂ, ಸಾಮಾಜಿಕ ಚಿಂತನೆ ಹಾಗೂ ಅವುಗಳನ್ನು ಕಾರ್ಯಗತಗೊಳಿಸುವಲ್ಲಿ ರಾಜಿಯಿಲ್ಲದ ದೃಢತೆ ಅವರಲ್ಲಿತ್ತು.

೬. ವರ್ಗ-ಜಾತಿ ಸಂಘರ್ಷ ಕುರಿತು ಅರಸು ನಿಲುವು

ಭಾರತದ ಇತಿಹಾಸದಲ್ಲಿ ಜಾತಿಯೊಂದಿಗೆ ಬಂಡಾಯ ಬೆಳೆದಿದೆ. ಬುದ್ಧ, ಬಸವಣ್ಣ, ಜಾತಿ ವ್ಯವಸ್ಥೆಯ ವಿರುದ್ಧ ಸಮರ ಸಾರಿದವರು. ಜಾತಿರಹಿತ ಸಮಾಜವನ್ನು ಕಟ್ಟಲು ಹೊರಟವರು. ತರುಣರಲ್ಲಿ ಬಂಡಾಯದ ಬೀಜ ಬಿತ್ತಿದ ಅರಸು ಮಾಡಿದ್ದು ನೂರರಲ್ಲೊಂದು ಪಾಲು. ಜಾತಿ ರಾಜಕಾರಣದ ಜಂಜಾಟದಲ್ಲಿ ನಲುಗಿ ಹೋಗಿದ್ದ ರಾಜ್ಯದ ರಾಜಕಾರಣಿಗಳಿಗೆ ಚಿಂತನೆ ಹೋರಾಟಗಳ ಮೂಲಕ ಅರಸು ಒಂದು ಹೊಸ ದಿಕ್ಕನ್ನು ತೋರಿದವರು.

'ಜಾತಿ' ಸಂಘರ್ಷವು 'ವರ್ಗ' ಸಂಘರ್ಷಕ್ಕಿಂತ ಹೆಚ್ಚಲ್ಲದಿದ್ದರೂ, ಭಾರತದ ಸಾಮಾಜಿಕ ಸಂದರ್ಭದಲ್ಲಿ ಅತ್ಯಂತ ಪ್ರಾಮುಖ್ಯತೆಯುಳ್ಳದ್ದು ಎಂದು ಅರಸು ನಂಬಿದ್ದಂತೆ ಕಾಣುತ್ತದೆ. ಈ ನಂಬಿಕೆಗೆ ಹಾವನೂರು ವರದಿಯ ಮೂಲಕ ಒಂದು ತಾತ್ವಿಕ ಕ್ರಮಬದ್ಧತೆಯನ್ನು ಕೊಡಲು ಹವಣಿಸಿದವರು. ಭಾರತದಂಥ ದೊಡ್ಡ ದೇಶದಲ್ಲಿ ಸ್ಪಷ್ಟವಾಗಿ ವರ್ಗಗಳನ್ನು ಗುರುತಿಸಲಾಗುವುದಿಲ್ಲ. ಇಲ್ಲಿನ ಸಮಾಜ, ಜಾತಿ ಕಟ್ಟುಪಾಡುಗಳಿಂದ ಮತ್ತು ತಾರತಮ್ಯ ಭಾವನೆಗಳಿಂದ ಕೂಡಿದೆಯಾದ್ದರಿಂದ ಜನರ ಆರ್ಥಿಕ ಸ್ಥಿತಿ ಅದರ ಸಾಮಾಜಿಕ ಸ್ತರವನ್ನು ಗುರುತಿಸುವಲ್ಲಿ ಸಹಾಯವಾಗುವುದಿಲ್ಲ. ಆದ್ದರಿಂದಲೇ ಭಾರತದಲ್ಲಿ ವರ್ಗಗಳ ಸ್ಥಾನವನ್ನು ಜಾತಿಗಳು ಪಡೆದುಕೊಂಡಿವೆ ಎನ್ನುವಂಥ ವಾದ ಅರಸರದು.

ಈ ವಾದವನ್ನು ಸುಲಭವಾಗಿ ತಳ್ಳಿಹಾಕುವಂತಿಲ್ಲ. ಏಕೆಂದರೆ ಆರ್ಥಿಕವಾಗಿ ಮುಂದುವರಿದ ದಲಿತವರ್ಗದ ಜನರಿಗೆ ಸಮಾಜದಲ್ಲಿ ಅದರಲ್ಲೂ ಗ್ರಾಮೀಣ ಮತ್ತು ಅರೆನಗರ ಪ್ರದೇಶಗಳಲ್ಲಿ ಮಾನ್ಯತೆ ಇದೆ ಎಂಬುದು ಎಲ್ಲರಿಗೂ ತಿಳಿದಿರುವ ವಿಷಯವೇ. ಹಾಗೆಯೇ ಸಾಮಾಜಿಕವಾಗಿ ಮುಂದುವರಿದ ವರ್ಗಗಳ ಬಡಜನರಿಗೆ, ಆರ್ಥಿಕವಾಗಿ ಮುಂದುವರಿದ ತಮ್ಮದೇ ಜಾತಿಯ ಜನಗಳಲ್ಲಿರುವ ಕೀಳು ಮತ್ತು ತಾತ್ಸಾರದ ಭಾವನೆಗಳನ್ನು ನಾವು ಮರೆಯುವಂತಿಲ್ಲ. ಹೀಗಾಗಿ ಭಾರತದ ಸಂದರ್ಭದಲ್ಲಿ ಮಾತನಾಡುವಾಗ ಯಾವ ಸಮಾಜ ವಿಜ್ಞಾನಿಯೂ, ಜಾತಿ ವರ್ಗಗಳ ಬಗ್ಗೆ ಸ್ಪಷ್ಟವಾದ ಅಭಿಪ್ರಾಯಕೊಡಲು ಸಾಧ್ಯವಾಗಿಲ್ಲ.

ಕರ್ನಾಟಕ ಸಂದರ್ಭದಲ್ಲಿ ಎರಡು ಪ್ರಬಲ ಕೋಮುಗಳ ಹೋರಾಟದಲ್ಲಿ ಗಣನೆಗೆ ಬಾರದಂತಿದ್ದ ಅಲ್ಪಸಂಖ್ಯಾತ, ಜಾತಿ-ಮತ ಪಂಗಡಗಳು ಅರಸರ ರಾಜಕಾರಣದಲ್ಲಿ ಅಸ್ತಿತ್ವ ಗಳಿಸಿದವು. ಜನರನ್ನು ಜಾತಿಯಿಂದ ಗುರುತಿಸುವ ಪರಿಪಾಠ ಅರಸು ಕಾಲದಲ್ಲಿ ಆರಂಭವಾಯಿತು ಎನ್ನುವುದು ನಿಜವಾದರೂ, ಬಾಯಿಯೇ ಇಲ್ಲದ ಮೂಕನಿಗೆ ಧ್ವನಿಕೊಡುವ ಪ್ರಯತ್ನವನ್ನು ಅರಸು ಅವರು ಮಾಡಿದಂತೂ ಸ್ಪಷ್ಟ.

ಈ ಅಭಿಪ್ರಾಯಗಳೇನೇ ಇರಲಿ, ಅರಸು ಅವರು ಪ್ರತಿಪಾದಿಸಿದ ಮತ್ತು ಜಾರಿಗೊಳಿಸಿದ ಕಾರ್ಯನೀತಿಯಲ್ಲಿ ಪ್ರಗತಿಪರ ಧೋರಣೆಯನ್ನು ನಾವು ಕಾಣುತ್ತೇವೆ. ಪಟ್ಟಭದ್ರ ಹಿತಾಸಕ್ತಿಗಳ

ವಿರೋಧವನ್ನೆದುರಿಸಿಯೂ ಅನೇಕ ಸಮಾಜ ಕಲ್ಯಾಣ ಕಾರ್ಯಕ್ರಮಗಳನ್ನು ಅನುಷ್ಠಾನಗೊಳಿಸಿದ್ದು ಅವರ ಇನ್ನೊಂದು ವಿಶೇಷ. ಅಲ್ಲದೆ ಒಂದು ಪರ್ಯಾಯ ರಾಜಕೀಯ ಶಕ್ತಿಯನ್ನು ಪ್ರಗತಿಪರ ರೀತಿಯಲ್ಲಿ ಬೆಳೆಸುವ ನಿರ್ಣಾಯಕ ಪಾತ್ರವಹಿಸಿದವರು ಅವರು. ಬಹುಶಃ ಕರ್ನಾಟಕ ಕಂಡ ಏಕೈಕ ವಾಸ್ತವಪ್ರಜ್ಞೆಯ ರಾಜಕಾರಣಿ ದೇವರಾಜ ಅರಸು ಅಂದರೆ ಉತ್ಪ್ರೇಕ್ಷೆಯಾಗಲಾರದು.

ಅರಸು ಇಂದು ಚರಿತ್ರೆಗೆ ಸೇರಿ ಹೋಗಿದ್ದರೂ, ಅವರ ವ್ಯಕ್ತಿತ್ವದ ಬಗ್ಗೆ ಖಚಿತ ಅಭಿಪ್ರಾಯವನ್ನು ಕೊಡಲು ಇನ್ನು ಸಾಕಷ್ಟು ಅಧ್ಯಯನಗಳು ನಡೆಯಬೇಕಿದೆ. ಅವರು ಕರ್ನಾಟಕದ ಚರಿತ್ರೆಯಲ್ಲಂತೂ ಅಳಿಸಲಾಗದ ಒಂದು ಪಾತ್ರವನ್ನು ನಿರ್ಮಿಸಿ ಹೋಗಿದ್ದಾರೆಂದು ಖಂಡಿತವಾಗಿ ಹೇಳಬಹುದು.

೭. ಅರಸರಿಂದ 'ಅಹಿಂದ'ದಂತಹ ಆಧುನಿಕ ಕಾಲದ ಸಂಘಟನೆಗಳಿಗೆ ಪ್ರೇರಣೆ

ಭಾರತದ ಸಂದರ್ಭದಲ್ಲಿ ಸಾಮಾಜಿಕ ಸಂರಚನೆಯನ್ನು ಕುರಿತು ಆಲೋಚಿಸುವುದು ಎಂದರೆ ಶ್ರೇಣೀಕರಣದಿಂದಾಗಿ ಉಂಟಾದ ಅಸಮಾನತೆ ಹಾಗೂ ಅದರ ಮೂಲದ ಹಸಿವು ಅವಮಾನಗಳ ವಿವೇಚನೆ ಎಂದರ್ಥ. ಶತಮಾನಗಳಿಂದ ಸಾಮಾಜಿಕವಾಗಿ, ಆರ್ಥಿಕವಾಗಿ ದಬ್ಬಾಳಿಕೆಗೆ ಒಳಗಾಗಿರುವ ಬಹಳಷ್ಟು ಸಮುದಾಯಗಳು ಇಂದಿಗೂ ಅವುಗಳಿಂದ ಸಂಪೂರ್ಣವಾಗಿ ಬಿಡುಗಡೆ ಹೊಂದಿಲ್ಲ. ಈ ಸಮುದಾಯಗಳು ತಮ್ಮ ಜಾತಿಯ ಹೆಸರಿನಿಂದಲೇ ಅವಮಾನಕ್ಕೆ ಒಳಗಾಗಿ ಎಲ್ಲ ಬಗೆಯ ಸವಲತ್ತುಗಳಿಂದ ದೂರ ಇಡಲ್ಪಟ್ಟಿದ್ದವು. ವಸಾಹತು ಶಿಕ್ಷಣ ಈ ದೇಶಕ್ಕೆ ಕಾಲಿಟ್ಟ ಮೇಲೆಯೇ ಇಂಥ ಬಹು ಸಮುದಾಯಗಳು ಗಣನೀಯ ಪ್ರಮಾಣದಲ್ಲಿ ಅಕ್ಷರದ ಬೆಳಕಿಗೆ ತೆರೆದುಕೊಳ್ಳತೊಡಗಿದವು. ಆಧುನಿಕ ಶಿಕ್ಷಣಕ್ಕೆ ತೆರೆದುಕೊಂಡ ಈ ಸಮುದಾಯಗಳಿಗೆ ತಮ್ಮ ಮೂಲದ ಸಂಕಷ್ಟಗಳ ಅರಿವಾಗತೊಡಗಿದೆ.

ಕರ್ನಾಟಕ ಸಂದರ್ಭದಲ್ಲಿ ೧೯೭೦ ರ ದಶಕ ಒಂದು ಮಹತ್ವದ ಕಾಲಘಟ್ಟವೆನ್ನಬಹುದು. ಅರಸು ಮುಖ್ಯಮಂತ್ರಿಯಾಗಿದ್ದಾಗ ಕೈಗೊಂಡ ಜನಪರ ಕಾರ್ಯಗಳು ಒಂದು ಕಡೆ ಸಾಮಾಜಿಕ ಸ್ವರೂಪವನ್ನೇ ಬದಲು ಮಾಡಿದರೆ, ಇನ್ನೊಂದು ಕಡೆ ಕರ್ನಾಟಕದ ರಾಜಕೀಯ ಸ್ವರೂಪವನ್ನೇ ಪಲ್ಲಟಗೊಳಿಸಿದವು. ಅದುವರಗೆ ಪ್ರಬಲ ಜಾತಿಗಳ ಹಿಡಿತದಲ್ಲಿದ್ದ ರಾಜ್ಯ ರಾಜಕಾರಣ ಕೆಳವರ್ಗಗಳ ಕಡೆಗೆ ಜಾರಿತು. ತಮ್ಮ ಸಂಘಟನಾತ್ಮಕ ಶಕ್ತಿಯಿಂದ ಬಲಿಷ್ಠಗೊಳ್ಳಲು ಸಾಧ್ಯವಾಯಿತು. ಈ ಸಮುದಾಯಗಳ ರಾಜ್ಯದಲ್ಲಿ ಪ್ರಬಲ ಜಾತಿ ವರ್ಗಗಳಿಗೆ ಪರ್ಯಾಯವಾಗಿ ಸಂಘಟನೆಗೊಂಡವು. ಪರಿಣಾಮವಾಗಿ ದಲಿತ ಚಳವಳಿ, ಬಂಡಾಯ ಚಳವಳಿ, ಗೋಕಾಕ್ ಚಳವಳಿ, ಬೂಸಾ ಚಳವಳಿ, ರೈತ ಚಳವಳಿಗಳು ಜನ್ಮತಾಳಿದವು. ಅರಸು ಪರೋಕ್ಷವಾಗಿ ಈ ಚಳವಳಿಗಳ ಹಿಂದಿನ ರಾಜಕೀಯ ಭೂಮಿಯನ್ನು ಹದಗೊಳಿಸುವ ಶಕ್ತಿಯಾಗಿದ್ದಾರೆಂಬುದು ಚಾರಿತ್ರಿಕ ಸತ್ಯ. ಆದರೆ ಈ ಎಲ್ಲಾ ಚಳವಳಿಗಳು ತಮ್ಮ ಗುರಿಯನ್ನು ಈಡೇರಿಸಿಕೊಳ್ಳುವ ಹಾದಿಯಲ್ಲಿ ಅಂಶಿಕವಾಗಿ ಕಳೆದು ಹೋದವು ಎಂಬುದು

ಆತ್ಮಾವಲೋಕನಕ್ಕೆ ಒಳಗಾಗಬೇಕಾದ ವಿಚಾರ. ಹಾಗೆಯೇ ಈ ಎಲ್ಲಾ ಸಂಘಟನೆಗಳು ತಮ್ಮ ಸಾಧನೆಗೆ ಒಗ್ಗೂಡಿ ನಡೆಯಲಿಲ್ಲವೆಂಬುದು ಗಮನಾರ್ಹ ಸಂಗತಿ. ಏಕೆಂದರೆ ಸಂಘಟನೆಗಳು ಪ್ರತ್ಯೇಕವಾಗಿ ಹೋರಾಟದಲ್ಲಿ ನಿರತವಾಗಿದ್ದಾಗ ಇವು ಒಗ್ಗೂಡದಂತೆ ಶಕ್ತಿ ರಾಜಕಾರಣ ಸಂಚು ನಡೆಸುತ್ತಲೇ ಬಂದಿತು. ಇನ್ನೊಂದೆಡೆ ಮೇಲ್ಜಾತಿಗಳು ತಮ್ಮ ಒಗ್ಗಟ್ಟಿನ ಮೂಲ ಕೇಂದ್ರಗಳಾದ ಮಠ ಪೀಠಗಳಲ್ಲಿ ಬಲಗೊಳ್ಳುತ್ತ ಬೆಳೆದವು. ಅಲ್ಲದೆ ಶಿಕ್ಷಣ ಸಂಸ್ಥೆಗಳು, ಬ್ಯಾಂಕುಗಳು, ಕೈಗಾರಿಕೆಗಳು ಹೀಗೆ ಖಾಸಗಿ ಉತ್ಪಾದನಾ ಕ್ಷೇತ್ರಗಳ ವಹಿವಾಟಿನಿಂದಲೂ ಹೆಚ್ಚು ಬಲಿಷ್ಠಗೊಳ್ಳುತ್ತ ರಾಜಕೀಯ ಪ್ರಾಬಲ್ಯವನ್ನು ಗಳಿಸಿದವು.

ಜಾತಿಯ ಹೆಸರಿನಲ್ಲಿ ಸಂಘಟನೆಗೊಳ್ಳುವ ನೈತಿಕ ಹಕ್ಕು ಇರುವುದು ಕೆಳಜಾತಿಗಳಿಗೆ ಮಾತ್ರ. ಕಾರಣ ಅವು ಎಲ್ಲಾ ವಿಧದಲ್ಲೂ ವಂಚನೆಗೆ ಒಳಗಾದ ಸಮುದಾಯಗಳು. ಶೋಷಣೆಗೆ ಬಲಿಯಾಗಿ ಹಸಿವು ಅವಮಾನದಲ್ಲಿ ಕಮರಿ ಹೋಗುವ ಗುಂಪುಗಳು. ಅವು ಸಂಘಟಿತಗೊಳ್ಳುವುದು ಜಾತೀಯತೆಯನ್ನು ಮೆರೆಸುವುದುಕ್ಕಾಗಿ ಅಲ್ಲ, ತಮ್ಮ ಪಾಲಿನ ಬದುಕಿನ ಅವಕಾಶವನ್ನು ಹಕ್ಕಿನ ರೀತಿಯಲ್ಲಿ ಪಡೆಯುವುದಕ್ಕಾಗಿ. ಆದರೆ, ಇಂಥ ಸಮುದಾಯಗಳ ನೈತಿಕ ಹಕ್ಕಿಗೆ ನಿಜವಾದ ಬಲ ಬರಬೇಕಾದರೆ, ಒಂದುಗೂಡಿ ಹೋರಾಟದ ಹಾದಿ ಹಿಡಿಯುವುದು ಅಗತ್ಯವಿದೆ. ಈ ಕಾರಣಕ್ಕಾಗಿಯೇ ೧೯೮೮-೮೯ ರ ಸುಮಾರಿನಲ್ಲಿ ಪ್ರೊ. ಬಿ. ಕೃಷ್ಣಪ್ಪನವರು ಈ ಸಂತ್ರಸ್ತ ಸಮುದಾಯಗಳನ್ನು ಒಂದೇ ವೇದಿಕೆಯಡಿ ಸಂಘಟಿಸುವ ಪ್ರಯತ್ನ ಮಾಡಿದರು. ಆದರೆ ಅವರ ಪ್ರಯತ್ನ ವಿಚಾರ ಸಂಕಿರಣ, ಸಣ್ಣ ಪ್ರಮಾಣದ ಸಮಾವೇಶಗಳಿಗೆ ಸೀಮಿತಗೊಂಡಿತು. ಇದಕ್ಕೂ ಮುಂಚೆ ಹಿಂದುಳಿದ ವರ್ಗಗಳ ಸಂಘಟನೆಯಾಗಿ 'ಬ್ಯಾಕ್‌ವರ್ಡ್ ಕ್ಲಾಸ್ ಫೆಡರೇಷನ್' ಸಂಘಟನೆ ಅಂದಿನ ಮುಖ್ಯಮಂತ್ರಿ ದೇವರಾಜ ಅರಸು ಅವರ ತಮ್ಮ ಕೆಂಪರಾಜ ಅರಸು ನೇತೃತ್ವದಲ್ಲಿ ಅಸ್ತಿತ್ವಕ್ಕೆ ಬಂದಿತ್ತು. ಸೋಸಲೆ ಜವರಯ್ಯ, ಮಲ್ಲಪ್ಪ ಮಧ್ವರಾಜ್, ಡಾ.ಪುಟ್ಟಮಾದಯ್ಯ ಮೊದಲಾದವರು ಈ ಸಂಘಟನೆಯ ಮೂಲ ಶಕ್ತಿಯಾಗಿದ್ದರು. ಕರಾವಳಿ ಜಿಲ್ಲೆಗಳಲ್ಲಿಯೂ ಸಹ ದಾಮೋದರ್ ಸುವರ್ಣ, ದಯಾನಂದ ದೇವಾಡಿಗ ಮುಂತಾದವರ ನೇತೃತ್ವದಲ್ಲಿ ಹಿಂದುಳಿದವರ ಸಂಘಟನೆ ಪ್ರಬಲವಾಗಿತ್ತು. ಆದರೆ ಈ ಯಾವ ಸಂಘಟನೆಗಳೂ ಸ್ಥಿರವಾಗಿ ಉಳಿಯಲಿಲ್ಲ.

೧೯೯೮ ಆಗಸ್ಟ್ ೨೦ರಂದು ಕೋಲಾರದಲ್ಲಿ ಅರಸು ಜನ್ಮ ದಿನಾಚರಣೆಯ ಸಂದರ್ಭದಲ್ಲಿ ಪ್ರಗತಿಪರ ಮನೋಧರ್ಮದ, ಲೋಹಿಯಾವಾದಿ ಗೆಳೆಯರ ಗುಂಪೊಂದು 'ಅಹಿಂದ' ಸಮಾವೇಶ ನಡೆಸಿತು. ಸಿ.ಎಸ್. ದ್ವಾರಕನಾಥ್, ಲಕ್ಷ್ಮೀಪತಿ ಕೋಲಾರ, ಪ್ರೊ.ನಾರಾಯಣ ಸ್ವಾಮಿ, ಡಾ.ರಾಮಚಂದ್ರ, ಭೃಂಗವಾದಿ ನಾರಾಯಣಪ್ಪ ಮುಂತಾದ ಚಿಂತಕರಿಂದ ಅಹಿಂದ ಸಮಾವೇಶ ಪ್ರಾರಂಭವಾಯಿತು. ಅಹಿಂದ ಎಂಬ ಹೆಸರು ಅಲ್ಲಿ ಪ್ರಥಮ ಬಾರಿಗೆ ರೂಪಿತವಾಗಿ ಪ್ರಯೋಗವಾಯಿತು. ಅಲ್ಪಸಂಖ್ಯಾತರು ಹಿಂದುಳಿದವರು ಮತ್ತು ದಲಿತರು ಒಗ್ಗೂಡಿದ್ದ ಆ ಸಮಾವೇಶದಲ್ಲಿ ಅವರದೇ ಆದ ಲಾಂಛನ ಹಾಗೂ ಬಾವುಟವನ್ನು ಅದು ರೂಪಿಸಿಕೊಂಡಿತು. ಸೈದ್ಧಾಂತಿಕ ಚೌಕಟ್ಟಿನಲ್ಲಿ ಒಗ್ಗೂಡಿದ ಸಮಾವೇಶ ಅದಾಗಿತ್ತು. ಈಗ ಅಹಿಂದವು ಪಕ್ಷಾತೀತ

ನೆಲೆಯ ತಾತ್ವಿಕತೆಯನ್ನೇ ಬದ್ಧತೆಯಾಗಿಸಿಕೊಂಡು ಹೊರಹೊಮ್ಮಿದೆ. ಇದಕ್ಕೆ ಸಿದ್ದರಾಮಯ್ಯನವರು ನೇತೃತ್ವ ವಹಿಸಿಕೊಂಡರು. ಈ ವರ್ಗಗಳೂ ಕೂಡ ಸಿದ್ಧರಾಮಯ್ಯನವರನ್ನು ಒಪ್ಪಿಕೊಂಡಿದೆ. ಅದರ ತಾತ್ವಿಕತೆಯಲ್ಲಿನ ಮಿತಿಯನ್ನು ದಾಟಿ ಇಡೀ ಶೋಷಿತ ಜನವರ್ಗವನ್ನು ಒಳಗೊಳ್ಳುವ ದಿಸೆಯತ್ತ ಅದು ಸಾಗಿದೆ.

ಸಿದ್ದರಾಮಯ್ಯ ಲೋಹಿಯಾವಾದದ ಹಿನ್ನೆಲೆಯಿಂದ ಬಂದವರಾದ್ದರಿಂದ ಅಹಿಂದ ಸಂಘಟನೆಯನ್ನು ಬಲಪಡಿಸುವ ಉತ್ಸಾಹದಲ್ಲಿ ಶ್ರಮವಹಿಸಿ ದುಡಿದಿದ್ದರು. ಈ ನಿಟ್ಟಿನಲ್ಲಿ ಪ್ರಜ್ಞಾವಂತ ಯುವಕರನ್ನು ಕೂಡ ತಮ್ಮತ್ತ ಸೆಳೆದುಕೊಳ್ಳುವಲ್ಲಿ ಯಶಸ್ವಿಯಾಗಿದ್ದರು. ಆದರೆ ರಾಜ್ಯದಲ್ಲಿ ನಡೆದ ತೀವ್ರ ರಾಜಕೀಯ ಬೆಳವಣಿಗೆಗಳ ಹಿನ್ನೆಲೆಯಲ್ಲಿ ಉದ್ದೇಶಿತ ಗುರಿಯನ್ನು ಸಾಧಿಸಲಾರದೆ ಅಹಿಂದ ಸಂಘಟನೆ, ಸಿದ್ಧರಾಮಯ್ಯನವರು ಕಾಂಗ್ರೆಸ್ ಪಕ್ಷ ಸೇರಿದ್ದರಿಂದ ಛಿದ್ರೀಕರಣಕ್ಕೊಳಗಾಯಿತು. ಬಹುಶಃ ಸಿದ್ಧರಾಮಯ್ಯ ಅವರು ಅಹಿಂದ ಅನ್ನು ಪಕ್ಷಾತೀತ ನೆಲೆಯಲ್ಲೇ ಮುಂದುವರಿದಿದ್ದೇ ಆದರೆ ಕರ್ನಾಟಕ ರಾಜಕಾರಣದಲ್ಲಿ ಹೊಸ ಬದಲಾವಣೆಗಳನ್ನು ಕಾಣಬಹುದಾಗಿತ್ತು.

ಹೀಗೆ ಶ್ರಮಿಕ ಸಮುದಾಯದ ಚಳವಳಿಗಳ ಹಿಂದಿನ ರಾಜಕೀಯ ಭೂಮಿಕೆಯನ್ನು ಹದಪಡಿಸಿದ ಕೀರ್ತಿ ದೇವರಾಜ ಅರಸು ಅವರದು. ಆದರೆ ಈ ಪ್ರಯತ್ನಗಳು ತಮ್ಮ ಗುರಿ ಸಾಧನೆಯ ಹಾದಿಯಲ್ಲಿ ಆಂಶಿಕವಾಗಿ ಕಳೆದು ಹೋದವು ಎಂಬುದು ಕೂಡ ಗಮನಿಸುವಂತದ್ದು.

೮.ಜಾತಿ ನಿರಪೇಕ್ಷತೆಯಲ್ಲಿ ಅರಸು ಅವರ ನಿಷ್ಠೆ

ಪ್ರಜಾಪ್ರಭುತ್ವ, ಸಮಾಜವಾದಿ, ಮತ್ತು ಜಾತಿ ನಿರಪೇಕ್ಷ ಈ ಮೂರು ತತ್ವಗಳು ರಾಜಕೀಯ, ಆರ್ಥಿಕ, ಸಾಮಾಜಿಕ ಜೀವನದ ತಳಹದಿ. ಆದರೆ ಜಾತಿಯ ಭಾವನೆಯನ್ನು ತೊಡೆದು ಹಾಕಿ ಜಾತಿ ನಿರಪೇಕ್ಷ ಸಮಾಜವನ್ನು ರೂಪಿಸುವುದು ಅಷ್ಟು ಸುಲಭವಲ್ಲ. ಜಾತ್ಯತೀತ ಸಮಾಜವನ್ನು ನಿರ್ಮಾಣ ಮಾಡಲು ಈ ಹಿಂದೆ ಬುದ್ಧ, ಬಸವಣ್ಣ, ಅಂಬೇಡ್ಕರ್, ಗಾಂಧೀಜಿ, ಲೋಹಿಯಾ ಅವರಂಥ ಸಮಾಜ ಚಿಂತಕರು ಹೋರಾಟ ನಡೆಸಿದ್ದೂ ಉಂಟು. ಆದರೆ ಇಂದು ಅವರನ್ನೇ ಆಯಾ ಜಾತಿಗಳ ಮುಖಂಡರನ್ನಾಗಿ ಮಾಡಿಕೊಂಡು ಜಾತೀಯತೆ ಮತ್ತಷ್ಟು ಬೆಳೆಯಲು ಅವಕಾಶ ಮಾಡಿಕೊಟ್ಟಿರುವುದು ದೌರ್ಭಾಗ್ಯದ ಸಂಗತಿಯೇ ಸರಿ. ಅರಸು ಕೂಡ ಸಮಾಜವಾದದಂತೆಯೇ, ಜಾತಿ ನಿರಪೇಕ್ಷತೆಯಲ್ಲಿ ಅಚಲವಾದ ನಂಬಿಕೆ ಇಟ್ಟವರು. ಅಂತೆಯೇ ಅವರು ಸಮಾಜದಲ್ಲಿನ ಎಲ್ಲಾ ಜಾತಿ ವರ್ಗಗಳನ್ನು ಪ್ರಥಮವಾಗಿ ಸಂಘಟಿಸಿದರು. ಹಾಗೆ ನೋಡಿದರೆ ಅವರು ತೀರ ಅಲ್ಪಸಂಖ್ಯಾತ ಜಾತಿಗೆ ಸೇರಿದವರು. ಜಾತಿ ಬಲವನ್ನು ಹೊಂದಿದ್ದರೂ ಅಧಿಕಾರಕ್ಕೆ ಬರಲಾಗದಂಥ ಪ್ರಸ್ತುತ ದಿನಮಾನಗಳಲ್ಲಿ, ಜಾತಿಬಾಂಧವರ ಸಂಖ್ಯಾಬಲದಿಂದ ರಾಜಕೀಯ ಅಧಿಕಾರ ಸ್ಥಾನಕ್ಕೇರುವ ಕನಸು ಕಾಣುವವರಿಗೆ ಅರಸು ಅವರ ಜೀವನವು ಒಂದು ಪಾಠ ಕಲಿಸುವಂತಿದೆ. ಮನುಷ್ಯ ಜಾತಿಯ ಹಿತಸಾಧನೆಯೇ ತಮ್ಮ ಕರ್ತವ್ಯ ಎಂದು ಸೇವಾ ಭಾವನೆಯಿಂದ ದುಡಿದವರು ಅವರು. ಅಂಥವರು ಎಲ್ಲಾ ಜಾತಿಯವರಿಗೂ ಪ್ರಿಯರಾಗುತ್ತಾರೆ ಎಂಬುದನ್ನು ಆ ಮೂಲಕ

ತೋರಿಸಿಕೊಟ್ಟರು. ಸಮಾಜ ಸೇವಾಭಾವನೆ ಜಾಗೃತವಾಗಿದ್ದರೆ, ಜಾತಿ ನಿರಪೇಕ್ಷತೆಯೂ ಜಾಗೃತವಾಗಿರುವುದು. ಸ್ವಾರ್ಥ ಸಾಧನೆಗಾಗಿ ಅಧಿಕಾರ ಸ್ಥಾನಕ್ಕೇರುವ ಹಂಬಲವಿದ್ದವರಿಗೆ ಜಾತಿ, ಮತ, ಸಂಕುಚಿತ ಭಾವನೆಗಳನ್ನು ಜನರಲ್ಲಿ ಕೆರಳಿಸಿ ತಮ್ಮನ್ನು ಅಧಿಕಾರದ ಗದ್ದುಗೆಗೆ ಏರಿಸಿಕೊಳ್ಳುವಂಥ ಕೆಲಸಗಳಲ್ಲಿ ನಿರತರಾಗಬೇಕಾಗುವುದು. ಅರಸು ಹಾಗಲ್ಲ. ಅವರಲ್ಲಿ ಸಮಾಜಕ್ಕೆ ಸೇವೆ ಸಲ್ಲಿಸುವ ಆಕಾಂಕ್ಷೆ ಪ್ರಬಲವಾಗಿದ್ದರಿಂದ ಅಧಿಕಾರದ ಮೂಲಕ ಸೇವೆ ಸಲ್ಲಿಸಲು ಸಾಧ್ಯವಾಯಿತು. ಅವರಲ್ಲಿ ಇಂಥ ನಿಷ್ಠಾವಂತ ಗುಣಗಳಿರುವುದರಿಂದಲೇ ರಾಜ್ಯದಲ್ಲಿ ಯಶಸ್ವಿ ರಾಜಕೀಯ ನಾಯಕರಾಗಿ ಮೆರೆದರು.

೯. ಅರಸು ಯೋಜನೆಗಳ ಉಪಯುಕ್ತತೆ

ಅರಸು ಜನಸಾಮಾನ್ಯರ ಅಭಿವೃದ್ಧಿಗಾಗಿ ರೂಪಿಸಿದ ಯೋಜನೆಗಳು ಕೈಗೊಂಡ ಜನಪರ ಕಾರ್ಯಗಳು ಇಂದಿಗೂ ಅವರನ್ನು ಜನರ ಮನಸ್ಸಿನಲ್ಲಿ ಉಳಿಸಿವೆ. ಅರಸು ಅವರು ಜನಸಾಮಾನ್ಯರಿಗೆ ಹತ್ತಿರವಾಗಿದ್ದುಕೊಂಡು ಅಧಿಕಾರಕ್ಕೆ ಬಂದವರು. ಸಾಮಾನ್ಯ ಬಡಜನರ ಅಭಿವೃದ್ಧಿಗಾಗಿ ರಾಜಕೀಯ ಇಚ್ಛಾಶಕ್ತಿ ಕಾರ್ಯ ನಿರ್ವಹಿಸಬೇಕೆಂದು ಬಯಸಿದ್ದ ಅರಸು, ದೀನ ದಲಿತರ, ಬಡವರ ಏಳಿಗೆಗಾಗಿ ಶ್ರಮಿಸಿದರು. ೧೯೫೭ ರಲ್ಲಿ ನಿಜಲಿಂಗಪ್ಪನವರ ಸರಕಾರ ಭೂಸುಧಾರಣೆಯನ್ನು ತರಬೇಕೆಂದು ಬಯಸಿ ವಿಧಾನ ಮಂಡಲದ ಉಭಯ ಸದನಗಳಿಂದ ಕೂಡಿದ 'ಸೆಲೆಕ್ಟ್ ಸಮಿತಿ'ಯನ್ನು ರಚಿಸಿತು. ಆದರೆ ಪಟ್ಟಭದ್ರ ಹಿತಾಸಕ್ತಿಯಿಂದ ಅರಸು ಈ ಸಮಿತಿಗೆ ಸದಸ್ಯರಾಗಿ ಆಯ್ಕೆಗೊಳ್ಳಲಿಲ್ಲ. ಇದು ಅರಸರಿಗೆ ನಿರಾಸೆ ತಂದಿತು. ಆದರೂ ಛಲ ಬಿಡದೆ ತಾವು ಮುಖ್ಯಮಂತ್ರಿಯಾಗಿ ಭೂಸುಧಾರಣೆಯನ್ನು ಜಾರಿಗೆ ತಂದರು. ಆ ಮೂಲಕ ವಿನೋಬ ಅವರ 'ಉಳುವವನೆ ಹೊಲದೊಡೆಯ' ಎನ್ನುವ ಕನಸನ್ನು ನನಸಾಗಿಸಿದ ಶ್ರೇಯಸ್ಸು ಅವರದು. ಬಡಜನತೆಯ ಬಗ್ಗೆ ಸದಾ ತುಡಿತ, ಅನುಕಂಪವನ್ನು ಹೊಂದಿದ್ದ ಅವರು, ಭೂಸುಧಾರಣೆಯೊಂದೇ ಅಲ್ಲದೆ ದೀನದಲಿತರಿಗಾಗಿ ಅನೇಕ ಯೋಜನೆಗಳನ್ನು ಜಾರಿಗೆ ತಂದರು. ಅರಸು ಅವರು ಲೋಹಿಯಾ ಅವರ ಸಮಾಜವಾದದ ತತ್ವಗಳು, ಸಾಮಾಜಿಕ ಸಮಾನತೆಯ ಪ್ರತಿಪಾದನೆ, ಹಿಂದುಳಿದ ವರ್ಗದವರಿಗೆ ವಿಶೇಷ ಮೀಸಲಾತಿ, ಜಾತಿರಹಿತ ಸಮಾಜ ನಿರ್ಮಾಣ, ಶೋಷಣಾರಹಿತ ಸಮಾಜ ನಿರ್ಮಾಣದಂಥ ಪುರೋಗಾಮಿ ಚಿಂತನೆಗಳ ರಾಜಕಾರಣಿಯಾಗಿದ್ದರು. ತಮ್ಮ ಅಧಿಕಾರದಲ್ಲಿ ಅವುಗಳನ್ನು ಒಂದೊಂದಾಗಿ ಅನುಷ್ಠಾನಕ್ಕೆ ತಂದರು. ಅರಸು ಅನುಷ್ಠಾನಕ್ಕೆ ತಂದ ಈ ಯೋಜನೆಗಳಿಂದ ರಾಜ್ಯದ ಬಡ ಜನತೆಗೆ ಲಾಭವಾಯಿತೆ? ಅಥವಾ ಈ ಯೋಜನೆಗಳ ಅನುಷ್ಠಾನದಿಂದ ದುರ್ಬಲ ವರ್ಗಗಳ ಸಮಸ್ಯೆಗಳು ನಿವಾರಣೆಯಾದವೆ? ಎನ್ನುವ ಪ್ರಶ್ನೆಗಳು ಹುಟ್ಟಿಕೊಳ್ಳುತ್ತವೆ. ತಕ್ಕಮಟ್ಟಿಗೆ ರಾಜ್ಯದ ಜನತೆಯ ಸಮಸ್ಯೆಗಳು ನಿವಾರಣೆಯಾದವು. ಅರಸು ತಂದ ಭೂ ಕಾನೂನಿನಿಂದ ಭೂಮಿ ಇಲ್ಲದವರಿಗೆ ಭೂಮಿ ದೊರಕಿತು. ಇದರಿಂದ ೪.೮೫ ಲಕ್ಷ ಉಳುವ ರೈತರು ಭೂಮಾಲೀಕರಾಗಿ ೨೦.೯೮ ಲಕ್ಷ ಏಕರೆ ಭೂಮಿಯನ್ನು ಪಡೆದರು. ಇದನ್ನು ಅರಸು ಅವರ ದಿಟ್ಟ ಕ್ರಾಂತಿಕಾರಕ ಹೆಜ್ಜೆ

ಎನ್ನುವುದರಲ್ಲಿ ಸಂಶಯವಿಲ್ಲ. ಇದರಿಂದ ದೊಡ್ಡ ಭೂ ಹಿಡುವಳಿದಾರರು ಭೂಮಿಯನ್ನು ಕಳೆದುಕೊಂಡರಷ್ಟೇ. ಹಾವನೂರು ವರದಿಯನ್ನು ಅನುಷ್ಠಾನಕ್ಕೆ ತಂದು ಮೀಸಲಾತಿಯನ್ನು ನೀಡಿ ಹಿಂದುಳಿದ ವರ್ಗಗಳ, ದೀನ-ದಲಿತರ, ಬಡ ವರ್ಗಗಳ ಮಕ್ಕಳಿಗೆ ಶೈಕ್ಷಣಿಕ ಸೌಲಭ್ಯವನ್ನು ಒದಗಿಸಿದರು ಮತ್ತು ಆ ಮೂಲಕ ಉದ್ಯೋಗ ಪಡೆಯುವಲ್ಲಿ ಈ ಯೋಜನೆ ಸಹಕಾರಿಯಾಯಿತು. ವ್ಯಕ್ತಿ ಸ್ವಾತಂತ್ರ್ಯಕ್ಕೆ ಬೆಲೆ ನೀಡಿದ್ದ ಅವರು, ಜೀತ ವಿಮುಕ್ತಿ ಕಾಯಿದೆಯನ್ನು ಜಾರಿಗೆ ತಂದರು. ಅದರಿಂದ ಸಾಕಷ್ಟು ಬಡ ರೈತರು ಜೀತದ ದುಡಿಮೆಯಿಂದ ಮುಕ್ತಿ ಪಡೆದರು. ಆದರೂ ಈ ಜೀತ ವಿಮುಕ್ತಿ, ಇದರ ಪಳೆಯುಳಿಕೆ ಇವತ್ತಿಗೂ ಅನೇಕ ಹಳ್ಳಿಗಳಲ್ಲಿ ಹಾಗೆ ಮುಂದುವರಿದಿರುವುದು ವಿಷಾದನೀಯ ಸಂಗತಿ. ಆದರೆ ಅರಸು ಇದನ್ನು ಸಂಪೂರ್ಣವಾಗಿ ತೊಡೆದು ಹಾಕುವಲ್ಲಿ ತೆಗೆದುಕೊಂಡ ಕ್ರಮ ಶ್ಲಾಘನೀಯವಾದದ್ದು. ಅದರಂತೆ ಮಲ ಹೊರುವ ಪದ್ಧತಿಯನ್ನು ಕೊನೆಗಾಣಿಸಿದರು. ಇದು ಅರಸು ತೆಗೆದುಕೊಂಡ ಅತ್ಯಂತ ಮಾನವೀಯ ಕ್ರಮಗಳಲ್ಲೊಂದು. ದಲಿತರನ್ನು ಪೌರಕಾರ್ಮಿಕರನ್ನಾಗಿ ನೇಮಕ ಮಾಡಿಕೊಳ್ಳುವ ಕ್ರಮ ಕೈಗೊಂಡರು. ವೃದ್ಧಾಪ್ಯವೇತನ, ಋಣ ಪರಿಹಾರ ಕಾಯಿದೆ, ಸ್ಟೈಪಂಡರಿ ಯೋಜನೆಗಳು ಬಡವರಿಗೆ ಮತ್ತು ವಿದ್ಯಾರ್ಥಿಗಳಿಗೆ ಮರುಜೀವವನ್ನು ತಂದುಕೊಟ್ಟವು. ಸರಕಾರಿ ನೌಕರ ನಿವೃತ್ತಿ ವಯಸ್ಸನ್ನು ೫೮ ರಿಂದ ೫೫ ವರ್ಷಕ್ಕೆ ಇಳಿಸಿದ್ದು ಅರಸು ತೆಗೆದುಕೊಂಡ ತೀರ್ಮಾನಗಳಲ್ಲಿ ಅತ್ಯಂತ ಮಹತ್ವದ್ದು. ಏಕೆಂದರೆ, ಅವರ ದೂರದೃಷ್ಟಿ ಯುವಕರಿಗೆ ಉದ್ಯೋಗ ಅವಕಾಶವನ್ನು ಹೆಚ್ಚಿಸುವುದೇ ಆಗಿತ್ತು. ಆ ಮೂಲಕ ನಿರುದ್ಯೋಗದ ಸಮಸ್ಯೆಯನ್ನು ತೊಡೆದು ಹಾಕುವುದೇ ಆಗಿತ್ತು. ಗರೀಬಿ ಹಟಾವೋ ಯೋಜನೆಯನ್ನು ರಾಜ್ಯದಲ್ಲಿ ಪ್ರಥಮ ಬಾರಿಗೆ ಅನಷ್ಠಾನಕ್ಕೆ ತಂದು ಬಡಜನತೆಯ ಆರ್ಥಿಕ ಅಭಿವೃದ್ಧಿಗೆ ಕಾರಣರಾದರು. ಕೇಂದ್ರ ಸರಕಾರದ ಉದ್ಯೋಗ ಖಾತ್ರಿಯೋಜನೆ, ಬಡತನ ನಿರ್ಮೂಲನೆ, ಮತ್ತು ರಾಜ್ಯ ಸರಕಾರದ ಸ್ಟೈಫಂಡರಿ ಯೋಜನೆ ಇವು ಅರಸು ಅವರು ಹಾಕಿದ ಬುನಾದಿ. ಆದರೆ ಇಂದು ಉದ್ಯಮಗಳಿಗೆ ಭೂ ನೀತಿ ಜಾರಿಗೆ ತರುವುದು ಸರಕಾರಗಳಿಗೆ ಸಾಧ್ಯವಾಗುತ್ತಿಲ್ಲ. ಬಡ ರೈತರ ಜಮೀನನ್ನು ಬಂಡವಾಳಶಾಹಿಗಳಿಗೆ ಮಾರಾಟ ಮಾಡಿ ಅವರ ಹಿತ ಕಾಯುತ್ತಿವೆ. ದೊಡ್ಡ ಕೈಗಾರಿಕೆಗಳ ಸ್ಥಾಪನೆಗಾಗಿ ಬಂಡವಾಳಶಾಹಿಗಳ ಹಿತದೃಷ್ಟಿಯಿಂದ ಬಡವರ ಮತ್ತು ಸಣ್ಣ ಹಿಡುವಳಿದಾರರನ್ನು ಶೋಷಣೆಗೆ ಇಂದಿನ ಸರಕಾರಗಳು ಮುಂದಾಗುತ್ತಿವೆ. ಇಂದು ರೈತರ ಪರವಾದ ಯೋಜನೆಗಳ ಜಾರಿ ಕನಿಷ್ಠ ಪ್ರಮಾಣಕ್ಕೆ ಇಳಿದಿದೆ. ನಿರುದ್ಯೋಗ ಸಮಸ್ಯೆಯನ್ನು ತೊಡೆದು ಹಾಕಲು ಅರಸು ಸರಕಾರಿ ನೌಕರರ ನಿವೃತ್ತಿ ವಯಸ್ಸನ್ನು ೫೮ ರಿಂದ ೫೫ ಕ್ಕೆ ಇಳಿಸಿದರೆ, ಇಂದು ಸರಕಾರ ಅದಕ್ಕೆ ವಿರುದ್ಧವಾಗಿ ನಿವೃತ್ತಿ ವಯಸ್ಸನ್ನು ೬೦ಕ್ಕೆ ಹೆಚ್ಚಿಸಿದೆ. ಇಂದಿನ ಸರಕಾರಗಳು ಸಮಸ್ಯೆಗಳನ್ನು ಪರಿಹರಿಸುವ ಪ್ರಯತ್ನ ಮಾಡುವ ಬದಲು ಸಮಸ್ಯೆಗಳನ್ನು ಹೆಚ್ಚಿಸುತ್ತಿವೆ. ಹೀಗೆ ಅರಸು ರಾಜ್ಯದ ಜನತೆಯ ಹಿತದೃಷ್ಟಿಯಿಂದ ಜಾರಿಗೊಳಿಸಿದ ಯೋಜನೆಗಳು ಅತ್ಯಂತ ಮಹತ್ವವಾದವುಗಳು. ಅವರ ಅಧಿಕಾರದ ಅವಧಿಯಲ್ಲಿ ಎಲ್ಲಾ ಯೋಜನೆಗಳು ಅನುಷ್ಠಾನಕ್ಕೆ ಬರದೇ ಇರಬಹುದು, ಅವುಗಳ ಸಂಪೂರ್ಣ ಫಲ ಜನತೆಗೆ ತಲುಪದೇ ಇರಬಹುದು, ಆದರೆ

ಈ ನಿಟ್ಟಿನಲ್ಲಿ ಅವರು ತೆಗೆದುಕೊಂಡ ಶ್ರಮ, ಅವರ ವಿರೋಧಿಗಳೂ ಕೂಡ ಮೆಚ್ಚುವಂಥದ್ದು. ಆದರೂ ಇಂಡಿಯಾದ ಸಾಮಾಜಿಕ ಸಮಸ್ಯೆಗಳು ಒಂದೆರಡು ತಲೆಮಾರಿನಲ್ಲಿ ನಿವಾರಣೆಯಾಗುವಂಥವುಗಳಲ್ಲ. ಅವುಗಳಿಗೆ ಹಲವು ವರ್ಷಗಳ ಹೋರಾಟದ ಅಗತ್ಯವಿದೆ. ಆ ಹೋರಾಟದ ದೀವಟಿಕೆ ಹಿಡಿಯಬೇಕಾದವರು ಯುವಕರು, ಚಿಂತಕರು ಮತ್ತು ಪ್ರಗತಿಯನ್ನು ಕನಸುವವರು.

೧೦. ದೇವರಾಜ ಅರಸು ಪರ್ಯಾಯ ರಾಜಕಾರಣ

ಸ್ವಾತಂತ್ರ್ಯೋತ್ತರ ಭಾರತದಲ್ಲಿ ಅಧಿಕಾರ ರಾಜಕಾರಣ ಗೌಣವಾದಾಗ ಅಥವಾ, ಆಳುವ ಪಕ್ಷ ಅಸಮರ್ಥವಾದಾಗ ಹೋರಾಟದ ರಾಜಕಾರಣ ಹಾಗೂ ಪರ್ಯಾಯ ರಾಜಕಾರಣದಂಥವುಗಳು ಸಮಾಜದ ಕೇಂದ್ರರಂಗಕ್ಕೆ ಬಂದಿರುವುದು ಕಂಡುಬರುತ್ತದೆ. ಈ ಸಂದರ್ಭದಲ್ಲಿ ಚಳವಳಿಗಳ ರಾಜಕಾರಣ ಅಧಿಕಾರ ಕೇಂದ್ರಗಳನ್ನು ತಕ್ಕಮಟ್ಟಿಗೆ ಹಿಡಿತದ ಹಾದಿಗೆ ತಂದಿರುವುದು ಉಂಟು. ಈ ಹಿಂದೆ ಲೋಹಿಯಾ ಅವರ ಸಮಾಜವಾದ ಚಳವಳಿ ರೂಪಿಸಿದ 'ಕಾಂಗ್ರೆಸ್ಸೇತರವಾದ' ಕೆಲವು ರಾಜ್ಯಗಳಲ್ಲಿ ಕಾಂಗ್ರೆಸ್ ಆಡಳಿತವಿದ್ದ ಅಧಿಕಾರವನ್ನು ಕೊನೆಗಾಣಿಸಲು ನೆರವಾಯಿತು. ಅದೇ ರೀತಿ ಜಯಪ್ರಕಾಶ್ ನಾರಾಯಣರು ಇಂದಿರಾಗಾಂಧಿಯವರ ವಿರುದ್ಧ ಆರಂಭಿಸಿದ ಭ್ರಷ್ಟಾಚಾರ ವಿರೋಧಿ ಚಳವಳಿ ಅಂದಿನ ಸಂದರ್ಭದಲ್ಲಿ ವಿರೋಧ ಪಕ್ಷಗಳಿಗೆ ಅಧಿಕಾರದ ಹಾದಿಯನ್ನು ತೋರಿಸಿತು. ಅದರಂತೆ ಇಂದಿರಾ ಕಾಂಗ್ರೆಸ್ ಪಕ್ಷದ ವಿರುದ್ಧ ಹೋರಾಟ ನಡೆಸಲು ಅರಸು ಪರ್ಯಾಯ ''ಕ್ರಾಂತಿರಂಗ ಪಕ್ಷ''ವನ್ನು ಕಟ್ಟಿದರು. ರಾಜಕಾರಣ ವೈಯಕ್ತಿಕ ಮಟ್ಟದ ಹಿತಾಸಕ್ತಿಯನ್ನು ಪ್ರಮುಖವಾಗಿ ಅವಲಂಭಿಸಿಕೊಂಡಿರುವುದಕ್ಕಿಂತ ಅದು ಸಮಾಜಮುಖಿಯಾಗಬೇಕು ಎನ್ನುವುದು ಅರಸು ಅವರ ನಿಲುವಾಗಿತ್ತು. ಈ ಹಿನ್ನೆಲೆಯಲ್ಲಿಯೇ ಅವರಲ್ಲಿ ಪರ್ಯಾಯ ರಾಜಕಾರಣದ ಮೊಳಕೆಯೊಡೆಯಿತು. ಅವರ ದೃಷ್ಟಿಯಲ್ಲಿ ಪರ್ಯಾಯ ರಾಜಕಾರಣವೆಂದರೆ, ಜನತೆಯ ರಾಜಕಾರಣ, ಗುಡಿಸಲುರಹಿತ ಸಮಾಜ ನಿರ್ಮಾಣವೆ, ಪರ್ಯಾಯ ರಾಜಕಾರಣವಾಗಿತ್ತು. ಹೀಗಾಗಿ ತಳಸಮುದಾಯಗಳ ಸಂಘಟನೆಯಲ್ಲಿ ತೊಡಗಿದರು. ಅದರಂತೆ ಕೇಂದ್ರದಲ್ಲಿ ಸಮಾಜವಾದಿ ಪಕ್ಷದ ನಾಯಕರ ಸ್ನೇಹವನ್ನು ಗಳಿಸುವಲ್ಲಿಯೂ ಯಶಸ್ವಿಯಾದರು. ಗಾಂಧಿವಾದ, ಲೋಹಿಯಾವಾದ, ಮಾರ್ಕ್ಸ್‌ವಾದಿಗಳ ಕಾಲ ಮುಗಿಯಿತು ಎಂದುಕೊಳ್ಳುತ್ತಿರುವಾಗಲೇ ದೇವರಾಜ ಅರಸು ಅವರು ಈ ಸಮಾಜವಾದಿ ನಾಯಕರ ತಾತ್ವಿಕ ಚಿಂತನೆಗಳಿಗೆ ಬಲತುಂಬುವ ಹಿನ್ನೆಲೆಯಲ್ಲಿ ಕರ್ನಾಟಕದಲ್ಲಿ ಪರ್ಯಾಯ ರಾಜಕೀಯ ಪಕ್ಷವನ್ನು ಹುಟ್ಟು ಹಾಕಿದರು. ಕರ್ನಾಟಕದಲ್ಲಿ ಈಚೆಗೆ ಬಹುವಾಗಿ ಚರ್ಚಿತವಾಗುತ್ತಿರುವ ಪರ್ಯಾಯ ರಾಜಕಾರಣ ಮುಖ್ಯವಾಗಿ ಸಾಮಾಜಿಕ ಚಳವಳಿಗಳನ್ನು ಒಗ್ಗೂಡಿಸುವ ಹೊಸ ರಾಜಕಾರಣವಾಗಿದೆ. ಅಂದು ಅರಸು ಅವರು ಪರ್ಯಾಯ ರಾಜಕಾರಣ ಕುರಿತು ಯೋಚಿಸಿ ''ಕ್ರಾಂತಿರಂಗ ಪಕ್ಷ'' ಕಟ್ಟಿದ್ದರ ಫಲವೇ ಇಂದು ಪರ್ಯಾಯ ರಾಜಕಾರಣದ ಬಗೆಗೆ ಹೊಸ ಆಲೋಚನೆಗಳು ಚಿಗುರೊಡೆಯಲು ಸಾಧ್ಯವಾಗಿದೆ ಅನಿಸುತ್ತದೆ. ಪರ್ಯಾಯ ರಾಜಕಾರಣದ

ಅಗತ್ಯಗಳನ್ನು ಕುರಿತು ಚರ್ಚಿಸಲು ದಲಿತ ಚಳವಳಿ, ರೈತ ಚಳವಳಿ, ಕಮ್ಯೂನಿಸ್ಟ್ ಪಕ್ಷ, ಮಾರ್ಕ್ಸ್‌ವಾದಿ ಪಕ್ಷಗಳ ಕೋಮು ಸೌಹಾರ್ದ ಚಳವಳಿಗಳ ಸಭೆ ನಡೆಸಿದವು. ಈ ಸಭೆಯಲ್ಲಿ ಖಾಸಗೀಕರಣ, ಜಾಗತೀಕರಣ ಹಾಗೂ ಕೋಮುವಾದಕ್ಕೆ ವಿರುದ್ಧವಾದ ಒಂದು ವೇದಿಕೆಯನ್ನು ರೂಪಿಸುವ ಪ್ರಯತ್ನ ನಡೆದಿತ್ತು. ಆ ಆಶಯ ಪರ್ಯಾಯ ರಾಜಕಾರಣದ ಚರ್ಚೆಯಲ್ಲಿ ಮತ್ತೆ ಮರುದನಿ ಪಡೆಯುತ್ತಿದೆ. ಇದಕ್ಕೆ ಅರಸು ಚಿಂತನೆಯ ದೂರ ದೃಷ್ಟಿಯೇ ಇದಕ್ಕೆ ಕಾರಣ. 'ಶಕ್ತಿಶಾಲಿಗಳಿಗೆ ಎಲ್ಲಿಯವರೆಗೆ ಎಷ್ಟು ಅವಕಾಶಗಳಿವೆಯೋ ಅಷ್ಟೇ ಅವಕಾಶ ದುರ್ಬಲರಿಗೂ ಇದ್ದಾಗ ಇದು ಪ್ರಜಾಪ್ರಭುತ್ವವಾಗುತ್ತದೆ.' (ಪಿ.ಮಹಾದೇವಯ್ಯ, ದಲಿತರು ಮತ್ತು ಪರ್ಯಾಯ ರಾಜಕಾರಣ, ಪು.೫೭) ಎನ್ನುವ ಗಾಂಧೀಜಿಯವರ ಮಾತನ್ನು ಈಗಿನ ಸನ್ನಿವೇಶದಲ್ಲಿ ಮತ್ತೆ ನೆನಪಿಸಿಕೊಳ್ಳಬೇಕಾಗುತ್ತದೆ. ಇದರ ಜಾಡಿನಲ್ಲಿಯೇ ಅರಸು ಸಮಾಜದ ಮುಖ್ಯವಾಹಿನಿಗೆ ಸೇರದ ದಲಿತ ಹಾಗೂ ಹಿಂದುಳಿದ ವರ್ಗಗಳನ್ನು ಪ್ರಬಲ ವರ್ಗಗಳಿಗೆ ಪರ್ಯಾಯವಾಗಿ ಸಂಘಟಿಸಿ ಪರ್ಯಾಯ ರಾಜಕಾರಣದಲ್ಲಿ ತೊಡಗಿದರು. ೧೯೭೮ರಲ್ಲಿ ಇಂದಿರಾ ಗಾಂಧಿ ರಾಷ್ಟ್ರೀಯ ಕಾಂಗ್ರೆಸ್ ಪಕ್ಷದಲ್ಲಿದ್ದ ನಾಯಕರನ್ನು ಕಡೆಗಣಿಸಿ ತಾವೇ ಸರ್ವಾಧಿಕಾರಿಯಂತೆ ವರ್ತಿಸತೊಡಗಿದರು. ಇದು ಅರಸು ಅವರನ್ನು ಮತ್ತಷ್ಟು ಇಕ್ಕಟ್ಟಿಗೆ ಸಿಲುಕಿಸಿತು. ಇಂದಿರಾ ಅವರ ಮಗ ಸಂಜಯ್‌ಗಾಂಧಿ ಅವರಂತೂ ಪಕ್ಷದ ಆಂತರಿಕ ವ್ಯವಹಾರಗಳಲ್ಲಿ ಕೈಹಾಕತೊಡಗಿದರು. ಇದನ್ನು ಅರಸು ಅವರು ತೀವ್ರವಾಗಿ ಪ್ರತಿಭಟಿಸಿದರು. ಈ ಭಿನ್ನಾಭಿಪ್ರಾಯಗಳು ಅತಿರೇಕಕ್ಕೆ ಹೋಗಿ ಇಂದಿರಾಗಾಂಧಿಯವರು ದೇವರಾಜ ಅರಸು ಅವರನ್ನು ೧೯೭೮ರಲ್ಲಿ ''ರಾಷ್ಟ್ರೀಯ ಕಾಂಗ್ರೆಸ್ ಪಕ್ಷ''ದಿಂದ ಉಚ್ಛಾಟಿಸಿದರು. ಹೀಗಾಗಿ ಅರಸು ಅವರು ಹೇಗಾದರು ಮಾಡಿ ಇಂದಿರಾ ಕಾಂಗ್ರೆಸ್ ಪಕ್ಷದ ಬಲ ಮುರಿಯಲು ರಾಜ್ಯದಲ್ಲಿ ''ಕ್ರಾಂತಿರಂಗ ಪಕ್ಷ''ವನ್ನು ಕಟ್ಟಿದರು. ಬಹುಶಃ ಈ ಸಂದರ್ಭದಲ್ಲಿ ಅವರ ಉದ್ದೇಶ ಒಂದೇ ಕಲ್ಲಿನಿಂದ ಎರಡು ಹಕ್ಕಿಗಳನ್ನು ಹೊಡೆಯುವುದೇ ಆಗಿತ್ತು ಎಂಬುದು ಕಾಣುತ್ತದೆ. ಹೇಗೆಂದರೆ ಒಂದು, ಪ್ರಬಲ ವರ್ಗಗಳ ರಾಜಕಾರಣದ ಆಟ ನಡೆಯದಂತೆ ಮಾಡುವುದು, ಇನ್ನೊಂದು, ಇಂದಿರಾಗಾಂಧಿ ಯವರ ಬಲ ಮುರಿಯುವುದು ಈ ಉದ್ದೇಶಕ್ಕಾಗಿ ಇಂದಿರಾ ವಿರೋಧಿ ಬಣಗಳ ನಾಯಕರನ್ನು ತಮ್ಮತ್ತ ಸೆಳೆದುಕೊಳ್ಳುವಲ್ಲಿ ಯಶಸ್ವಿಯಾಗಿದ್ದರು. ಆದರೆ ಆ ಹೊತ್ತಿಗಾಗಲೇ ಸರ್ಪಸುತ್ತಿನ ಕಾಯಿಲೆಯಿಂದ ಅವರು ಬಳಲಿ ಮರಣ ಹೊಂದಿದರು. ಅನಂತರ ಕ್ರಾಂತಿರಂಗ ಪಕ್ಷವನ್ನು ಯಶಸ್ವಿಯಾಗಿ ಮುನ್ನೆಡೆಸುವ ಸಮರ್ಥ ನಾಯಕರು ಯಾರೂ ಇಲ್ಲದೆ ಕುಸಿದು ಬಿದ್ದಿತು. ಆದರೆ ಇಂಥದ್ದೆ ಆಶಯವನ್ನು ಇಟ್ಟುಕೊಂಡು ಹುಟ್ಟಿಕೊಂಡ ಪಕ್ಷಗಳು ಕಡಿಮೆಯೇನಿಲ್ಲ. ಈ ನಿಟ್ಟಿನಲ್ಲಿ ''ಸರ್ವೋದಯ ಪಕ್ಷ'' ಹುಟ್ಟಿಕೊಂಡಿತು. ಇದಕ್ಕೆ ದಲಿತ ಚಳವಳಿ ಹಾಗೂ ರೈತ ಚಳವಳಿಯ ಕೆಲವು ಪ್ರಮುಖ ನಾಯಕರು ಕನ್ನಡ ಪರ ಸಂಘಟನೆಯೊಂದಿಗೆ ಸೇರಿಕೊಂಡು ಈ ಸರ್ವೋದಯ ಪಕ್ಷವನ್ನು ಬೆಂಬಲಿಸುತ್ತಿವೆ.

ಚಾರಿತ್ರಿಕವಾಗಿ ಪರ್ಯಾಯ ಸಂಘಟನೆಗಳನ್ನು ಗಮನಿಸಿದಾಗ ದಿಢೀರನೆ ಹುಟ್ಟಿ ದಿಢೀರನೆ ವಿಘಟನೆ ಆಗಿರುವುದು ಕಂಡುಬರುತ್ತದೆ. ಇಂತಹ ಪರ್ಯಾಯ ಸಂಘಟನೆಗಳು ಕೆಲವು

ಫಲಕೊಟ್ಟರೆ ಇನ್ನೂ ಕೆಲವು ದಿಢೀರನೆ ಕುಸಿದು ಬಿದ್ದಿವೆ. ಇದಕ್ಕೆ ಕಾರಣಗಳು ಇಲ್ಲವೆನ್ನುವಂತಿಲ್ಲ. ಒಂದು, ಸೈದ್ಧಾಂತಿಕ ಭಿನ್ನಾಯಭಿಪ್ರಾಯಗಳು. ಎರಡನೆಯದು, ವ್ಯಕ್ತಿನಿಷ್ಟ ಹಿತಾಸಕ್ತಿಗಳು ಇದಕ್ಕೆ ಪ್ರಮುಖ ಕಾರಣಗಳಾಗಿವೆ. ಬಹುಶಃ ಇಂದಿರಾಗಾಂಧಿ ಮತ್ತು ಅರಸು ಅವರ ಮಧ್ಯ ಭಿನ್ನಾಭಿಪ್ರಾಯ ಬೆಳೆಯಲು ವ್ಯಕ್ತಿನಿಷ್ಟ ಹಿತಾಸಕ್ತಿಗಳೇ ಪ್ರಮುಖ ಕಾರಣಗಳಾದವು. ಎಲ್ಲಿಯ ತನಕ ದೇಶದಲ್ಲಿ ಕುಟುಂಬ ರಾಜಕಾರಣ, ವ್ಯಕ್ತಿನಿಷ್ಟ ರಾಜಕಾರಣ ಹೋಗುವುದಿಲ್ಲವೊ, ಎಲ್ಲಿಯ ತನಕ ವ್ಯಕ್ತಿತ್ವ ಮತ್ತು ವರ್ಚಸ್ಸು ಇರುವಂಥ ನಾಯಕರನ್ನು ಸಮಾಜದಲ್ಲಿ ಸೃಷ್ಟಿಸುವಂಥ ಪೂರಕ ವಾತಾವರಣವನ್ನು ನಿರ್ಮಾಣ ಮಾಡಿಕೊಳ್ಳಲು ಸಾಧ್ಯವಿಲ್ಲವೋ, ಅಲ್ಲಿಯತನಕ ಒಬ್ಬ ಪ್ರತಿಭಾವಂತ ಪ್ರಗತಿಪರ ಚಿಂತನೆಗಳನ್ನುಳ್ಳ ನಾಯಕನನ್ನು ಕಾಣುವುದು ಸಾಧ್ಯವಿಲ್ಲ. ನಮಗೀಗ ಪ್ರಗತಿಪರ, ದೂರದೃಷ್ಟಿಯ ನೀತಿ, ಸಮಸ್ಯೆಗಳಿಗೆ ಹೊಸ ತರಹದ ಪರಿಹಾರ, ಅವುಗಳ ಪರಿಣಾಮಕಾರಿ ಅನುಷ್ಠಾನ ಅಷ್ಟೇ. ಅರಸು ಅವರು ಅಂತಹ ವರ್ಚಸ್ವಿ ವ್ಯಕ್ತಿತ್ವ ಮತ್ತು ಪ್ರಗತಿಪರ ಚಿಂತನೆಗಳನ್ನು ಅನುಷ್ಠಾನಗೊಳಿಸಿದ್ದರಿಂದಲೇ ಅವರು ಜನಸಾಮಾನ್ಯರು ಮರೆಯಲಾರದಂಥ ಅಸಾಮಾನ್ಯ ನಾಯಕರಾದದ್ದು.

೧೧. ದೇವರಾಜ ಅರಸು ಪ್ರಸ್ತುತ ಸಂದರ್ಭದ ರಾಜಕಾರಣಿಗಳಿಗೆ ಮಾರ್ಗದರ್ಶಕರಾಗುವಂಥವರು

ಸತ್ವ, ವ್ಯಕ್ತಿತ್ವ ಮತ್ತು ವರ್ಚಸ್ಸು ಇರುವ ನಾಯಕರನ್ನು ಸಮಾಜದಲ್ಲಿ ಸೃಷ್ಟಿಸುವಂಥ ಪೂರಕ ವಾತಾವರಣವನ್ನು ಎಲ್ಲಿಯತನಕ ನಿರ್ಮಾಣ ಮಾಡಿಕೊಳ್ಳಲು ನಮ್ಮದೇಶದಲ್ಲಿ ಸಾಧ್ಯವಿಲ್ಲವೋ ಅಲ್ಲಿಯತನಕ ವ್ಯಕ್ತಿನಿಷ್ಠ ರಾಜಕಾರಣ ಮತ್ತು ವಂಶಪಾರಂಪರ್ಯ ರಾಜಕಾರಣ ತನ್ನ ಸ್ಥಾನವನ್ನು ಭದ್ರ ಪಡಿಸಿಕೊಂಡು ಅಧಿಕಾರ ನಡೆಸುತ್ತದೆ. ಇದರಿಂದ ಕರ್ನಾಟಕದ ರಾಜಕಾರಣವೂ ಹೊರತಾಗಿಲ್ಲ. ಇಂಥ ರಾಜಕಾರಣದ ವ್ಯವಸ್ಥೆಗೆ ಒಂದು ಪರಿಹಾರವನ್ನು ಕಂಡು ಹಿಡಿಯುವಲ್ಲಿ ಚಿಂತನೆ ನಡೆಸಿದವರು ದೇವರಾಜ ಅರಸು. ನಿಜವಾಗಿಯೂ ಯಾರೋ ಒಬ್ಬ ನಾಯಕನನ್ನು ಬೆಂಬಲಿಸಿ ಸಮಸ್ಯೆಯನ್ನು ಸೃಷ್ಟಿ ಮಾಡಿಕೊಳ್ಳುವ ಬದಲು, ರಾಜಕೀಯ ವಾತಾವರಣದಲ್ಲಿ ಒಂದಿಷ್ಟು ರಾಜಕಾರಣವನ್ನು ಮೈಗೂಡಿಸಿಕೊಂಡು ಬೆಳೆದಂತಹ ಯುವ ನಾಯಕರನ್ನು ಕಟ್ಟಿಕೊಂಡು ರಾಜ್ಯ ರಾಜಕಾರಣದಲ್ಲಿ ತಮ್ಮ ಛಾಪನ್ನು ಮೂಡಿಸಿದವರು ಅರಸು. ಇವತ್ತು ಅವರ ಎಷ್ಟೋ ಆದರ್ಶವಾಗಿರುವ ಪ್ರಗತಿಪರ ಚಿಂತನೆಗಳು ನಮ್ಮ ಕಣ್ಣುಮುಂದೆ ಇವೆ. ಆದರೆ ಈಗಿನ ಸರಕಾರಗಳ ಕಣ್ಣಿಗೆ ಇವು ಗೋಚರಿಸುವುದಿಲ್ಲ. ಹೀಗಾಗಿ ಪ್ರಸ್ತುತ ಸಂದರ್ಭದ ರಾಜಕಾರಣ ಗಮನಿಸಿದಾಗ ಸಾಮಾನ್ಯ ಜನತೆಯು ಈಗಿನ ರಾಜಕಾರಣಿಗಳ ಮೇಲೆ ಹೆಚ್ಚು ವಿಶ್ವಾಸ ಇಡಬಾರದೇನೋ ಎಂದೆನಿಸುತ್ತದೆ. ಏಕೆಂದರೆ, ಈಗಿನ ರಾಜಕಾರಣಿಗಳು ಸೈದ್ಧಾಂತಿಕ ಚಿಂತನೆಗಳನ್ನಿಟ್ಟುಕೊಂಡು ಅಧಿಕಾರಕ್ಕೆ ಬಂದವರಲ್ಲ. ಅಧಿಕಾರ ದಾಹ ಒಂದೇ ಅವರ ಮೂಲ ಮಂತ್ರ. ಹೀಗಿದ್ದಾಗ ಜನತೆಗೆ ತಟ್ಟನೆ ನೆನಪಿಗೆ ಬರುವವರು ದೇವರಾಜ ಅರಸು. ಅವರು ತಮ್ಮ ಆಡಳಿತದ ಅವಧಿಯಲ್ಲಿ ಬಡವರ,

ದೀನ ದಲಿತರ ಏಳಿಗೆಗಾಗಿ ಚಿಂತಿಸಿ ಅವರನ್ನು ಪ್ರಗತಿಯತ್ತ ಮುನ್ನಡೆಸಿದ ಹೆಗ್ಗಳಿಕೆ ಅವರದು. ಅರಸು ನಂತರ ಅಧಿಕಾರಕ್ಕೆ ಬಂದ ಸರಕಾರಗಳ ಮುಖ್ಯಮಂತ್ರಿಗಳಾದ ಆರ್.ಗುಂಡೂರಾವ್, ವೀರಪ್ಪ ಮೊಯಿಲಿ, ಎಸ್.ಬಂಗಾರಪ್ಪ, ಜೆ.ಎಚ್.ಪಟೇಲ್ ಮತ್ತು ಎಸ್.ಎಂ.ಕೃಷ್ಣ ಅವರಂಥ ನಾಯಕರು ಆರಂಭದಲ್ಲಿ ಉತ್ತಮ ಆಡಳಿತ ನೀಡಿದವರೆ. ಆದರೆ ಅದೇ ಜಾಡಿನಲ್ಲೇ ಮುಂದುವರಿಯಲಿಲ್ಲ. ಇತ್ತೀಚೆಗೆ ಅಧಿಕಾರ ನಡೆಸಿದ ಜೆ.ಡಿ.ಎಸ್ ಮತ್ತು ಬಿ.ಜೆ.ಪಿ ಸಂಯುಕ್ತ ಸರಕಾರ ಜನಪರ ಕಾಳಜಿ ಮತ್ತು ರಾಜ್ಯದ ಅಭಿವೃದ್ಧಿಯನ್ನು ದೃಷ್ಟಿಯಲ್ಲಿಟ್ಟುಕೊಂಡು ಅನೇಕ ಪ್ರಗತಿಪರ ಯೋಜನೆಗಳನ್ನು ಅನುಷ್ಠಾನಕ್ಕೆ ತಂದಿತು. ಬಹುಶಃ ಈ ಸರಕಾರಕ್ಕೆ ಅರಸು ಚಿಂತನೆಗಳೇ ಪ್ರೇರಣೆಯಾಗಿವೆ ಎಂದರೆ ತಪ್ಪಾಗಲಾರದು. ಈಗಿನ ರಾಜಕಾರಣಿಗಳು ಜನತೆಯ ಅಭಿವೃದ್ಧಿಯ ಹೆಸರಿನಲ್ಲಿ ತಾವೇ ಅಭಿವೃದ್ಧಿ ಹೊಂದುತ್ತಿದ್ದಾರೆ. ಅದನ್ನು ಬಿಟ್ಟು ಜನಪರ ಕಾಳಜಿಯುಳ್ಳ ಆಡಳಿತ ನಡೆಸಬೇಕು ಅಂದಾಗ ಮಾತ್ರ ರಾಜ್ಯ ಮತ್ತು ಜನತೆ ಅಭಿವೃದ್ಧಿ ಹೊಂದಲು ಸಾಧ್ಯ. ಎಪ್ಪತ್ತರ ದಶಕದಲ್ಲಿ ದೇವರಾಜ ಅರಸು ಅವರು ಇದನ್ನೇ ಮಾಡಿತೋರಿಸಿದರು. ಆದರೂ ಇವತ್ತಿನ ಸರ್ಕಾರಗಳು ಅವರು ಜಾರಿಗೊಳಿಸಿದಂಥ ಯೋಜನೆಗಳನ್ನು ಅನುಷ್ಠಾನಕ್ಕೆ ತರುವಲ್ಲಿ ವಿಫಲವಾಗುತ್ತಿವೆ. ಹೀಗಾಗಿ ಅರಸು ಅವರು ಪದೇ ಪದೇ ಜನಸಾಮಾನ್ಯರಿಗೆ ನೆನಪಿಗೆ ಬರುತ್ತಾರೆ. ಹೌದು, ಅರಸು ಅವರ ಅಧಿಕಾರಕ್ಕೆ, ಆ ಕಾಲಘಟ್ಟಕ್ಕೆ ಅರ್ಥವಂತಿಕೆ ಲಭ್ಯವಾದದ್ದು ಜನಸಾಮಾನ್ಯರು ಮತ್ತು ಸರಕಾರದ ನಡುವಿನ ದೂರವನ್ನು ಕಡಿಮೆ ಮಾಡುವ ಕ್ರಿಯಾಶೀಲತೆಯಿಂದ ಎಂಬ ಮಾತನ್ನು ಮರೆಯಲು ಸಾಧ್ಯವಿಲ್ಲ. ಅಂದರೆ ಅಲ್ಲಿಯವರೆಗೆ ಜನಸಾಮಾನ್ಯರ ಬಗ್ಗೆ ಯಾರೂ ಯೋಚಿಸಿರಲಿಲ್ಲವೆಂದಲ್ಲ, ಆದರೆ ನಮ್ಮ ಸಮಾಜದ ನಿರ್ಲಕ್ಷಿತ ಸಾಮಾಜಿಕ ವಲಯಗಳಿಗೆ ರಾಜಕೀಯ ಮತ್ತು ಸಾಮಾಜಿಕ ಚೈತನ್ಯ ಬರುವಂತೆ ಮಾಡಿದ್ದು ಅರಸು ಅವರ ಅಪೂರ್ವ ಕೊಡುಗೆಯೇ ಎಂದು ಹೇಳಲು ಹಿಂಜರಿಯಬೇಕಾಗಿಲ್ಲ. ಅರಸು ಅವರು ತಾವು ಪ್ರತಿಪಾಧಿಸಿದ ತತ್ವಗಳಿಗೆ ಎಷ್ಟು ಬದ್ಧರಾಗಿದ್ದರೆಂದರೆ ಭೂ ಸುಧಾರಣಾ ಕಾಯಿದೆಯನ್ನು ಜಾರಿಗೊಳಿಸಿದಾಗ ತಮ್ಮ ಐದು ಎಕರೆ ಭೂಮಿಯನ್ನು ಗೇಣಿದಾರರಿಗೆ ನೀಡಿದರು. ಇದು ತಮ್ಮ ಸರಕಾರದ ನೀತಿಗೆ ತಾವೇ ಮಾದರಿಯಾಗಿ ನೈತಿಕತೆಯನ್ನು ಮೆರೆದರು. ಇದು ಇಂದಿನ ರಾಜಕಾರಣಿಗಳಿಗೆ ಮಾದರಿಯಾಗಿರುವಂಥದ್ದು. ಅವರ ಇಂಥ ಎಷ್ಟೋ ಆದರ್ಶಗಳನ್ನು ಪ್ರಸ್ತುತ ಸರಕಾರ ಮತ್ತು ರಾಜಕಾರಣಿಗಳು ಅಳವಡಿಸಿಕೊಂಡರೆ ಮಾತ್ರ ಅರಸು ಚಿಂತನೆಗಳಿಗೆ ಒಂದು ನೆಲೆ ಮತ್ತು ಮೌಲ್ಯ ದೊರಕಿಸಿದಂತಾಗುತ್ತದೆ. ಭವಿಷ್ಯದ ರಾಜಕಾರಣಿಗಳು ಅರಸು ಅವರ ಆದರ್ಶಗಳನ್ನು ಅಳವಡಿಸಿಕೊಂಡರೆ ತಮಗೆ ಒಂದು ಗಟ್ಟಿತನ ಸಿಕ್ಕಂತಾಗುತ್ತದೆ.

೧೨. ಕುಟುಂಬ ರಾಜಕಾರಣ

ದೇಶದ ವಿವಿಧ ರಾಜ್ಯಗಳ ರಾಜಕಾರಣವನ್ನು ಒಮ್ಮೆ ಅವಲೋಕಿಸಿದಾಗ ಅಲ್ಲಿ ಕಂಡು ಬರುವುದು ಕುಟುಂಬ ರಾಜಕಾರಣ ಅಥವಾ ವಂಶಪಾರಂಪರ್ಯ ರಾಜಕಾರಣ. ವಸ್ತುಸ್ಥಿತಿ ಹೀಗಿರುವಾಗ ಕರ್ನಾಟಕ ರಾಜ್ಯವೂ ಇದರಿಂದ ಹೊರತಾಗಿಲ್ಲ. ದೇವೇಗೌಡರ ಕುಟುಂಬ

ಮತ್ತು ಯಡಿಯೂರಪ್ಪ, ಖರ್ಗೆ ಅವರಂಥ ಕುಟುಂಬಗಳ ಸದಸ್ಯರೆಲ್ಲರೂ ಇಂಥ ರಾಜಕಾರಣಕ್ಕೆ ಪ್ರವೇಶ ಮಾಡಿದ್ದಾರೆ. ಏಕೆಂದರೆ ಒಬ್ಬ ಪ್ರತಿಭಾವಂಥ ವ್ಯಕ್ತಿಯ ಚಿಂತನೆಗಳು ಇಲ್ಲಿ ಗಣನೆಗೆ ಬರುವುದೇ ಇಲ್ಲ. ಆದರೆ ಎಪ್ಪತ್ತರ ದಶಕದಲ್ಲಿ ಅರಸು ಅವರು ವ್ಯಕ್ತಿನಿಷ್ಠ ಮತ್ತು ಕುಟುಂಬ ರಾಜಕಾರಣವನ್ನು ದೂರತಳ್ಳಿ ಪ್ರಗತಿಪರ ಆಡಳಿತ ನಡೆಸಿದವರು. ವಿಧಾನಸಭಾ ಸದಸ್ಯರನ್ನೇ ತಮ್ಮ ಸ್ವಂತ ಕುಟುಂಬದ ಸದಸ್ಯರಂತೆ ಕಂಡುಕೊಂಡವರು. ಹೀಗಾಗಿ ರಾಜ್ಯದ ರಾಜಕಾರಣದಲ್ಲಿ ಸಾಮಾಜಿಕ, ಆರ್ಥಿಕ ಹಾಗೂ ಸಾಂಸ್ಕೃತಿಕ ರಂಗದಲ್ಲಿ ಅರಸು ಅವರು ಯಶಸ್ಸುಗಳಿಸಲು ಸಾಧ್ಯವಾಯಿತು. ದೇವರಾಜ ಅರಸು ಹಾಗೂ ಕಡಿದಾಳ ಮಂಜಪ್ಪ, ಕೆಂಗಲ್ ಹನುಮಂತಯ್ಯ, ನಿಜಲಿಂಗಪ್ಪ, ವೀರೇಂದ್ರ ಪಾಟೀಲ್ ಅವರಂಥ ಆದರ್ಶ ನಾಯಕರಿಗೆ ಮತ್ತು ಅವರ ರಾಜಕೀಯ ಪಕ್ಷಗಳಿಗೆ ಗುರಿಗಳಿದ್ದವು, ಆದರ್ಶಗಳಿದ್ದವು. ಬಡತನ ನಿವಾರಣೆ, ಸಾಮಾಜಿಕ ನ್ಯಾಯಕ್ಕಾಗಿ ದುಡಿಯುವುದೇ ಆ ಗುರಿಗಳಾಗಿದ್ದವು. ಆದರೆ ಇಂದಿನ ರಾಜಕೀಯ ಪಕ್ಷಗಳ ಸಾಮಾಜಿಕ ಮೌಲ್ಯಗಳು ಕುಸಿದು ಬಿದ್ದಿವೆ. ಸಾಲದೆಂಬಂತೆ ಪಕ್ಷಾಂತರ ರಾಜಕಾರಣ ಹೆಚ್ಚಾಗುತ್ತಿದೆ. ಇಂದಿನ ರಾಜಕೀಯ ನಾಯಕರು ಅರಸು ಅವರು ನಡೆದ ದಾರಿಯಲ್ಲಿ ನಡೆದರೆ, ಅವರ ಚಿಂತನೆಗಳ ಮೇಲ್ಪಂಕ್ತಿಯನ್ನು ಅನುಸರಿಸಿದರೆ ಬಹಳಷ್ಟು ಸುಧಾರಣೆಗಳನ್ನು ತರಬಹುದು. ಸ್ವಾರ್ಥಪರ ರಾಜಕಾರಣದಲ್ಲಿ ಇದು ಸಾದ್ಯವಾಗುತ್ತಿಲ್ಲ. ಅರಸು ಮುಖ್ಯಮಂತ್ರಿಯಾದುದ್ದೇ ತಡ ಹಾವನೂರು ಆಯೋಗದ ನೇಮಕ, ಭೂಸುಧಾರಣಾ ಕಾಯಿದೆಯನ್ನು ಜಾರಿಗೊಳಿಸಿದರು. ಸಹಸ್ರಾರು ಬಡ ಗೇಣಿದಾರ ರೈತರನ್ನು ಸ್ವಂತ ಜಮೀನು ಮಾಲಿಕರನ್ನಾಗಿ ಮಾಡಿ ಹಲವಾರು ದೀನ-ದಲಿತರಿಗೆ, ಹರಿಜನರಿಗೆ, ಅತೀ ಸಣ್ಣ ರೈತರಿಗೆ ಭೂಮಿಯನ್ನು ಒದಗಿಸಿದರು. ಯಾವುದೇ ಲಂಗು-ಲಗಾಮು ಇಲ್ಲದೇ ಆಡಳಿತ ನಡೆಸುವ ಸರಕಾರವನ್ನು ಖಂಡಿಸುವ ವಿರೋಧ ಪಕ್ಷಗಳು ತಮ್ಮ ಕೆಲಸವನ್ನು ಅಚ್ಚುಕಟ್ಟಾಗಿ ನಿರ್ವಹಿಸುತ್ತಿಲ್ಲ. ಬಹುಶಃ ಆಳುವ ಪಕ್ಷದೊಂದಿಗಿನ ಆಂತರಿಕ ಒಪ್ಪಂದವೇ ಇದಕ್ಕೆ ಕಾರಣ ಎಂದರೆ ಆಶ್ಚರ್ಯ ಪಡಬೇಕಿಲ್ಲ. ಕೇವಲ ವೈಯಕ್ತಿಕ ವಿರೋಧಕ್ಕಾಗಿ ಪ್ರತಿಭಟಿಸುವುದಷ್ಟೇ ಇವರ ಕೆಲಸವಾಗಿದೆ ಅಷ್ಟೇ. ಇವರಲ್ಲಿ ಜನಪರ ಕಾಳಜಿಯಂತೂ ಇಲ್ಲವೇ ಇಲ್ಲ.

೧೩. ಅರಸು ಒಂದು ಸ್ಥೂಲ ವಿಶ್ಲೇಷಣೆ

ಒಟ್ಟಾರೆಯಾಗಿ ದೇವರಾಜ ಅರಸು ಅವರು ಕರ್ನಾಟಕದ ರಾಜಕಾರಣ, ಸಮಾಜ ಕಲ್ಯಾಣ ಕ್ಷೇತ್ರಗಳಲ್ಲಿನ ವಿಶಿಷ್ಟ ಸಾಧನೆಯಿಂದ ಜನಹಿತ ಸಾಧಿಸಲು ಶ್ರಮಿಸಿದ ಒಬ್ಬ ಅಪರೂಪದ ರಾಜಕಾರಣಿ. ಎಂಟು ವರುಷಗಳ ಕಾಲ ನಾಡಿನ ಆಡಳಿತ ಚುಕ್ಕಾಣಿಯನ್ನು ಹಿಡಿದು ದಕ್ಷತೆಯಿಂದ ಕಾರ್ಯನಿರ್ವಹಿಸಿದರು. ಅಧಿಕಾರದ ಅವಧಿಯಲ್ಲಿ ಅರಸು ಅನುಷ್ಠಾನಕ್ಕೆ ತಂದ ಯೋಜನೆಗಳೇನು ಕಡಿಮೆಯಲ್ಲ. ೧೯೪೧ ರಲ್ಲಿ ಸಕ್ರಿಯ ರಾಜಕಾರಣಕ್ಕೆ ಧುಮುಕಿದ ಅವರು, ಮೈಸೂರು ಪ್ರಜಾಪ್ರತಿನಿಧಿ ಸಭೆಗೆ ನಡೆದ ಚುನಾವಣೆಯಲ್ಲಿ ಕಾಂಗ್ರೆಸ್‌ನಿಂದ ಸ್ಪರ್ಧಿಸಿ ಗೆಲುವು ಪಡೆದರು. ಮುಂದೆ ವಿಧಾನಸಭಾ ಸದಸ್ಯರಾಗಿ, ನಿಜಲಿಂಗಪ್ಪ ಸರಕಾರದಲ್ಲಿ ಮಂತ್ರಿಯಾಗಿ ಕಾರ್ಯನಿರ್ವಹಿಸಿದರು. ೧೯೭೨ ರಲ್ಲಿ ನಾಡಿನ ಮುಖ್ಯಮಂತ್ರಿಯಾಗಿ ಅಧಿಕಾರ ವಹಿಸಿಕೊಂಡು,

ದಮನಿತರ ದನಿಯಾಗಿ, ಶೋಷಿತರ ಪಾಲಿನ ಆಶಾಕಿರಣವಾಗಿ, ಹಿಂದುಳಿದವರ ಏಳಿಗೆಗಾಗಿ ಶ್ರಮಿಸಿದರಲ್ಲದೆ ಕರ್ನಾಟಕ ರಾಜಕಾರಣದ ದಿಕ್ಕನ್ನು ಬದಲಾಯಿಸಿದ ಪ್ರಭಾವಶಾಲಿ ನಾಯಕ ಎನ್ನುವ ಶ್ರೇಯಸ್ಸು ಅವರದು. ಆಧುನಿಕೋತ್ತರ ಕರ್ನಾಟಕ ತನ್ನ ದಿಕ್ಕು-ದಿಸೆಗಳನ್ನು ನಿಜಾರ್ಥದಲ್ಲಿ ಕಂಡುಕೊಂಡಿದ್ದು ಅವರ ಆಡಳಿತದ ಮೂಲಕ. ಕರ್ನಾಟಕ ನಾಮಕರಣ, ವಿಕೇಂದ್ರಿತ ತತ್ವಾಧರಿತ ಪರ್ಯಾಯ ರಾಜಕಾರಣ, ಉಳುವವನಿಗೆ ನೆಲದ ಹಕ್ಕು, ಸಮಾಜದ ಮುಖ್ಯವಾಹಿನಿಗೆ ಸೇರದೆ ದೂರ ಉಳಿದಿದ್ದ ಹಿಂದುಳಿದ ವರ್ಗಗಳನ್ನು ಹೊಸ ಅಭಿವೃದ್ಧಿಯ ಹಾದಿಗೆ ಜೋಡಿಸಿದ್ದು ಅರಸು ಅವರ ದೊಡ್ಡ ಸಾಧನೆ. ಹಾವನೂರು ವರದಿಯ ಜಾರಿ, ಈ ನಿಟ್ಟಿನಲ್ಲಿ ಅವರು ಸಾಧಿಸಿದ ವಿಕ್ರಮ. ಶಕ್ತಿ ರಾಜಕಾರಣ (Power Politics) ಮತ್ತು ಅಭಿವೃದ್ಧಿ ರಾಜಕಾರಣ ಈ ಎರಡನ್ನೂ ಕರ್ನಾಟಕವು ಅರಸು ಅವರಿಂದ ಬಳುವಳಿಯಾಗಿ ಪಡೆಯಿತು ಮತ್ತು ಸಾಮಾಜಿಕ ಅನಿಷ್ಠವಾದ ಜೀತಪದ್ಧತಿಯ ನಿರ್ಮೂಲನೆ ಅವರ ಸಾಧನೆಯ ಇನ್ನೊಂದು ಹಿರಿಮೆ. ಅಷ್ಟೇ ಅಲ್ಲದೆ ಸಾಮಾಜಿಕ ನ್ಯಾಯದ ಜೊತೆಗೆ ಆರ್ಥಿಕ ಸ್ವಾವಲಂಬನೆಗಾಗಿ ಕೈಗಾರಿಕೆಗಳ ಸ್ಥಾಪನೆ, ಕೃಷಿ ಕ್ಷೇತ್ರಕ್ಕೆ ಉತ್ತೇಜನ, ಗೃಹ ಮತ್ತು ಗುಡಿ ಕೈಗಾರಿಕೆಗಳಿಗೆ ಪ್ರೋತ್ಸಾಹವನ್ನು ನೀಡಿ ರಾಜ್ಯವನ್ನು ಆರ್ಥಿಕವಾಗಿ ಬಲಪಡಿಸಿ ದೇಶದಲ್ಲೇ ಐದನೇ ಸ್ಥಾನಕ್ಕೇರಿಸಿದರು. ಜೊತೆಗೆ ಆರ್ಥಿಕವಾಗಿ ದುಬರ್ಲರಾದವರಿಗೆ ಉಚಿತ ನಿವೇಶನ ನೀಡುವ ಯೋಜನೆ ಕೈಗೊಂಡು, ಅದರಲ್ಲಿಯೂ ಶೇಕಡ ೫೫ ರಷ್ಟು ಬಡಜನತೆಗೆ ವಸತಿಯನ್ನು ಒದಗಿಸಿದ್ದು ಇವರ ಗಣನೀಯ ಸಾಧನೆ. ಬಡ ಜನತೆಯ ಮನೆಯನ್ನು ಬೆಳಗಲು 'ಭಾಗ್ಯಜ್ಯೋತಿ' ಯೋಜನೆ ಅನುಷ್ಠಾನಕ್ಕೆ ತಂದು ಪ್ರತಿಯೊಂದು ಮನೆಗೆ ವಿದ್ಯುತ್ ವ್ಯವಸ್ಥೆಯನ್ನು ಒದಗಿಸಿದರು. ಶಿಕ್ಷಣ ಕ್ಷೇತ್ರದ ಅಸ್ತವ್ಯಸ್ತ ಪರಿಸ್ಥಿತಿಯನ್ನು ಅರಿತ ಅವರು ಹಲವಾರು ಬದಲಾವಣೆಗಳನ್ನುತಂದು ದುರ್ಬಲ ವರ್ಗಗಳಿಗೆ ಮೀಸಲಾತಿಯನ್ನು ಕಲ್ಪಿಸಿದರು. ಇದರಿಂದ ಈ ವರ್ಗಗಳ ಮಕ್ಕಳು ಉನ್ನತ ಶಿಕ್ಷಣ ಪಡೆಯಲು ಸಾಧ್ಯವಾಯಿತು. ಜೊತೆಗೆ ಶಿಕ್ಷಣ ಕ್ಷೇತ್ರಕ್ಕೆ ಒಂದು ಹೊಸ ಕಾಯಕಲ್ಪನೀಡಲು ರಾಷ್ಟ್ರೀಕರಣದ ಅಸ್ತ್ರವನ್ನು ಹಿಡಿದು ಹೊರಟಿದ್ದರು. ಆದರೆ ಸಮಾಜ ಅರಸು ಅವರ ಈ ಉದ್ದೇಶಕ್ಕೆ ಸ್ಪಂದಿಸಲಿಲ್ಲ ಮತ್ತು ಪಟ್ಟಭದ್ರ ಹಿತಾಸಕ್ತಿಗಳ ಪ್ರಭಾವ, ಒತ್ತಡಗಳಿಗೆ ಅವರೇ ಮಣಿಯಬೇಕಾಯಿತು. ನಿರುದ್ಯೋಗ ಸಮಸ್ಯೆಯನ್ನು ಹೋಗಲಾಡಿಸಲು, ಶಿಕ್ಷಣ ಪಡೆದು ಮನೆಯಲ್ಲೇ ಉಳಿದ ವಿದ್ಯಾರ್ಥಿಗಳಿಗೆ ಪ್ರೋತ್ಸಾಹಧನ ಕೊಡುವ ಯೋಜನೆಯನ್ನು ಅನುಷ್ಠಾನಕ್ಕೆ ತಂದರು. ಜೊತೆಗೆ ಸರಕಾರಿ ನೌಕರರ ನಿವೃತ್ತಿ ವಯಸ್ಸನ್ನು ೫೮ ರಿಂದ ೫೫ ಕ್ಕೆ ಇಳಿಸಿದರು. ಆ ಸಂದರ್ಭದಲ್ಲಿ ಸರಕಾರಿ ನೌಕರರ ವ್ಯಾಪಕ ಟೀಕೆಗೆ ಒಳಗಾದ ಅರಸು ಅವರು ಆ ಮೂಲಕ ಸಾವಿರಾರು ನಿರುದ್ಯೋಗಿ ವಿದ್ಯಾರ್ಥಿಗಳಿಗೆ ಹೊಸ ಭರವಸೆಯನ್ನು ಮೂಡಿಸುವಲ್ಲಿಯೂ ಯಶಸ್ವಿಯಾದರು. ನಾಡು-ನುಡಿ ಬಗೆಗೆ ಅಪಾರ ಕಾಳಜಿಯನ್ನು ಹೊಂದಿದ ಅವರು ಈ ನಿಟ್ಟಿನಲ್ಲಿ ಕ್ರಾಂತಿಕಾರಕ ಹೆಜ್ಜೆಗಳನ್ನಿಟ್ಟರು. ಸ್ವತಃ ಸಾಹಿತ್ಯವನ್ನು ಬಲ್ಲವರಾಗಿದ್ದ ಅವರು ನಾಡಿನ ಕವಿ, ಸಾಹಿತಿಗಳ ಮೆಚ್ಚುಗೆಗೆ ಪಾತ್ರರಾದರು. ಹೀಗೆ ಅರಸು ನಾಡಿನ ಅಭಿವೃದ್ಧಿ ಮತ್ತು ಸಮಾಜ ಒಳತಿಗಾಗಿ

ಹಾಗೂ ರಾಜಕಾರಣದಲ್ಲಿ ತೆಗೆದುಕೊಂಡ ನಿಲುವುಗಳು ಮತ್ತು ಅವುಗಳ ಸಾಕಾರತೆಗಾಗಿ ತೆಗೆದುಕೊಂಡ ಶ್ರಮ ಅಪಾರವಾದದ್ದು. ಈ ಕಾರಣಕ್ಕಾಗಿಯೇ ಅವರು ರಾಜ್ಯದಲ್ಲೇ ಹೆಚ್ಚು ಅಭಿಮಾನಿಗಳನ್ನು ಪಡೆದುಕೊಂಡವರು. ಇಂದಿಗೂ ಅವರು ಈ ಕಾಲದ ರಾಜಕಾರಣಕ್ಕೆ ಮತ್ತು ರಾಜಕಾರಣಿಗಳಿಗೆ ಮಾದರಿ ವ್ಯಕ್ತಿಯಾಗಿ ಕರ್ನಾಟಕದ ಚರಿತ್ರೆಯಲ್ಲಿ ಸ್ಮರಣೀಯರಾಗಿದ್ದಾರೆ.

ಅನುಬಂಧಗಳು

೧. ಸಂದರ್ಶನಗಳು

ಡಿ. ದೇವರಾಜ ಅರಸು ಅವರ ಹುಟ್ಟೂರಾದ ಕಲ್ಲಹಳ್ಳಿಯಲ್ಲಿ ಸಂದರ್ಶನ

ದಿನಾಂಕ ೨೨.೪.೨೦೦೮ ರಂದು ಸಂಶೋಧಕರು ಅಧ್ಯಯನಕ್ಕೆ ಸಂಬಂಧಿಸಿದಂತೆ ದೇವರಾಜ ಅರಸು ಹುಟ್ಟೂರಾದ ಕಲ್ಲಹಳ್ಳಿಯಲ್ಲಿ, ಅರಸು ಅವರ ಸಮಕಾಲೀನ ಜನರನ್ನು ಸಂದರ್ಶಿಸಿ ಅರಸರ ಜೀವನ, ಸಾಧನೆ ಮತ್ತು ಅವರ ವ್ಯಕ್ತಿತ್ವದ ಬಗೆಗೆ ಅಲ್ಲಿನ ಜನರು ನೀಡಿದ ಅಭಿಪ್ರಾಯಗಳನ್ನು ಈ ಕೆಳಗಿನಂತೆ ಸಂಗ್ರಹಿಸಲಾಗಿದೆ. ಅವರ ವಿವರಗಳು ಹೀಗಿವೆ.

ಹೆಸರು : ಮಾಯಣ್ಣ
ವಯಸ್ಸು : ೪೫
ಊರು : ಕಲ್ಲಹಳ್ಳಿ
ದಿನಾಂಕ : ೨೨.೪.೨೦೦೮

ಮಾಯಣ್ಣ ಅವರು ಹೇಳುವಂತೆ, ಅರಸು ಅವರನ್ನು ಕಂಡರೆ ಇಲ್ಲಿನ ಜನಗಳಿಗೆ ತುಂಬಾ ಪ್ರೀತಿ. ರಾಜಕಾರಣದಿಂದ ಸ್ವಲ್ಪ ಮಟ್ಟಿಗೆ ವಿಶ್ರಾಂತಿ ಬಯಸಿ ಕಲ್ಲಹಳ್ಳಿಗೆ ಬರ್ತಾ ಇದ್ರು. ಆಗ ಎಲ್ಲರ ಯೋಗ ಕ್ಷೇಮವನ್ನು ಬುದ್ಧಿಯವರು ಕೇಳ್ತಾ ಇದ್ರು. ಹೊಲದಲ್ಲಿ ಬೆಳೆಗಳ ಬಗ್ಗೆ, ಗದ್ದೆಗಳ ಬಗ್ಗೆ, ಕುಟುಂಬದ ಬಗೆಗೆ ಹೀಗೆ ಎಲ್ಲದರ ಬಗ್ಗೆ ನಮ್ಮನ್ನ ವಿಚಾರಿಸೋರು. ಬುದ್ಧಿಯವರಿಗೆ ದನ-ಕರಗಳೆಂದ್ರೆ ವಿಶೇಷ ಪ್ರೀತಿ. ಈ ಊರಿನ ಜನರು ಒಂದಾಗಿರಬೇಕು, ಎಲ್ರೂ ಒಟ್ಟಾಗಿ ಬದುಕಬೇಕು. ಯಾವುದೇ ಜಾತಿ, ಮತ, ಪಂಥಗಳೆನ್ನದೆ ಜಾತ್ಯತೀತತೆಯಿಂದ ಬದುಕಬೇಕು ಎನ್ನುವ ವಿಶೇಷ ಕನಸನ್ನು ಕಂಡವರು. ಸ್ವತಃ ಅವರು ಲಿಂಗಾಯತ, ಬಣಜಿಗ, ಕುರುಬ, ಒಕ್ಕಲಿಗ ಮತ್ತು ಮಾದಿಗ ಎಂದು ಜಾತಿ ಭೇದ ಮಾಡಿದವರಲ್ಲ. ಈ ಊರಲ್ಲಿ ಅರಸು ಮಾಡಿರುವ ಸಾಮಾಜಿಕ ಕಾರ್ಯಗಳೇನು ಎಂದು ಕೇಳಿದ ಸಂದರ್ಶನಕಾರರ ಪ್ರಶ್ನೆಗೆ ಊರಿಗೆ ರಸ್ತೆ, ಎರಡು ಕುಡಿಯುವ ನೀರಿನ ಟ್ಯಾಂಕರುಗಳನ್ನು ಕಟ್ಟಿಸಿಕೊಟ್ಟಿದ್ದಾರೆ ಮತ್ತು ಬಸವಣ್ಣನ ದೇವಸ್ಥಾನವನ್ನು ನಿರ್ಮಿಸಿದ್ದಾರೆ ಎಂದು ಉತ್ತರ ಹೇಳಿದರು. ಅರಸು ಅವರು ತಮ್ಮ ಅಧಿಕಾರದ ಅವಧಿಯಲ್ಲಿ ಇಂದಿರಾಗಾಂಧಿಯವರನ್ನು ಈ ಊರಿಗೆ ಕರೆದುಕೊಂಡು ಬಂದಿದ್ದರು. ಆಗ ಅರಸು ಅವರ ಮನೆನೋಡಿ ಇಂದಿರಾಗಾಂಧಿಯವರು ಏನು "ಈ ಮನೆ ಕುಸಿದು ಬೀಳುವಂಗೆ ಇದೆ" ಎಂದು ಹಾಸ್ಯ ಮಾಡಿದ್ದರು ಎಂಬ ಮಾತನ್ನು ಮಾಯಣ್ಣನವರು

ನೆನಪಿಸಿಕೊಂಡರು. ಉಣಸೆಗಾಲ, ನಾಗಮಂಗಲ, ಆಡೆನಹಳ್ಳಿ ಸುತ್ತಮುತ್ತಲಿನ ಹಳ್ಳಿಗಳಲ್ಲಿಯೂ ಅರಸು ಅವರನ್ನು ಕಂಡರೆ ತುಂಬಾ ಪ್ರೀತಿ. "ಅವರಂತೆ, ನಾಡನ್ನು ಆಳಿದವರು ಯಾರಿದ್ದಾರ್ರಿ? ಎಂಟು ವರ್ಷ ಆಡಳಿತ ನಡೆಸೋದು ಸುಮ್ಮನೆ ಏನ್ರಿ? ಈಗಿನ ರಾಜಕಾರಿಗಳು ಅರಸು ಅವರು ತಂದ ಯೋಜನೆಗಳನ್ನೇ ಮಾಡಿ ಮುಗಿಸಕ್ಕೆ ಆಗಿಲ್ಲ. ಒಳ್ಳೆ ಆಡಳಿತ ನಡೆಸಿದರು" ಎಂದು ಮಾಯಣ್ಣ ಅಭಿಪ್ರಾಯ ವ್ಯಕ್ತಪಡಿಸುತ್ತಾರೆ.

ಹೆಸರು : ಸಿಂಗರಯ್ಯ

ವಯಸ್ಸು : ೮೦

ಊರು : ಕಲ್ಲಹಳ್ಳಿ

ದಿನಾಂಕ : ೨೨.೪.೨೦೦೮

ಸಿಂಗರಯ್ಯ ಅವರು ಹೇಳುವಂತೆ; ನಾನು ಚಿಕ್ಕ ವಯಸ್ಸಿನಿಂದಲೇ ಬುದ್ಧಿಯವರ ಮನೆಯಲ್ಲಿ ದುಡಿದಿದ್ದೀನಿ. ನಾನು ದಲಿತ(ಎಸ್‌ಸಿ)ಗಳಾದ್ರೂನೂ ನನ್ನ ಜೊತೆ ಚೆನ್ನಾಗಿ ಬೆರೆತಾಯಿದ್ರು ಬುದ್ಧಿಯವರ ದನ-ಕರುಗಳನ್ನು ಮೇಯಿಸೊದು, ಕಸ ಬಳಿಯೋದು, ಮನೆಕೆಲಸ ಎಲ್ಲವನ್ನು ನಾನೇ ಮಾಡುತ್ತಿದ್ದೆ. ಅವರು ಸತ್ತಾಗ ಅವರ ತಿಥಿ ಸಂಸ್ಕಾರ ಬೂದಿಯನ್ನು ನಾನೇ ನದಿಗೆ ಹಾಕಿದ್ದೇನೆ. ಬುದ್ಧಿಯವರು, ಯಾರನ್ನೂ ಮೇಲು ಕೀಳು ಭಾವನೆಯಿಂದ ನೋಡಿದವರಲ್ಲ. ಮನುಷ್ಯರು ಎಲ್ಲರೂ ಒಂದೇ ಎನ್ನುವ ಭಾವನೆ ಅವರದು. ಅವರು ಮನಸ್ಸು ಮಾಡಿದ್ದ ಫಲವಾಗಿ ಖರ್ಗೆ, ಧರ್ಮಸಿಂಗ್, ವೀರಪ್ಪ ಮೊಯಿಲಿ, ಬಂಗಾರಪ್ಪ ಅವರಂತ ಹಿಂದುಳಿದ ವರ್ಗಗಳ ನಾಯಕರು ಕರ್ನಾಟಕ ರಾಜಕೀಯದಲ್ಲಿ ಈ ಮಟ್ಟಕ್ಕೆ ಬೆಳೆಯಲು ಸಾಧ್ಯವಾಯಿತು.

ಅವರಲ್ಲಿ ಕೆಟ್ಟ ಮನಸ್ಸು ಇದ್ದಿದ್ದರೆ ಅವರ ಮಕ್ಕಳನ್ನು ಅಳಿಯಂದಿರನ್ನು ರಾಜಕಾರಣದಲ್ಲಿ ಬೆಳಸಬಹುದಿತ್ತು ಅವರು ಹಾಗೆ ಮಾಡಲಿಲ್ಲ. ಒಳ್ಳೆಯ ರಾಜಕಾರಣಿ ಅವರು. ನಾವು ಜಾತಿಯಲ್ಲಿ ತಳಸಮುದಾಯದಾದರೂ ಕೂಡ ಅವರ ಮನೆಯಲ್ಲಿ ಮುಕ್ತವಾಗಿ ಓಡಾಡುವ ಅವಕಾಶವಿತ್ತು.

ಹೆಸರು : ಕೆ. ಎಸ್. ರಾಜಪ್ಪ

ವಯಸ್ಸು : ೫೬

ಊರು : ಕಲ್ಲಹಳ್ಳಿ

ದಿನಾಂಕ : ೨೨.೪.೨೦೦೮

ಕೆ.ಎಸ್. ರಾಜಪ್ಪ ಅವರು ಹೇಳುವಂತೆ, ಹದಿನಾರನೆ ವಯಸ್ಸಿನಲ್ಲೇ ದೇವರಾಜ ಅರಸು ಅವರೊಂದಿಗೆ ನಿಕಟ ಸಂಬಂಧ ಹೊಂದಿದ್ದರು. ಅರಸು ಅವರ ಹೆಸರಿನಲ್ಲಿ ಊರಿಗೆ ಒಂದು ಸಮುದಾಯ ಭವನವನ್ನು ಎಸ್ ಎಂ. ಕೃಷ್ಣ ತಮ್ಮ ಆಡಳಿತ ಅವಧಿಯಯಲ್ಲಿ ಕಟ್ಟಿಸಿಕೊಟ್ಟಿದ್ದಾರೆ. ಅಂದು ಅರಸು ಅವರು ತಂದ ಯೋಜನೆಗಳನ್ನು ಇವತ್ತಿಗೂ ಈ ರಾಜಕಾರಣಿಗಳಿಂದ ಪೂರ್ಣಗೊಳಿಸಲಾಗಿಲ್ಲ. ಜಾತಿ ಪದ್ಧತಿಯನ್ನು ಮತ್ತು ಜೀತ ಪದ್ಧತಿಯನ್ನು ಹೋಗಲಾಡಿಸಲು ಅವರೊಬ್ಬರೆ ಈ ರಾಜ್ಯದಲ್ಲಿ ಹೋರಾಟ ಮಾಡಿದವರು. ಬುದ್ಧಿಯವರು ಕಲ್ಲಹಳ್ಳಿ ಅಭಿವೃದ್ಧಿಗಿಂತಲೂ ರಾಜ್ಯದ ಹಳ್ಳಿಗಳ ಅಭಿವೃದ್ಧಿ ಬಗೆಗೆ ಹೆಚ್ಚು ತಲೆಕೆಡಿಸಿಕೊಳ್ಳುತ್ತಿದ್ದರು. ಬಡವರ ಬಗೆಗೆ ಅವರಲ್ಲಿ ಇದ್ದ ಕಾಳಜಿ ಮೆಚ್ಚುವಂತದ್ದು. ಅವರಿಲ್ಲದಿರುವುದೇ ನಮಗೆ ಈಗಿರುವ ಚಿಂತೆ. ಎಲ್ಲ ಜನಾಂಗದ ಜನರನ್ನೂ ತಮ್ಮ ಮನೆಜನ ಅಂದುಕೊಳ್ಳುತ್ತಿದ್ದರು. ಅವರು ಮಡಿಕೇರಿಗೆ

ಹೋಗುವಾಗ ಅಥವಾ ಈ ಭಾಗದಲ್ಲಿ ಕಾರ್ಯಕ್ರಮ ಇದ್ದಾಗ ಕಲ್ಲಹಳ್ಳಿಗೆ ಬಂದು, ಇಲ್ಲೆ ಮಲಗಿ ಇದ್ದು ಹೋಗುತ್ತಿದ್ರು. ದೊಡ್ಡವರು ಯಾರಾದ್ರು ನಮ್ಮೂರಿಗೆ ಏನೂ ಕೆಲಸ ಆಗಿಲ್ಲ ಬುದ್ದಿ ಎಂದು ಕೇಳಿದಾಗ, "ಏ ಇರ್‍ಲಿ ಬಿಡಪ್ಪಾ, ನಮ್ಮೂರಿಗೆ ಆಮೆಲೆ ಮಾಡಿದ್ರಾಯಿತು. ಮೊದಲು ನಾಡಿನ ಹಳ್ಳಿಗಳು ಅಭಿವೃದ್ಧಿಯಾಗಲಿ" ಅಂತಿದ್ರು. ಇಲ್ಲಿ ಸುತ್ತ ಮುತ್ತಲಿನ ಹಳ್ಳಿಗಳ ಜನರಲ್ಲಿ ಅರಸು ಅವರ ಬಗೆಗೆ ಗೌರವ ಭಾವನೆ ಇದೇ ಬಿಡಿ. ಅವರು ರಾಷ್ಟ್ರಪತಿಯಾಗಬೇಕೆಂದು ಕೊಂಡಿದ್ದೇ ಇಂದಿರಾಗಾಂಧಿಯವರೊಂದಿಗೆ ವಿರಸಕ್ಕೆ ಕಾರಣವಾಯಿತು. ಈಗಿನ ರಾಜಕಾರಣಿಗಳು ಇಲ್ಲೇ ಒಂದು ತರ ಮಾತು, ಸೀಟಿನ ಮೇಲೆ ಕುಳಿತಾಗ ಒಂದು ತರ ಮಾತಾಡುತ್ತಾರೆ. ಆದರೆ ಅರಸು ಅಂತವರಲ್ಲ. ಈಗ ಯಾರನ್ನು ಬೇಕಾದ್ರೂ ಸೀಟಿನಿಂದ ಇಳಿಸಬಹುದು, ಯಾರನ್ನೂ ಬೇಕಾದ್ರೂ ಕೂರಿಸಬಹುದು ಬಿಡಿ. ಅವರನ್ನು ಕಂಡ್ರೆ ಇಂದಿರಾಗಾಂಧಿಯವರೆ ಹೆದ್ರಿಕೊಳ್ಳುತ್ತಿದ್ದರು. ವಿಧಾನ ಸಭೆಯಲ್ಲಿ ಅವರನ್ನ ಕಂಡ್ರೇನೆ ಸಚಿವರೂ ಹೆದ್ರಿಕೊಳ್ಳುತ್ತಿದ್ರು. ಅವರಂತ ರಾಜಕಾರಣಿ ಹಿಂದೆಯೂ ಇರಾಕಿಲ್ಲ ಮುಂದೆಯೂ ಬರಾಕಿಲ್ಲ ಬಿಡ್ರಿ ಎಂದು ಕೆ. ಎಸ್. ರಾಜಪ್ಪ ಹೆಮ್ಮೆಯಿಂದ ಅರಸು ಬಗೆಗೆ ಹೇಳುತ್ತಾರೆ.

ಹೆಸರು : ರಾಚಮ್ಮ

ವಯಸ್ಸು : ೭೫

ಊರು : ಕಲ್ಲಹಳ್ಳಿ

ದಿನಾಂಕ : ೨೨.೪.೨೦೦೯

ರಾಚಮ್ಮ ಅವರು ಹೇಳುವಂತೆ; ಅರಸು ಅವರ ಮನೆ ಹೊಲಗದ್ದೆಗಳಲ್ಲಿ ಕೆಲಸ ಮಾಡಿದವರು ಆಕೆ. ಅವರು ತಮ್ಮ ಅನುಭವವನ್ನು ಈ ರೀತಿ ಹಂಚಿಕೊಂಡರು: ಬುದ್ಧಿಯವರು ದೊಡ್ಡ ಮನುಷ್ಯ. ಅವರು ಸುತ್ತಲೂ ಹಳ್ಳಿಗಳಲ್ಲಿ ಕೆಲಸ ಮಾಡಿಸಿ ಸೈ ಎನಿಸಿಕೊಂಡವರು. ಯಾಕೆಂದರೆ, ಬೇರೆಯವರು ಏನೂ ತಿಳಿದು ಕೊಳ್ಳಬಾರದು ಅಂತ ಅವರಕಾಲದಲ್ಲಿ ನಮಗೂ ಒಂದು ಮನೆ ಆಗಿದೆ. ನಮ್ಮ ಕೇರಿಗೆ ರೋಡು ಮಾಡಿಸಿದ್ರು. ಬಡವರ ಬಗ್ಗೆ ಅವರಿಗೆ ಬಹಳ ಕಾಳಜಿ. ನಾವು ಅವರ ಮನೆಯಲ್ಲಿ ಕೆಲಸ ಮಾಡಿದ್ದೀವಿ, ದುಡಿದಿದ್ದೀವಿ. ನಮ್ಮನ್ನೆಲ್ಲ ಚೆನ್ನಾಗಿ ನೋಡಿಕೊಂಡ್ರು. ಹಬ್ಬ ಹರಿದಿನ ಬಂದ್ರೆ ನಮಗೆ ದುಡ್ಡು ಕೊಡೋರು. ನಮಗೆ ಕುಡಿಯುವ ನೀರಿನ ನಲ್ಲಿ ವ್ಯವಸ್ಥೆ ಮಾಡಿಸಿಕೊಟ್ಟಿದ್ರು. ನಮ್ಮ ಊರಿಗೆ ಇನ್ನೂ ಏನೇನೋ ಮಾಡಬೇಕು ಅಂತಿದ್ರು. ಆ ಹೊತ್ತಿಗೆ ಅವರೇ ಹೊರಟೋದ್ರು. ಈಗ ಅವರಿಲ್ಲವಲ್ಲ ಎನ್ನುವುದೇ ಒಂದು ದುಃಖವಾಗಿದೆ. ಅವರು ತಂದ ಭೂ ಸುಧಾರಣೆಯಿಂದ ನಮ್ಮ ಹಿರಿಯರಿಗೆ ತುಂಡು ಭೂಮಿ ಸಿಕ್ಕಿದೆ.

ಹೆಸರು : ಕೆ. ಬಿ. ಶೇಖರ್

ವಯಸ್ಸು : ೬೦

ಊರು : ಕಲ್ಲಹಳ್ಳಿ

ದಿನಾಂಕ : ೨೨.೪.೨೦೦೯

ಕೆ. ಬಿ. ಶೇಖರ್ ಹೇಳುವಂತೆ; ಚಿಕ್ಕವನಿಂದಲೂ ಅವರನ್ನು ನೋಡಿದ್ದಾರೆ. ಇವರ ತಂದೆ ಶಿವಾನಂದ ಅರಸು ಅವರ ಗೆಳೆಯರಾಗಿದ್ದರು. "ಅರಸು ಅವರು ಎಂಥದೇ ಕೆಲಸ ಮಾಡಬೇಕೆಂದರೂ ಊರಿನ ಮುಖಂಡರೊಂದಿಗೆ ಸಮಾಲೋಚಿಸಿಯೇ ತೀರ್ಮಾನಿಸುತ್ತಿದ್ದರು. ಇವತ್ತು ಆ ಪರಿಸ್ಥಿತಿ

ಇಲ್ಲ. ಇವತ್ತಿನ ರಾಜಕಾರಣಿಗಳು ಕೂಡ ಯಾರೂ ಅರಸರಂತಿಲ್ಲ. ಏನಿದ್ದರೂ ಅವರದು ಬೇರೆ ರೀತಿಯಲ್ಲಿಯೇ ಯೋಚನೆ. ಅವರು ತಂದ ಭಾಗ್ಯಜ್ಯೋತಿ ಯೋಜನೆಯಿಂದ ಪ್ರತಿಯೊಬ್ಬ ಬಡವನ ಮನೆಯಲ್ಲೂ ಒಂದು ಬಲ್ಬ್ ಉರಿಯುವಂತಾಯಿತು. ಇದು ಸಾಮಾನ್ಯರು ಮಾಡುವ ಕೆಲಸವಲ್ಲ. ನಮ್ಮ ಸುತ್ತ ಮುತ್ತಲಿನ ಪ್ರದೇಶಗಳಲ್ಲಿ ಬುದ್ಧಿಯವರ ಬಗೆಗೆ ಒಳ್ಳೆಯ ಅಭಿಪ್ರಾಯವಿದೆ. ನಮ್ಮ ಊರಿನ ಒಬ್ಬ ವ್ಯಕ್ತಿ ನಾಡಿನ ಮುಖ್ಯಮಂತ್ರಿಯಾಗುವ ಮಟ್ಟಕ್ಕೆ ಬೆಳೆದಿದ್ದಾರೆಂಬುದೇ ನಮಗೆ ಹೆಮ್ಮೆಯ ವಿಷಯ. ಅವರಲ್ಲಿರುವ ನಯ, ವಿನಯ ಮತ್ತು ಸರಳತೆ ಮುಂತಾದ ಗುಣಗಳು ಯಾರನ್ನಾದರೂ ಬೆರಗುಗೊಳಿಸುವಂತವು. ಈಗ ಅರಸು ಬದುಕಿ ಇದ್ದಿದ್ರೆ ತುಂಬಾ ಕೆಲಸ ಮಾಡಿಸಿರೋರು. ಈಗ ಅವರಿಲ್ಲ, ಅವರ ಮಗಳು ಚಂದ್ರಪ್ರಭಾ ಇದ್ದಾರೆ. ಅವರೂ ಈ ಹಳ್ಳಿಯಲ್ಲಿ ಇಲ್ಲ. ನಾವು ಅವರನ್ನು ಕೆಲಸ ಮಾಡಿಸಿ ಅಂತಲೂ ಕೇಳಿಲ್ಲ" ಎಂದು ತಮ್ಮ ಮಾತು ಮುಗಿಸಿದರು.

ಹೆಸರು : ಕುಳ್ಳಯ್ಯ

ವಯಸ್ಸು : ೬೮

ಊರು : ಕಲ್ಲಹಳ್ಳಿ

ದಿನಾಂಕ : ೨೨.೪.೨೦೦೯

ಕುಳ್ಳಯ್ಯ ಅವರು ಹೇಳುವಂತೆ; ಅರಸು ಅವರ ತೋಟ ಮತ್ತು ಗದ್ದೆಗಳಲ್ಲಿ ದುಡಿದವರು ಈತ . "ಅರಸು ಅವರ ಬಗೆಗೆ ಹೇಳಬೇಕೆಂದರೆ ಬೇಕಾದಷ್ಟಿದೆ. ಎಷ್ಟು ಹೇಳಿದರೂ ಸಾಲದು" ಎಂದು ಅರಸು ಬಗೆಗಿನ ತಮ ಅಭಿಮಾನವನ್ನು ವ್ಯಕ್ತಪಡಿಸಿದರು. "ಅವರೊಬ್ಬ ದೊಡ್ಡ ವ್ಯಕ್ತಿ. ಅಂತ ವ್ಯಕ್ತಿ ಎಷ್ಟು ಬೇಗ ಹೊರಟೋದ್ರಲ್ಲ" ಎಂದು ತಮ್ಮ ಮನಸ್ಸಿನಾಳದ ದುಃಖವನ್ನು ತೋಡಿಕೊಂಡರು. "ಅವರು ತಂದ ಸಾಮಾಜಿಕ ಕ್ರಾಂತಿಕಾರಕ ಸುಧಾರಣೆಗಳಿಂದ ಇಂದು ದಲಿತ ಹಾಗೂ ಹಿಂದುಳಿದ ವರ್ಗಗಳ ಜನರು ತಲೆ ಎತ್ತಿ ನಡೆದಾಡುವಂತೆ ಮಾಡಿದ್ದೇ ಅವರ ದೊಡ್ಡ ಕೆಲಸ" ಎಂದು ತಮ್ಮ ಅಭಿಪ್ರಾಯವನ್ನು ವ್ಯಕ್ತಪಡಿಸಿದರು. "ನಮಗೆ ಏನೂ ಉಪಯೋಗವಾಗಲಿಲ್ಲ. ಮಾಡುವ ಸಮಯದಲ್ಲೇ ಹೊರಟೋದ್ರಲ್ಲ! ಈ ಹಿಂದೆ ಹಿಂದುಳಿದ ವರ್ಗಗಳವರು ಅನುಭವಿಸುತ್ತಿದ್ದ ಕಷ್ಟ ಕೋಟಲೆಗಳನ್ನು ಅರಸು ಪರಿಹರಿಸಿದರು. ಜಾತಿ ಜೀತ ಮತ್ತು ಮಲಹೊರುವ ಅನಿಷ್ಟ ಪದ್ಧತಿಯನ್ನು ತೊಡೆದುಹಾಕುವಲ್ಲಿ ಅವರು ವಹಿಸಿದ ಶ್ರಮ ಎಲ್ಲರ ಮೆಚ್ಚುಗೆಗೆ ಪಾತ್ರವಾಗುವಂತದ್ದು. ಆದ್ದರಿಂದಲೇ ಇಂದು ಈ ಹಿಂದುಳಿದ ವರ್ಗಗಳು ಮತ್ತು ದಲಿತರ ಮಕ್ಕಳು ಮೇಲ್ವರ್ಗದವರ ಸಮನಾಗಿ ರಾಜಕೀಯ, ಆರ್ಥಿಕ ಸಾಮಾಜಿಕ ಮತ್ತು ಶೈಕ್ಷಣಿಕ ಹಕ್ಕುಗಳನ್ನು ಪಡೆಯಲು ಸಾಧ್ಯವಾಯಿತು" ಎಂದು ತಮಗೆ ದೊರೆತ ಮುಕ್ತ ಸ್ವಾತಂತ್ರ್ಯವನ್ನು ಸಂತಸದಿಂದ ಹಂಚಿಕೊಂಡರು.

ಹೆಸರು : ಜವರಯ್ಯ

ವಯಸ್ಸು : ೫೮

ಊರು : ಕಲ್ಲಹಳ್ಳಿ

ದಿನಾಂಕ : ೨೨.೪.೨೦೦೯

ಇವರು ಕಲ್ಲಹಳ್ಳಿಯ ಸಾಮಾನ್ಯ ರೈತ. ಈತ ಅರಸು ಅವರ ಹೊಲ-ಗದ್ದೆಗಳಿಗೆ ಕೆಲಸಕ್ಕೆ ಆಗಾಗ ಹೋಗುತ್ತಿದ್ದರು. ಇವರು ಹೇಳುವಂತೆ ಅರಸು ಅವರು ಒಬ್ಬ ಧೀಮಂತ ವ್ಯಕ್ತಿ. ಅವರು

ಊರಿಗೆ ಬಂದಿದ್ದೇ ತಡ, ಮೊದಲು ದನದ ಕೊಟ್ಟಿಗೆಗೆ ಹೋಗೋರು. ಅಲ್ಲಿ ದನ ಕರುಗಳನ್ನು ಚೆನ್ನಾಗಿ ಇದಾವೊ ಇಲ್ಲೋ ಎಂದು ನೋಡೋರು. ಅಷ್ಟು ದನಕರುಗಳ ಮೇಲೆ ಅವರಿಗೆ ಪ್ರೀತಿ. "ಸತ್ತಾಗ ಏನು ಬರತ್ತೇ ಸಾರ್?" ಅವರಂತ ರಾಜಕಾರಣಿ ಈಗ ಕರ್ನಾಟಕದಲ್ಲಿ ಯಾರಿದ್ದಾರೆ ಮುಂದೆಯೂ ಯಾರು ಬರಲಾರರು? ಅವರೊಬ್ಬ ಕರ್ನಾಟಕದ ಹುಲಿ ಎಂದು ಅಭಿಮಾನದಿಂದ ತಮ್ಮ ಅಭಿಪ್ರಾಯವನ್ನು ವ್ಯಕ್ತಪಡಿಸಿದರು.

ನಾವು, ಅವರ ಮನೆ ಹೊಲಗೆಲಸಕ್ಕೆ ಹೋದಾಗ ನಮ್ಮನ್ನು ತಮ್ಮ ಮನೆ ಮಕ್ಕಳಂತೆ ಪ್ರೀತಿಯಿಂದ ನೋಡಿಕೊಳ್ಳೋರು. ಲಿಂಗಾಯ್ತ, ಒಕ್ಕಲಿಗರನ್ನು ಮತ್ತು ದಲಿತ, ಹಿಂದುಳಿದ ವರ್ಗದವರನ್ನು, ಮೇಲು, ಕೀಳು ಎನ್ನದೆ ಎಲ್ಲರನ್ನು ಸಮಾನ ಮನಸ್ಸಿನಿಂದ ಗೌರವದಿಂದ ಕಾಣುತ್ತಿದ್ದರು. ಅವರು ಸತ್ತ ನಂತರ ನಾವು ಬೇರೆಯವರ ಕೆಲಸಕ್ಕೆ ಹೋಗೋದನ್ನು ಬಿಟ್ಟೆವು ಎಂದು ತಮ್ಮ ಮನಸ್ಸಿನಲ್ಲಿನ ಭಾವನೆಗಳ ಬುತ್ತಿಯನ್ನು ಬಿಚ್ಚಿಟ್ಟರು.

ಅರಸು ಅವರು ಕೃಷಿಯಲ್ಲಿ ಪಳಗಿದವರು. ಇದೇ ಸಂದರ್ಭದಲ್ಲಿ ಬಿತ್ತಿದರೆ ಬೆಳೆ ಚೆನ್ನಾಗಿ ಬರುತ್ತದೆ. ಮಳೆ ಯಾವ ಕಾಲದಲ್ಲಿ ಬೀಳುತ್ತದೆ ಎಂಬುದನ್ನು ಕೂಡ ಹೇಳುತ್ತಿದ್ದರು. ಅವರ ಎತ್ತುಗಳಂತೂ ದೊಡ್ಡವು. ಎತ್ತುಗಳನ್ನು ಕಾಲಿನ ಮೇಲಿರುವ ಸುಳಿಯನ್ನು ನೋಡಿ ಅವುಗಳನ್ನು ತರುತ್ತಿದ್ದರು.

ಹೆಸರು : **ಚೆಲುವಯ್ಯ**

ವಯಸ್ಸು : **೫೫**

ಊರು : **ಕಲ್ಲಹಳ್ಳಿ**

ದಿನಾಂಕ : **೨೨.೪.೨೦೦೯**

ಚೆಲುವಯ್ಯನವರು ಅರಸು ಅವರ ಜೊತೆ ಜೊತೆಯಾಗಿ ಒಟ್ಟಾಗಿ ಕೆಲಸ ಮಾಡಿದವರು. ಇವರು ಅರಸು ಅವರನ್ನು ಕುರಿತು ಈ ರೀತಿ ಹೇಳುತ್ತಾರೆ: ನೋಡ್ರಿ, ಅರಸು ಅವರಷ್ಟು ಮೈಮುರಿದು ದುಡಿದವರು ಯಾರೂ ಇರಲಿಕ್ಕಿಲ್ಲ . ಅವರು ಸಚಿವರಾಗಿದ್ದರೂ ಊರಿಗೆ ಬಂದಾಗ ಕೆಲಸ ಮಾಡೋರು. ಅವರು ಮುಖ್ಯಮಂತ್ರಿಯಾದ ಮೇಲೂ ಯಾವೊಬ್ಬ ಸಾಮಾನ್ಯ ರೈತನನ್ನೂ ಮರೆತವರಲ್ಲ. ಸ್ವತಃ ರೈತ ಕುಟುಂಬದಿಂದ ಬಂದವರಾದ್ದರಿಂದ ರೈತರ ಕಷ್ಟಗಳೇನು ಎಂದು ತಿಳಿದಿದ್ದವರು ಅವರು, ಚಿಕ್ಕವರಿದ್ದಾಗ ಕಟ್ಟಿಗೆ ಒಡಿಯೋರು, ಬಾವಿಯಿಂದ ನೀರನ್ನು ತರೋರು, ದನದ ಕೊಟ್ಟಿಗೆಯ ಕಸ ಬಳಿದು ಸ್ವಚ್ಛ ಮಾಡೋರು. ತಾನು ತುಂಬ ಓದಿಕೊಂಡಿದ್ದೇನೆ ಎಂಬ ಅಹಂಕಾರವೇ ಅವರಲ್ಲಿ ಇರಲಿಲ್ಲ. ಬುದ್ಧಿಯವರಲ್ಲಿ ಸಿಟ್ಟು ಸೆಡವು ಎಂಬುದೇ ಇರಲಿಲ್ಲ. ತುಂಬಾ ಸರಳ ವ್ಯಕ್ತಿ ಅವರು. ಕೆಲಸ ಮಾಡದೆ ಊರಲ್ಲಿ ಪೋಲಿಯಂತೆ ಅಲೆಯುತ್ತಿದ ಹುಡುಗರನ್ನು ಕರೆದು ಬಡಿಯೋರು. ಹೀಗಾಗಿ ಪಡ್ಡೆ ಹುಡುಗರು ಬುದ್ಧಿಯವರನ್ನು ಕಂಡರೆ ಬಚ್ಚಿಟ್ಟುಕೊಳ್ಳೋರು.

ಹೆಸರು : **ಮೋಟಯ್ಯ**

ವಯಸ್ಸು : **೫೨**

ಊರು : **ಕಲ್ಲಹಳ್ಳಿ**

ದಿನಾಂಕ : **೨೨.೪.೨೦೦೯**

ಬುದ್ಧಿಯವರಿಗೆ ಬಡವರು ಎಂದರೆ ಬಹಳ ಪ್ರೀತಿ. ಬಡವರ ಉದ್ಧಾರಕ್ಕಾಗಿಯೇ ತಮ್ಮ ಜೀವನವನ್ನು ಸವೆಸಿದವರು. ಅವರು ನಮ್ಮೂರಿಗೆ ಬಂದಾಗ ಹೊಲದಲ್ಲಿ ಬೆಳೆ ಏನೂ ಬಿತ್ತಿದ್ದೀಯಾ, ಗದ್ದೆ ನಾಟಿ ಮಾಡಿದ್ದೀಯಾ ಎಂದು ನಮ್ಮನ್ನ ಕೇಳೋರು. ಊರಲ್ಲಿಯಾರಾದರೂ ಜಗಳ ಮಾಡಿದರೆ ಪಂಚಾಯತಿ ಕಟ್ಟೆಗೆ ಬಂದು ಅವರೇ ನ್ಯಾಯ ಮಾಡೋರು. ಇಬ್ಬರಿಗೂ ತಿಳಿಹೇಳೋರು. ಉತ್ತೋದು ಬಿತ್ತೋದು ಬಿಟ್ಟು, ಬರೀ ಜಗಳ ಕಾಯಿತೀರ, ನಿಮಗೆ ಬದುಕೋದು ಹೇಗೆ ಅಂತಗೊತ್ತಿಲ್ಲ ಅಂತ ಬೆದರಿಸೋರು. ಊರಿನ ಜನರು ಕೂಡ ಅಷ್ಟೆ. ಬುದ್ಧಿಯವರನ್ನ ಕಂಡರೆ ಅಷ್ಟೆ ಗೌರವ ಕೊಡೋರು. ಅವರು ಪಂಚಾಯತಿ ತೀರ್ಮಾನ ಮಾಡುವಾಗ ತಪ್ಪು ಸರಿ ಯಾವುದೆಂದು ಯೋಚಿಸಿಯೇ ನಿಷ್ಠುರವಾಗಿ ತೀರ್ಮಾನ ಹೇಳೋರು. ತಪ್ಪ ಮಾಡಿದವರು ಯಾರೇ ಆಗಲಿ ತಪ್ಪಿತಸ್ತನಿಗೆ ಶಿಕ್ಷೆ ನೀಡುತ್ತಿದ್ದರು. ಆಗ ಅವರು ಅವನಿಗೆ ಒಂದು ನ್ಯಾಯ ಇವನಿಗೆ ಒಂದು ನ್ಯಾಯ ಅಂತ ಎಂದೂ ಎರಡು ಬಗೆದವರಲ್ಲ. ಆದ್ದರಿಂದಲೇ ಸುತ್ತ ಮುತ್ತಲಿನ ಹಳ್ಳಿಯ ಜನರು ತಮ್ಮ ನ್ಯಾಯ ಪಂಚಾಯತಿಯನ್ನು ಅರಸು ಅವರ ಮುಂದೇನೆ ಬಂದು ಬಗೆಹರಿಸಿಕೊಳ್ಳೋರು. ಹೀಗೆ ಮೋಟಯ್ಯನವರು ಅರಸು ಅವರಲ್ಲಿದ್ದ ನ್ಯಾಯ, ನಿಷ್ಠುರತೆ ಬಗ್ಗೆ ತಮ್ಮ ಅಭಿಪ್ರಾಯವನ್ನು ವ್ಯಕ್ತಪಡಿಸಿದರು.

ಹೆಸರು : ರಾಜಮುಡಯ್ಯ

ವಯಸ್ಸು : ೬೫

ಊರು : ಕಲ್ಲಹಳ್ಳಿ

ದಿನಾಂಕ : ೨೨.೪.೨೦೦೯

ನಾನು ಅರಸು ಅವರ ಮನೆಯಲ್ಲಿ ಒಂಭತ್ತು ವರ್ಷ ದುಡಿದಿದ್ದೇನೆ. ಆಗ ನನ್ನನ್ನು ಅವರ ತಮ್ಮ ಮನೆ ಮಗನಂತೆ ನೋಡಿಕೊಂಡ್ರು. ಬುದ್ಧಿಯವರ ದೊಡ್ಡ ಗುಣವೆಂದರೆ ತಮ್ಮ ವಿರುದ್ಧ ಆರೋಪ ಹೊರಿಸಿದವರನ್ನೂ, ಅನ್ಯಾಯ ಮಾಡಿದವರನ್ನೂ ಕ್ಷಮಿಸೋದು. ಯಾರ ಜೊತೆಯೂ ವೈರತ್ವ ಕಟ್ಟಿಕೊಂಡವರಲ್ಲ. ಎಲ್ಲರನ್ನು ಸ್ನೇಹದಿಂದ ಕಾಣುವುದು ಅವರ ಸ್ವಭಾವ. "ಅವರ ಕಾಲದಲ್ಲಿ ಲಂಚದ ಹಾವಳಿ ಹೆಚ್ಚಾಯಿತಲ್ಲ" ಎಂದು ಸಂದರ್ಶಕರು ಕೇಳಿದ ಪ್ರಶ್ನೆಗೆ, "ಬುದ್ಧಿಯೋರು ಲಂಚ ಗಿಂಚ ಏನೂ ತಗೊಂಡಿಲ್ಲ ಬಿಡಿ. ಅವರು ಅಂತವರಲ್ಲ. ಅವರಸುತ್ತ ಇರೋ ಜನರನ್ನ ಸಾಕಲಿಕ್ಕೆ ಇದ್ದೋರ ದುಡ್ಡನ್ನು ತಂದು ಇಲ್ಲದವರಿಗೆ ಹಂಚತಾ ಇದ್ದರು. ಇದನ್ನೇ ಬುದ್ಧಿಯವರನ್ನು ಕಂಡರೆ ಆಗದೋರು ಲಂಚ ಎಂದು ಸುದ್ದಿ ಹಬ್ಬಿಸಿದರು. ಲಂಚ ತಗೊಂಡಿದ್ರೆ ಈ ಹಳ್ಳಿಯಲ್ಲಿ ಒಂದು ದೊಡ್ಡ ಮನೇನೆ ಕಟ್ಟಬಹುದಿತ್ತು ಎಂದು ತಮ್ಮ ಅಭಿಪ್ರಾಯವನ್ನು ವ್ಯಕ್ತಪಡಿಸಿದರು.

ಹೆಸರು : ಚಲುವಣ್ಣ

ವಯಸ್ಸು : ೭೨

ಊರು : ಕಲ್ಲಹಳ್ಳಿ

ದಿನಾಂಕ : ೨೩.೪.೨೦೦೯

ಈತನೂ ಕಲ್ಲಹಳ್ಳಿಯ ಒಬ್ಬ ರೈತ. ಸ್ವತಃ ಅರಸು ಅವರ ಜೊತೆ ಸೇರಿ ಹೊಲಗದ್ದೆಗಳಲ್ಲಿ ಕೆಲಸ ಮಾಡಿದೋರು. "ಬಹಳ ಒಳ್ಳೇ ಮನುಷ್ಯ. ಅವರು ಮುಖ್ಯಮಂತ್ರಿಯಾದರೂ ತಮ್ಮ

ಗೆಳೆಯರನ್ನು ಮತ್ತು ರೈತರನ್ನು ಮರೆತವರಲ್ಲ. ನಾಡಿಗೆ 'ಕರ್ನಾಟಕ' ಅಂತ ನಾಮಕರಣ ಮಾಡಿ ದೊಡ್ಡ ಸಾಧನೆಯನ್ನೇ ಮಾಡಿದರು. ಮೊದಲ ಯಾವ ಮುಖ್ಯಮಂತ್ರಿಗಳಿಂದಲೂ ಈ ಕೆಲಸ ಮಾಡಲು ಸಾಧ್ಯವಾಗಿರಲಿಲ್ಲ. ಆದರೆ ಅರಸು ಅವರು ಅದನ್ನು ಮಾಡಿತೋರಿಸಿದರು." ಈ ಹಿಂದೆ ನಾಡಿನ ನಾಮಕರಣಕ್ಕೆ ಅವರು ವಿರೋಧ ವ್ಯಕ್ತ ಪಡಿಸಿದ್ದು ಏಕೆ ಎಂದು ಕೇಳಿದ ಪ್ರಶ್ನೆಗೆ "ಆ ಕಾಲ ಅಂಗ ಇತ್ತು. ಮುಂದೆ ಅವರು ಕಾಲಬದಲಾದಂತೆ, ಜನ ಬದಲಾದಂತೆ ಬುದ್ದಿಯವರ ಮನಸ್ಸು ಬದಲಾಯಿತು. ಅದಕ್ಕೆ ಅವರು ಜನಾಭಿಪ್ರಾಯದಂತೆ ಈ ನಾಡಿಗೆ ೧೯೭೩ ನವೆಂಬರ್ ೧ ರಂದು ಕರ್ನಾಟಕ ಎಂದು ನಾಮಕರಣ ಮಾಡಿದರು. ಮತ್ತು ಅವರು ಜಾರಿಗೆ ತಂದ ಭೂ ಸುಧಾರಣೆ ಕಾಯಿದೆ, ಎಲ್.ಜಿ ಹಾವನೂರು ಆಯೋಗ ರಾಜ್ಯದ ಜನತೆಗೆ ಒಂದು ಉತ್ತಮ ಫಲವನ್ನೇ ನೀಡಿದವು" ಎಂದು ಉತ್ತರಿಸಿದರು.

ಹೆಸರು : ತಾಯಮ್ಮ

ವಯಸ್ಸು : ೫೨

ಊರು : ಕಲ್ಲಹಳ್ಳಿ

ದಿನಾಂಕ : ೨೩.೪.೨೦೦೯

ಇವರು ಅರಸು ಅವರ ತೋಟಕ್ಕೆ ಕೂಲಿ ಕೆಲಸ ಮಾಡಲಿಕ್ಕೆ ಹೋಗೋರು. ಅವರು ಅರಸು ಅವರನ್ನು ಕುರಿತು ಈ ರೀತಿ ಹೇಳುತ್ತಾರೆ: ಅರಸು ಅವರ ಬಗೆಗ ಎಷ್ಟು ಹೇಳಿದರೂ ಸಾಲದು. ಆಯಪ್ಪ ಹುಟ್ಟಿರೋ ಊರಲ್ಲಿ ನಾವು ಹುಟ್ಟಿದ್ದೇವಲ್ಲ ಅಂತ ಸಂತೋಷ ಪಡುತ್ತೇವೆ. ನಮಗೆ ಅವರ ಕಾಲದಲ್ಲಿ ಒಂದು ಜನತಾ ಮನೆ ಕಟ್ಟಿಸಿ ಕೊಟ್ಟಿದ್ರು. ಈಗ ಅದು ಬಿದ್ದು ಹೋಗಿದೆ. ಅದನ್ನೇ ರಿಪೇರಿ ಮಾಡಿಕೊಂಡು ಅದರಲ್ಲೇ ಸಂಸಾರ ಮಾಡ್ತಾ ಇದ್ದೀವೆ. ಈಗಿನ ಸರಕಾರದೋರು ಬಡವರ ಬಗ್ಗೆ ಏನೂ ಕೇಳೋದೆ ಇಲ್ಲ. ಏನೇ ಕೆಲಸ ಮಾಡಿದರೂ ಮೊದಲು ತಮ್ಮ ಸಂಬಂಧಿಕರಿಗೆ ಮಾಡಿಕೊಡ್ತಾರೆ. ಹೆಣ್ಣು ಮಕ್ಕಳೆಂದರೆ ಅರಸು ಅವರು ತುಂಬ ಗೌರವ ಕೊಡ್ತಿದ್ರು.

ಹೆಸರು : ಮಾದಯ್ಯ

ವಯಸ್ಸು : ౭೦

ಊರು : ಕಲ್ಲಹಳ್ಳಿ

ದಿನಾಂಕ : ೨೩.೪.೨೦೦೯

"ಅರಸು ಗಂಭೀರ ಮನುಷ್ಯ. ಆಡಳಿತನೂ ಅಷ್ಟೇ ಗಂಭೀರವಾಗಿ ನಡೆಸಿದರು. ಸತತ ಎಂಟು ವರುಷ ಆಡಳಿತ ನಡೆಸೋದಂದ್ರೆ ಸುಮ್ಮನೆ ಅಲ್ಲ. ಈಗಿನ ರಾಜಕಾರಣಿಗಳು ಅಂಗ ಅಲ್ಲ. ಯಾವಾಗ ಬೇಕಾದ್ರೂ ಸರಕಾರನ್ನ ಕೆಡವಬಹುದು. ಯಾವಾಗ ಬೇಕಾದ್ರೂ ಸರಕಾರನ್ನ ರಚನೆ ಮಾಡಬಹುದು. ಬುದ್ಧಿಯವರು ಯಾರನ್ನ ನಂಬಿದ್ರೋ ಅವರೇ ಅರಸು ಅವರಿಗೆ ಮೋಸ ಮಾಡಿದ್ರು. ಹಿಂದುಳಿದ ವರ್ಗಗಳ ನಾಯಕರೇ ಇವರಲ್ಲಿ ಹೆಚ್ಚು. ಇವರು ಇಂದಿರಾಗಾಂಧೀಯವರ ಮುಂದೆ ಅರಸು ಅದರ ಬಗೆಗೆ ಇಲ್ಲಸಲ್ಲದ್ದನ್ನು ಕಿವಿಯೂದಿದರು. ಇದು ಇಂದಿರಾ ಮತ್ತು ಅರಸರ ಮಧ್ಯ ವೈರತ್ವ ಬೆಳೆಯಲು ಕಾರಣವಾಯಿತು. ಕೊನೆಗೆ ಕಾಂಗ್ರೆಸ್ ಪಕ್ಷದಿಂದಲೇ ಉಚ್ಛಾಟಿತರಾದರು. ಅವರ ವಿರುದ್ಧವಾಗಿ ಕ್ರಾಂತಿರಂಗ ಪಕ್ಷವನ್ನು ಕಟ್ಟಿದರೂ ಅದು ರಾಜ್ಯದಲ್ಲಿ ಯಶಸ್ವಿಯಾಗಲಿಲ್ಲ. ಇನ್ನೂ ಏನೇನೋ ಮಾಡಬೇಕು ಅಂತ ಅಂತಿದ್ರು. ಅದೇ ಸಮಯದಲ್ಲಿ ದೇವ್ರು ಅವರನ್ನು ಕರೆದುಕೊಂಡುಬಿಟ್ಟ.

ಒಳ್ಳೆಯವರಿಗೆ ಕಾಲ ಇಲ್ಲ" ಎಂದು ಭಾರವಾದ ಮನಸ್ಸಿನಿಂದ ಅರಸು ಅವರ ಬಗ್ಗೆ ತಮ್ಮ ಅಭಿಪ್ರಾಯವನ್ನು ವ್ಯಕ್ತಪಡಿಸಿದರು.

ಹೆಸರು : ದ್ಯಾವಣ್ಣ

ವಯಸ್ಸು : ೭೨

ಊರು : ಕಲ್ಲಹಳ್ಳಿ

ದಿನಾಂಕ : ೨೩.೪.೨೦೦೮

ದ್ಯಾವಣ್ಣ ಅವರು ಹೇಳುವಂತೆ ಅರಸು ಅಧಿಕಾರಕ್ಕೆ ಆಸೆ ಪಟ್ಟವರಲ್ಲ. ಜನರು ತಮ್ಮ ಮೇಲೆ ಇಟ್ಟಿರುವ ವಿಶ್ವಾಸಕ್ಕೆ ತಕ್ಕಂತೆ ಆಡಳಿತ ಮಾಡೋರು. ಬುದ್ಧಿಯವರು ಯಾವುದೇ ಕೆಲಸ ಇರಲಿ ಒಂದು ಸಲ ಹೇಳಿದ ಮೇಲೆ ಆಯಿತು. ಆ ಕೆಲಸ ಆದಂಗೆ. ಅವರಲ್ಲಿಗೆ ಯಾರೇ ಹೋಗಲಿ, ಲಿಂಗಾಯ್ತರಿರಲಿ, ಒಕ್ಕಲಿಗರಿರಲಿ, ದಲಿತರಿರಲಿ, ಬಡವರಿರಲಿ ಯಾರಲ್ಲೂ ಭೇದ ಎಣಿಸದೆ ಕೆಲಸ ಮಾಡಿಕೊಡೋರು. ಅವರು ಸೋತಾಗಲೂ ಚಿಂತಿಸಿದವರಲ್ಲ. ಗೆದ್ದಾಗಲೂ ಹಿಗ್ಗಿದವರಲ್ಲ. ಯಾವಾಗಲೂ ಒಂದೇ ಸಮನಾಗಿ ಇರೋದೆ ದೊಡ್ಡಗುಣ ಅವರದು. ಅವರು ಯಾವಾಗಲೂ ಒಂದು ಮಾತು ಹೇಳೋರು. ಆಳಾಗಿ ದುಡಿದು ಅರಸನಾಗಿ ಉಣಬೇಕು ಅಂತ. ಅವರು ಅದರಂತೆ ದುಡಿದು ಅರಸಾಗಿ ರಾಜ್ಯದಲ್ಲಿ ಮೆರೆದರು. ಅವರು ಸತ್ತಾಗ ನಮ್ಮ ಹಳ್ಳಿಯಲ್ಲಿ ಲಕ್ಷ ಲಕ್ಷ ಜನ ಸೇರಿತ್ತು, ಅವತ್ತು ಊರಲ್ಲಿ ಕುಡಿಯಕೆ ನೀರು ಸಿಕ್ಕಿಲ್ಲ. ಅಷ್ಟು ಜನ್ರು ಬಂದಿದ್ರು. ಅಂತ ಒಳ್ಳೇ ಮನುಷ್ಯ ಇನ್ನೆಲ್ಲೂ ಸಿಗಲಿಕ್ಕಿಲ್ಲ ಬುಡಿ. ಈಗಿನ ಸರಕಾರ ನಡೆಸೋರು ಅರಸು ಕೊಟ್ಟಿದನ್ನೇ ನಮ್ಮ ಹತ್ತಿರ ಕಸಿದುಕೊಳ್ತಾ ಇದ್ದಾರೆ.

ಹೆಸರು : ಕೆ. ಎಸ್. ಉದ್ದಯ್ಯ

ವಯಸ್ಸು : ೭೬

ಊರು : ಕಲ್ಲಹಳ್ಳಿ

ದಿನಾಂಕ : ೨೪.೪.೨೦೦೮

ಕೆ. ಎಸ್. ಉದ್ದಯ್ಯ ದೇವರಾಜ ಅರಸು ಅವರ ಬಾಲ್ಯದ ಒಡನಾಡಿಯಾಗಿದ್ದವರು. ಅರಸು ಜೊತೆ ವಿಷಯ, ವಿಚಾರಗಳನ್ನು ಕೇಳಿ ತಿಳಿದುಕೊಂಡವರು. ಕರ್ನಾಟಕದ ರಾಜಕಾರಣ ಸಾಮಾಜಿಕ, ಮತ್ತು ಆರ್ಥಿಕ ವಿಷಯಗಳನ್ನು ಕುರಿತು ಚರ್ಚೆ ಮಾಡಿದ್ದೂ ಉಂಟು. ಈ ಇಬ್ಬರು ವ್ಯಕ್ತಿಗಳು ಕಲ್ಲಹಳ್ಳಿಯಲ್ಲೇ ಉತ್ತಮ ಸ್ನೇಹಿತರೆಂದು ಹೆಸರು ಮಾಡಿದವರು. ಹೀಗಾಗಿ ಅರಸು ಬಗೆಗೆ ತಿಳಿದು ಕೊಳ್ಳಲು ಉದ್ದಯ್ಯನವರ ಅಭಿಪ್ರಾಯಗಳು ಬಹಳ ಮುಖ್ಯವಾಗಿವೆ. ಅವರ ಮಾತಿನ ಕೆಲವು ಅಂಶಗಳನ್ನು ಇಲ್ಲಿ ಅಭಿವ್ಯಕ್ತಿಸುವುದು ಸೂಕ್ತ ಎನಿಸುತ್ತದೆ. "ಅವರಲ್ಲಿದ್ದ ಸಜ್ಜನಿಕೆ, ಸರಳ ವ್ಯಕ್ತಿತ್ವದಿಂದ ಎಂತವರನ್ನೂ ಮಂತ್ರ ಮುಗ್ಧರನ್ನಾಗಿಸುತ್ತಿದ್ದರು. ಬಾಲ್ಯದಲ್ಲಿ ನಾವಿಬ್ಬರೂ ಒಟ್ಟಿಗೆ ಬೆಳೆದವರು. ದನ-ಕರುಗಳನ್ನು ಮೇಯ್ಸೋದು, ಹೊಲ ಉತ್ತೋದು, ಕಟ್ಟಿಗೆ ಒಡೆಯೋದು, ನೀರನ್ನು ತರೋದು ಇಂತಹ ಎಲ್ಲ ಕೆಲಸವನ್ನೂ ಮಾಡಿದ್ದೇವೆ. ಅನಂತರ ಸಾಹುಕಾರ ಚೆನ್ನಯ್ಯನವರ ಒತ್ತಾಯಕ್ಕೆ ಮಣಿದು. ೧೯೪೫ರಲ್ಲಿ ಮೈಸೂರು ಪ್ರಜಾಪ್ರತಿನಿಧಿ ಸಭೆಗೆ ಸ್ಪರ್ಧಿಸಿ ಆರಿಸಿಬಂದರು. ಆಗ ಅವರಿಗೆ ೨೬ ವರ್ಷ ವಯಸ್ಸು. ಆ ಸಂದರ್ಭದಲ್ಲಿ ಅವರು ಆರ್ಥಿಕವಾಗಿ ಅಷ್ಟೊಂದು ಸ್ಥಿತಿವಂತರೇನೂ ಆಗಿರಲಿಲ್ಲ. ೧೯೫೨ರಲ್ಲಿ ನಡೆದ ಪ್ರಥಮ ಚುನಾವಣೆಯಲ್ಲಿ ಹುಣಸೂರು

ಕ್ಷೇತ್ರದಿಂದ ಕಾಂಗ್ರೆಸ್ ಪಕ್ಷದ ಅಭ್ಯರ್ಥಿಯಾಗಿ ಸ್ಪರ್ಧಿಸಿ ಗೆಲುವು ಸಾಧಿಸಿದರು. ಅಲ್ಲಿಂದ ಅವರು ಸಾಯುವವರೆಗೆ ಅದೇ ಕ್ಷೇತ್ರವನ್ನು ಪ್ರತಿನಿಧಿಸಿದ್ದು ಅವರ ಇನ್ನೊಂದು ವಿಶೇಷ. ಮುಂದೇ ೧೯೭೨ರಲ್ಲಿ ರಾಜ್ಯದ ಮುಖ್ಯಮಂತ್ರಿಯಾದಾಗಲೂ ನಮ್ಮಿಬ್ಬರ ಸಂಬಂಧಗಳು ಹಾಗೇ ಮುಂದುವರಿದಿದ್ದವು. ಆಗ ನಾಡಿನ ರಾಜಕಾರಣಕ್ಕೆ ಸಂಬಂಧಪಟ್ಟ ವಿಷಯಗಳನ್ನು ಕಲ್ಲಹಳ್ಳಿಗೆ ಬಂದಾಗ ಚರ್ಚೆ ಮಾಡೋರು. ನಾನು ರಾಜ್ಯದ ಮುಖ್ಯಮಂತ್ರಿಯಾಗಿ ಮಾಡಬೇಕಾದ ಕೆಲಸಗಳೇನು ಎಂದು ನನ್ನಿಂದ ಸಲಹೆ ಪಡೆದುಕೊಳ್ಳೋರು. ನಮ್ಮ ಊರಲ್ಲಿ ಅಭಿವೃದ್ಧಿ ಕೆಲಸ ತಾವು ಮಾಡಿಲ್ಲ ಅಂತ ಜನ ಮಾತಾಡಿಕೊಳ್ಳುತ್ತಿದ್ದಾರೆ ಎಂದು ಒಮ್ಮೆ ಅವರಿಗೆ ಹೇಳಿದಾಗ, ಅವರು ಜನ ಮಾತನಾಡಲಿ ಬಿಡಿ, ಜನರ ಬಾಯಿ ಕಟ್ಟಿಹಾಕಲಿಕ್ಕೆ ಆಗುತ್ತದೆಯೇ? ನನಗೆ ನನ್ನ ಕಲ್ಲಹಳ್ಳಿ ಒಂದೇ ಮುಖ್ಯವಲ್ಲ. ರಾಜ್ಯದಲ್ಲಿ ಕಲ್ಲಹಳ್ಳಿಯಂತ ಹಳ್ಳಿಗಳು ಸಾಕಷ್ಟಿವೆ. ಮೊದಲು ಅವು ಅಭಿವೃದ್ಧಿ ಆಗಬೇಕು ಆಮೇಲೆ ನಮ್ಮ ಊರು ಎಂದು ಹೇಳೋರು. ಹೀಗಾಗಿ ಅವರು ರಾಜ್ಯದ ಗ್ರಾಮೀಣ ಪ್ರದೇಶಗಳಲ್ಲಿ ಕುಡಿಯುವ ನೀರು, ರಸ್ತೆ ನಿರ್ಮಾಣ, ಜನತಾ ಮನೆ ಹಂಚಿಕೆ ಮತ್ತು ಭಾಗ್ಯಜ್ಯೋತಿ ದೀಪ ಇಂಥ ಹಲವಾರು ಅಭಿವೃದ್ಧಿ ಕೆಲಸಗಳನ್ನು ಮಾಡಿಸಿದರು. ಮುಖ್ಯವಾಗಿ ಅವರು ರಾಜ್ಯದಲ್ಲಿ ಅನುಷ್ಠಾನಕ್ಕೆ ತಂದ ಇಪ್ಪತ್ತು ಅಂಶಗಳ ಕಾರ್ಯಕ್ರಮ ರಾಜ್ಯ ಮತ್ತು ಬಡವರ ಅಭಿವೃದ್ಧಿಗೆ ಸಹಾಯಕಾರಿಯಾಗಿರುವಂತದ್ದು. ಅಲ್ಲದೆ ಹಿಂದುಳಿದ ವರ್ಗಗಳ ಆಯೋಗವನ್ನು ಅನುಷ್ಠಾನಕ್ಕೆ ತಂದು ಈ ವರ್ಗಗಳನ್ನು ರಾಜ್ಯದಲ್ಲಿ ಮುಂಚೂಣಿಗೆ ತಂದರು. ನಾಡಿಗೆ ಕರ್ನಾಟಕ ಎಂದು ನಾಮಕರಣ ಮಾಡಿದ್ದು ಅವರ ದೊಡ್ಡ ಸಾಧನೆ ಆಗಿದೆ. ಈ ಹಿಂದೆ ಯಾರೂ ಈ ಕೆಲಸವನ್ನು ಮಾಡಿರಲಿಲ್ಲ.''

ಅವರ ಮೇಲೆ ಭ್ರಷ್ಟಾಚಾರದ ಆರೋಪ ಮತ್ತು ರಾಜ್ಯದಲ್ಲಿ ಗೂಂಡಾ ಸಂಸ್ಕೃತಿ ಬೆಳೆಯಲಿಕ್ಕೆ ಅವರೇ ಕಾರಣ ಎನ್ನುವ ಒಂದು ವಾದ ಇದೆಯಲ್ಲ ಎಂದು ಸಂದರ್ಶಕರು ಕೇಳಿದ ಪ್ರಶ್ನೆಗೆ ಉದ್ದಯ್ಯ ಅವರು ''ಅರಸರು ಭ್ರಷ್ಟಾಚಾರ ಮಾಡಿ ದುಡ್ಡು ಮಾಡಿದ್ದರೆ ತಮ್ಮ ಹೊಲದ ಮೇಲೆ ಬ್ಯಾಂಕ್ ಸಾಲ ಮಾಡುವ ಪರಿಸ್ಥಿತಿಯೇ ಇರುತ್ತಿರಲಿಲ್ಲ. ಅದೊಂದು ರಾಜಕೀಯ ಸಂಚು ಅಷ್ಟೇ. ಅರಸರ ರಾಜಕೀಯ ವಿರೋಧಿಗಳ ಆರೋಪ ಅಷ್ಟೆ. ಗೂಂಡಾ ಸಂಸ್ಕೃತಿ ಬಗೆಗೆ ಹೇಳಬೇಕೆಂದರೆ ರಾಜಕಾರಿಗಳೆಂದರೆ ಅದೆಲ್ಲ ಮಾಮೂಲಿ ಬಿಡಿ'' ಎಂದರು.

''ದೇವರಾಜ ಅರಸು ಅವರ ರಾಜಕೀಯ ವಿರೋಧಿಯಾಗಿದ್ದವರೆಂದರೆ ಕೆ.ತಿಮ್ಮಯ್ಯನವರು. ಆದರೂ ಅರಸು ತಿಮ್ಮಯ್ಯನವರನ್ನು ಗೌರವದಿಂದ ಕಾಣುತ್ತಿದ್ದರು. ಅಷ್ಟೊಂದು ಉದಾರ ಜೀವ ಅವರು. ಅವರಿಗೆ ಪೊಲೀಸ್ ಡಿಪಾರ್ಟ್‌ಮೆಂಟ್ ಅಂದರೆ ತುಂಬಾ ಪ್ರೀತಿ. ಅದಕ್ಕೆ ಅವರು ಪೊಲೀಸರ ಸಮವಸ್ತ್ರ ಚಾಡ್ಡಿಯನ್ನು ಬದಲಾಯಿಸಿದರು. ಮತ್ತು ಆ ಇಲಾಖೆಗೆ ಸಂಬಂಧಿಸಿದಂತೆ ಹಲವಾರು ಸುಧಾರಣೆಗಳನ್ನು ತಂದರು. ಅವರು ಮುಖ್ಯಮಂತ್ರಿಯಾದರೂ ಯಾವ ಆಸ್ತಿ ಪಾಸ್ತಿಯನ್ನೂ ಮಾಡಿಕೊಳ್ಳಲಿಲ್ಲ. ನಿಷ್ಠೆಯಿಂದ ಜನಸೇವೆ ಮಾಡಿದ್ರು. ಇರೋ ಒಂದು ಮನೆ ಕಟ್ಟಿಕೋಬೇಕೆಂದ್ರ ೧೮ ವರ್ಷ ಫೌಂಡೇಶನ್ ಹಾಕಿ ಸ್ವತಃ ತಾವೇ ಕಟ್ಟಿಕೊಂಡರು. ಚಿಕ್ಕಮ್ಮಣ್ಣಿಯವರು ಮನೆಗೆ ಕಾಂಕ್ರೀಟ್ ಹಾಕಿಸಿ ಎಂದರೆ, ಬೇಡ ನಾಡ ಹಂಚೇ ಹಾಕಬೇಕು ಎಂದು ಹಟ ಮಾಡಿ, ನಾಡಹಂಚು ಮತ್ತು ಬೊಂಬಿ(ಬಿದರು)ನಿಂದ ಚಾವಣಿ ಹಾಕಿಸಿದೋರು. ಅವರ ೪೦-೪೫ ವರ್ಷದ ರಾಜಕೀಯ ಜೀವನದಲ್ಲಿ ಯಾವತ್ತೂ ಜನರನ್ನು ನನಗೆ ಓಟು ಕೊಡಿ ಎಂದು ಕೇಳಿದವರಲ್ಲ. ಆ ಸಂದರ್ಭದಲ್ಲಿ ಜನರನ್ನು ಮಾತಾಡ್ಸೋರು ಅಷ್ಟೆ. ಜನ ಅವರಿಗೆ ಓಟು

ಹಾಕೋರು. ಈಗ ಅರಸು ಅವರಂತೆ ಪ್ರಗತಿಪರ ಚಿಂತನೆಯುಳ್ಳ ರಾಜಕಾರಣಿಗಳು ಇಲ್ಲ. ಈಗೇನಿದ್ದರೂ ಸ್ವಾರ್ಥಪರ, ಮತ್ತು ಜಾತಿ ರಾಜಕಾರಣ. ಸಾಲದೆಂಬಂತೆ ಕುಟುಂಬ ರಾಜಕಾರಣವನ್ನು ಕೂಡ ಹುಟ್ಟುಹಾಕಿದ್ದಾರೆ. ಅವರು ಯಾವಾಗಲೂ ಹೇಳೋರು - ಯಾರು ಸಮಾಜದಲ್ಲಿ ತುಳಿತಕ್ಕೆ ಒಳಗಾಗಿದ್ದಾರೋ, ದಲಿತ, ಹಿಂದುಳಿದ ವರ್ಗ ಮತ್ತು ಬಡವರು, ಅಂತವರನ್ನು ಮೇಲಕ್ಕೆತ್ತುವುದೇ ನನ್ನ ಮುಖ್ಯ ಗುರಿ ಎಂದು. ಅಂತವರನ್ನು ವಿಧಿ ಬಿಡಲಿಲ್ಲ. ೧೯೮೨ ಜೂನ್ ೬ ರಂದು ಅವರು ಮರಣ ಹೊಂದಿದರು."

ಹೆಸರು : ಗುರುಮೂರ್ತಿ ಪೆಂಡಕೂರು

ವಯಸ್ಸು : ೫೮

ಊರು : ಹಗರಿಬೊಮ್ಮನಹಳ್ಳಿ

ದಿನಾಂಕ : ೧೬.೮.೨೦೦೯

ಪೆಂಡಕೂರು ಅವರು, ಅರಸು ಅವರನ್ನು ಕಂಡಿದ್ದು, ಹಗರಿಬೊಮ್ಮನಹಳ್ಳಿಯನ್ನು 'ತಾಲ್ಲೂಕ್' ಕೇಂದ್ರವನ್ನಾಗಿ ಮಾಡುವ ಸಂದರ್ಭದಲ್ಲಿ. ಅರಸು ಅವರು ಆಗ ಬೊಮ್ಮನಹಳ್ಳಿಗೆ ಉದ್ಘಾಟನಾ ಸಮಾರಂಭಕ್ಕೆ ಬಂದಿದ್ದರು. ಅವರು ಎಂದಿಗೂ ಸ್ವತಂತ್ರವಾಗಿ ಯೋಚನೆಮಾಡುವ ವ್ಯಕ್ತಿ. ಅವರು ಯಾವತ್ತೂ ತಮ್ಮ ಸ್ವಾತಂತ್ರ್ಯವನ್ನು ಕಳೆದುಕೊಂಡು ಅಧಿಕಾರ ನಡೆಸಿದವರಲ್ಲ 'Efective-Implementation' ಮಾಡಿದ್ದರಿಂದಲೆ ಇವತ್ತು ಅವರ ಹೆಸರು ಉಳಿದುಕೊಂಡಿದೆ. ಬಡಜನತೆ ಬಗೆಗೆ ಕಾಳಜಿ ಅವರಲ್ಲಿ ಪ್ರಾಮಾಣಿಕವಾದುದ್ದಾಗಿತ್ತು. ನೇಮಕಾತಿಯಲ್ಲಿ ಮತ್ತು ಬಡ್ತಿಯಲ್ಲಿ ಈ ದುರ್ಬಲ ವರ್ಗಗಳಿಗೆ ಮೀಸಲಾತಿಯನ್ನು ಕಲ್ಪಿಸಿದರು. ನಾಡಿಗೆ 'ಕರ್ನಾಟಕ' ಅಂತ ನಾಮಕರಣ ಮಾಡಿದ್ದು ಅವರ ಸ್ವತಂತ್ರ ನಿಲುವೇ ಕಾರಣ. ಇದೊಂದು ದೊಡ್ಡ ಸಾಧನೆ. ಆರಂಭದಲ್ಲಿ ಅವರು ನಾಡಿನ ನಾಮಕರಣಕ್ಕೆ ವಿರೋಧಿಸಿದ್ದರಲ್ಲ ಎಂದು ಸಂಶೋಧಕರು ಕೇಳಿದ ಪ್ರಶ್ನೆಗೆ ಪೆಂಡಕೂರು ಅವರು, ಅರಸು ಅವರು ೧೯೭೨ರ ಆರಂಭದ ಸಂದರ್ಭದಲ್ಲಿ ವಿರೋಧ ವ್ಯಕ್ತಪಡಿಸಿದರೂ ಕೆಲವು ದಿನಗಳ ನಂತರ ಅವರೇ ಮುಂದೆನಿಂತು ೧೯೭೩ರಲ್ಲಿ ನಾಡಿಗೆ ಕರ್ನಾಟಕ ಎಂದು ನಾಮಕರಣ ಮಾಡಿದರು. ಇದಕ್ಕೆ ಸ್ವತಃ ಮೈಸೂರಿನ ಮಹಾರಾಜರೇ ಅಸ್ತು ಅಂದಿದ್ದರು. ಸಾಹುಕಾರ ಚೆನ್ನಯ್ಯ ಎಚ್.ಕೆ. ವೀರಣ್ಣಗೌಡ, ಶಂಕ್ರೇಗೌಡ ಅವರು ಮಾತ್ರ ನಾಡಿನ ನಾಮಕರಣಕ್ಕೆ ವಿರೋಧ ಮಾಡಿದವರು. ಅವರು ಮೈಸೂರು ಶಾಂಡಲ್ ಸೋಪಿನ ಗತಿ, ಮೈಸೂರು, ಸಿಲ್ಕ್ ಕಂಪನಿಗಳಿಗೆ ಪೆಟ್ಟು ಬೀಳುತ್ತದೆ. ಎನ್ನುವ ಕಾರಣಕ್ಕಾಗಿ ನಾಡಿನ ನಾಮಕರಣಕ್ಕೆ ವಿರೋಧ ವ್ಯಕ್ತಪಡಿಸಿದ್ದರು. ಚಿತ್ರದುರ್ಗ, ತುಮಕೂರು, ಶಿವಮೊಗ್ಗ ಜಿಲ್ಲೆಯ ರಾಜಕಾರಣಿಗಳು ನಾಮಕರಣವನ್ನು ವಿರೋಧಿಸಲಿಲ್ಲ. ಆದರೆ ಮಂಡ್ಯ, ಮೈಸೂರು, ಹಾಸನ, ಬೆಂಗಳೂರು ಭಾಗದ ರಾಜಕಾರಣಿಗಳೂ ಇದನ್ನು ವಿರೋಧಿಸಿದ್ದರು. ಇಂದಿರಾಗಾಂಧಿ ಮತ್ತು ಅರಸು ಮಧ್ಯ ವಿರೋಧ ಬೆಳೆಯಲು ಕಾರಣವೇನು? ಎನ್ನುವ ಪ್ರಶ್ನೆಗೆ ಉತ್ತರಿಸಿದ ಅವರು, ಕಾರಣ ಇಷ್ಟೇ ವೈಯುಕ್ತಿಕ ಅಹಂಕಾರ ಎಂದರು. ಅವರು ಮಾಡಿದ ಮತ್ತೊಂದು ದೊಡ್ಡ ಕೆಲಸವೆಂದರೆ ಲಿಂಗಾಯತ ಒಕ್ಕಲಿಗರು ಅಲ್ಪಸಂಖ್ಯಾತರಾಗಿದ್ದರೂ ಬಹುಸಂಖ್ಯಾತರ ಹಕ್ಕನ್ನು ಕಸಿದುಕೊಂಡಿದ್ದರು. ಅರಸು ಅವರು ಇದನ್ನು ನಿಷ್ಕ್ರಿಯಗೊಳಿಸಿದರು. ಅಲ್ಲದೆ ಈ ವರ್ಗಗಳ ಮೇಲೆ ಹಿಡಿತವನ್ನು ಸಾದಿಸಿದರು. ಆದರೆ ಅರಸು ಅಧಿಕಾರಕ್ಕೆ ಬಂದ ಮೇಲೆ ಮುಖ್ಯವಾಗಿ ದಲಿತ, ಹಿಂದುಳಿದ ಅಲ್ಪಸಂಖ್ಯಾತರ ವರ್ಗಗಳಿಗೆ

ರಾಜಕಾರಣ ಹಕ್ಕನ್ನು ದೊರಕಿಸಿಕೊಟ್ಟವರು. ಭ್ರಷ್ಟಾಚಾರ ಅವರಕಾಲದಲ್ಲೇ ಯಾಕೆ ಹೆಚ್ಚಾಯಿತು ಎಂಬ ಪ್ರಶ್ನೆಗೆ ಪೆಂಡಕೂರು ಅವರು, ಅದು ನಿಶ್ಚಿತವಾದದ್ದು, ಯಾಕೆಂದರೆ, ಅದಕ್ಕೂ ಮುಂಚೆ ಎಂ.ಎಲ್.ಎ. ಗಳಿಗೆ ಅಧಿಕಾರ ಇರಲಿಲ್ಲ. ಅರಸು ಹೇಳುವಂತೆ: 'ಎಂ.ಎಲ್.ಎ ಗಳ ಜೇಬುಗಳು ಹರಿದು ಹೋಗಿವೆ'. ಆ ಪರಿಸ್ಥಿತಿ ಇದೆ. ಒಬ್ಬ ಶಾಸನಸಭಾ ಸದಸ್ಯನಿಗೆ ಗೌರವ ಧನ ಬೇಕು ಅದನ್ನು ನಾನು ಕೊಡುತ್ತೇನೆ ಅಂದರು. ಅದಕ್ಕೆ ಆ ಹಣವನ್ನು ಎಲ್ಲಿಂದಲೋ ತಂದರು. ಅದಕ್ಕೆ ಭ್ರಷ್ಟಾಚಾರ ಹೆಚ್ಚಾಯಿತು. ನನ್ನ ದೃಷ್ಟಿಯಲ್ಲಿ ಅದೇನು ತಪ್ಪಲ್ಲ. ಆದರೆ ಗೂಂಡಾಗಿರಿಯನ್ನು ಸ್ವಲ್ಪ ಮಟ್ಟಿಗೆ ಉಪೇಕ್ಷಮಾಡಿದರು. ಅದು ರಾಜ್ಯದಲ್ಲಿ ಮತ್ತಷ್ಟು ಬೆಳೆಯಲು ಸಾಧ್ಯವಾಯಿತು. 'ಕ್ರಾಂತಿರಂಗ ಪಕ್ಷ' ರಾಜ್ಯದಲ್ಲಿ ಏಕೆ ವಿಫಲವಾಯಿತು ಎಂದು ಕೇಳಿದ ಪ್ರಶ್ನೆಗೆ ಅವರು ಕರ್ನಾಟಕದಲ್ಲಿ ಯಾವ ಪ್ರಾದೇಶಿಕ ಪಕ್ಷಗಳು ಇಂದು ಗಟ್ಟಿಯಾಗಿ ಉಳಿದಿವೆ ಹೇಳಿ ಎಂದರು. ನಿಜಲಿಂಗಪ್ಪನವರ 'ಸಂಸ್ಥಾ ಕಾಂಗ್ರೆಸ್ ಪಕ್ಷ'ವೇ ಹೆಸರಿಲ್ಲದೆ ಹೋಯಿತು. ಬಂಗಾರಪ್ಪ, ಗೋಪಾಲಗೌಡರ 'ಪ್ರಜಾಸೋಸಿಯಲಿಸ್ಟ್ ಪಕ್ಷ'ವೂ ಉಳಿಯಲಿಲ್ಲ. ದೇವರಾಜ ಅರಸರೂ ಕೂಡ ಅಷ್ಟೆ. ಯಾವ ಪಕ್ಷ ಭದ್ರ ನೆಲೆಗಟ್ಟನ್ನು ಮತ್ತು ಉತ್ಸಾಹವನ್ನು ಹೊಂದಿರುವುದಿಲ್ಲವೋ ಆ ಪ್ರಾದೇಶಿಕ ಪಕ್ಷಗಳು ಬೇಗ ನಶಿಸಿಹೋಗುತ್ತವೆ ಎಂದು ಪೆಂಡಕೂರ್ ಅವರು ತಮ್ಮ ಅಭಿಪ್ರಾಯವನ್ನು ವ್ಯಕ್ತಪಡಿಸಿದರು. ಆಂಧ್ರದಲ್ಲಿ ರಾಮ್‌ರಾವ್ ಅವರ 'ತೆಲುಗುದೇಶಂ' ಪ್ರಾದೇಶಿಕ ಪಕ್ಷ ಒಂದೇ ಬಹು ಯಶಸ್ವಿಯಾದದ್ದು. ದುರ್ಬಲ ವರ್ಗಗಳು ಅರಸು ಅವಧಿಯಲ್ಲಿ ಹೆಚ್ಚು ಬಲಿಷ್ಠಗೊಳ್ಳಲು ಸಾಧ್ಯವಾಯಿತು. ಹಾವನೂರ ಆಯೋಗವಂತೂ ಹಿಂದುಳಿದ ವರ್ಗಗಳ 'ಬೈಬಲ್' ಎಂದೇ ಹೆಸರಾಯಿತು. ಇಪ್ಪತ್ತು ಅಂಶಗಳ ಕಾರ್ಯಕ್ರಮ ಕರ್ನಾಟಕದಲ್ಲಿ ಯಶಸ್ವಿಯಾದಷ್ಟು ಯಾವ ರಾಜ್ಯದಲ್ಲಿಯೂ ಯಶಸ್ವಿಯಾಗಲಿಲ್ಲ. ಇದನ್ನು ಗಮನಿಸಿದರೆ ಈ ದುರ್ಬಲ ವರ್ಗಗಳ ಬಗೆಗೆ ಅವರಿಗಿದ್ದ ಕಳಕಳಿ ಎಂಥದ್ದು ಎಂಬುದು ಕಂಡುಬರುತ್ತದೆ. ಅವರು ರಾಜ್ಯದ ರಾಜಕಾರಣದಲ್ಲಿ ಯಶಸ್ವಿಯಾದಷ್ಟೆ, ರಾಷ್ಟ್ರಮಟ್ಟದ ರಾಜಕಾರಣದಲ್ಲಿ ಯಶಸ್ವಿಯಾಗಿದ್ದರೆ, ಅವರು ಪ್ರಧಾನಿಯಾಗುವುದರಲ್ಲಿ ಸಂದೇಹವಿರಲಿಲ್ಲ. ಅದಕ್ಕೆ ಇಂದಿರಾ ಅವಕಾಶ ನೀಡಲಿಲ್ಲ. ದಕ್ಷಿಣ ಭಾರತದ ರಾಜಕಾರಣಿಯನ್ನು ಇಂದಿರಾಗಾಂಧಿ ಬೆಳೆಯಲು ಬಿಡಲಿಲ್ಲ. ಕಾಂಗ್ರೆಸ್‌ನ ಗುಂಪಿನಲ್ಲಿ ಎರಡು-ಮೂರು ಗುಂಪುಗಳಿದ್ದವು. ನಿಜಲಿಂಗಪ್ಪ ಒಬ್ಬ ವೀರಶೈವ ಲಿಂಗಾಯತ ಮುಖ್ಯಮಂತ್ರಿ ಎಂದು ಬಿಂಬಿತವಾಗಿದ್ದರು. ಇದರಿಂದ ಅಲ್ಲಿ ಹಲವಾರು ಭಿನ್ನಾಭಿಪ್ರಾಯಗಳು ತಲೆದೂರಿದ್ದವು. ಆದರೆ ಅರಸು ಅವರು ಆದಷ್ಟು ಭಿನ್ನಾಭಿಪ್ರಾಯಗಳನ್ನು ಬದಿಗೊತ್ತಿ ಜನರ ನಿಷ್ಠೆಗನುಗುಣವಾಗಿ ರಾಜಕಾರಣ ಮಾಡಿದವರು. ಜಾತಿ, ಜೀತ, ಅಸ್ಪೃಶ್ಯತೆ ನಿರ್ಮೂಲನೆ ಬಗೆಗೆ ಗಮನಸೆಳೆದಾಗ ಅವು ಇಂದು ಸಂಪೂರ್ಣವಾಗಿ ನಾಶವಾಗಿಲ್ಲದಿದ್ದರೂ ಅವರು ಈ ನಿಟ್ಟಿನಲ್ಲಿ ವಹಿಸಿದ ಶ್ರಮ ಶ್ಲಾಘನೀಯವಾದದ್ದು ಎನ್ನುವ ಮಾತನ್ನು ಹೇಳಿದರು. ಇದು ಸಂಪೂರ್ಣ ನಾಶವಾಗಬೇಕೆಂದರೆ ಒಂದು ವ್ಯವಸ್ಥೆಯ ಒಳಗಡೆಯೇ ಆಗಬೇಕು. ಮಾನವಿಕ ಸಂಬಂಧ ಹೆಚ್ಚಾಗಬೇಕು ಅಂದಾಗ ಮಾತ್ರ ಇಂಥ ಅನಿಷ್ಟ ಪದ್ಧತಿ ತೊಡೆದು ಹಾಕಲು ಸಾಧ್ಯ. ರಾಜ್ಯದಲ್ಲಿ ೧೯೭೫ರ ತುರ್ತು ಪರಿಸ್ಥಿತಿಯಂಥ ಸಂದರ್ಭದಲ್ಲಿ ನಿಷ್ಠೆ ಹಾಗೂ ನಿಷ್ಠುರವಾಗಿ ನಡೆದುಕೊಂಡವರು. ಇದೇ ಸಮಯದಲ್ಲೇ ಇಪ್ಪತ್ತು ಅಂಶಗಳ ಕಾರ್ಯಕ್ರಮವನ್ನು ಅನುಷ್ಠಾನಕ್ಕೆ ತಂದರು. ಅರಸು ಅವರ ಖ್ಯಾತಿಯನ್ನು ಸ್ವಲ್ಪ ಮಟ್ಟಿಗೆ ಕುಗ್ಗಲು ಕಾರಣವಾದ ನಿರ್ಮಲ ಪ್ರಸಾದ ಮತ್ತು ಅರಸು ಸಂಬಂಧದ ಬಗೆಗೆ ಅವರು, ಈ ಘಟನೆ

ಬಗೆಗೆ ಏನು ಆಧಾರ ಇತ್ತು ಎಂದು ಕೇಳಿದರು. ಇದೊಂದು ಅರಸು ಅವರ ರಾಜಕೀಯ ವಿರೋಧಿಗಳ ಸಂಚು ಅಷ್ಟೆ. ಅರಸು ಅವರನ್ನು ವಿರೋಧಿಸುವುದಕ್ಕಾಗಿ ವಿರೋಧ ಮಾಡಿದರಷ್ಟೆ. ಈ ರಾಜಕಾರಣಿಗಳಿಗೆ ಹೆಣ್ಣು, ಹೊನ್ನು, ಮಣ್ಣು ಮಾಮೂಲಿಯಾದಂತವು ಅಷ್ಟೆ. ಅವುಗಳನ್ನು ಬಿಟ್ಟು ಬದುಕುವುದೇ ಈ ರಾಜಕಾರಣಿಗಳಿಗೆ ಕಷ್ಟ.

ಪೆಂಡಕೂರು ಅವರು, ಹೇಳುವಂತೆ: ಬೂಸಾ ಪ್ರಕರಣದಲ್ಲಿ ಬಸವಲಿಂಗಪ್ಪನವರನ್ನು ಸಚಿವ ಸಂಪುಟದಿಂದ ಬಿಟ್ಟದ್ದು ದೊಡ್ಡ ಆಶ್ಚರ್ಯ, ಈ ಮೇಲ್ವರ್ಗದ ರಾಜಕಾರಣಿಗಳು ಅವರ ಮೇಲೆ ಬಲವಾದ ಒತ್ತಡವನ್ನೇ ತಂದಿದ್ದರು. ಪ್ರಸ್ತುತ ಸಂದರ್ಭದ ರಾಜಕಾರಣಿಗಳು ಮತ್ತು ರಾಜಕಾರಣದ ಬಗೆಗೆ ಸಂಶೋಧಕರು ಗಮನ ಸೆಳೆದಾಗ "ಇದೊಂದು ಶುದ್ಧ ದುಡ್ಡಿನ ರಾಜಕಾರಣ" ರಾಜಕಾರಣಿಗಳಂತೂ ಯಾವ ತತ್ವ ಸಿದ್ಧಾಂತಗಳಿಗೆ ಬದ್ಧರಾದವರಲ್ಲ. ಕೇವಲ ಪಕ್ಷಾಂತರ ಮತ್ತು ಅವಕಾಶವಾದ ರಾಜಕಾರಣಿಗಳು ಮಾತ್ರ ಇದ್ದಾರೆ. ರಾಜ್ಯದ ಅಭಿವೃದ್ಧಿ ಮತ್ತು ಜನಪರಕಾಳಜಿಯ ಚಿಂತನೆಗಳಂತೂ ಇವರಲ್ಲಿ ಸುಳಿಯವು. ಕೊನೆಯದಾಗಿ ಅವರು ಹೇಳಿದ ಮಾತುಗಳಂತೂ ಗಮನ ಸೆಳೆಯುವಂಥವು. ಅರಸು ಅವರಿಂದಲೇ ಏಳಿಗೆಯನ್ನು ಕಂಡುಕೊಂಡಿದ್ದ ಈ ದುರ್ಬಲ ವರ್ಗಗಳು, ಹಿಂದುಳಿದ ವರ್ಗಗಳು ಅರಸರಿಗೆ ಕೊನೆಗಾಲದಲ್ಲಿ ಮೋಸಮಾಡಿದರು. ಯಾಕೆಂದರೆ ಅರಸರ ಸೋಲನ್ನು ಕಂಡ ವರ್ಗಗಳು ಅವರನ್ನು ಬಿಟ್ಟು ಇಂದಿರಾ ಪಕ್ಷವನ್ನು ಸೇರಿದರು. ಇದು ಅರಸರ ಜೀವನದಲ್ಲಿ ಒಂದು ದೊಡ್ಡ ಸೋಲನ್ನೇ ತಂದಿತು ಇದೇ ಚಿಂತೆಯಲ್ಲಿ ಅವರು ದೈಹಿಕವಾಗಿ ಕೃಷವಾಗುತ್ತಾ ಹೋದರು. ಇದೇ ಸಂದರ್ಭದಲ್ಲಿ ಸರ್ಪಸುತ್ತ ಕಾಯಿಲೆಯಿಂದ ಬಳಲಿ ಮರಣ ಹೊಂದಿದರು. ಆದರೂ ಅವರ ಮರಣದ ಬಗೆಗೆ ಇನ್ನೂ ನಿಗೂಢವಾಗಿಯೇ ಇದೆ ಎಂದರು.

ಈ ಮೇಲೆ ಹೇಳಿದಂತೆ, ವ್ಯಕ್ತಿಗಳ ಅಭಿಪ್ರಾಯ ಅಥವಾ ಅವರು ನೀಡಿರುವ ಮಾಹಿತಿಯನ್ನು ಗಮನಿಸಿದಾಗ ಅರಸು ವ್ಯಕ್ತಿತ್ವ ಮತ್ತು ಆಡಳಿತ ಕುರಿತಂತೆ ಉಪಯುಕ್ತ ಮಾಹಿತಿಗಳು ತಿಳಿದು ಬರುತ್ತವೆ.

ಅರಸು ಅವರು ಸಾಮಾನ್ಯ ಮತ್ತು ಸರಳ ಜೀವಿಯಾಗಿದ್ದರೆಂಬುದನ್ನು ಈ ಮೇಲಿನವರ ಹೇಳಿಕೆಗಳು ಸ್ಪಷ್ಟಪಡಿಸುತ್ತವೆ. ಯಾವುದೇ ಜಾತಿ-ಮತ ಪಂಥಕ್ಕೆ ಅರಸು ಕಟ್ಟುಬಿದ್ದವರಲ್ಲ. ಈ ಹಿಂದೆ ಆಡಳಿತ ನಡೆಸಿದ ಮುಖ್ಯಮಂತ್ರಿಗಳಿಗಿಂತ ಅವರು ಏಕೆ ಭಿನ್ನವಾಗಿ ಕಾಣುತ್ತಾರೆ ಎಂಬುದಕ್ಕೆ ಇಲ್ಲಿಯೇ ಉತ್ತರವನ್ನು ಕಂಡುಕೊಳ್ಳಬಹುದು. ಅಂದರೆ, ಅವರು ಕರ್ನಾಟಕ ರಾಜಕಾರಣಕ್ಕೆ ಕೊಟ್ಟಿತಿರುವು, ದಲಿತ ಮತ್ತು ಹಿಂದುಳಿದ ವರ್ಗಗಳ ಬಗೆಗೆ ಅವರು ಹೊಂದಿದ್ದ ನಿಲುವುಗಳಿಂದ ಇದು ಸ್ಪಷ್ಟವಾಗುತ್ತದೆ. ಜೊತೆಗೆ ಆಡಳಿತ ನಡೆಸಿದ ವೈಖರಿಯಿಂದಲೂ ಅರಿತುಕೊಳ್ಳಬಹುದು. ಅಧಿಕಾರ ಸಿಕ್ಕರೆ ಸಾಕು ರಾಜ್ಯದ ಅಭಿವೃದ್ಧಿ ಮತ್ತು ಜನತೆಯ ಗೊಡವೆ ನಮಗೇತಕೆ ಬೇಕು ಎಂದು ಕಣ್ಣು ಮುಚ್ಚಿಕೊಂಡು ಕೂಡುವ ರಾಜಕಾರಣಿಗಳು ನಮ್ಮ ರಾಜ್ಯದಲ್ಲಿ ಇಂದು ಸಾಕಷ್ಟು ಜನರಿದ್ದಾರೆ. ಕೇವಲ ಜಾತಿ ಬೆಂಬಲದಿಂದ ಚುನಾವಣೆಯಲ್ಲಿ ಗೆಲುವು ಸಾಧಿಸಿ ವಿಧಾನಸಭೆಯಲ್ಲಿ ಕುಳಿತು ನಿದ್ದೆ ಮಾಡುವ ರಾಜಕಾರಣಿಗಳನ್ನೂ ಇಲ್ಲವೆನ್ನುವಂತಿಲ್ಲ. ಆದರೆ ದೇವರಾಜ ಅರಸು ಇವರೆಡೂ ಸಾಲಿಗೆ ಸೇರಿದವರಲ್ಲ. ಏಕೆಂದರೆ, ಅವರು ವ್ಯಕ್ತಿತ್ವದಲ್ಲಿ ಮತ್ತು ಪ್ರಗತಿಪರ ಚಿಂತನೆಗಳಲ್ಲೂ ಭಿನ್ನವಾಗಿ ಕಂಡುಬರುತ್ತಾರೆ. ಅವರ ಚಿಂತನೆಗಳು ಏನಿದ್ದರೂ ನಾಡಿನ ಅಭಿವೃದ್ಧಿ ಹಿಂದುಳಿದವರ ಮತ್ತು ದೀನ-ದಲಿತರ ಏಳಿಗೆಯ ಪರವಾಗಿಯೇ ಇರುವಂತವು. ಮೇಲ್ನೋಟಕ್ಕೆ ಇವರು ಸ್ವಲ್ಪ ಒರಟು

ಎನಿಸಿದರೂ ನೇರ, ಸರಳ ವ್ಯಕ್ತಿತ್ವದವರು. ನಿರ್ದಾಕ್ಷಣ್ಯಪರ, ನಿರ್ಭೀತ ಮತ್ತು ಪ್ರಾಮಾಣಿಕತೆ ಇವರ ಮುಖ್ಯ ಗುಣಗಳು. ಅಲ್ಲದೆ ಅವರು ಮಾತನಾಡುವುದು ಶ್ರೀಮಂತ ಭಾಷೆಯಲ್ಲ ಶ್ರೀಸಾಮಾನ್ಯನ ಭಾಷೆಯಲ್ಲಿ. ಬಡವರ ಬಗೆಗೆ ಇವರು ಹೊಂದಿರುವ ಕಾಳಜಿ ಅತ್ಯಂತ ವಿಶಿಷ್ಟವಾದದ್ದು. ಮತ್ತು ತನ್ನ ಜೊತೆಯವರಿಗೆಲ್ಲ ಚೈತನ್ಯ ತುಂಬುವ, ದೃಢ ವಿಶ್ವಾಸದಿಂದ ಕೂಡಿದ ರಚನಾತ್ಮಕ ಆಶಾವಾದ ಇವರ ಇನ್ನೊಂದು ವಿಶೇಷ ಎಂಬುದು ಕಲ್ಲಹಳ್ಳಿ ಗ್ರಾಮದ ಇವರ ಸಹಪಾಠಿಗಳ ಅಭಿಪ್ರಾಯದಲ್ಲಿ ವ್ಯಕ್ತವಾಗುತ್ತದೆ. ಮೇಲ್ವರ್ಗಗಳ ರಾಜಕೀಯ ನಾಯಕರು ಅವರೊಬ್ಬ ಜಾತಿವಾದಿ ನಾಯಕ ಎಂದು ಜರಿದರು. ಆದರೆ, ಅವರೊಬ್ಬ ಜಾತ್ಯತೀತ ನಾಯಕ. ಬ್ರಾಹ್ಮಣ, ಲಿಂಗಾಯತ, ಒಕ್ಕಲಿಗ ಎಂದು ಭೇದ ಮಾಡಿದವರಲ್ಲ ಎಂಬುದು ಸಂದರ್ಶನದ ಮಾಹಿತಿಯಿಂದ ಸ್ಪಷ್ಟವಾಗುತ್ತದೆ.

ದೇವರಾಜ ಅರಸು ಸ್ವಾಭಿಮಾನದ ಖನಿಯಾಗಿದ್ದರು. ಅವರು ಆತ್ಮ ಮತ್ತು ವ್ಯಕ್ತಿತ್ವಕ್ಕೆ ಧಕ್ಕೆ ಬರದಂತೆ ನಡೆದುಕೊಂಡವರು. ಕಲ್ಲಹಳ್ಳಿಯಲ್ಲಿ ಇವರ ಮನೆಯನ್ನು ನೋಡಿದರೆ ಇದು ರಾಜ್ಯದ ಮುಖ್ಯಮಂತ್ರಿಗಿದ್ದವರ ಮನೇನಾ ಅಂತ ಆಶ್ಚರ್ಯವಾಗುತ್ತದೆ. ಶ್ರೀಮತಿ ಇಂದಿರಾಗಾಂಧಿಯವರು ಅರಸು ಮನೆಗೆ ಭೇಟಿ ನೀಡಿದ ಸಂದರ್ಭದಲ್ಲಿ 'ಅರಸು ಅವರೇ ಈ ಮನೆ ಕುಸಿದು ಬೀಳುವಂಗೆ ಇದೆ' ಎಂದು ಹಾಸ್ಯ ಮಾಡಿದ್ದರು ಎಂಬುದನ್ನು ಗಮನಿಸಿದರೆ ಅಧಿಕಾರ ಹಿಡಿದು ಇವರು ಏನನ್ನೂ ಸಂಪಾದಿಸಿಕೊಂಡಿರಲಾರರು ಎಂಬದು ಮನೆಯ ಚಿತ್ರದಿಂದ ವ್ಯಕ್ತವಾಗುತ್ತದೆ. ಇವರೊಬ್ಬ ನಾಡಿನ ಅಭಿವೃದ್ಧಿ ಚಿಂತನೆಯ ಗುಂಗಿನಲ್ಲಿ ಸ್ವಂತ ಅಭಿವೃದ್ಧಿಯನ್ನೇ ಕೈಬಿಟ್ಟವರು ಎಂಬುದು ಅರಿವಿಗೆ ಬಾರದೆ ಇರಲಾರದು. ಜಾತಿಕಾರಣ, ಕುಟುಂಬ ರಾಜಕಾರಣದಂತಹ ಇವತ್ತಿನ ಸಂದರ್ಭದಲ್ಲಿ ಸ್ವತಃ ತನ್ನ ಕುಟುಂಬದವರನ್ನು ಬೆಳೆಸಿದವರೂ ಅವರಲ್ಲ. ಬದಲಿಗೆ ಹಿಂದುಳಿದ ವರ್ಗಗಳ ಮತ್ತು ದಲಿತ ವರ್ಗಗಳ ನಾಯಕರನ್ನು ರಾಜ್ಯ ರಾಜಕಾರಣದಲ್ಲಿ ಮುಂಚೂಣಿಗೆ ತಂದವರು. ಇಲ್ಲದಿದ್ದರೆ ಖರ್ಗೆ, ಮೊಯಿಲಿ, ಧರ್ಮಸಿಂಗ್, ಅವರಂತವರನ್ನು ಕಾಣುವುದು ದುರ್ಲಭವಿತ್ತು ಎಂದು ಸಿಂಗರಯ್ಯ ಅವರು ಅರಸು ವ್ಯಕ್ತಿತ್ವವನ್ನು ಕುರಿತು ಅಭಿಪ್ರಾಯನ್ನು ವ್ಯಕ್ತಪಡಿಸಿದ್ದುದರಲ್ಲಿ ಸತ್ಯಾಂಶವಿದೆ.

ದೇವರಾಜ ಅರಸು ಅವರು ಯಾವತ್ತೂ ಓಟು ಕೇಳಿ ಪಡೆದವರಲ್ಲ. ಕರ್ನಾಟಕದ ಎಲ್ಲ ಜನರೂ ಅವರಿಗೆ ಅಂತಃಕರಣದಿಂದ ಓಟು ಹಾಕುತ್ತಿದ್ದರು. ಅಂತಹ ಸಾತ್ವಿಕ ವ್ಯಕ್ತಿತ್ವ ಅವರದು. ಜೊತೆಗೆ ಅವರು ಜಾರಿಗೆ ತಂದ ಭೂಸುಧಾರಣಾ ಕಾಯಿದೆ, ಹಾವನೂರರ ನೇತೃತ್ವದಲ್ಲಿ ನೇಮಿಸಿದ ಹಾವನೂರ ಆಯೋಗದ ಶಿಫಾರಸ್ಸುಗಳು, ಬಡವರ ಏಳಿಗೆಗಾಗಿ ಅನುಷ್ಠಾನಕ್ಕೆ ತಂದ ಯೋಜನೆಗಳೂ ಸಹ ಅರಸು ಅವರ ರಾಜಕೀಯ ಜೀವನದ ಸಹಾಯಕ್ಕೆ ಬಂದವು ಎಂಬುದನ್ನು ಮರೆಯುವಂತಿಲ್ಲ. ಹೀಗೆ ರಾಜ್ಯದಲ್ಲಿ ಕಾಂಗ್ರೆಸ್ ಪಕ್ಷ ಮತ್ತಷ್ಟು ಪ್ರಬಲವಾಗಿ ಬೇರೂರಲು ಸಾಧ್ಯವಾಯಿತು. ಇದಕ್ಕೆ ಅರಸು ಅವರ ಶ್ರಮ ಮತ್ತು ಚಿಂತನೆಯೇ ಕಾರಣ ಎಂಬುದನ್ನು ಯಾರೂ ತಳ್ಳಿಹಾಕುವಂತಿಲ್ಲ.

ಅರಸು ಅವರು ಕಲ್ಲಹಳ್ಳಿಯಲ್ಲಿ ಹೆಚ್ಚು ಅಭಿವೃದ್ಧಿಕೆಲಸ ಮಾಡದಿದ್ದರೂ ಅಲ್ಲಿನ ಜನರು ಅರಸು ಅವರನ್ನು ಮರೆತು ಮಾತನಾಡದಿರುವುದು ಅರಸು ವ್ಯಕ್ತಿತ್ವಕ್ಕೆ ಸಿಕ್ಕಿದ ಗೌರವ ಎಂದರೆ ತಪ್ಪಾಗಲಾರದೇನೋ. "ಸಾಮಾನ್ಯವಾಗಿ ಧೀಮಂತರು ಹೃದಯವಂತರಾಗುವುದಿಲ್ಲ, ಹಾಗೆಯೇ ಹೃದಯವಂತರು ಧೀಮಂತರಾಗುವುದಿಲ್ಲ. ಹಾಗೆಂದ ಮಾತ್ರಕ್ಕೆ ಇವೆರಡು ಪರಸ್ಪರ ಗುಣ ವಿರೋಧಿಗಳೇನಲ್ಲ. ಇವು ಒಬ್ಬರಲ್ಲೇ ಜತೆ ಜತೆಯಾಗಿ ಮೇಳೈಸಬಹುದು. ಧೀಮಂತಿಕೆ ಮತ್ತು

ಹೃದಯವಂತಿಕೆಗಳು ಎರಡು ಧ್ರುವಗಳಾಗದೆ ಒಟ್ಟಿಗೆ ಒಬ್ಬನಲ್ಲೇ ಕಾಣುವುದು ಸಾಧ್ಯ ಎಂಬ ಮಾತಿಗೆ ಸಾಕ್ಷಿಯಾಗಬಲ್ಲವರು ದೇವರಾಜ ಅರಸು ಎಂದು ಕೆ. ಎಸ್. ಉದ್ದಯ್ಯನವರು ಭಾವುಕರಾಗಿ ಅರಸು ಬಗ್ಗೆ ತಮ್ಮ ಅಭಿಪ್ರಾಯವನ್ನು ವ್ಯಕ್ತಪಡಿಸಿದರು.

ಇಂದಿರಾಗಾಂಧಿ ಮತ್ತು ದೇವರಾಜ ಅರಸು ಅವರ ಮಧ್ಯ ವಿರಸ ತಲೆದೋರಲು ಕಾರಣವೇನೂ ಎಂದು ಸಂದರ್ಶನಕಾರರು ಕೇಳಿದ ಪ್ರಶ್ನೆಗೆ "ಅರಸು ಅವರು ರಾಷ್ಟ್ರಪತಿಯಾಗಬೇಕು ಎಂದುಕೊಂಡಿದ್ದೇ ಈ ಇಬ್ಬರ ಮಧ್ಯ ವಿರಸ ಬೆಳೆಯಲು ಕಾರಣವಾಯಿತು ಮತ್ತು ಅರಸು ಅವರನ್ನು ಕಂಡರೆ ಆಗದವರು ಇವರ ಬಗೆಗೆ ಇಂದಿರಾಗಾಂಧಿಯವರ ಕಿವಿಯಲ್ಲಿ ಊದಿದರು. ಇದು ಸಮಸ್ಯೆಯನ್ನು ಮತ್ತಷ್ಟು ಜಟಿಲಗೊಳಿಸಿತಲ್ಲದೆ, ಅರಸು ಅವರನ್ನು ಕಾಂಗ್ರೆಸ್ ಪಕ್ಷದಿಂದ ಉಚ್ಚಾಟಿಸುವುದರೊಂದಿಗೆ ಕೊನೆಗೊಂಡಿತು" ಎಂದು ಕೆ.ಎಸ್. ರಾಜಪ್ಪ ಹೇಳಿದರು. ೧೯೭೭ರ ಚಿಕ್ಕಮಗಳೂರು ಲೋಕಸಭಾ ಉಪಚುನಾವಣೆಯಲ್ಲಿ ಇಂದಿರಾಗಾಂಧಿಯವರ ಗೆಲುವಿಗೆ ಕಾರಣರಾದವರು ಅರಸು. ನಂತರದ ದಿನಮಾನಗಳಲ್ಲಿ ಅವರ ವರ್ಚಸ್ಸು ಮತ್ತಷ್ಟು ಹೆಚ್ಚಾಯಿತು. ಇದು ರಾಷ್ಟ್ರದ ನಾಯಕಿಯಾದ ಇಂದಿರಾಗಾಂಧಿಗೆ ಸರಿಕಾಣಲಿಲ್ಲ. ಹೀಗಾಗಿ ಅರಸು ಅವರನ್ನು ರಾಜಕೀಯವಾಗಿ ಮಟ್ಟಹಾಕಲು ಸಂಚು ಇಲ್ಲಿಂದಲೇ ಆರಂಭಿಸಿದರೆಂದು ಹೇಳಬಹುದು.

"ಅರಸು ಅವರು ಯಾವುದೇ ತೀರ್ಮಾನ ಕೈಗೊಳ್ಳುವಾಗ ಆಳವಾಗಿ ಚಿಂತಿಸಿ ತೀರ್ಮಾನ ಕೈಗೊಂಡು ಆ ತೀರ್ಮಾನದಂತೆ ಮುನ್ನುಗ್ಗುವ ಎದೆಗಾರಿಕೆ ಹೊಂದಿದ್ದ ರಾಜ್ಯ ಕಂಡ ಏಕೈಕ ಧೀಮಂತ ರಾಜಕಾರಣಿ. ಅವರು ಇನ್ನೂ ಬದುಕಿದ್ದರೆ ಹಿಂದುಳಿದ ವರ್ಗಗಳು ಮತ್ತು ದಲಿತರು, ಬಡವರು ಇನ್ನೂ ಹೆಚ್ಚು ಅಭಿವೃದ್ಧಿ ಹೊಂದುತ್ತಿದ್ದರು. ಇಂದು ಈ ವರ್ಗಗಳಿಗೆ ಶಕ್ತಿ ಬಂದಿದೆಯೆಂದರೆ ಅದಕ್ಕೆ ಅವರೇ ಕಾರಣ. ಆದರೆ ಇದನ್ನು ನೋಡಲು ಅವರೇ ಇಲ್ಲದಿರುವುದು ನಮಗೆ ನೋವುಂಟು ಮಾಡಿದೆ" ಎಂದು ಕುಳ್ಳಯ್ಯನವರು ಹೇಳುವಾಗ ಕೇಳುಗರ ಮನ ಕರಗದೆ ಇರಲಾರದು.

ಹೀಗೆ ಅರಸು ಅವರ ಬಗ್ಗೆ ಕಲ್ಲಹಳ್ಳಿ ಸುತ್ತಮುತ್ತಲಿನ ಪ್ರದೇಶದಲ್ಲಿ ಕ್ಷೇತ್ರಕಾರ್ಯ ಕೈಗೊಂಡ ಜನರನ್ನು ಸಂದರ್ಶಿಸಿದಾಗ ಅಲ್ಲಿನ ಜನತೆ ವ್ಯಕ್ತಪಡಿಸಿದ ಅಭಿಪ್ರಾಯಗಳನ್ನುಸಂಗ್ರಹಿಸಿಕೊಂಡು, ಅವುಗಳನ್ನು ಚರ್ಚಿಸಿ ವಿಶ್ಲೇಷಣೆಗೆ ಒಳಪಡಿಸಲಾಗಿದೆ ಮತ್ತು ಅಧ್ಯಯನದ ಅನುಕೂಲಕ್ಕಾಗಿ ಈ ಮಾಹಿತಿಯನ್ನು ಬಳಸಿಕೊಳ್ಳಲಾಗಿದೆ.

೨. ಅರಸು ನಡೆದು ಬಂದ ದಾರಿ

ಜನನ	:	೧೯೧೫ ಆಗಸ್ಟ್ ೨೦, ಮೈಸೂರು ಜಿಲ್ಲೆಯ ಹುಣಸೂರು ತಾಲೂಕಿನ ಕಲ್ಲಹಳ್ಳಿ ಗ್ರಾಮ
ತಂದೆ	:	ದೇವರಾಜ ಅರಸು
ತಾಯಿ	:	ದೇವಿರಮ್ಮಣ್ಣಿ
ಶಿಕ್ಷಣ	:	ಕಲ್ಲಹಳ್ಳಿಯಲ್ಲಿ ಪ್ರಾಥಮಿಕ ಶಿಕ್ಷಣ, ಮೈಸೂರು ಅರಸು ಬೋರ್ಡಿಂಗ್ ಶಾಲೆಯಲ್ಲಿದ್ದುಕೊಂಡು ಹೈಸ್ಕೂಲ್ ಮತ್ತು ಇಂಟರ್ ಮೀಡಿಯೆಟ್‌ವರೆಗೆ
ಪದವಿ	:	ಬೆಂಗಳೂರಿನ ಸೆಂಟ್ರಲ್ ಕಾಲೇಜಿನಲ್ಲಿ ಬಿ.ಎಸ್ಸಿ ಪದವಿ
ವಿವಾಹ	:	ಕೋಗಿಲೂರಿನ ಅರಸು ಮನೆತನದ ಪರಿಸರದಲ್ಲಿ ಹುಟ್ಟಿಬೆಳೆದ ಚಿಕ್ಕಮ್ಮಣ್ಣಿಯವರನ್ನು ೧೯೪೩ರಲ್ಲಿ ವಿವಾಹವಾದರು. ನಾಗರತ್ನ, ಭಾರತಿ ಮತ್ತು ಚಂದ್ರಪ್ರಭಾ ಎಂಬ ಮೂವರು ಪುತ್ರಿಯರನ್ನು ಪಡೆದರು.
ರಾಜಕಾರಣ ಪ್ರವೇಶ	:	ದೇವರಾಜ ಅರಸರು ರಾಜಕಾರಣದ ನಂಟು ಬೆಳೆದದ್ದು, ೧೯೪೧ರಲ್ಲಿ
	:	೧೯೪೧ರಲ್ಲಿ ಮೈಸೂರು ಪ್ರಜಾಪ್ರತಿನಿಧಿ ಸಭೆಗೆ ನಡೆದ ಚುನಾವಣೆಯಲ್ಲಿ ಕಾಂಗ್ರೆಸ್ ಅಭ್ಯರ್ಥಿಯಾಗಿ ಸ್ಪರ್ಧಿಸಿ ಆಯ್ಕೆ ಆದರು.

* ೧೯೪೨ರಲ್ಲಿ ನಡೆದ ಕ್ವಿಟ್ ಇಂಡಿಯಾ ಚಳವಳಿಯಲ್ಲಿ ಭಾಗವಹಿಸಿ ಸೆರೆಮನೆವಾಸವನ್ನು ಅನುಭವಿಸಿದರು.
* ೧೯೪೫ರಲ್ಲಿ ಮತ್ತೆ ಮೈಸೂರು ಪ್ರಜಾಪ್ರತಿನಿಧಿ ಸಭೆಗೆ ಆಯ್ಕೆ ಆದರು. ಅರಸು ಅವರಿಗೆ ಆಗ ಕೇವಲ ಇಪ್ಪತ್ತು ವರ್ಷ
* ೧೯೫೨ರಲ್ಲಿ ಮೈಸೂರು ಪ್ರಥಮ ವಿಧಾನಸಭಾ ಚುನಾವಣೆಯಲ್ಲಿ ಭಾರಿ ಬಹುಮತದಿಂದ ಗೆಲುವು
* ೧೯೫೬ರ ನವೆಂಬರ್ ೧ ರಂದು ಕನ್ನಡ ಮಾತನಾಡುವ ಭೂ ಪ್ರದೇಶಗಳೆಲ್ಲ ಒಂದುಗೂಡಿ ಹೊಸರಾಜ್ಯ ರಚನೆಯಾಯಿತು.

* ೧೯೫೭ರಲ್ಲಿ ವಿಧಾನಸಭೆಗೆ ನಡೆದ ಚುನಾವಣೆಯಲ್ಲಿ ಗೆಲುವು
* ೧೯೬೨ರ ವಿಧಾನಸಭೆ ಚುನಾವಣೆಯಲ್ಲಿ ಹುಣಸೂರು ಕ್ಷೇತ್ರದಲ್ಲಿ ಕಾಂಗ್ರೆಸ್ ಪಕ್ಷದಿಂದ ದೇವರಾಜು ಅರಸು ಅವಿರೋಧವಾಗಿ ಗೆದ್ದುಬಂದರು.
* ೧೯೬೨ರಲ್ಲಿ ಮುಖ್ಯಮಂತ್ರಿ ಎಸ್.ಆರ್.ಕಂಠಿ ಸಚಿವ ಸಂಪುಟದಲ್ಲಿ ಅರಸು ಅವರು ಕಾರ್ಮಿಕ ಹಾಗೂ ಪ್ರವಾಸೋಧ್ಯಮ ಸಚಿವರಾಗಿ ಕಾರ್ಯನಿರ್ವಹಿಸಿದರು. ಅನಂತರ ಕೆಲಮಾರ್ಪಾಡಿನಿಂದ ಪಶುಸಂಗೋಪನೆ, ವಾರ್ತಾ ಮತ್ತು ಪ್ರಚಾರ ಖಾತೆ, ಮೀನುಗಾರಿಕೆ, ರೇಷ್ಮೆ ಉದ್ಯಮಗಳ ಖಾತೆಗಳ ಸಚಿವರಾಗಿ ಕಾರ್ಯನಿರ್ವಹಿಸಿದರು.
* ೧೯೬೭ರ ಹುಣಸೂರು ಕ್ಷೇತ್ರದಿಂದ ಮತ್ತೆ ಅರಸು ಜಯಸಾಧಿಸಿದರು.
* ೧೯೬೯ರಲ್ಲಿ ರಾಷ್ಟ್ರೀಯ ಕಾಂಗ್ರೆಸ್ ಇಬ್ಭಾಗವಾದಾಗ ಅರಸು ಅವರು, ಇಂದಿರಾಗಾಂಧಿಯವರನ್ನು ಬೆಂಬಲಿಸಿ ಕಾಂಗ್ರೆಸ್.ಆರ್ (ಯಂಗ್‌ಟರ್ಕ್) ಪಕ್ಷವನ್ನು ಸೇರಿದರು.
* ೧೯೭೦ರಲ್ಲಿ ವೀರೇಂದ್ರ ಪಾಟೀಲ್ ಅವರ ನೇತೃತ್ವದ ಸರಕಾರದ ವಿರುದ್ಧ ಎಕ್ಸ್‌ಪೋ ೭೦ರ ಹಗರಣದ ವಿರುದ್ಧ ದೇವರಾಜ ಅರಸು ಚಳವಳಿಯನ್ನು ಸಂಘಟಿಸಿದರು.
* ೧೯೭೧ರ ಲೋಕಸಭೆಗೆ ಮಧ್ಯಂತರ ಚುನಾವಣೆ ನಡೆದಂತಹ ಸಂದರ್ಭದಲ್ಲಿ ಅರಸು ಅವರು ಪಕ್ಷದ ಟಿಕೆಟ್ ಹಂಚುವ ಜವಾಬ್ದಾರಿಯನ್ನು ನಿರ್ವಹಿಸಿದರು.
* ೧೯೭೧ರ ಚುನಾವಣೆಯಲ್ಲಿ ರಾಜ್ಯದಲ್ಲಿ ಕಾಂಗ್ರೆಸ್ ೨೭ ಸ್ಥಾನಗಳನ್ನು ಗೆದ್ದುಕೊಂಡಿತ್ತು. ಕಾಂಗ್ರೆಸಿನ ಈ ಗೆಲುವಿನಲ್ಲಿ ಅರಸು ಅವರ ಪಾತ್ರ ಅತ್ಯಂತ ಮಹತ್ವದ್ದಾಗಿತ್ತು.
* ಈ ಸಂದರ್ಭದಲ್ಲಿ ರಾಜ್ಯದಲ್ಲಿ ಮೊಟ್ಟ ಮೊದಲ ಬಾರಿಗೆ ರಾಷ್ಟ್ರಪತಿ ಆಡಳಿತವನ್ನು ಹೇರಲಾಯಿತು. (೧೯೭೧), ರಾಜ್ಯಪಾಲರಾದ ಧರ್ಮವೀರರು ರಾಜ್ಯದ ಆಡಳಿತವನ್ನು ನಿರ್ವಹಿಸಿದರು.
* ಅರಸು ಅವರು ೧೯೭೧ರಲ್ಲಿ ರಾಷ್ಟ್ರೀಯ ರೇಷ್ಮೆ ಮಂಡಳಿಯ ಅಧ್ಯಕ್ಷರಾಗಿ ಆಯ್ಕೆ.
* ೧೯೭೨ರ ವಿಧಾನಸಭೆ ನಡೆಸಿದ ಮಧ್ಯಂತರ ಚುನಾವಣೆಯಲ್ಲಿ ಇಂದಿರಾ ಕಾಂಗ್ರೆಸ್ ಒಟ್ಟು ೨೧೭ ಸ್ಥಾನಗಳ ಪೈಕಿ ೧೬೬ ಸ್ಥಾನಗಳ ನಿಚ್ಚಳ ಬಹುಮತ ಪಡೆದು ಅರಸು ಅವರು ೧೯೭೨ ಮಾರ್ಚ್ ೨೦ರಂದು ಕರ್ನಾಟಕದ ಎಂಟನೆಯ ಮುಖ್ಯಮಂತ್ರಿಯಾಗಿ ಅಧಿಕಾರ ವಹಿಸಿಕೊಂಡರು.
* ೧೯೭೨ ಆಗಸ್ಟ್ ೮ರಂದು ಎಲ್.ಜಿ. ಹಾವನೂರ ಆಯೋಗ ನೇಮಕ.
* ದಿನಾಂಕ ೩೦.೭.೧೯೭೩ರಂದು ವೃದ್ಧಾಪ್ಯವೇತನ ಜಾರಿ.
* ೧೯೭೨/೭೩ರ ಸಂದರ್ಭದಲ್ಲಿ ಅರಸು ಸರಕಾರ 'ಅಮೇರಿಕಾದ ಕೇರ್ ಸಂಸ್ಥೆ'ಯ ನೆರವಿಂದ ವಿದ್ಯಾರ್ಥಿಗಳಿಗೆ ಮಧ್ಯಾಹ್ನದ ಊಟದ ಸರಬರಾಜು ಯೋಜನೆಯನ್ನು ಹಾಕಿಕೊಂಡಿತು.

* ಮುಖ್ಯಮಂತ್ರಿಯಾಗಿ ಅರಸು ೧೯೭೩ರ ನವೆಂಬರ್ ೧ರಂದು ನಾಡಿಗೆ 'ಕರ್ನಾಟಕ' ಎಂದು ನಾಮಕರಣಮಾಡಿದರು.
* ೧೯೭೪ರಲ್ಲಿ ಭೂಸುಧಾರಣಾ ಕಾಯ್ದೆಯನ್ನು ಜಾರಿಗೆ ತಂದರು.
* ೧೯೭೫ರ ಅಕ್ಟೋಬರ್‌ನಲ್ಲಿ ಜೀತ ಪದ್ಧತಿಯನ್ನು ನಿಷೇಧಿಸುವ ಕಾನೂನನ್ನು ರಾಜ್ಯದಲ್ಲಿ ಪ್ರಥಮವಾಗಿ ಜಾರಿಗೆ ತಂದರು.
* ೧೯೭೫ರಲ್ಲಿ ಅರಸು ಅವರು ಶ್ರೀಮಂತರಿಂದ ಪಡೆದಿದ್ದ ಬಡವರ ಸಾಲಮನ್ನಾ ಮಾಡುವ ಕಾಯಿದೆ ಅಥವಾ 'ಋಣಪರಿಹಾರ ಕಾಯಿದೆ' ಯನ್ನು ಜಾರಿಗೆ ತಂದರು.
* ನವೆಂಬರ್ ೧, ೧೯೭೫ರಂದು ಪಂಜಾಬ್ ನ್ಯಾಷನಲ್ ಬ್ಯಾಂಕಿನವರು ಏರ್ಪಡಿಸಿದ್ದ ಕಾರ್ಯಕ್ರಮದಲ್ಲಿ ಅರಸು ಭಾಗವಹಿಸಿ ಒಂದು ಕೋಟಿರೂಪಾಯಿ ಪರಿಹಾರ ಘೋಷಣೆ ಮಾಡಿದರು.
* ಕೇಂದ್ರ ಸರಕಾರ ತುರ್ತು ಪರಿಸ್ಥಿತಿಯನ್ನು ೧೯೭೫ ಜೂನ್ ೨೫ ರಿಂದ ೧೯೭೭ ಮಾರ್ಚ್ ೨೧ರ ವರೆಗೆ ರಾಜ್ಯದಲ್ಲಿ ಎರಡನೆಬಾರಿಗೆ ತುರ್ತು ಪರಿಸ್ಥಿತಿ ಜಾರಿಯಾಯಿತು.
* ೧೯೭೫ರಲ್ಲಿ ಕನಿಷ್ಟ ಕೂಲಿ ನಿಗದಿಕಾಯ್ದೆ ಜಾರಿ. ಹಾಗೂ 'ಭಾಗ್ಯಜ್ಯೋತಿ ಯೋಜನೆ'ಯನ್ನು ಜಾರಿಗೊಳಿಸಿದರು.
* ೧೯೭೫/೭೭ರ ಸಂದರ್ಭದಲ್ಲಿ ಅರಸು ಸರಕಾರ ರಾಜ್ಯದಲ್ಲಿ ನಿರ್ಗತಿಕರನ್ನು ಗುರುತಿಸಿ ಸುಮಾರು ೭,೨೧,೮೮೫ ನಿವೇಶಗಳನ್ನು ಹಂಚಿದರು. ಅದರಲ್ಲಿ ಸುಮಾರು ೭,೪೭,೨೦೫ ಮನೆಗಳನ್ನು ಹರಿಜನ ಗಿರಿಜನ-ಕುಟುಂಬಗಳಿಗೆ ಹಂಚಲಾಯಿತು.
* ೧೯೭೫ ಮೇ ೧೯ ರಂದು 'ಕಾರ್ಪೋರೇಶನ್ ಸಂಸ್ಥೆ'ಯನ್ನು ಸ್ಥಾಪಿಸಿದರು.
* ೧೯೭೫/೭೭ರಲ್ಲಿ ನಿರುದ್ಯೋಗದ ಸಮಸ್ಯೆಯನ್ನು ಹೋಗಲಾಡಿಸಲು ನೌಕರರ ನಿವೃತ್ತಿ ವಯಸ್ಸನ್ನು ೫೮ರಿಂದ ೫೫ಕ್ಕೆ ಇಳಿಸಿದರು.
* ೧೯೭೫/೭೬ ಅರಸು ಅವರು ಕೇಂದ್ರ ಸರಕಾರದ ನೆರವಿನಿಂದ ಮೈಸೂರು ಜಿಲ್ಲೆಯಲ್ಲಿ 'ಸಮಗ್ರ ಶಿಶುಪಾಲನೆ'ಯಂತಹ ವಿಶೇಷ ಯೋಜನೆಯನ್ನು ಪ್ರಾರಂಭಿಸಿದರು.
* ೧೯೭೬/೭೭ರಲ್ಲಿ ರಾಜ್ಯ ಸರಕಾರ ಹತ್ತು ಅಡಿಗೆ ಕೇಂದ್ರಗಳನ್ನು ಸ್ಥಾಪನೆ ಮಾಡಿತು. ಈ ಕೇಂದ್ರಗಳು ಆರು ಸಾವಿರ ಶಾಲಾ ಮಕ್ಕಳಿಗೆ ಊಟದ ವ್ಯವಸ್ಥೆಯನ್ನು ಒದಗಿಸಿತು.
* ಅದೇ ರೀತಿ ೧೯೭೬/೧೯೭೭ರ ಸುಮಾರಿಗೆ ರಾಜ್ಯದಲ್ಲಿ ೧೫ ಲಕ್ಷ ವಿದ್ಯಾರ್ಥಿಗಳು ಇದರ ಪ್ರಯೋಜನ ಪಡೆಯುವಂತಾಯಿತು.
* ೧೯೭೭ ಫೆಬ್ರವರಿ ೨೨ರಂದು ರಾಜ್ಯಸರಕಾರ ಹಾವನೂರ ಆಯೋಗದ ಎಲ್ಲಾ ಶಿಫಾರಸ್ಸುಗಳನ್ನು ಮಾನ್ಯ ಮಾಡಿ. ಈ ಸಂಬಂಧ ಆದೇಶ ಹೊರಡಿಸಿತು.
* ೧೯೭೮ರಲ್ಲಿ ಅರಸು ಅವರು ಪ್ರತಿಯೊಂದು ಜಿಲ್ಲೆಯಲ್ಲಿ 'ಬಾಲ ಭವನ'ವನ್ನು ಸ್ಥಾಪಿಸಿದರು.

* ೧೯೭೩ರಲ್ಲಿ ಅರಸು ಅವರು ರಾಯಚೂರಿನಲ್ಲಿ ಪೆಟ್ರೋಕೆಮಿಕಲ್ಸ್ ಶಂಕುಸ್ಥಾಪನೆಯನ್ನು ನೆರವೇರಿಸಿದರು.
* ಬಳ್ಳಾರಿ ಜಿಲ್ಲೆಯ ಹೊಸಪೇಟೆ ಹತ್ತಿರ ತೋರಣಗಲ್ ಹತ್ತಿರ ಉಕ್ಕಿನ ಕಾರ್ಖಾನೆಯನ್ನು ಸ್ಥಾಪನೆ ಮಾಡಿದ್ದು ಅರಸು ಸರಕಾರದ ದೊಡ್ಡ ಸಾಧನೆ.
* ೧೯೭೫ರ ಜೂನ್ ೨೫ರಂದು ರಾಷ್ಟ್ರದಲ್ಲಿ 'ತುರ್ತು ಪರಿಸ್ಥಿತಿ' ಜಾರಿಯಾಯಿತು. ೧೯೭೭ ಮಾರ್ಚ್ ೨೧ರಂದು ಮುಕ್ತಾಯ.
* ೧೯೭೭ರ ಲೋಕಸಭೆ ಚುನಾವಣೆಯಲ್ಲಿ ರಾಯಬರೇಲಿಯಲ್ಲಿ ಮಹಾಚುನಾವಣೆಯಲ್ಲಿ ಇಂದಿರಾ ಗಾಂಧಿ ಸೋಲು
* ೧೯೭೫ ಜುಲೈ ೧ರಂದು ತುರ್ತು ಪರಿಸ್ಥಿತಿಯನ್ನು ಘೋಷಿಸಿದ ಅಂದಿನ ಪ್ರಧಾನಿ ಇಂದಿರಾಗಾಂಧಿ 'ಇಪ್ಪತ್ತು ಅಂಶಗಳ ಕಾರ್ಯಕ್ರಮ'ವನ್ನು ಘೋಷಣೆ ಮಾಡಿದರು. ಈ ಕಾರ್ಯಕ್ರಮವನ್ನು ರಾಜ್ಯದಲ್ಲಿ ಅಚ್ಚುಕಟ್ಟಾಗಿ ಅನುಷ್ಠಾನಕ್ಕೆ ತಂದು ಯಶಸ್ವಿಗೊಳಿಸಿದ್ದು ದೇವರಾಜ ಅರಸು.
* ಜೂನ್ ೨೪, ೧೯೭೯ರಂದು ಇಂದಿರಾಗಾಂಧಿ ಕಾರ್ಯಕಾರಿ ಸಮಿತಿಯು ದೇವರಾಜ ಅರಸು ಅವರನ್ನು ಪಕ್ಷದಿಂದ ಆರುವರುಷಗಳ ಕಾಲ ಉಚ್ಚಾಟಿಸಿತು.
* ೧೯೭೯ ಸೆಪ್ಟೆಂಬರ್ ೧೨, ೧೩ ರಂದು ಬೆಂಗಳೂರಿನ ಲಾಲ್‌ಬಾಗ್ ಗಾಜಿನ ಮನೆಯಲ್ಲಿ ವಿಭಜಿತ ರಾಷ್ಟ್ರೀಯ (ಎಸ್) ಕಾಂಗ್ರೆಸನ ಅಧಿವೇಶನ ನಡೆಯಿತು.
* ರಾಷ್ಟ್ರೀಯ ಕಾಂಗ್ರೆಸ್ ಅಧ್ಯಕ್ಷರಾಗಿ ಅರಸು: ಅಖಿಲ ಭಾರತ ಕಾಂಗ್ರೆಸ್ (ಯು)
* ೧೯೭೯ರಲ್ಲಿ ಕ್ರಾಂತಿರಂಗ ಪಕ್ಷ ಸ್ಥಾಪನೆ, ೧೯೮೦ರ ಲೋಕಸಭಾ ಚುನಾವಣೆಯಲ್ಲಿ ಕ್ರಾಂತಿರಂಗ ಪಕ್ಷದ ಸೋಲು ಪರಿಣಾಮ ಮುಖ್ಯಮಂತ್ರಿ ಸ್ಥಾನಕ್ಕೆ ಜನವರಿ ೬, ೧೯೮೦ರಂದು ರಾಜೀನಾಮೆ ನೀಡಿದರು.
* ೧೯೮೨ ಜೂನ್ ೬ ರಂದು ಅರಸು ಅವರು ನಿಧನ ಹೊಂದಿದರು.

ದೇವರಾಜು ಅರಸು ಅವರ ಹುಟ್ಟೂರಾದ ಕಲ್ಲಹಳ್ಳಿ ಗ್ರಾಮ

ದೇವರಾಜು ಅರಸು ಹಾಗೂ ಪತ್ನಿ ಚಿಕ್ಕಮ್ಮಣ್ಣಿ

ದೇವರಾಜ ಅರಸು ಅವರು ಹುಟ್ಟಿದ ಮನೆ

ಅರಸು ಅವರ ಇತ್ತೀಚಿನ ಮನೆ

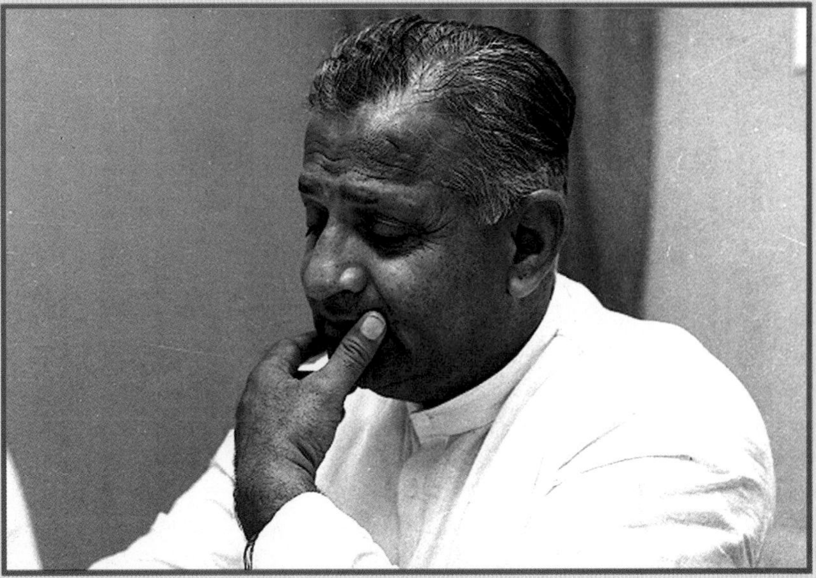

ಕೆಲಸದ ತಲ್ಲೀನತೆಯಲ್ಲಿ ಅರಸು

ಮುಖ್ಯಮಂತ್ರಿಯಾಗಿ ಪ್ರಮಾಣ ವಚನ

ಇಂದಿರಾಗಾಂಧಿ ಅವರೊಂದಿಗೆ ಸಮಾಲೋಚನೆ

ಎಕ್ಸ್‌ಪೋ–70 ಚಳವಳಿಯ ಒಂದು ನೋಟ

ಸಭೆಯನ್ನು ಉದ್ದೇಶಿಸಿ ಅರಸು

ಹಾವನೂರರಿಂದ ಮುಖ್ಯಮಂತ್ರಿ ಅರಸು ಅವರಿಗೆ ವರದಿ ಸಲ್ಲಿಕೆ

ಭೂ ರಹಿತರಿಗೆ ಭೂಮಿಯ ಹಕ್ಕು ಪತ್ರ ನೀಡುತ್ತಿರುವ ಅರಸು

ಬಸಲಿಂಗಪ್ಪನವರ 'ಬೂಸಾ' ಹೇಳಿಕೆ ಸನ್ನಿವೇಶದ ಚಿತ್ರಣ

1.11.1973 ರ ಕರ್ನಾಟಕ ನಾಮಕರಣದ ಸಂದರ್ಭ

ಚೌಧುರಿ ಚರಣ್‌ಸಿಂಗ್ ಹಾಗೂ
ರಾಜ್ಯಪಾಲ ಗೋವಿಂದನಾರಾಯಣ ಅವರ ಜೊತೆ

ನಾಯಕಿ ಇಂದಿರಾಗಾಂಧಿ ಹಾಗೂ ಪತ್ನಿ ಚಿಕ್ಕಮ್ಮಣ್ಣಿ ಜೊತೆ ಅರಸು

ದೇವರಾಜು ಅರಸು ಅವರ ಅಂತಿಮ ಪಯಣ